கறுப்பர் நகரம்

கரன் கார்க்கி

பாரதி
புத்தகாலயம்

KARUPAR NAGARAM (Novel)
Karan Karki
First Published : December, 2011 | Sixth Print: May, 2025

Published by
BHARATHI PUTHAKALAYAM
7, Elango Salai, Teynampet, Chennai - 600 018.
Email: bharathiputhakalayam@gmail.com | www.thamizhbooks.com

கறுப்பர் நகரம் (நாவல்)
கரன் கார்க்கி
முதல் பதிப்பு: டிசம்பர், 2011 | ஆறாம் அச்சு: மே, 2025

வெளியீடு:

பாரதி புத்தகாலயம்

7, இளங்கோ சாலை, தேனாம்பேட்டை, சென்னை - 600 018.
தொலைபேசி: 044 24332424 | விற்பனை: 24332924

விற்பனை நிலையம்
7, இளங்கோ சாலை, தேனாம்பேட்டை, சென்னை - 600 018

விற்பனை நிலையங்கள்
7, இளங்கோ சாலை, தேனாம்பேட்டை, சென்னை - 600 018

ஈரோடு: 39, ஸ்டேட் பாங்க் சாலை - 9245448353 | **கரூர்:** நாரத கானசபா அருகில் (TNGEA OFFICE)- 9442706676
காரைக்குடி : 12, 2 வது தெரு, கம்பன் மணிமண்டபம் பின்புறம் - 9443406150
கும்பகோணம்: 352, ரயில் நிலையம் எதிரில் - 9443995061
கோவை: சிங்காநல்லூர் பேருந்து நிலையம் - 641 005 - 8903707294
சிதம்பரம்: 22A / 18B தேரடி கடைத் தெரு, கீழவீதி அருகில் - 9994399347
செங்கல்பட்டு: 1 D ஜி.எஸ்.டி சாலை - 044 27426964
சேலம்: 15, வித்யாலயா சாலை, ராமகிருஷ்ணா பார்க் அவென்யூ - 636 007- 8610050311
தஞ்சாவூர்: கடை எண்.8, முன்னாள் இராணுவத்தினர் மாளிகை, H.P.O. எதிரில் - 613 001 - 9442781491
திண்டுக்கல்: பேருந்து நிலையம் - 9942331105, 9976053719
திருச்சி: வெண்மணி இல்லம், கரூர் புறவழிச்சாலை - 9994289492
திருநெல்வேலி: நவஜீவன் டிரஸ்ட் வளாகம், 48-B/10, அம்பை ரோடு, வீரமாணிக்கபுரம் - 9442149981
திருப்பூர்: 447, அவினாசி சாலை - 9486105018 | **திருவண்ணாமலை:** முத்தம்மாள் நகர்
திருவல்லிக்கேணி: 48, தேரடி தெரு - 9444428358 | **திருவாரூர்:** 35, நேதாஜி சாலை - 9442540543
நாகர்கோவில்: 699, கே.பி.ரோடு R.V.புரம் - 9443450111 | **நெய்வேலி:** பேருந்து நிலையம் அருகில் - 9443659147
பழனி: பேருந்து நிலையம் - 7010760693 | **பெரம்பூர்:** 52, கூக்ஸ் ரோடு - 9444373716
புதுச்சேரி : கிழக்கு கடற்கரைச் சாலை, இலாசுப்பேட்டை, 9486102777
மதுரை: மேல பெருமாள் மேஸ்திரி வீதி - 625 001 - 9443449225 & சர்வோதயா மெயின்ரோடு
வடபழனி: பேருந்து நிலையம் எதிரில் அடையார் ஆனந்தபவன் மாடியில் - 9444476967
விருதுநகர்: 131, கச்சேரி சாலை - 0456 2245300 | **வேலூர்:** பேஸ் III, சத்துவாச்சாரி - 9442553893

நினைத்த நூல்கள்... நினைத்த நேரத்தில்... BharathiTV | www.bookday.in

thamizhbooks.com 8778073949

ரூ.360/
அச்சு : பிரிண்டெக், சென்னை 600 005.

என்னுரை

எழுதும்போது அடையும் அனுபவம் மிக உயிர்ப்புள்ளதாகவும் கற்றுக்கொள்ளக் கூடிய ஒன்றாகவும் நான் உணர்கிறேன்.

எப்போதோ என்றோ வாழ்ந்தவர்களை உணர்ந்து எழுதிக் கொண்டிருக்கும் போது அவர்களை இப்படி வாருங்கள், அப்படி உட்காருங்கள் என்று கட்டாயப் படுத்த முடியாது. அவர்கள் தங்கள் வாழ்க்கையை அவர்களது சொந்த முறையில் வாழ்கிறார்கள் ஆனாலும் அவர்களது வாழ்வின் போக்கை அந்தக் காலகட்ட அவர்களது வாழ்வின் போக்கை அந்த காலகட்ட அரசியலும், புற சூழல்களும் தீர்மானிக்கின்றன.

ஏழு ஆண்டுகளுக்கு முன்பாக எனக்கு மிக மோசமான துயரத்தைத் தந்து பறவைகள் பற்றி எனக்கு புரிதலை ஏற்படுத்தி என் கைகளிலேயே உயிரை விட்ட கிளியைப் பற்றியும், இரட்டை ஆயுள் தண்டனை முடிந்து வெளியே வந்த கிழவன் ஒருவனைப் பற்றியும் எழுத திட்டமிட்டிருந்தேன்.

எழுதி பத்தாண்டுகளுக்கு பின் வெளியான என் முதலிரண்டு புதினங்கள் தந்த உற்சாகத்தில் 2010-ன் துவக்கத்திலேயே அதை எழுத துவங்கி விட்டேன்.

புதினம் முழுமையடையும் வரையிலும் அந்தக் கிளி என் நினைவிலிருந்து காணாமல் போய் விட்டது.

சிறையிலிருந்து வந்த கிழவனும் அவனிடம் அடைக்கலமான கிளியும் நட்பு கொண்டு கிழவன் மனிதர்களிடம் கற்காததைக் கிளியிடம் கற்று மனச் சிறையிலிருந்து விடுதலையடைகிறான் என்பது போல என் மனதிலொரு தொகுப்பு இருந்தது.

ஆனால், கிழவன் தன் வாழ்க்கையை அவனுக்கான வழியிலேயே வாழ்ந்தான். அவன் கற்றுக் கொள்ள கிளி அவனுக்கு தேவைபடவில்லை. தன்னைச் சுற்றியுள்ள மனிதர்களிடமிருந்தே அவன் வாழ்வதற்கு போதுமானவற்றை கற்றுக்கொண்டான். அவனை பின்தொடர்ந்து செல்வது போல எழுதிக்கொண்டே போனேன்.

நான் செய்ததெல்லாம் அவ்வளவே.

இந்தப் புதினம் யாரைப் பற்றியுமான வரலாறு இல்லை. ஆனால்? வெறுமனே புனைவு என்றும் சொல்ல முடியாது.

இதில் வரும் ஒவ்வொருவரும் வாழ்ந்து மரித்துப் போனவர்கள்.

சிலர் இப்போதும் வாழ்ந்து கொண்டிருப்பவர்கள். இடங்களும், கட்டிடங்களும் அப்படியே.

என் பதின் வயதில் ஆர்வமூட்டக்கூடிய காலைப் பொழுதுகளில் நான் விழித்தெழுந்ததும், சின்னஞ்சிறு வசதியான அழகான வீட்டின் முன்னோ, பின்னோ நின்று பார்க்கும்போது மேகங்கள் உரசும் மலைகளையும், அதன் அடிவாரத்தில் ஓடும் தெளிந்த நீரோடைகளையும், அதனோரத்தில் பூத்துக்கிடந்த பல விதமான பூக்களையும், தனிமையான எனது ஊரிலிருந்து தூரத்தில் எங்கோ கடந்து போகும் மாட்டுவண்டியின் சலங்கை ஓசைகளும், இன்ன பலவும் பார்த்தும், கேட்டும் பழகியவனல்ல, மாறாக.

நான் கண்டதெல்லாம் கூவமென்கிற கருப்பு நதி, எப்போதும் பேய்க்காற்று சுழன்றோடும் கரி, சாம்பல் நிறைந்த ஒழுங்கற்ற பெரிய மைதானம், வெயிலாலும், மழையாலும் அலைக்கழிக்கப்பட்டிருந்த சாம்பல் போர்த்திய குடிசைகள்.

மின் நிலைய பேயோசையுடன் அதன் சாம்பல் நிறைந்த மாசடைந்த காற்று, சச்சரவிடும் மனிதர்கள், விதவிதமான ஆபாச வார்த்தைகள், ஆர்வமூட்டக்கூடிய வகை வகையான நிறங்களிலும், அளவிலும் மனிதர்கள், அவர்களின் காதல், நம்பிக்கைகள், கூச்சல், அரசியல் இவைகளையெல்லாம் நான் தீவிரமாக வேடிக்கை பார்ப்பவனாக மாறிப் போனேன்.

“எப்ப பாரு பராக்கு பாக்கறதே வேலையா போச்சி. போனமா, வந்தமான்னு, இருக்க மாட்டியா” என்ற வசவுகள் கேட்டுக்கொண்டே இருந்த நாட்கள்.

என்னைச் சுற்றியிருந்த குப்பைக் குவியல்கள்கூட எனது காட்சி அரங்குகளாக இருந்தன. தீபாவளிக்கு எனக்குக் கிடைத்த பட்டாசுகளைவிட, நகரமெங்குமிருந்து அள்ளி வந்து கொட்டப்பட்ட குப்பைகளில் எரிந்தும் சிதைந்தும் சரிகை மின்னும் பட்டாசுகள் கிடக்கும். இது மாதிரியான பட்டாசுகள் இருக்கின்றன என்பதையே நான் அவைகளைப் பார்த்துதான் தெரிந்து கொண்டேன்.

மக்களின் நுகர்வுப் பொருட்கள் பலவும் எனக்கு அப்படித்தான் அறிமுகமானது..

குப்பைகளினூடே பளபளக்கும் காலியான உறைகள் மற்றும் விதவிதமான அட்டைப்பெட்டிகள் கிடக்கும். அவைகளைப் பார்த்துவிட்டு அதனுள் இருந்த பொருட்கள் எப்படியிருக்குமோ என்று கனவு காண்பேன். என் வீட்டில் அது போன்று எதையுமே நான் பார்த்ததில்லை.

சிறு வயதில் உடல்நலக் குறைவோடு மருத்துவமனையில் அனுமதிக்கப்பட்டிருந்த நிலையில், என்னைப் பார்க்க வந்தவர்கள் எனக்கு வண்ண உறைகளடங்கிய பொருட்களை எனக்குத் தந்து விட்டுப் போனார்கள். அதனுள் இருந்தவற்றை தின்று தீர்த்துவிட்டு பெருமிதத்தோடு காலி உறைகளை குப்பைத் தொட்டியில் வீசியெறிவேன். பிறகு நான் கண்டிருந்த குப்பைகளும், அதிலிருந்த பளபளப்பான உறைகளும் நோயாளிகளால் நுகரப்பட்டவை என்பதாக புரிந்து கொண்டேன்.

என்னை சுற்றியிருந்த மக்களிடம் வறுமையும், காதலும் வாழ்வதற்கான வேட்கையும், மொழியும், வைராக்கியமும், அறியாமையும் எனப் பலவிதமான சூழல்களை நான் கண்டிருக்கிறேன். அந்த எழுபதுகளின் வடசென்னை காரம்சாரமானதொரு உலகமாயிருந்தது. அந்த உலகை மேலோட்டமாகப் பார்த்துப் போவதென்பது பொதுவான போக்காயிருக்கிறது. அன்றைய வினோதமான கட்டமைப்பை இனி தேடினாலும் கிடைக்காது. இப்போது அது முற்றிலும் மாறி விட்டது. சில ஆள்பவருக்கு வசதியாக மாற்றப்பட்டு விட்டது.

என்னுள் உறைந்து கிடந்த அந்த மனிதர்களையும் அவர்களின் சூழலையும் அப்படியே பதிவு செய்ய வேண்டுமென்ற என் வேட்கையை இந்தப் புதினத்தில் தீர்த்துக்கொள்ள முயன்றுள்ளேன்.

புதினத்தின் கையெழுத்துப் பிரதியை பெற்ற குறுகிய காலத்திலேயே புத்தகமாக வெளிவர உதவிய பதிப்பாளர் மரியாதைக்குரிய தோழர் நாகராஜன் அவர்களுக்கு மனப்பூர்வமாக நன்றி சொல்ல விரும்புகிறேன்.

சென்னை-12 **கரன் கார்க்கி**
28/11/2011 J.D karan karki@gmail.com

1

சிறையின் குறுங்கதவு திறந்தது. அவனுக்கு எப்போதும் மகிழ்வைத் தரும் அந்தப் பெரும் வாயிற்கதவின் வழியாக வெளியேறும் ஒவ்வொரு பொழுதும் மிக இன்பமான மனநிலையில் தனது முதலடியை எடுத்து வைப்பான். பிறகு வானத்தைப் பார்ப்பதும், நிலத்தைப் பார்ப்பதும், எதிர்ப்புறத்தில் பாலம் மறைத்து நிற்கும் பொதுமருத்துவமனை கட்டிடத்தைக் காண்பதுமாய் சில வினாடிகள் நகரும். எதிரே பாலத்தின் மீது விரைந்தோடும் வாகனங்கள், குறிப்பாக பேருந்து நிறைய நிரம்பி வழிந்தபடி போகும் மனிதர்களை வெறுமனே பார்த்து துயருறுவான். பிறகு வழக்கமாக தன் நெஞ்சில் தானே குத்திக் கொள்வான். பார்வை மறைந்து போகும்படி கண்கள் கலங்கும்.

"நடப்பா, நேரமாவுது" என்று பின்தொடர்ந்து வரும் காவலரின் குரல் வரும் வரை பெரும்பாலும் இப்படித்தான் அவனது நடவடிக்கை இருக்கும்.

பெரும்பாலும் மருத்துவமனை போகவும், நீதிமன்றம் போகவுமே அவன் சிறையை விட்டு வெளியே வர நேர்ந்தது. தனது வாழ்வின் பெரும் பகுதியை சிறையில் கழித்து விட்டதாலோ என்னவோ, சிறைக்கு வெளியே உலவும் மனிதர்களைப் பார்க்கும் அந்த சில கணங்கள், காட்சி சாலையில் உள்ள விலங்கின் முகத்தைப் பார்க்கும் ஆவலுடன் பார்ப்பான்.

மனதில் கூட எந்தக் குற்றமும் அற்ற தூய மனிதர்களா இவர்கள். அவர்களை ஆராய்பவன் போல் கூர்ந்து பார்ப்பான். இடையே தன் சக சிறைத் தோழர்களின் முகங்கள் அவன் நினைவுக்கு வரும். அந்த முகங்களை வலுக்கட்டாயமாக விலக்கி சுதந்திரமாகத் திரியும் மனிதர்களைப் பார்ப்பான்.

அவர்களைக் கூர்ந்து பார்க்கும் அந்த தீவிரத் தன்மையும், அவன் கைகளைப் பிணைத்திருக்கும் சங்கிலியின் பளபளப்பும், துப்பாக்கியேந்திய காவலரும், பார்க்கப்பட்டவர்களை அச்சுறுத்தி அவன் வழியில் இருந்து விலகி நடக்கவும், நான்கடி பின்தள்ளி மிரண்டபடி ஒதுங்கிப் போகவும் செய்யும் அந்த நேரங்களில் அவன் தனக்குள் சிரிப்பான். முகத்தின் கடுமை மாறாது சில வேளைகளில் வழியில் கடப்பவர்களை அச்சுறுத்தி முறைப்பான். தன்னைக் கண்டு நடுங்கும் மனிதர்களைப் பார்த்து மனதுக்குள் ரசிப்பான். தன்னைக் கண்டு சுதந்திரமான மனிதர்கள் அஞ்சுவதாக தனக்குத்தானே நம்பினான்.

அவனைப் பின்தொடரும் காவலர்கள் அதைக் கண்டும் காணாதது போல் சங்கிலியை இழுத்துப் பிடித்தபடி வருவார்கள். அவனுக்கு மனம் சிதைந்து விட்டது என்றுகூட அவர்கள் நம்பினார்கள்.

ஆனால், அவன் சிறையில் மிக அமைதியாகவும், பலருக்கு நண்பனாகவும் கூட இருந்தான். அவனை சிறைக் காவலர்கள் கட்டுப்பாடுடைய கைதிகளின் பட்டியலில் வைத்திருந்தார்கள். தன்னை ஒரு மனிதப்பிறவியாகக் கூட கருதமுடியாமல் சிறைக்கு பாரமாக நினைத்து விடுவித்து விட்டார்களா என்று நினைத்தான். நேற்று வரை தான் ஒரு கொடுங்குற்றம் செய்த கடுங்காவல் கைதி, இன்று இந்தக் கணம் நான் குற்றமற்றவன். எனக்கு காவல் தேவையில்லை. நான் நல்ல மனிதன். இதையெல்லாம் யார் தீர்மானிக்கிறார்கள். அவன் சிரித்தான்; வளமான அவனது முகத்தில் வயோதிகத்தின் அடையாளம் மிக அழுத்தமாய் பரவியிருந்தது. புருவ மயிர்கள் பெரும் அடர்த்தியாக கருத்திருந்தது. தன்னை மிக வயோதிகனாகவும், சாவு தன்னை நெருங்கி விட்டதாகவும் மனமார நம்பினான்.

உயரமான அந்த மனிதன் கைகளை வீசி சாலையில் நடக்க ஆசைப்பட்டான். ஆனால், விரைந்தோடும் வாகனங்களும், பளீரென்று உடுத்தி நடந்த மனிதர்களும் அவனை அச்சமூட்டுவதாய் உணர்ந்தான். இதுதான் மெட்ராஸ், எல்லா மாறிபோச்சு. ஆமாம், சென்ட்ரல் ரயிலடிதான் இதோ தெரியுதே, அவன் பிடிவாதமாக தன்னை நம்ப வைத்துக்கொள்ள முயற்சித்தான். காதை நாசப்படுத்தும் இயந்திர இரைச்சல் அவனுக்கு வேறொரு உலகத்துக்கு வந்துவிட்டதுபோல் இருந்தது. பாலத்தில் இருந்து சிறையை உற்றுப் பார்த்தான். ஓடு ஓடு என் கண் எதிரில் நிற்காமல் ஓடு என்று சொல்வதுபோல் இருந்தது. துக்கத்தால் நிரம்பி இருந்தவனுக்கு விடுதலை இன்பத்தை தரவில்லை.

கிழவன் தனது காலைத் தரையில் தட்டினான். உடைந்து விடுவது போல் பாதம் வலித்தது. நின்று சுற்றிலும் ஒருமுறை பார்த்தான். தன் இரண்டு கைகளையும் பிணைத்திருக்கும் விலங்கு இப்போது இல்லாதது அவனுக்கு சுதந்திர உணர்வைத் தந்தது. ஆனால், அது மகிழ்ச்சி தரவில்லை.

“நடப்பா” என்று தன்னை உந்தித் தள்ள காவலர் யாரும் தன் பின்னே இல்லை என்பதை திரும்பிப் பாரத்து உறுதி செய்து கொண்டான். கனமற்ற தன் கைப்பையை தோளில் சுமந்தபடி சென்ட்ரல் ரயில் நிலையம் முன்பாக பாலத்தின் சுவர் மீது சாய்ந்து நின்றுகொண்டு லட்சியமற்று சுமந்து வந்த கைப்பையை பார்த்து ரசித்தான்.

“இந்தா, இது உன்னோடது”

கையெழுத்துகள், அங்க அடையாள சோதனைகள் என்று நடந்த அந்தக் கடைசி நிமிடங்கள், எந்த உணர்வுமற்று தான் கட்டைபோல இருந்ததை நினைத்துப் பார்த்தான். நீண்டகாலம், வெகு நீண்டகாலம் எதற்காக இப்படி பெரும் கட்டிடக் குகைக்குள் தன்னை ஒளித்து

வைத்திருந்தார்கள். முன்புபோல தன் நெஞ்சில் குத்திக்கொள்ள இப்போது வலுவற்று இருந்தான். 'எங்க போறது, யாரை பார்க்கறது?' அவனுள்ளம் கேள்வியெழுப்பியது. எதாவது ஒரு சுடுகாட்டுக்குப் போ, அங்க தான் உன்னவர்கள் எல்லாம் புதைக்கப்பட்டு எலும்பாக கிடக்கிறார்கள். அவன் காதில் யாரோ சொல்வது போல இருந்தது.

எல்லாமே மாறிப் போச்சு. அவனது மனக்கண்ணில் இருந்தது போல இப்போது எதுவும் இல்லை. ரயிலடிக்கு இடதுபுறம் செந்நிற கட்டிடத்தை தேடினான். அது அங்கு இல்லை. அது அங்கு இல்லையென்று யாரோ சிறையில் சொல்லியிருந்தார்கள். ஆனாலும் அது அங்கே இருப்பதாக அவன் வெகுகாலமாக நம்பிக் கொண்டிருந்தான் அதை இப்போது நம்பிக்கையோடு தேடினான்.

அழகிய பிரம்மாண்டமான அந்த சந்தைக் கட்டிடயான மூர்மார்க்கெட்டைக் காண அவன் உள்ளம் மிக விரும்பியது.

அய்யோ பாவம்! அங்கு அது ஒரு கணம் மறைந்து போனதோ, இல்லை உண்மையாகவே இல்லையோ அவன் தவித்தான். உற்றுப் பார்த்தான். உயரமான ஓர் அரை வெள்ளை நிறக் கட்டிடம் இருந்தது. மிகப் பெரியதாய். சிறையில் அவன் காதில் விழுந்த பல வார்த்தைகள் இப்போது கேட்டன.

"அது தீப்பிடித்து எரியுதாம்" "ஆமா. அது எங்க எரியுது, அரசாங்கமே பண்ண ஏற்பாடு தான்" சீருடை அணிந்தவரின் குரல் கூட கேட்டது.

"நாசமாப் போவ என்னாமாதிரி கட்டடம். ஆத்தா, அப்பனத் தவிர எல்லாம் கெடைக்குமுன்னு சொல்லுவாங்க. நாம வெளிய போவும் போது இருக்குமோ, இருக்காதோ" நினைவுகள் வந்து போயின தடுமாறினான்.

ஆமா. அது இல்லதான். காலந்தான் அத விழுங்குச்சோ இல்ல, எந்த பூதமோ!

"நாசமா போவ. என்னாமாதிரி கட்டிடம்... நாசமாப் போவ என்னாமாதிரி கட்டடம்" துயருடன் புலம்பினான்.

அவனை எதிர்கொண்டு நடந்தவர்களில் அவனுக்குத் தெரிந்த முகம் ஏதாவது இருக்கிறதா என்று ஆவலோடு தேடினான். பெரும்பாலும் அன்னியரே கடந்து போனார்கள். திரும்பி ரயில் நிலையத்தைப் பார்த்தான். அந்த மணிக் கூண்டு அவனுக்கு ஆறுதலாயும் என்றுமே அனுபவித்தறியாத ஒரு வித இன்பத்தையும் தந்தது. வெகு நேரம் அலைந்து புறநகர் ரயில் நிலையத்துக்கு எதிரே வண்டிகள் நிறுத்துமிடத்துக்கு இடையே அதைக் கண்டுபிடித்தான். அவனது வயோதிக மூளை தாங்க முடியாமல் ஒரு கணம் திகைத்து, தவித்தது. அந்தப் பெரும் கட்டிடத்தைத் தாண்டி தானும், மற்றவையும் வளர்ந்து பூதாகரமாய் ஆகிவிட்டதுபோல் நினைத்து, வானத்தை அண்ணாந்து பார்த்தான். பிறகு மூர்மார்க்கெட் மாதிரி கட்டிடத்தைப் பார்த்து நன்றாக வலிக்கும்படி மார்பில் குத்திக்கொண்டான். அந்தப் பக்கம் போவோர்

வருவோர் மன நோயாளி என்று அவனை அலட்சியப்படுத்தியபடி தங்கள் வேலையை நோக்கி போய்க்கொண்டிருந்தார்கள். அவன் அதைச் சுற்றி நடந்தான். ஒவ்வொரு பக்கத்திலும் ஒரு மணி நேரம் பார்த்திருப்பான். அந்த மாதிரி கட்டிடத்தின் வடகிழக்கு மூலைக்கு அவன் பார்வை வரும்போதெல்லாம் அவனது இதயம் தடக்கென குதிப்பது போல இருந்தது. அவனை விடவும் குறுகிப் போய்க்கிடந்த மூர்மார்க்கெட்டின் ஒரு பக்கத்தில் நிதானமற்று உட்கார்ந்தவன் தனது தளர்ந்துபோன கைகளைப் பார்த்தான். “அவ்ளோ பெரிய கட்டிடமா இத்துனுண்டு ஆயிடிச்சி!' வெளிப்படையாக அவன் முணுமுணுத்தது. பிரம்மாண்டமான அழகிய செந்நிறக் கட்டிடம் பழையதின் நினைவாக சின்ன மாதிரி வடிவத்தில் அவன் முன்பு பரிதாபமாகக் கிடந்தன. உயிருள்ள அந்தக் கட்டிடத்தின் கல்லறை போல.

அவன் கண்களில் இருந்து ஒரு துளி கண்ணீர். நிதானமாக உருவெடுத்து அது அங்கேயே காய்ந்து போனது. அது பெருக்கெடுத்து கன்னத்தில் வழிய வேண்டுமென விரும்பினான். அவன் விரும்பியது எப்போது நடந்தது, இப்போது நடக்க, அவனைத் தடுமாற வைத்த அந்தக் கட்டிடத்தின் குறிப்பிட்ட பாதிக்குள் அவனின் அகவிழிகள் ஆழமாய் ஊடுருவியது. அந்தப் பழைய அற்புதமான அலங்கார கட்டிடத்தில் அவன் உலாவினான். நினைவுகள் தரும் இன்பத்தையும், துன்பத்தையும் வெறெது தரும். நினைவுகள் மின்னலென அவனுள் பாய்ந்தது.

புத்தகக் கட்டுகள் நிறைந்த கட்டை வண்டியை அந்த மாபெரும் கட்டிடத்துக்கு முன்பாக நிறுத்திவிட்டு வியர்த்து வழிந்த கருத்த வெற்றுடலைத் துண்டால் துடைத்தபடி கட்டிடத்துக்குள் நுழைந்தான். பகல் வேளை என்பதால் கூட்டம் குறைந்திருந்தது. வாடிக்கையாளரைக் கவர்ந்திழுக்க பொம்மைப் படகு தண்ணீரில் டிட்டி... .டிட்டி....ன்று ஓசையெழுப்பிக்கொண்டு தொட்டியில் வலம் வந்துகொண்டிருந்தது. அதைக் கடந்து வாசலில் இருந்து ஆறு கடை தள்ளி வாசன் புத்தக நிலையம், அதன் புத்தகம் செரிந்த குவியலுக்கு மத்தியில் முதலாளி எதிர்க் கடைக்காரருடன் பேசிக்கொண்டிருந்தார்.

“வாடா செங்கேணி! இன்ன இவ்ளோ நேரம்'?”

“அடப் போங்கய்யா, சிந்தாதரிப்பேட்டைல கொஞ்சம் திருலகன்னில கொஞ்சம் ஏத்திக்கினு நா குதுர கணக்கா இழுத்தாரேன். இல்லனா, பொழுது போயிருக்கும்”

முதலாளி வெற்றிலையைக் குதப்பியபடி அதிர்ந்து சிரித்தார். வாயில் இருந்து எச்சில் சாறு எதிரில் உட்கார்ந்திருந்த மோசஸ் மேல் தெரித்தது. அவர் மேல் மாடியில் புத்தகக் கடை வைத்திருப்பவர். அனைத்தும் ஆங்கிலப் புத்தகம். புதிதாக வந்துள்ளவற்றில் தனக்கு தேவையானதை வாங்கிப் போக வந்திருந்தார்.

“சாரி... சாரி.... மோசஸ்!” தெரித்த எச்சிலை துடைக்கப் போனார்.

அவர் பெருந்தன்மையாக "பரவாயில்லை" என்றபடி இடது கையால் தட்டி விட்டபடியே, 'யெஸ்!' இவன் ட்ரிப்பில்கேன்னு சொல்றதத் தான் இப்டி சொல்றான். திருலகன்னி.... திருலகன்னி...' என்று தனக்குள் சொல்லிக் கொண்டவர். "ஏம்பா! யாரு உனக்கு திருலகன்னின்னு சொல்லிக் குடுத்தா?'' முதலாளி செங்கேணியைப் பார்த்து சிரித்தபடி கேட்க.

"இன்னாங்கய்யா! உங்களுக்கு எப்பவும் தமாசுதான். தொரை ட்ரிப்பில்கேன்னு. சொல்றாரு. நீங்க திருலகன்னின்னு சொல்றீங்க" என்று அவன் முடிப்பதற்குள்

"அடப்பாவி! நான் எப்படா அப்படிச் சொன்னேன் திருவல்லிகேணின்னு நான் சொல்லுவேன்"

"ஆமா! நீங்க அப்படியும், தொரை இப்டியும் நான் ஒருவிதமாகவும் சொல்றேன். நீங்க சொல்றதப் பாத்தோ.... இல்ல தொரை சொல்றதப் பாத்தோ நான் சிரிச்சனா?'' "அட பார்றா! உம் நல்லா பேசக் கத்துகினீங்கடா" மொதலாளியோட நண்பர் அதை ஆமோதிப்பது போல தலையாட்டினார்.

அவர்கள் பேசி சிரித்துக் கொண்டிருந்தார்கள். விவாதம் நடந்து, அவர்களும் ஒரு முடிவுக்கு வந்திருந்தனர்.

"நாம ட்ரிப்பில்கேன்னு சொல்றத கேட்டுதான் அவன் திருலகன்னின்னு சொல்லப் பழகியிருக்கிறான். எங்க வசதிக்கு நாங்களும் அவன் வசதிக்கு அவனும் மாத்திக்கிட்டோம். இதுல அவனப் பார்த்து சிரிக்கறது தப்புதான்"

"சரியா மேன்?" புத்தகக் கட்டு சுமந்து வருபவனைப் பார்த்துக் கேட்டார் ஜோசப்.

"நீங்க சொன்னா சர்தா தொர. ஒருத்தரு தப்புன்றாரு. இன்னொருத்தர் சரின்றார். நாங்க தப்புன்னு சரின்னு தெரியாம, பழக்கத்துல ஒண்ண பேசுறோம். எவன் எங்ககிட்ட சரியா பேசுனா, நாங்க சரியாப் பேசப் அவன் மனதுக்குள் சொல்லிக் கொண்டான். கூடவே "போதும் நிறுத்துங்கப்பா! கூலியக் குடுங்க நா நடைய கட்றேன்" என்று சொல்லிக் கொண்டான். அவன் மனதைப் படித்தாரோ என்னமோ, நாலு ஒத்த ரூபாய் எண்ணித் தந்தார் முதலாளி.

"ஐயா! பார்த்துக் குடுங்க. ஒரு கட பண்டலுங்கதான் பேச்சி. இப்ப பாத்தா ரெண்டு கட சொமைய ஏத்தியாந்திருக்கேன் பார்த்துக் குடுங்க" இத விட பணிவாக யாரும் கேட்க முடியாது.

"சரி இந்தா!" கொஞ்சம் சில்லரையைத் தள்ளி வைத்தார். எண்ணிப் பார்த்தான்.

`பண்ணன்னா` என்று மனதிற்குள் சொல்லிக் கொண்டான். நிறைவடையாத மனதுடன் "சரி, வாரங்கய்யா"

முதலாளியும் சில்லறையை அதிகமாகத் தந்துவிட்டதாகக் குறைபட்டுக் கொண்டார்.

கிடங்குத் தெருவுக்கோ, சௌகார்பேட்டைக்கோ போனா, சவாரி கிடைக்கும் தான். ஆனால், சவாரிக்குப் போக மனமில்லாமல் என்னவோ போல உணர்ந்தான். அவளது நினைவு அவனைப் பிடித்து உலுக்கியது. சட்டென என்னமோ நினைவுக்கு வந்தவன் போல "அவ இன்னா கேட்டாள்... இன்னா கேட்டா....." திரும்பத் திரும்ப மனதிற்குள்ளாக கேட்டுக் கொண்டான்.

சரி, எதாவது வாங்கிப் போய் குடுப்போம். காற்றடைத்த பொம்மைகளும், தலையாட்டும் பூனைகளும் அவனை எதிர்ப்புறத்தில் கடந்தன. அவன் வேறு எதையோ தேடினான்.

பெண்களுக்கான அலங்காரப் பொருட்கள் கடையில் கிளிப்புகள், ரிப்பன்கள், சுங்கு என தொங்கின. அது எதற்குப் பயன்படும் என்றே தெரியாமல் அவைகளை முறைத்துப் பார்த்துக் கொண்டிருந்தான்.

"என்ன வேணும்பா?" கடைக்காரர் அலட்சியப் பார்வையோடு கேட்டார்.

"நம்மளுக்கு தெரிஞ்ச பொண்ணு ஒண்ணு கேட்டுச்சு....." அவன் அதற்கு மேல் வார்த்தையற்று எதோ ஒன்றைப் பார்த்தான்.

கடைக்காரர் புரிந்து கொண்டவர் போல அவன் உற்றுப் பார்த்த சிறகடிக்கும் பட்டாம்பூச்சி வடிவத்தில் ஒன்றை எடுத்துக் கொடுத்தார். கூந்தலில் சொருகும் ஏதோ ஒன்று. "ஒண்ணார் ரூபா" அவன் காசைக் கொடுத்துவிட்டு சிவப்பு ரிப்பனைக் காட்டிக் கேட்டான்" மேலும் ஐம்பது காசு... மொத்தம் இரண்டு ரூபாய். "பட்டாம்பூச்சியும், சிவப்பு ரிப்பனும் அவன் முன்னால் பறந்து திரிய... வண்டி கடகடத்து ஓடின. வழக்கமாக வேலை முடிந்து திரும்பும் ஒவ்வொரு பொழுதும் கள்ளுக் கடை முன்பு அவனை பார்க்கலாம். கூலிப் பணத்தில் பாதியைக் குடித்து தீர்ப்பான். கள்ளு அலுத்துப் போன சமயங்களில் கள்ளச் சாராயம் அருந்தப் போவான். சம்பாதிப்பதும் வாழ்வதும் அதற்காகத்தான் என்று நம்பினான். மிகச் சமீபத்தில் தான் அவனுள் அவள் பட்டாம்பூச்சியாய் படபடக்கத் தொடங்கியிருந்தாள். கூவத்தில் முக்கால் பாகம் காய்ந்து ஓர் ஓரமாக சாக்கடை நீர் ஓடிக் கொண்டிருந்தது. லுங்கியை நன்றாக உருட்டி அதில் பட்டாம்பூச்சி கிளிப்பையும், சிவப்பு ரிப்பனையும் முடிந்து வைத்திருந்தான். ரோட்டோரத்தில் வண்டியை நிறுத்தி சங்கிலியால் பிணைந்துப் பூட்டினான். இதற்கு முன் ஒரு தடவை அவனது வண்டி களவாடப்பட்டிருந்தது.

ஆற்றோரமாய்க் கிடந்த பெரிய கல்லின் மேல் உட்கார்ந்து கொண்டு அவளுக்காக காத்திருந்தான். அவன் நெஞ்சு அவளுக்காக ஏங்கியது. அவளது நினைப்பால் அவனுக்கு லேசாக காய்ச்சலடிக்கவும் செய்தது. ஆணுக்கும், பெண்ணுக்கும் நட்பு எங்கவெல்லாமோ, எப்டியல்லாமோ ஆரம்பிக்கிறது. இவனுக்கு குழாயடியில் ஆரம்பிச்சு இப்ப கிளிப்பு வாங்கித் தர அளவுக்கு வளந்திருந்தது.

குடிசைல குடிக்க ஒரு பானை தண்ணியாவது இருக்கணும்பான்னு யாரோ சொன்னாங்க. ஒரு சடங்கு போல தினமும் ஒரு பானை தண்ணி

பிடிச்சி வைப்பான். தண்ணி வேணும்னா குழாயடிக்குப் போகணும். அங்க தான் அவளும் வர்றா. என்ன பார்வை, என்னா வீச்சு. சந்தர்ப்பம் வாய்க்காமலா போவும். வாய்த்தது ஓர் நாள். தண்ணியப் பிடிச்சு மேடான இடத்துல வச்சுட்டு, எதிர்ப்புரத்தில் குடிகாரர்கள் ரெண்டு பேர் போடும் சண்டையைப் பார்க்கத் திரும்ப, மடால்னு பானை உருண்டு போய் இரண்டா உடையுது அவள் காலுபட்டு தான். அட பானைங்க உடைஞ்சது. மனசுங்க ஒட்டிக்கிச்சில்ல. காலம் என்னம்மா வலய வீசுது.

"அச்சச்சோ!"

"பாக்கலயே" அவள் வாயை பொத்திக் கொண்டு அவனைப் பார்த்தாள்.

"சரி, விடு" அவன் எதுவும் பேசாமல் போய் விட்டான். "நீ தினமும் ஒரு பானை ஒடச்சா எவ்ளோ நல்லா இருக்கும்" மனம் ஆசைப்பட்டது.

2

மறுநாள் காலைல எழுந்து வாசலுக்கு வந்தவனுக்கு திக்கென்று இருந்தது. மண் தரையில் பானை நீர் தளும்ப நிக்குது. அவனோட படர்ந்து விரிந்த மார்பு ஏனோ படக்குன்னு கொஞ்சம் வேகமாகவே அடித்துக்கொண்டது. அது ஓயாம அடித்துக் கொண்டே இருந்தது.

அன்னைக்கு ராத்திரியே அவன் குழாயடியில் வெளிச்சமற்ற அந்தப் பொழுதில் "நான் ஒண்ணும் வருத்தப் படல உன் பானைய நீ எடுத்துக்கோ"

"வேணா. ஊட்ல நான், ஒடஞ்சிடுச்சின்னு சொல்லி திட்டு கூட வாங்கிட்டேன்" பெரும் அமைதிக்கு இடையில் இரண்டு பெண்கள் நீர் பிடித்து கரையேறிப் போய்விட்டார்கள். "சரி புதுப் பானை வாங்கித் தரட்டுமா?" நடுக்கத்துடன் கேட்டான்.

"அடச் சீ...... பான.... பான..... வேற எதுவும் தெரியாதா உனக்கு? உம் பானைய ஒடச்சிட்டேன் அதான் பதிலுக்கு பானய குடுத்துட்டன்ல்ல"... அவன் பதில் சொல்ல ஏதோ வார்த்தையை கண்டுபிடித்தான். சொல்ல வாயெடுக்க... அவன் முகத்தில் யாரோ நீரை வீசியடிப்பது தெரிந்தது. அவளது பானை நிலை கொள்ளாமல் உருண்டு நீர் கொட்டியது. உற்றுப் பார்த்தான். அவள் அம்பென மறைந்து போனாள். அவள் எதையோ கேட்டது போல் இருந்தது. அவள் வீசியடித்த நீரால் உள்ளம் தடுமாறி நின்றவனை, அமைதியற்று குலைத்துக் கொண்டிருந்த நாய்களையும் மீறி மனிதர்களின் சச்சரவான குரல்கள் எரிச்சல்படுத்தியது. கொஞ்ச நேரம் கடந்து ஒரு குரல் அதட்டலாகப் பேசுவது அவனுக்கு கேட்டது.

"புடிக்க ஆள் இல்லாம தண்ணி ஊத்திக்கெடக்குது. காலிப்பானைய தூக்கிக்கினு வர்ரியா நாய! எங்க போய் பொறுக்கிட்டு வர்ற?" உனக்கு இன்னாடி ஆம்பளங்க கிட்ட பேச்சு...தூ"

அவ மாமா கணேசன்தான் அவளை ஒதைக்கறான். செங்கேணிக்குப் புரிந்துவிட்டது.

“அட பைத்தியக்காரி! கொடந்தான் சாய்ஞ்சிருச்சே... வேற தண்ணிய புடிச்சிக்கினு போவ வேண்டியதுதானே...” அவன் தனக்குள் சிரித்துக் கொண்டான்.

தூரத்தில் அடைப்பான் இல்லாத குழாய் நீரைப் பீய்ச்சி அடித்துக் கொண்டிருக்கும் ஓசை கேட்டது. “ஒரு வேள சங்கதி தெரிஞ்சி அவ மாமங்காரன் சண்டைக்கு வருவானோ? சரி வரட்டும். வந்தா பாத்துக்கலாம்!” மனதிற்குள் ஓடியது. தனது மார்பை விரித்து வலுவேறிய கைகளை உதறிக்கொண்டான்.

பிறகு குடிசைக்குப் போய் தவிர்க்க முடியாதபடி வாங்கி வைத்திருந்த சாராயத்தைக் காலி செய்துவிட்டு உறங்கினான். யாரோ முகத்தில் நீர் தெளித்துக்கொண்டே இருப்பதுபோல இரவெல்லாம் உணர்ந்தான். அவளது நினைப்பும், கனவுமாக அதிகாலையிலேயே விழிப்பு வந்தது. “அடச் சீ பான.... பான வேற... எதுவும் உனக்கு தெரியாதா?” அவளது வார்த்தைகள் அவனை நிரப்பி இருந்தன. பட்டாம்பூச்சியும், சிவப்பு ரிப்பனுமாக நாட்கள் இன்பக் கனவு போல் நகர்ந்தன.

காலைப் பொழுது... ஆற்றின் தடுப்புச் சுவர் மீது வந்து உட்கார்ந்தான். சுவருக்கும் நீரோட்டத்துக்கும் இடையில்தான் குடிசைகள் இருந்தன. வெறுமனே சாலையை வேடிக்கை பார்த்துக் கொண்டிருந்தான். “இன்னாடா தம்பி இவ்ளோ காலைல ரோட்ல வந்து குந்துக்கினு கீற?” முனியம்மாள் கேட்டுக் கொண்டே கலைந்திருந்த கூந்தலை சீராக்கி கொண்டை போட்டபடி வந்தாள். “சும்மாதான். “இன்னா எக்கா! அந்தப் பாய் ஊட்ல வேலைக்குப் போனதுலர்ந்து ஒரு மாத்தமாதான் இருக்கிற” என்றவன், ஏதோ அவசரத்தில் அப்படிக் கேட்டதற்காக சங்கடப்பட்டான்.

“மூணு வேள சோறும் கட்ட துணிமணியும் கெடச்சா பின்ன எப்டி?”

“சரி சரி, பாத்து நடந்துக்க. பாய் நல்லவரு”

“பின்ன, வேளைக்கு இட்டுக்கினுப் போன மவராசன்டா நீ; ஊம்பேர காப்பாத்துவ. ஒண்ணும் பயப்படாத” தூரத்தில் ஆராயி வருவது தெரிந்தது.

காய்ச்சலில் கிடந்தவள்போல துவண்டு போய் வந்து கொண்டிருந்தாள்.

அவனுக்கு என்னமோபோல இருந்தது. கன்னம் வீங்கி... பார்க்க பரிதாபமாக இருந்தது.

“இன்னாடியம்மா மூஞ்சி... இம்மாம் பெருசா வீங்கிக்கீது” முனியம்மாள் பதறிப் போய் கேட்டாள். “மாமா அடிச்சிருச்சி...”

“பாவி வெளியில ரவுடித்தனம் பண்ணா சரி. ஊட்ல வயசுப் பொண்ணு கிட்டயா காட்றது... சீ.... அவன் கைய நீட்டும் போது உங்கக்கா இன்னா பண்ணிக்கிட்டிருந்தா...?”

“அது இன்னா பண்ணும். பாவம் பத்து மாசம் முடியப் போவுது”

“ஆமாம்மா! அந்த மொரடன் கிட்ட, வயித்துப் புள்ளகாரி இன்னா பண்ணுவா! நீ வேற மூக்கு முழியுமா அழவாகீற, மனசுல எதாவது திட்டம் வச்சிங்கிறானோ, இன்னாமோ” என்று அவள் காதில் மட்டும் விழும்படி சொன்னாள்.

“அதான்” மெதுவாக முணுமுணுத்தவளின் கண்ணில் நீர் திரண்டது.

“இந்தாக்கா இத அரைச்சிக் குடு” கையிலிருந்த மஞ்சளை நீட்டினாள். வீட்டிலிருந்து வரும்போதே மஞ்சளும் சொம்பில் தண்ணீரும் கொண்டு வந்திருந்தாள்.

இதையெல்லாம் பார்த்தும், கேட்டும் கொண்டிருந்த அவனுக்கு திகு... திகுவென எரிந்தது. நெஞ்சை தேய்த்துக் கொண்டான். ரோட்டோரமாய் கிடந்த அம்மியில் பாதி உடைந்த குழவியால் மஞ்சளை அரைத்தாள். அதனருகே குத்துக் காலிட்டு அம்மியின் மீது கவிழ்ந்தபடி இருந்த ஆராயின் கண்ணீர்த் துளிகள் அம்மியில் விழுந்து மஞ்சளோடு கலந்தது. கண்ணீரும், மஞ்சளுமாய் ஆராயின் கன்னத்திலும் முழங்கையிலும் பத்து போட்டாள் முனியம்மாள்.

“உனக்கென்னடி கொறைச்சலு! மவராசா மாதிரி மாப்ள வரப் போறான் போ! இந்த முனியம்மாள் சொன்னது சொன்னது மாரியே நடக்கும் பாரு. குடிகாரப் பய, எதோ திமிர்ல ஆடுறான். தூ... ஒரு நாளப் போல பொட்டச்சி மேல இப்புடியா.... இவல்லா ஒரு ஆம்பளன்னு” அவள் கோபமாகத் திட்டினாள்.

பாய் வீட்டு வேலைக்கு போற அவசரத்தில் இருந்தவள் “நா போறேன்டி வேலைக்கி நேரமாயிடுச்சி. சாய்ங்காலம் உங்கக்கால வந்து பாக்கறேன்னு சொல்லு” அவள் அவசரமாக எழுந்து போனாள். இதுங்க ரெண்டும் இப்டி சாடைமாடையா பாத்துக்கறதும், பேசிக்கறதும் அவளுக்கும் தெரிந்துதான் இருந்தது. அதனாலேயே அவள் அங்கிருந்து வேகமாய் நழுவினாள். “தே!” அவன் கள்ளக் குரலில் அழைத்தான். அவள் வெறுமனே சின்னதாக தலையசைத்தாள். “உம்மாம, தொல்ல பண்றானா?”

“அதெல்லாம் ஒண்ணுல்ல. மாமா நல்லவருதான். குடிச்சிட்டாதான் மோசமா பேசறாரு. அடிக்கறாரு” அவள் குலுங்கியழுதாள்.

“நல்லவரா.....? சரி, நீ அங்கயே இருந்துக்க... நா குரோம்பேட்ட பக்கமா போய் வேல பாக்கப் போறேன்” என்றபடி கோபத்தோடு வேகமாக எழுந்தான். அவ, மாமன நல்லவருன்னு சொன்னது அவனுக்கு புடிக்கலன்னு அவளுக்குப் புரிந்தது.

“எங்க எழுந்துக்கற? நா எதுனா தப்பா சொல்லி வீணா எதுக்கு ரவுசுன்னுதா”

“சரி. நா வந்து பொண்ணு கேட்கப் போறேன், நீ போ” அவன் திடுப்பென அப்படி சொன்னது அவளுக்கு மூச்சடைப்பதுபோல இருந்தது.

“அதெல்லாம் ஒண்ணும் நடக்காது நீயும், நானும்...” அவள் பேச்சை முடிப்பதற்குள் யாரையோ பார்த்து பயப்பட்டதுபோல நெஞ்சை பிடித்துக் கொண்டாள். கையை வேகமாக அசைத்ததால் வீங்கிய முழங்கை வலியெடுத்தது, முகம் சுளித்தாள்.

மாமன் வருவதுபோல் தெரிந்ததும் அவள் விசுக்கென எழுந்தாள். நடுக்கத்தில் அவளுக்கு உதறலெடுத்ததைப் பார்த்தான். மாமன் சாயலில் வேறு யாரோ போய்க் கொண்டிருந்தான். .அமைதியடைந்த நெஞ்சில் இருந்து பெருமூச்சொன்றை விட்டவள், லேசாக புன்னகைத்தபடி அவனைப் பார்த்தாள். சாலையில் இரண்டு விடலைகள் விளையாடிக் கொண்டு போனார்கள். அவர்களிடம் புதிதாகப் பறித்த தாமரை இருந்தது. அவள் பயத்தை மறந்து அந்தப் பையன்களிடம் இருந்த தாமரையை ஆசையோடு பார்த்தாள்.

அவளது முகம் காலை நேர ஒளியில் மஞ்சள் பூச்சில் ஒளிர்ந்தது. உன்ன மாதிரி அழகா ஒருத்திய நான் பார்த்ததுகூட கெடையாதுடி.... உனக்கு அந்தப் பூதானே வேணும். கொண்ணாரேன் போ...., அவன் மனசுக்குள் சொல்லிக் கொண்டான்.

“நீ ஒண்ணும் குரோம்பேட்டைக்கெல்லா போவ வேணாம். இங்கயே இருந்து பொழப்ப பாரு. நீ அப்படி எங்கயாவது போயிட்டினா, நா அந்த ஆத்துல...” அவள் முடிக்காமலே சட்டென்று திரும்பி வேகமாய் நடந்தாள். அவன் உள்ளம் இன்பத்தில் ஒரு குதிகுதித்தது. அவன் வெறுமனே கருஞ்சிலையாக ரோட்டோர சிதைந்த வேலிச் சுவரில் உட்கார்ந்திருந்தான்.

அட சாமி இங்க இன்னாதான் நடக்குது? நா ஏண்டி உன்ன விட்டுப் போற. பொழச்சிக்க பட்டணம் வந்து பொழப்ப பாத்தனோ இல்லையோ, கோடிக்கு சமானமா உன்ன பாத்துட்டேன். உன்ன வுட்டுட்டு...? மனசுக்குள் புலம்பினான். “நாயேன் போவப் போறேன் குளிர்ச்சியால் அவன் மனசு அமைதியாகி விட்டது. துவலையும் சோப்பு டப்பாவுமாய் புதுப்பேட்டை பொது கழிப்பிடத்துக்குப் போய் எல்லாம் முடித்து வண்டியை இழுத்துக் கொண்டு புறப்பட்டான். நெஞ் சில் அவளைச் சுமந்தபடி சிந்தாதரிப்பேட்டை பாலத்தைக் கடக்கும் போது ஆராயியின் குடிசை தெரிகிறதாவென்று பார்த்துக்கொண்டே போனான். அன்று நல்ல வேலை கூலியும் பத்து ரூபாய்க்கு தேறியது. சூரியன் மேல்வானத்தில் சிவப்பேறி சுடர்ந்தது. அவன் வால்டாக்ஸ் சாலையில் இருந்து யானை கவுனி வழியாக மூர்மார்க்கெட் அல்லிக் குளத்துக்கு பந்தயத்துல கலந்து கொண்டவன் போல காலி வண்டியை இழுத்துக் கொண்டு ஓடினான். அவன் நெஞ்சிக்குள்ள ஆராயி பலவிதமா ஆட்டம் போட்டுக் கொண்டிருந்தாள். உடற்பயிற்சிக் கூடத்துல முறையா பயிற்சி பண்றவனுக்குக் கூட அத்தனை கட்டுகள் உடம்பில் தெரியுமா என்பது சந்தேகம்தான். செங்கேணியின் உயரமும் உடம்புல அப்படி ஒரு கட்டுகளுமாய் உழைப்பாளர் சிலை செதுக்க சிற்பிக்கு

மாதிரி தேவைன்னா இவன கூப்பிடலாம். தாமரைகள் செழித்த அந்த அழகிய குளத்தின் ஒரு மூலையில் வண்டியை நிறுத்திவிட்டு அதன் அழகை ஒரு முறை பார்த்தான். அழகிய செவ்வண்ண மூர்மார்க்கெட் கட்டிடமும், விக்டோரியா அரங்கும், அதன் தோற்றம் யாரோ அரசன் அதில் இன்னமும் வாழ்கிறான் என்பதுபோலவே இருந்தது. அதைத் தாண்டி வெண்ணிற ரிப்பன் மாளிகை, அதன் வெண்சுடரொளிக்கு மேலாக செவ்வானம். இந்த அதிசயங்களுக்கிடையில் செந்தாமரைகள் செருமிக் கிடந்த அழகிய மாயமானதொரு வண்ணப் பொழுதில் குளத்தையும், அதில் மலர்ந்தும் மலராத மனம் மயக்கும் இந்த தாமரையையும் பார்க்க அவள் இங்க இருந்தா ச்.... மனம் ஏங்கியது. குளம் நிறைய தாமரைகளும் அதனடியில் நீர் மறைத்த கரும்பச்சை [illegible] இலைகளுமாய் குளம். முழு நிர்வாணத்தில் சிறுவர்களும் அரை நிர்வாணமாய் பெரியவர்களும் குளித்துக் கொண்டிருந்தார்கள். பலர் கரையைச் சுற்றி உட்கார்ந்து பேசிக் கொண்டிருந்தார்கள். கூர்ந்து கேட்டால் இடையிடையே சிங்கத்தின் கர்ஜனையும், புலியின் உறுமலும் கேட்டன. ஆனால், யாரும் அதை லட்சியம், செய்யவில்லை. கிழக்கே மிருகக்காட்சி சாலையிலிருந்து வந்த ஓசைகள் அவை. நான்கைந்து பேர் கரையிலிருந்தபடி மீன் பிடிப்பதும், கொய்த மலர்களை கைகளில் ஏந்தியபடி குளத்தைச் சுற்றி ஓடும் சிறுவர்களுமாய், குளம் உயிரோடு இயங்கிக் கொண்டிருந்தது.

மாலைப் பொழுது, குளிர்ந்த காற்று, செவ்வானம், சிவந்த கட்டிடங்கள், ரயிலின் கூவல், பெருங்குளம் குளத்துக்குமேலே தாமரை, அவன் மேலே வியர்வையின் கோடுகள், அவனுள்ளே அவள். வியர்த்துக் காய்ந்த உடலைக் கழுவினான். மீனும், தாமரையுமாய் நிறைந்திருந்த குளத்தில் நீந்த ஆசையாய் இருந்தது. இரண்டு நாட்களுக்கு முன்பாகத்தான் மூன்று சிறுவர்கள் குளத்தின் ஆழத்தில் சிக்கி உயிரிழந்திருந்தார்கள். அந்த இடத்தை சுட்டிக்காட்டி இருவர் பேசுவது அவன் காதில் விழுந்தது. இதற்குள்ளாக அவன் ஐந்து தாமரைகளைப் பறித்தான். நீண்ட காம்புகளோடு அவைகளை சேர்த்துக்கட்டி, வண்டியின் நடுத்தண்டில் கட்டி வைத்து விட்டு குளத்தை மீண்டும் ஆசையோடு பார்த்தான். மிகப் பெரிதாக மலர்ந்திருந்த ஒரு தாமரை அவனை வா... வா... என்றழைப்பது போல காற்றில் தலையாட்டிக் கொண்டிருந்தது. அது சற்று எட்டி இருப்பதால் பறிக்காமல் விட்டிருந்தான். இப்போது அது பறிக்கும் தூரத்தில் இருப்பது போல் அவனுக்குத் தெரிந்தது.

அவளாகவே அதை நினைத்துக் கொண்டு குளத்தில் இறங்கினான். இடுப்பு வரை நீர், கீழே சேறு, நீண்ட கைகளால் காம்பை பற்றி விட்டான். கால் நழுவியது. அந்த நேரத்தில் கரையில் பரபரப்பு. குளத்தின் ஓரத்தில் இருந்த சிறு தடுப்பு மதில் மேல் உட்கார்ந்திருந்தவர்கள் குதித்து தலை தெறிக்க ஓடினார்கள். முன்பிருந்த செவ்வொளி இப்போது குறைந்து முகம் தெரியும் வெளிச்சம் மட்டுமே இருந்தது. அவன் எதையோ

பற்றியிழுத்தான். தரையில் கால் நன்றாக ஊன்றிவிட்டது. மார்பு மூழ்கியிருக்குமளவு நீரில் அவன்.

போலிஸ்காரர்கள் இருவர் தடியை ஓங்கியபடி பையன்களைத் துரத்தினார்கள். பிரம்பு உடலில் மோதும் ஓசையும் கேட்டது. எதிர்க்கரை தடுப்புச் சுவரில் உட்கார்ந்திருந்தவர்கள் குதித்து ஓடினார்கள். குளத்தைச் சுற்றி பரபரப்பாய் இருந்தது. ஒரு கணம் அசையாது நீரில் அப்படியே நின்றுவிட்டான். இரண்டு ஆங்கிலோ இந்தியர்கள் தடுப்புச் சுவருக்கு வெளியே சுவரில் சாய்ந்தபடி பேசிக் கொண்டிருந்தார்கள். அவர்கள் போலிஸை லட்சியப்படுத்தவில்லை.

குளம் அமைதியாக மனிதர்களற்று கழுத்தளவு நீரில் அவன் மட்டும் இனம் புரியாத நடுக்கமான மனநிலையில் கரை நோக்கி நகர்ந்தான். இருள் கவிழத் தொடங்கியிருந்தது. குளத்தில் அவன் இருப்பதை யாரும் கவனிக்கவில்லை. மெதுவாக கரையோரம் நகர்ந்தான். கால் நழுவியது. யாரோ காலைப் பற்றி இழுப்பது போல் உணர்ந்தான். கால் சேற்றில் அமிழ்ந்தது. திகிலடைந்து போனவன் தனது வலுவான கையால் தண்ணீரை பின்னுக்குத் தள்ளி தன்னை ஒரு புறமாக சாய்த்துக்கொண்டு முன்னே பாய்ந்தான். பலன் கிடைத்தது. கைகளில் காம்பும், இலைகளுமாய் சிக்கித் திணற வைத்தது. இப்போது காலை ஊன்றி பார்த்தான். திடமான தரை தட்டுப்பட்டது. படபடத்த இதயத்தோடு மலரை மட்டும் விடாமல் பிடித்தபடி கரையேறினான். காவலர்கள் யாராவது இருக்கிறார்களா என்று நோட்டமிட்டபடி தடுப்பு மதிலைத் தாண்டி வண்டியை நோக்கி ஓடினான். அந்தப் பெரிய தாமரை இப்போது குவிந்த நிலைக்குப் போய் சின்னது போல் ஆகியிருந்தது. ஏற்கெனவே வைத்திருந்த தாமரைகளைத் தேடினான். இவன் கட்டி வைத்த இடத்தில் அவை இல்லை. பையன்கள் யாரோ களவாடிச் சென்றிருந்தார்கள். அவனுக்கு திக்கென்றிருந்தது. கை நிறைய அவளுக்கு தாமரைகளைத் தர நினைத்திருந்தான். நல்ல வேள, இதையாவது பறிச்சமே என்றிருந்தது அவனுக்கு. நீர் சொட்டச் சொட்ட வண்டியை இழுத்துச் சென்றான். ரிப்பன் கட்டிடம் கடந்து குதிரை கொட்டகையை தாண்டுவதற்குள் உடல் குளிரால் சிலிர்த்திருந்தது. ஐப்பசி மாதம் என்பதால் குளிர் சற்று அதிகமாகவே இருந்தது. ரிப்பன் கட்டிடம் எதிரில் இருந்த ரயில் கடவுப்பாதை மூடியிருந்ததால் காத்திருக்கப் பொறுமையின்றி ஓவியக் கல்லூரியை சுற்றிக் கொண்டு பயணித்தான்.

அவன் வண்டியை இழுத்துக்கொண்டு ஓடியதாலோ என்னவோ குளிர் தணிந்து உடல் வெப்பமடைந்திருந்தது. நன்கு இருட்டிவிட்டது. சாலையில் அவ்வளவாக நடமாட்டம் இல்லை. கரும் போர்வையாக குடிசைகள் இருளில், ஆற்றின் மணம், அசைவு தெரியாத நீர், எதிர்ப்பாலத்தில் தெரியும் கம்பம், விளக்கின் ஒளி, தவிர எதிரில் வரும் மிதிவண்டியின் முகப்பு எண்ணெய் விளக்குகள் அவனைக் கடந்து

போன பொழுதில் அவன் குடிசைகளை நெருங்கினான். அவளது குடிசையை கடக்கும்பொழுது சாலையின் எதிர்ப்புறத்தில் உள்ள கடையில் எதையோ வாங்கிக் கொண்டு ஆராயி சாலையைக் கடக்க முயல்வது தெரிந்தது. அவளை வழி மறிப்பது போல் வண்டியை நிறுத்தினான். அவளுக்கு தூக்கி வாரிப் போட்டது.

பெருமூச்சொன்றை விட்டபடி அவனை முறைத்தாள். பிறகு சுதாரித்துக்கொண்டு புன்னகைத்தாள். சாலையோர விளக்கின் மந்தமான ஒளியில் அவளை நெருக்கமாகப் பார்த்தான். மனித சாட்சிகள் எதுவுமற்ற சூழலில் “இந்தா! இத உயிரக்குடுத்து எடுத்தாந்தேன் ஒனக்காக” வார்த்தைகளற்றவனாய் கண்களால் சொன்னான். மனம் சிலிர்க்க அதை ஆசையோடு வாங்கிக் கொண்டாள். குளத்தில் இருந்து இப்போது தான் மூழ்கியெழுந்தவன் போல அவள் முன் நின்றிருந்தான். மிக உரிமையோடு அதை வாங்கியவள், மலரின் கூரிய முனையில் முத்தமிட நினைத்தாள். திடகாத்திரமான உயர்ந்த மனிதன் தன் முன்னே தனக்காக நிற்பதால் மிகுந்த தைரியமடைந்தவள் தாமரையைத் தன் நெஞ்சோடு வைத்து அணைத்துக் கொண்டாள். அவளது இன்னொரு கையில் இருந்த பையில் ஈரமான ஏதோ இருந்தது. அநேகமாக அது இறைச்சியாக இருக்கலாம். கவிச்சி வாடையடித்தது. முழு மனதோடு அவள் நெஞ்சிலே அதை சுமந்து கொண்டதை அவளுக்கு மாலையணிவித்ததைப் போலவே உணர்ந்த அவன் மிக சுதந்திர மனிதனாக வண்டியை கம்பீரமாய் இழுத்துப் போனான். அவள் சாலையைக் கடந்த பிறகு தான் கவனித்தாள். நிறை மாத கர்ப்பிணியான அக்காள் இதையெல்லாம் பார்த்துக் கொண்டிருப்பதை எதிர்பாராத நேரத்தில் பிடிபட்ட முயல்போல அவள் ஒரு கணம் உறைந்து போனாள். அவள் எதுவும் புரியாதவளாய் பயத்தில் அக்காளைத் தாண்டி ஓடி, தனது குடிசைக்குள் புகுந்து கொண்டாள். பயமும், வெட்கமுமாய் அவளைக் குமுறியழ வைத்தது. அக்கா அவளைத் தேடினாள். குடிசையின் மூலையில் இருந்து அவளது அழுகையொலி மட்டுமே கேட்டது. “சரி வுடு. இன்னாத்துக்கு இப்ப அழற? நல்ல பையன்தான். வம்பு தும்புக்குப் போவத புள்ள நா இருக்கறேன்டி, தைரியமா இரு” என்று ஆறுதல் சொன்னாள். சிறிது நேர மௌனத்துக்குப் பிறகு “பையன் நல்லா லட்சணமாதான் இருக்குறான். இன்னா, நெறத்துல உன்ன விட கொஞ்சம் தூக்கலா தெரியுது” அவள் வார்த்தையில் கிண்டல் இருந்தது. பயத்தில் அழுது கொண்டிருந்தவள், சட்டென்று அக்கா பக்கமாய் நெருங்கி அவள் மடியில் சாய்ந்து கொண்டாள். அழுகையும், குலுங்கலும் இன்னும் அதிகமானது. அக்காவுக்கும் லேசா கண் கலங்குது.

“அடியேன்டி நான்தா சொல்றனே. ஒண்ணும் பயப்படாத. அந்த மனுசனும் உனக்கு ஒரு நல்ல எடம்பாத்து எதுவும் செய்யறதா தெரியல. எனக்கு உன்ன பத்தி தா கவலயா இருந்துச்சி. நீயாவது ஒருத்தன

தேடிக்கலன்னா தான் தப்பு அழுவாத. அவள் இன்னும் வேகமா குலுங்கியழுதாள். அக்காவின் கால்களை இறுக்கி பிடித்துக் கொண்டாள். 'நா' கூட என்னமோ ஏதோன்னு பயந்துக்கினு இருக்கறேன். இவ வேற இப்டி பூச்சி... பூச்சின்னுறாளே இந்த மனுசன் வேற இவள பூன மாதிரி மோந்துக்கினு திரியாறானேன்னு ஒரே கொழப்பமா இருந்துச்சி நல்லா இருடி ராசாத்தி உனக்கு நம்ம ஆத்தா, அப்பன் தொன இருப்பாங்க" அவளை உலுக்கி எழுப்பி சேர்த்தணைத்து கன்னத்தில் முத்தமிட்டாள். முந்தானையால் கண்களைத் துடைத்து விட்டு "ஒண்ணும் கவலப்படாத நா இருக்கறேன்" என்றவள் தனது பெரிய வயிற்றை வசதியாக தளர்த்திப் பெருமூச்சு விட்டாள்.

"ரெண்டு நா முந்திதா முனியம்மாள் சொல்லுச்சி, நல்ல பையந்தானாம் இன்னா, கொஞ்சம் குடிக்கறானாம், அத மட்டும் பார்த்துக்கோ யாருமத்த நம்மளப்போலவங்களுக்கு நல்லதுதா நடக்கும் கவலப்படாத. உம் மாம கொஞ்சம் குதிப்பாரு நான் பாத்துக்கறேன். என்னால முடிஞ்சது எதனா நா உனக்கு செய்யறேன். நம்ப அப்பன் ஆத்தா இருந்தா நாம எதுக்கு இப்டி வக்கத்துப் போய் கெடக்கப்போறாம். புரிஞ்சிக்கடியம்மா" திடுப்பென அவளுக்கும் அழுகை அடக்க முடியாதபடி வந்தது. தன் பெரும் வயிறு குலுங்க அழுதாள். ஆராயி அக்காளை இன்னமும் அழுத்தமாய் சேர்த்து பிடித்துக் கொண்டாள். வறுமையும், ஏழ்மையின் இயலாமையும் துக்கமாய் உருவெடுத்து சக்தி தீரும்வரை குலுங்கியழுதார்கள். கண்ணீரால் முகம் நனைந்து மனம் இளகி ஒருவரை ஒருவர் அன்போடு பார்த்துக் கொண்டார்கள்.

"சரி போ.... போய் மூஞ்சியக் கழுவு சீக்கிரமா உனக்கு ஒரு நல்லது நடக்கட்டும். நா புள்ளயப் பெத்து உன் கையில குடுத்துட்டு எதாவது வேல வெட்டிக்குப் போயி நாலு காசு சேத்தி உனக்கு ஒரு நல்லது பண்ணலாம்னு நெனைச்சிக்கிட்டிருந்தேன் உ...ம், நீயாவே தொன தேடிக்கிட்ட நல்லவேள எங்க நீ எனக்கு சக்களத்தியாயிடுவியோன்னு பயத்துல கெடந்தேன்" சொல்லிவிட்டு அக்கா சிரித்தாள். "உக்கும் ஊட்டுக்காரருக்கு நீ பத்தாதுன்னு நரியகாட்ல ஒருத்தி, வேசார்பாடில ஒருத்தின்னு திரியிறாரு இதுல நா, நாலவதா சேந்துக்குவன்னு நெனைச்சியா?"

"அது சரி, உனக்கு வரவனயாவது ராவணனா வச்சிக்கடியம்மா"ன்னு ஆலோசனை சொன்ன அக்காளை ஒரு கணம் உற்றுப் பார்த்தாள். "எல்லாரும் ராமன்னு தானே சொல்வாங்க. நீ இன்னான்னா" என்று இழுத்தாள். "ஆமா போ. ஆளாளுக்கு ஒண்ணு சொல்றாங்க. அன்னிக்கு கூட்டம் போட்டு பேசுன தங்களே, அவங்க சொன்னது தான் உண்மெ மாதிரி இருக்குது. அவந்தான் அவ்ளோ அயோக்கியத்தனம் பண்ணுணாமே; ஒருத்தி விரும்புறேன்னு சொன்னதுக்காக அவ மூக்கயும், மாரயுமா அறுக்கறது அதுவும் சாமின்னு சொல்லிக்கிறவ தம்பி இப்டிப் பண்ணலாமா? அப்பறம் வாயி வயிறுமா இருந்தவள

சந்தேகப்பட்டு காட்டுக்கு தொறத்திவிட்டுட்டானா, ராவணன் பொம்பளய தூக்கிக்கினு போனாலும் அசோகவனத்துல பொம்பளக் காவலாளியே போட்டு பாதுகாப்பாதானே வச்சிருந்தா. இதுல யாரு நல்லவங்கன்னு சனங்களப் பாத்துக் கேட்டாங்கள, நீ கூட தானடி இருந்த?” “ஆமாம்” என்று ஆராயி தலையாட்டினாள்.

“நீ மாமா கூத்தியா வச்சிருக்கிறார்னு எப்டி திட்ற பொம்பளங்க குளிக்கறத மரத்துமேல ஒக்காந்து பாத்து ரசிச்சவன எப்டி நாம ஒத்துக்க முடியும். இவனுங்களவிட அந்த ராவணன் நல்லவனாதான் தெரியுறான், அதான் உனக்கு ராவணனைப் போல ஊட்டுக்கார வரட்டுன்னுற” சொல்லி விட்டு தங்கையை ஆசையோடு பார்த்தாள். “நீயெல்லாம் இப்டிப் பேசணும்னுதா அவங்கெல்லாம் இங்க கூட்டம் போட்டு பேசறாங்க. நீயும் நம்பனா தான் பேசறே” அக்காள் கீழுதட்டை பல்லால் கடித்துக் கொண்டு வயிற்றை பிடித்துக் கொண்டு நெளிந்தாள். “பின்ன நாயென்னா பள்ளிக் கொடம் போனனா, இல்ல படிப்பதான் பாத்தனா நீயாவது நாலு வருஷம் பள்ளிக் கொடத்துக்குப் போன…நாலெழுத்து படிச்சிருந்தா நாம எதுக்கு எது உம்ம, எது பொய்யினு தெரியாம கெடக்கறோம்” திடீரென வயிற்றைப் பிடித்துக்கொண்டு நெளிந்தாள். “அம்மா” என்று முனங்கினாள்.

“புள்ள, ஒதைக்குதுடி” என்றவள் உதட்டை இறுக்க கடித்தபடி கண்களை மூடி வலியை விழுங்கினாள். ஆனாலும் அவளது முகத்தில் புன்னகை படர்ந்திருப்பது மெல்லிய சுடரொளியிலும் தெரிந்தது. “எக்கா எனக்கு பயமா இருக்குது. இரு… யார்னா கூப்புடறேன்” என்றபடி எழுந்தவளை “ஒண்ணும் இல்லடி. ரெண்டு நாளாவே இப்டித்தா வலி வந்து வந்து போவுது நீ ஒக்காரு” ஆராயியை இழுத்து தன் பக்கத்தில் உட்கார வைத்தாள்.

எதையோ சொல்ல வாயெடுத்தாள் காலை நீட்டியபடி தொண்டைக்குள் ஏதோ சிக்கிக் கொண்டு திணறுவது போல் தாங்க முடியாதபடி முனங்கினாள்.

“எக்கா உனக்கு கட்ட காப்பி போட்டுத் தர்றேன்” அவசரமாக எழுந்தவளின் கையை ஆதரவாக பற்றிக் கொண்ட கர்ப்பிணியின் குரல் அச்சுறுத்தும்படி இருந்தது. அவள் சமாளித்துக் கொள்பவள் போல “காப்பி வாணா, நீ போய் முனியம்மாக்காவ கூப்டுக்குனு வா வலி தாங்க முடியல” அவளால் பேச முடியவில்லை. ஒவ்வொரு வார்த்தையும் வேதனையோடு வந்தது. சின்னப் பெண்ணை பயமுறுத்தி விடக் கூடாது என்ற அக்கறையில் வலியை பொறுத்துக் கொண்டு வாய் விட்டு அலறுவதைத் தவிர்த்தாள். வலி அவளால் தாங்க முடியாதபடி இருந்தது.

ஆராயி பதறிப் போய் ஓடினாள். அவளுக்கு திக்கென்றிருந்தது. ‘இன்னா இந்தப் பொண்ணு இப்டி ஓடறா…?’ என்ற முணுமுணுப்புடன் சனங்கள் அவளைப் பார்த்தார்கள். சாலையின் கிழக்குப் புறத்தில்

மூன்று குடிசை வரிசைகள் தள்ளி முனியம்மாளின் வீடு இருந்தது. அவள் அப்போது தான் வேலையில் இருந்து வீடு திரும்பி வாசலில் உட்கார்ந்தபடி எண்ணெய் விளக்கை சரி செய்து கொண்டிருந்தாள். “எக்கா”.... மூச்சி வாங்கியது. “உன்ன அக்கா கூப்புட்டுச்சி வயித்து வலியால துடிக்குது” அவள் சீரற்று நடுக்கத்தோடு பேசினாலும் முனியம்மாள் புரிந்து கொண்டாள். “இந்தா! இத ஏத்தி வையி. நா போயி பாக்கறேன்” முனியம்மாள் வயசுப் பொண்ணு மாதிரி துள்ளி ஓடினாள். அந்தக் குடிசைப் பகுதியில் இவள் கைராசிக்காரப் பொம்பளன்னு பேர் எடுத்தவ. பிரசவம், அம்மை போன்றவைகளுக்கு சனங்களுக்கு ஆலோசன சொல்றது, நாட்டு மருந்து வாங்கியாறச் சொல்லி கசாயம் போட்டுத் தரறதுன்னு விவரமானவள் தான். பாவம்! அவளுக்குத்தான் குழந்தையெதுவும் இல்லை. அவளோட வீட்டுக்காரன் வருவதும், போவதும் யாருக்கும் தெரியாதபடி மௌன ஆசாமி. எப்போதாவது உரக்கப் பேசுவான். மற்ற நேரங்களில் ஊமைதான். நல்ல மனிதன் அவனை உரசிவிட்டுப் போகிற நாயைக்கூட விரட்ட மாட்டான். “தே... தேச்சிக்கினு நிக்குது வெரட்டி உடு ஒரு நாளைக்குப் பாரு உன்ன எதோ கல்லுன்னு நெனச்சி மூத்துர அடிச்சிட்டு போவ போது உக்கும்” என்பாள் முனியம்மாள். செக்கச் சிவந்த மெலிந்த உடல் பெரும்பாலும் அவனை வாசலுக்கு வெளியே குத்துக்காலிட்டு உட்கார்ந்திருக்கும் கோலத்தில் தான் பார்க்கலாம். காது மந்தமான அவனுக்கு முனியம்மாள் பேசறது மட்டும் தான் அவனுக்கு கேட்குமோ என்னவோ. முனியம்மாவுக்கும் அவனுக்கும் இது நாள் வரை ஒரு சின்ன சிணுங்கள் கூட கெடையாது. அவளும் அவனை குழந்தையப் போல தான் பார்த்துக் கொள்வாள். பெறுக்கும் போது அவன் அசையாமல் உட்கார்ந்திருப்பான். முதுகுல ரெண்டு தட்டுத் தட்டி அவள் காட்டிய இடத்தில் போய் உட்கார்ந்து கொள்வான். மணமாகி இவ்வளவுநாள் ஆவுதே, ஒரு கொழந்த எதுவும் இல்லையேன்னு அவனுக்கு வருத்தம் இருக்குமோ என்னவோ அப்படியொன்றும் வயதானவர்கள் கிடையாது. முனியம்மாள் இன்னும் கூட நம்பிக்கையோடு தான் இருந்தாள். புதிதாய் திரி போட்டு விளக்கேற்றி குடிசையின் நடுத் தூணில் இருந்த ஆணியில் மாட்டி வைத்துவிட்டு வெளியே வந்த ஆராயிக்கு நெஞ்சு பட...படவென அடித்துக் கொண்டது.

எதிர்க் குடிசைக்குப் பின்புறம் தான் செங்கேணியின் குடிசை இருந்தது. இரண்டு குடிசைகளுக்கு இடையில் அவன் நின்றபடி ‘வா...’ என்று அவன் அழைப்பது தெரிந்தது. நிலவின் ஒளி முழுமையாக குடிசைகளின் மேல் கவிழ்ந்திருந்தது. குடிசைகளுக்கு வெளியே நடமாட்டம் குறைவு தான். யாருக்காவது கல்யாணம் எதாவது நடந்து, ரோட்டோர மின் இணைப்புப் பெட்டியில் இருந்து அனுமதியில்லாமல் மின்சாரம் எடுக்கும்போது தான் குழல்விளக்கின் ஒளியில் குடிசைகளைப் பார்க்கலாம். வெள்ளைக்காரன் கிளம்பி இருபத்தைந்து ஆண்டு கடக்கப்

போகிறது. சென்னையின் மையத்தில் இருக்கும் குடிசைப் பகுதியின் நிலை இது தான். அவனது அழைப்பை அவளால் மீற முடியாமல் தைரியமாக அவன் பின்னால் போனாள். குடிசைக்குள் போய் நின்றவன் “வா.... வான்னா” குசுகுசுவென அழைத்தான். ஒரு கணம் தயங்கி ஒரு வேகத்தில் உள்ளே போய் விட்டாள். “உங்க அக்கா இன்னா சொன்னது?” கேட்டான். அமைதியாக இருந்தாள்.

எந்தக் கணமும் வெளியே ஓடிப் போக தோதாக கதவண்டையே நின்று கொண்டு தலையைக் கவிழ்த்தபடி இருந்தாள். குடிசைக்கு வெளியே யாரோ ஓடுவதுபோல் தெரிந்தது. எட்டிப் பார்த்தாள். இரண்டு பேர் கட்டிய லுங்கியின் முன் பகுதியை வாயில் கவ்வியபடி தலை தெறிக்க ஓடினார்கள். பின்னாடியே இரண்டு காவலர்கள் துரத்திக் கொண்டு போனார்கள். “சாராயம் விக்கறவங்க” அவள் மெதுவாக சொன்னாள். இந்த சந்தர்ப்பத்துல அவன் அவளருகே வந்தான். “தே.... இங்க பாரு, நா கூப்ட்டாலும் எங்கூட வருவியா?” அவள் அமைதியாக நின்றிருந்தாள். கண்களில் திகில் தெரிந்தது. “கலியாணம் பண்ணிக்க தான்” கொஞ்சம் சத்தமாகவே சொன்னான். அவள் தலையாட்டுவது விளக்கொளியில் நன்றாகத் தெரிந்தது. திடுதிப்புனு கூப்புட்டின்னா இன்னா பண்றது? தடுமாறியபடி கேட்டாள். இந்தக் கேள்விக்கு அவனுங்கூட பதிலில்லாமல் அமைதியாக இருந்தான்.

“எங்கிட்ட துணி...மணி, நக...நட்டுன்னு எதுவும்....”

அவளது தடுமாறி வந்த வார்த்தைகளை அவள் வாய் மீது கை வைத்து வார்த்தைகளை இடைமறிந்தான்.

“கவலப்படாத எங்கிட்ட வண்டியிருக்கு... உம் மாமா கிட்ட நம்ம சங்கதிய யாரோ சொல்லி வச்சிருப்பாங்கன்னு நெனைக்கிறேன் அவர் சண்டைக்கு வர போறதா ரோட்டோர கருக்கல் கட கெழவி சொன்னது. எதுன்னாலும் நா பாத்துணக்கறேன் எதுக்கும் தயாரா இரு” என்றவன் அவளை உற்றுப் பார்த்தான். பிறகு “சரி நீ போ” என்று அவன் முடிப்பதற்குள்ளாகவே பெரும் ஓசையோடு பலவீனமான கதவு திறந்தது.

வெளியே, கணேசன் நின்று கொண்டிருந்தான். “சொல்லுவடா சொல்லுவ, தயாரா இருடி’ ஓடிப் போவலாம்னு’ கிண்டலும், கோபமுமாக கத்தினான். கொத்தாக எச்சிலை ஆராயி மீது காரி உமிழ்ந்தான். பிறகு, பாய்ந்து ஆராயியின் தலைமயிரை பற்றி குடிசைக்கு வெளியே இழுத்தவன் தூரமாய் தள்ளி, இடுப்பிலே எட்டி உதைத்தான். ஒரு சத்தமும் இல்லாமல் தொப்பென்று போய் விழுந்தாள். கண் பார்வைக்குப் பழகிய நிலவின் ஒளியில் வேடிக்கை பார்க்க கூட்டம் கூடி விட்டது.

“ஊரு பேரு தெரியாம ஒண்ட வந்த நாயி! அவன். ஓடிப் போவ தயார இருக்கச் சொல்றான. யாரு பொண்ண யார்ரா இட்டுக்கினு போறது தேவ்டியாமவனே வெளிய வாடா...” செங்கேணி குழப்பத்தில்

தயங்கியபடி குடிசைக்குள்ளேயே நின்றிருந்தான். அவனுள்ளம் தரையில் தள்ளி மிதிக்கபட்டவளுக்காக வருந்தியது. அவளோட மாமன் போதையில் வார்த்தையை அருவருப்பூட்டும்படி கக்கிக் கொண்டிருந்தான். அங்கிருக்கிற சனங்களும் அவர்களை சூழ்ந்து நிற்கிறார்கள். கீழே விழுந்து கிடந்தவளைப் பாய்ந்து போய் அடிக்க ஓடினான். பொறுமையிழந்து செங்கேணி வெளியே வந்தான். "அண்ணா... நில்லுண்ணா... நா சொல்றதக் கேளு" ஆராயியை அடிக்கவிடாமல் கையை வலுவாகப் பிடித்துக் கொண்டு வாணாம் வாணண்ணா..." என்று தடுத்தவனை உந்தி தூரத் தள்ளினான். இன்னாடா அண்ணன்! நீ இன்னா எ அப்பனுக்காடா பொறந்த அண்ணன்ற" பல்லை ஓசையெழுப்பும் படி ஆத்திரத்தோடு கடித்துக் கொண்டு செங்கேணியின் மார்பில் தலையால் மோதினான். செங்கேணி அசைவதாயில்லை அவனோட மிரட்டல் எதுவும் இவனிடம் பலிக்கவில்லை என்றதும் இயலாமையின் வெறியில் ஆராயியின் தலைமயிரைப் பிடித்து தர தரவென இழுத்துப் போக முயன்றான். பாவம் அவன் இழுத்த இழுப்புக்கெல்லாம் ஆராயி அல்லாடினாள். சுற்றி நின்ற சனங்களில் சிலர் கணேசனை தடுத்தார்கள். கைக் குழந்தையோடு நின்றிருந்த ஒருத்தி "பாவண்ணா அந்தப் பொண்ணு வா செத்த, புள்ளய இப்டி நாசம் பண்றயே... விடுண்ணா..." என்றவள் கணேசனின் கையை ஆராயி தலைமயிரில் இருந்து விடுவிக்க முயன்றாள்.

"சீ ஓடு பண்ணாட..... உனக்கு தங்கச்சியிருந்தா அவன்கூட அனுப்பு கூட்டிக்கினு ஓடுவான். வந்துட்டா சப்போட்டுக்கு போடி..." வெறி பிடித்தவன் போல கத்தினான்.

அவள் அசையாமல் ஆராயியை விடுவிக்க முயன்றாள். கோபத்தில் அவள் மார்பில் கையை வலுவாக ஊன்றி தூரத் தள்ளினான். கைக் குழந்தையுடன் தடுமாறியபடி அவள் பின் நகர்ந்தாள். "ஆம்பளயா இவன்! தூ.... பொம்பளங்க கிட்ட வீரத்த காட்றான்.... போ.... இன்னிக்கி இல்லன்னா இன்னா என்னிக்காவது ஒருநேரம் அவ அவன கூட்டுக்கினு ஓடதா போறான் இவனுங்களுக்கு ஒருத்தி பத்தாது. பாவம், வா செத்த பொண்ணு..." அவள் புலம்பிக் கொண்டு போனாள்.

அவளது மாமன் செய்த அலைக்கழிப்பில் ஆராயினுடைய தாவணி நழுவியது. அவள் தரையில் கைகளை ஊன்றியபடி கிடந்தாள். மார்பை மறைக்க கையை உயர்த்தும் போது, அவன் தலைமுடியை உலுக்கி அவளை நிலைகுலைய வைத்தான். அவளது தலைமுடியை இன்னும் வலுவாகப் பற்றி தரையில் தேய்த்தபடி இழுத்துப் போக முயன்றவனை பார்த்து செங்கேணி கத்தினான். அவனது பொறுமை எல்லை மீறி விட்டது. "யோவ் நில்லுயா மரியாத குடுத்தா ரொம்பதா பண்ற வயசுப் பொண்ண இப்டி இழுத்துக்கினு போறிய... உடுயா அவள, போ... போலிசுக்கு போய் சொல்லு. இல்ல உன்னால இன்னா முடியுமோ பண்ணு" என்றவன் கணேசனின் கையை பலமாகத் தட்டி விட்டபடி "இன்னொரு தடவ அவ மேல கைய வச்ச நொக்காலி உன்ன வெட்டிப்

போட்ருவேன்.... ஆமா" செங்கேணியின் உடல் தடதடவென ஆடியது. இவனது தட்டலைக் குடிகாரனால் தாங்க முடியவில்லை. யானை முன்பாக நிற்கும் கழுதை போல கணேசன் தள்ளாடியபடி முறைத்தான். "ஏய்" கத்திக் கொண்டு செங்கேணி மீது பாய்ந்தான். இரண்டு குத்துகள் அவன் தாடையில் விழுந்தன. பதிலுக்கு செங்கேணியும் அவனைத் தூக்கி தூர எறிவது போல உந்தித் தள்ளினான். வேடிக்கை பார்த்தவர்களின, மேல் போய் சரிந்து விழுந்தவன், கையில் கிடைத்த அரை செங்கல்லை வீச ஓங்கினான். யாரோ அவன் கையை பிடித்துக் கொண்டார்கள். "டேய் கணேசா உனக்கு பொண்ணு பொறத்திருக்குதுடா" முனியம்மாள் கத்தியபடி ஓடிவந்தாள். அந்தக் கல்லை அவன் வேறு எங்கோ தூர எறிந்தான். அது குடிசையின் மீது தொப்பென்று விழும் ஓசை கேட்டது.

"அந்தப் பொறுக்கி முண்டய வூட்டுப் பக்கம் வர வாணான்னு சொல்லு இனி அவளுக்கு அக்கா, மாமான்னு யாரும் கிடையாது. இம்மா கால வளத்த பாவத்துக்கு எவனோ ஒரு பொறம்போக்க விட்டு அடிக்க வச்சுட்டா... போடி... போ, இனி எவ்வூட்டு பக்கம் வராத... போ" கணேசன் இயலாமையால் கத்திக் கொண்டு போனான்.

பொண்ணு பொறந்திருக்குடா என்ற வார்த்தை அவனை மட்டுப்படுத்தியிருந்தது. இல்லையென்றால் கலவரம் பெரிதாகி இருக்கும். "'சரி, வாங்க.... விட்டது பீட"ன்னு முனியம்மாள் ஆராயியோட துணிகளை சரி செய்து எழுப்பி தன் குடிசைக்கு அழைத்துப் போனாள். "சரி, மாமன்னா கேக்கதா செய்வான் வளத்த பொண்ணு போவுதுன்னா யாருதா கேட்க மாட்டாங்க...." குடிக்க தண்ணீர் கொண்டு வந்து கொடுத்தாள். "பொண்ணா பொறந்திருக்கு?" அவள் ஆசையோடு கேட்டாள். "உக்கும் நீ வெளியே போற, அது உள்ள வருது. ரெண்டு பேரும் நல்லதா இருக்கிறாங்க புள்ள அவ அப்பா மாதிரியே ஜம்முன்னு இருக்குது. ஒரு கஷ்டமும் இல்ல சட்டுனு தாய வுட்டு புள்ள பிரிஞ் சிடுச்சி" கண்ணீரால் நனைத்த ஆராயி முகத்தை துடைத்து விட்டாள். "பாவ புள்ளய போட்டு பெரட்டியெடுத்துட்டா மொரட்டு கைத.... வாடா தம்பி வந்து குந்து எந்த வூட்ல தான் உட்ருவாங்க. இதெல்லா சகஜதா வா வந்து ஆவற வேலையப் பாரு" சுத்தி நின்ன கூட்டம் கலையத் தொடங்கியது. அசையாமல் நின்றிருந்தவர்களை முனியம்மாள் விரட்டினாள்.

"ஏய் போங்களே.... யார் வூட்ல இன்னா நடக்குமோன்னு அலையுதுங்க... போ, போங்க" குடிசையின் ஓரத்தில் மெலிதான மண் திண்ணையில் இருவரும் உட்கார்ந்தார்கள். "ஒண்ணும் வெசனப்படாத நாளைக்கே நல்ல நாள் தான். உனக்குப் புடிச்ச கோவில் கொளமா பாத்து தாலியக் கட்டி வாழப் பாருடா. இங்க மட்டும் இருக்காத. வேற எங்கனா அவள இட்டுக்குனு போயிடு அவன் கண்ணு முன்னாடி இருந்தா வீணா பிரச்சனதான்'' என்று இழுத்தபடி கொஞ்சம் யோசிப்பது போல் கன்னத்தில் கை வைத்திருந்தவள், "நா ஒண்ணு சொல்றேன் கேக்கறயாடா?"

"சொல்லுக்கா"

"நீ இவள கூட்டுக்கினு புது ஜெகநாதபுரம் போய்டு. அங்க என் தங்கச்சி வூடு இருக்குது. அங்க கொடக்கூலியும் கம்மி தான் நா சொல்றேன். தாலியக் கட்டி நேரா அங்க கூப்டுக்குனு போயிடு அதா சரி" அவன் தலையாட்டினான்.

"சரி, நா போயி எதுனா சாப்ட வாங்கியாறேன், இன்னிக்கு சோறுகூட செய்யல" எழுந்து கடைக்குப் போய் விட்டாள்.

ஆராயிக்கு யாரோ அவளது உலகத்தில் இருந்து வெளியே வேறு எங்கோ தள்ளி விட்டது போல் இருந்தது. அடக்க முடியாதபடி குலுங்கியழுதாள். உறக்கம் இல்லாமல் இரவு முழுக்க திண்ணையிலேயே உட்கார்ந்திருந்தார்கள். முனியம்மாள் எவ்வளவு சொல்லியும் அவள் அசையாமல் உட்கார்ந்திருந்தாள்.விடியறதுக்கு கொஞ்ச முன்னாடி செங்கேணி எங்கேயோ போய் தேநீர் வாங்கி வந்தான். குடிச்சிட்டு "நா போயி அக்காளயும் கொழந்தையையும் பாத்துட்டு வந்துடறேன்" என்றவள்? சட்டென எழுந்து கிளம்பினான். "ஏண்டி! அவன் கோவத்துல இருக்கிறான். இப்ப அங்க போறேன்றிய வீணா வம்பு தான?"

"இல்ல, இப்ப மாமா நல்லா தூங்கும் சூரியன் வந்த பெறவுதா அதுக்கு முழிப்பு வரும், இப்ப போதைல கெடக்கும். நா போயி பாத்துட்டு வந்துடறேன்'' என்று சொல்லும்போது அவளுக்கு விசும்பியது. பள்ளமும் மேடுமான தரையில் தடுமாறிக் கொண்டு நடந்தாள். உடலெங்கும் வலித்தது. "சரி நீ போய் எதாவது எடுக்கணும்னா எடுத்துக்குனு வாடா அவ போய்ட்டுதான் வரட்டும். இந்தா, இத வச்சுக்க" என்று அவன் கையில் சுருட்டிய இரண்டு பத்து ரூபாய் நோட்டுகளை திணித்தான்.

"இருக்கட்டுங்கா. எங்கையில கொஞ்சம் பணம் இருக்குது"

"அக்கா தர்றேன்னு இதையும் வச்சுக்க உனக்கு எப்ப முடியுதோ, அப்ப திருப்பித் தாயேன். பாவம் நல்ல பொண்ணுடா அவள நல்லா வச்சு காப்பாத்து, நாலு பேரப் போல வாழப் பாருடா தம்பி. நா அங்க வந்து உங்களப் பாக்குறேன். சரி போ போய் எதுனா எடுக்கணும்னா எடுத்துக்க. தண்ணி வைக்கறேன் குளிச்சிட்டு இருட்லயே கௌம்பிருங்க" அவன் குடிசைக்குப் போய் ஒரே சொத்தான தகரப் பெட்டியைத் தூக்கி வந்தான். குடிசைய பூட்டி சாவியை முனியம்மாவிடம் கொடுத்து விட்டு குளிக்க போனான்.

குழந்தை வீறிட்டு அலறியது. தாய் களைப்படைந்த முகத்துடன் காலை நீட்டியபடி சுவரில் சாய்ந்து உட்கார்ந்திருந்தாள். குடிசைக்குள் நுழைந்தவள், அக்காளின் கால் பக்கமாய் போய் உட்கார்ந்தபடி குலுங்கியழுதாள். "நல்லா அடிச்சிட்டாரரா சரி வுடு. உனக்கும் கேட்க ஆளு இருக்குதுன்னு அவனுக்கு தெரியட்டும்.... கேக்க நாதியத்தவன்னு இருக்கக் கூடாது பாரு. எல்லாம் நல்லாதான் நடக்கும். சரி, நீ போயி தூங்கு. காலைல பேசிக்கலாம்"

"இல்லக்கா!" என்று இழுத்தாள் "இன்னாடி?" அக்கா பதறினாள்.
"நா அவரு கூட போறேன்'' அக்காளுக்கு திக்கென்றிருந்தது. "இன்னாடி சொல்ற"

"ஆமாக்கா. நா போறேன்" அவள் குலுங்கினாள். குரல் கம்மிப் போய் வார்த்தை தெளிவற்று வந்தது. அக்காளுக்கு புரிந்தது. "சரி... போ... அந்தாளு முழுச்சிக்குவான் நீ போய், கட்டாம வச்சிருக்கறனே அந்த நீல பொடவய எடுத்து கட்டிக்கோ. போ... தைரியமா போ... நா வந்து பாக்கறேன்'' குழந்தையை பழந்துணியில் பொதிந்து வைத்திருந்தாள். அது குவ்வா... குவ்வா.... என்று வீறிட்டது. "அவனான்ட சொல்லி காயிதம் எழுதிப் போடு. ஒண்ணும் கவலப்படாத, நாம இப்டில்லாந்தான் வாழணும்னு இருந்தா இன்னா பண்றது?" வெளியே கணேசன் பெருங்குறட்டை விட்டு தூங்கிக் கொண்டிருந்தான்.

3

இருள் விலகாத, பொழுது விடிய சற்று நேரத்துக்கு முன்பாக அவர்கள் புறப்பட்டார்கள். குடிசைகளைக் கடந்து சாலையில் இறங்கும் போது இருவருமே கலக்கமற்று நம்பிக்கையோடு இருந்தார்கள். தெற்குப் புறமாய் நடந்து பாலத்துக்கு திரும்பி, காசினோ திரையரங்கு முன்பாக போகும் போது லேசாக வானம் வெளுக்கத் தொடங்கியது. அவள் மௌனமாக அவன் கையை இறுக்கிப் பிடித்தபடி நடந்தாள். ஒரே மன நிலையில் இருவரும் நடந்தார்கள். அப்போது இளங்காலையில் செவ்வொளி படர நீல நிறப் புடவையில் அவளையே பார்த்துக் கொண்டு நடந்தான். பசங்களுக்கு பாடம் சொல்லித் தர்ற வாத்தியாரம்மா மாதிரியே இருப்பதாக நினைத்துப் பூரித்தான். அதை அவளிடம் சொல்லவும் செய்தான்.

அவள் சோகம் மறந்து சிரித்தபடி அவனது கையை உரிமையோடு இறுக்கிப் பிடித்தாள். வடக்கிலிருந்து வேகமாக அவர்களை நெருங்கியது சுமையுந்து. அவன் சற்று திகைத்துப் போய் எந்தப் பக்கம் போவது என்று தெரியாமல் தவித்து எதுவும் புரியாது நிலை தடுமாறினான். காதைத் துளைக்கும் வாகன ஒலி அவனை செயலற்று நிதானம் தப்பி நிற்க வைத்தது. அவள் அச்சத்தில் அவன் கையைப் பிடித்து உலுக்கி ஓரமாக இழுத்து வந்தாள். ஏதோ யோசனையில் இருந்தவனைப் பாய்ந்து வந்த வாகனம் நிலை தடுமாற வைத்துவிட்டது. முதுகில் யாரோ தடியை வைத்து நெட்டித் தள்ளினார்கள். அவன் அசைவதாய் இல்லை. தோள் பட்டையை பிடித்து உலுக்கினான் ஒருவன்.

கிழவனுக்கு நினைவுநூல் அறுந்து விழிப்பு வந்தது. தாயின் வயிற்றுக்குள் இருந்த தன்னை விலங்கு ஒன்று பசி வெறியோடு

வெளியே இழுத்துப் போட்டு தாக்குவது போல கிழவன் நிதானமற்று பெருவலியோடு தன் நெஞ்சைப் பிடித்தபடி திரும்பிப் பார்த்தான். அவன் நெஞ்சுக்குள் ஏதோ புகுந்து அடைத்துக் கொண்டதுபோல அவனுக்கு மூச்சுத் திணறியது. நினைவுத் தூண்டிலில் இருந்து விடுபட்டவன் மாதிரி கட்டிடத்தை அணைத்துக் கொள்பவன்போல கையை நீட்டி கொண்டிருந்தான். "யோவ்! போற வர்ற வழியில உக்காந்துக்கினு எழுந்துருயா.... போ.... போ" வண்டிகள் நிறுத்துமிடத்தில் வேலையாள் தடியால் கிழவன் முதுகில் நெட்டியபடி கத்தினான். பல வேளைகளில் திருடர்கள் கூட அப்படி அங்கே பல வேடங்களில் வருவதுண்டு. அந்த அச்சம் அவனுக்கு. ஆனால், கிழவனிடத்தில் திருடனுக்குரிய சாயல் இல்லை. ஆனால், மனநலம் பாதிக்கப்பட்டவன் என்று முடிவு செய்து, வெகு நேரம் அவனை விரட்டாமல் இருந்தான். ஆடாமல், அசையாமல் வெகு நேரமாய் அந்த மூர்மார்க்கெட்டின் மாதிரி வடிவத்தைப் பார்த்தபடி உட்கார்ந்திருந்ததால் அவனை மன நோயாளி என்றே முடிவு செய்து விட்டான். "ஆத்தா, அப்பனுக்கு சோத்த போட பயந்துக்கினு இப்டி தொறத்தி வுட்டுற்றானுங்க இதுங்க இங்க வந்து நம்ம உயிர எடுக்குதுங்க... சீ!"

"யோவ்! போய்யா எழுந்து வேற எங்கனா போ" எரிச்சலோடு கத்தினான்.

ரயிலடிக்கு முன்பாக பறந்து விரிந்த அந்த வாகன நிறுத்துமிடத்தில் இருந்து வாகனம் எடுப்பவரும், நிறுத்த வருபவரும் கிழவனை ஒரு பொருட்டாகவே நினைக்கவில்லை. ஏதோ கையைத் துடைத்துப் போட்ட கந்தல் போல அங்கே கிடந்தான். அவனது நினைவுகள் தடுமாறின. நிஜ உலகத்தை விழித்துப் பார்த்தான். தன் முன்னால் ஓடி மறைந்த அந்த உலகமும் அந்த வாழ்வும் அவன் விரும்பியது. ஒவ்வொரு கணமும் அந்த வாழ்க்கைக்காக ஏங்கித் தவித்தான். போன வாழ்வு திரும்புமா தாங்க முடியாத துயரம் அவனை நொறுக்கியது துயரைத் தணிக்க வழக்கமான முறையில் தன் இரு கைகளையும் தரையில் ஓங்கி அடித்தான். பார்ப்பவர்களுக்கு அவன், தன்கையை நொறுக்கி கொள்ளப் போகிறான் என்று தோன்றும். பிறகுகைகளால் நெஞ்சில் குத்திக் கொண்டான்.

தன்னுடைய சொந்த உலகத்தில் இருந்து தன்னை யாரோ புதிய அந்நிய மனிதர்கள் நிறைந்த வேறு உலகத்துக்குள் தள்ளிவிட்டதைப் போல உணர்ந்தான். தேற்ற முடியாதபடி குழந்தையின் நெஞ்சுபோல துயரத்தால் தவித்தது.

வெள்ளையன் காலத்து அழகிய மூர் சந்தை கட்டிடம் இப்போது வெறுமனே மாதிரிக் கட்டிடமாய் உயிரற்று சிறுத்துப் போயிருந்தது. எந்த லட்சியமுமற்று கை பையை சுமந்து கொண்டு துயரத்துடன் நகர்ந்தான். ஒரு கணத்தில் இந்த பைக் குள்ளே தாமரைப்பூவும், பட்டாம்பூச்சியும், சிவப்பு ரிப்பனும் இருப்பதாக நினைத்தான். வேறு ஒரு கணத்தில் கறந்த பாலுகூட மடியேறிடுமோ என்னமோ... ஆனா,

எலும்பா போனதுங்க எப்டி உருவா வர முடியும். ஒரு கையை காற்றிலே அலையவிட்டான். முழுவதுமாய் மழித்த தன் முகத்தை கையால் தடவினான். பல ஆண்டுகள் சிறையிலேயே கிடந்ததால் அவனது முகம் வெளுத்தது போல் இருந்தது.

இரவாகி விட்டது.

புறநகர் ரயில் நிலையத்திலிருந்து பெருங்கூட்டம் வெளியேறுவதும் அந்தப் பெருங்கட்டிடத்தினுள் மக்கள் நுழைவதுமாக இருந்தார்கள். அந்தப் பிரம்மாண்டமான மக்கள் அலையைப் பார்த்து அச்சமுற்றவனாய் நகர்ந்தான். அவனை பல இரு சக்கர வாகனங்களும், மகிழுந்துகளும் கடந்து போயின. திரும்பவும் வெள்ளையன் வந்து நாட்டை ஆள்கிறானா என்று கூட அவனுக்கு சந்தேகம் வந்தது. ஒரு வேள நம்ம சனங்க குறைந்து தொரைங்க எண்ணிக்கையில பெருத்துப் போயிட்டாங்களோ என்று கூட அவனுக்குத் தோன்றியது. அவனைக் கடந்து போனவர்கள் பலரும் ஆங்கிலத்தில் பேசியபடி கடந்து போனார்கள். ஆணும், பெண்ணுமாய் இரு இளைஞர்கள் கட்டியணைத்தபடி போனார்கள். சிறையில் இல்லாத நடுக்கம் இப்போது அவனைப் பிடித்தாட்டியது. எல்லாவற்றையும் பார்த்தான். ஆனால், எதுவுமே அவனது மனதிலே போய் தங்காமல் கலைந்து போயின.

மெதுவாக புறநகர் ரயில் நிலைய வளாகத்தைக் கடந்தான். நெரிசல் மிகுந்த சாலையைக் கடந்தவுடன் அவன் கண்ட காட்சிகளால் மீண்டும் தன் சொந்த உலகத்துக்கு திரும்பியவனாய் உணர்ந்தான். நினைவுகள் பலவும் அவனை சூழ்ந்து மூச்சுத் திணற வைத்தது. சாலையோரத்தில் பரப்பி வைக்கப்பட்டிருந்த பலவிதமான உடைந்த, உடையாத பொருட்களின் குவியல்கள், அதெல்லாம் எதற்கு பயன்படுபவை என்று அவனால் கணிக்க முடியவில்லை. ஆனாலும் இந்தக் காலத்துக்குத் தேவையான ஏதோ ஒரு பழையது என்று மட்டும் புரிந்து கொண்டான்.

கணினியின் உதிரி பாகங்கள், கணினியே கூட அங்கு வைக்கப்பட்டிருந்தது. பலவிதமான மின்னேற்பிகளும் மின் கடத்திகளும் குவிந்திருந்தது. இதே இடத்தில் அவன் காலத்தில் வேறு பொருட்கள் இருந்தன. இவை என்னவென்று அவன் நினைவுபடுத்திப் பார்த்தான். ஆனால், கடைசி வரை அவனுக்குப் புரியவில்லை. பிறகு மனநிறைவற்றவனாய் "தூ... இதெல்லா காய்லாங்கட கஸ்மாலம்தான்" என்று தனக்குத்தானே சொல்லிக் கொண்டான். அதையெல்லாம் பார்த்தபடியே வந்தான். இவ்வளவு நெரிசலான இடமாய் அவன் கண்டதில்லை. மிக அந்நியமாய் தோற்றமளிக்கும் மனிதர்கள், பொருட்கள் அந்த இடத்தில் இருந்து பார்த்தால் விக்டோரியா பொதுக் கூடத்தின் உயர்ந்த அழகிய கட்டிடம் தெரியும். தேவலோக மனிதர்கள் தான் அதில் வசிப்பார்களோ என்று அந்த கட்டிடத்தைப் பார்க்கும் போதெல்லாம் நினைப்பான். மூர் சந்தை கட்டிடத்தின் முதல்மாடியில் இருந்தபடியே அந்தக் கட்டிடத்தைப் பார்த்து ரசிப்பான். அது

நினைவுக்கு வந்தது. ஏராளமான விளக்குகள் ஒளி வீசியன. அய்யோ பாவம் அந்த கட்டிடம் பாழடைந்த மூளிச் சுவராய் தெரிவது போல் உணர்ந்தான். ஆனால், உண்மையில் அவனுக்குப் பார்வை சரியாகத் தெரியவில்லை.

உடனே ஓடிப் போய் அல்லிக் குளத்தில் இறங்க வேண்டும் என தோன்றியது. ஆசையற்ற அவனை இப்போது பலவிதமான ஆசைகள் பற்றியிழுத்தன. அவனையறியாமல் அதை நோக்கி ஓடவும் துடித்தான். சிறையில் இருக்கும்போது இந்த உலகில் தனக்கென்று யாருமற்ற மனிதன் ஒருவன் இருந்தால், அது மட்டும் தான் என்று நம்பினான். அப்படி நினைக்கும் ஒவ்வொரு பொழுதிலும் அவனை அறியாமல் தன் கைகளைப் பார்ப்பான். அதைவெட்டி எறிந்துவிட வேண்டும் என்பது போல ஆத்திரம் பொங்கப் பார்ப்பான். உலகில் எதை விடவும் தன் கையை மிகவும் வெறுத்தான். கைகளைத் தண்டிப்பதாக நினைத்து தரையில் அடிப்பான். திருப்தியற்று நெஞ்சில் குத்திக் கொள்வான். பல நேரங்களில் அவனது சிறைத் தோழர்கள் தடுக்கும்வரை நெஞ்சில் குத்திக்கொண்டே இருப்பான். துயருற்ற தனது இதயத்தை தானே நசுக்கி அழிக்க நினைப்பான். குமுறும் நெஞ்சில் அமைதியற்று அவன் பல ஆண்டுகளாய் தன்னைத் தானே தண்டித்து துயருற்றவனுக்கு மருத்துவர்கள் மன நல சிகிச்சைகள் தந்தார்கள். அவன் என்றோ ஒரு நாள் தற்கொலை செய்து கொள்வான் என்று அவனை அறிந்தவர்கள் நம்பினார்கள். அவன் உடல் நலனற்றுப் போகும் ஒவ்வொரு சமயத்திலும் அவனுக்கு சாவு நிச்சயம் என்று நம்பப்பட்டது. அதிசயமாக மருத்துவருடன் ஒத்துழைக்காதவன் ஒவ்வொரு முறையும் தப்பிப் பிழைத்தான். வாழவே விரும்பாமல் வாழ்ந்துகொண்டிருந்தான். சிறையில் இருந்தபோது தனக்கு ஏற்படாத அனுபவங்கள் வெளியே வந்தவுடன் ஏற்படுவதை நினைத்து அவன் ஆச்சரியப்பட்டான். அதுவும் அந்தப் பழைய உடைந்த பொருட்களை ஒரே சீராக அடுக்கி வைத்திருப்பதைப் பார்த்ததும் அவனுக்கு உற்சாகம் பெருகியது.

பழைய துணிகள் அடுக்கி வைக்கப்பட்டிருந்த கடைக்கு அருகில் போகும் போது யாரோ அவனை நெட்டித் தள்ளினார்கள். தனது கைப்பையை இறுக்கி பிடித்துக் கொண்டான். அவன் எந்த எதிர் வினையுமற்று திரும்பி பார்த்தான். அவனது மடித்துக் கட்டிய புது வேட்டிக்கு வெளியே தளர்ந்த கால் கட்டை தெரிந்தது. களவாடும் முயற்சியாக யாரோ தன்னை திசை திருப்ப முயல்வதைப் புரிந்து கொண்டான். நடந்ததும் அது தான். திருடன் அவன் முகத்தைப் பார்த்ததும் சிறையில் இருந்து வந்தவன் என்பதைப் புரிந்து கொண்டு காற்றில் நழுவிப் போய் விட்டான். பழைய பொருட்களின் மேல் ஒளி சிந்திய பழைய பெட்ரோமாக்ஸ் விளக்குக்குப் பதில், பாட்டரிகளால் இயங்கும் மின் விளக்குகள். ஆனால், அதே வடிவத்தில் சத்தமின்றி எரிந்து கொண்டிருந்தது.

தான் புது வேட்டி சட்டை அணிந்து கைப்பையோடு திரிவதால், கிராமத்தில் இருந்து யாரோ கேணப்பயல் வந்து இருக்கிறானென்று திருடன் நினைத்திருக்கலாம் என்று கிழவனுக்குப் புரிந்தது. இதே தொழிலாக உள்ளே வந்த நிறைய சிறைக்கைதிகளை அவனுக்குத் தெரியும். தோள் பட்டையை இடிப்பதும் காலைத் தட்டி விடுவதும் திருடர்களின் தொழில்நுட்பம், கவனம் திசைதிருப்பும் முயற்சி. அதில் பெரும்பாலும் திருடர்கள் வெற்றியடைகிறார்கள்.

எந்த நினைப்புமற்று வெறுமையாய் பழைய பொருட்களை பார்வையிட்டவாறு நடந்து திரிந்தான். திடுப்பென அவனுக்கு மனதில் தோன்றியது. இந்தக் கடைகள் அடங்கும் வரை நடந்து திரிந்துவிட்டு அல்லிக் குளக்கரையில் போய் படுத்துக்கொள்ள வேண்டும். காலையில் குளத்தின் முகததில் விழிக்கவும், அதில் தன் முகத்தைப் பார்க்கவும் விரும்பினான். அவன் வாழ்நாளில் என்றுமே அனுபவித்து அறியாத புதுவிதமான ஆர்வம் அவனுள் பொங்கி வழிந்தது. எப்போதையும் விட தெளிவாக இருப்பதாக உணர்ந்தான். பழைய புத்தகம் விற்கும் கடையை நெருங்கிய போது ஒருகணம் சாலையின் நெரிசலுக்கு மத்தியில் நின்றுவிட்டான். யாரோ அவன் நினைவில் வந்து போயிருக்க வேண்டும். ஒரு காலத்தில் மாளிகையில் இருந்தவர்கள் இப்போது மயானத்தில் அலைவது போல தோன்றியது. அவன் தேடிய முகம் எதுவும் அவனுக்கு அகப்படவில்லை. சோர்வோடு பசியை உணர்ந்தவன் கூடைகளில் ஆவி பறக்க வெள்ளையாய் சோறும், மீன், கறிக் குழம்பும் அவன் நினைவுக்கு வந்தது. சோத்து கடை மோகனாவை நினைத்துக் கொண்டான். நினைவுகள் அவனைப் பேய் போல துரத்தின. பலவிதமான நினைவுகள் தொடர்பற்று துண்டு துண்டாக அறுந்து விழுந்தன. வஞ்சமில்லாமல் அள்ளிப் போடும் அவளது தேருவோரக் கடையில் கூடும் வாடிக்கையாளர்களின் முகங்கள் எல்லாம் அவனது நெஞ்சிலே வந்து போயின. “யோவ்! ஓரமாய் போயா. மப்புல நடு ரோட்ல நிக்கறான் பாரு, ஏய்!” அவன் காதில் எதுவும் விழவில்லை.

மோகனாவின் கடையைத் தேடினான். அப்படி எதுவும் இல்லை இருக்கவும் முடியாது. காலபூதம் எல்லாத்தையும் விழுங்கிடுச்சி என்று அவன் காதில் யாரோ கிசுகிசுப்பது போல் இருந்தது. தள்ளு வண்டிகளை சுற்றி நின்றபடி உண்ணும் மனிதர்களையும், கடைகளையும் பார்த்தான். பூட்ஸ், கழுத்தில் டை கட்டிய மனிதர்களும், மிக வேகவேகமாக கைகளில் தட்டை ஏந்தியபடி தின்று கொண்டிருந்தார்கள். கிழவன் புருவத்தை உயர்த்தி முகம் சுளித்தான். இது கூடவா மாறும்! ஆமாம் மாறும். எல்லாமே மாறும். காலம் எல்லாவற்றையும் மாற்றும். நீயும் நானும் அதுல மாறி ஓட வேண்டியது தான். இதில் ஆச்சரியப்படவோ, திகைத்து நிற்கவோ ஒன்றும் இல்லை. ஓடு... ஓடு காதோரம் கிசுகிசுத்தது, மனது அவனை உந்தித் தள்ளியது. சிறை ஞானிகளின் கூட்டிலே வாழ்வுத் தோணியை ஓட்டியனவல்லவா. ஒரு

தள்ளுவண்டிக் கடையிலே போய் இட்லி வாங்கித் தின்றான். அதன் சுவை அவனுக்குப் பிடித்திருந்தது. ஒரே வகையான உணவு உண்டு அவனது நாக்கு உணர்வற்றுப் போனதாய் அவன் பல நேரங்களில் நினைப்பதுண்டு. சிறையில் உணவை இயந்திரம் போல விழுங்கித் தொலைப்பான். புது வகையான இந்தச் சுவையை அவன் விரும்பினான். தின்று முடித்து காசு கொடுக்கும் போது அவனது செய்கைகள் விற்பனையாளனுக்கு எரிச்சலாய் இருந்தது. கிழவன் பணத்தைக் கையாண்டு பல ஆண்டுகளானவன் என்பது விற்பனையாளனுக்குத் தெரியாதே. இயல்பற்ற முறையில் அவனுக்குப் பணத்தைக் கொடுத்து பீடிக்கட்டு, தீபெட்டியும் வாங்கிக் கொண்டு அல்லிக்குளம் போக விரும்பினான். இதையெல்லாம் அவன் செய்தது விருப்பத்தால் அல்ல. தான் சிறையில் இல்லை என்பதை நம்பவும் சுதந்திரமாய் இருப்பதை உறுதிசெய்துக் கொள்ளவுமான செய்கையாகவே இருந்தது.

"மாமே.... யோவ்....மாமே!" என்ற குரலை அவனுக்கு மிக நெருக்கத்தில் கேட்ட போது மின்னல் ஒளி அவன் கண்ணுக்குள் பாய்ந்தது போல ஒருகணம் தடுமாறினான். நெருக்கமான குரல் 'யாரு.... யாரு' அழைப்பவனின் முகத்தை தேடினான். அந்த நொடியில் அழைத்தவன் தாவி வந்து கிழவனை சேர்த்து பிடித்துக்கொண்டான்.

"நீ வெளியே வரப் போறேன்னு நேத்தே தெரியும். அந்த உலகநாத வக்கீலய்யா சொன்னாரு. அந்தாளு இங்கிருந்து தான் ரயிலேறி போவாரு. நானே நேர்ல வந்து உன்ன கூப்ட்டுக்கினு வரணும்னு தா நெனச்ச....?

கோத்.... அந்த பில்டிங்க பாக்கக் கூடாதுன்னுதா மாமே உட்டுட்டன்... இம்மா நேர எங்க இருந்த? ம் நீ மாட்டிக்கினு தனியா சுத்திக்கினு கீற. வா மாமே இதெல்ல நம்ப எடந்தான் வா..." அவன் ரொம்பவும் உரிமை கொண்டாடினான்.

கிழவனோடு வெகு காலம் ஒன்றாய் இருந்த சிறைத் தோழனாய் இருக்க வேண்டும். ஒரு கணம் அவன் கண்கள் லேசாகக் கலங்கின. அதை சிரித்தபடியே துடைத்துக்கொண்டான். கிழவன் தோளைத் தன் இரு கைகளாலும் பிடித்து நெஞ்சோடு அணைத்துக்கொண்டான்.

மாமே வெளியே சுத்திக்கினு மினுக்கிக்கினு அலையறானங்களே இவனுங்கெல்லாம் உம் முன்னாடி ஒண்ணுமே இல்ல, தெரியுமா...?

நீயெல்லா ரொம்ப பெரியாளு மாமா! தோ போறானுங்களே வெள்ளையும் சொள்ளையுமா... எவளனா ஒருத்தி டேய்ன்னு கொரல் குடுக்கட்டும், மூத்துரம் பேய்ஞ்சிடுவானுங்க. எல்லாம் அய்யோக்கியப் பசங்க. தோ போறவன் ஒருத்தன் கலெக்டர் ஆபீஸ்ல கை நீட்றவன். ஒருத்தன் சிக்னலுக்கு சிக்னல் லாரிய மடக்கி கையேந்தறவன். அங்க பாரு எம்மா பெரிய பில்டிங். பேருக்கு தா கவுர்ன்மெண்ட் ஆஸ்பத்திரி. கிட்னி மாத்த அம்பதாயிரம் ஈரல மாத்த நாப்பதாயிரம் ரேட் பேசறானுங்க மாமே...! ஆனா பில்டிங்க பாரு பச்ச கலர்ல

நிக்குது. எப்ப அது மஞ்ச கலராவ போவுதோ அவங்களுக்கு ஏத்த மாதிரி மாத்திக்கிறாங்க. சனங்களுக்கு ஏத்த மாதிரி எப்ப மாத்தப் போறாங்களோ?" அவன் சொன்னது கிழவன் காதில் விழவில்லை. எல்லாமே அவனுக்கு விருப்பமற்ற சத்தம் போல இருந்தது. கிழவன் மெதுவாக நடந்து கொண்டிருந்தான். "இவனுங்கெல்லாம் காலம் காலமா சனங்கள சொரண்டி பொழைக்கறானுங்களே... இவனுங்கள செரியா நடறான்னு யார் சொல்றது? தப்பு செய்தா இவனுங்கள யாரு மாமா உள்ள பிடிச்சிப் போடறது எல்லாம் பெரிய எடம்னு நாம போயிக்கினே இருந்தா உன்னை மாறி ஆளுங்கதான் ஜெயிலுக்குள்ள கெடந்து சாவணும். திட்டம் போட்டு கொலை பண்றவனல்லாம் காலர தூக்கி விட்டுக்கினு திரியரான் தெரியுமா?"

உன்னை எதுக்கு இம்மா நாளு உள்ள வச்சியிருந்தாங்க. நீ வேணும்னா ஒரு மாசம் வெளிய சுத்திப் பாரு தெரியும். பெரிய பெரிய மொதலைங்க திரிஞ்சுக்கினு இருக்குதுங்க. இதுக்குள்ள கீறவனுங்களே மேலுன்னு உன் வாயல சொல்லுவ" அவன் சட்டென பேச்சை நிறுத்திவிட்டு கிழவனைப் பார்த்தான். கிழவனுக்கு பீடிகொளுத்திப் பேசுவது காதுகளில் விழவில்லை. அவன் வேறு ஒரு உலகத்தில் திரிந்துகொண்டிருந்தான். ஆனால், தன் பக்கத்துல இருக்கறவன் பீடி கொளுத்தி தான் என்பது அவனுக்குப் புரிந்தது. சிறையில் உள்ள எல்லா நெருப்பையும் அணைத்து விட்டாலும் எப்டியாவது பீடியை கொளுத்தக் கூடிய அத்தனை வித்தைகளும் அவனுக்கு அத்துபடி. அதனாலே அவனுக்கு அந்த பெயர் நிலைத்தது. ஒரு கிறக்கமான பார்வையோடு பேசிக் கொண்டிருப்பவனை நினைவுக்கு வந்தது. நினைவில் உள்ளவர்களை பார்க்க விரும்பிய அதே மனசு நடுங்கவும் செய்தது. ஆமா, பீடி கொளுத்தியைப் பார்த்தது கிழவனுக்கு ஆறுதலாக இருந்தது. அவன் கிழவன் கையை கெட்டியாகப் பிடித்து. இழுத்துக் கொண்டு போனான்.

"மாமா நா நெனசேன் நீ எங்கியாவது கால் போன போக்குல அப்டியே கால் நடையா நடந்துக்கினே இருப்பன்னு. நீ என் கண்ணுல மாட்டுவன்னு நா நெனைக்கலயா...ச்."

"இப்ப நடக்க ஆரம்பிச்சினா இந்தப் பூமிய ஒரு சுத்து சுத்தி வந்துற மாட்ட மாமா?" என்றவன் கிழவனின் தோள்களை சிரித்தபடியே இடித்தான். கிழவன் எந்தச் சலனமுமின்றி நாடக நடிகனைப் போல கடைமையென சிரித்தான். "சரி! நீயெதுனா சாப்புட்றியா?" "அட நீ வேற வந்து ஒக்காரு மாமே. நா உனக்கு வாங்கியாறேன். இன்னா சாப்புட்ற சொல்லு" என்றவன் புது மூர்மார்க்கெட் கட்டிடச் சுவர் ஓரமாக கிழவன உட்கார வைத்துவிட்டு கிளம்பினான். கிழவன் அவன் கையை இறுக்கிப் பிடித்து "உக்கார்றா... ஓடிக்கினே இருக்கற" அவனைக் கீழே அமரச் சொல்லி, கைகளால் சைகை காட்டினான்.

"தோ பார்.. மாமா! அதோ... வரிசயா இருக்கற கடைங்களுக்கு நாதான் வாட்ச்மேன்... ராத்திரில இங்கயே படுத்துத் தூங்கிக்குவேன். ஒண்ணும்

பெரிய வித்தியாசம் இல்ல மாமே உள்ளருக்கும் போது பக்கத்துல கீறவன் இவன் கொலகாரன், இவன் கற்பழிப்பு, பிட்பாக்கெட்டு, இவன் பித்தலாட்ட சாமியாருன்னு தெரியும். இப்ப வெளியில யாரு, எவன்னு தெரியாது. எல்லாருமே வெள்ளயாதான் போட்டுக் கினுகீறான். வெளியில இருக்கும் போது நம்ப கண்ணக் கட்டி இவனுங்க மத்தியில உட்டா மாதிரி இருக்குது" கிழவன் முதல் முறையாக சிரித்தான். ஓசையற்ற சிரிப்பு கடந்த முப்பத்தைந்து வருடங்களாகவே அவன் அப்படித் தான் சிரித்துக் கொண்டிருக்கிறான். "நீ வாட்ச்மேன் உம்"... சுவரில் முதுகை சாய்த்துக் கொண்டு தளர்வாக உட்கார்ந்து கொண்டான். "அப்ப திருடன் கொலகாரன் இப்ப காவல்காரன்" என்று மெதுவாக சொல்லிவிட்டு சிரித்தான். பீடிகொளுத்தியும் சிரித்தான்.

"டேய் அந்த கொளக்கரைல போய் படுத்துக்கலாமா?" கிழவன் ஆவலோடு கேட்டான். "நீ வேற மாமே பச்... பாவம் உன்னுமா அந்த நெனப்புல இருக்கிற? அதெல்லாம்..." ஏனோ அதற்குமேல் பேசாமல் வார்த்தையை அடக்கிக் கொண்டான். "நீ இப்ப கொளகரைலதான் இருக்கிற... நாளைக்கு காலைல பாக்கலாம்" என்றான். "அதான்டா தாமர வாசன வருது.... இல்ல?" கிழவன் ஆசையோடு சொன்னான். பீடி கொளுத்திக்கு துயரம் மேலிட்டது. இந்த நெனப்போடயே ரெட்ட ஆயுளக் கடத்தியிருக்கிற. அவனுக்குத் தொண்டை அடைப்பது போல இருந்தது. இன்னா மனுசன் இந்தாளு, ச்ச்.... தனக்குள் பேசிக் கொண்டான்.

"மாமா கொஞ்ச இரு. தோ வந்துட்ற" எங்கேயோ போனான். திரும்பி வரும்போது அவன் கையில் போர்வையும் அழுக்கடைந்த தலையணையும் இருந்தது. போர்வையை விரித்து, தலையணையைப் போட்டான்.

"படுத்துக்க மாமே காலைல பேசுவோம். எனக்கு ஊடு... கீடுன்னு எதன்னா இருந்தா உன்ன என் அப்ப கணக்கா வச்சிப் பாத்துக்குவேன், கோத்.... இன்னா பண்றது, நம்ம ரேக பிளாட்பார ரேகையா இருக்குது வு....டே இவ்ளோ பெரிய எடம் (நம்பள்து தான்) எவன் நம்பள கேப்பான்.... உனக்கும் சேத்துதான் நா காவல்காரன்.... நீ தூங்கு மாமே!".

அவனுக்கு போதை உச்சத்துக்குப் போனது. ஆனால், அவன் எதுக்கும் அசையற ஆள் இல்ல. அவனது சரித்திர ஏடுகளைப் புரட்டினால் அவன் தடுமாறி விழுந்ததாக குறிப்புகள் எதுவுமே இல்லை. கிழவன் மீது அவனுக்கு பாசத்தோடு மரியாதையும் இருந்தது. சிறையில் இருவரும் ஒன்றாக இருந்தவர்கள். பல நாட்கள் ஒரே அறையில் இருந்த அனுபவம் அவன் நினைவுகளில் வந்து போனது. அல்லிக் குளத்தாமரைக் கதையை அவனிடம் கணக்கில்லாமல் சொல்லி கிழவர் கண்ணீர் விட்டதுண்டு. "பாவம் மனுசன் இப்ப அந்தக் கொளத்தப் பாக்க ஆசப்படறான். ச்... அந்த ஆசையோடவே தூங்கட்டும். காலைல எழுந்தப்பறம் சமாதானம் சொல்லிக்கலாம்" அவன் தனக்குத்தானே கொஞ்சம் சத்தமாகவே சொல்லிக்கொண்டான்.

கொஞ்ச நேரத்திலேயே கிழவன் குறட்டை விடும் ஓசை கேட்டது. தனது துண்டால் கிழவனைப் போர்த்தினான். அவன் கைப்பையை இறுக்கிப் பிடித்திருந்தான். மிக சுதந்திரமான உறக்கமது. மிக சீராக குறட்டையொலி கேட்டது. அந்தப் பகுதியின் ஒரு நாள் வாழ்வில் பகல் வாழ்க்கை முடிந்து இரவு வாழ்க்கை துவங்கியது. அதன் திறந்தவெளிக் கடைகளின் விற்பனைப் பொருட்களை மூட்டைகளாகக் கட்டுவதும், பெரிய மரப் பொட்டிகளில் அடுக்குவதுமாக வேலை முடிவுக்கு வந்து கொண்டிருந்தன. ஊனமுற்றோர்களும், மன நோயாளிகளும், அனாதைகளும், பிச்சையெடுப்பவர்களுமாய் ரயில் நிலையத்தில் இருந்து மிக சமீபத்தில் தான் அவர்களை காவலர்கள் விரட்டியடித்திருந்தார்கள். அவர்கள் இருண்ட சந்து பொந்துகளில் இடம் தேடிக் கொண்டிருந்தார்கள். அரை மனநிலையில் ஒருத்தி ஓட்டமும் நடையுமாக பீடி கொளுத்தியைக் கடந்து போய் கொண்டிருந்தாள். பார்க்க வட நாட்டுப் பெண் போல இருந்தாள். தூங்கி பல நாட்களான கண்கள். தீ கங்குபோல சிவந்து இருந்தது. அவளது முகம் பயங்கரமானதாக இருந்தது. ஒரு காலத்தில் அவள் அழகியாக இருந்திருக்க வேண்டும். நீண்ட நாசியுடன் பெரிய கண்கள் வற்றி உலர்ந்து போன சிவப்பு மிளகாய் போலிருந்தாள்.

அதற்கு முன் அவளை அவன் அந்தப் பகுதியில் பார்த்ததில்லை. யாரையோ அடக்க ஓடுவதுபோல் போய்க்கொண்டிருந்தாள். "ஏய்! நில்லு" அவன் கத்தினான். அந்தக் குரலை சட்டை செய்யாமல் அவள் போய்க் கொண்டே இருந்தாள். "ஏய் லடிக்கி ருக்கோ சாரா!" இந்தியில் கத்தினான். அந்தப் பெண் யாரோ கையைப் பிடித்து இழுத்தது போல் சடக்கெனத் திரும்பி, "டேய் உனக்கு வேற வேல இல்லியாடா, வலி பொறுக்கல என்ன சாவடிக்கறியடா. கொஞ்சம் சும்மா இருடா நா சாமியப் பாக்கப் போறேன்... சீக்கிரமா போவலன்னா சாமி படுத்துத் தூங்கிடுவாரு. அவருக்கு பொண்டாட்டி புள்ளைங்க இருக்குதுல்ல. அறிவுகெட்டவன், போவும் போதே கூப்புடுறான்... தூ...."

அவனுக்கு ஒரு கணம் திகைப்பாக இருந்தாலும் அடக்க முடியாதபடி சிரிப்பு வந்தது.

"ஏய் அந்தப் பக்கம் கோவிலு இல்லடி வா. இந்தப் பக்கம், நா கூப்பிட்டுக்கினு போறேன். அந்த சாமி எனக்கு தோஸ்துதான்" சட்டென நின்றவள் கோபமாக அவனை நெருங்கி வந்தாள். "மூஞ் கியப் பாரு நீ சாமி தோஸ்தா திருட்டுப்பய.... சீ போடா!" அவள் கரகரத்த குரலில் கத்தினாள். அவளது குரல் யாரையும் பயமுறுத்தி அவள் மீது எரிச்சலடைய வைக்கும்படி இருந்தது. அவனே கூட ஒரு கணம் பயந்தான்.

தனது குரல் வளையை பாய்ந்து குதறி விடுவாளோ என்று அஞ் சினான்.

அது போன்ற மனிதர்களையும், குரல்களையும் கேட்டுப் பழகியவன் என்பதால் சமாளித்து ஓரடி பின்னே நகர்ந்தான்.

“அந்தப் பக்கமா போவாத. போலிஸ் புடிச்சிக்கினு போயிருவாங்க. இங்கயே ஒக்காரு. நா தோ வந்துர்றேன்”

போலிஸ் என்ற வார்த்தையைக் கேட்டதும் அவள் அஞ்யபடியே தரையில் குத்துக்காலிட்டு உட்கார்ந்து கொண்டாள். அவளுக்குப் பின்புறம், பெரிய மரப்பெட்டிகள் இருந்தன. பெட்டியின் மேல் குடித்துவிட்டு ஒருவன் படுத்துக்கிடந்தான். பீடி கொளுத்தி வேகமாகப் போய் தேநீரும், பன்னும் வாங்கி வரும் வழியில் யாரோ இரண்டு பயல்கள் அவனைக் கடந்து போனார்கள். எல்லாம் இருபது வயதுக்கு உட்பட்டவர்கள். அவன் நினைத்ததுபோலவே அவளைத்தான். தேடியலைந்தார்கள்.

பழைய துணிகளைக் கட்டி வைத்த பெரிய பொதிகளின் இடுக்குகளில் அவளை தேடினார்கள். பெட்டியின் பக்கத்தில் இருந்தவளை ஒருவன் கண்டுபிடித்தான். அவள் சுருண்டு படுத்துக் கிடந்தாள். அந்தப் பையன்கள் ஒரே நேரத்தில் அவளைக் காலால் உதைத்து “எந்திரிடி!” என்று மிரட்டினார்கள் நல்லவேளையாக. பீடி கொளுத்தி அவர்களை நெருங்கி விட்டான் “ஏய்” கத்தினான்.

“பொறுக்கி தே.... புள்ளைங்களா ஓடுங்கடா... வந்தனா பாரு, கழுத்த முறுக்கிடுவேன்...” என்று கத்தியபடி ஓடி வந்தான்.

ரெண்டு பையன்களும் ஓடிப் போனார்கள் “தூ... இதுங்கல்லா ஏந்தா இப்பிடி ஆவுதுங்களோ?”

அவ பயந்து போய் சுருண்டு படுத்துக் கெடந்தாள் “இந்தா இத குடி” ஒரு கணம் பயந்தவள் மாதிரி ஒடுங்கியவள். திடுப்பென அவன் நீட்டிய பன்னை பிடுங்கிக் கொண்டாள்.

பன்னை முகர்ந்துக் கொண்டே அவனைப் பார்த்து சிரித்தாள். பல், தார் போல கருத்து புகையிலை நாற்றம் குப்புன்னு வீசியது.

ஓரளவு சூடாக இருந்த தேநீரை அவள் பக்கத்தில் வைத்துவிட்டு சுற்றிலும் ஒரு முறை நோட்டம் விட்டான். பிறகு தனது லுங்கியை மீறி வெளியே தெரிந்த கால் சட்டை பையிலிருந்து பொட்டலத்தை எடுத்தான். அதில் சமீபத்தில் வாங்கிய புகையிலை சுருட்டி வைக்கப்பட்டிருந்தது. பிரித்து உதறினான். அது நீளமான கயிறு போலத் தொங்கியது. அதில் ஒரு துண்டை முறுக்கி எடுத்துக் கொண்டு மீதியை சுருட்டினான்.

இதற்குள்ளாக தேனீரையும், பன்னையும் காலி செய்தவள் புகையிலைக்காக கையேந்தினாள். அவளுக்கு குச்சியற்ற மெதுவான பகுதி ஒன்றை கிள்ளிக் கொடுத்தான். அதை அவசரமாக வாயில் திணித்தாள். மீண்டும் கையை நீட்டினாள்.

இன்னொரு துண்டைக் கொடுத்தான். அதை, தளர்த்து கிழித்திருந்த மேல் சட்டையில் திணித்துக் கொண்டாள். அதில் ஏற்கெனவே வேறு சில சிறு பொட்டலங்கள் செருகப்பட்டிருந்தன.

“சரி போ... அங்க போய் படுத்துக்க” கிழவன் படுத்திருந்த பக்கமாய் கை காட்டினான். அவன் காட்டிய திசையில் எழுந்து வேகமாக

போனாள். பிறகு, எங்கிருந்தோ பிய்த்துக்கொண்டு வந்த சுவர்க் காகித்தை தரையில் போட்டு "படுத்துக்கோ... படுத்துக்கோ" கத்தினான்.

அவள் நின்று கொண்டிருந்தாள். "ஏய் பொம்பள! இப்ப படுத்துக்கோ காலையில் போய் சாமியப்பாரு" என்றான். தரையில் போடப்பட்ட பெரிய காகிதத் துண்டில் உட்கார்ந்துகொண்டாள். பிறகு, அவனை பார்த்து, "ஏண்டா நீ பொய் சொல்ற? அவரு செத்துப் போய்ட்டாரு" அவன் சிரித்து விட்டான். அவனை யாரோ தலையில் அடித்தது போல இருந்தது. அவள் மீதான இரக்கத்தில் "சரி! படுத்துக்க" கையால் சைகை காட்டினான். "அவரு செத்துப் போயிட்டாருடா" என்று மீண்டும் கத்தினாள். பிறகு இயல்பற்ற முறையில் தரையில் சாய்ந்தாள்.

"நீயும் வந்து படுத்துக்கடா" அவள் அவனை மிக சர்வசாதாரணமாக மரியாதை இல்லாமல் பேசியதை அவன் கண்டு கொள்ளவில்லை. சற்றுத் தொலைவில் இருளில் நின்று கொண்டு அவளை நோட்டமிடும் பையன்களைப் பார்த்து விட்டான்.

இவளை மோப்பம் பிடித்துக்கொண்டு அலையறானுங்க. இவன் அவர்களை கவனிப்பது தெரிந்தும் இருளில் அவர்கள் காணாமல் போனார்கள். முன்பெல்லாம் இவனைப் பார்த்து அலறி ஓடுவார்கள். இப்பெல்லாம் உம் பொடிசுங்ககூட ஆட்டங்காட்டுதுங்க வயசாயிடுச்சில்ல. அவனது மனதில் தோன்றியது.

இந்த சந்தடியில் கிழவனுக்கு விழிப்பு வந்தது. எழுந்து உட்கார்ந்து கொண்டான்.

பக்கத்திலே கொஞ்சம் தள்ளி அவள் படுத்துக் கிடந்தாள். அவள் தூங்குவதாகவே தெரியவில்லை. "இதுங்களுக்கு அவ்ளோ சீக்கிரத்துல தூக்கம் வராது" காவல்காரன் தனக்குத்தானே சொல்லிக் கொண்டான். "இன்னாடா! இவ கூடத்தான் குடும்பம் நடத்துறியா?" "நீ வேற மாமா, நாம செய்த பாவம் போதாதா?. உன்னுமா... அது பைத்தியம் மாமே! பொறுக்குற பசங்க பின்னாடி அலையறானுங்க அதான் இப்பிடி கூப்டாந்து படுக்க வைச்சு..." கிழவனுக்கு எதோ எண்ணம் மனதில் ஓடியிருக்க வேண்டும். ப்ச்.... என்று அவனைப் பார்த்தான். கொஞ்சம் உறங்கியது கிழவனைத் தெளிவாக்கியிருந்தது. "உனக்கு இன்னாடா நல்ல வயசுலதானே இருக்கற? எவளயாவது கூப்டுக்கினு வந்து வாழறது தானே" "நல்ல வயசதான் நாம ஜெயில்ல உட்டுட்டோமே, இப்ப இன்னாத்த நல்ல வயசு" அவன் நம்பிக்கையற்றுப் பேசினான். "அதுசரி, உனக்கு ஒரு அண்ணன் இருக்கறதா சொல்லுவியே... போய்ப் பாக்கறது?"

"போவாம இன்னா... போய்ப் பாத்தேன் வெளியே வந்த ஆரம்பத்துல அவரு ஊட்லதான் கொஞ்ச நாள் இருந்தேன். முன்ன மாதிரி இல்ல மாமா! அவுங்கள்ளா ரொம்ப பெரியாளுங்க, ச்..."

அவன் அமைதியாக எங்கோ இருண்ட பகுதியைப் பார்த்தான். பிறகு தனது மெலிந்த நெஞ்சைத் தடவிவிட்டான். தனது துயரைப் போக்க அவசரமாக ஒரு பீடியை பற்ற வைத்துக்கொண்டு "அண்ணாத்தையோட

பெரிய பையன் எங்கயோ வெளிநாட்ல இன்ஜினீயராம், ஒருத்தன் ஆடு. மாட்டுக்கு டாக்டரு, பொண்ணு பேங்ல வேல, யாரோ பெரிய எடத்துப் புள்ளய கல்யாணம் பண்ணிக்கிட்டு எல்லாமே நல்லாதான்.... இம்.... நம்ம பொழப்புதான நாய்ப் பொழப்பாயிருச்சி. அண்ணன் பாவம். அண்ணிக்காரிச்சி கில்லாடிப் பொம்பள மாமே!” ஏதோ யோசிப்பவன் போல அமைதியாக இருந்தான். அண்ணாத்த ரிட்டேடு ஆயிட்டாரு எம்மாம் பெரிய ஆளு!” ரொம்ப ஆச்சரியமாக சொன்னான்.

“நம்மளுக்கு அசிங்கமா இருக்குது மாமே! அங்கெல்லாம் இருக்க முடியல ஊட்டுல இருக்கற புள்ளைங்க தொர ஊட்டுப் புள்ளைங்க மாதிரி இங்லிஷ்லதா பேசுதுங்க. ஒரு நாளு எங்கண்ணன் பேத்தி என்னப் பாத்து ‘யூ ஆர் மர்டரிஸ்ட்’னு சொல்லி மொறைக்குது. ஒரு எழவும் புரியாம கொழந்த ஏதோ பேசுதுன்னு முத்தம் குடுக்க ஆசையா கிட்ட போறேன் அலறி ஓடுது”

“டேய்! அவ உன்ன கொலகாரன்னு சொல்றாடான்னு அண்ணன் சொல்றாரு. கொழந்திக்கு இன்னா தெரியும். எல்லாம் பெரியவங்க சொல்லிக் குடுக்கறதுதான். அதுக்கு மேல அங்க இருக்க முடியல. நம்ம சனங்களா இதுங்கன்னு இருக்குது. நம்ம காலம் போல இப்ப இல்ல. எல்லா மாத்தமாதான் இருக்குது” அவன் பேசுவதை நிறுத்திவிட்டு சுற்றிலும் ஒரு முறை நிதானமாகப் பார்த்தான்.

அந்தப் பெண் அசைவற்றுக் கிடந்தாள். “எல்லா போச்சு. நம்பளுக்கு இன்னா மாமே, ஒரு வேள சோறு இருந்தா போதாதா, என்ன யாரும் இங்கருந்து தொறத்தப் போறதில்லை. இப்டியே காலத்த ஓட்டவேண்டியதான்...”

அவன் நிதானமாக சொன்னான். ஆமாம் என்பதுபோல் கிழவன தலையாட்டினார். இதற்கிடையில் அந்தப் பெண் படு வேகமாக துள்ளியெழுந்தாள். உடலெங்கும் தொட்டுப் பார்த்து எதையோ தேடினாள். கையில் சிக்கிய புகையிலையைப் பிரித்து பந்து போல் உருட்டி வாயில் அடக்கி கொண்டு ஒரு பீடி குடு என்று சைகையில் கேட்டாள்.

“படு... படுத்து தூங்கு” என்று இந்தியில் சொன்னான். “இல்ல... இல்ல நேரமாயிடுச்சி. நா வீட்டுக்கு போறேன் போலிசு என்ன தேடிக்கினு வந்தா... நா செத்துப் போயிட்டன்னு சொல்லு...” சொல்லிவிட்டு அதே வேகத்தில் எழுந்து ஓடினாள்... “ச்.... பாவம் என்னைக்கோ ஒரு நாளைக்கு எங்கயோ ஒரு எடத்துல அனாதயா செத்துக் கெடக்கப் போறா” துயரம் தோய்ந்த குரலில் அவன் சொன்னான்.

தன்னை சுற்றியிருக்கும் எல்லா கட்டிடத்தையும் ஒரு முறை பார்த்தான். உயரமான கம்பத்தின் உச்சியில் ஏராளமான விளக்குகளில் இருந்து வந்த ஒளியால் அந்த இடமே பகலின் ஒரு பகுதிபோல இருந்தது.

"இவ்ளோ பெரிய கட்டிடம், போலிசு, ஜெயிலு, ஆஸ்பத்திரி, கவுருமெண்ட் எல்லாதாம் இருக்குது. சனங்ககூட முன்ன மாதிரியா இருக்குதுங்க. எல்லாரும் தொரைங்க மாதிரியும் தொரைசானிங்க மாதியும் போறாங்க. இன்னா இதுக்கு மத்தியில நீ, நா அதோ ஓடுறாள அவ எல்லாதாம் இருக்குறோம். ஒண்ணும் புரிய மாட்டேங்குது மாமே'!' பீடி கொளுத்தி யோசனையோடு பேசினான்.

"மாமே! நீ எங்ககூடவே இருந்துடு இந்த பில்டிங்ல ஒரு எடம் புடிச்சி தர்றேன். நாலு காசு பாக்கலாம். நாம துன்னது போவ நாயி!.... நரிக்கு போட்டுப் போவலாம். இன்னா சொல்ற?" கிழவன் வெறுமனே சிரித்தான். "இல்ல மாமா உனக்கும் யாரும் இல்ல எனக்கும் யாரும் இல்ல...." அவன் முடிப்பதற்குள் கிழவன் தொண்டையை செருமிக் கொண்டு நா அவ்ளோ நாளா உயிரோட இருக்கமாட்டன்டா இன்னும் ஒரு மாசமோ ரெண்டு மாசமோ. நம்ம எடத்துல அடக்கமா இருந்து தப்பிச்சுட்டேன். எங்கயாவது செத்துக் கெடக்கறேன்னு யார்னா உனக்கு சொன்னாங்கன்னா..." அதற்குமேல் கிழவன் பேசவில்லை. வெறுமனே ஏற்கெனவே கையில் அணைந்து போன பீடியைக் கொளுத்தினான். பீடி கொளுத்திக்கு அழுகை குமுறிக்கொண்டு வந்தது. "இன்னா மாமா இப்பிடி சொல்லிட்ட நீ... ஊன்னு சொல்லு உன்ன ராசா மாதிரி வச்சி காப்பாத்துறேன்" மார்ல தட்டி காண்பித்தான். "நா... இருக்கறேன் மாமா நீ கவலப்படாத" "சீ... போடா... கவலையா... தூ..." என்பது போல சைகை காட்டினான். அவன் கிழவனின் கையைப் பிடித்து அப்படியே தன் முகத்திலே ஒற்றிக் கொண்டு அப்படியே சரிந்து கிழவனின் நீட்டிய காலருகே படுத்துக்கொண்டான்.

"நீ இன்னா மாமா! ச்... நீ எப்பயோ தண்டன முடிஞ்சி வெளிய வந்துருக்க வேண்டிய ஆளு. நீ தான் ஜெயிலு கம்பிங்கள வுடாம பிடிச்சிக்கினு இம்மா காலம் இருந்துட்ட. நீ திருந்தணும்னு சட்டம் உள்ள வெச்சிருந்தது. நீ திருந்தறதுக்கு இன்னா இருக்குது. சட்டப்படி நீ திருந்தி வெளிய வந்துருக்குற. நீயின்னாடான்னா, சாவப்பாத்து போறேன்டான்ற. ....கோத்தா நீ இன்னா ஆளுயா! ஊ!.... நெஞ்சு மல்லிப்பூ மாதிரின்னு இவனுங்க சட்டத்துக்கு தெரியுமாய்யா...யோவ். மாமா போதையால் உணர்ச்சிவயப்பட்டு அவன் சிறு பிள்ளை போல குலுங்கியழுதான். அழுகையால் கடுமையான இருமல் வந்தது. தாங்க முடியாமல் நெஞ்சைப் பிடித்துக்கொண்டு எழுந்து உட்கார்ந்தான். மிக வெறுப்போடு சளியை தூரத் துப்பினான். "இப்பக் கூட நீ ஜெயில வுட்டு வரமாட்டன்னு அடம் புடிச்சிருப்பியே?" என்றவன், பதிலுக்காக ஆர்வத்தோடு கிழவனின் முகத்தைப் பார்த்தான்.

கிழவன் ஏதோ ஆழ்ந்த யோசனையில் இருப்பதுபோல இருந்தது. சே... சும்மா இல்லாம கிழவனை தொல்ல பண்ணிட்டமோ என்று வருந்தினான். கிழவன் பேச்சற்று வெகு நேரம் அமைதியாக இருந்தான்.

அதிகாலை நேரமென்பதால் மசூதியில் இருந்து அழைப்போசை கேட்டது. கிழவன் அந்த ஓசையை மிக நெருக்கமாக பல ஆண்டுகளாய் தொடர்ந்து கேட்டதால் இப்போது சிறையறையில் இருப்பதாகவே உணர்ந்தான். அந்த ஒலியை அந்தக் கணத்தில் மிக விரும்பினான். தனக்கு நெருக்கமான யாரோ அருகில் வந்து அழைப்பதுபோல இருந்தது. நேற்று சிறையில் இருந்து அந்த ஒலியைக் கேட்டதற்கும் இன்று சுதந்திர மனிதனாய் கேட்பதற்கும், ஒரு வித்தியாசமும் உணரவில்லை. தனது சொந்த இடத்திலிருந்து யாரோ வலுக்கட்டாயமாக விரட்டி விட்டதுபோல துயருற்றான். தான் விடுதலையானது குறித்து எந்த ஒரு திருப்தியுமற்ற நிலை. பொழுது புலரத் தொடங்கியது. அவ்வளவு அதிகாலையில் பெருங்கூட்டமாய் மக்கள் நடமாடத் தொடங்கியது அவனை ஆச்சரியத்துக்குள்ளாக்கியது. "எனக்கு இந்தக் கால் ஒடஞ்சி கீழ விழற வரைக்கும் நடக்கணும் மாதிரி இருக்குடா எங்கனா போய்கினே இருக்கனும்" எங்கயோ தூரமாக கையைக் காட்டினான். "அப்ப நீ எங்கூட இருக்க மாட்டீயா" ஏக்கத்தோட கேட்டான். "சரி வா. அந்தக் கொளத்துல போய் மூஞ்சு கழுவிக்கினு வரலாம்" கிழவன் ஆர்வம் பொங்க எழுந்தான். அந்தக் கொளத்துல பூத்திருக்கிற தாமரைய பார்க்க கிழவன் ஆசைப்படுவது அவனுக்குப் புரிந்தது. அய்யோ பாவம் கொளம் எங்க இருக்குது? அதோட சமாதிலதான இந்தக் கட்டிடம் நிக்குது. சே... அவனுக்கு வருத்தமாய் இருந்தது. "நீ....யே மாமா சின்னபுள்ளங்க மாதிரி கொளத்தப் பாக்கணும், குட்டயப் பாக்கணும்னு, அதலாம் இப்ப இல்ல. அது மேலதான் இந்த பில்டிங் நிக்குது அந்த கரையிலதான நீ இம்மா நேரம் படுத்துத் தூங்குன" கைதிக்கு மரண தண்டனை நீதிபதியின் குரல் அவன் காதில் விழாமல் எங்கோ விலகி போனது போல துயரமடைந்தான். அவன் எதிர்பார்த்தது மாதிரியே கிழவன் சரிந்து விழுந்தான். அவனது முகம் சுருங்கியது. துயரத்தின் உச்சமாய் விழிகள் நடுங்கின. அவன் நேரேதான் விரும்பிய உலகத்தில் போய் விழுந்தான். தாமரைகள் நிறைந்த குளம்... அதனுள் ஆசையோடு இறங்கி தாமரையைப் பறிக்க, நீருக்குள் கால்களை மெதுவாக நகர்த்திக் கொண்டே போனான். கால் நழுவி சேற்றுக்குள் அமிழ்ந்துகொண்டே போனது. கைகளால் பற்றிய கொடிகள் அறுந்து எந்தப் பிடிப்புமற்ற நீரில் முழுமையாக அமிழ்ந்து பளிங்கு நீரில் நீந்தினான்.

வாலிபனுக்குரிய உடல் திமிரில் நீரடியில் துள்ளினான். கரும் பளிங்கால் செதுக்கியது போலொருத்தி அவனை நோக்கி நீந்தி வந்தாள். அவளது புன்னகையினால் வெண்ணிறமான பேரொளி மின்னலாய் பாய்ந்து வந்து அவனை இறுகத் தழுவியது. அவள் குளமெங்கும் நீந்தித் திரிந்தாள். அவளைப் பற்றி விட பின் தொடர்ந்து முடியாமல் களைத்து நழுவிப்போன அவளைத் தேட, அவள் நீரை விட்டு வெளியேறி விட்டது போல் இருந்தது. நீரடியில் அவளை தேடியலைந்தான். குளம் பெரும் கரும் பச்சை வட்ட இலைகளால் மூடப்பட்டிருக்கிறது. அதற்கு மேலே இருந்த பேரொளியால் இலைகளின் இடைவெளிகளில் ஒளி

பாய்ந்து, கண்கள் கூசியது. இலைகளுக்கு மேலே நூற்றுக்கணக்கான வெம்மையும், செம்மையுமான நிறங்களில் தாமரைகள்... அதனொன்றில் அமர்ந்திருந்தவள், அவனைப் பார்த்து சிரிக்கிறாள். அவனால் அவளை நெருங்க முடியவில்லை. நீருக்கு வெளியே அவன் தலையை நீட்டிய போது அவனுக்கு மூச்சுத் திணறியது. அவன் நீரில் அமிழ்ந்தபடியே இலைகளின் இடைவெளிவழியே அவளைப் பார்த்தான். நீருக்கு மேலே இலைகள், இலைகளுக்கு மேலே மலர், மலர் மீது அவள், அவளுக்கு மேலே வானம். அவளைத் தெளிவாகப் பார்த்தும் நெருங்க முடியாமல் பெருங்குரலெடுத்து கத்தினான். அந்தக் குளம் அதிர்ந்தாடியது. அவள் அமைதியாக சிரித்துக் கொண்டிருந்தாள். அவளது முகத்திலிருந்து புறப்பட்ட மின்னல் அவன் கண்களில் பாய்ந்தது. அவனைச் சுற்றிலும் பயமுறுத்தும் உருவங்கள் சுற்றித் திரிந்தன. நீரடியில் சிதைந்து சிதிலமான குடிசைகள் கண்ணுக்குத் தெரிந்தது. அதன் சுவர்களுக்குப் பின்னே பயங்கரமான ஏதோ ஒன்று அவனைப் பார்த்து பாய காத்திருப்பதுபோல இருப்பதால் அச்சமுற்று குளத்தின் சேற்றுக்குள் ஆழ்ந்தான். மீண்டும் கரும் பளிங்கில் செதுக்கிய முகம் கொண்ட ஒருத்தி, அவனைக் கடந்து மின்னலாய் மறைந்து போனாள். ஆராயி.... ஆராயி... எனக் கத்தினான். அவன் குரல் வான்வெளியெங்கும் சிதறிப் பாய்ந்து திரிந்து அவனிடமே வந்து சேர்ந்தது.

இளங்காலை வேலையில் மயங்கிக் கிடந்த கிழவனைச் சுற்றி பெருங்கூட்டம் கூடி விட்டது. சிறைத் தோழன் ஓடிப் போய் தண்ணீர் கொண்டு வந்து முகத்தில் ஓங்கியடித்தான். அசைவு தெரிந்தது. தன் தோள் துண்டால் கிழவனின் முகத்தை துடைத்து விட்டான். உடலில் அசைவு வந்தாலும் வெகு நேரம் கழித்தே விழித்தான். சுற்றி நின்று வேடிக்கை பார்ப்பவர்களை பீடிகொளுத்தி விரட்டினான். கிழவன் வெகு நேரம் விழித்தபடியே உட்கார்ந்திருந்தான். பிறகு எந்த சலனமுமற்று எழுந்து பையை தூக்கிக்கொண்டு நடக்க முயன்றான். கால்கள் தள்ளாடின. வெயில் சுரீரென அடித்தது. “மாமே! நம்ப ரெண்டு பேரு ஒண்ணா இருந்துடலாம்... நீ போவதய்யா. நா இருக்கிறேன்யா என்ன வுட்டுட்டுப் போவாத மாமா” அவன் குழந்தைபோல ஏக்கத்தோடு கெஞ்சியபடி கிழவன் பின்னால் ஓடினான்.

4

கிழவன் அப்படி ஒருவன் பின்னால் வருவதையே உணராமல் போய்க் கொண்டே இருந்தான். ஒரு வளைவில் கிழவனின் முன்பாகப் போய் நின்று அவனை இடைமறித்தான். “யோவ் எங்கயா போற? நீ வா. எங்கூட வா...” அவன் கிழவனின் கையை வலுவாகப் பற்றியிருந்தான்.

கிழவன் நினைவு வந்தவன் போல அவனை உற்றுப்பார்த்து விட்டு அவன் மார்பில் ஆறுதலாய் தட்டினான். "நா அவளப் பாக்கப் போறேன்டா. நீ போ" நம்பிக்கையோடு பேசினான். வேறு முயற்சிகள் எதுவுமற்று பீடிகொளுத்தி கிழவன் மறையும்வரை பார்த்துக் கொண்டிருந்தான். "எப்டியோ போய் தொலைய்யா!" துயரத்தை தவிர்க்க தலையில் அடித்துக்கொண்டான். கிழவன் தன்னைப் பற்றி நினைத்திருந்ததை விடவும் திடகாத்திரமான மனிதனாகவே இருந்தான். ஆனால், கிழவனிடம்தான் எந்த நேரத்திலும் செத்து விடப் போகும். மனிதன் என்ற கருத்து இருந்தது. கிழவன் தனது மரணத்தைக் கடந்த முப்பத்தைந்து ஆண்டுகளாகவே விரும்புவது அவனை அறிந்திருந்த எல்லோருக்குமே தெரிந்த ஒன்றுதான். அது இன்னமும் நடக்காமல் இருப்பது கிழவனுக்கும் ஆச்சரியமாய்த் தான் இருந்தது. சிறையில் இருந்தபோது பலமுறை நோய் கண்டபோதெல்லாம் தன் மரணத்தைப் பற்றி ஆவலோடு கனவு கண்டான். ஆனால், ஒவ்வொரு முறையும் நலமடைந்து நடக்கவும், ஓடவும் முடிந்ததில் துயரமே மிஞ்சி நின்றது.

செயலூக்கமற்ற அவன் மனதில் நினைவுகள் தான் இயக்கிக் கொண்டிருந்தன. நினைவுகள் சில சமயம் இன்பத்தையும், பல சமயத்தில் துன்பத்தையும் தந்தது. நினைவுகளைத் துறக்க அவன் மரணத்தை விரும்பினான். சிறைக்கு வெளியே போகும்போதுதான், பிணமாக இருப்பது உறுதி என்ற எண்ணம் வலுத்த மனிதன், இப்டி சாலையில் நடந்துபோய்க் கொண்டிருப்பது எந்த அர்த்தமும் அற்றதாகத் தோன்றியது. எதற்காக நான் உயிரோடு இருக்க வேண்டும். யாருக்காக? அந்த முதிய உள்ளம் கேள்வியெழுப்பியது. சந்துகளின் வழியே நடந்து சாலைக்கு வந்தபோது கிழவன் எதிரில் இருந்த பெரும் மசூதியைப் பார்த்தான். சில மாற்றங்களோடு அது கம்பீரமாக நின்றிருந்தது. அன்று வெள்ளிக்கிழமை என்பதால் தொழுகை முடிந்து மக்கள் வெளியேறி கொண்டும், சிறு குழுக்களாக நின்றும், சாலையோரக் கடைகளில் ஏதாவது பொருளை வாங்கிக் கொண்டுமிருந்தார்கள். அவர்களின் தூய வெள்ளாடைகளின் மீது சூரியக் கதிர்கள் பிரதிபலித்து, சுடரும் வெண்மையில் அவன் கண்கள் கூச்சமடைந்தது. தனக்குத் தெரிந்த பாய் யாராவது இருக்கிறார்களா என்று கூர்ந்து பார்த்தான். தெரிந்த முகம் எதுவும் கூட்டத்தில் இல்லை. அவனைக் கடந்து போன முகங்களில் ஒன்றுகூட அவன் வாழ்க்கையில் சந்திக்காதவை தான். பெரும் ஏக்கத்தோடு மசூதியைக் கடந்து போனான்.

தோல் மண்டிகளில் பல காலம் அவன் வேலை செய்துவந்தான். அப்போது அவனுக்கு ஏராளமான முகமதிய முதலாளிகளோடு பழக்கமிருந்தது. அந்த நினைவுகள் அவனைக் கணத்தில் கடந்து போயின. பெரும் மாற்றங்களோடு இருந்த சாலையில் ஆர்வத்தோடு எதையோ தேடியபடி நடந்தான்.

அவன் தேடிய அசோக் திரையரங்குக்குப் பதில் உயரமான அடுக்குமாடி குடியிருப்பு இருந்தது. அந்தப் பகுதியே அவனுக்கு

அன்னியர் பகுதிக்கு வந்தது போன்றதொரு மனநிலையைத் தந்தது. 'வழி தவறி வந்து விட்டோமே' என்று நினைத்தான். வடஇந்திய இளைஞர்கள் இரு சக்கர வாகனங்களில் வெளியேறுவதும் உட்புகுவதுமாய் இருந்தார்கள். தலையில் முக்காடிட்ட வெள்ளைவெளேர் பெண்கள் சிலரும், அவர்கள் பின்னே தலைமுடிக்கு செந்நிற சாயம் பூசிய கிழட்டு வட இந்தியர்கள் இருவரும் அந்த வளாகத்தை விட்டு வெளியே வந்து கொண்டிருந்தார்கள். குழப்பத்தில் அந்த உயர்ந்த குடியிருப்பின் நவீன வாயிலருகே நின்று கொண்டிருந்தான்.

காவலாளி குறுந்தடியை ஓங்கியபடியே! “போ.... போ...” என்று விரட்டினான்.

இருவர் அவனை வேண்டாததைப் போல் பார்த்துக் கடந்து சென்றனர். “ப்ச்...” அவன் தன்னிச்சையாக ஓசையெழுப்பிக்கொண்டு நகர்ந்தான். அவனை உரசுவதுபோல் கார் ஒன்று கடந்தது. எதிர் திசையில் பார்த்தான். திறந்தவெளியும், சிறு குடிசைகளும், அங்கு இருந்தது, கிழவனின் நினைவுக்கு வந்தது. அதைக் குறுக்காகக் கடந்தால் மிருகக் காட்சி சாலைக்குப் போகலாம். அந்த எம்.ஜி.ஆர். சிங்கம் இன்னும் உயிரோடு இருக்குமோ? என்று நினைப்பு வந்தது. திடீரென தோன்றிய அந்த நினைப்பால் கிழவனின் உள்ளத்தில் இன்பத்தின் கீற்று மின்னல் போல ஓடி மறைந்தது. துன்பமடைந்த அவன் உள்ளத்தில் எப்போதாவது இது போன்று சிறு பூ பூப்பது உண்டு.

“உயரமான பெருங்கூரையுடன் அச்சமூட்டும்படி நிற்கும் அந்த பெருங்கட்டிடங்கள் எதற்காக இருக்கின்றதோ? என்று யோசித்தான். இளம் பெண்களின் அணியொன்று அவனைக் கடந்து போனது. முழுக்கால் சட்டையணிந்து முதுகில் வண்ணமயமான பைகளைச் சுமந்து சென்றார்கள். அவ்வளவு பெரிய அரங்கில் இருந்து இன்னும் சில பெண்கள் சிறு சிறு குழுக்களாக வெளியே வந்து கொண்டிருந்தார்கள். அதில் ஒருத்தியின் கையில் பந்து இருந்தது. அதை அவள் ஆள் காட்டி விரலில் வைத்து சுழற்றியபடி வந்தாள்” இது விளையாட்டரங்கமாக இருக்கும் என்று அவனால் யூகிக்க முடிந்தது. அதை உறுதிப்படுத்துவது போல துணியாலான விளம்பரப் பதாகையில் கால்பந்தாட்ட வீரன் பந்தை உதைப்பது போன்ற வண்ணப்படம் இருந்தது. அதைவிடவும் பழைய நேரு விளையாட்டரங்கம் அவன் நினைவுக்கு வந்தது. அதைத்தான் இப்டி பெரிதாகக் கட்டியிருக்கிறார்களோ என்னவோ என்று நினைத்துக் கொண்டான்.

எல்லாமே மாறிப்போய் இருந்தது. மக்கள் மிக நெருக்கியடித்துக் கொண்டு ஓடுவதுபோல் உணர்ந்தான். இவ்வளவு நேர நடைப்பயணத்தில் வழியில் அவன் பார்த்த மனிதர்களில் ஒரு முகம் கூட அவனுக்கு நினைவில் இல்லை. எல்லாம் வேற்று மனிதர்களாகவே இருப்பதாக நினைத்தான்.

குன்னாத்தம்மன் கோவிலைக் கடந்து அவன் நடராஜ் திரையரங்கை நெருங்கினான். அது மட்டும்தான் எந்த மாற்றமும் இன்றி அப்படியே இருந்தது. அதன் எதிர்ப்புறத்தில் நின்று கொண்டு திரையரங்கை உற்றுப் பார்த்தான். அதன் வாயிலில் பீடா தட்டை ஏந்தியபடி நின்றிருக்கும் யாராவது தென்பட மாட்டார்களா என்று ஏங்கினான். அப்படி யாரும் இல்லாதது அவனுக்கு ஏமாற்றமாய் இருந்தது. திரையரங்குக்கு எதிரே இருந்த வரிசையான கிடங்குகளில் ஒன்றைக் கண்டபோது அவன் உடல் லேசாக நடுங்கியது. நிதானமாக நின்று ஓரடி பின் நகர்ந்து அதை உற்றுப் பார்த்தான். பிறகு அதைத் தாண்டி சூளை மில், தன் நினைவில் இருந்த தோற்றம் மறைந்து பெரிய அரண்மனை போன்ற கட்டிடமும், பழையதின் மிச்சங்களுமாய் இருந்ததைக் கண்டான். கிழவன் நடக்க முடியாதபடி தள்ளாடினான்.

டாடா கம்பெனியின் பெருங்கிடங்கைக் கடந்து போகும்போது தொழுநோயாளர் மருத்துவமனை இன்னமும் சிதையாமல் இருப்பதையும், அது சாலையில் இருந்து பள்ளத்தில் இருப்பதுபோல் தோற்றமளித்தது. இப்போது அது யாரோ ஒருவரின் குடியிருப்பாக மாறியிருந்தது. ஜெர்மன் நிறுவனம் இலவசமாக நடத்திவந்த தோல் நோய்க்கான மருத்துவமனை அது.

டாடா கம்பெனியின் வேலிச் சுவர் முடிவில் அவன் மனக் கண்ணில் இருந்த எதுவும் இப்போது இருக்கவில்லை. மாறாக அங்கே பெருங்குவியலாய் குப்பைகள் ஒன்றுபோல குவிந்திருந்தன. கிழவனின் இதயத்தை யாரோ தடி கொண்டு தாக்கியது போல் உணர்ந்தான். தான் இன்னமும் உயிரோடு இருப்பதை நினைத்து துயரப்பட்டார்.

அங்கிருந்த குடிசைகளை யாரோ மந்திரவாதி இப்டி குப்பைக் குவியலாக மாற்றிவிட்டதாகக் கூட நினைத்தான். இங்கிருந்த மக்கள் எங்கே போனார்கள் திக்கென்று இருந்த தன் நெஞ்சைப் பிடித்துக் கொண்டு சுற்றிலும் ஒரு முறை பார்த்தான். சகிக்க முடியாத மோசமான நாற்றம் வீசியது. பெரும் குப்பைகளை சுமந்தபடி வாகனங்கள் கிழவனைக் கடந்து போயின. அதன் எதிர்ப்புறத்தில் ஆளரவமற்று வெட்டவெளியாய் கிடந்த கேசவப்பிள்ளை பூங்கா நினைவுக்கு வந்தது.

அந்த வெற்றுத் திடலில் வண்ணம் உதிர்ந்த ஏராளமான கட்டிடங்கள் பேரிரைச்சலோடு இருந்தன. பழைய கட்டிடங்களை தன்னையறியாமல் தன் கைகளை கண்ணுக்கு நெருக்கமாக வைத்துக் கொண்டு பார்த்தான்.

பல காலமாகி விட்டது. எல்லாம் மாறிவிட்டது. இன்னும் நான் மட்டும் தான் சாகாமல் இருக்கிறேன். அவன் தனக்குத்தானே சொல்லிக் கொண்டான். குப்பைகளுக்கடியில் தன் சொந்த மனிதர்களின் கால் தடங்கள் பதிந்து கிடக்கும். அதன் மீதுள்ள இந்தக் குப்பைகளை நினைத்து அவனது வயோதிக நெஞ்சு குமுறியது. தன் சொந்த மனிதர்களின் கால் தடங்களைப் பார்க்க விரும்பினான்.

எல்லாம் எல்லாமே மாறித்தான் இருக்கின்றன. ஆனால், இந்த சனங்க இருந்த இடம் முன்ன விட ஒருபடி மேல போய் குப்பையாதான் கெடக்கு. “இவ்ளோ குப்பை எங்கிருந்து தான் வருதோ? குப்பமேடு?” அவன் வாய்விட்டு சொன்னான். ஒரு காலத்தில் மக்கள் அங்கு வசித்த போது அந்த பகுதிக்கு பேர் “குப்பை மேடு” என்று தான் வழக்கத்தில் இருந்தது. ஆனால், குப்பைகள் குறைவாகவும், குடிசைகளால் நிறைந்தும் இருந்த பகுதி. ஒரு குடிசையும் காணவில்லை. இப்போது குப்பைகளால் நிறைந்திருக்கிறது. குப்பைகளின் மேல் ஒரு கிழவியோ, ஓரிரு சிறுவர்களோ குப்பை பொறுக்கி கொண்டிருப்பார்கள். இப்போது அவனால் எண்ண முடியாதபடி ஆட்கள் குப்பைகளை கிளறிக் கொண்டிருந்தார்கள். பத்து தெருக்களுக்கு உட்பட்ட பகுதி புது ஜெகநாதபுரம் என்றும் அதற்கு மேற்பட்ட பகுதிகள் குப்பையேடு என்றும் அழைக்கப்பட்டன. அங்கிருந்த மொத்த மக்களையும் கேசவப்பிள்ளை பூங்காவில் அடுக்குமாடி கட்டி அதில், அவர்களைக் குடியேற்றி அவர்கள் இரண்டு தலைமுறைகளாக வாழ்ந்த இடத்தை முழுமையான குப்பைமேடாக்கி விட்டது மாநகராட்சி. தான் வாழ்ந்த இடம் குப்பைகளுக்கு அடியில் மூழ்கிக் கிடப்பதை நினைத்து அவனுள்ளம் துயரத்தில் மூழ்கியது. அவன் நெஞ்சைப் பிடித்தபடி சாலையோரத்தில் உட்கார்ந்துவிட்டான். இரு சக்கர வாகனங்களும் குப்பைகளை ஏற்றிவரும் சுமையுந்துகளுமாய் அவனைக் கடந்து போயின.

உடலெங்கும் புண் பிடித்த எசமானர்களால் கைவிடப்பட்ட நாய் ஒன்று அவனை உற்றுப் பார்த்துக் கொண்டு நின்றது. பிறகு தைரியமடைந்து அவனுக்கு மிக அருகில் போய் படுத்துக் கொண்டு மூச்சுவிட திணறிக் கொண்டிருந்தது.

குப்பை மலைகளைச் சுற்றி வேலிச் சுவர் மிகப் பிரம்மாண்டமான உயரத்தில் இருப்பதுபோலத் தோன்றியது. அவன் நினைவில் இருந்த உலகமும் இப்போது கண் முன்னால் தெரியும் உலகமும் வேறு வேறாக இருப்பதால், அவன் நிதானமிழந்து விட்டான். அரை மயக்கத்தில் வரும் கனவு போல இருந்தது. நெஞ்சு எப்போதையும் விட கடுமையாக வலித்தது. குப்பைக் குன்றுகளின் மீதேறி நான்குபுறமும் பார்க்க ஆசைப்பட்டான். அவன் பார்க்க விரும்பும் ஏராளமானது அவனை சுற்றிலும் இருப்பதாக நினைத்தான். சாலையோரத்தில் இருந்து எழுந்தவன், குப்பைக்கிடங்குக்குள் நுழைந்து உலாவத் தொடங்கினான். பலவிதமான அழுகிய கெட்டவாடைகள் அவனை சூழ்ந்து உலுக்கின. சுருக்கென குத்திய நெஞ்சை தடவி விட்டுக் கொண்டான்.

அவனைப் பின் தொடர்ந்த எசமானர்களால் கைவிடப்பட்ட நாயும் அவனுமாக குப்பைமேட்டில் ஏறும்போது யாரோ திட்டி அழைப்பது அவனுக்கு கேட்டது. ஆனால், திரும்பி பதில் சொல்ல விரும்பாதவனாய் மேலும் மேலும் குப்பைகளின் மீதேறிப் போனான். சில வேளைகளில் அவனால் கடக்க முடியாதபடி அசிங்கமான அழுகிய குப்பைத்

தொகுதியைக் கடக்க முடியாமல் தத்தளித்தான். பிறகு அவன் முன்னால் கடந்துபோன நாயைப் பின்பற்றி அது போலவே இவனும் தாவிக் கடந்தான். மிக உயரமானதொரு குவியலின் மீதேறி நான்குபுறமும் பார்த்தான். அடுக்குமாடிக் குடியிருப்பில் இருந்து மக்களின் இரைச்சல் கேட்டது, கூர்ந்து பார்த்தான்.

அந்தக் குடியிருப்பு மக்களை அடைத்து வைக்கும் கூண்டுகள் போல இருந்தது. எந்தப் பசுமையும் அற்று, பாழடைந்த எந்திரங்கள் குவிந்திருப்பது போன்று தோன்றியது.

காரையுதிர்ந்த அந்த பெரும் சிமெண்ட் பெட்டிகளுக்குள் தான் இங்கிருந்த மக்களை கொட்டிப் பூட்டியிருக்க வேண்டும் என்று நினைத்துக் கொண்டான்.

அவனது தலையை யாரோ குப்பையில் வைத்து அழுத்துவதுபோல மூச்சுத் திணறியது. தடுமாறி கூட வந்த நாயின் மீதே விழ இருந்தான். சுதாரித்துக்கொண்டு காலை ஊன்றித் தள்ளாடியபடியே நகர்ந்தான்.

கிழவனுக்கு மண்டை தெறித்துச் சிதறுவது போல் இருந்தது. தனக்கு மிகப் பழக்கமான அந்த ஊரின் அழிவுகளின் மீது குவிக்கப்பட்டிருந்த பலவிதமான குப்பைகளை அவன் வெறுத்தான். இவைகளை யார் தான் உற்பத்தி செய்கிறார்களோ, பெரும் எந்திரங்கள்போல அவர்கள் குப்பைகளை உருவாக்குகிறார்கள். பிறகு, அவைகளை எல்லாம் எளிய மனிதர்களின் வாழ்விடங்களை அழித்து அதன் மீது கொட்டுகிறார்கள். பிறகு, அந்த மக்களுக்கு நல்லது செய்வதாக சொல்லி மூச்சடைக்கும் பெட்டிகளில் போட்டு பூட்டுகிறார்கள். வெறுமனே பெட்டிகள்தான்.

குப்பைகளே... குப்பைகளே... நீங்கள் யாரால் வீசப்பட்டீர்களோ அவர்களிடமே போய் சேருங்கள் என்று சபிக்க ஆசைப்பட்டான். ஆசைகளற்றவனின் ஆசையைக் குலைக்கும் விதமாக அவனைத் துரத்தும் குரல்கள் மிக நெருக்கமாகக் கேட்டன. அவன் அதை லட்சியம் செய்யாமல் அவனை எப்போதும் அச்சுறுத்தி நாசமாக்க காத்திருந்த ஒன்றுதன் கோரைப் பற்களால் நறநறவெனக் கடித்து அவனை பயமுறுத்தியது. அதன் பேரிரைச்சல் பாய்ந்து வந்து அவன் மீது மோதி தாக்கியது. கிழவன் தடுமாறினான். நெஞ்சை பிடித்துக் கொண்டு தவித்தான்.

கோபம் தாங்காமல் குப்பைகளை சபித்தான். ஏய் குப்பைகளே உங்கள் எசமானர்களிடம் திரும்பிப் போங்கள். உங்களால் எங்கள் குடிசைகள் மூழ்கி எங்கோ அடியாழத்துக்கு போய்விட்டன.

போங்கள்... போங்கள்... பச்... பாவம், அவன் சாபம் பலிக்கவில்லை. குப்பைகள் அசைவற்றுக் கிடந்தன. புதிதாகப் பெய்த நாயின் சிறுநீர் வாடை அவனை மேலும் தவிப்புக்குள்ளாக்கியது. அவன், தன்னை சமாதானப்படுத்தியபடி ஒவ்வொன்றையும் நிதானப்படுத்திக் கொண்டு சுற்றிலும் பார்க்க ஆரம்பித்தான். இதுதான் ஆயிரமாயிரம் மனிதர்கள் வாழ்ந்த இடம். பெரும் மேடாக வெள்ளையனின் குப்பைகள்

குவிந்திருந்த இடத்தை சமன்படுத்தி தங்களுக்கான குடிசைகளை அவர்கள் அமைத்திருந்தார்கள். சொற்பகூலிக்கு தங்கள் உழைப்பை விற்று அதன் மூலம் தங்கள் பசியைப் போக்கவும் வாழ்வைப் பற்றி கனவு காணவும், அலுப்புத் தீர உறங்கி எழவும் மட்டுமே அவர்கள் இந்தக் குடிசைகளுக்குள் புகுந்து கொள்வார்கள்.

அவர்களின் வியர்வை நாற்றம் அவர்களுக்கே குமட்டும். ஆயிரம் குடிசைகளும், மூன்று பொதுக் குழாய்களும், ஒரே ஒரு பொது கழிப்பிடமும் மட்டும் இருந்த இடம். சிறைகளில் கூட ஆயிரம் பேருக்கு நான்கு குழாய்களாவது இருக்கக் கூடும். இப்போது அதுவும் இல்லாமல் குப்பைகளால் நிரம்பியிருந்தது. பிரம்மாண்டமான இயந்திரங்கள் குப்பைகளை அள்ளி வேறு இடங்களிலோ அல்லது சுமையுந்துகளிலோ அள்ளி குவித்துக் கொண்டிருந்தன

டாடா கம்பெனியின் வடக்குப்புற வேலிச் சுவரில் இருந்து வடக்காக குப்பை மலைகளின் தொடர் முடிவில் அவனை அச்சுறுத்தும் அந்த மின் நிலையம் செயலிழந்து வெகு காலமாகி விட்டது. இப்போது இறந்த பூதம்போல எலும்புகள் துருத்தியபடி, விழிகள் பிடுங்கப்பட்டு, பயமுறுத்தும் விழித் துவாரங்களுடன், அகோரமாய் நிற்பதுபோல் தோன்றியது. ஒரு கணம் ஆழ்ந்து உற்றுப் பார்த்தான். பழையதை நினைவுபடுத்தும் படியான மாறாத ஒரே கட்டிடம் குளிர்சாதனக் கிடங்கு. அதே அமைதியான தோற்றத்துடன் சாம்பல் நிறத்தில் நின்று கொண்டிருந்தது. பக்கத்தில் மிகப் பழைமையான செயலற்றுக் கிடந்த வெள்ளையர்கால நீரேற்றும் நிலையத்தின் எச்ச மிச்சங்களோடு நின்ற பாழடைந்த கட்டிடம் இருந்த இடத்தில் சிறுவர்களுக்கான விளையாட்டு மைதானம். பையன்கள் ஆட்டம் போட்டுக் கொண்டிருந்தார்கள். ஏதோ நினைவில் ரயிலின் கூவல் ஒலி கேட்கிறதா என்று கூர்ந்து கேட்டான். கேட்டது. ஆமாம்... அது ரயிலின் ஒலி தான். ஆனால், அது மாறி விட்டிருந்தது. குப்பைக்கூடியில் புதைந்த குடிசையின் முனங்கல் ஒலியால் அவன் துயரம் அதிகமானது. அவன் குப்பைகளின் மீது உலாவுவது அங்கிருக்கும் யாருக்கும் பிடிக்கவில்லை. அவனை அங்கிருந்து விரட்ட பல குரல்கள் வந்தன. இக்குப்பைகளின் மீது நின்றபடி மீண்டும், மீண்டும் மின் நிலையத்தை நோக்கி கூர்ந்து பார்த்தான். அந்தப் படுபயங்கரமான, வலுவான பெரிய பேய் அவனை கைநீட்டி அடிப்பது போல அவனை அச்சுறுத்தியது. ஆழ்ந்த இருளில் குடிசைகள் உறங்கிக் கிடக்கும் போது அது மட்டும் நூறு விழிகளுடன் ஒளி வீச பூமியதிரக் கத்துவது. அவன் நினைவுக்கு வந்தது. அந்த குடிசைகளில் வாழ்ந்த நூற்றுகணக்கானோர் இரவும் பகலும் அந்தப் பேயின் இரைப்பைக்குள் நிலக்கரியை அள்ளிக்கொட்டியபடி இருப்பார்கள். பெரும் ஓசையோடு அது மென்று விழுங்கும். அது கக்கிய சக்தி, நகரத்து நடுத்தர மக்களுக்கும் பெரிய பணகாரர்களுக்கும் போய் சேர்ந்து ஒளி வீசவும், அரைக்கவும், அவர்களை குளிர்விக்கவும் செய்தது. அதன் கழிவோ யார் அதை உயிர்ப்பித்து இயக்கிக் கொண்டிருந்தார்களோ, அவர்களின்

தலைமீதும், நுரையீரலின் உள்ளேயும் போய் விழுந்து அவர்களை நாசப்படுத்தியது.

"இவ்ளோ பெரிய பவர் ஸ்டேசன் நம்ம் சனங்கதா இயக்குறாங்க. ஆனா நம்ம வூட்ல காட வெளக்குதான், வெளிச்சம் தருது. இந்த சனங்க இத பத்தி யோசிக்கிதுங்களா. வாத்தியார் படத்த பச்சகுத்திக்கினு பெருமையா காட்றான்" திடீரென இந்தக் குரல் அவன் காதில் விழுந்து அவனைத் தடுமாற வைத்தது. அவன் குப்பை சிகரங்களின் மேல் தள்ளாடினான். ஒரு கட்டத்தில் அவனது நெஞ்சு திக்கென்று குதித்தது. யாரோ மெல்லிய தையல் ஊசியால் அவன் பின்புற மண்டையில் கிறுக்கியதுபோல உணர்ந்தான். அங்க உயரமா பழுப்பு நெறத்துல ஒரு புகைக்கூண்டு வானத்துக்கும் பூமிக்குமா நின்னுச்சு அது எங்க? அது எங்க? ஆமா நாய்கள் சுட்டெரிக்கும் உலையின் புகைக் கூண்டு அது. வெகுகாலமாய் நகரத்தின் தெருக்களில் உலாவிய அனாதை நாய்களை விழுங்கி அதன் சாம்பலைத் துப்பிய அந்தக் கொலைகாரக் குழாயைக் காணாதது அவனது நெஞ்சை என்னமோ செய்தது. தன் சொந்தக் குடிசை இடிந்ததுபோல் துயரமடைந்தான். மிகப் பலவீனமான இருமல் அவனிடமிருந்து வெளிப்பட்டது.

நகரின் மிகப் பெரிய உயரமான புகைக்கூண்டு மறைந்து வெகுநாளாகி ஆகிவிட்டது. அந்த இடத்தில் இப்போது மாநகராட்சிப் பூங்கா அமைத்திருந்தது. நாய் பொசுக்கப்பட்ட இடத்தில் பூங்கா, மனிதர்கள் வாழ்ந்த இடத்தில் குப்பை.

தன்னை மீண்டும் சிறைக்குள் அதன் பயங்கரமான தனிமை கொட்டடிக்குள் தள்ளி, உனக்கு நாளைக்கு மரண தண்டனை என்று சொல்ல மாட்டார்களா என்று ஏங்கினான்.

"ஏய்! வெளிய போய்யா... தூ குப்ப மேல ஏறுறான் பாரு" ஊழியன் கத்தினான்.

கிழவன் காதில் விழவில்லை. விழுந்தாலும் கேட்கும் நிலையில் அவனில்லை. அவனை வெளியே விரட்ட முயன்றார்கள். அப்போது அவன் வானத்தைப் பார்த்துக்கொண்டு நின்றிருந்தான். நாய் அவனது காலை நக்கியது. வலியை உணர்ந்தவனாக பையை இடது தோள்பட்டையிலிருந்து வலது தோள்பட்டைக்கு மாற்றினான்.

"பாவம்! யாரோ பைத்தியம்போல இருக்குது"

"வேட்டி, சட்டைய பாத்தா பைத்தியம் மாதிரியா தெரியுது?" தன்னைப் பற்றி இருவர் பேசிக் கொண்டிருப்பதை அவன் உணரவில்லை. அவன் வேறு உலகத்தில் திரிந்து கொண்டிருந்தான்.

இன்னும் இங்க எதுதான் மிச்சமிருக்குமோ.... மின் நிலையம் ஊமைபோல் நின்றிருப்பது அவனுக்கு ஆறுதலாய் இருந்தது. அதன் கொடூரமான பெருங்கூச்சல் அவனை எப்போதுமே எரிச்சல் படுத்தும். அந்த ஓசையைக் கேட்டபோதெல்லாம் அவன் எரிச்சலடைந்தான். மனிதனின் செவிப்பறையை செயலிழக்கச் செய்வதோடு, மனநிலையை பாதிக்கச் செய்யும் ஓசையது.

அய்யோ பாவம்! அவன் எந்த ஓசையை அஞ்சினானோ, அதே ஓசை மின் நிலையத்தில் இருந்து பேரலையாய் பாய்ந்து வந்து தாக்கியது. அவனைச் சுற்றியிருந்த நிலங்களெல்லாம் ஒரு கணம் அதிர்ந்தாடின. அவனுக்கு கத்த வேண்டும் போல் தோன்றியது தலையைப் பிடித்துக் கொண்டான். நடுக்கத்தோடு கத்தினான்.

"அதே தான்... அதே.தான்... பேய் திரும்பவும் கத்துது" உளறினான்.

5

"கெழவன் விழுந்துட்டான் போய் தூக்குங்கய்யா" பல குரல்கள். பாவம் அவனுக்குத் தான் எதுவுமே கேட்கவில்லை. ஆனால், மின் நிலையத்தின் பெருங்குரலில் அவன் மூழ்கினான். அவன் காலடியில் இருந்த குப்பைகள் வான் நோக்கி கிளம்பி அவை எங்கிருந்து வந்தனவோ அங்கே அதன் சொந்த இடங்களுக்கு பயணமாயின. அளவே இல்லாமல் நெடுங்காலமாக குவிக்கப்பட்டிருந்த அந்த குப்பைகள் எல்லாம் வானத்தை மறைத்தபடி பறந்து போயின. வெகுநேரம் கழித்து குடிசைகள் பூமியின் அடியிலிருந்து மேலெழுந்தன. அவன் காண விரும்பிய ஜெகநாதபுரம் உயிர்த்தெழுந்து மேலே வந்தது.

அந்தக் கொடிய ஆலையின் ஓசையும், அதன் மென் சாம்பலுமாய், அந்த சேரிப் பகுதி அவனது இதயத்தை வருடி விடுவதுபோல கருத்த தனது பிம்பத்தைக் காட்டியது. மனிதர்கள் நடமாடினார்கள். நாய்க் கிடங்கிலிருந்து எசமானர்களால் அழைத்துச் செல்லப்படாத நாய்களின் மரண ஓலமும், நீராவி இழுவை இயந்திரங்களின் கூவல் ஒலியும், அது நீராவியை பீய்ச்சும்போது எழும், பு.ஷ்...புஷ் என்கிற ஓசையும் அவனை பரவசப்படுத்தின,

குடிசைகளுக்கிடையே வண்டியை இழுத்துப் போகும் அந்தக் கணத்தில், அவன் தன் குடிசையின் மணத்தையும் அவளைப் பற்றிய நினைப்புமாய் களைப்பற்ற மனிதனாய் வேகமாய் பாய்ந்தோடினான்.

அவளது நினைப்பு எப்போதும் அவனுக்கு ஆனந்தத்தை தரும். அவள் கருங்கன்னம் பளபளக்க... மஞ்சளின் வாடையோடு வரவேற்பது போலவே துள்ளியோடுவான். அல்லிக்குளம் வழியாக வரும்போதெல்லாம் தாமரைப் பூவைப் பறித்து வருவது வழக்கமாயிருந்தது.

நிலக்கரியிலிருந்து வரும் வாடையைச் சுமந்தபடி சிறு குடிசைகள் மின் நிலையத்தின் மெல்லிய சாம்பல் படிவுகளுக்கு கீழாகக் கிடந்தன. இருட்டாத மாலை வேளையில் மகிழ்ச்சி நிறைந்த கனவுகளோடு முன்னேறியவனின் பின்னே செல்ல நாய்க்குட்டிபோல வண்டி ஓடியது. சீரழிந்த தரையில் வண்டியை இழுத்துச் சென்றாலும், அவனது உள்ளமோ ஒரு பூவை ஏந்திச் செல்வதுபோல இருந்தது. அங்கு குடி வந்து முதல் நாளாக வேலைக்குப் போய் திரும்புகிறான்.

வண்டியின் முன் கட்டையில் துணிப்பை குலுங்கியாடியது. அதனுள் இருந்த மல்லியின் வாடையை தெருவெங்கும் பரப்பிச் சென்றது. அவளுக்கென்று வாங்கிய காரமும், இனிப்பும் தெருநாய்களிடம் இன்பமூட்டும் நெடியைத் திணித்து அவைகளை குரைக்க வைத்தன.

அவன் உள்ளம் மட்டுமல்ல, உடல் முழுதும் அவள் நிறைந்திருந்தாள். அவளது சிரிப்பு எப்போதும் அவன் காதுகளில் கேட்டபடியே இருந்தது.

பெருஞ்சுமையை இழுத்துப்போகும் வேளையிலும் அவளோடு அவன் பேசியபடியே இருந்தான். மிக அடர்ந்த மீசையை நேர்த்தியாக முறுக்கி விட்டிருந்தான். அவனுக்கு ஒரு வேலை, கல்வி வாய்த்திருந்தால், அவனது உயரத்துக்கும், உடல்வாகுக்கும் போலிஸ்காரனாகியிருக்கக் கூடும். அவனைப் பார்த்தவர்கள் சொன்னது.

குடிசைகளில் இருந்து கிளம்பிய புகை மணத்தை நுகர்ந்தபடியே குடிசையை நெருங்கும்போது வாசலில் முனியம்மாள் நின்றிருந்தாள்.

"உம், பாத்தியாடி? எந்தம்பி ராசா மாதிரி வர்றத?"

"மாமா வந்துருச்சா?" ஆராயி ஆவலோடு கேட்டபடி குடிசைக்குள் இருந்து தலையை நீட்டிய வேகத்தில் உள்ளே இழுத்துக் கொண்டாள்.

"எப்பக்கா வந்தது?"

"மத்தியானம் வந்த செல்லக்கண்ணுக்கு சீட்டுப்பணம் குடுக்கணும் அப்படியே உங்களயும் பாத்துட்டுப் போலாம்ன்னு"

போய் கை, காலை கழுவிக்கொண்டு வந்தான்.

"இவ அக்காக்காரி.... கொஞ்சம் பணம் குடுத்தனுப்புனா... இந்தா"

சுருண்டிருந்த ரூபாய்களை நேராக்கி அவனிடம் நீட்டினாள்.

"பாவம்! அதுவும் கஷ்டத்துல தான இருக்குது அது கிட்டயே குடுத்துரு எனக்கின்னா பொழப்பு போவுது?"

"அட நீ! ராசாவாவே இரண்டா அவ தங்கச்சிக்கு அவ குடுத்தனுப்புறா. இந்தா புடி, வாணாம்னு சொல்லாத. அவ சங்கடப்படுவா"

அவன் தலையைச் சொரிந்தான்.

"அட அதுக்கில்லக்கா! பொறந்த கொழந்தைக்கு நாங்கதா எதுனா துணியமணிய எடுத்துக் குடுக்கணும்" சொல்லிவிட்டு அமைதியாக இருந்தவன்.

"நா ஒரு அனாத தானே? எனக்கு இந்த மாதிரி ஒருத்திய குடுத்தவங்களுக்கு நாந்தா எதுனா செய்யணும்"

"உம்... தோ பார்றா! பொஞ்சாதியின்னு ஆயி நாலு நாள் ஆவல. அதுக்குள்ள பொஞ்சாதி சனங்கள தலையில் தூக்கி வச்சிக்கிறத.... உம் சரிடா தம்பி! இத வாங்கிக்கோ. நாள பின்ன அம்பது நூறுன்னு நீ போயி செய்யி, யாரு வாணன்றது"

அதுவும் நல்லதாகப்பட்டது அவனுக்கு.

"ஆராயி அத வாங்கிக்கோ"

"சரி நா கௌம்பற. பாய் குடும்பத்தோட ஊருக்குப் போய்க்கிறாரு மூணு நாலு ஊட்லதா கெடக்கணும்" வார்த்தைகள் மிக சலிப்பாக வந்தன.

"இருக்கா! எங்க கௌம்புற?. சாப்புட்டுப் போ இரு"

"டேய் தம்பி! உம் பொஞ்சாதி என்ன துன்ன வச்சே கொன்னுடுவாடா சாமி. அவ நல்லாதா பாத்துக்கினா. நா கௌம்பறேன் நமக்குன்னு ஒரு ஒடம்பொறப்பு இல்லியேன்னு நா கவலப்படாத நாளு இல்ல. எனக்கு ஒரு தம்பியும், தம்பி பொண்டாட்டியும்மா நீங்க இருக்கறீங்க. பாவ அந்த வாய் செத்த மனுச இந்நேரம் வந்திருக்கும். நா போறேன். இவள நல்லா பாத்துக்கடா தம்பி"

அவன் அவசரத்தில் தலையைக் குடிசை முற்றத்தில் இடித்து கொண்டான். ஆராயி பதறிப் போய் அவன் தலையைத் தேய்த்து விட்டாள். "விடு" அவன் கையைத் தள்ளிவிட்டான். அக்கா முன்னாடி அவள் தொடுவது அவனுக்கு கூச்சமாய் இருந்தது.

"நீ இருக்குற ஒசரத்துக்கு இது சரிப்பட்டு வராது அடுத்த தடவ பிரிச்சிக் கட்டும்போது கொரங்கு டாப்பு வச்சி கட்டச் சொல்லு"

சாதுர்யமாய் சுற்றும் முற்றும் பார்த்தவள், "டேய் தம்பி! கொஞ்சம் காசு பணம் சேத்து வையி. ஒரு நூறு நூத்தம்பதுன்னு குடுத்துட்டு சொந்தமாக்கிக்கலாம்" என்று மெதுவாக குசுகுசுத்தாள். இருவரும் மௌனமாக சிரித்தார்கள்.

"சரி! நா போயி செல்லக்கண்ணுகிட்ட சொல்லிட்டுப் போறேன்" அவள் கிளம்பினாள்.

குடிசைக்கு வலுவான கதவு இல்லை. மூங்கில் தட்டியைக் கதவுபோல கட்டி வைத்திருந்தது. தட்டியை நகர்த்தி வாயிலை அடைத்தான்.

மண்ணெண்ணெய் விளக்கு ஒளியில் மல்லி பெரும் வாடையுடன் சுடர்ந்தது. குடிசைக்கு கிழக்கில் நீராவி இழுவை எந்திரத்தின் ஊதல் ஒலிப்பேரோசையோடு அவர்களைக் கடந்து போனது. அந்த ஓசை போன்றே அவனும் பெருமூச்சொன்றை விட்டான். அதன் வெப்பத்தில் அவள் கண் மூடினாள். இயற்கையின் வினோதக் கூத்தின் முடிவில் களைப்படைந்தவள், ஏதோ சொல்ல முயன்றாள். ஏனோ, வார்த்தைகள் திக்கித் திணறின.

"இன்னா ஆராயி"

"ஒண்ணுமில்ல.... முனியம்மக்கா வந்ததுலேர்ந்து வாந்தி யெடுத்துக்கினே இருந்துச்சு. எனக்கின்னாமோ பயத்துல வாயேன், பக்கத்துல எதனா ஆஸ்பத்திரிக்கு போவோம்ன்னு சொன்னா சிரிக்குது. சரி அவங்க தங்கச்சி கிட்டபோய் சொல்லலாம்னா..." அதெல்லாம் ஒண்ணு வானாம்டி, இது நல்லதுக்குத்தான்னு சொல்லி சிரிக்குது. பாவம், ஒடம்புக்கு எதனாச்சும் இருக்குதோ, என்னமோ மறைக்குது" அவனும் கூட சிரித்தான். குடிசைகளுக்கு வடக்கே பெரும் பூதமென எழுந்து நிற்கும் மின் நிலையம் எழுப்பிய பேரோசையில், அவர்களின் சிற்றோசைகள் அடங்கிப் போயின. ஆசையின் அலைகளில் சிக்குண்டு அதன் போக்கிலே நீந்தினார்கள்.

விடிந்து வெகு நேரமாகியும் அந்தக் குடிசையில் மல்லிகையின் மணம் பரவி நெளிந்தது. அவன் விழிக்கும் முன்பே மஞ்சளின் மணமும் சேர்ந்திருந்தது.

அவர்களது குடிசைக்கும், பக்கத்துக் குடிசைக்கும் இடையில் அகலமான சந்து வழி இருந்தது. அதன் முடிவில் முள்கம்பி வேலி, அதைத் தாண்டி மின் நிலையப் பயன்பாட்டுக்கு நிலக்கரி குவிந்திருக்கும் நிலம், அதற்கடுத்து ரயில் போக்குவரத்து.

குறுஞ்சந்தில் யாரோ நடமாடுவதும், மெல்லிய குரலில் கிசுகிசுப்பதுமாய் ஓசைகள் கேட்டன. கண்ணாடிப் புட்டிகள் உரசும் ஓசையும் அதனூடே அழுத்தமான சாராய வீச்சமும் வீசியது.

மல்லியும், மஞ்சளும் கலந்த அவளின் வாடையில் மூழ்கிக் கிடந்தவன், விழித்ததும் குடிசையின் உச்சியில் குருவிகளின் கீச்சொலியைக் கேட்டான். புதிதாகப் பிறந்த குஞ்சுகளுக்கு சோடிப் பறவைகள் இரை ஊட்டிக் கொண்டிருந்தன. குடிசைகளே சிட்டுக் குருவியின் வாழ்விடங்கள். அந்தப் புதுக்குடிசையில் குருவிகள் இரண்டு அவர்களது தலைக்கு மேலாக பறந்து திரிந்தன.

நிலக்கரி கருகி எழும் ஒருவிதமான நெடி எப்போதும் குடிசைகளை சூழ்ந்திருந்தது. குடிசைக்கு வெளியே வந்து நின்றான். வரிசையாயும், வரிசைகளற்றும் ஏராளமான குடிசைகள் ஒவ்வொரு குடிசைக்கு இடையிலும் ஓர் இருண்ட சந்து இருந்தது. அதில் எப்போதும் பூனைகள் உலவின. அவைகளுக்கு தேவையான கொழுத்த எலிகள் அங்கு ஏராளம். இரவெல்லாம் குடிசைகளுக்கிடையே சுற்றித் திரிந்து தங்கள் சந்ததிகள் தொடர்ந்து பூமியில் இருப்பதற்கான இயற்கையின் ஏற்பாட்டை பலத்த போட்டிக்கிடையே சாதித்து விட்ட மனநிறைவில், படுத்து உறங்கிக் கொண்டிருந்த பூனைக்கருகில் பையன்கள் குளிர்காய்ந்து கொண்டிருந்தார்கள்.

ஆப்பக் கடைகளில் முக்கியமானதொரு பானம் கட்டை காப்பி கொதிக்கத் தொடங்கியது. அதன் மணம் குடிசைகளில் புகுந்து சிலரை எழுப்பியது. சிறு சொம்புகளோடு கடைகளுக்கு முன்பாக சிறுவர்களும், பெண்களுமாய் நின்றிருந்தார்கள்.

ஆப்பக்கடைக்காரி முதல் வாடிக்கையாளரின் சில்லரையை வாங்கி, கண்ணேறு கழித்து சுருக்குப் பையில் போட்டாள்.

கரி திருடும் கும்பல்கள் இரவெல்லாம் களவாட முயன்று வெற்றி பெற்றார்களோ இல்லையோ, வீதியில் லுங்கிகளுக்குள் முடங்கிக் கிடந்தார்கள். அவர்களுக்கு பத்து மணிக்கு மேல் தான் விடியும். ஒரு வேளை அவர்களைக் காவலர்கள் தடியால் தட்டி எழுப்பக்கூடும். ஆனாலும் அவர்கள் அச்சமற்று உறங்கிக் கொண்டிருந்தார்கள். அந்தப் பகுதியில் தள்ளாடியபடியே போய்க்கொண்டிருந்தான் கருப்பன். மிக சமீபத்தில்தான் அவன் சிறையில் இருந்து வந்திருந்தான்.

அவன் முதல் வேலையாக கோவிந்தம்மாளிடம் போய் சாராயம் வாங்கி குடித்திருப்பான். நாள் முழுதும் அவன் அதே வேலையாகத்தான்

இருப்பான். இதில் அவன் எப்போது எதைத் திருடுவான் என்று யாருக்கும் தெரியாது. அவன் திருடன் என்று சிறு குழந்தையும் சொல்லி விடும். ஒரு முறை போலிஸ்காரரின் துப்பாக்கியை திருடிக்கொண்டு வந்தவன், அதை அவன் நரிக்குறவர்களிடம் பேரம் பேசும்போது பிடிபட்டான். அவனை வீதியில் வைத்து காவலர்கள் எழ முடியாதபடி அடித்துப் போட்டார்கள். ஏனோ அவனுக்காக யாரும் பரிதாபப் படவில்லை. அவனை இழுத்துப்போன அடுத்த கணமே அவர்கள் சிரிக்கவும் அதைப்பற்றி கேலியாகப் பேசவும் செய்தார்கள்.

செங்கேணிக் குடிசையின் சிறிய திண்ணையில் உட்கார்ந்து வீதியை வேடிக்கை பார்த்துக் கொண்டிருந்தான். பக்கத்துக் குடிசை பாளையம் மிதிவண்டியைத் துடைத்து சக்கரங்களுக்கு எண்ணெய் விட்டுக்கொண்டிருந்தான். எதிர் குடிசை வாசலில் பாய் விரித்து அதன் மீது குடும்பமே உட்கார்ந்து கொண்டிருந்தது. தடித்த ஆள் பெரிய சொம்பில் தேநீர் வாங்கிக்கொண்டு பெரிய காகிதப் பொட்டலத்தோடு வந்தார். குடிசை வாசலில் நாய் கட்டியிருந்தது. அவரைவிடவும் தடித்த பெண், அவரது மனைவியாய் இருக்க வேண்டும். காதில் பெரிய தங்க கம்மலும், கால்களில் கனத்த கொலுசுமாய் உறங்கிக்கொண்டிருந்த பெண் குழந்தைகளை எழுப்பினாள்.

செங்கேணிக்கு அவர்களைப் பார்க்க ஆச்சரியமாய் இருந்தது. பெண் குழந்தைகள் இருவரும் நல்ல ஆடையணிந்திருந்தார்கள்.

தேநீர் வாங்கி வந்தவர், துணியால் ஆன சாய்வு நாற்காலியில் அமர்ந்து கொண்டு பொட்டலத்தில் இருந்து பிரித்துப் பொறைகளை நாய்க்கு வீசினார். அது பசியால் இருந்ததுபோல தாவிப் பிடித்து நொறுக்கியது.

வருவோரும், போவோரும் அவர்களின் தேநீர் விருந்தை வேடிக்கை பார்த்தபடி போனார்கள். குடிசைக்குப் பக்கத்து சந்தில் குடியர்களின் அணிவகுப்பு அதிகமானது.

பழைய குடிசை வாசத்துக்கும் இப்போதைய வாழ்விடத்துக்கும் நிறைய வித்தியாசம் இருந்தது. இங்கு காசு பணம் உள்ளவர்களும், படித்தவர்களும் அதிகமாக இருந்தார்கள். பக்கத்துக் குடிசையில் இருந்த பாளையம், தபால் துறையில் வேலை செய்கிறான். எதிர் வாசலில் காலையில் தேநீர் விருந்து கொண்டாடுபவர் சொந்தமாக இரும்புப் பட்டரை வைத்திருந்தார். அவனுக்குப் பக்கத்திலே சாராய வியாபாரம் நடக்கிறது. ஒரு பத்து குடிசை தள்ளி நகரெங்கும் வண்டிகளில் வாழைப்பழம் விற்கும் பழவியாபாரி இருக்கிறார். அதற்கும் பத்துக் குடிசை தள்ளி, தள்ளு வண்டியில் வேர்க்கடலை விற்கும் வியாபாரி இருக்கிறார். நாலு தெரு தள்ளி அந்தப் பகுதியிலேயே இருசக்கர மோட்டார் வாகனம் வைத்திருக்கும் ரயில்வே ஊழியர் இருக்கிறார். இவர்களுக்கு மத்தியில் காலைப் பொழுதின் இனிமையை அனுபவித்துக் கொண்டிருந்தான் செங்கேணி. புது வாழ்விடம் அவனுக்கு ஆர்வமூட்டுவதாகவும் இன்பமாகவும் இருந்தது.

எதிர் வீட்டு இரண்டு பெண் குழந்தைகளும் குளித்து முடித்து அலங்காரமெல்லாம் நடந்து, சீருடையோடு வெளியே வந்தார்கள். அவர்களின் சீருடையைப் பார்த்தால், ஏதோ பணக்கார ஆங்கிலமொழிப் பள்ளியில் படிப்பார்கள்போல இருந்தது.

"ஆராயி"

"இன்னா மாமா?"

"கொஞ்சம் வெளிய வாயேன்" அவன் மெதுவாக அழைத்தான். அவள் வெளியே வந்து எட்டிப் பார்த்தாள். கண்களால் அந்தச் சிறுமிகளைக் காட்டினான். இதுக்கா கூப்பிட்ட என்பதுபோல சிரித்துக்கொண்டு உள்ளே போய்விட்டாள்.

அவனுக்கிருந்த ஆச்சரியம் அவளுக்கு இல்லாததால், அவனுக்கு ஏமாற்றமாக இருந்தது.

செங்கேணியின் குடிசைக்குப் பக்கத்தில் சாராய வியாபாரம் சூடு பிடித்துவிட்டது. குடியர்கள் வரும்போது அடக்கமாகவும், போகும் போது வீதியை அளந்தபடியும் நடந்தார்கள்.

செங்கேணி ஆர்வத்தில் சந்தில் எட்டிப் பார்த்தான். பேய்க்காளி சாராயப் பந்தில் இருந்து குவளையில் ஊற்றிக்கொண்டிருந்தான். சந்துக்குள் எட்டிப் பார்க்கும் செங்கேணியைப் பார்த்துவிட்டு லேசாக சிரித்தபடி அடுத்து வந்தவனுக்கு சாராயத்தை ஊற்றினான். அங்கு தீவிரமாக கள்ள வியாபாரம் நடந்து கொண்டிருந்தது. ஆட்கள் வருவது குறைந்த ஒரு சமயத்தில் பேய்க்காளி சந்தைவிட்டு வெளியே வந்தான்.

"இன்னா தம்பி! ஒரு கிளாஸ் போடறது" செங்கேணியைப் பார்த்துக் கேட்டான்.

"இல்லண்ணே! பொழப்புக்குப் போவணும்"

"ஆமாமா.... நமக்கு இதுவே பொழப்பா போச்சு. ஒரு நாளைக்கு போட்டுப் பாரு. நல்ல சரக்கு" அவன் மீது மோசமான நாற்றம் வீசியது.

ஆள் பார்ப்பதற்கு கொஞ்சம் தகராறு பண்றவன் மாதிரிதான் இருந்தான். அவனது சுருண்ட தலைமயிருக்குக் கீழே சிவந்த கண்கள் அச்சமூட்டும்படி இருந்தன.

எவன்னா மொறச்சா சொல்லு. நா பாத்துக்கறேன். ஏன்னா எடம் ஒரு மாதிரி அவன் கண்ணடிப்பதுபோல ஒரு பக்கக் கண்ணை சுருக்கிக் காண்பித்தான்.

"நாம உண்டு, நம்ம வேல உண்டுன்னு போவக் போறோம். அப்புறம் எதுக்கு?"

"அதுக்கில்லப்பா... நீயும் புதுசு, உம் பொஞ்சாதியும் புதுசு. அதான, உஷார் பண்ணி வைக்கலாம்னு"

அவன் பேச்சு ஏனோ செங்கேணிக்குப் பிடிக்கல.

பேய்க்காளி அந்த ஏரியா மக்களிடம் ரொம்ப அனுசரனயா நடந்து கொள்வது வழக்கம். சனங்க உதவியில்லாம அவனால் வியாபாரம் நடத்த முடியாது. ரௌடி குணத்தை அக்கம் பக்கம் மனிதர்களிடம்

காட்டினால், அவன் பிழைப்பில் மண் விழும் என்பது பேய்க்காளிக்கும் தெரிந்திருந்தது. அந்தப் பகுதியிலே அவனுக்குப் போட்டியாக கோவிந்தம்மாள் குடும்பம் டாடா கம்பெனி வேலி சுவரை ஒட்டியபடி வியாபாரம் நடத்தி வந்தது.

எடம் ஒரு மாதிரியா! இவன் பண்றது தப்பு. எடம் ஒரு மாதிரின்னு இவனே சொல்றான். அப்பறம் மத்தவங்க சொல்றதுக்கு இன்னா?' செங்கேணி தனக்குள் சொல்க் கொண்டான். பிறகு, வண்டியின் சக்கரங்களுக்கு கீல் தடவி அச்சாணியை சரிபார்த்துவிட்டு, குடிசைக்குள் நுழைந்தவனிடம் ஆராயி தயக்கத்துடன் "அந்த அக்காகிட்ட சொல்லிட்டுப் போ மாமா. நாள் பூரா குடிகாரனுங்க வர்றதும் போறதுமா இருக்கிறானுங்க" மெதுவாகச் சொன்னாள். "அதெல்லாம் ஒண்ணும் பயப்படாத. எல்லாம் தெரிஞ்சவங்கதான். அந்தாளு இப்பதான எங்கிட்ட பேசுனான். ஒண்ணும் பயப்படாத"

"எதுக்கும் முனியம்மாக்கா தங்கச்சிகிட்டசொல்லிட்டுப் போ..."

பழையதின் புளித்த மணம் குடிசையில் உலாவியது. அவன் ஆசையோடு உறிஞ்சிக் குடித்தான். காரம் கூடுதலாய் இருந்த ஊறுகாய் பழையதை மனிதாமிர்தமாய் இறக்கியது. ரோட்டோரக் கடைகளில் தின்று காலந்தள்ளியவனுக்கு ஆராயின் கையால் சமைத்த சோறோ, கஞ்சியோ ஆனந்தமாய் இறங்கியது. அவன் உண்பதை வேடிக்கை பார்ப்பது போல உட்கார்ந்திருந்தாள். அவளது முகம் மின்னுவது போல அவனுக்குத் தெரிந்தது. அவளை அவன் உற்றுப்பார்க்கும் போதெல்லாம அவள் வெட்கத்தால் நெளிந்தாள்... "ஆமா, உங்க அப்பன், ஆத்தா எங்கருக்கறாங்க?" சத்தமாக ஆரம்பித்து ஏனோ வார்த்தைகள் தடுமாறியபடி தயக்கத்தோடு வந்தன. அந்த கணத்தில் அவனது முகம் இருண்டுபோனதை அவளாள் பார்க்க முடிந்தது.

தப்பா எதாவது உளறித் தொலைத்தோமோ என்றிருந்தது அவளுக்கு.

"கொஞ்சநாள் போவட்டும், சொல்றேன் ஆனா, எங்கப்பன கொஞ்சம் தான் ஞாபகம்" அவனது தொண்டை, வார்த்தைகளை வெளியே விட முடியாமல் திணறியது.

"எங்காத்தால... பேச முடியாமல் தவித்தான். அவனது கண்கள் கலங்குவதுபோலத் துடித்தது. அவன் வாயிலிருந்த உணவை விழுங்கி மீதமிருந்த உணவை தூரத் தள்ளி வைத்துவிட்டு அவளைப் பார்த்தான்.

"நா சொல்ற ஆராயி உங்கிட்ட சொல்லாம வேற யார்கிட்ட, நா சொல்லப் போறேன்?" அவன் கண்கள் கலங்கி கண்ணீர் கசிந்தது. அவளை கலவரப்படுத்திவிடக் கூடாது என்பதற்காக திரும்பி நின்று கண்களைத் துடைத்துக் கொண்டான்.

அவள் தன் முந்தானையால் அவன் கண்களைத் துடைத்தாள். அது மேலும் பெருகி வழிந்தது. அவளது உள்ளம் அவனுக்காக இரங்கித் துடித்தது. அவளும் கூட விசும்பினாள். இவ்ளோ பெரிய மனுசன் நெஞ்சுல ஏதோ எறக்கி வைக்க முடியாத பாரம் இருக்குது என்று தோன்றியது. அதன் விளைவாக அவனை ஆறுதலாக தழுவினாள்.

அவளது முழு நெஞ்சும் விசும்பலால் ஏறி இறங்கியது. அவளை வலுக்கட்டாயமாக விலக்கி, கூர்ந்து அவளது முகத்தைப் பார்த்தான். அவனது துயரம் முழுவதும் அவள் கண்களிலே தெரிந்தது. அதிலிருந்து நீர் சர சரவென கொட்டியது. அவளது கண்ணீர் அவனது மார்பை நனைப்பதற்கு முன்பே அவனது இதயத்தை நனைத்து விட்டது.

மிக மெல்லியதாக அவள் துயரத்தால் குலுங்கினாள். அவனது துயரம் தணிந்தது.

மெல்லிய தழுவல்களால் அங்கு துயரமே இல்லாமல் போனது.

அவனுள்ளே அமைதி வந்தது. துயரம் என்பதே அவன் எப்போதும் உணராதவன் போல அவளது முகத்தைப் பார்த்தான். அவளது புன்னகையில் தன் துயரைத் தொலைத்துவிட்டான். பிறகு அவளது கண்களில் எதையோ தேடினான். இதயங்களின் ஓசை அவர்களுக்கு கேட்டது. கூரைக்கடியில் நிலவும் அந்த அரை வெளிச்சத்தில் அவர்களது மனங்கள் ஊடுருவிப் பார்த்தன. மூச்சின் ஒலியிலேயே ஒருவரை ஒருவர் அறிந்துகொள்ளவும் புரிந்து கொள்ளவுமான பாடத்தைப் பயின்ற பிறகு பிரியாமல் பிரிந்து... மனமின்றி பிழைப்புக்குக் கிளம்பினான்.

6

வண்டி, சூடேறிய தார் ரோட்டில் உருண்டோடிக் கொண்டிருந்தது. பெருஞ்சுமையை ஏற்றியிருந்தான். வெலிங்டன் தியேட்டரைத் தாண்டி இடதுபுறத் திருப்பத்தில் திரும்பி எங்காவது ஓரமாக வண்டியை நிறுத்த வேண்டும் போல இருந்தது. உடல் வியர்த்துக் கொட்டியது. சுமையின் சமன்நிலையை தன் இடுப்பில் தாங்கியபடி தலையில் கட்டியிருநத முண்டாசை அவிழ்த்து, உடலெங்கும் துடைத்துக்கொண்டான். வண்டி நகர்ந்தது. வியர்வையைத் துடைத்தெடுத்த உற்சாகத்தில் வண்டியை இழுத்தான்.

எங்கிருந்தோ மிதிவண்டியில் வந்தவர்கள், அவன் மீது தடுமாறியபடியே வந்து மோதினார்கள். அசையாமல் வண்டியை இறுக்கிப் பிடித்து சமன்நிலை குலையாமல் நிறுத்தினான். சைக்கிளை ஓட்டி வந்தவனும், பின்னால் உட்கார்ந்து வந்த பெரியவருமாய் தரையில் விழுந்து கிடந்தார்கள். நல்லவேளையாக தப்பித்தது. முதியவரின் கால் விழுந்த வேகத்தில் எழுந்து தூசுகளை தட்டிவிட்டுக் கொண்டு "தூ... தூ" என அசிங்கத்தை மிதித்தவன் போல துப்பினான் இளையவன்.

"ஏம்பா! பாத்து வரக்கூடாதா? ரோடு காலியாத்தானே இருக்குது" எரிச்சலாய் வந்தது செங்கேணியின் வார்த்தைகள்.

"நீ பாத்துப் போடா" என்று கத்தினான் இளையவன்.

"அடே அம்பி! நீ பார்த்து வரப்படாதா?.... அவா மேல போய் இடிச்சூண்டு விழுந்துட்டு அவாள கோவிச்சிக்கறதுல என்ன புண்ணியம்?"

பெரியவர், உடம்பில் ஒட்டியிருந்த தூசியைத்தட்டியபடியே பையனை அடக்கினார். அவர் குரல் மென்மையாக இருந்தது.

“போ.... திரும்பி ஆத்துக்குப் போயி ஜலத்த ஊத்திண்டுதான காரியத்துக்குப் போகனும்...”

இளையவன் வண்டியை கீழே சாய்த்து விட்டதில் அவமானமுற்ற மனதுடன் வண்டிக்காரனை முறைத்தான். அவனது கைகளில் சிராய்ப்பு ஏற்பட்டிருந்தது.

செங்கேணிக்கு சுர்ரென்று கோபம் உச்சிக்கு ஏறியது. மேல வந்து மோதி இடைஞ்சல் பண்ணதில்லாம, அட... புடான்னு பேசறான் இவன இன்னா பண்றது?ன்னு யோசனை அவனுக்கு.

மறுபடியும் இளையவன் “தூ” வென துப்பிக்கொண்டே கீழே கிடந்த வண்டியை நிமிர்த்தினான். முன் பகுதி கோணலாக வளைத்து கொண்டிருந்தது. “எடுறாப்பா வண்டியை... ஏற்கெனவே நேரமாயிடுத்து!” பெரியவர் பொறுமையிழந்தவர்போல பேசினார்.

முன்சக்கரத்தை கால்களுக்கிடையே இறுக்கிப்பிடித்து நேராக்கினான். தூய வேட்டியில் பட்டையாக கருப்புக் கறை படிந்தது. இப்போதும் அவன் செங்கேணியைப் பார்த்து முறைத்தான்.

“போயும்... போயும் இவா மேலயா வந்து மோதணும்?” அவன் மனதுக்குள்ளாக சொல்ல நினைத்து, கோபத்தில் வார்த்தைகளாக செங்கேணியின் காதில் வந்து குத்தியது.

“ஏய்.... நீ ஒழுங்கா ஓரமா போறதானடா... பொழப்பு பாக்கறவ மேல வந்து மோதிட்டு ரொம்பதாக் ராங்கா பேசிக்கினுக்கிற... போடா... போ அந்தப் பெரிய மனுசனுக்காக பாக்கற இல்ல. அடா... புடான்ற வாயா” குத்துவதுபோல கையை பாய்ச்சிக் காட்டினான்.

அந்த நேரத்தில் எங்கிருந்தோ வந்த காவல்காரர், அவனை தடியால் ஒன்று போட்டார்.

“இன்னாடா ரொம்பத்தான் கைய நீட்டுற.... நட ஸ்டேஷனுக்கு. லாக்கப்பல தள்ளி, முட்டிய ஒடைக்கறேன்”

சொல்லிக்கொண்டே மீண்டும் தடியை ஓங்கினார். அவன் வண்டியின் கைப்பிடியை பிடித்துக்கொண்டு நின்றான்.

“இன்னா சார்! நா பாட்டுக்கினு விதியேன்னு சொமய இழுத்துக்கினு போறேன். இவனா வந்து மோதிட்டு அடா... புடான்றான். நீங்க என்னெ அடிக்கிறீங்க”

“சீ... வாய மூடுறா. பேச்சி.... பேச்சி” கோபமாக நாக்கைக் கடித்தபடி தடியின் நுனியால் மார்பில் இடித்தார்.

வண்டியை வலுவாக இழுத்து சாலையோரமாகக் கொண்டுபோய் மெதுவாக சுமை குலையாமல் முன்பக்கமாய் சாய்த்து நிறுத்தினான்.

வண்டியின் சுமையைத் தாங்கிப் பிடித்திருந்த நிலையில் விறைப்பான மார்பில் தடியால் இடித்ததால், அவனுக்கு இழுத்துப் பிடித்ததுபோல வலித்தது.

“நீங்க போங்க சாமி! அவன நான் பாத்துக்கறேன்”

நடுச் சாலையில் அப்படியே பெரியவர் காலில் விழுந்து வழிபடும் மனநிலையில் காவல்காரர் இருந்தார்.

மிதிவண்டியை வந்த வழியே திருப்பியவன் வண்டிக்காரனை அலட்சியமாக முறைத்தான். அவர்கள் சற்று தூரம் போய் மறையும் வரை காவலர்காரர் அவர்களையே பார்த்துக் கொண்டிருந்தார். அவர்களுக்கு உதவி செய்த மனத்திருப்தியில் அவரது முகம் மலர்ச்சியாக இருந்தது. அதைவிடவும் புருவத்தின் மத்தியில் இருந்து தொடங்கி முன் மண்டை மயிர் வரை சீராக தீட்டப்பட்டிருந்த செந்நிறம் நன்றாகச் சுடர்ந்தது.

“டேய்! அவங்ககிட்ட இப்டியா பேசுவ?... போடா, அறிவு கெட்டவனே போ” மிரட்டலல்லற்றதொரு தொனியில் விரட்டினார்.

இன்னாடா இது, சின்னப் பையன் அடா புடான்றான்... அவன உட்டுட்டு இந்தாளு என்னெ அடிக்கறான். அவன, போங்க சாமின்றான். இன்னா ஒலகம்டா இது! நீதி நாயமெல்லாம் இவனுங்களுக்குத் தான் போலருக்குது. இவனுங்க வந்து மோதலான உன்னும் ஒரு அர பர்லாங்கு தூரம் நா போயிருப்பன். வேலயக் கெடுத்துட்டு வாடா போடான்றான் சின்னப் பைய. இந்தாளு வந்து தடியால அடிக்கறான். நாம யார்கிட்ட போய் சொல்றது?. கூலிக்காரன்னா இவனுங்களுக்கு எளக்காரமா இருக்குது. வண்டிக்காரனின் நெஞ்சில் எண்ணங்கள் ஓடின. அவனது நெஞ்சு குமுறியபடியே அன்றையப் பொழுது கடந்து மாலை? களைப்பாக வீடு திரும்பிக் கொண்டிருந்தான். அவனது வியர்வை ஆவியாகி மேகங்களில் போய் சேர்ந்திருந்தது.

சிந்தாதரிப்பேட்டையைக் கடந்து, புகாரி மிலிட்டரி ஓட்டலைக் கடக்கும்போது...

“தம்பி.... தம்பி” யாரோ அழைக்கும் குரல் கேட்டது. நடுத்தர வயதுடைய பெண் ஒருத்தி அவனை கை நீட்டி அழைத்தாள். அவள் பக்கத்தில் இரண்டு பெரிய புல்கட்டுகள் இருந்தன.

‘சரி, போற வழின்னா எறக்கிட்டுப் போவோம். நாலு காசு கிடைக்கும்... எண்ணம் ஓடியது.’

“நடராஜ் தேட்ரு பக்கமா போறியா?”

“ஆமா”

“நாய்க்கெடங்கு எதுர்ல மீசக்காரர் கறிக்கடைல எறக்கணும்”

“எனக்கு தெரியாதுக்கா”

“நா கூட வாறம்பா, போ”

“எவ்ளோ தருவ?”

“உக்கும். இதுக்குப் போயி இன்னாத்த தர்றது. பன்னெண்டனா தரேன் போ”

அவன் தலையைச் சொறிந்தபடி புல்கட்டைப் பார்த்தான்.

“சரி ஒருபா தர சொல்றேன் போ”

"அதக் கூட நீ தரமாட்டியா?"

"அந்த மீசக்காரன்கிட்ட வாங்கித் தர்றம்பா. டெய்லி குதுரகாரதான் எடுத்துக்கினு போய் போடுவான் அவன். ஒரு நாளைக்கி வர்றான், நாலு நாளைக்கி வர மாட்றான். கெழவன் காய்லா படுத்துங்கீதோ, இன்னமோ..."

புல் கட்டுகளைத் தூக்கி, வண்டியில் போட்டுக் கொண்டு நகர்ந்தான்.

"எதுக்கு நடந்து வர்ற வண்டில ஏறி குந்திக்கோ" வண்டியை இழுத்து நிறுத்தினான். அவள் வெற்றிலையால் சிவந்த உதட்டைக் கடித்துக் கொண்டு தடுமாறி ஏறினாள்.

"எங்க இருக்கறப்பா"

"மேட்டுதெருவு"

"நாய் கெடங்கு பக்கத்துல கீத அதுவா"

"தெரிலிய... நாங்க இப்பதா அங்க வந்திருக்கிறோம்"

"கல்யாண ஆயிடுச்சாப்பா..."

"ஊம்..." பலமாக தலையசைத்தான்.

"நம்ம புள்ளதா நா கூட மேட்டுத் தெருவுலதா இருக்கிற"

அசோக் தியேட்டரைத் தாண்டி வண்டி போய்க் கொண்டிருந்தது. அவள் சாரமற்ற வெற்றிலைத் துணுக்கை தூர துப்பி வாயை வெறுமையாக்கி கொண்டு முந்தானையால் துடைத்துக் கொண்டாள்.

"தம்பி செத்த நிறுத்த ஒரு நாலனாவுக்கு கருக்கல் வாங்கிக்கினு வந்துட்ற..."

அவள் வண்டியில் இருந்து குதித்து ஓடினாள். சாலையோர பூவரச மரத்தடியில் முத்தம்மாவின் தோசைக் கடை அதற்கு பின் புறமாக கள்ளுக் கடை. உள்ளே ஓரிருவர் குடித்துக் கொண்டிருந்தார்கள்.

கள்ளுக் கடை வாசலில் நினைவற்று ஒருவன் விழுந்து கிடந்தான்.

"இந்தா எக்கா நாலனாவுக்கு குடு"

இறைச்சித் துண்டுகள் மாசலையில் ஊறி எண்ணெயில் வறுபடும் மணம் பூவரசம் மரத்தடியில் பரவிக் கிடந்தது. பொறித்த இறைச்சி துண்டுகளை பழைய செய்தித்தாள் துண்டில் மடித்துக் கொடுத்தாள்.

"தே.... ரெண்டு கூடதா போட்டு குடன்"

"உக்கும் நால்னா குடுத்துட்டு பன்னண்டனாவுக்கு கேப்ப போடிகேக்கறா பாரு" சளித்து கொண்டாலும் இரண்டு துண்டு போட்டுக் கொடுத்தாள்.

"உனக்கு இன்னா புல்ல அறுத்தமா சுருக்கு பைல துட்ட போட்டமான்னுகீற, என்ன சொல்லு நெருப்புல வெந்து இந்த வேமானிங்க கிட்ட மாரடிக்கனும். இன்னா இன்னிக்கு பொழுதோட போற..."

"உக்கும். அந்தக் குதுரக்காரன் வரல அவன்னா கரக்டா எடுத்துக்கினு போயிடுவான். வயிசு பொண்ணா தல சொமையா தூக்கிக்கினு போயி எறக்க. அதான் வண்டில போட்டுக்கினு போறேன். ஒரு தபா

காமிச்சிட்டா அந்த புள்ள கூட எடுத்துக்கினு போய் எறக்கிடும் நம்ம வூட்டான்டதா இருக்குதா... சரி போறேன் எக்கா! பாவம் புள்ள நிக்குது"

அவள் ஓடி வந்து வண்டியில் ஏறி, சூடாக ஒன்றை எடுத்து வாயில் போட்டுக் கொண்டாள்.

"நா வயசு புள்ளயா இருக்கும்போது ஓர்ணா குடுத்தா... அள்ளி இம்த குடுப்பாங்க"

அவள் விரல்களைப் பெரிதாக விரித்துக் காட்டினாள்.

இப்ப நாலணாவுக்கு வாங்கினாலும் வாய்க்கு பத்தமாட்டன்னுது"

"இந்தா ஒன்ன வாயில போடம்பா"

பொட்டலத்தை நீட்டினாள்.

"வாணக்கா! நீ துன்னு"என்றான். உதடுதான் முணு...முணுத்ததே தவிர, அவன் உள்ளம் வேறு எங்கோ உலவி அவனை இழுத்துக் கொண்டு ஓடுவது போல இருந்தது.

கைவிடப்பட்ட நீரேற்று நிலையத்தின் பாழடைந்தக் கட்டிடம் தாண்டி சாலையோரக் குடிசைகளைக் கடந்து, தகரக் கூரை போட்ட நான்கு குடிசைகளுக்கு அடுத்து, கம்பீரமாக நின்றிருந்தது சுண்ணாம்புக் கற்கட்டிடம். அது வெள்ளை வெளேரென்று குடிசைகளுக்கு இடையே தனித்து தெரிந்தது.

அவள் முந்தானையால் முகத்தை துடைத்துக் கொண்டு வண்டியில் இருந்து குதித்தாள்.

வீட்டுடன் சேர்த்து மாட்டிறைச்சிக் கடை உள்ளிருந்து கவிச்சி வாடையடித்தது.

"மீச. அவள் குரல் கொடுத்தாள். ஆறடி உயர மனிதர் கம்பீரமாக வாசலில் வந்து நின்றார். வெள்ளை வேட்டி, சட்டை பளீரென இருந்தது. கருப்பு நிற மீசை அடர்ந்து பார்க்கும் போதே அச்சத்தைத் தந்தது. அதற்காகத் தான் வளர்க்கிறாரோ என்னமோ.

"இன்னா வண்டிய மாத்திட்ட புல்லு கொஞ்சம் வாடுனாப்பல இருக்குது" உம் அடிக்கற வெயிலுக்கு புல்லு தளதளன்னு இருக்குமா? கெழவ காய்லா கெடக்கும்னு நெனைக்கற. இந்த தம்பி எதுர்ல தா இருக்குதா. இதுவே கொண்ணாந்து போட்றும் எதுனா பாத்து குடுத்துக்க மீச

மீசைக்காரர் செங்கேணியை உற்றுப் பார்த்தார். "இன்னாப்பா மேட்டுத் தெருவுலயா இருக்கிற? இந்தப் பக்கம் உன்னைப் பாத்ததில்லையே"

"இப்பதாங்க இங்க ஊடு வந்திருக்கோம்"

"உம்...சரி வா" கடைக்கு உள்ளே வரச் சொல்லி அழைத்தார்.

புல்லுக்கானா காசை அவளுக்கு கொடுத்தார். அவள் அதிலேயே கொஞ்சம் சில்லரைகளைக் கொடுத்து "கொழுப்பில்லாம கறி போடு"

"ஆமா கொழுப்பு அதிகமாதான் ஆயிடுச்சி" என்று சிரிப்புடன் கண்ணடித்தபடி சொன்னார்.

அதை செங்கேணி கவனித்தானா என்று பார்த்தாள். அவன் சங்கடத்தோடு தலையை திருப்பிக்கொண்டான். வழக்கமற்ற வழக்கமாக

அவளுக்கு கூசியது. “தே.... உனக்கு கிண்டல் பண்ண நேரங்கால கெடையாது கறியப் போடு”

அவர் மீசையைத் தடவிக் கொண்டு கறியை வெட்டி எடை போட்டு தந்தார்.

“தே... புல்லுக்காரி எவ்ளோ குடுக்கணும்”

“இன்னாச்சி மீச உனக்கு.... புல்லுக்காரியா... புல்லுக்காரி. உள்ள கொரலு குடுக்கணுமா? உன் சம்சாரம் வந்தா நல்லா கும்மு... கும்முன்னு முதுவுலயே குத்துவா. புல்லுக்காரியா.... பேரு ,கீரு எதுவும் இல்லியா எனக்கு... உக்கும்” செங்கேணி முன்பாக அவர் கிண்டலடிப்பது அவளுக்குப் பிடிக்கவில்லை.

அவனுக்கு வீட்டுக்கு ஓட வேண்டும்போல பொறுமையற்று இருந்தான்.

“நம்ம புள்ள தான். பாத்துக் குடு நா போறேன்” அவள் போய்விட்டாள்.

ஒரு ரூபாய் சில்லறைகளை எடுத்து அவனிடம் நீட்டினார். அவன் கை நீட்டி வாங்கும் இடைவெளியில் “எதுக்கு காசு... கறி நல்லா எளசா இருக்குது. கறி எடுத்துக்குனு போறியா?”

சரி என்பது போல அவனும் தலையாட்டினான். கருஞ்சிவப்பு இறைச்சியை நாலுபுறமும் திருப்பிப் பார்த்து சதையான பகுதியாய் அறிந்து, எடை போடாமலே செய்தித் தாளால் சுற்றிக் கொடுத்தார்.

கடையின் சுவரில் மாதாவின் அழகிய ஓவியம் சட்டமிடப்பட்டு மாட்டப்பட்டிருந்தது. எதிர்ப்புறத்தில் கம்பீரமான வெள்ளையரின் புகைப்படம் தொங்கியது.

“இந்தாப்பா உம் பேரு இன்னா?”

“செங்கேணி!”

“உம்”

“ரெண்டு நாளைக்கு ஒருமுறை புல்லு கொண்டாந்தா போதும். காசு எதுக்கு... கூடக் கொஞ்சம் கறி போட்டுத் தர்றேன். இன்னா நம்ம கடை கறிய சாப்புட்டுப் பாரு, உடம்பு சும்மா கும்முனு இருக்கும். சொல்லிவிட்டு சிரித்தார்.

“இன்னா மேன்! நா பேசிக்கினு இருக்கறேன் நீ தலைய மட்டுந்தான் ஆட்டுவியா... வாயத் தொறந்து பேசுயா. துட்டு வேணும்னா சொல்லு துட்டு தர்ரேன் நோ ப்ராப்ளம்” மீசைக்காரர் சற்று சத்தமாகவே கேட்டார்.

“பரவாயில்லீங்க... கறியே வாங்கிக்கறேன் ஓகே... போய்ட்டு வா”

கறி வாங்க இரண்டு பெண்கள் கடைக்குள் நுழைந்தார்கள்.

கடைக்கு வெளியே வந்து கையாலேயே இறைச்சியின் கனத்தை பார்த்தான். ஒத்த ரூபாய்க்கு இது அதிகம்தான் என்று தோன்றியது.

எப்டி எடுத்துப் போவது, பை எதுவும் இல்லையே என்று யோசித்து கொண்டிருந்தான்.

“இந்தாயா!”

மீசைக்காரர் பழைய துணிப்பையை நீட்டினார். “வாயத் தொறந்தா மூட மாட்றாங்க. நீ பேசவே மாட்டன்ற” என்றவர்,

வியாபாரத்தைகக் கவனிக்க கடைக்குள் போய்விட்டார்.

கத்தியைக் கூர்மையாக்கும் உராய்வு ஓசை கேட்டது.

செங்கேணி அந்த பகுதியை ஒருமுறை சுற்றிலும் பார்த்தான்.

அது மிகப் பெரிய குடிசை பகுதி. அவன் பார்வையில் இந்த வீடு மட்டும்தான் கற்கட்டிடமாக தெரிந்தது. அதுவும் உறுதியான பெரிய சுவர்களின்மேல் கம்பீரமாக நின்றிருந்தது. கட்டிடத்தின் முகப்பில் 1892 என்று சுண்ணாம்பு சுதையால் பொறிக்கப்பட்டிருந்தது. பக்கத்தில் உயர்ந்து நின்ற மாதா கோவில் அதன் வெளிவாசலில் நன்கு பராமரிக்கப்பட்ட கருப்புக்குதிரை உடலைச் சிலிர்த்தபடி நின்றிருந்தது. அதனருகே சிறு ஓலைக்கொட்டகையின் கீழே நேர்த்தியாக வண்ணமடித்து பளபளபாக்கப்பட்டிருந்த ஓர் ஆள் உட்கார்ந்து சவாரி செய்யும்படியான சாரட் வண்டி அந்த மீசைக்கார மனிதன் அதன் மீதமர்ந்து சவாரி செய்வதுபோல் அவன் மனக்கண் முன் வந்து போனது.

அந்த வண்டியின் பக்கத்தில் கருப்பும் பளபளக்கும் குரோமிய முலாம் பூசப்பட்ட பாகங்களுடன் என்பீல்ட் புல்லட் நின்று கொண்டிருந்தது அந்தப் பகுதியில் அது இரண்டாவது மோட்டார் வாகனம். இரவிலோ, பகலிலோ சாலையில் அது ஏற்படுத்திச் செல்லும் டப... டப ஓசை... மக்களுக்கு மீசைக்காரரை நினைவுபடுத்தும். அந்த வீடும் குதிரையும் அந்த வாகனமும் கூட அவனுக்கு ஆச்சரியத்தை தந்தது. ஆனாலும் ஏதோ அருவருப்பான ஓர் எண்ணமும் அவனுள் தோன்றியது. அதை மறந்து வண்டியை இழுத்துச் செல்வதில் கவனம் காட்டினான். அதையும் மீறி பல எண்ணங்கள் அவன் நெஞ்சிலே வந்து துன்புறுத்தியது.

பொழுது இருட்டத் தொடங்கியது. எல்லாவற்றையும் அவள் முகத்தை நினைவுபடுத்திக் கொள்வதன் மூலம் துரத்தியடித்தான். ஆராயியை நினைத்தாலே வேறு ஒன்றும் அவன் நினைவுக்கு வருவதில்லை.

குடிசைக்கு முன்பாக வண்டியை நிறுத்துமளவு இடமிருந்தது. பக்கத்து குடிசை வாசலில் நால்வர் உட்கார்ந்து பேசிக் கொண்டிருந்தார்கள். செங்கேணியின் குடிசைதான் மேட்டுத்தெருவின் கடைசிக்குடிசை போலத்தெரிந்தது. ஆனால், அதைத் தாண்டியும் குடிசையின் பின்புறமும் மேட்டின் சரிவுகளிலும் குடிசைகள் இருந்தன. குடிசையின் வடபுறத்தில் பெரும் குப்பைக் குவியலும், அதைத் தொடர்ந்து நாய்களை அடைத்து வைத்துள்ள நாய்க் கிடங்கும், அதையொட்டி மின் நிலைய வளாகமும் தொடங்கியது. நிலக்கரி நீளமான வரிசையில் குவிக்கப்பட்டிருந்தது. குவியல்களுக்கிடையே ரயில் பாதைகள் அதன் மீது ஒன்றிரண்டு நீராவி இழுவைகள் நின்றிருந்தன. அவை எப்போதும் முன்னும், பின்னும் அசைந்தபடியே இருந்தன. நீராவியின் அழுத்தத்தைக் குறைக்க நீராவியை பெரும் ஓசையுடன் வெளியேற்றுவதும், திடுதிப்பென தனது கரிய புகைப் போக்கியில் பெரும் சாம்பலைக் கக்கியபடியும்

கரிய பேய் போல நிலக்கரிக் குவியலுக்கு மத்தியில் அலைந்து திரிந்தன. முள்கம்பிகளுக்கு அருகில் நின்றபடி சிறுவர்கள் வேடிக்கை பார்த்துக் கொண்டிருந்தார்கள். ஆணும், பெண்ணுமாய் நிலக்கரியை கூடைகளில் அள்ளுவதும், வேறு இடங்களில் குவிப்பதுமாய் வேலை செய்து கொண்டிருந்தார்கள்.

அந்த மனிதர்கள் வாய் திறக்கும் போதும் கண் திறக்கும்போதும் மட்டுமே அங்கு மனிதர்கள் இருப்பதற்கான அடையாளம் தெரிந்தது. அவர்கள் உடல் மீது நிலக்கரியின் கரிய தூசி நிரம்பி இருந்தது. அவர்களின் சாம்பலுக்காகவும், அவர்களின் அழுகிய சதையின் ரசத்துக்காகவும் பூமி ஏங்கித் தவித்ததை பாவம், அவர்கள் புரிந்து கொள்ளாமலில்லை. ஆனாலும் அவர்கள் உற்சாகமாக உழைத்து கொண்டிருந்தார்கள். கரிக்குவியலைத் தாண்டி சென்ட்ரல் ரயில் நிலையத்தில் இருந்து ரயில்கள் பயணிகளை சுமந்தபடி போவதும் வருவதுமாய் இருந்தன. அதையும் தாண்டி தூரத்தில் துறைமுக பளுதூக்கிகளின் உச்சிகள் அசைவது தெரிந்தன. ஆனால், அதற்கு அடியில் இருக்கும் விரிகுடா தெரியவில்லை. குடிசைகளுக்கு அப்பால் குப்பைகளுக்கு மேலாக பிரம்மாண்டமாய் நின்ற இரும்புக் கூரையின் மேல் ஏறிப் பார்த்தால் மாகடல் கரிய நிறத்தில் வானத்தின் விளிம்பில் ஒட்டியிருப்பது போன்று தெரியும்.

கடலில் இருந்துவரும் காற்று அந்தப் பெரிய இரும்புக்கூரைக்கு மேலாகக் கடந்து போகும். அதை அனுபவிக்கவும், கடலையும் அதன் மீது கரும்புள்ளிகளாய் தெரியும் கப்பல்களைக் காணவும் கூரைமீது ஏறி பையன்கள் வேடிக்கை பார்ப்பது உண்டு. அங்கிருந்து தவறி விழுந்து மண்டை உடைந்து மரணம் ஏற்பட்ட சம்பவங்களும் நடந்துள்ளது. ஆனாலும் பெற்றோருக்கு கட்டுப்படாத பையன்களும் திருடர்களும் அதன் மீது ஏறி சாகசம் செய்துகொண்டிருந்தனர்.

அங்கு இருப்பவற்றில் பையன்களால் ஏற முடியாத ஒன்று இருக்குமென்றால், மிகப் பெரிய உயர்ந்த பழுப்பு நிற நாய்க்கிடங்கு புகைப் போக்கிதான்.

பெற்றோருக்குக் கட்டுப்படாத அல்லது கட்டுப்பாட்டில் பையன்கள் இருக்க வேண்டும் என்று கருதாத பெற்றோர்களின் பையன்கள் அந்தக் குப்பை மேடெங்கும் சுற்றித் திரிந்தார்கள். அவர்கள் கிழக்குத் திசையில் கண்ணைத் திருப்பினால் மலைக்குன்றுகள் போல குவிந்து கிடந்த நிலக்கரியைப் பார்த்து பரவசமடைவார்கள். அவர்கள் கண்களுக்குப் பெரும் நாணயங்களின் குவியல்கள் இருப்பதாகவே தோன்றும். நிலக்கரியை பாதுகாக்க காவலர்கள் தடியேந்தியபடியும் பல வேளைகளில் துப்பாக்கியேந்தியபடியும் நிலக்கரிக் குவியலைச் சுற்றி... சுற்றி வந்து கொண்டிருப்பார்கள். அதையும் தாண்டி பலே கில்லாடிகள் நிலக்கரியைத் திருடி, மிக மலிவான விலைக்கு அலுமினியம் உருக்கும் சிறு தொழிற்சாலைகளுக்கும் இரும்புப் பட்டறை கருமான்களுக்கும் பெரும்பாலும் தேநீர் கடைகளுக்கும் விற்றுப் பணம் சம்பாதித்தார்கள்.

திருடர்களின் மீது பல முறை துப்பாக்கிச் சூடு (நடத்தப்பட்டதுண்டு) அப்படிப்பட்டதொரு சமயத்தில் காலில் குண்டு பாய்ந்து உயிர் தப்பியவன் தான் பேய்க்காளி. இன்றும் அவன் அதில் ஈடுபடாமலில்லை. காவலரிடம் பிடிபடாமல் தப்பும் தந்திரம் அவனுக்குத் தெரியும்.

குடிசையின் சுவர்களும், முன் வாசலும், பசுஞ்சாணியால் மொழுகி கோலமிடப்பட்டிருந்தன. பார்க்க சுத்தமாக இருந்த வாசலில் வண்டியை நிறுத்த சங்கடப்பட்டான். வாங்கி வந்தவைகளை வண்டியில் இருந்து அவிழ்த்துக்கொண்டு குடிசைக்குள் நுழைந்தவனை வரவேற்க அவளும் வெளியே தலையை நீட்டினாள். இவருவரின் தலைகளும் மோதிக்கொண்டன. அவள், களுக்கென சிரித்து விட்டாள். அவளது சிரிப்பால் குடிசையே திக்குமுக்காடி அவனது இதயத்திலே போய் மோதியது. குடிசையின் நடுத் தூணிலே ஆணியடித்து சிம்னி விளக்கு மாட்டப்பட்டிருந்தது. அவனுள்ளம் கரைந்து கசிந்தது.

அவளது பேச்சைக் கேட்க விரும்பியவனாய் “உனக்கு உங்க அக்காவையும் பொறந்த கொழந்தையையும் பாக்கணும்னு தோணலையா?”

“உக்கும். தோணாமா இருக்குமா?. மாமா கோவமா இருப்பாரே. அக்கா என்ன மாதிரியில்ல. அதுக்கு எல்லா எடமும் தெரியும். ஒடம்பு தேறுனதும் வரும்னு நெனைக்கறேன். ச்...” கொட்டினாள். அவளிடமிருந்து விசும்பல் ஒலி வந்தது.

சே... சும்மா கெடந்தவள அழவச்சுட்டமேன்னு வருந்தினான்.

“சரி வுடு ஆராயி! அவங்க வரலன்னாலும் நா கூட்டுக்கினு போறேன் கவலப்படாத... நானு, இன்னா வாங்கியாந்திருக்கற பாரு”

பொட்டலங்களைப் பிரித்தான்.

“இந்தா, கறி வாங்கியாந்துருக்கறேன். செய்யி”

அவள், அவனை அன்பொழுகப் பார்த்தாள்.

“உனுக்கெதுக்கு மாமா இந்த வேல. நான் மீன் வாங்கி கொழம்பு வச்சிருக்கறேன்”

சொல்லிவிட்டுத் தலையைச் சொறிந்தாள்.

“இன்னா ஆராயி! நான் வாங்கியாந்ததைப் பாத்து நீ ஆச்சரியப்படுவன்னு பாத்தா... ச்சே.!

“சரி, இதயும் சேர்த்து செய்யி. சாப்புடுவோம்” அவள் குழந்தைபோல சிரித்தாள். அவனும் சிரித்தான். ஆனால், குடிசைக்கு வெளியிலிருந்து வரும் சாராய வாடை அவனை என்னமோ செய்தது. அவளை அழைத்துக் கொண்டு வந்ததிலிருந்து அந்த நினைப்பற்று இருந்தான். குடிசைக்குள் வீசிய மீன் குழம்பின் வாடையும், அவளது சிரிப்புமாகச் சேர்ந்து மனம் கட்டுப்பாடு இழந்து “இன்னா தம்பி! ஒரு கிளாஸ் போடறது” என்று காலையில் பேய்க்காளி கேட்டது நினைவுக்கு வந்தது.

“ஆராயி! ரொம்ப நாளயிடுச்சி நா...” என்று இழுத்தான். தயக்கத்தோடு அவளைப் பார்த்து சிரித்தான். அவன் ரொம்பவும் குழந்தைபோல நடந்துகொள்வதாக அவளுக்குத் தோன்றியது.

“இன்னா மாமா! சின்னப்புள்ள மாதிரி சிணுங்கற?”

“இல்ல, ஒரு கிளாஸ் குடிச்சிக்கிட்டா?” அவளுக்கு வேண்டாம் என்று சொல்ல மனமில்லை. “சரி, குடிச்சிக்கோ. ஆனா, போதையில என்னைப் போட்டு அடிச்சிறப் போற” அவன் அப்படியே குழைந்து போனான். ஏறக்குறைய பாதி போதை ஏறியதுபோல இருந்தது அவனுக்கு.

“நீ செல்லமாச்சே! உன்னையா நா அடிப்பேன். யாருமில்லாத அனாதையின்னு கூட பாக்காம நம்பி வந்த சாமிடி நீ! உன்னை கை நீட்டி அடிப்பனா?” அவனையும் மீறி தொண்டை கரகரத்தது. பேச்சு தடைபட்டு தவித்தான். அவன் கண்களில் திரண்ட நீர் எண்ணெய் படர்ந்த அவன் முகத்தில் ஒட்டாமல் மண் தரையில் போய் விழுந்தது.

அந்த கண்ணீர்த் துளி தரையில் மோதி உடையும் ஓசை அவளுக்கு கேட்டதோ என்னமோ தரையை உற்றுப் பார்த்தாள்... பார்த்தாள்... பார்த்துக்கொண்டே இருந்தாள். அந்தத் துளி தனது இதயத்தில் விழுந்தது போல உணர்ந்தாள்.

தரையைப் பார்த்தபடியே அவனைச் சேர்த்து அணைத்துக் கொண்டாள்.

விசும்பல்கள் இசையாகத் துடிக்க...

சிறு குடிசையினுள் காதலும் கண்ணீருமாய்

கண்ணீரில் விழிகள்,

விழிகளில் கனவு. மீன் குழம்பின் வாசம். சிம்னியின் மென் சுடரொளி. காதலின் விசும்பல்கள். இது அனாதைகளின் காவியம் அரங்கேறும் அரங்கம்.

7

குடிசைக்கு வெளியே சிரிப்பொலி கேட்டது. கைதட்டி ஆவேசமாகப் பேசுவதும், சிரித்துக் கூச்சலிடுவதுமாய் பக்கத்துக் குடிசை வாசலில் உட்கார்ந்திருந்தவர்கள் விவாதம் செய்து, அமர்க்களம் பண்ணிக் கொண்டிருந்தார்கள்.

குடிசைக்கு மறுபுறம் குடியர்களின் கிசுகிசுப்பு, கண்ணாடிக் குவளைகள் மோதும் ஓசை, பேய்க்காளியின் மெதுவான கரகரப்புமிக்க வஞ்சகக் குரல்.

“ஏய்! துட்ட எடுப்பா”

“எண்ணோவ்! ஊத்துனா நாளைக்கு சேத்துக் குடுக்கறேன் மச்!”

“ஏய்! போடா. நீ புள்ளாயிட்ட போ. போலிஸ் வர்ற நேரம், நவுர்றா”

“யோவ் இந்தாயா” அவன் இடுப்பில் இருந்த கடைசி சில்லறையையும் எடுத்துத் தரும் ஓசை.

“அதுலயும் எட்டணா கம்மியாதான் இருக்குது”

“யோவ்! குடுய்யா! மொத்த, துட்டயும் உங்கிட்டதானே உட்டுட்டுப் போறேன் ஊத்து”

குவளையில் சரக்கு ஊற்றும் ஓசை, "தூ கைத! நானாட கூப்புடறேன், வந்து குடிடான்னு"

சரக்கின் சுவையைப் பொறுக்க முடியாமல் கூரை மீது தூவென துப்புவது கேட்டது.

"எவளோ மீன் கொழம்பு வச்சு இருக்கிறா. சும்மா வாசன தூக்குது, பார், அடடா!"

"ஏய்! அக்கம்பக்கத்துல ஆள் கீறாங்கடா. குட்சமா, போனமான்னு இருக்கணும். கௌம்புடா ஏய்!" பேய்க்காளி போதையில் இருந்தவனை அடக்கினான்.

சந்தில் குடிகாரர்கள் பேசிக்கொள்வது அவளை எரிச்சல் படுத்தியது. "சரி வுடு, நா போய் கறி செய்யறேன்" அவள் விலகிப் போனாள். "நீ போயி கையி, கால கழுவு மாமா!"

"சரி, நா கேட்டனே"

"அய்யோ! ரொம்பதான் சின்னப்புள்ள மாதிரி நாலு பேரு மாதிரி நாமலும் பொழைக்கணும் நெனப்புல இருந்தா சரி"

சரி, இவகிட்ட பேச்சிக், குடுத்தா முடியாது. கிளம்பிற வேண்டியது தான் என்று குடிசையின் பின் பக்கத்தில் இருந்த மறைப்பில் கை, காலை அளம்பிக்கொண்டு குடிசைக்கு வெளியே வந்தான்.

"இன்னா பாளையம்.! வாத்தியாரு தனியா கட்சி ஆரம்பிக்கப் போறாரா?" ஒருவன் கேட்டான்.

"அப்ப கட்சி ஒடைஞ்சிடுமா?"

"நெலம அப்படித்தானே இருக்குது"

"அதெல்லா நம்ம தலைவர்கிட்ட நடக்காது. சும்மா கெய்விங்கள கட்டிப் புடிச்சிட்டா ஜனங்க தூக்கி தலையில வச்சுக்குவாங்களா? நம்ம தலைவர் பேச்சிக்கு முன்னாடி கை நீட்டிப் பாடறது, இடுப்ப ஆட்டி ஆடறதுல்லாம் எடுபடாது" அப்போதுதான் அங்கு வந்த ஒருவன் சொன்னான்.

"போடா காண்டு! வாத்தியாரு இன்னா தப்பா கேட்டாரு?. கணக்க காட்டுன்னு கேட்டாரு. தில்லுயிருந்தா காட்டிட்டு போ..." வார்த்தை கோபத்தோடு வந்தது.

"ஏய் கைத! கணக்க கேக்கறவன் கூட்டத்திலயா கேட்பான்? அதுக்குன்னு எடம் இல்லையா? அறிவில்லாம பேசாதடா"

"ஏம்பா! அரசியல் பேசும்போது நம்மக்குள்ள சண்ட வரக்கூடாது நீங்க ஒருத்தன ஒருத்தன் திட்டிக்கறதுக்காக அரசியல் பேசக் கூடாது. விவாதிச்சுப் பாருங்க, உங்களுக்கே உண்மை புரியும்"

பாளையம் அவர்களுக்கு ஆலோசனை சொன்னான்.

"நீயே சொல்லு மாமே! கட்சி மேடை இன்னா சினிமாவா? நம்பியார் கிட்ட பேசுயா... சனங்க கை தட்டுவாங்க. நம்பியார் பேசறதுக்கே எய்தித் தர்றவர் தலைவருதான். அவருகிட்டயே கேள்வியா? தலைவரு பதிலு குட்தா நீங்கள்லாம் அவளோதான்" ஆவேசமாக சொன்னான்.

"நாங்கள்லாம் எவ்ளதான்னு காட்றம். இரு, ஊழல் பண்றாங்கன்னு

தானே காங்கிரச தூக்கிட்டு சனங்க உங்கள ஒக்கார வச்சாங்க இப்ப நீங்க இன்னா பண்றீங்களாம். உங்கள தூக்கிட்டு சனங்க வாத்தியாரை அங்க ஒக்கார வைக்க எம்மா நேரமாவும், யோசிச்சிப் பார்டா... பேச வந்துட்டான்”

“மச்சா! அவரப் பார்த்து அண்ணாவே மெரண்டாரு. உங்க வாத்தியாரு எம்மாத்திரம் போ, பொழப்பப் பாரு” என்று பேச்சை அதோடு முடிக்க நினைத்தவன். “எங்க பாளையம்! உன்னோட தோஸ்துங்க வேலுவும், மருதுவும்...”

“ம், வருவாங்க. இன்னும் வேலையில இருந்து வந்திருக்க மாட்டாங்க, அதான்.“

அந்த நேரம் பார்த்து மாவுளி ரிக்ஷாவைத் தள்ளிக்கொண்டு வந்தான்.

“ஏய்! இன்னா, வாத்தியாரைப் பத்தி பேச்சி ஓடுது... பாத்தியா...“ சட்டையை அவிழ்த்துக் காண்பித்தான். மார்பில் பெரியதாக பச்சை குத்தியிருந்தான். முழு மார்பையும் நிறைத்திருந்தது வாத்தியார் படம். முதுகையும் திருப்பிக் காட்டினான்.

மூக்கை விரல்களால் சுண்டுவதுபோல் பெரிய படம் பாத்துக்கினியா... தலைவர!. நம்ம தலைவர் கோட்டைக்குப் போறார்”

அவன் தலையில் கை வைத்து எதையோ சொன்னான். அது யார் காதிலும் விழாதபடி மெதுவாகக் கேட்டது. ஆனாலும் பாளையம் சிரித்தான். அவர்களது பேச்சை கேட்டுக்கொண்டிருந்த செங்கேணியும் சிரித்தான்.

“இன்னா தம்பி புச்சா வூடு வந்துங்கீறியா?”

“ஆமாம்” தலையாட்டினான் செங்கேணி

“உம் பொஞ்சாதியப் பாத்தா எம் பொண்ணு மாதிரியே இருக்குதுப்பா. பாத்து, இங்க பேய் ஒலாவுது. பாத்து... உசாரு! பேய் எதுனா ஜோக் காட்னா சொல்லு. வூடு கட்டிடறேன்...பாத்தியா.வாத்தியார!'' மார்பில் வரைந்திருந்த படத்தில் தட்டிக் காட்டினான். பிறகு, எந்த சலனமுமின்றி வண்டியை இழுத்துக்கொண்டு போனான். அந்த வண்டியில் இனியும் ஒட்டுவதற்கு இடமின்றி நடிகரின் பல வண்ணப் படங்கள் ஒட்டியிருந்தன.

‘அச்சம் என்பது மடைமையடா
அஞ்சாமை திராவிடர் உடைமையடா’

போதையும், பாட்டுமாய் இருப்பவனை வண்டி தள்ளிக்கொண்டு போனது. வீதியின் கடைசி குடிசை மாவுளியினுடையதான்.

மாவுளி, பேய் உலாவுதுன்னு சொன்னது பேய்க்காளியைத் தான் என்பது செங்கேணிக்குப் புரிய வாய்ப்பில்லை. மாவுளிக்கும் பேய்க்காளிக்கும் ஆவாது. அவன் கோவிந்தம்மாளிடம் போய், சரக்குக் குடிக்கறவன், அங்க சாராயம் இல்லன்னா வேற எங்கன்னா போய் குடிப்பான். பேய்க்காளியைக் கண்டால் அவனுக்குப் பிடிக்காது. நெறைய குள்ளநரி வேல செய்துதான் இப்ப சரக்கு ஓட்ற நெலைமைக்கு அவன்

வந்து இருக்கிறான் என்பது மாவுளிக்கு நன்றாகவே தெரியும். அவன் அந்தப் பகுதியில் வெகுகாலமாக வாழ்பவன்.

"இன்னாப்பா! பொழப்பு முடிஞ்சிடுச்சா?"

குரல் கேட்ட திசையில் பேய்க்காளி நின்றிருந்தான். நன்றாக இருட்டி விட்டது. வேட்டி. சட்டை மட்டும் வெள்ளையாகத் தெரிந்தது. உற்றுப் பார்த்துவிட்டு, "ஆங்! முடிஞ்சது" செங்கேணி மெதுவாகச் சொன்னான். "சரி வா. ஒரு கிளாஸ் போடு" மறு பேச்சின்றி அவன் சந்துக்குள் நுழைந்தான். போதையின் சுகத்தை அவனுள்ளம் பெரும் மகிழ்வோடு வரவேற்றது. தான் தோன்றியாய்க் குடித்துவிட்டு உண்டு வாழ்ந்தவன், இப்போது அவளது அனுமதியோடு குடிக்க வந்திருப்பதில் அவன் உள்ளம் நிறைவோடிருந்தது.

முதல் குவளை சாராயத்தை அவசரமாக இறக்கினான். ஏனோ, காலியான குவளையை முகர்ந்து பார்த்தான்!.

"சரக்கு நல்லாயிருக்குதண்ணே!"

"நல்லாதா இருக்கும். ஏன்னா. சுத்தமான சரக்கு தம்பி! நானும் குடிகாரன்தான். சாதாரணக் குடிகாரன் இல்லப்பா... எங்கப்பா எந்த வயசுல எனக்கு ஊட்டி விட்டானோ தெரியாது. ஏழு... ஏழு வயசுலர்ந்து நா குடிக்கறதா கணக்கு, எது சரக்குன்னு நல்லா தெரியும். .எல்லாம் ஊத்தறதுலதான் இருக்குது. யாருக்கு எத ஊத்தணும்னு ஒரு கணக்கு இருக்குதுல்ல"

"இந்தா, இத மோந்து பாரு" கழுவாத ஒரு குவளையை எடுத்து அவன் மூக்கருகே கொண்டுபோனான். குப்பென்று கெட்ட வாடை அடித்தது. செங்கேணி தலையைப் பின்னுக்கு இழுத்துக் கொண்டான்.

"வாசனதா பெருசா வரும். ரெண்டு கிளாஸ் போட்டாதான் லேசா மப்பு ஏறும். நீ சாப்புட்டதுதான் சரக்கு. போதையும் சும்மா மஜாவா இருக்கும். எல்லாம் சரக்கு ஓட்றவங்க வித்த"

செங்கேணிக்கு கிர்ரென ஏறியது. அவன் குளிர்ந்து அவனை சுற்றியுள்ள உலகம் சூடேறிக்கொண்டே போவதுபோல இருந்தது. இரு பக்க கன்னத்திலும் ஆராயி பூ விரல்களால் வருடி விடுவது போல் துருதுருவென இருந்தது. அங்கிருந்த மரப்பெட்டியின் மீது உட்கார்ந்துகொண்டான். வேலிக்கு அந்தப் பக்கம் கரி எஞ்சின் கூக்குரலிட்டுக் கொண்டு வந்து நிற்கிறது. அதன் முகப்பு விளக்கு பெரிய கரிக் குவியலின் மேல் பட்டு மின்னியது. இயந்திரத்தின் உறுமலும் ஒரே இடத்தில் அந்தச்சக்கரங்கள் தண்டவாளத்தின் மீது சுழலும்போது ஏற்படும் தீப்பொறியுமாய் பார்க்க விசித்திரமாக இருந்தது.

அந்தச் சந்திலிருந்து எல்லாவற்றையும் முழுமையாகப் பார்க்க முடியும். ரயில் வண்டியோட்டி இயந்திரத்தின் நீராவி அழுத்தத்தைக் குறைக்க நீராவியை வெளியேற்றும்போது ஏற்படும் ஓசை, பெட்டிகள் ஒன்றோடு ஒன்றுமோதி எழும் ஒலி அலைபோல இயந்திரத்தில் இருந்து தொடங்கி தூரத்தில் போய் முடிந்தது.

அந்த நேரத்தில் இரண்டு பையன்கள் கூடையில் எதையோ தூக்கிக் கொண்டு வந்தார்கள்.

"எவ்ளடா?"

"அஞ்சு கிலோண்ணாஸ"

"ஏய்! இம்த இருக்குது. அஞ்சு கிலோவா? மவன கொட்ன, கொட்ட கொட்டயா வீங்கிடும். யாரு கிட்ட கத வுட்றீங்க"

"யோவ்! சந்தேகமா இருந்தா, எடைப்போட்டு பாத்துக்கோ... இன்னா?"

ஒரு பையன் துடுக்காகப் பேசினான்.

"சரி... சரி இந்தா வாங்கிக்கினு ஓடு" பணத்தைக் கொடுத்தான். "யோவ் இன்னாயா! மூணு கிலோவுக்கு காசு தர்ற... கரக்டா குடு, இல்லன்னா கரியணு குடுத்துரு" பையன் கத்தினான்.

"கரெக்டா தாண்டா குடுத்திருக்கேன் போ... போங்க. போலிஸ் வர்ற நேரம், போங்கடா" பேய்க்காளி பையன்களை விரட்டினான்.

"ஐ தோடா... போலிசுன்னு எங்களுக்கு பயங்காட்றாரு. கரியக்குடு நாங்க போயி கட்ட தொட்டியில போட்டுக்கிறோம்"

பையன்கள் மசிவதாகத் தெரியவில்லை.

அதே வேளையில் செங்கேணியின் காலிக் குவளையில் பேய்க்காளி சரக்கை ஊற்றினான்.

பேய்க்காளி நாக்கை கடித்துக்கொண்டு பையன்களை நோக்கிப் போனான். பையன்கள் அசைவதாய் இல்லை. அதே வேகத்தில் பையன்கள் கையில் சில்லறைகளைத் திணித்தான்.

"மச்சா இவுரு போங்க பாத்தியா? நம்மகிட்டயே போலிசா..." தங்களுக்குள் பேசிக்கொண்டு போய் மறைந்தார்கள்.

செங்கேணி அரை போதையில் அங்கு நடப்பது என்னவென்றே தெரியாமல் அடுத்த குவளைக்காக காத்திருந்தான். எதிரே கரிக் குவியலுக்கிடையே லாரிகள் உறுமிக்கொண்டு நின்றன. அதை வேடிக்கை பார்த்தான். அந்த கரிக் காட்டையும் குடிசைகளையும் பிரிப்பது கம்பி வேலி மட்டும்தான். ஆனால், கரிக் குவியலுக்கு மத்தியில் கண்காணிப்புப் பரண்களில் இருபத்து நாலு மணி நேரமும் காவலாளிகள் இருப்பார்கள். மின் நிலையத்துக்கும், ரயில் என்ஜின்களுக்குமான நிலக்கரி இங்குதான் திறந்த வெளியில் சேமிக்கப்பட்டிருந்தது. பெருங்குவியலில் வெப்பத்தால் தீப்பிடித்த கரி மேலும் கருகும் வாடைக்காற்றில் அடித்து வந்தது. கரியின் தூசுப் படலம் பறந்துகொண்டிருந்தது.

காலியான குவளையை நிரப்பினான் பேய்க்காளி. அவசரமாக அவனும் கூட ஒரு குவளை சாராயத்தை வாயில் ஊற்றிக்கொண்டான்.

"வூட்ல மீன் கொழம்பு ஆக்கியிருக்குதா... சும்மா வாட தூக்குதே, குடுத்து வச்சவம்பா நீ!"

பேய்க்காளி சொன்னது செங்கேணிக்குப் பிடிக்கவில்லை என்றாலும் குடிசைக்கு வெளியே மீன் வாடை திரிந்து கொண்டிருந்தது உண்மைதான்.

அவனும்கூட மூக்கை உறிஞ்சி மோப்பம் பிடித்தான். வாடையெனும் பெருங்கடலில் நீந்தித் திரிந்தான். அதில் மீனாக ஆராயி அவனை சுற்றிச்சுற்றி வந்தாள். மூச்சுத் திணறாமல் அவன், அவள் பின்னாலே நீந்துவதும், அவளது பெரிய விழிகளில் தன்னைப் பார்ப்பதுமாக நீந்தித் திரிந்தான். போதை அவனை பரவசப்படுத்தியிருந்தது.

"கொழம்பு வாசம் நல்லாயிருக்குதா?"

செங்கேணியின் கேள்விக்கு பதிலே இல்லை. பேய்க்காளி குடித்துக் கொண்டிருந்தான்.

"இன்னா கேட்ட"

"கொழம்பு வாசன நல்லாயிருக்குதா"

"இன்னா பின்ன சிவராஜபுரத்துல போய் நின்னுக்கினு மோந்தா கூட இந்த வாசனதா வரும் அப்டி தூக்குது ச்....."

"போத கொஞ்ச தூக்குனாப்பல இருக்குது. சரக்கு நல்லாதா கீது"

"உம் ஆள பாத்தா உடும்ப முழுங்கனவ மாதிரி சும்மா கும்முன்னு இருக்குற தேர்ட் ரவுண்டுக்கே தூக்கிடுச்சா"

"இந்தா" காசு கொடுத்தான்.

"பரவாயில்ல போ... பக்கத்துலதானே இருக்குற, எல்லாம் ஒண்ணுக்குள்ள ஒண்ணா இருந்துக்கிட்டு போ... போ..." லேசா தடுமாறினான் பேய்க்காளி.

"அதெல்லாம் தப்பு. இந்தா காசு..."

"அடபோப்பா! காசு வேணா. ஒரு கிண்ணம் மீன் கொழம்பு குடுக்கச் சொல்லு, போதும். அந்த வாசனையால நானும் புல்லா போட்டுட்டேன் கடைய ஏறகட்ட வேண்டியதுதான்"

"இன்... .னா.... ண்ணா கொழம்பு... கொழம்பு வா.... வூட்டுக்கு வா, வா வந்து சாப்புடு"

செங்கேணிக்கு நா குழறியது.

இருட்டு முழுமையாய் கவிழ்ந்திருந்த சந்தில் யாரோ வருவது தெரிந்தது. பல வாடைகளுடன் இப்போது மல்லிப்பூ வாடை குப்பென அடித்தது.

"யோவ்! இன்னா உன்னுமா வேபாரம் முடியல?" பெண் குரல்...

"முடிஞ்சிருச்சி... நீ... நீ... போ. நா வர்றேன்" வந்தவள், செங்கேணியை நெருக்கமாக வந்து உற்றுப் பார்த்தாள்.

"நீயாப்பா?" இருட்டு, போதை இரண்டும் அதிகமாக இருந்ததால் அவளை, அவனால் அடையாளம் காணமுடியவில்லை.

செங்கேணியின் கையைப் பிடித்துக் கொண்டு பேய்க்காளி நடந்தான்.

"தே இன்னா! நா சொல்றேன். துன்ன ஊட்டுக்கு வர்றேன்னுட்டு எங்க போற?"

அவளது குரல் அதட்டலாய் வந்தது. "ஏய் போ! நா தம்பி ஊட்டுக்குப் போறேன். மீன் கொழம்பு..."

பேய்க்காளிக்கு நா குழறியது.

“யோவ் அதுங்க சின்னப்புள்ளைங்க. பத்தும் பத்தாம செய்திருக்கும். நீ வா, நானும்தான் மீன் கொழம்பு செய்தி வாய்யா” அவள் பேய்க்காளியை வலுவாகப் பிடித்து இழுத்தாள்.

கேட்ட குரலாக இருக்கிறதே என்று அவளை உற்றுப்பார்த்தான். ‘அவங்களாயிருக்குமா யோசித்தான்?’

“நீ போப்பா... சின்னப் பொண்ணு வூட்ல இருக்குதேன்னு இல்லாம சாராயம் குடிக்க வந்துட்ட.. நீ வூட்டுக்குப் போ, நா இந்தாள இட்டு கிணு போறேன்”

அவனுக்குத் தெரிந்துவிட்டது, செல்லக்கண்ணுதான் அது அவங்க எதுக்கு இந்தாள இட்டுக்கினு போறாங்க?. அவனது போதையுற்ற மூளை குழம்பியது.

பூனை போல மெதுவாக நடந்து, தள்ளாட்டத்தை சரி பண்ணிக் கொண்டு அடியெடுத்து வைத்தான். “மாமா!” ஆராயி குரல் கேட்டது. குடிசைக்குள் நுழையும்போது தலைவாயில் கொம்பில் இடித்தது. அவள் பதறிப் போய் தேய்த்துவிட்டாள்.

“அதான்.... குடின்னா இப்பிடியா குடிப்ப?”

“இல்ல ஆராயி. நா ஸ்டெடியா நிக்கிறேன் பாரு. நீ ஒண்ணும் கவலப்படாத எனுக்கு சோத்தப் போட்டுட்டு நீயும் சாப்புடு இன்னா” அவளுக்கு சிரிப்பு வந்தது.

சூடான சோறு நிறைந்த தட்டை அவனருகே வைத்துவிட்டு கிண்ணத்தில் குழம்பை எடுத்துவைத்தாள். அவன் வேகமாக முழு கிண்ணக் குழம்பையும் எடுத்து சோற்றில் கவிழ்த்து விட்டான். குழம்பு தட்டை மீறி வழிந்தது.

“இன்னா மாமா நீ நெறைய குடிச்சிட்டியா?. போச்சுடா, குடிச்சா கலாட்டா பண்ற ஆளா நீ?

ஒரு கணம் அதிர்ந்து போனவளாய் அவனைப் பார்த்தாள். அவன் அப்பாவியாய் சிரித்துக் கொண்டிருந்தான். “அய்யோ”! என்று சலித்துக் கொண்டு மீன்களை எடுத்து கிண்ணத்தில் போட்டுவிட்டு சோறைப் பிசைந்தாள்.

“இந்தா மாமா! நா உனக்கு ஊட்டி விடறேன்'' சோற்றை பிசைந்து உருண்டையாக்கி அவனுக்கு ஊட்டினாள். இரண்டு முழு உருண்டைகளை விழுங்கியவன், மூன்றாவது உருண்டை அவன் வாயருகே வரும்போது அவள் கையைப் பிடித்துக்கொண்டு அவளையே உற்றுப்பார்த்தான். போதையிலும் கண்கள் கசிந்து சடசடவென கண்ணீர் கொட்டியது. அவனது கருத்த முகத்தில் கண்ணீரைப் பார்த்ததும் “அய்யோ! பொம்பள மாதிரி எப்ப பாரு அழுது, என்னையும் அழகாட்ற,” அவளுக்கும்கூட லேசாக விசும்பல் வந்தது. அதை மிக சாதுர்யமாக அடக்கிக் கொண்டு பேசினாள். இமைக்க மறந்தவனாய் அவளையே பார்த்துக் கொண்டிருந்தான்.

அவள் கையில் இருந்த சோற்று உருண்டையை வாங்கி அவளுக்கு ஊட்டினான். அவளது அடங்கிய விசும்பல் வெடித்துக்கொண்டு

வெளியே வந்தது. அதையும் அவள் அடக்கிக் கொண்டாள். சோறை நன்றாகப் பிசைந்தவன், உருட்டி அவள் வாயருகே கொண்டு போய் ஏனோ, திடுப்பென வேகமாய் தட்டில் வைத்துவிட்டு மீன் துண்டத்தின் முள் நீக்கி, அவளுக்கு ஊட்டினான். நான்காவது உருண்டைக்கு அவள் திணறினாள். கன்னத்தில் காய்ந்த கண்ணீரோடு கறி, மீன் மொத்தத்தையும் தீர்த்துக்கட்டி பெரும் ஏப்பமொன்றை வெளிப்படுத்தினான்.

"எதுக்கு மாமா பொம்பள மாதிரி அழுவுற?" மெதுவாகக் கேட்டாள்.

"போடி! பொம்பள, ஆம்பளன்னு. எங்கம்மா பொணத்தப் பாத்து அழுததோட சரி. அதுக்கப்புறம் நா எங்க அழுதேன்.. இப்ப நீ ஊட்டிடற எங்கம்மாவத் தவுற எனக்கு யாரு ஊட்டி விட்டாங்க. ஊர விட்டு ஓடியாரும்போது எனக்கு பதினாலு வயசு, ஒரு வருஷம் எங்க சுத்துனேன் எங்க தூங்கனன்னு எதுவுமே தெரியாது. யாரப் பாத்தாலும் எங்கம்மா மாதிரியே இருக்கும். எதையோ மறக்க முயன்றவன்போல இறுக்கமான முகத்துடன் விசும்பினான். தாங்கமுடியாதபடி குலுங்கியழுதான். மெட்ராஸ் வந்தபொறவு நா காட்டு மனுசன் மாதிரியே வாழ்ந்துட்டேன். எங்க சொந்தக்காரங்க சைதாப்பேட்டையில இருக்குறாங்க.. எங்கம்மா எப்பவோ சொல்லிச்சுன்னு அட்ரச தேடிப் போயி நிக்கறேன்.. ச... எப்பவோ ஊருக்கு அவங்க வரும்போதும், போவும்போதும் பார்த்தது தான். என்னை யாருக்கும் அடையாளம் தெரியல. ஏதோ பேய்,, பிசாசப் பாக்குற மாதிரி பாக்குறாங்க. ஒக்காருப்பா. இந்தா ஒரு வாயி தண்ணி ஊம்... எல்லாம் எங்கப்பாவோட அண்ணன்புள்ளைங்க ஊடு, காடுன்னு நல்லவசதிதான். எல்லாரும் கவுர்மெண்ட்ல வேல பாக்குறாங்க போலஇருக்குது. எங்கப்பாவையே நான் பாத்தது இல்ல. அம்மாவ எடுத்து போட்ட கையோட காசில்லாம, நல்ல துணியில்லாம போயி நின்னா எவந்தான் சேப்பான். சரி வுட்றா, நமக்கு யாரும் எவுரும் இல்ல. கையும், காலும் இருக்குதுன்னு புது பேட்டைக்கு வந்து சேந்த அதெல்லா சொன்னா நீயுந்தாத் தேம்பி தேம்பியழுவ" என்றவன் அவளைப் பார்த்தான். அவள் ஏற்கெனவே தேம்பியழுது கொண்டிருந்தாள். இப்போது பெரும் விசும்பலுடன் அடக்க முடியாமல் குலுங்கினாள்.

அவன், அவளது தோளைத் தொட்டு சமாதானப்படுத்தினான். அவளுக்கு மொத்தக் கண்ணீரையும் கொட்ட வேண்டும்போல இருந்தது. அவனது வலுவான இரண்டு கைகளையும் இழுத்து மார்போடு அணைத்துக்கொண்டு குலுங்கினாள். பிறகு மெதுவாக அவளிடம் இருந்து கைகளை மெதுவாக விடுவித்துக் கொண்டு கலைந்து தொங்கிய அவளது கூந்தலை முகத்தில் இருந்து பின்னுக்குத் தள்ளி அவளது கலங்கிய கண்களைப் பார்த்து "நீ கூடதான் என்ன அழகாட்ற. சொந்த பந்தங்கூட ஏறெடுத்துப் பாக்காத என்னை சேத்துக்கிட்டியே, நீ தாண்டி எஞ்சாமி, இப்ப நா, எங்கம்மா மடியில

இருக்கிற மாதிரி தான் நெனைக்கிறேன்" "உம்" அவள் மெதுவாக அப்படியா என்பதுபோல கேட்டாள்.

பிறகு, தனது குளிர்ந்த விரல்களால் அவனைப் பற்றியிழுத்து மடியில் சாய்த்துக்கொண்டாள்.

வெளியே பெருங்காற்று வீசுவது தெரிந்தது. மரங்களற்ற பகுதி அது. அதனால் காற்று, குடிசையின் கீற்றுகளைத் தூக்குவதை வைத்தும் குடிசையின் அசையும் கிரீச் சத்தத்தை வைத்தும்தான் காற்றின் வேகத்தை உணரமுடியும். காற்று பலமாக கூரையின் மீது மோதியது. வாசல் வழியாக மின்னலின் பளீரொளியும் தூரத்தில் எழுந்த இடியோசையுமாக யாரும் எதிர்பாராத தருணத்தில் மழை தொடங்கியது.

மின்னலின் பேரோளியொன்று கணத்தில் தோன்றி மறைந்தது. அந்தக் கணத்தில் தெருவில் மழை குறுக்காகப் பாய்ந்து விழுவது தெரிந்தது.

"தூ... மழக்காலத்துலலாம் சும்மா இருந்துட்டு இப்ப பெய்யுது பாரு" பேய்க்காளியின் புலம்பல் கேட்டது.

"ஆமா, உனக்கென்னா... ஊரு ரெண்டு பட்டா, கூத்தாடிக்குக் கொண்டாட்டந்தானே"

குடிக்க வந்தவனின் குரல்.

"மூடிக்குனு குடிடா" பதிலுக்கு இரைந்தான் பேய்க்காளி. காற்று பலமாக வீசியது. அதைத் தொடர்ந்து கூரையின் மீது வேகமாகப் பெருந்துளிகளாய் மழை பெய்யும் ஓசை கேட்டது. பெரும் ஓசையுடன் இடி தூரத்தில் ஆரம்பித்தது. மிக அருகில் வந்து விழுவது போல ஓசை கேட்டது. அடுத்த இடிவானையே பொடிப்பொடியாக்கி விடுவது போல அதிர்ந்து குடிசையின் மீதே வந்து விழுந்து விட்டதோ என்று அஞ்சும்படி உலுக்கியெடுத்தது. அவனை ஏற்கெனவே நெருக்கமாக அணைத்திருந்தவள் மேலும் இறுக்கினாள். அந்தக் குடிசை சொர்க்கமாக மாறியது. வானதூதர்கள் மழைத்துளிகளாகப் பறந்து தங்கள் சிறகுகளை கூரையில் மோதி ஓசையை எழுப்பி விட்டுச் செல்வதும், அவர்களின் தலைக்கு மேலே பேரொளி தோன்றி மறைவதும், அதைத் தொடர்ந்து இடியோசையுமாய் குடிசையும், அதனுள் இருந்த இரண்டு எளிய மனிதர்களும், சொர்க்கமென்றொரு உலகத்தில் பயணித்துக் கொண்டிருந்தார்கள். நன்கு கட்டப்பட்ட சிதைவுறாத குடிசையின் மீது எவ்வளவு வலுவான மழையும் ஒன்றும் செய்துவிடாது. வெள்ளத்தால் சூழப்படாத கூரையின் மீது நீர் த்துளிகள் மோதி அது ஏற்படுத்தும் ஓசை தாயின் தாலாட்டுக்கு இணையானது. மழையின் சகல துயரையும் உணர்த்தும் ஓசைகள் குடிசைக்குள் ஊடுருவி இன்பத்தைத் தரும்.

பக்கத்தில் பாளையத்தின் குடிசை இந்தக் காற்றுக்கே ஆட்டம் கண்டிருக்க வேண்டும். அந்தக் குடிசையின் காய்ந்து மக்கிய ஓலைகள் உடைந்து காற்றில் பறந்தும் பெரிய ஓட்டைகளை ஏற்படுத்தி விட்டதோ

என்னவோ, சந்தில் பாளையம் நடமாடும் ஓசையும் "ஏய் செந்தாமரை நா (பிளாஸ்டிக்க) சொருகுற நீ இழுத்துக் கட்டு" என்ற அவனது குரல் மழையையும் மீறி கேட்டது. "கூரைய மாத்தனும்னு சொன்னா எங்க காதுல வாங்கற ஊர் ஒலகத்துக் கதைய பேசறேய தவுற கூரைய மாத்திக் கட்ட துப்பு இல்ல"

பாளையத்தின் மனைவியின் புலம்பலும் கேட்டது.

"சரி... வா... வா. மழையில நனைஞ்சிட்டு நாளு நாளைக்கு வூட்ல இருந்துடப் போற"

மழை வீசியடித்தது. அதைவிடவும் மோசமாய் அச்சுறுத்தும்படி இடி இடித்தது.

"மழை பேஞ்சா இன்னா, வெயில் அடிச்சா இன்னா... காளி உங்காட்ல எப்பவும் மழதான்"

சாராயம் குடிக்க வந்தவனின் குரல் தெளிவாகக் கேட்டது. "ஆமான்டாஸ நா மூத்தரத்தப் பேஞ்சி தானே தர்றேன்"

"கோ... ஏமாந்தா அதையும் கலக்கறவதானே நீ!"

மழை முன்னிலும் வேகமெடுத்தது. "சரி வா. அங்க போயிடலாம்"

அவன் சரக்கு நிறைந்த இரண்டு ரப்பர் பந்துகளை ஒரு வாளியில் போட்டுக்கொண்டு மிக பிரம்மாண்டமாய் உயர்ந்து நின்ற குப்பைக் கிடங்கு தகரக்கொட்டைகைக்கு அடியே அடைக்கலம் தேடி ஓடினான். வெள்ளையர் கால கொட்டகையது. பெரும் பிரளயம் வந்தாலும் மூழ்காத இடம்போல நம்பிக்கையான இடம். எவ்வளவோ மழை வந்து வெள்ளத்தை ஏற்படுத்தியிருக்கிறது. அந்த இடம் மூழ்கியதை பார்த்தவர்கள் யாரும் இப்போது கிடையாது.

மழையாவது, ஒண்ணாவது மின் நிலையம் இயங்கிக் கொண்டிருந்தது. ஆனால், குடிசைப் பகுதியை பெரும் இருட்டு சூழ்ந்திருந்தது. மின் நிலையத்தின் ஒளி வீசும் மின் விளக்குகளின் ஒளிகூட மழையால் தடைபட்டிருந்தது.

ஒரு குவளை சாராயம் மட்டுமே உள்ளே இறக்கியிருந்த குடியன். காளியைத் தேடி தகக் கொட்டகைக்கு ஓடி வந்தான்.

அந்த நேரத்தில் ஒரு பெண் பெரிய கூடையோடு இரும்புத்தகர கூரைக்கு கீழே வந்து நின்றாள்.

"இன்னா காசிம்மா தொழிலுக்கு கௌம்பிட்டியா?" பேய்க்காளி சிரித்துக் கொண்டே கேட்டான்: "ஆமா!, இந்த மாதிரி சமயத்துலதான் கொர்க்காவுங்க மழைக்கு பயந்துக்கினு எங்கனா ஒதுங்குவானுங்க இப்ப எடுத்தாக்காதான்"

பெரும் மழை வீசியடித்தது. அந்த இருளில் மனிதர்கள் நின்றிருப்பது கூடத் தெரியவில்லை. மின்னலின் போதுதான் விசித்திர வடிவங்களில் உருவங்கள் தெரிந்தன.

பேய்க்காளி பீடியைப் பற்ற வைத்து இழுத்தான். நெருப்பு, இருளில் சுடர்ந்தது. கந்தகம் எரிந்த நெடியில் அவனே துப்பினான். மேலும் இரண்டு இளம் குடியர்கள் தகரக் கூரைக்கடியில் வந்து நின்றார்கள்.

கூடவே, இரண்டு சிறுவர்கள் தலையில் கூடையைக் கவிழ்த்தபடி ஓடிவந்தார்கள்.

"உம் போங்க... போங்க 'திருட்டு நாய்ங்களா' உங்களுக்குன்னே மழ பெய்யுது" பேய்க்காளி சொல்லிவிட்டு சிரித்தான்.

"இன்னாயா! நெக்குலா... உனக்குதான் புதுசா வாழ்வு கெடச்சி ஆட்டம் போடற. நீயும் கரி திருடுனவந்தான் சூ.....த மூடு"

அவன் சிரித்தான்.

"சர்தான் போம்மே தடிய தூக்கிக்கினு தெரத்த போறானுங்க, போ..."

"எக்கா! இவருகிட்ட பொருளப் போடக் கூடாதுக்கா கம்மியா துட்டு தர்றாரு"

"ஆமாம். மா சும்மா குடுத்தாக் கூட தான் வாங்கிக்குவாரு" என்றாள் அவள்.

"சரி! ஆபீசர்களா போய் டைப் அடிச்சிட்டு வாங்க" சொல்லிவிட்டு பேய்க்காளி சிரித்தான். பையன்களோடு சேர்ந்து அவளும் சிரித்தாள்.

"இன்னா பேய்க்காளி! ரொம்ப மதப்பா பேசறே. கோய்ந்தம்மா புள்ளைங்க வந்தா கீய்ப்பாங்கோ. நீ விக்கறது திருட்டு சாராயம் நீ எங்கள கிண்டல் பண்றியா?"

அவன் ஏனோ அவளுக்கு பதில் சொல்ல விரும்பாதவன்போல, "ஏய் குச்சடிப்பா!" என்றான். குடிக்க வந்தவர்களில் ஒருவன் தீக்குச்சியை உரசி கொளுத்தினான். அந்த வெளிச்சத்தில் பேய்க்காளி குவளையில் சரக்கை ஊத்தினான்.

அந்த தடிப் பெண்ணும் இரண்டு சிறுவர்களும் தலையில் கூடையை கவிழ்த்துக் கொண்டு இரவின் கொட்டும் மழையில் நிலக்கரி வேட்டைக்கு இருளில் ஓடி மறைந்தார்கள்.

தூரத்தில் நாலாபுறத்திலும் இருந்து விசிலடிக்கும் ஓசை கூர் அம்பாய் பாய்ந்து வந்து அவர்களை திகிலடைய வைத்தது.

"இன்னாக்கா பக்கத்துல சுத்திக்கினு இருக்கிறானுங்களா, இன்னா?" திகிலோடு கேட்டான் பையன்.

"சும்மாடா! பக்கத்துலதா இருக்குறோம்னு அசாப் காட்டுறானுங்க. மழைக்கு எங்கனா போய் ஒளிஞ்சிக்கினு அங்கிருந்து ஊதுவானுங்க. பயப்படாதீங்க. போங்க போங்க!" அவள் பையன்களை தைரியப்படுத்தி விரட்டினாள்.

முள்கம்பி வேலியில் இருந்த ஆள் நுழையும் இடைவெளியில் புகுந்து குன்றெனக் குவிந்திருக்கும் கரிக்குவியலை நோக்கி ஓடினார்கள். பெரும் விளக்குகள் அந்த கரிக்காடெங்கும் ஒளியைப் பாய்ச்சி கொண்டிருக்கும். ஏனோ இப்போது இருள் சூழ்ந்திருந்தது. மழை, காற்று காரணமாக இருக்கலாம்.

பெரும் மின்னல் வெட்டியது. கரிக்குவியல் கடும் பூதமென கண நேரம் தோன்றி மறைந்தது. கரி கட்டிகளை கூடையில் நிரப்பிக்கொண்டு யாராவது வருகிறார்களா என்று சுற்றிலும் நோட்டமிட்டபடி துரிதமாய்

கொள்ளை நடந்துகொண்டிருந்த வேளையில் அந்த மின்னலொளியில் மிக நெருக்கத்தில் ஒரு காவலனைப் பார்த்துவிட்டு கத்தினாள்.

"ஏய்! கொர்க்கா வந்துட்டான், ஓடுங்கடா ஓடுங்க"

நிரம்பிய கூடையைத் தூக்கிக் கொண்டு பையன்கள் ஓட்டமெடுத்தார்கள். காவலாளி ஊது குழலை பெருஞ்சத்தத்தோடு ஊதியபடி அவர்களைப் பிடிக்க ஓடி வந்தான்.

மிக நெருக்கத்தில் அவளை காவலாளி தவறவிட்டான். யாருக்கும் கட்டுப்படாத காட்டுக்குதிரையைப் போல தாவியோடினாள்.

பெருங்கோபத்தோடு காவலாளி கையில் இருந்த தடியை அவளை நோக்கி வீசினான். அது காற்றில் ஓசையெழுப்பியபடி சுழன்று வந்து அவளது பருத்த பின் பக்கத்தில் மோதி கீழே விழுந்தது. வேலியை தாண்டும்போது அவளது புடவை சிக்கிக் கிழிந்தது.

வேலியைத் தாண்டி வந்து பிடிக்க கூர்க்காவுக்கு அனுமதி கிடையாது. பையன்களும் அவளும் கூடை நிறைய கரியோடு வேலியைத் தாண்டி விட்டார்கள்.

"வாடி! ஒரு நாளைக்கு உன்னை கரி மேல தள்ளி கற்பழிக்கிறேன்" அவன் இந்தியில் கோபமாக கத்திவிட்டு கோபம் தணிக்க வேலியில் தடியால் அடித்து விட்டுப் போவது மின்னல் ஒளியில் தெரிந்தது.

அவன் இந்தியில் திட்டியதைக் குடிக்க வந்த ஒருவன் மொழி பெயர்த்து சொல்லிச்சிரித்தான்.

கரித் திருடர்கள் மழைக்காக எங்கும் ஒதுங்காமல் இருளில் போய் மறைந்தார்கள். நல்லா பத்து கிலோவுக்கு அடிச்சியிருக்குங்க. பேய்க்காளி மனதுக்குள் சொல்லிக் கொண்டான்.

மழையின் வேகம் தணிந்திருந்தது. ஆனாலும் மின்னலும் இடியும் வானில் ஆட்டமாடி பூமியை அதிர வைத்தன. நாய்க்கிடங்கில் மரணத்தை எதிர் நோக்கியிருந்த நாய்கள் மிக சத்தமாகக் குரைத்தன. இடியின் ஓசையில் அது கரைந்தது போல கேட்டது. மழையில் நனைந்து சுதந்திரமாக ஓட ஆசைப்பட்டு அந்த ஏக்கத்தோடு அவை குரைத்தது போல இருந்தது.

தகரக் கூரைக்கு எதிரே இருந்த பாதையில் தூரத்தில் யாரோ டார்ச் விளக்கால் இருளில் ஒளி பாய்ச்சிக்கொண்டு வருவது தெரிந்து மீதமிருந்த சாராயத்துடன் வாளியைத் தூக்கிக்கொண்டு பேய்க்காளி ஓட்டமெடுத்தான். குடியர்களும் சிட்டாய் பறந்து விட்டார்கள்.

மழையால் கழுவப்பட்ட குடிசைகள் அமைதியாய் உறங்கும் மனிதர்கள் மீது கவிழ்ந்திருந்தது. முழு நகரத்தையும் இயக்கியும், கழுவியும் துடைத்தும், ஏற்றியும், இறக்கியும், பலவிதமாக உழைத்துக் களைத்தவர்கள் பெரும்பாலும் ஆழ்ந்த உறக்கத்திலிருந்தார்கள். பெரும்பாலான குடிசைகளின் துவாரம் வழியாக ஊற்றிய மழை நீரை பாத்திரங்கள் தாங்கிப் பிடித்தன. அதில் பட்டு சிதறிய நீர்த் திவளைகள் ஒடுங்கி, கிடைத்ததைக் கொண்டு போர்த்துக் கொண்டு

சுருண்டிருந்தவர்களை எரிச்சல்படுத்தியது. நீர் சொட்டும் ஓசை நிற்காதா என்று அவதிப்பட்டவர்கள் ஏங்கியபடியே களைப்பால் உறங்கிப் போனார்கள். கூரையில் விழுந்து வடிந்த மழைநீர் வாசலில் கருப்பு நிறத்தில் குட்டையாகத் தேங்கி நின்றன. அதுவும் கூட அந்த காய்ந்த கருப்பு பூமியில் விரைவாக உறிஞ்சப்பட்டு இரவு எதுவும் நடவாதது போன்று செஞ்சூரியன் கீழ்வானில் தெரிய, பொழுது புலர்ந்தது.

8

இரவு மழை பொழிந்ததற்கான எந்த அறிகுறியும் தெரியவில்லை. நமத்துப் போன கூரையின் நசிந்த வீச்சமும் குடிசைகளின் பின்புறம் கொட்டியிருந்த நிலக்கரியின் தீய்ந்த நெடியும் தான் இரவு மழை பொழிந்த அடையாளத்தைக் காட்டின. அது மேட்டுப்பகுதி என்பதாலோ என்னவோ. மழை பெய்ததுபோலவே தெரியவில்லை.

"பாவம் அக்கா! இன்னா பண்ணுதோ? பச்சப் புள்ளய வச்சிக்கினு கூர பாதி பொத்தலா இருந்திச்சி. அந்தாளு குடிச்சிட்டு கெடப்பாரு... ப்ச்... வருத்தமானதொரு குரலில் சொன்னாள்.

அவளது முகம் ஊதி பளபளத்தது. அவனும் கூட அந்த அழகில் மயங்கி அவளையே உற்றுப் பார்த்துக் கொண்டிருந்தான். அவள் வெட்கத்தால் முகத்தை திருப்பிக் கொண்டு பாத்திரங்களைக் கழுவப் போனாள். அடுப்பில் கருகிக் கிடந்த கட்டைக்கரியை எடுத்து ஊதினான். சாம்பல் பறந்த கரியை மென்று பல்லைத் தேய்த்தான் வாயைத் கொப்பளிக்கப் போனவன், அவளை என்னமோ புதிதாக பார்ப்பவன் போல பார்த்துவிட்டு திடுப்பென அவன் மனதில் தோன்றியதை அவளிடம் சொன்னான்.

"ஆராயி!"

"உம்"

உம் மூஞ்சிய ஒரு தடவ பார்க்கும்போது ஒரு மாதிரியாயிருக்குது. இன்னொரு தடவ பாக்கும்போது ஒரு மாதிரியா இருக்குது!.

"உம்! நீ ஏதோ சும்மாங்கட்டியும் சொல்ற" வெட்கத்துடன் சொன்னாள்.

"நெசமாதா சொல்றேன் ஆராயி!"

"நீ ஒரே மாதிரி பாரு"

"ஓ நா ஒரே மாதிரியாதான் பாக்குறேன். ஆனா, நீதான் தினுசு, தினுசா தெரியற"

"சரி போ மாமா! நீ இருந்தா வேலையானாப்ளதான். போ..."

"சரி, சாயந்திரம் வரும்போது உனக்கு எதுனா வாங்கியாறட்டா?"

"எனக்கு எதுவும் வாணா. மொதல்ல பாயி வாங்கணும்.ரெண்டு தேக்சா, அப்பறம் குடிக்க கொள்ளன்னு வாங்கணும் அந்தக்கா குடுத்த பாத்துரத்துலதானே ஆக்கறோம்..."

"சரி, கொஞ்சம் துட்ட தர்றேன். நீ செல்லக்கண்ணக்காவ கூட்டிக்கினு போயி எதனா வாங்கிக்க"

"நீ கூட்டிக்கினு போவ மாட்டியா?" ஏக்கத்தோடு கேட்டாள்.

"நா வர ராத்தியாவுமே இன்னிக்குப் பாத்து புது கொடவுனுக்கு சரக்க மாத்தணும்னு மொதலாளி சொல்லிக்கிட்டிருந்தாரு. எப்ப வேல முடியும்னு சொல்ல முடியாது. நீ அந்தக்காவ கூட்டிக்கினு போ இன்னொரு நாள் நானு உன்ன இட்டுக்கினு போறேன்"

அவள் அமைதியாக இருந்தாள். "வண்டி நெறங்கெட்டு கெடக்குது. அதுக்கு பெயிண்ட் அடிக்கணும்" என்று ஏதோ யோசனையோடு சொன்னான்.

"சரி, அத அப்புறம் பாத்துக்கலாம். மொதல்ல, இருக்கிற காசுல பாத்து வாங்கிக்க பாத்துக்கலாம்"

காக்கி அரைக்கால் சட்டையுடன் சாயம் போன நீலச்சட்டை கடைசிப் பொத்தான் அறுந்திருந்தது. வண்டியை இழுத்துக்கொண்டு கிளம்பினான். இரவு மழையால் குப்பைக் குவியலில் இருந்து கடுமையான நாற்றம் வீசியது. இன்பமான காலைப் பொழுதில் மன நிறைவுடன் வண்டியை இழுத்துக்கொண்டு போனான். ஐம்பது குடிசைகளைக் கடந்ததும் ஒரு குடிசையின் பக்கத்தில் காங்கிரஸ் கொடி பறந்து கொண்டிருந்தது. அந்தக் குடிசையில் இருந்து பஸ் போகும் சாலை வரை செம்மண் கொட்டி பரப்பியிருந்தார்கள். தரையில் சதுரமான சிமெண்ட் கற்களைப் பதித்து பாதையிட வேலைகள் நடந்து கொண்டிருந்தன. செம்மண் பரப்பியிருந்த இடம் மட்டும் மழை நீரால் சகதியாக சொதசொதவென இருந்தது. அங்கு வண்டியை இழுக்க செங்கேணி சிரமப்பட்டான். அதைக் கடந்துபோய் சாலையில் தேங்கி நின்ற மழை நீரில் கால்களில் அப்பிக்கொண்ட செம்மண் சேற்றை கழுவிக்கொண்டு வண்டியை இழுத்துக்கொண்டு ஓடினான்.

அவனது மனம் நிறைவோடிருந்தது. அவனுக்கெதிரே செக்கச் சிவந்த பெண்ணொருத்தி தலை முடியில் உடைபடாத நீண்ட புளியம் பழ ஓடுகள்போல சடைகள் தொங்கியிருக்க... நிதானமற்று நடந்துவருவது போல இருந்தது. மஞ்சள் நிறப் புடவையை உடலில் அலங்கோலமாக சுற்றியிருந்தாள். தளர்வாக சுற்றியிருந்த புடவையை கையில் இறுகப் பற்றியபடியிருந்தாள். அவளது நெற்றி முழுவதும் குங்குமத்தால் பற்று போட்டதுபோல் இருந்தது. பற்கள் கரையேறி கருத்து, குங்குமத்தில் பார்க்க அச்சமூட்டும் படியும், அவள் கண்கள் மட்டும் நிலையற்று சுழன்று கொண்டிருந்தன. அவள் எதிரே கடந்து போவோரை வாழ்த்துவதுபோல கையாட்டினாள். ஒரு கையால் கீழே விழாதபடி சேலையை இறுக்கிப் பிடித்திருந்தாள்.

செங்கேணிக்கு முன்பாக போய்க் கொண்டிருந்த பெரியவர், அவள் கைகளில் சில்லறையை திணித்துவிட்டுப் போனார். இடுப்பில் கூடையைச் சுமந்து போன பெண்ணொருத்தியும் சில்லறைகளைக் கொடுத்துவிட்டு பக்தியோடு கன்னத்தில் போட்டுக்கொண்டாள்.

அவளுக்குப் பணம் கொடுப்பதால் அன்றையப் பொழுது லாபகரமானதாக இருக்கும் என்று அவர்கள் நம்புகிறார்களோ என்னவோ? செங்கேணி மனதிற்குள் நினைத்துக்கொண்டான்.

அவள் சரியாக அலங்காரம் செய்தால் நடுத்தரவயதுடன் வசதியான வீட்டுப் பெண்போல இருப்பாள் என்று தோன்றியது. அவள் கழுத்தில் பல வண்ணக் கயிறுகள் கருப்பும், மஞ்சளுமாகத் தொங்கிக் கொண்டிருந்தன. அவனைக் கடந்து போனவள், வாழ்த்துவது போல் கையை காட்டிச் சென்றாள்.

அவளைக் கடந்த பிறகும் வியப்புடன் திரும்பிப் பார்த்தான். ஆளற்ற சாலையைக்கூட அவள் ஆசிர்வதிப்பதுபோல கையை ஆட்டிச் செல்வது தெரிந்தது. பின்புறம் பார்க்க மிக அதிர்ச்சியாக இருந்தது. சட்டைக்கு கீழேயிருந்து இடுப்புவரை நான்கு விரல்களால் கீறி விட்டது போல் முதுகு நிறையக்கீறல்கள். அதில் ரத்தம் வடிந்தும், பழைய காயங்கள் ஆறிய அடையாளத்துடனும் சமீபத்திய கீறல்கள் மூடிய பக்குடனும் மிக சமீபத்திய கீறல்களில் ரத்தம் துளிர்த்தும் இருந்தது. வண்டியை நிறுத்திவிட்டு அவளின் பின்புறத்தை முழுமையாகப் பார்த்தான்.

அய்யோ என்றிருந்தது.

பிறகு குழப்பத்தோடு வண்டியை இழுத்துக்கொண்டு போனான். அவள் கடந்து போன திசையெங்கும் வாழ்த்திக்கொண்டு போனாள். சிலர் வணங்கி அவள் கைகளில் சில்லறைகளைத் திணித்து விட்டு போனார்கள். நடராஜ் தியேட்டரைக் கடக்கும்வரை கூட அவளைப் பற்றி நினைத்துக்கொண்டே வண்டியிழுத்துப் போனான்.

சால்ட் கோட்ரஸ் சந்திப்பில் பெரிய நீர்த் தொட்டி நிரம்பி வழிந்து கொண்டிருந்தது. அதைச்சுற்றி ஏராளமான இளைஞர்கள், வயோதிகர்கள் என்று வித்தியாசம் இன்றி குளித்துக் கொண்டிருந்தார்கள். இனி காலையில் இங்கு வந்து குளித்துக் கொள்ள வேண்டியதுதான் என்று மனதிற்குள் நினைத்துக்கொண்டான்.

பாவம்! அவள் குடிசையின் ஒரு மூலையில் உட்கார்ந்து இருளில் அவசர அவசரமாக குளித்து முடிக்கும் சங்கடத்தை நினைத்துக் கொண்டான். அதைத் தவிர வேறு வழியில்லை என்பது புரிந்தது.

ஆராயி, செல்லக்கண்ணு வீட்டு வாசலில் போய் நின்றபடி குரல் கொடுத்தாள்.

"அக்கா... அக்கா..."

"உள்ள வாயன்டி! யாரோ, எவரோ மாதிரி வாசல்லயே நிக்கற"

குளித்து தலையில் துண்டு கட்டியிருந்தாள் செல்லக்கண்ணு. வீடு சுத்தமாக இருந்தது. தரையில் சிமெண்ட் பூசி, குட்டையான மண்

சுவர்களுக்கு நீலம் கலக்காத வெள்ளையடிக்கப்பட்டிருந்தது. மர பீரோ, மிக சமீபத்தில் வாங்கிய இரும்புக் கட்டில், வழக்கமாக குடிசைகளில் பார்க்க முடியாத பொருட்கள் அவை. குடிசையின் பின் பக்கம் பள்ளம் என்பதால், கழிவுநீர் தங்காமல் பள்ளத்தில் உருண்டோடி விடும் என்பது அந்தக் குடிசைக்கு கூடுதல் வசதி.

"இன்னாடியம்மா! புருஷன் வேலைக்குப் போனபிறகும் ஊட்ல ஒக்காந்தியிருக்க, போர் அடிக்குதா?"

"அதுல்லக்கா! வீட்லப் புழங்கறதுக்கு பண்டபாத்திரம் எதுவுமில்ல. அதான் கடைக்கு போவணும்"

"அதுன்னாடி! உம் புருஷனும் அக்கான்றான் நீயும்அக்கான்னு கூப்பிடுற. இது எந்த ஊரு நியாயம்?"

ஆராயி தலையைச் சொரிந்தாள்.

"அப்ப நான் உன்ன இன்னான்னு கூப்புடறது?"

"சித்தின்னு கூப்பிடு. அதுதான் மொறை"

"அதெப்பிடி! உனக்கு சின்ன வயதுதானே?"

"பாத்தா அப்டியா தெரியுது?" செல்லக்கண்ணு கண்ணாடியில் ஒருமுறை முகத்தைப் பார்த்துக்கொண்டாள். மனநிறைவோடு சிரித்து கொண்டு உதட்டின் உரிந்து கொண்டிருந்த தோளை முந்தானையால் அழுத்தி தேய்த்து அகற்றினாள்.

அவளது மாநிற உருண்டை முகத்தின் கன்னத்தில் குழி விழுந்து அழகாகத்தான் இருந்தாள்.

"ஒரு புள்ளய பெத்துருந்தன்னா நானும் பெரிய பொம்பளையாட்ட தெரிஞ்சிருப்ப. எனக்குதான் அந்தக் குடுப்பன இல்லன்னு ஆயிபோச்சி என்னத்தப் பண்ண?" மிக சலிப்பாக வந்தது வார்த்தைகள்.

"அது தான் உன்னைக் கூட்டிக்கினு போவச் சொல்லிச்சி"

"இன்னாடியம்மா! புருஷன அது இதுன்ற. மாமான்னு சொன்னா இன்னா கொறைஞ்சா போயிடுவே?"

ஆராயி வெட்கத்தில் நெளிந்தாள்.

"சரி, குந்துடியம்மா. தோ வந்துடுறேன்"

தோ..தோன்னு அவள் அலங்காரம் பண்ணி முடிப்பதற்குள் ஆராயி பொறுமையிழந்து விட்டாள்.

குடிசைக்குப் பின்புறம் நாய்க் கிடங்கிலிருந்து நாய்களின் குரைப்புச் சத்தம் பேரோலமாக கேட்டுக்கொண்டிருந்தது.

மஞ்சள் புடவையில் சிவப்புப் பொட்டு போட்டிருந்தது. அதே துணியில் ஜாக்கெட்டுமாய் சுருள் முடியை அடக்கி கொண்டையிட்டபடி வந்தாள்.

"வாடியம்மா!" என்று சலிப்பாக மன நிறைவற்றவள்போல கூப்பிட்டாள்.

"உன்னால அவசர அவசரமாக கௌம்பி வர்றேன். மூஞ்சிக்கு சரியா கூட பவுடர் போடல... வா"

வீட்டை இழுத்துப் பூட்டிக்கொண்டு கிளம்பினார்கள். வரிசையற்று தான்தோன்றித்தனமாக குடிசைகள் முளைத்திருந்தன. குறுகலான சந்துகள் வழியாக நடந்து முக்கிய வீதிக்கு வந்தார்கள்.

ஆராயியின் குடிசை தெரிந்தது. ஆராயிக்கு குழப்பமாக இருந்தது. பழக்கப்படாத இடம் என்பதால், தன் குடிசையையும், தான் கடந்து வந்த குறுகலான சந்துகளையும் நினைவுபடுத்திப் பார்த்தாள். குழப்பம் தான் மிஞ்சியது.

"இன்னா உனக்கு வழி தெரியலையா. நீ அந்த பக்கமா சுத்திக்கினு வந்திருப்ப இப்டி குறுக்க புகுந்து வந்தீனா பக்கம்"

தனது குடிசையை தூரத்தில் இருந்து பார்க்க புத்தம் புதியதாய் தெரிந்தது. புது ஓலை சூரிய ஒளியில் மின்னியது. குடிசைக்கு அருகில் பேய்க்காளி நின்றிருந்தான்.

வெள்ளை வேட்டி சட்டையில் பீடியைப் பற்ற வைத்துப் புகையை இழுத்து விட்டான். பிறகு குடியர்கள் யாராவது வருகிறார்களா என்று வியாபாரிக்குரிய ஆவலோடு பார்த்துக் கொண்டிருந்தான்.

"இருடி தோ வந்துடுறேன்"

செல்லக்கண்ணு கன்னத்தில் குழிவிழ சிரித்தபடி பேய்க்காளியை நோக்கிப் போனாள். அவன் பாக்கெட்டில் கையைவிட்டுக் கற்றையாக பணத்தையெடுத்தான். அதில் ஒன்றிரண்டை உருவி அவளிடம் தந்தான். அவள் சிணுங்குவதுபோல் இருந்தது. இன்னொரு நோட்டை உருவித் தந்தான். அவன் ஏதோ சொல்லியிருக்க வேண்டும். அவள் குலுங்கிச் சிரித்தாள்.

"யோவ்! வாய மூடுயா..." என்பது மட்டும் ஆராயி காதில் விழுந்தது. அவள் சிரித்தபடியே பணத்தை ஜாக்கெட்டுக்குள் திணித்துக்கொண்டு ஆராயியைநோக்கி வந்தாள். அவள் அப்படி சிரிப்பதும், பேசுவதும் எரிச்சலாக இருந்தது.

என்ன காரணத்தினாலோ பேய்க்காளியை ஆராயிக்குப் பிடிக்கவில்லை. ஒருவேளை அந்த ஆளு இந்த அக்காவுக்கு சொந்தக்காரனா இருப்பானோ என்று தோன்றியது.

"சரி, வாடி போவலாம்" என்று செல்லக்கண்ணு அழைப்பதுகூட காதில் விழாதபடி யோசனையில் இருந்தாள்.

ஆராயி எத்தனையோ தடவை கடைகளுக்குப் போய் பலவிதமாக பொருட்கள் வாங்கியிருக்கிறாள். இன்று கடைக்குப்போவது அவளுக்கே வித்தியாசமாக இருந்தது. அவளது உள்ளம் மிக களித்திருந்தது. இரண்டு தலையணை வாங்கணும்ன்னு நெனைக்கும் போது அவளையறியாமல் சிரித்தாள். அந்த இனிய ஓசை கேட்டு செல்லக்கண்ணு ஆராயியைப் பார்த்தாள்.

புதுசா கல்யாணமானவ ராத்திரி நடந்தது எதையாவது நெனைச்சி சிரிப்பா. சிறுசுதானே? மனதுக்குள் சொல்லிக்கொண்டாள்.

அவர்கள் குடிசைகளைக் கடந்து கேசவப்பிள்ளை மைதானத்தை நெருங்கிக்கொண்டிருந்தார்கள்.

வெள்ளையர் காலத்தின் துவக்கத்தில் அது நெல் விளையும் பூமியாக இருந்து பிறகு பூங்காவாகமாறி இப்போது அதுவும் இல்லாமல் வெறும் வறட்டி காயும் மைதானமாகக் கிடந்தது. சுற்றிலும் தொழிலாளர் குடியிருப்புகள் தோன்றியிருந்தது. வடக்குப் பக்கம் தெலுங்கைத் தாய் மொழியாகக்கொண்டு மாநகராட்சியில் கழிவுகளை அகற்றும் தொழிலில் ஈடுபட்டிருப்பவர்களும், காலணி உற்பத்தியாளர்களுமான எளிய மக்களின் குடியிருப்புகள் பெரும்பாலும் குடிசைகள். கிழக்கே ஜெகநாதபுரக் குடிசைப்பகுதி, தெற்கே சூளை மில், மேற்கே மாட்டிறைச்சிக் கடையும், விறகுத்தொட்டியும் குமாரசாமிராசபுரமுமாக மைதானம் பல விதமான குப்பைகளுடன் இருந்தன.

மைதானம் பெரும் பொட்டல் வெளியாய் பரந்து விரிந்து கிடந்தது. வடகிழக்கு மூலையில் குளிர்பதன கிடங்கும், தென்கிழக்கு மூலையில் மாநகராட்சி அலுவலகமும், அதோடு இணைந்திருந்தது. வெளிநாட்டவரால் நடத்தப்படும் தோல்நோய்க்கான சிறப்பு மருத்துவமனையும் இருந்தது. மருத்துவமனையை ஒட்டி, நாகப்பழ மரமொன்று காற்றில் அசைந்துகொண்டிருந்தது.

மைதானத்தின் நடுவில் பேய்க்காற்றின் சுழல் ஒன்று குப்பைகளை சுற்றிக்கொண்டு போனது. மைதானத்தின் குளிர்பதனக் கிடங்குப் பக்கமாக பச்சைப் பசேலென முள்ளுக்கீரைச் செடிகள் வளர்ந்திருந்தது. மூன்று பெண்கள் அந்தக்கீரைகளைப் பறித்துக் கொண்டிருந்தார்கள். மைதானத்தின் அரைப்பங்கு நிலத்தில் சாண வறட்டி காய்ந்து கொண்டிருந்தது. எப்போதோ நடப்பட்டு பராமரிக்கப்படாத எதிரெதிரே நின்ற இரு கால்பந்தாட்டக் கம்பங்களில் மேல் சட்டையற்ற இரண்டு பையன்கள் தொங்கிக்கொண்டும், தாவிக்கொண்டுமிருந்தார்கள். நாகப்பழ மரத்தையடுத்து வரிசையாக மைதானத்தின் வேலிபோல தூங்குமூஞ்சி மரங்கள். அதனடியில் மாடுகளுக்கு குளம்பில் லாடம் அடிக்கும் ஓசை மைதானத்தின் கிழக்குப் புறத்திலும், வடக்குப் புறத்திலும் பலவிதமான கழிவுகள் கொட்டப்பட்டிருந்தன. குப்பைகள் மீது பன்றிகள் தலைதெறிக்க ஓடிக்கொண்டிருந்தன. பாவம் அவைகளின் உரிமையாளரும் அவரின் வேலையாட்களும் நீண்ட தடியில் கம்பியை சுருக்குப்போல கட்டி பன்றியின் கழுத்தில் அதை மாட்டி எப்டியாவது பிடித்துவிட போராடிக் கொண்டிருந்தார்கள். பிடிபட்ட ஆண் பன்றியை இருவர் தரையோடு சேர்த்து அழுத்திப்பிடிக்க, ஒருவன் புது பிளேடால் பன்றியின் விதைகளை அறுத்து தூர எறிந்தான். அதன் துயரமான பேரொலி பரிதாபகரமான முறையில் மைதானமெங்கும் எதிரொலித்தது. அன்று மட்டும் ஒரே சமயத்தில் பிறந்து வளர்ந்து உறவுக்குத் தயாராக இருந்த நான்கு பன்றிகளின் விதைகள் அகற்றப்பட்டன. உயிருள்ள அந்தப் புத்தம் புதிய இறைச்சியை காகங்கள் கொத்திக்கொண்டு போகும் அதே வேளையில் மலடாக்கப்பட்ட பன்றிகள் துயரத்துடன் முனங்கியபடி குப்பைமேடெங்கும் சுற்றித் திரிய ஓடத் துடித்தன.

அறுவை முடிந்ததும் அமுக்கிப் பிடித்தவர்கள் அதை விடுவித்தார்கள். அந்த மலட்டுப் பன்றி தன்னை இழந்து தன் உயிரைத் தக்கவைத்துக் கொள்ளும் உணர்வில் பாய்ந்தோடியது. அதன் பெருங்காயத்தில் அடுப்பு சாம்பலைத் தேய்த்து விட்டிருந்தார்கள்.

ஆராயியும், செல்லக்கண்ணும் மைதானத்தைக் கடந்து தொட்டிக்கலை குமரப்பா வீதிக்குள் நுழைய சாலையைக் கடக்கும்வரை பன்றிகளின் துயர்மிக்க ஓலம் கேட்டுக்கொண்டே இருந்தது.

சே, இதுங்களயெல்லாம் இப்டி சித்ரவதை பண்ணித்தான் ஜனங்க வயித்த நெரப்ப வேண்டியிருக்குது... சே! என்று மனதுக்குள் சொல்லிக் கொண்டாள் ஆராயி.

திடீரென ஏதோ யோசனை செய்தவள்போல “எக்கா! அந்தாளு” என்று ஏதோ கேட்க ஆரம்பித்து முடிப்பதற்குள் “சரி, சொல்ல தம்பி பொண்டாட்டி” என்று முந்திக்கொண்டு செல்லக்கண்ணு கேலியாக சிரிக்கவும், ஆராயி தலையில் தட்டிக்கொண்டு “இல்ல சித்தி!” என்றபடி, சிரித்தாள்.

“நல்லா மொறவச்சி கூப்புடுற போ!”

“சரி சித்தி! அந்தாளு உங்களுக்கு சொந்தமா?”

செல்லம்மாவின் தலை தாழ்ந்தது. முகத்தில் அவமானத்தின் குறி படர்ந்தது. தலையைத் தாழ்த்தினாள். பிறகு, வெறும் உதட்டை மட்டும் இல்லை என்பதுபோல பிதுக்கிக்காட்டினாள். அந்த முகபாவத்தில் எல்லாமே புரிந்தது ஆராயிக்கு.

ச்சே! இவங்களக் கேட்டு இருக்கக் கூடாது. ஏதோ தப்பு பண்ணிட்டோம்ன்னு தோன்றியது.

பத்துப் பதினைந்து வீடுகளைக் கடக்கும்வரை இருவருமே பேசிக் கொள்ளவில்லை. எதிரிலே அவர்களைக் கடந்துபோன பசுமாடு ஆராயியை முட்டுவதுபோல தலையை ஆட்டியது.

அவள் பயந்து செல்லக்கண்ணுவின் கையை இறுக்கிப்பிடித்துக் கொண்டாள். திடீரென பயந்துவிட்ட ஆராயியை சேர்த்துப் பிடித்து தன் பக்கம் இழுத்துக் கொண்டு,

“அட! இன்னாடி இப்டி பயப்படற? அது போக்குல அது. போவுது சரி... வா!” ஆராயி வந்த பக்கமாய் செல்லக்கண்ணு மாறி அவளது கையைப் பிடித்துக்கொண்டு நடந்தாள்.

ஆராயிக்கு அக்காவே கையைப்பிடித்து அழைத்துச் செல்வது போல இருந்தது.

சந்தை வளாகத்துக்குள் நுழையும்வரை அவர்கள் பேசிக் கொள்ளவில்லை.

செல்லக்கண்ணுவுக்குள் யாருக்குமே தெரிந்துவிடாத அளவு ஒரு வித அவமானமிக்க நடுக்கம் இருப்பதை அவளது கண்களிலே ஆராயி பார்த்தாள். இரண்டு முறை ஆராயி முகத்தை நேருக்கு நேர் பார்க்க அவள் தவிர்த்ததை ஆராயி உணர்ந்து கொண்டாள்.

பல வண்ணக் காய்களின் குவியல்களுக்கு மத்தியில் வாங்கும் கைகளும் விற்கும் கைகளுமாய் அலை மோதின. பளபளப்பான தக்காளிகளின் மேல் சூரியன் பட்டு மின்ன வைத்தது. கறிவேப்பிலை கொத்துகள் மரத்தின் ஒரு கிளைபோல பசுமையாக இருந்தன. பெருங் கூச்சல்மிக்க மக்களிடையே புகுந்து போய்க்கொண்டிருந்தார்கள்.

“வா! சாந்தியிருக்கிறா, எப்பனா நீ தனியா வந்தின்னா அவகிட்ட வாங்கு. கூட நாலு போடுவா. எனக்கு சொந்த மாமா பொண்ணு ஒறவு நம்ம வீட்டாண்டதா இருக்கிறா. வா” கையைப் பிடித்து இழுத்துக் கொண்டு போனாள்.

“அதோ அவ தான்” கை நீட்டிக் காண்பித்தாள்.

சாந்தி கருப்புதான். ஆனால், வடிவான முகம். உழைத்து உரமேறிய கட்டமைந்த உடல்வாகுடன் உருளைக்கிழங்கை கூறு கட்டி கொண்டிருந்தாள்.

சந்தையின் இருவரிசையிலும் பலவிதமான காய்களையும், கீரைகளையும் கூறு கட்டி வைத்து, வாடிக்கையாளர்களைக் கூவியழைத்து கொண்டிருந்தார்கள் வியாபாரிகள்.

சாந்தியும் சற்று முன்பு தக்காளியை கட்டுப்படியாகாத விலைக்கு கேட்ட ஒருத்தியை கடுஞ்சொல்லால் விரட்டியிருந்தாள்.

செல்லக்கண்ணுவை பார்த்துவிட்ட சாந்தி “வா... செல்லா இன்னா ரொம்ப நாளைக்கப்புறம்'?' என்றபடி பக்கத்தில் நிற்பவளையும் பார்த்தாள்.

“தோ! பசங்க புதுசா கல்யாணமாயி வந்து இருக்குதுங்க. கொடம், தட்டுன்னு வாங்கணும். சரி, அப்படியே உன்னையும் காமிச்சாப்ல இருக்கும்”

“ஓ... சரி சரி. உன்னோட புதுவீட்ல வந்துக்கிறாங்களா?” என்றவள், “வாம்மா.... வா! வந்து ஒக்காரு” என்று தக்காளிப்பெட்டியை நகர்த்தி வைத்தாள்.

எதிர்ப்புறத்தில் மிதிவண்டியில் தேநீர் விற்கும் பையனிடம் “டேய் மூணு டீ குடுடா”

வியாபாரம் தீவிரமாக நடந்து கொண்டிருந்தது. “நீ வா பாப்பா! நாலு காய கசங்க கூட போட்டுத் தர்றேன். இன்னா ஒண்ணு கொஞ்ச தூரந்தான் இல்ல” என்று இழுத்துப் பேசியவள் “சின்னப் பொண்ணு தானே, வந்துட்டுப் போயேன்” என்று சிரித்தாள். சரி என்பதுபோல தலையாட்டினாள் ஆராயி.

தேநீர் குவளையை நீட்டினான் பையன். இதற்கிடையில் சாந்தி வாடிக்கையாளர் இருவருக்கு காய்களை விற்றாள். எதிர்ப்புறத்தில் குவிக்கப்பட்டிருந்த அழுகிய காய்கறிகளின் குப்பையிலிருந்து நாற்றம் வீசியது. அது புதிய காய் கனிகளின் மணத்தால் மட்டுப்பட்டிருந்தது. அதையும் மீறி மீன், கருவாட்டின் கவிச்சி வாடை தூக்கலாக இருந்தது.

பை நிறைய காய், தக்காளி என கொடுத்த காசுக்கு அதிகமாகவே அள்ளிப் போட்டாள் “ஒரே பையில போட்டுத் தர்றேன். ரெண்டு பேரும் பிரிச்சுக்குங்க. இன்னா...”

"இந்தாடி! நீ மாட்டுக்குனு இப்டி அள்ளிப் போட்டுக்கீற இந்தா" ஒரு ரூபாய் நோட்டை நீட்டினாள்.

"வாணா வெச்சிக்க! உனக்குப் போடறதால நா இன்னா கெட்டுப் போவப் போறேன். போவும்போது எதுனா குடிச்சிட்டுப் போங்க" கூடுதலா தந்த காசை வாங்க மறுத்து விட்டாள்.

அதே வேளையில் பெரிய பையுடன் பையன் ஒருவன் வந்து "சித்தி! அம்மா காய் வாங்கியாறச் சொன்னாங்க"

"வாடா! இன்னா, ரெண்டு நாளா காணோம்"

பையன் பதில் ஏதும் சொல்லாமல் திருதிருன்னு முழித்துக் கொண்டு நின்றான்.

"இந்தா சித்தி" கையிலிருந்த நாலணாவை நீட்டினான். அவள் அளவு எதுவும் பார்க்காமல் எல்லாவற்றிலும் கலப்படமாக அள்ளிப் போட்டாள். வள்ளிக்கிழங்கு கூறு ஒன்றும் அள்ளிப்போட்டு கனத்த பையை அவனிடம் நீட்டினாள். அவன் தந்த நாலணாவை கோணிக்கடியில் போட்டுவிட்டு அதிலிருந்து பத்துப் பைசாவை அவனுக்குத் தந்தாள்.

"போ... பட்டாணி எதுனா வாங்கிக்க" பையன் பையைத் தூக்க முடியாமல் தூக்கிக்கொண்டு போனான்.

"யாரு சொந்தக்காரப் பையனா?" செல்லக்கண்ணு கேட்டாள்.

"ஒண்ணா தெருவுல சவுந்தலா அக்கா இருக்குதுல்ல. அது பையன் ப்ச்... பாவம், புள்ளக்குட்டிக்காரி... அதா வந்தாக்கூட கொஞ்சம் போட்டு அனுப்புறது. நாம இன்னா, காசு பணமா வச்சிருக்கோம். குடுத்து ஒதவ..." வெள்ளைப் பற்கள் தெரிய சிரித்தாள்.

"ஆமா போ! நல்லாதான் வேபாரம் பண்ற"

ஆராயிக்கு ஆச்சரியமாக இருந்தது. எவ்வளவு நல்ல மனசு. முன்ன பின்ன பாக்கல, பழகல. மனசுக்குள் சொல்லிக்கொண்டாள்.

"சரி பாத்து, போங்க" வழியனுப்பி வைத்தாள்.

சந்தை வளாகத்தின் குறுகியவளைவுகளில் நுழைந்து மீன் கடைகளைத் தாண்டி வந்தார்கள்.

சந்தைக் கட்டிட வாயிலுக்கு எதிரே புதுப் பானைகளும் அடுத்து தலையணை, பாய் கடையும் இருந்தது. பானை, சட்டி, சட்டியின் மேல் மூடி, சோறு ஆறப் போட தட்டு, கூடை, அகப்பை, அறுவாமனை என்று தேடித் தேடி பொறுக்கி எடுத்தார்கள்.

"ஏண்டியம்மா! பொண்ணக் கட்டிக் குடுக்கறவளாட்டம் இம்மா பொருள வாங்கறீயே, போ... உனக்கு பொட்டச்சிதான பொறக்கப் போறா..."

அந்த வார்த்தை ஆராயிக்கு ஏதோ வானத்துல இருந்து வந்த வார்த்தை மாதிரி காது வழியா உள்ளத்துக்கே போனது.

எல்லாம் வாங்கி பணத்தக் கொடுத்துட்டு "நம்மால தூக்க முடியாது. ரிக்‌ஷாவக் கூப்புடுறேன் இரு"

"எக்கா!" என்று தலையைச் சொரிந்தாள்.

"இன்னாடி?"

"தலகாணி வாங்கணும்" வெட்கத்தோடு சொன்னாள்.

"இம்மா நேரம் அதையும் இதையும் பாய்ஞ்சி, பாய்ஞ்சி எடுத்த தலகாணிக்கு மட்டும் கொரலு மாறுது"

ஆராயி வெட்கத்தோடு சிரித்தாள்.

"சரி நீ இங்கயே நில்லடி. நா போய் நல்லதா பாத்து எடுத்தாறேன்"

வாங்கிய பொருட்களை காலில் அணைத்தபடி நின்றிருந்தாள். செல்லக்கண்ணு எதிர்க்கடையில் பேரம் பேசிக் கொண்டிருப்பது தெரிந்தது.

கடைத்தெருவெங்கும் மக்கள் விதவிதமான பைகளுடன் வழி நெடுக்க பேரம் பேசியபடியும் வியாபாரிகளின் எரிச்சலான பதிலை அலட்சியம் செய்து முணுமுணுப்புகளுடன் அங்கு வீசிய அழுகிய வெங்காயத்தின் துர்நாற்றத்தை சகித்துக்கொண்டும் பொருள்களை வாங்கிக்கொண்டிருந்தார்கள். காலை நேரம் மிக அனலாயும், காற்றோட்டம் குறைந்தும் இருந்தது. வியாபாரம் செய்யும் பெண்களின் முகமெங்கும் வியர்வை நுண் ஓடைகளைப்போல ஓடியது. அது அவர்களை எரிச்சல்படுத்தியது. அவர்களது மாராப்புச்சேலை விலகி ஆபாசமாய் தெரியும் மார்பை மூடக்கூட நேரமின்றி ஒரு வேளை அலட்சியம் காரணமாக வாடிக்கையாளர்களிடம் ஏற்ற இறக்கங்களோடு பேசி... காய், கனிகளை விற்பதில் தீவிரமாக இருந்தார்கள். அவர்களிடம் கல்லாப் பெட்டியில்லை. காய்களைக் கூறு கட்டி வைத்திருந்த சணல் விரிப்புகளுக்கடியில் சில்லறைகளையும், சுருக்குப்பையில் பத்து இருபது ரூபாய் நோட்டுகளையும் திணித்து தொளதொளப்பான மேல் சட்டையிலோ, இடுப்பிலோ சொருகிக் கொண்டார்கள்.

சந்தை வளாகத்துக்கு மேலே காகங்கள் பெருங்கூட்டமாய் பறந்துகொண்டிருந்தன. செல்லக்கண்ணு இரு தலையணைகளோடு எதிர்ப்புறத்தில் இருந்து வந்தாள். சரி, வா!. நாமே தூக்கிக்கினு போயிடலாம். எதுக்கு ரிக்ஷா ஒண்ணும் அவ்ளோ வெயிட்டா இல்ல" என்று சொல்லிக்கொண்டே காய்கறிப் பையையும் தலையணைக் கட்டையும் செல்லக்கண்ணு தூக்கினாள்.

"எக்கா! நா தூக்கிக்கறேன்" என்றபடி அவளிடம் இருந்து சுமையான பையை ஆராயி பிடுங்கினாள்.

"விடுடி! நான் தூக்கியாறேன். இதெல்லாம் ஒரு சொமையா? தலச் சொமையா பத்து கிலோ வெறக மூணு நாலு மைலு தூக்கியாந்தவ தானே... பட்டணம் வந்த பொறவுதானே ரிக்ஷா அது இதுன்னு, வா..."

"தாகமா இருக்குது, எதுனா குடிக்கலாமா?" ஆராயி கேட்டாள்.

"இங்க வாணாம் வா கேசப்புள்ள மைதானத்தைதாண்ட ஒரு சர்பத் வண்டி நிக்கும் அங்க நல்லாயிருக்கும், வா"

காளத்தி தெரு வழியா ஓட்டு வீடுகளையும் கற்கட்டிடங்களையும் கடந்துபோனார்கள். இவங்கள்லாம் பொறக்கும்போதே கல்லு ஊட்ல பொறக்குறாங்க. நாம குடிசையில பொறக்குறோம் இம்மா தூரம்

வர்றோம், ஒரு குடிசையக்கூட பாக்க முடியல. ஆனா, நம்ம எடத்துல ஒரு கல்லுவூட்டயும் பாக்க முடியல. ஏன் அப்டி... ஆராயி மனசுல இப்டி எண்ணம் ஓடிக்கொண்டிருந்தது.

சரி! அந்தாளு உங்களுக்குச் சொந்தமா? என்று ஆராயி கேட்ட கேள்வியால் செல்லக்கண்ணுவின் மனம் ரொம்பவும் புண்பட்டிருந்தது. அதைப் பற்றிய எண்ணத்தில் அவள் வந்துகொண்டிருந்தாள்.

அவளுக்கு அந்த வார்த்தை பலமுறை காதில் விழுவதுபோல இருந்தது. ஆமா வாய்ச்சவன் சரியா இருந்தா எதுக்கு இப்டி. அவள் தனக்குத்தானே சொல்லிக்கொண்டாள்.

மைதானத்தின் சாலையோர விளிம்பெங்கும் தூங்குமூஞ்சி மரங்களும், தண்ணிக்கொட்டை மரங்களும் தழைத்து விரிந்து பார்க்க புதுமையாக இருந்தன. அவ்வளவு மரங்கள் சுற்று வட்டாரத்தில் வேறெங்கும் இல்லை.

பெரும் மரமொன்றின் அடியில் சர்பத் வண்டி நின்றிருந்தது. பட்டாளமோ, சூளை மார்க்கெட்டோ போய் திரும்பும் பெண்கள் சர்பத் குடித்துக் கொண்டிருந்தார்கள்.

“ரெண்டு நன்னாரி குடுப்பா!”

சர்பத் வண்டிக்கு பக்கத்திலே மாட்டை கட்டிப் போட்டு காலில் லாடம் அடித்துக் கொண்டிருந்தார்கள்.

பெருத்த வலுவான மாடு அழகிய பெரிய கண்களை உருட்டிக் கொண்டு அவதியோடு பெருமூச்சு விட்டது. பதட்டத்தில் அது தள்ளிய சாணத்தை அள்ளி, கூடையில் போட்டுக் கொண்டிருந்தாள் ஒருத்தி.

சர்பத் வண்டிக்கு எதிரே மிக பிரம்மாண்டமாய் உயர்ந்து கிழக்குப்புறமாக வளர்ந்துகொண்டே போனது சூளை மில் கட்டிடம். மிகப் பெரிய உணவு தானியக் கிடங்கு அங்கு சிந்திச் சிதறும் அரிசி கோதுமையை சேகரிக்க சிறு கும்பல் திரிந்து கொண்டிருந்தது.

இருவருக்கும் சேர்த்து ஐம்பது காசு கொடுத்தாள் ஆராயி. மீதம் பத்து காசை வாங்கிக்கொண்டு மைதானத்துக்குள் புகுந்து நடந்தார்கள்.

அவர்கள் இருவரையும் நோக்கி எதிர்புறத்தில் சடை பிடித்த மஞ்சலாடை பெண் வந்து கொண்டிருந்தாள். அவள் சுற்றியிருந்த புடவை புதியதாய் இருந்தாலும் சேறும் மாட்டு சாணமும் கூட அதில் ஒட்டியிருந்தது.

நெற்றி உச்சியில் இருந்து புருவ மேடு வரை குங்குமத்தைப் பட்டையாக பூசியிருந்த வியர்வையில் ரத்தம் போல் வழிந்தது. வெளுத்த அவளது முகம் குங்குமத்தில் மேலும் சிவந்திருந்தது.

“இன்னாடி இது! ஆச்சரியமா இருக்குது. இந்தப் பொம்பள எப்பவும் மஞ்சப் பொடவைய கட்டிக்கினு திரியுறா. இம்மா குங்க இவளுக்கு எங்கிருந்துதான் கெடைக்குதோ? முன்னாடி இதப் பாக்கும்போது முழுவாம இருந்துச்சி ப்ச்... உம்?”

என்றபடி பெருமூச்சொன்றை விட்டாள் செல்லக்கண்ணு

“உம்” என்று ஆச்சரியமாகக் கேட்டாள் ஆராயி.

"பார்க்க வசதியான வூட்டுப் பொம்பள மாதிரி இருக்குது. புள்ளய இன்னாப் பண்ணுச்சோ இந்தப் பாவிங்க. பைத்தியத்த இன்னா, பொணத்தக் கூட விட்டுவைக்க மாட்டானுங்க... தூ காறித் துப்பினாள்.

பூமியில திணுசு திணுசா மனுசங்க... அதுல இதுவும் ஒண்ணுன்னு நெனைச்சுக்க வேண்டியதுதான்.

பழைய கந்தலானதொரு ஆண் சட்டையைப் போட்டு அதன் மேல் மஞ்சள் புடவையைச் சுற்றியிருந்தாள். இரு கைகளாலும் புடவை நழுவி விடாமல் இறுக்க பிடித்துக்கொண்டிருந்தாள். அவள் கைகளைத் தளர்த்தினால் புடவை நழுவி விழுந்து விடும்போல் இருந்தது.

இவர்களைக் கடக்கும்போது வாழ்த்துவது போல கையைக் காட்டினாள்.

ஆராயிக்கு என்னவோபோல இருந்தது. கையிலிருந்த பத்து பைசாவை அவளிடம் கொடுத்தாள். காசு வாங்க கை நீட்டிய போது சேலை நழுவி தரையில் விழுந்தது. காசை திணித்து விட்டு பொத்தானிடப்படாத சட்டையினூடாகத் தெரிந்த அவளது மார்பில் புதிதாக ஏற்பட்ட காயங்களில் ரத்தம் துளிர்த்து இருந்தது. ஆராயிக்கு அதைப் பார்க்க நடுக்கமாய் இருந்தது. ஆராயி ஒருகணம் தவித்து போனாள். அந்தப்பெண்ணின் சிவந்த கண்களையும் பரிதாபமான அவளது நெஞ்சையும் பார்த்துவிட்ட தவிப்பில் வேகமாகப் பின் வாங்கினாள். கீழே சரிந்த புடவையை மீண்டும் உடலில் தாறுமாறாய் சுற்றிக் கொண்டு நடக்க முயன்றாள். நடக்க முடியாமல் அவளது கால்களில் புடவை சிக்கியது. தடுமாறுவது தெரிந்தது.

"எக்கா! கட்டிவுடலாமா? பாவமா இருக்குதுக்கா"

"வாணா, வா, அது இப்டியேதான் சுத்திக்கினு கெடக்குது"

ஆராயி கொஞ்ச தூரம் போய் திரும்பிப் பார்த்தாள். அந்தப் பெண் தூங்குமூஞ்சி மர வரிசைகளுக்கு அடியில் போய் உட்கார முயல்வது தெரிந்தது. மைதானத்தின் ஒரு மூலையில் நான்கு காவலர்கள் எதையோ தேடிக் கொண்டிருந்தார்கள். ஒரு காவலர் பெரிய கோணி மூட்டையை பள்ளத்தில் இருந்து இழுத்து மேட்டில் போட்டார்.

கோணி மூட்டையினுள் கண்ணாடிப் புட்டிகள் உரசும் ஓசை கேட்டது. சற்று தூரத்தில் இரண்டு காவலர் வாகனங்கள் நின்றுகொண்டிருந்தன. சுற்றிலும் போலிசாரின் பெட்டி வைத்த மிதிவண்டிகள். தூரத்தில் வேடிக்கை பார்க்கும் பொதுமக்கள்.

இவர்கள் எப்போதும் வேடிக்கை மட்டுமே பார்ப்பார்கள். இது முடிந்ததும் வேடிக்கை பார்க்க வேறு இருந்தால் இதை மறந்து விடுவார்கள்.

இதையெல்லாம் தூரத்தில் வரும்போதே கவனித்து விட்ட ஆராயி பயத்துடன்,

" இன்னாக்கா பண்றாங்க?"

"இன்னா, சாராயத்தை பொதச்சி வச்சிருப்பாங்க... அதத் தேடி.... எடுக்கிறாங்க. வேற இன்னா?"

“அதோ அந்த போலிஸ்காரரு என்னத்தையோ இழுத்துக்கினு வர்றாரு”

“ஏய்! இந்தப் பக்கமா வராதீங்க. போங்க அந்தப் பக்கமா” சுமையோடு வரும் செல்லக்கண்ணு ஆராயியைப் பார்த்து காவலர் கத்தினார்.

இருவரும் விலகி நடந்தார்கள். மண்ணில் புதைக்கப்பட்டிருந்த இன்னும் இரண்டு மூட்டைகளை காவலர்கள் இழுத்து வந்து ஒரே இடத்தில் போட்டார்கள். இழுத்து வரும்போது உடைபட்ட புட்டியில் இருந்து கசிந்த சாராயத்தின் நெடி, மைதானமெங்கும் பரவியது.

“கோவிந்தம்மா ஆளுங்க பொதச்சி வச்சிருப்பாங்கன்னு நெனக்கிறேன். போலிஸ் கண்டுபிடிச்சி எடுக்குது ப்ச்... பாவம்”

“கைநீட்டி மாமூலயும் வாங்கறாங்க இதையும் தோண்டியெடுத்து நாசம் பண்றாங்க”

“உக்கும் புடிக்கட்டும்.. இந்த சாராயத்த மொதல்ல ஒழிச்சா நல்லது தான். ஆம்பளைங்க குடிச்சிட்டு நாசமாவறதுமில்லாம, பொம்பளயப் போட்டு சாத்துறாங்க. இதெல்லாம் ஒழிஞ்சா நல்லதுதான்”

இரண்டு இளம் வயதுடையவர்களை அவர்களது சட்டையாலே கைகளைப் பின்புறமாகக் கட்டி, நடு முதுகிலே தடியால் குத்தி தள்ளிக் கொண்டு வந்தார்கள்.

“ஏய்! வேற எங்கடா பொதச்சி வச்சிருக்கீங்க” தடியை ஓங்கியபடி? கேட்டார் காவலர்.

“எண்ணோவ்... அவ்ளதாண்ணா!”

“என்னடா கத்தற நாயே” மூஞ்சியில தடியால் இடித்தார். அவன் அதே வேகத்தில் எச்சிலைத் துப்பினான். புட்டத்திலே அடி தடி வலுவான தசையில் மோதிய ஓசை மைதானமெங்கும் எதிரொலிப்பது போலக் கேட்டது. தொடர்ந்து அடி விழுந்தது. அடி தாங்காமல் ஒருவன் தரையில் விழுந்தான். ஒருவன் காவலரை முறைத்தபடி இருக்க... காவலர் அவனது இடுப்பில் எட்டி உதைத்தார். பின்னால் வந்த காவலர் முதுகில் தடியால் ஓங்கியடித்தார்.

“கோத்தா! டேய், விக்கிறது திருட்டு சாராயம்... மொறைக்கறியா'?” இன்னும் மோசமான வார்த்தைகள் வந்தன. அவன் அஞ்சுபவனாக தெரியவில்லை. எழுந்து நின்று மீண்டும் முறைத்தான். அவனை உதைத்த காவலர், அவனது கழுத்தைப் பிடித்து வாகனத்தை நோக்கி தள்ளிக்கொண்டு போனார்.

“பாவம் இந்தப் பொழப்பு பொழைக்கறதுக்கு மூட்ட தூக்கலாம், யாரு இப்பிடி அடிபட்டு சாவச் சொல்றது?” அடிபட்டவர்கள் மீதான இரக்கத்தோடு ஆராயி சொன்னாள்.

“சரி... வா, ஐஸ் பேக்டரில தொரை அண்ணன் இருக்கும் கொஞ்சம். ஐஸ் கட்டி வாங்கிக்கினு போவலாம். எலுமிச்சம் பழம் போட்டு ஜூஸ் பண்ணி குடிக்கலாம்” மைதானத்தின் மூலையில் குளிர்பதனக்

கிடங்கில் இருக்கும் குளிர்விப்பானில் இருந்து வரும் மழை பொழிவது போன்ற ஓசையுடன் பெரிய பெரிய பனித்துண்டுகள் வழுக்கிப் போகும் ஓசையுமாகக் கிடங்கு பரபரப்பாக இயங்கிக் கொண்டிருந்தது. குளிர் பதனக் கிடங்கின் வாசலில் போய் நின்றார். துரை வருகிறாரா என்று எட்டி பார்த்தாள் செல்லக்கண்ணு. "யாரும்மா என்ன வேணும்" வாயில் காவலாளி கேட்டார்.

"தொரை இருக்குறாரா?"

துரையும் அப்போதுதான் கிடங்கில் இருந்து வெளியே வந்து கொண்டிருந்தார்.

"யோவ் நம்ம தங்கச்சிதான்... உள்ள அனுப்பு"

"சரி, போங்க" காவலாளி சொன்னார். "இன்னா மார்க்கெட்டுக்கு போய் வர்றீங்களா?" என்றவர், அவராகவே புரிந்துகொண்டு உடைந்த துண்டுகளாய்க் கிடந்த பனிக்கட்டிகளில் பெரியதுண்டு ஒன்றை எடுத்துக் கோணிக் கந்தலில் உமியோடு சேர்த்துக்கட்டி தூக்கி வந்து கொடுத்தார்.

அது வழக்கமா நடக்கறதுதான். தெரிஞ்சவங்க வந்து கேட்டா ஒரு துண்டு சும்மா எடுத்துக் கொடுப்பார். அந்தக் கிடங்கில் வேலை செய்பவர்களில் பழைய ஆள். வீடும் எதிர்ப்புறத்தில் இருப்பதால், கிடங்குல அவருக்கு நல்ல மரியாதை. பொருளுங்க களவு போகிற இடம் இவர் இருந்தால், அங்கு யாரும் திருடும் எண்ணத்தோடு போக முடியாது. அவரே அந்தப் பகுதியில் ரௌடியென்ற பெயரெடுத்தவர். ஆள் பார்க்க ராணுவ வீரன் மாதிரி அடர்ந்த மீசையுடன் கட்டுறுதியான உடல்வாகு சராசரிக்கும் கூடுதல் உயரம் கம்பீரமான ஆள்.

குடிசைப் பகுதி ஆள் நடமாட்டம் குறைந்து அமைதியாக இருந்தது. செல்லக்கண்ணுவும் ஆராயியும் சுமைகளோடு போய்க்கொண்டிருக்க எதிரில் மாவுளி ரிக்ஷாவை மிதித்துக் கொண்டுவந்தான்.

"ஏய் பசங்களா... ஒரு வண்டிய வச்சிக்கினு வரக்கூடாது. இவ்ளோ வெயிட்ட தூக்கியாறீங்களே... வாங்க, வந்து குந்துங்க. வூட்ல உட்டுட்டுப் போறேன்" அவன் ரிக்ஷாவை நிறுத்திவிட்டான்.

"வாணா, நீ போண்ணா! தோ, வூடு வந்துருச்சி. நாங்க போய்க்கிறோம்" என்று மறுத்துவிட்டு குடிசையை நோக்கி நடந்தார்கள்.

மாவுளி பாடியபடியே வண்டியை மிதித்துக்கொண்டு போனான்.

ஒரு தவறு செய்தால், அதைத்
தெரிந்து செய்தால் அவன்
தேவன் என்றாலும் விடமாட்டேன்
நான் ஆணை.....

மிக உரக்கப் பாடிய அவன் குரலைவிடவும் ரிக்ஷாவின் எண்ணையற்ற கிரீச் ஓசை அதிகமாகக் கேட்டது. சரிபாகமாக பங்கிட்ட காய்களோடு செல்லக்கண்ணு அவள் குடிசைக்குப் புறப்பட்டாள்.

"இன்னா, ஆளக் காணோம்? போலிசுக்குப் பயந்துக்கினு எங்கனா ஓடிப் போயிருப்பான்…" என்று தனக்குத்தானே செல்லக்கண்ணு பேசிச் செல்வது ஆராயி காதில் விழுந்தது.

9

வெளியே அனலாக இருந்தாலும் குடிசைக்குள் குளிர்ச்சியாக இருந்தது. சாணம் போட்டு மொழுகிய மண்தரையில் பாயைப்போட்டு புதுத் தலையணையையும் போட்டு அதன் மீது உட்கார்ந்து கொண்டு போன, காசையும் வாங்கிய பொருளையும் கணக்குப் போட்டுப் பார்த்தாள்.

வெளிப்புறம் மிக அமைதியாக இருந்தது. உற்றுக் கேட்டால் துறைமுகத்தில் இருந்து நகரும் கப்பலின் முழக்கம் கேட்கும். அந்த நேரத்தில் கப்பலின் முழக்கம் தெளிவாகவே கேட்டது. குடிசைக்குப் பின்புறத்தில் சரக்கு ரயில் நகர்ந்தும், நின்றும் ஏற்படுத்தும் கிரீச் ஓசைகள் துல்லியமாகக் கேட்டன. ஏனோ அந்தப் பொழுதை இன்பமாக, நினைத்தாள். திடீரென தன் வாழ்வில் ஏற்பட்டுவிட்ட மாற்றத்தை நினைத்து அவளுக்கு ஆனந்தமாய் இருந்தது. ஆனாலும் அவள், தன் அக்காளையும், குழந்தையையும் நினைத்துக்கொண்டாள்.

குழந்தையைப் பார்க்க மனம் துடித்தது. பலவிதமான எண்ணங்களுடன் குடிசையின் மோட்டு வளையை பார்த்துக் காண்டிருந்தவளுக்கு உறக்கம் வந்ததே தெரியாது. மிக அமைதியானதொரு பொன்னுலகு விரிந்து கொண்டே போனது. அந்த அழகிய உலகில் பெருஞ்சிரிப்புடன் உலவினாள்.

பெருங்காடு ஆளுயர மரங்கள் விழுதுகளுடன் காடெங்கும் பரந்து கிடந்தன. மரமே செடி உயரம்தான்.

ஒவ்வொரு மரத்திலும் பட்டாம்பூச்சிகள் மலர்களாய் பூத்திருந்தன. அழகான உயிருள்ள பூக்கள். பூக்களென அவள் பறித்து போட்ட அக்கணமே அவை பறந்து போய் மரத்தின் மீது உட்காரும் வேளையில் பல வண்ணக்கிளிகளாய் மாறிப் போயின.

அவள் ஏமாற்றத்தோடு அழுது புலம்புவது காடெங்கும் எதிரொலித்தது. அந்த எதிரொலி காடெங்கும் சுற்றித் திரிந்து அவள் கூடையிலேயே வந்து தஞ்சமடைந்தது. கூடையிலிருந்து அவளது குரல் எதிரொலியின் ஓசையைப் போல கேட்க அவள் சிரித்தாள்…

கூடையில் இருந்து அழுது புலம்பும் குரல்கள் உதடுகளாய் உருமாறி பூக்களாக மலர்ந்தன. அதையெடுத்து அவள் பட்டாம்பூச்சியைப் பறித்த செடியின் காம்பில் வைத்தாள். அந்தப் பூக்கள் பெரும் மணம் வீசி காடே மணத்தது.

அந்த நறுமணம் அவளுக்குள் காதலை நிறைத்தது. தன் பெருவிழி திறந்து அவனைத் தேடினாள். மிக அருகே அவன் உலாவுவது போலவும் தன்னுள் அவன் ஊடுருவிக் கலந்து பிறகு அனுமதியின்றியே, அவன் காடுகளைக்கடந்து எங்கோ ஓடி மறைவதும் திடுப்பென தன் முன்னே அலைவதுமாய் உணர்ந்து கத்தினாள். துயரம் நெஞ்சைப் பிளப்பதுபோல் இருந்தது.

அவனைக் கத்தி அழைத்தாள். அவளது குரல் அவளுக்கே கேட்கவில்லை. கண்களில் கண்ணீர் அருவியாய் ஓடியது. எங்கே அவன், பெரும் மணம் வீசும் பூக்களில் இருந்து தூரத்தில் இருந்துவரும் குரல் போல அவனது மெல்லிய குரல் கேட்டது.

“ஆராயி.... ஆராயி..... ஆராயி எங்கயிருக்கிற..?”

“நான் பஞ்சவர்ணக் கிளிங்க உக்கார்ந்திருக்கிற மரத்தடிக்குக் கீழ உக்காந்திருக்கிகேன் மாமா... நீ எங்கயிருக்கற?”

“எனக்கும் பசி. உனக்கும் பசி மாமரத்தத் தேடி அலையிற எம்முன்னாடி நெறைய மாஞ்செடிங்க இருக்குது. எல்லாத்துலயும் காய்னா.... காயி கொத்துக் கொத்தா காய்ச்சி தொங்குது. போய் பறிக்கத் தொட்டதுமே பூவா மாறிடுது. இன்னா பண்ண ஆராயி?” அந்தக் குரல் ஆண்மையின் மின்னலாய் துயரத்தின் இடியாய் அவளது காதல் நிறைந்த மார்பிலே மோதி அவளை உலுக்கியது. மாசெடியில காயா?

“மாமா! நீ பூவப் பறி. பூ காயா மாறிடும்” அதற்குமேல் அவளால் பேச முடியவில்லை. உதடுகள் ஒட்டிக்கொண்டன.

“அடியே... என் செல்லமே! இந்த அறிவு எனக்கு இல்லாம போச்சே! தோ.... பறிக்கிறேன்” அவன் குரல் மிக அருகாமையில் கேட்டது.

“அய்யோ.... நாசமாப் போவ. பூவதாண்டி பறிச்சேன் எல்லாம் பிஞ்சா மாறிடுச்சி. பாழாப் போவ. அத நா தொடவேயில்ல. அதுவா வெம்பி அழுகி நாசமாப் போவுது” அவனது துயரமான ஓலம் அவளைச் சுற்றி சுற்றி வந்தது.

ஓவென்று கத்தி அழுதான். அந்த அவலக் குரல் வானமெங்கும் சுற்றித் திரிந்து ஆளுயர மரங்களின் உச்சியில் போய் படிந்து காடே அழுவது போன்ற அழுகையின் பேரிரைச்சல் எழுந்தது. தாவரங்களின் பல வண்ணப்பூக்கள் அய்யோ என்று அலறியபடி பட்டாம்பூச்சிகளாய் மாறி மொத்தமும் ஒரே நேரத்தில் வான் நோக்கிப் பறந்து வானத்தை மறைத்தன. அவள் கைகளை வீசி அவைகளைப் பிடிக்க முயன்றாள். ஒன்றுகூட சிக்கவில்லை. வான் வரை நீண்ட அவள் கைகளால் வானெங்கும் துழாவினாள்.

சோர்வுதான் மிஞ்சியது. விழுதுகளில் ஊஞ்சல் கட்டியாடினாள். தாகமும், பசியும் அவளை வாட்டியெடுத்தது. தூரத்தில் பால் வடியும்

கொங்கை மரமொன்று கிளைத்திருந்தது. அதை நோக்கி ஓடினாள். கொங்கையொன்றை தாவிப் பிடித்தாள். காற்றைப் பிடிப்பது போல இருந்தது. கைகள் மரத்தில் மோதின. காற்றால் செய்த கொங்கைகள். கொங்கைகளில் இருந்து பால் வரவில்லை. அய்யோ! கொங்கைளைப் பற்றிய கைகளில் இருந்து இரத்தம் அருவியாய் கொட்டியது. அந்த ரத்தத்தால் காடே மூழ்கி விடுமோ எனஅவள் அஞ்சினாள். ரத்தம் பாதத்திலிருந்து முட்டிக்கும் பிறகு இடுப்பு, மார்பு என உயர்ந்து கொண்டே போனது. அவள் தலையும், அவளை விடவும் சற்றே மிஞ்சி நின்ற மரங்களின் உச்சிக் கிளைகள் மட்டுமே எஞ்சியிருந்த வானத்தை மறைத்த பட்டாம்பூச்சிகளை அவள் துயரத்தோடு அண்ணாந்து பார்த்த வேளையில் துயரத்தோடு பல வண்ணக் கிளிகளாய் மாறின. மாறிய கிளிகளின் தலை செங்கேணியினுடையதாய் இருந்தது.

எல்லா கிளிகளும் அவள் தலைக்கு மேலாகப் பறந்தபடியே "ஆராயி! தப்பிச்சு ஓடு.... தப்பிச்சு ஓடு" என்று கத்தின. ரத்த வெள்ளம் அவள் மூழ்குமளவு வந்து விட்டது. நீல வண்ணத்தில் மின்னல் வெட்டியது. கண்கள் இருண்டும் சரியும் கணத்தில் ரத்தத்தில் மூழ்கினாள்.

மூச்சுத் திணறியது. "அய்யோ ஆராயி... ஆராயி..." ரத்த வெள்ளத்துக்கு மேலே பறந்த செங்கேணியின் தலையாலான கிளிகள் கத்தின.

திணறல்... திணறல்... ரத்த வாடை குமட்டியது. குமட்டலும் திணறலுமாய் அவளை உலுக்கியெடுத்தது.

"மாமா" என்று கத்திக் கொண்டே துள்ளியெழுந்தாள்.

கனவு, பெருங்கனவு கலைந்தது. மாராப்பைச் சரி செய்துகொண்டு பயத்தில் குடிசையைவிட்டு வெளியே ஓடி வந்தாள்.

அவளது நெஞ்சு வீங்கி வெடிப்பதுபோல வலியெடுத்தது. கனமாய் உணர்ந்து இரண்டு கைகளாலும் நெஞ்சைப் பிடித்துக்கொண்டாள். முகம் வியர்த்து வழிந்து நெஞ்சை நனைத்தது. உள்ளுக்குள் ஆழமான பயம் தோன்றி அந்த நடுக்கம் கால்கள் வரை பரவியது.

அந்தக் கணத்தில் செங்கேணி வந்துவிட மாட்டானா என்று அவள் உள்ளம் ஏங்கியது. குடிசை வாசலில் வந்து உட்கார்ந்துகொண்டாள். தெருவில் ஆட்கள் நடமாடிக்கொண்டிருப்பது அவளுக்கு ஆறுதலாய் இருந்தது.

வியர்த்த முகத்தையும் தொண்டையையும் துடைத்துக்கொண்டு குடிசையின் உள்ளே பார்த்தாள். அந்தக் காடு தெரிந்தது.

"சே... இன்னா இது" அக்கா பக்கத்துல இருந்தா அது கிட்ட சொல்லலாம். அவள் கண்கள் கலங்கின. நிறைவான கண்ணீர் முத்தொன்று மாராப்பில் விழுந்து பரவியது. பேரழுகையொன்றை அவள் விரும்பினாள். பிறகு வெளி உலகோடு தன்னை துண்டித்துத் தனிமையை நாடி அச்சமற்று குடிசைக்குள் போனாள். சுவரோரம் கிடந்த தலையணையில் பெரிய நிலவும் அதைக்கடக்கும் இரண்டு ஐந்து வண்ணக் கிளிகளான படம் அழகாக இருந்தது. ஏனோ, தலையணையை புரட்டிப்போட்டாள். நடுக்கம் மறைந்திருந்தது

போல உணர்ந்தாள். "சீ... கனவா அது. நெசம் போலவே இருக்குது. ஆள அப்டியே உலுக்கிக் கொல்லுது. என் வூட்ட, பாத்து நானே பயப்படறதா... சீ" தனக்குத்தானே சொல்லிக்கொண்டாள். நேரத்துக்கு முன்பே விளக்கேற்றி வைத்தாள். திரியைக் கூடுதலாக உயர்த்தினாள். இருந்தும் குடிசை இருட்டாக இருப்பதாகத் தோன்றியது.

செங்கேணியை எதிர்பார்த்துக் காத்திருந்தவள் வெகுகாலம், அவனைப் பிரிந்திருந்தவள்போல ஏங்கினாள்.

குடிசை பெருங்காடுபோல தோன்றியது. சந்தில் குடியர்கள் நடமாட்டமும் அவர்களது உளறல்களும் அதிகமான வேளையில் குடிசைக்குப் பின்புறமாக கரிக்குவியல்களில் வேலை செய்யும் ஆட்களின் பேச்சும் சிரிப்பும் கேட்டது.

நீராவிப் புகை வண்டியின் எந்திரம் கூக்குரலிட்டுக் கத்தியது. அதன் நீராவி பீய்ச்சும் ஓசை இயந்திரத்தின் பெரும் மூச்சொலிபோல கேட்டது.

மனிதனுக்கு பைத்தியம் பிடிக்க வைக்கும் மின் நிலையத்தின் பேயோசை அந்த சுற்றுவட்டாரத்தையே உலுக்கியெடுத்தது.

கொடியில் உலர்ந்துகொண்டிருந்த துவைத்த துணிகளை மடித்து புதிய இரும்புப் பெட்டியில் வைத்தாள். குடிசைக்கு வெளியே காலடியோசை எழும்போதெல்லாம் வாசலை நோக்கிப் பார்த்தாள்.

சூரியன் மேற்கே இறங்கிக் கொண்டிருந்தது. வீதி பளிச்சென்று தெரிந்தது. பக்கத்துக் குடிசைக்கு வெளியே ஆட்கள் வந்து கூடும் சலசலப்பும் பிறகு வழக்கமான அவர்களது பேச்சொலியும் அவளுக்கு தைரியத்தை தந்தது.

மின் நிலையத்தின் ஓசை பட்டென்று நின்றுவிட்டது. அகில உலகமும் அமைதியடைந்ததுபோல இருந்தது.

"சனங்கள சாகடிக்கிற மாதிரி சத்தம் போடற இவ்ளோ பெரிய பவர் ஸ்டேஷன்ல வேலை செய்யறது நம்ம சனங்க. ஆனா, ஒருத்தர் வீட்லயாவது ஒரு கரண்ட் பல்பு இருக்குதா?. யாரோ அனுபவிக்கறதுக்கு நம்ம சனங்க ஒழைக்கறாங்க. அப்புறம் நுரையீரல்ல பொகையும் கரியும் படிஞ்சு கேன்சரோ, டி.பியோ வந்து சாகறாங்க. இதுல நாம சுதந்திரத்த எப்டி கொண்டாடுற?"

இது பாளையத்தின் குரல்.

"வெள்ளைக்காரன் இருந்திருந்தாகூட இந்நேரம் குடிசைங்களுக்கு பல்பு போட்டிருப்பான்"

"ஆமாம்மா! சுதந்திரம் வாங்கி இருபத்தஞ்சு வருஷமாவுது. நாம இன்னும் அரசாங்கத்த கேள்வி கேக்கலயே?" மீண்டும் பாளையத்தின் குரல் சலிப்பாகக் கேட்டது.

"ஏன் கேக்கல... கேக்கத்தான் செய்யறோம். நீங்க பொறம்போக்கு நெலத்துல குடியிருக்கீங்க. அதுல கரண்ட் போடமுடியாதுன்னு பதில் வருது"

மருது பதில் சொன்னான்.

"ஆமா! அப்ப பொறம்போக்கு நெலத்துல இருக்கறவன் சால்த்கொட்டாவுலயும், கொத்தவால்சாவடியிலயும் மூட்ட தூக்க கூடாதுன்னு சொல்லச் சொல்லேன் பாப்பம்"

“நாம ஒழைக்கறதுக்கு மட்டுமே பொறந்தவங்கன்னு அரசாங்கமே சொல்ற மாதிரி இருக்குது”

“ஆமா! நாம ஆளுக்கு ஒருத்தன தலையில தூக்கி வச்சிக்கினு ஆடறோம். புது ஜெகநாதபுரத்துல இருக்கறவன மட்டும் எடுத்துக்கோ பாதிப் பேர் கட்சிக் கொடிங்கள கையில் பச்சை குத்திக்கினு அலையறானுங்க. கரை வேட்டிய கட்டிக்கினு திரியறதுக்காக ஏங்குறாங்க. இந்தக் கொடியும், கரையும் என்ன பண்ணுது பாரு. குடிபோதை மாதிரி இதுவும் ஒரு போதை போல ஆயிடுச்சி. சின்னப் பசங்க சிகரட்டு அட்டைய சேத்து வைக்கற கததான்”.

“ஆமாண்ணா! சரியாதான் சொல்ற” என்றான் இன்னொரு தோழன்.

“பேசிக்கினு இருந்தா இப்பிடியே பேசிக்குனு இருக்க வேண்டியது தான். நாம ஒரு இளைஞர் மன்றத்த ஆரம்பிக்கணும் அது தான் நாம இப்டி பேசறதுக்கு அர்த்தமா இருக்கும்”

“ஏய்! சும்மா நிறுத்துப்பா. மன்றம் எதுக்கு ஆரம்பிக்கிறோம். ஆரம்பிச்ச பிறகு என்ன செய்யப் போறம்னு நமக்கு தெளிவு வேணும். எங்க பாரு, மன்றமும் மன்றத்துக்கு மேல கொடியுமாதான் பறக்குது. என்னத்த கிழிச்சுப் பூட்டாங்க. பாத்துக்கினு தானே இருக்கறோம்”

“சரி நீதான் சொல்ண்ணா! இன்னா பண்ணலாம்ன்னு?”

“பசங்களுக்குப் பாடம் சொல்லிக் குடுப்போம். படிச்சா இன்னாவாகலாம்ன்ற கற்பனை நம்ம சனங்களுக்கு கொறவா இருக்குது. நாம கனவு காணற தன்மையையே நசுக்கிட்டாங்க. எல்லாத்தையும் கடவுள் பாத்துக்குவான்ற பூச்சாண்டிக் கனவைத்தான் நமக்குள்ள வெதைச்சியிருக்காங்க.

“ஆமாண்ணே!” இருவர் ஒரே நேரத்தில் குரல் கொடுத்தனர்.

“ஆமா. நசுக்கப்பட்ட சமூகத்துல இருந்து ஒரு படிப்பாளி வருவார்ன்னு யாரும் கனவுகூட கண்டு இருக்க மாட்டாங்க. யார்னா கற்பனையா அப்படி நிகழுமுன்னு சொல்லியிருந்தா கூட கிண்டலான சிரிப்பு தான் பதிலா கெடைச்சு இருக்கும். ஆனா, சாதிச்சி காட்டி நசுக்குற சக்திகள மெரள வச்சாருல்ல, அவரும் படிக்காம போயிருந்தா நசுக்கப்பட்ட சமூகம் ரொம்ப அவதிக்குள்ளாயிருக்கும்ன்னு தான் சொல்லணும்” என்றவன் தொடர்ந்து அதனால நாம மன்றத்துக்கு அம்பேத்கர் பேர வைக்கலாம்” என்று வழி மொழிந்தான்.

பாளையம் சிரித்தான். மருது நீ பொருத்தமான சரியான பேரத் தான் சொல்லியிருக்கற, ஆனா? நசுக்கப்பட்ட சமூகத்துல அவருக்கும் முன் வந்த சிலரையும் நாம ஞாபகத்துல வச்சுகறது நல்லதுன்னு நா நெனைக்கிறேன்” அவன் முடிப்பதற்குள்...

“யாருண்ணே அது?” என்று அவசரமாகக் கேட்டான் மருது.

அயோத்திதாச பண்டிதருன்னு ஒருத்தர் இருக்குறாரு”

“யாருண்ணே!” புதுசா இருக்குது

“அடப்பாவி! அவரு ரொம்பப் பழசு நாம இப்பதான் கேள்விப் படறதாலப் நமக்குப் புதுசா தெரியுது.

நமக்கு முன்னாடியிருந்த வரலாற நாம தெரிஞ்சுக்கணும்னா மொதல்ல இவரப் பத்தி தெரிஞ்சக்கணும்.

அதனால? நாம ஆரம்பிக்கப் போற மன்றத்துக்கு அயோத்திதாச பண்டிதர்னு வைக்கலாம்னு நான் நெனைக்கிறேன்"

"இண்ணான்னா! பண்டிதர் அது இதுன்ற ஏதோ ஐயரு பேரு மாதிரியிருக்குது"

பாளையம் சிரித்தான். "ஆமாண்டா! பண்டிதன், அறிவாளின்னாலே ஐயரு தான்ற சாயத்த இந்தியன் ஒவ்வொருத்தன் புத்தியிலும் ஏத்தியிருக்காங்க. வெள்ளக்கார மழை இங்க பெய்ய ஆரம்பிச்சதுமே சாயம் வெளுத்துப் போச்சே. திருவள்ளுவரு இன்னா ஐயரா? இல்ல? ஔவையாரு தான் ஐயரம்மாவா? அறிவுன்றது எவனோ ஒருத்தனுக்கோ, ஒரு கும்பலுக்கோ கெடையாதுடா. சூழலும், தேவையும், முறையான பயிற்சியும் இருந்தா, எவனும் அறிவாளிதான். சர்க்கசுல போயிப் பாரு நாய் இன்னாமா கணக்குப் போடுதுன்னு..." வேலு அடக்க முடியாமல் சிரித்தான்.

நம்ம புள்ளங்களுக்கு படிப்பு மொறையா கெடைச்சா மெதுவா மாறினாலும் மொத்தமும் நிச்சயமா மாறிடும்" பாளையம் நம்பிக்கையோடு சொன்னான். மின் நிலையத்தின் ஓசையை மீறி அவர்கள் வெளியே பேசிக்கொண்டிருப்பது ஆராயிக்கு கேட்டது. அவர்கள் பேச்சைக் கேட்டுக் கொண்டே அவள், குழம்புக்கு காய் நறுக்கிக் கொண்டு இருந்தாள்.

"ஊர்ல நான் படிக்கும்போது பள்ளிக் கொடத்துல என் கையெழுத்தப் பாத்து வாத்தியாருங்களே அசந்துருவாங்க. இன்ஸ்பெக்டரு வரும்போது எல்லா கிளாஸ்லயும் போர்டுல என்னைத்தான் எழுதிப் போட சொல்லுவாங்க. ஒரே ஒரு வாத்தியார் மட்டும் என்ன எழுத வாணாம்னு சொல்லிடுவாரு. அந்தாளுக்கு என்ன பாத்தாலே புடிக்காது. அந்தாளு நசுக்குற சாதிக்காரன்னு அப்புறம்தான் நான் புரிஞ்சுக்கனேன். நம்ம கிட்ட படிப்பு இருந்தா எவ நம்மல அங்க நில்லு இங்க நில்லுன்னு சொல்லுவான்"

வேலு இடைமறித்து, ஆமா, இன்னமோ நசுக்குற சாதிக்காரன்னு சொன்னியே எனக்குப் புரியல"

"ஆமா! அவன் நசுக்குற சாதி. நாம நசுக்கப்பட்ட சாதி. இப்ப நாம படிச்சாலும் யாருனா படிக்கறத நாம காதால கேட்டாலும் எவனும் ஈயத்தக் காய்ச்சி நம்ம காதுல ஊத்த முடியாது. அந்த மாதிரி கோமாளி சட்டத்தயெல்லாம் இப்பதான் குப்பையில தூக்கிப் போட்டுட்டமே"

"ஆமா..." மருது சத்தமாகச் சொன்னான்.

"நீ சொல்றதுதான் சரி, நைட் ஸ்கூல் ஆரம்பிச்சு நாம பசங்களுக்குப் பாடம் சொல்லித் தரணும். அதுதான் நல்ல வேலை. அதோட அரசியலுந்தான்" அவர்கள் களைப்பற்று பேசிக்கொண்டே இருந்தார்கள்.

குடிசைக்குள் காய் நறுக்கிக் கொண்டிருந்தவளுக்கு அவர்கள் பேச்சு

ஆச்சரியமாக இருந்தது. வெங்காயம் நறுக்கும்போது கண் கலங்கி தும்மல் ஏற்பட்டது. மின் நிலையத்தின் பேயோசையை மீறி வெளியே வழக்கத்துக்கு மீறிய ஓசையெழுந்தது.

பதட்டத்துடன் குடிசைக்கு வெளியே வந்து எட்டிப் பார்த்தாள். ஒருவனை இருவர் துரத்திக்கொண்டு ஓடினார்கள். தெருவே அமைதியடைந்தது போல ஆளற்றுக் கிடந்தது.

இவ்வளவு நேரம் வாசலில் உட்கார்ந்து பேசிக் கொண்டிருந்தவர்கள் கூட காணவில்லை.

பயத்தில் குடிசைக்குள் நுழைந்துகொண்டு தலையை மட்டும் வெளியே நீட்டிப் பார்த்தாள்.

துரத்திக்கொண்டு ஓடியவர்கள் பெரிய தகரக் கொட்டகையின்கீழ் குவியலாக இருந்த குப்பை மேட்டுக்குப் பின்புறம் போய் மறைந்தார்கள். சந்து முனைகளில் இருந்து பெண்கள் எட்டிப் பார்ப்பது தெரிந்தது.

ஒலகத்தையே தலகீழா பொரட்டிப் போடலாம்ன்னு பேசிகிட்டிருந்தவங்கக்கூட காணமே... அவள் தனக்குள் சொல்லி கொண்டாள்.

பரபரப்பான சூழலில் அவள் வெளியே எட்டிப் பார்த்த அடுத்த கணத்தில் தலையை உள்ளே இழுத்துக்கொண்டாள்.

ஏய்...! என்று பெருங்குரலெடுத்து கத்தியபடி லுங்கியின் அடி நுனியை வாயில் கவ்வியபடி ஒருவன் தலைதெறிக்க ஓடினான்.

அவனை துரத்திக்கொண்டு ஓடிய இருவர் கையிலும் பளபளப்பானதொன்று இருப்பதை அவள் பார்த்தாள். அவளுக்கு உடல் கூசியது.

நெஞ்சு படபடக்க... குடிசையின் நடுத்தூணில் போய் சாய்ந்து கொண்டாள். சிறிது நேரம் கடந்த பிறகு மீண்டும் எட்டிப் பார்த்தாள். வீதி யாருமற்று வெறுமையாய் இருந்தது. ஓசையற்ற நிலையில் விலங்குகள்போல கொலை வெறியோடு ஓடியவர்களின் பேயோட்டத்தில் பயந்து போன மக்கள், குடிசைகளுக்குள் போய் பதுங்கிக் கொண்டிருந்தார்கள்.

பிறகு ஆர்வத்தால் உந்தப்பட்டு குடிசைகளில் இருந்து தலைகள் வெளியே எட்டிப் பார்த்தன. குசுகுசுவெனப் பேச ஆரம்பித்து உச்ச குரலில் கூச்சலிட்டபடி பெருங்கூட்டமா மக்கள் சேர்ந்து விட்டார்கள்.

ஆயுதத்துடன் ஓடியவர்களின் திசையை நோக்கி சிலர் வேகமாக நடந்தார்கள்.

அப்போது அலறல் ஓசை கேட்டது. நாய்க்கிடங்கின் அருகாமையில் இருந்து வந்த ஓசையை அடுத்து, நாய்களின் குரைப்பு சத்தமுமாய் சூழலை அசாதாரணமாக்கியது.

பெருங்குரல் மரண ஓலமாய் அதிர்ந்து, பின் அடங்கியது. அமைதி... அச்சுறுத்தும் அமைதி. இரண்டு பெண்கள் மார்பில் அறைந்து கொண்டு ஓடினார்கள்.

"ஐயோ தம்பி! உன்னை இன்னாடா பண்ணிட்டானுங்க... தம்பி..."

"எந் தம்பிய கொன்னுட்டானுங்க" அவள் பெருங்கூச்சலிட்டபடி மார்பில் அறைந்துகொண்டு ஓடினாள்.

மேல்சட்டையின் ஊக்குகள் பிய்த்துக்கொண்டு மார்பு தெரிய மார்பிலே அறைந்துகொண்டு ஓடினாள். அந்த நிலையில் அவள் முன்னே யாரும் நிற்க அஞ்சி, வழிவிட்டு விலகி அவளை வேடிக்கை பார்த்தனர்.

அவளுக்குப் பின்னால் ஓடிய இளம் பெண். முன்னால் கத்திக் கொண்டு ஓடுபவளின் நழுவிய மாராப்புத் துணியை அவள் மேல் போட முயன்று முடியாமல் பின்னாலேயே கத்திக்கொண்டு ஓடினாள். தூரத்தில் யாரோ ஓடி வருவது தெரிந்தது. குப்பைகளைக் கொட்டிக் கிடக்கும் பெரும் மேட்டின் சரிவில் இருகைகளாலும் முகத்தை பொத்திக்கொண்டு ஓடி வருவது தெரிந்தது.

"தம்பி..." பெருங்குரலெடுத்து கத்தினாள். அவளது அலறல் இழுவை நீராவி இயந்திரத்தின் இரைச்சலையும் மீறிக் கேட்டது.

ஓடி வந்தவன் குப்பைகளின் மேலே சரிந்து விழுந்தான். ரத்தம் தோய்ந்த அவனது சட்டையை மேலே தூக்கி அவன் வயிற்றைத் தடவி காயத்தை சோதிப்பது தெரிந்தது.

வயிற்றில் இரண்டு துவாரங்களும் வலது கண்ணுக்குக்கீழே ஆழமான காயமும் அவளை குப்பைகளின் மீது புரண்டு அழ வைத்தது.

"எக்கா! என்னை ஆஸ்பத்திரிக்கு தூக்கிக்கினு போக்கா! நா சாவ மாட்டேன் காப்பாத்திருவாங்க. சும்மா... சொருவி வுட்டானுங்க. போக்கா... சீக்..." அவன் தைரியமாகப் பேசினான். வலி அவனைத் திணற வைத்தது.

ஆராயியின் பக்கத்துக் குடிசையில் வாசலில் அரசியல் பேசிக் கொண்டிருந்த பாளையமும் அவன் நண்பர்களும் இவ்வளவு நேரம் எங்கிருந்தார்களோ, இப்போது கும்பலோடு கும்பலாக வாசலில் நின்றிருந்தார்கள்.

தம்பியை மடியில் தாங்கிக்கொண்டு அழுது புலம்பியவளின் மார்பை மாராப்பால் சுற்றி மூடி விட்டு இளம் பெண் வேடிக்கை பார்க்கும் கூட்டத்தை தள்ளிக்கொண்டு ஓடினாள்.

"சீ சனியனுங்களா! இங்க இன்னா, அவுத்துப் போட்டா ஆடுறாங்க. தள்ளுங்க... தள்ளுங்க" வசவு வார்த்தைகளைக் கூட்டத்தின் மீது வீசியபடி கும்பலைக் கடந்து ஓடினாள்.

"இப்பதாம்பா அந்தப் பைய எதுர்ல யார் கூடவோ நின்னு பேசிக்கினு இருந்தான்"

பாளையம், பக்கத்தில் நின்றிருந்தவனிடம் சொன்னான்.

"யாருண்ணா செய்திருப்பாங்க?" என்று ரகசியமான குரலில் மருது கேட்டான்.

"யாரு, எல்லாம் கோயிந்தம்மாள் ஆளுங்க தான்" பேய்க் காளியத் தேடி வந்திருப்பாங்க. அவன் குள்ளநரி எங்கனா ஓடி பதுங்கிக்கினு

இருப்பான் பாவம், சின்னப் பையன் மாட்டிகினான்.

"எதுக்கு இந்தப் பொழப்பு... நாலு காசுன்னாலும் ஏதாவது கூலி வேலைக்குப்போவ வேண்டியதுதானே? போலிசு ஒரு பக்கம் ஒதைக்குது. இவனுங்களுக்குள்ளேயே வெட்டு, குத்துன்னு..." அவன் சலிப்பாகச் சொன்னான்.

"எல்லாம் துட்டு பண்ற வேலதான். இப்பக்கூட அவ பாக்கெட்ல கைய வுட்டுப் பாரு... நூறு ரூபாய்க்கு கொறையாம இருக்கும். உங்கிட்டயும் எங்கிட்டயும் இருக்குமா?"

கரி திருடி விற்பவள் காயமடைந்தவனைப் பார்த்துவிட்டு அதிர்ச்சியில் முந்தானையால் வாயைப் பொத்திக்கொண்டு ஒரு கையை அகல வீசியபடி வந்து கொண்டிருந்தாள். வரும்போதே பயந்து போன குரலில் குசுகுசுவென புலம்பிக்கொண்டு வந்தாள்.

கொடலு சரிஞ்சிடுச்சி. மூஞ்சியெல்லா அறுப்பு போட்டுக்கிறானுங்க. பாக்க பயமா கீதுடியம்மா! சொல்லிவிட்டு மூஞ்சை முந்தானையால் பொத்திக்கொண்ட போது கருத்த அவளது பெரிய உடல் நடுங்கிக் குலுங்கியது.

இந்த சந்தடியில் ஓடிய இளம் பெண், ரிக்ஷாவை அழைத்து வந்தாள். அக்காளும் இளம் பெண்ணுமாய் சேர்ந்து, குத்துப்பட்டவனை ரிக்ஷாவில் ஏற்றிக்கொண்டு போனார்கள்.

அவன் விழுந்து கிடந்த இடத்தில் ரத்தம் கட்டியாக உறைந்து பார்ப்பவரை அச்சுறுத்தியது.

கொலை வெறியோடு அவனை துரத்திப் போனவர்களைப் பார்த்து ஓடிப் பதுங்கிக் கொண்டவர்கள் எல்லாம் நடந்து முடிந்த பிறகு பெரும் ஓசையுடன் புதுப் புது கதைகளைப் புனைந்துகொண்டிருந்தார்கள்.

பாளையமும் அவனது தோழர்களும் வாசலில் வழக்கம்போல உட்கார்ந்து பேச ஆரம்பித்து விட்டார்கள்.

"நாயடிச்சான் பறை சேரியின்னாலே கரித்திருடனும், சாராயம் விக்கறவனும், வெட்டு, குத்துக்குப் போறவனுந்தான், மத்தவங்களுக்கு ஞாபகம் வருது. சனங்களும் அதுக்கேத்த மாதிரி தான் நடந்துக்கிறாங்க. இவ்ளோ பெரிய ஊர்ல நல்லது ஒண்ணு கூட நடக்கலியா? இல்ல நல்லவங்கதான் யாருமில்லையா?" நடந்த சம்பவத்தின் அதிர்ச்சி நீங்காமலே சலிப்பாகப் பேசினான் பாளையம்.

"ஒண்ணு ரெண்டு பேர் பண்ற தப்புக்கு ஊர் இன்னா பண்ணும்?"

"சாராயம் விக்கிறவனும் அவன சுத்தி இப்புடி வெட்டு குத்துன்னு நாலு பசங்க இவனுங்கள தவிர்த்துவிட்டு பாரு, எல்லா வயித்துப் பொழப்புக்கு உழைப்ப விக்கிறவங்கதானடா. எதிருல கவர தெருவுல போய் கேட்டுப் பாரு. அய்யோ... அங்கயா... வூட்டுக்கு வூடு சாராயம் விக்கறதும் வெட்டு குத்து பண்றதுங்கதான் அங்க இருக்குதுங்கன்னு சொல்லுவாங்க. நா பி.யூ.சி. முடிச்சிட்டு போஸ்ட் ஆபீஸ்ல கேஷியரா இருக்கறேன். மொதத் தெருவுல ஒரு பையன் பி.ஏ. முடிக்கப் போறான்.

நம்ம குப்புசாமியண்ணன் பச்சையப்பன்ல பேராசிரியர். அதோ மொதத் தெருவுல வேணுகோபாலண்ண கிடார் வாசிக்க, சிங்கப்பூர் போய் வந்திருக்கிறார். ரயில்வேயில வேல பாக்குற சீராலன்..." அவன் முடிக்கும் முன்பே தோழன் இடைமறித்தான்.

"யாரு! மோட்டுரு பைக் வச்சிருக்கிறாரே அவராண்ணா?"

"ஆமா. அவருதான் இவ்ளோ பெரிய ஊர்ல அவர் ஒருத்தர்தானே பைக் வச்சிருக்கிறாரு. வூட்டுக்கு ரெண்டு புள்ளைங்க நல்லா படிக்குதுங்க ஆனா, மத்தவங்க கண்ணுக்கு இந்த குத்து, வெட்டு, சாராயம் மட்டும் தான் தெரியுது" ரொம்ப வருத்தத்தோடு சொன்னான் பாளையம்.

"தே! உள்ள வா. பேசனது போதும்! ரௌடிப் பசங்க ஓடிக்கினும் ஓடியாந்துக்கினும் இருக்கிறானுங்க. இருட்டுல யாரு, எவன்னு தெரியாது வா உள்ள"

மனைவி கூப்பிடுவதை பாளையம் காதில் வாங்குவதாக தெரியவில்லை.

இதோ, இவ்ளோ பெரிய பவுர்ஹவுஸ் இங்க இருக்குது. நம்மளச் சுத்தி கரிய கொட்டி வச்சிருக்காங்க. அங்க கரி வாரி கொட்டற சனங்கள்ல பாதிப் பேர் நம்ம சனங்கதான். அங்கிருந்து வர்ற தூசி நம் மேலயும், நம்ம புள்ளைங்க மேலயும் தான் படியுது. அங்கிருந்து வர்ற சத்தத்தாலே சனங்க எப்பவும் கிளர்ச்சியான மன நிலையிலேயே இருக்காங்க. இவ்ளோ பாதிப்பு ஏற்படுத்தி மின்சாரம் உற்பத்தியாவுது. ஆனா புது ஜெகநாதபுரத்துல ஒருத்தர் வீட்டுலயாவது கரண்ட் இருக்குதா? இல்லையே, கரண்ட் எதுக்குயா. தோ நம்ப பக்கத்துல தான் ரிப்பன் பில்டிங் இருக்குது. என்ன புண்ணியம்.... கக்கூஸ் போறதுக்கு ஒரு வசதி இருக்குதா ஆம்பளயும் பொம்பளயும் எப்ப இருட்டும்ன்னு காத்திருந்து சொம்பத் தூக்கிக்கினு அலையறோம். ஆனா நம்பாளுங்க வாத்தியார மாருல குத்திக்கிறான். தலைவர குத்திக்கறேன்னு அலையறானுங்க. ஆனா அவுங்க நம்பள எங்க குத்துறாங்க தெரியுமா?" அவன் எதையோ சொல்ல நினைத்து நாகரிகம் கருதி நிறுத்திக் கொண்டான்.

"தே சொன்னா கேக்கமாட்ட. வா உள்ள. வந்து குந்திக்கினு பேசுங்க" அவன் மனைவி செந்தாமரை கூப்பிட்டதை அவன் சட்டை செய்வதாகவே தெரியவில்லை. பாளையம் நண்பர்கள் முன் உட்கார்ந்து பேச ஆரம்பித்து விட்டால் அவனை யாரும் தடுக்க முடியாது. அவன் படித்து தெரிந்துகொண்ட அத்தனை விஷயங்களையும் அவர்களோடு பகிர்ந்து கொள்வான்.

வெளியே அவர்கள் பேசிக்கொள்வது ஆராயிக்கு கேட்டது. அவள் அச்சமடைந்த உள்ளத்துடன் செங்கேணிக்காகக் காத்திருந்தாள்.

கத்தியின் பளபளப்பு, ரத்தம் தோய்ந்த மனிதன், இதெல்லாம் அவளுக்குள் நடுக்கத்தை ஏற்படுத்தியிருந்தது. நெஞ்சை அழுத்திப் பிடித்தபடி அவள் வாசலில் வந்து உட்கார்ந்து கொண்டாள். எல்லாம் ஏதோ கனவில் நடப்பதுபோல இருந்தது.

பாளையமும், அவன் தோழர்களும் பேசிக் கொள்வது அவளுக்கு வியப்பைத் தந்தது. ரொம்ப படிச்சவங்க என்று மனதுக்குள் சொல்லிக் கொண்டாள்.

முழுமையான இருட்டு கவிழ்ந்திருந்தது. மாமிசம் தீய்ந்து, எழும் வாடைக் காற்றில் மிதந்துக் கொண்டிருந்தது. செங்கேணி வருகிறானா, எட்டிப் பார்த்தாள். அவள் சமைத்து வைத்திருக்கும் கருவாட்டு குழம்பின் மணம் வாசலைத் தாண்டாதபடி வாசலை அடைத்துக் கொண்டு உட்கார்ந்திருந்தாள். குடிசைக்குள் போக அவளுக்கு அச்சமாக இருந்தது. கனவு அவளை பயமுறுத்தியது. அந்த நடுக்கம் தீராதவளாக மேலும் மேலும் நடுக்கம் அதிகமாவதை உணர்ந்தாள். தெருவில் ஆள் நடமாட்டம் இல்லை.

பாளையமும் அவன் தோழர்களும் மட்டும் பலமாக விவாதித்துக் கொண்டிருந்தார்கள். அவர்கள் பேசுவது அவளுக்கு தூரத்துக் குரல் போலக் கேட்டது. அந்தக் கூட்டத்தில் இருந்தவர்கள் ஒருமுறை கூட தன்னைப் பார்க்காதது அவளுக்கு ஆச்சரியமாக இருந்தது. அவர்கள் மீது அவளுக்கு நல்ல மரியாதை தான். இது மாதிரி பேசறவங்களையோ, இந்த மாதிரி பேச்சையோ இதுக்கு முன்னாடி அவள் கேட்டதில்லை. எல்.ஜி. ரோட்டவிட இங்க கொஞ்ச நல்லா இருப்பதாக தான் அவள் நினைத்திருந்தாள். ஆனால், இன்று நடந்தது அவளுக்கு அதிர்ச்சியாக இருந்தது. இவ்வளவு நடந்திருக்குது இவர்கள் எதுவும் நடக்காதது போல உட்கார்ந்து பேசிக்கொண்டிருப்பது ஆராயிக்கு ஆச்சரியமாக இருந்தது.

“இந்தச் சாராய விக்கறவனுங்கள ஒழிச்சா போதும்... பாதித் தொல்ல ஒழிஞ்சிடும். அப்புறம் நம்ம புள்ளைங்கள நல்லா படிக்க வைக்கணும். எங்கூட படிச்ச நம்ம பசங்க எல்லாருமே இப்ப வேலையில இருக்கறானுங்க. முன்னைக்கு இப்ப எவ்ளோ பரவாயில்ல படிப்பு மட்டுந்தான் நம்மள கரை சேக்கும்... ச்” அவன் ஏதோ யோசனையோடு சொன்னான்.

“உக்கும்! யாரு ஒழிக்கறது?” போலிஸ் மாசம் புல்லா மாமுல் வாங்குறான், கடமைக்கு ஒரு நாளு உள்ள புடிச்சிப் போடுறான். நானு சின்ன புள்ளைல இருந்து பாக்குறேன். விக்கறவன் வித்துக்கினு தான் இருக்கிறான். நம்ம ஊர்ல சட்டமெல்லாம் மேல இருக்கறவங்க சம்பாதிக்கறதுக்கு தான். அவசியம்ன்னா அரசாங்கமே கள்ளு விக்குது. மொத்தத்துல நாசமாவறது கூலிக்கு மாரடிக்கிற சாதாரண சனங்க தான்.

மேல இருக்கறவன் எதைச் செய்தாலும் நல்லாதான் செய்வான். நல்லதத் தான் செய்வான்னு நம்ப வைக்கிற வேலையத் தான் செய்யுது நம்ப சனநாயகம். நீங்க சொல்ற மாதிரி நம்ப சனங்க படிச்சி மேல வர்றது மட்டும்தான் ஒரே வழி. இன்னாண்ணா சொல்றது,” வேலு? வயதுக்கான ஆவேசத்தோடு பாளையத்தைப் பார்த்துக் கேட்டான்.

பாளையம் நண்பன் சொன்னதை ஆமோதிப்பவன் போல தலையாட்டினான். "ஆமா வேலு! நீ சொல்றது சரிதான். நம்ம ஊர்ல சட்டம்லா நெறைய இருக்குதுதான். ஆனா, என்ன சட்டத்த மீறுறவங்க கிட்டருந்து கீழ இருக்கறவன்ல இருந்து மேல இருக்கறவன் வரைக்கும் கல்லாப் பெட்டிய நெரப்புறதுக்குதான் பயன்படுது. புதுசு புதுசா சட்டம் வரும்போதெல்லாம் அதிகாரத்துல இருக்கறவங்களுக்கு தானே கொண்டாட்டம்.

இவ்ளோ நாளா கேசப்புள்ள பார்க்குல பாட்லு பொதச்சி வக்கிறாங்கன்னு போலிசுக்கு தெரியாதா இன்னா. இன்னிக்கு வந்துத் தோண்டி எடுத்தாங்க. போலிஸ்காரங்களுக்குக் கூட மேல இருந்து உத்தரவு வரணும். அப்பதான் இதெல்லாம் நடக்கும். இல்லனா சைடுல கைய நீட்டி பைய நெரப்பிக்கிட்டு போயிக்கினே இருக்க வேண்டியது தான்..." வேலு சொல்லி முடிப்பதற்குள்,

"ப்ச்.... அதான் பாவம். இவன் மாட்னா... இப்பதா புரியுது வேலு மேலிடத்து உத்தரவு இல்ல, ஒரு மண்ணும் இல்ல. எல்லாம் அந்த ஆள் காட்டி பண்ண வேலயா இருக்கும். போயும் போயும் யார்கிட்ட மாட்றா பாரு"

பாளையம் சொல்வது புரியாமல் "இன்னாண்ணே சொல்ற? என்று சற்று குரலை தாழ்த்திக் கேட்டான் வேலு.

"மனோகரன் உள்ள இருக்குறான். இப்ப பெருசா சரக்க ஓட்றது கோயிந்தம்மாள் கும்பல்தான். அவங்கதான் பதுக்கி வச்சிருப்பாங்க. நம்ம காளி போலிசுக்கு ஆள் காட்டி வேல பாத்திருப்பான். அவ கெடைக்கல, அதான் மாட்னவன செய்துட்டுப் போறாங்க"

அவன் பேசிக் கொண்டிருக்கும்போதே குடிசைக்குள் இருந்து நீளமான முருங்கைக்காயுடன் பாளையம் மனைவி ஓடி வந்தாள். "தே... வாய வச்சிக்கினு சும்மா இருக்க மாட்டயா? ஜில்லா கலக்டரு மாதிரி பேசிக்கினு இருக்கற" என்றவள் பாளையத்துடன் பேசி கொண்டிருந்தவர்களைப் பார்த்து "ஏம்பா! ஊர் வம்பு எதுக்குப்பா இங்க இருக்கறதுங்களுக்கு நல்லவன் யாரு கெட்டவன் யாருன்னு தெரியாது. நீங்க ஏதோ ஒண்ணப் பேசி, வம்பு வரப் போவுது. இவரு வாய கொஞ்ச அடக்குங்க"

அவன் வாயில் இடிப்பதுபோல கையை தூக்கிக் கொண்டு வந்தாள்.

"வாய வச்சிக்கினு சும்மா இரு" பாளையம் அவளுக்கு பயப்படுவது போல பின் நகர்ந்தான்.

அவன் தோழர்கள் சிரிப்பை அடக்க வாயை பொத்திக் கொண்டார்கள்.

ஆராயிக்கும் சிரிப்பு வந்தது. கணவனை மிரட்டி விட்டு அவள் குடிசைக்குள் நுழைந்த சற்று நேரத்தில் ஏதோ பரபரப்பான கூச்சல் எழுந்தது. அதைத் தொடர்ந்து ஒரு கும்பல் விலங்குகள் போல ஓடி வருவது தெரிந்தது.

“இன்னாமோ நடக்கப்போவுது. உள்ளதான் வந்து குந்துக்கினு பேசுங்களேன்”

செந்தாமரை, குடிசைக்கு உள்ளிருந்து எரிச்சலாகக் கத்தினாள். கும்பல் அவர்களைக் கடந்து சாராயம் விற்கும் சந்துக்குள் நுழைந்தது.

எதையோ தேடுவதும் உருட்டுவதுமாய் ஓசை கேட்டது. பிறகு புட்டிகள் உடைக்கப்படும் ஓசையுடன் சாராயத்தின் அழுத்தமான நெடி வீதியெங்கும் பரவியது. சாராயம் பந்துகள் தரையில் மோதி வெடிக்கும் போது புட்டிகளும் நொறுங்கி கிலியூட்டியது. பேய்க் காளியின் சாராய குடிசை முழுவதுமாக சிதறடிக்கப்பட்டது.

பிறகு, இருளில் போக்கிரிகள் மறைந்து போனார்கள்.

அமைதி. பெரும் அமைதி. சாராயத்தின் நெடி குடிசைகளை சுற்றிச் சுழன்றது. நாய்கள் கட்டுப்பாடின்றி குரைத்துக்கொண்டு குடிசைகளை சுற்றித் திரிந்தன. அந்த நேரத்தில் மின்நிலையப் பேயோசை அடங்கியிருந்தது.

செங்கேணி இன்னமும் வீடு திரும்பவில்லை. ஆராயிக்கு உடல் நடுக்கம் அதிகமாகியிருந்தது. மூச்சு வெப்பமாய் வந்தது. களைப்பாக உணர்ந்தவள், குடிசைக்குள் போய் நடுத்தூணில் சாய்ந்து உட்கார்ந்து கொண்டாள்.

பகலில் கண்ட கனவு அவளுக்குத் திரும்ப வருமோ என்ற பயத்தில் தவித்த போது அக்காளையும், குழந்தையையும் நினைத்துக் கொண்டாள். பாவம் பச்சப் புள்ளய வச்சிக்கினு தனியா இன்னா பண்ணுதோ? கவலையோடு நெஞ்சை இறுகப் பற்றிக்கொண்டு தரையில் சாயவேண்டும் போல இருந்தது அவளுக்கு.

குடிசைக்கு வெளியே குசுகுசுவென நிறையப் பேர் பேசிக் கொள்வதும், குடிசைக்குப் பின்புறம் இழுவை இயந்திரத்தின் உறுமலும், கரிக் குவியலின் பாதுகாவலர்களின் ஊதல் ஒலியும் அவ்வப்போது கேட்டது.

வெளக்கு வச்ச நேரத்துல தரையில சாய வேண்டாம் என்று கட்டுப்படுத்திக்கொண்டு தூணில் முதுகை சாய்த்து, காலை மடக்கி நெஞ்சுக்கு முட்டுக்கொடுத்து உட்கார்ந்திருந்தாள்.

குடிசைக்குள் பலவிதமான வாடைகள் உலாவின. அதில் சாராயத்தின் நெடி அவளுக்கு தலை சுற்றலை ஏற்படுத்தியது.

வெளியே பாளையத்தோட மனைவி இரண்டு குடம் தண்ணீரைக் கொண்டு வந்து ஊற்றி விட்டு “தே பாப்பா! தண்ணியிருந்தா வாசல்ல கொண்ணாந்து தெளிச்சி வுடு. எவன்னா பீடியக் கொளுத்திப் போட்டா பத்தி எரியப் போவுது” என்று சொல்லிவிட்டுப் போனாள்.

பாளையத்தின் மனைவி குடிசைக்குள்ளிருந்து குரல் கொடுத்தாள். “அந்தப் பொண்ண வாசல்ல தண்ணி தெளிக்கச் சொல்லுங்கப்பா”

ஆராயிக்கு எதுவும் காதில் விழவில்லை. கட்டை வண்டி உருண்டு வரும் ஓசையை மட்டும் எதிர்பார்த்துக் காத்திருந்தாள்.

அக்காளின் குழந்தை வீறிடும் ஓசை, குழந்தையை சமாதானப்படுத்தும் அக்காவின் குரல், அவள் குழந்தைக்குப் பாலூட்டுவது குடிசையின் வெளி வாசலில் மாமா புகைத்துக் கொண்டு உட்கார்ந்திருப்பது என்று பலதும் அவள் கண் முன் வந்து போயின.

மாமாவுக்கு கோபம் தணிந்திருக்குமோ என்று தோன்றியது. அக்காளைப் பார்க்க வேண்டும் என்ற தீவிரமான ஆசை அவள் உள்ளத்திலே எழுந்தது. அந்த நொடியில் கூரையின் நுனிகளில் தலை உரசும் ஓசை. அவள் வாசலைப் பார்த்தாள்.

அவனுக்கு காலில் ஏதோ இடறியது கீழே குனிந்து எடுத்தான். சாராயப் பந்து... குலுக்கிப் பார்த்தான்.

திரவம் குலுங்கியாடியது. என்றைக்கும்விட சாராயத்தின் நெடி தூக்கலாக இருந்தது.

திரவம் குலுங்கியாடிய பந்தை ஓரமாக வைத்து விட்டு குடிசைக்குள் நுழைந்தான். வழக்கமாக துள்ளிக் குதித்து ஓடி வருபவள், தூணில் சாய்ந்தபடியே தடுமாறி எழுந்து நிற்க முயன்றாள், முடியவில்லை. உதட்டை கடித்துக் கொண்டு எழுந்து நின்றாள். முகம் வாடியிருந்தது. ஊதிய முகத்துடன் பார்க்க மாற்றமாய் தெரிந்தாள்.

பதறிப் போய் அவளது கன்னத்தை தொட்டுப் பார்த்தான். வெப்பம் சுரீரென்றது.

"இன்னா ஆராயி?" அவனுக்கு குரல் நடுங்கியது. "ஒண்ணுமில்ல மாமா! குரல் மெதுவாக வந்தது.

"இப்டி காயுதே... சரி வா ஆஸ்பத்திரிக்குப் போவோம்" அவளது கையைப் பிடித்து தூக்கி நிற்க வைத்தான். உடல் நடுங்கியது.

"வாணாம் மாமா! நீ போய் மூஞ்ச கழுவிக்குனு வந்து சாப்புடு, போ. நான் சோறு எடுத்து வைக்கறேன்" அவள் அடுப்பங்கரைப் பக்கமா தள்ளாடி நடந்தாள்.

"ஏய் நில்லுடி! ஒடம்பு இந்தக் காய் காயுது. சோறு எடுத்து வைக்கறாளாம்"

கொஞ்சம் குரல் தூக்கலாகவே வந்தது. வேகமாகப் போய் அவள் கையைப் பிடித்து இழுத்தான். அந்த வலுவான இழுப்பில் அவள் தடுமாறினாள்.

"நீ போய் மூஞ்ச கழுவிக்குனு வா மாமா..."

"அட.... இன்னா, நா சொல்றேன் நீ மூஞ்ச கழுவு, மூஞ்ச கழுவுன்னு... வா ஆஸ்பத்திரிக்குப் போவோம்"

அவன் திடுப்பென குடிசைக்கு வெளியே ஓடினான். பக்கத்துக் குடிசை வாசலில் பாளையம் நண்பர்களுடன் தீவிரமாக பேசிக் கொண்டிருந்தான்.

செங்கேணி தலையைத் தடவியபடி "அண்ணா!" என்றழைத்தான்.

பாளையம் குரல் கேட்டுத் திரும்பி "இன்னாப்பா?"

"இல்ல, அந்தப் பொண்ணுக்கு காயுது. ஆஸ்பத்திரிக்குப் போய் எதுனா மாத்திர, மருந்து வாங்கியாறலாம்னு..." தயக்கத்தோடு வந்தது வார்த்தைகள்.

“ஏய் செந்தாமரே!” பாளையம் குடிசைக்குள், இருக்கும் மனைவியைக் கூப்பிட்டான்.

“இன்னா?” எரிச்சலாய் வந்தது குரல். “வா, தோ பக்கத்துல அந்தப் பாப்பாவுக்கு இன்னாமோ ஒடம்புக்கு முடியலையா பாரு” என்றவன், செங்கேணியைப் பார்த்து “பக்கத்துல நம்ம ராவ் டாக்டர் தான் கேசப்புள்ள பார்க் எதுருல, அங்க போய் பாரேன்” என்றவன் தன் தோழர்களைப் பார்த்து “இன்னைக்கு நடந்த கூத்துக்கு அந்தப் பொண்ணு பயந்திருக்கும்” என்று மெதுவாகச் சொன்னான்.

ஏதோ நடந்திருக்கு என்று மட்டும் புரிந்தது. வழக்கத்திற்கு மீறின சாராய வாடை வாசலில் கிடந்த சாராயப் பந்து அவன் நினைவுக்கு வந்தது. பக்கத்து சந்துல வழக்கமான குடிகாரர்களின் நடமாட்டம் இல்லை போலிஸ் ஏதாவது வந்திருக்கும், என்று நினைத்துக் கொண்டான்.

“இருட்டறதுக்கு முன்னாடி அந்தப் பொண்ணு வாசல்ல தாம்பா ஒக்காந்திருந்துச்சி”

செந்தாமரை உள்ளே போய் பார்த்துவிட்டு வந்தாள். “அந்தப் புள்ளக்கி கொதிக்குது. போப்பா ராவ் டாக்டரு ராத்திரி பத்து மணி வரைக்கும் இருப்பாரு ஒரு ஊசிய போட்டாருன்னா சரியா போயிடும். பக்கம்தான் இட்டுக்கினு போ” சொல்லிக்கொண்டே அவள் குடிசைக்குள் போய் விட்டாள்.

“தம்பி! இந்தா சைக்கிள எடுத்துக்கினு போ” என்றவன் “தே! அந்தச் சாவிய எடுத்துக் குடு” செந்தாமரை சைக்கிள் சாவியைக் கொண்டு வந்து கொடுத்தாள். சாவியை வாங்கிக்கொண்டு குடிசைக்குள் நுழைந்தான்.

அவள் பின் பக்கமாக மூஞ்சி கழுவ தண்ணீர் கொண்டு போய் வைத்துவிட்டு துடைப்பதற்கு துண்டை எடுத்துக் கொண்டிருந்தாள்.

“ஆராயி! அதெல்லாம் இருக்கட்டும், வா. ஆஸ்பத்திரிக்குப் போய் வருவோம்” அவள் கையில் இருந்த துண்டை வாங்கி மீண்டும் கொடியில் போட்டான்.

“எனக்கு ஒண்ணு இல்ல மாமா மூஞ்ச கழுவிக்கினு வந்து சாப்புடு எல்லா சரியா பேயிடும்”

“தே... வான்னு சொல்றேன் நீ மாட்டுக்கினு சரியா போயிடும்.... சரியா போயிடும்ன்ற... வா” ஒருவிதப் பதட்டத்தில் கையை வேகமாகப் பிடித்து இழுத்தான்.

ஒரு கணம் அவளுக்கு தூக்கி வாரிப் போட்டது. அவனது கோபமான ஓங்கிய குரலை முதன்முறையாகக் கேட்டதும் அவளுக்கு நடுக்கமாக இருந்தது. மிரண்டு போய் பேச்சற்று அவன் பின்னாலேயே போனாள்.

இருவருடன் சைக்கிள், சாலையில் உருண்டோடியது.

“காலங்களில் அவள் வசந்தம்
கலைகளிலே அவள் ஓவியம்...”

என்கிற பாடல் தூரத்தில் எங்கோ ஒலித்தது. சாலை விளக்குகளற்று இருண்டிருந்தது. எதிரே ஒற்றை மாடு பூட்டிய டிரக்கு வண்டியொன்று கடந்துபோனது. அதனடியில் ராந்தல் விளக்கு மங்கலாக எரிந்து கொண்டிருந்தது.

குடிசைகளுக்கு எதிரே கேசவப்பிள்ளை பார்க்கை ஒட்டியிருந்த குழாயடியில் பெண்களின் குரல்கள், எதிரில் கடந்துபோன கூலியாட்கள். மற்றபடி சாலை வெறுமையாக இருந்தது. தூரத்தில் நடராஜ் தியேட்டரின் முகப்பு உச்சியில் எரிந்த மின் விளக்கு பளிச்சென்று தெரிந்தது.

மருத்துவமனைக்கு அவர்கள் போய்ச் சேர்ந்தபோது பெண்களும் குழந்தைகளுமாய் அந்தச் சின்ன அறையில் நெருக்கிக்கொண்டு உட்கார்ந்திருந்தார்கள். வயதான மருத்துவரின் குரல், திரைச்சீலை மறைத்திருந்த உள் அறையில் இருந்து சத்தமாகக் கேட்டது.

“ஊசியப் போடறதுக்கு ஒடம்புல சதையே காணோமே... இங்க வர்றதுக்கு முன்னாடி எதுனா சாப்பிட்டியாம்மா?”

“இல்ல சார்! எத சாப்புட்டாலும் எடுத்துக்கினு வந்துருது”

“அப்டியா? சரியா போயிடும், கவலப்படாத” மருத்துவர் லேசாக இரும்பினார்.

“கூட யார் வந்திருக்கிறாங்க?”

“எம்புள்ள சார்”

“அவ பேரு இன்னா?”

“மணி சார்!”

“டேய் மணி!”

திரையை விலக்கிக்கொண்டு பையன் எட்டிப் பார்த்தான்.

“தம்பி பக்கத்து ஓட்டல்ல போய் நல்லா சூடா ஒரு கப் காபி வாங்கிட்டு வா. கூடக் கொஞ்சம் சக்கர போட்டு ஆத்தாம குடுக்கச் சொல்லு, ஓடு... ஓடு...”

அம்மா கசங்கிய ரூபாய் நோட்டை பையன் கையில் திணித்தாள். பையன் வாங்கிக்கொண்டு ஓடினான். ஆராயிக்கு உடல் நடுங்கிக் கொண்டிருந்தது. அவளுக்கு உட்கார இடம் கொடுத்தார்கள். அவளது நடுங்கும் இரு தோள்களையும் அழுத்திப் பிடித்துக்கொண்டு நின்றிருந்தான் செங்கேணி.

அதே நேரம் பையன் காபியோடு திரைச்சீலையை விலக்கிக் கொண்டு போனான்.

“மெதுவா இந்த மாத்திரையப் போட்டுக்கினு காப்பியக்குடி” மருத்துவர் சொன்னார்.

“கொமட்டுது சார்! வெளிய வந்திடும்”

“ஏம்மா... நா சொல்றத குடி. எப்டி வருதுன்னு பார்க்கிறேன்” மருத்துவரின் அதட்டலான குரல் கேட்டது.

"காபி குடிக்கலன்னா நான் ஊசி போட மாட்டேன் அப்பறம் உனக்கு மயக்கம் வந்து விழுந்திட்டினா, யார் பதில் சொல்றது! ஊம்?"

அவள் காபியை உறிஞ்சிக் குடிக்கும் ஓசை திரையையும் தாண்டிக் கேட்டது.

வெளியே நோயாளிகளும் உடன் வந்தவர்களும் சத்தமாகப் பேசிக் கொண்டிருப்பது மருத்துவரை எரிச்சல் படுத்தியிருக்க வேண்டும்.

"சைலண்ட்... பேச்சைக் கொறைங்க" மருத்துவர் நையாண்டி செய்யும் குரலில் கத்தினார்.

இப்போது அமைதி நிலவியது. "உம். அத எடு"

மருத்துவரின் உதவியாளர் மருந்து ஏற்றி தயாராக இருந்த சிரஞ் சியை எடுத்துக்கொடுத்தார்.

நோயாளியின் கையில் பட்டென்று அடிக்கும் ஓசை கேட்டது.

"அம்மா!" நோயாளி முனங்கினாள்.

"இன்னாது அம்மா! ஊசியே போடல அதுக்குள்ள... பாக்கறதுக்கு சண்டக்காரி மாதிரி தெரியிற கொசுக்கடிக்கு அம்மா, சும்மான்னு"

பேசிக்கொண்டே ஊசியை சொருகி மருந்தை, ஏற்றியிருப்பார் போல. "எம்மா" என்ற குறுகிய முனங்கல்.

"நல்லா தேச்சி விடு"

நோயாளியின் "உஷ்" என்ற வலி விரட்டும் ஓசை கேட்டது.

"இந்தா. இத மூணு வேள போட்டுக்க. நாளைக்கு சாயந்திரம் வா... சரியா?"

"எங்க வேல செய்யிற?"

"சேட்டு வூட்ல பத்து பாத்திரம் தேய்க்கறதுதான்"

"உம்.... பின்ன ஒடம்ப பத்திரமா வச்சுக்க வேணாமா? தண்ணிய காய்ச்சிக் குடி. ரெண்டு நாளைக்கு சாம்பார், கறி, எலும்புன்னு எதையும் தொடாத ரொட்டி இல்லன்ன, ரெண்டு பன்னு வாங்கிச் சாப்புடு போ"

பணம் போடும் பெட்டியில் சில்லறைகள் விழும் ஓசையுடன்,

அடுத்த நோயாளியை அழைக்கும் மணியோசை கேட்டது. நோயாளிகள் திரையை விலக்கிக்கொண்டு மருத்துவரைப் போய் பார்ப்பது, அவர்களது உரையாடல்... பிறகு நோயாளி ஊசி போட்ட கையைத் தேய்த்தபடி வெளியே போவதுமாக இருந்தார்கள்.

ஒரு பத்துக்குப் பதினைந்து அடி அறை நோயாளிகளையும் மருத்துவரையும் பிரிப்பது ஒரு பச்சை திரைச்சீலைதான்.

ஆராயியின் முறை வந்தது. அவளை பூப்போல மார்பில் சாய்த்துக் கொண்டு திரைச்சீலையை விலக்கியபடி உள்ளே போனான்.

"இன்னா மாஸ்டர்! பொஞ்சாதிய விடுய்யா! சேத்துப் புடிச்சிக்கினு இருக்கற"

அவன் பட்டென கூச்சத்தில் நகர்ந்தான். "பாத்தியா மேன்! கீழ விழல. வா... வாம்மா உக்காரு" அவள் முதுகில் தட்டினார்.

"இன்னா... இன்னா பண்ணுது?"

"ஜொரம் சார்" அவன் சொன்னான்.

"இருய்யா. நோயாளிகிட்ட கேக்கறேன். உங்கிட்டயா கேட்டேன்?" என்றவர், ஒரு விதமான புன்னகையோடு அவனைப் பார்த்து கண் சிமிட்டினார்.

மருத்துவர் வாயில் இருக்கும் பல் உண்மையானது இல்ல, பல் செட்டா இருக்குமோ என்று திடீரென சந்தேகப்பட்டான்.

"சொல்லும்மா என்ன பண்ணுது?"

"ஜொரம் சார்!"

"எத்தனை நாளா?"

"இன்னைக்கு மத்தியானத்துலேர்ந்து"

"ஒரு வேள ஜொரத்துக்கா இப்டியாயிட்ட?"

"என்ன மாஸ்டர்! புது மாப்பளயா?" அவனைப் பார்த்துக் கேட்டார். அவன் கூச்சத்தோடு தலையாட்டினான்.

"உம்... ஆறு மாசம் போவட்டும்... ஏய் ஒடம்பு சரியில்லயா. போ... போயி, அப்பாக்குட்டி கடையில மாத்தர வாங்கிப் போடுன்னு வெறட்டுவ... இல்ல... அப்படித்தானே"

சொல்லிக்கொண்டே மருத்துவர் சிரித்தார். அவனோடு சேர்ந்து அவளும் சிரித்தாள்.

"போய்யா ஒண்ணுமில்ல! சூடா காபி ஒண்ணு வாங்கியா நான் பார்த்துக்கறேன்"

அவன் கடைக்கு ஓடினான்.

அவர் சுரமானியை நாவுக்கு அடியில் வைத்தார். நூற்றி நான்கைக் காட்டியது.

"அதிகந்தான், பயப்படாத"

தன் மேசையின் மேலிருந்த பலவிதமான டப்பிகளில் இருந்து நான்கு வண்ணங்களில் மாத்திரைகளையெடுத்து அவள் கையில் தந்தார். "ம்... போடு ஒரே டைம்ல ஏக் தம்" அவள் மாத்திரைகளைக் தயக்கத்துடன் பார்த்தாள்.

"ஓங்கி ஒண்ணு போடுவேன். இன்னா பாக்குற? மீனு, கறி, ரத்தம்னு நல்லா உள்ள தள்ளும்போது இப்டியா பாக்கற? உம் போடு?" உதவியாளர் தயாராக குவளையில் தண்ணீருடன் நின்றிருந்தார்.

மருத்துவருக்குப் பயந்துகொண்டு வாய்க்குள் மொத்தத்தையும் போட்டு தண்ணீர் குடித்து விழுங்கினாள். குமட்டிக்கொண்டு உடல் குலுங்கியது.

"ஏய்... சூ! வெளிய வரக்கூடாது... உம்" மருத்துவர் மிரட்டினார்.

அன்பான மிரட்டலுடன் ஆதரவாக முதுகைத் தடவிக் கொடுத்தார் வயதான மருத்துவர்.

மாத்திரையை விழுங்கிவிட்டு புன்னகையோடு மிக நெருக்கமாக மருத்துவரைப் பார்த்தாள்.

"வெரிகுட்! புது பெண்ணே!"

அதே வேளையில் அவன் சுடச் சுட காபியோடு திரைச்சீலையை விலக்கிக்கொண்டு உள்ளே வந்தான். தேநீர் கடை பக்கத்திலேதான் இருந்தது.

காபி குடிக்கும்போது அவளுக்கு கை நடுங்கியது.

"என்னங்க மாஸ்டர்! நீ பாக்க நல்லா பலசாலியா இருக்கற ஒரு கெழவிய போய் கல்யாணம் பண்ணியிருக்கியே, சே... பாரு வயசானவளுக்கு எப்டி கை நடுங்குது"

அவளுக்கு சிரிப்பு... நடுக்கத்தை கட்டுப்படுத்த முயன்றாள். அவனும் கூட சிரித்துவிட்டான்.

"ரெண்டு நாளைக்கு பிரட், பால்தான் சாப்பிடணும். தண்ணிய காய்ச்சிக் குடிக்கனும் புரியுதா? ரைட் கௌம்புங்க. கூட்டிக்கினு வந்த மாதிரியே அணைச்சி கூட்டிக்கினு போய்யா"

இந்தக் கலாட்டாவுக்குள்ள கொஞ்சம் சூடு தணிந்திருந்தது.

ஆராயியை வெளி வாசலில் உட்கார வைத்துவிட்டு ரொட்டி வாங்கிவரப் போனான்.

வயதான கிழவர் "அய்யோ... அய்யோ"வென கத்திக்கொண்டு ஓடி வந்தார். கையில் பெரிய கந்தல் சுற்றப்பட்டிருந்தது. அதையும் மீறி கருஞ் சிவப்பு ரத்தம் கொட்டியது.

யாரோ போகிற போக்கில் கேட்டார்கள்.

"என்னப்பா?"

"அப்பாராவ் கார்டன்ல நாய் கடிச்சிருச்சி"

கிழவரின் கத்தல் குரல் கேட்டு திரையை விலக்கிக்கொண்டு ஓடிவந்தார் முதிய மருத்துவர். நிலைமையைப் புரிந்துகொண்டவராய் "பயப்படாத, வா" கந்தலைப் பிரித்து காயத்தைப் பார்த்தார். பெருங்காயம். நாய் வெறியோடு கடித்திருந்தது. மணிக்கட்டுக்கு மேலாக சதை பிய்ந்து தொங்கியது. மருத்துவர் சிகிச்சை அளிக்கத் தொடங்கிவிட்டார்.

அதற்குள் செங்கேணி ரொட்டி வாங்கிக்கொண்டு வந்தான். சைக்கிளின் பின் பக்கத்தில் உட்கார்ந்து அவன் முதுகில் முகத்தை சாய்த்தபடி வலது கையால் அவனை சேர்த்து பிடித்துக் கொண்டாள்.

"மாமா! இது மாதிரி ஒரு சைக்கிள் வாங்கு"

"சைக்கிள்ல உக்காந்துக்கினு வர்றது நல்லா இருக்குதா" அவன் கேட்டான்.

"உக்கும்" இருண்ட சாலையில் வண்டி உருண்டது. வீட்டுக்குப் போனதும் அவள் அடுப்பில் இருந்து சோறு, குழம்பைக் கொண்டு வந்து வைத்தாள்.

"அது இருக்கட்டும். நீ வா" அவளை இழுத்து தொட்டுப் பார்த்தான் சூடு குறைந்திருந்தது.

"சரி, நா போய் உனக்கு பால் வாங்கியாறேன்" சொம்பை எடுத்துக் கொண்டு வெளியே போனான்.

புதுத் தட்டில் சோறு போட்டு, குழம்பை ஊற்றி வைத்துவிட்டு உட்கார்ந்திருந்தாள். கருவாட்டுக் குழம்பின் மணம் அவளை சுற்றிச் வந்து, நாவிலே ஒரு விறுவிறுப்பை ஏற்படுத்தியது.

அவளுக்கும் பசித்தது. கருவாட்டுக் குழம்பின் மணம் குழம்பு போட்டு பிசைந்து உருண்டையை உள்ளே தள்ள வேண்டும் போல இருந்தது.

நாக்கில் எச்சில் ஊற உட்கார்ந்திருந்தாள். அவன், பால் வாங்கி வந்தான். பாலை சூடு ஆற்றி, ரொட்டியை பிரித்து வைத்துக்கொண்டு "வா சாப்புடு" அவள் கையைப் பிடித்து லேசாக இழுத்தான்.

"மாமா, நீ சாப்புடு. நா அப்புறமா சாப்புடறேன்"

"இல்ல ஒடம்பு சரியில்லாதவ வா நீ மொதல்ல சாப்புடு" அவள் சிணுங்கினாள். "எனக்கு ரொட்டிய பாத்தாலே புடிக்காது மாமா நா சோற சாப்புட்டுக்கறேன்"

"தே! டாக்டரு சொல்லி அனுப்புறாரு ரொட்டி வாணாம்ன்ற" லேசாக அதட்டினான்.

"நா வேணும்னா சோத்தக் கரைச்சி தண்ணி வெளாவி குடிச்சிக்றேன். நீ மொத சாப்புடு மாமா"

"நீ வா, ரொட்டி, நல்லதுதான் இந்தா" ரொட்டியைப் பிய்த்து பாலில் தோய்த்து எடுத்து ஊட்டினான். பால் சடசடன்னு அவள் உதட்டில் இருந்து வழிந்து மாராப்பில் கொட்டியது.

அவளுக்கு ஊட்ட வசதியாக அருகில் நெருங்கி உட்கார்ந்துக் கொண்டு ரொட்டியைப் பிய்த்து, பாலில் ரொட்டியைத் தோய்த்தெடுத்தான்.

விளக்கின் ஒளியில் அவனது கருத்த முகம் எண்ணெய் வடியும் கருப்பு தெய்வத்தின் சிலைபோலத் தெரிந்தது. உற்று அவனையே பார்த்துக் கொண்டிருந்தாள். அவனும் அவளை பார்த்துக்கொண்டே முழு ரொட்டியையும் அவளுக்கு ஊட்டி விட்டான். அவள் தன்னை மறந்து அவனைப் பார்த்து கொண்டிருந்தாள். கண்கள் கலங்கியன.

மீதம் இருந்த பாலை அவளுக்கு புகட்டினான். வாயைக்கூடத் துடைத்துக் கொள்ளவில்லை. அவன் மடியில் சாய்ந்துக் கொண்டு அவனது தொடையை இறுக்கிப் பிடித்துக்கொண்டாள். ஜுரத்தின் நடுக்கம் குறைந்து, காதலால் அவளுக்கு ஏற்பட்ட நடுக்கத்தை அவன் உணர்ந்தான்.

அவள் குலுங்கும்போது தான் அவள் அழுவது அவனுக்குத் தெரிந்தது.

"ஏய்... ஏய் ஆராயி! இன்னா?"

"எங்க அப்பன், ஆத்தா மடியில இருக்கறாப்பல இருக்குது மாமா?" உடலதிர அழுதாள்.

"நீ சாப்புடு மாமா!"

"ஆமா... நீ இப்டி மடியில படுத்துக்கினு கெட்டியா புடிச்சிகினா நான் எப்டி சாப்புடறது?"

அவள் விசுக்கென எழுந்து, அவன் பக்கத்தில் சோற்றுத்தட்டை இழுத்து வைத்தாள். அவனுக்கும் நல்ல பசி. வேகமாக சோற்றைப்

பிசைந்து உருட்டி வாய்க்குள் திணித்தான். குழம்பின் காரம் கண்களை ஈரமாக்கியது. அவள் வார்த்தையும்தான்.

அவள் அழுத கண்களை துடைத்துக் கொண்டு இரண்டு தலையணையையும் இழுத்து அவன் பக்கத்தில் போட்டாள்.

"நல்லா இருக்குதா?"

"உம்" தலையாட்டும் போது அவனுக்குப் புரையேறியது. அவள் அவனது வலிவான பரந்த மார்பை நீவி தண்ணீர் சொம்பை எடுத்து நீட்டினாள்.

காதலின் கணக்கற்ற உணர்வுகள் அன்பின் பெரும் வெள்ளமாய் அவர்களை சூழ்ந்து அதில் அவர்களை மூழ்க வைத்து காலம் வேடிக்கை பார்த்தது. இளம் மனிதர்கள் தங்கள் காதலை கண்ணீரில் தணித்துக் கொள்ளுவதிலும் வேறு பல வழிகளிலும் அதை பெருக்கெடுத்தோடச் செய்தார்கள். அடிப்படையில் இந்த பூமியில் உனக்குள் நானும், எனக்குள் நீயும் அடைக்கலமாகி விட்டோம். இயற்கையின் முடிவில்லா த்தொடரின் ஒரு புள்ளியில் இணைந்து விட்டோம் என்பதன் வழிபாடு தான் காதலின் கண்ணீர்.

அவன் உணவருந்திக் கொண்டிருக்கும் போதே அவன் மடியில் அவள் சாய்ந்துகொண்டாள். ஒரு பக்கம் அவளை சுமந்தபடியே உணவை ரசித்து உண்டுகொண்டிருந்தான். கருவாட்டுக் குழம்பின் வாடை குடிசையையும் தாண்டிப் பரவி இருப்பதாக அவன் கற்பனை செய்துகொண்டான்.

தூரத்தில் நாய்க்கிடங்கில் பல நாய்கள் ஒரே நேரத்தில் குரைத்து, இரவின் அமைதியை குலைத்துக் கொண்டிருந்தன. நாய்களின் உலகில் ஏதோ கலவரம் நடந்துகொண்டிருக்கக்கூடும். தெரு நாய்களும் ஒன்றையொன்று துரத்திக்கொண்டு தாவியோடிக் கொண்டிருந்தன. அந்த ஓசைக்கிடையில் அவள் சொன்னாள்.

"மாமா! பகலில் ஒரு கனவு கண்டேன் சொல்லட்டா?"

நீ எதச் சொன்னாலும் நா கேக்கறதுக்குன்னே பொறந்தவன் நீ சொல்லு ஆராயி என்று மனதுக்குள் சொல்லிக் கொண்டான். "உம்" என்ற ஓசை மட்டும் வெளியே வந்தது. கனவை சொல்லி முடிக்கும் முன்பே உறங்கி விட்டாள். அதன் பிறகு கனவு அவள் நினைவில் இல்லாமலே போய்விட்டது.

உறக்கத்தில் அவனுக்கு கனவைச் சொல்லுவது போல கனவு கண்டாள். ஆனால், எந்த வார்த்தைகளுமற்று மாமா... மாமா... என்று உதடு வெளியில் கேட்கும்படி உச்சரித்துக் கொண்டிருந்தது.

அவன் நடு இரவில் விழித்துக் கொண்டபோது அவள் குரலைக் கேட்டான். அவளைத் தொட்டு உலுக்கினான். அவள் ஆழ்ந்த உறக்கத்தில் இருந்தாள். உடல் குளிர்ந்து இருந்தது. அவளது உடலை ஆதரவாக வருடி விட்டான். பிறகு, துணியால் அவளைப் போர்த்தி விட்டு அவனும் உறங்கினான்.

10

பொழுது புலர்ந்திருந்த தருணத்தில் குடிசைக்கு வெளியே எழுந்த பெரும் கூச்சலால் அவனுக்குத்தான் முதலில் விழிப்பு வந்தது. அவளை தொட்டுப் பார்த்தான். காய்ச்சலற்று உறங்கிக் கொண்டிருந்தாள். விலகிக் கிடந்த துணியை எடுத்துப் போர்த்தினான்.

வெளியே மிக ஆபாசமான வார்த்தைகளுடன் பெண்ணின் கூச்சல் பெருங்கூச்சலாய் கேட்டது. வாயில் அடைப்பை நகர்த்தி, வெளியே எட்டிப் பார்த்தான்.

செக்கச் சிவந்த நடுவயது தாண்டியவள். சராசரிக்கும் குட்டையாக இருந்தாள். பார்ப்பதற்கு ஆங்கிலோ இந்தியப் பெண் போன்ற தோற்றம். கொழுத்த விலங்குபோல நிற்கும் பேய்க்காளியை கைநீட்டி அவன் முகத்தில் இடிப்பதுபோல் பேசிக் கொண்டிருந்தாள்.

"ஏண்டா எச்ச சாராயம் வாங்கி குடிச்சிக்கினு நக்கித் திரிஞ்ச நாயி! நீ உன்ன சரக்கு விக்க உட்டதே தப்பு. இதுல எங்க பொழப்புல மண்ணப் போடப் பாக்குறியா நாயே..." தூவென துப்பினாள். பிறகு எகிறி அவன் முகத்திலே குத்த முயன்றாள். அவன் விலகி பின் நகர்ந்தான்.

"பூமில கொஞ்ச நாளு இருக்கற மாறி பாருடா! நேத்தே உங்கதைய முடிச்சிருப்பாங்க... இரு, அதோ வர்றானுங்க'.' மற்றதை சொல்லச் முடியாது, அப்படியிருந்தது அவளது வார்த்தைகள்.

"டேய் நானு குயிலம்மாள் கெடையாதுடா ஒத்தப் பொம்பள இல்ல... நீ குச்சி கிழிச்சி போட வரப் போறானுங்க பாரு. வந்து கிழிக்க போறானுங்க" என்று ஆபாசமாக கையை ஆட்டிக் காட்டினாள்.

அவனை திட்டிக்கொண்டே பின் பக்கமாய் அடிக்கடி திரும்பிப் பார்த்தாள்.

பேய்க்காளி அசையாமல் முகத்தை இறுக்கமாக வைத்துக் கொண்டு அமைதியாக நின்றிருந்தான். அவன் கண்களில் பயம் தெரிந்தது.

"பொட்டப்பய! ஆள்காட்டி வெளையாடப் பாக்கற... போலிசு உன்னை மட்டும் சும்மா உட்டுருவான்னு நெனைச்சிகினியா'' ஆவேசமாக பேய்க்காளியின் மீது பாய்ந்தாள். எகிறி அவன் முகத்தில் குத்தினாள். அவனது சட்டையைக் கிழித்தாள். அவனைக் கீழே தள்ள முயன்றாள். ஆனால், அவன் அசைவதாகத் தெரியவில்லை. அவள் குத்தியதில் அவனது உதட்டோரம் ரத்தம் கசிந்திருந்தது.

பொறுக்க முடியாமல் "ஏய்" என்று கத்தியபடி அவளைப் பிடித்து தள்ள முயன்றான். சாதுர்யமாக விலகி, அவன் முகத்திலே குத்து விட்டாள்.

அவளைப் புரட்டி கீழே தள்ளிவிட அவனால் முடியும். ஏதோ ஒன்று அவனைத் தடுத்தது. அவளது விரல் மூட்டில் அவனது பல் இறங்கியிருக்க வேண்டும். ரத்தம் வந்த கையை உதறிக் கொண்டாள்.

அதே வேளையில் இரண்டு வலுவான ஆட்கள் பெருங்கூச்சலுடன் கத்திக்கொண்டு ஓடிவந்தார்கள். திடகாத்திரமான ஒருவன் பேய்க்காளி மீது பாய்ந்தான். அவன் முகத்திலே கடுமையாகத் தாக்கினான். ஒவ்வொரு குத்தும் எலும்பை நொறுக்கக் கூடியது. உண்மையாகவே ஏதோ ஒன்று நொறுங்கியது.

வலி பொறுக்க முடியாமல் பேய்க்காளி முனங்கினான். இருட்டில் குட்டி ஈனும் நாயின் முனகல் போல இருந்தது. முகத்தில் இரண்டு இடங்களில் ஆழமான காயம், ரத்தம் கொப்பளித்துக்கொண்டு வழிந்தது. “அய்யோ”வென கத்தினான்.

கோவிந்தம்மாள் பேய்க்காளியை அடிப்பவனைப் பிடித்து இழுத்தாள். “போதும் வுட்றா… டேய் செல்வம் அவன வுடு செத்துடப் போறான்… டேய் செல்வம் சொன்னா கேளு… வுடு நா பேசிக்கிறேன். நீ வுடுடா…” அவனைப் பிடித்து இழுத்தாள். முடியவில்லை “டேய்…” அவள் தீர்க்கமாகக் கத்தினாள்.

“எம்மா! இவனக் குத்திட்டு நான் ஜெயிலுக்குப் போறவுடு…” அவன் விலங்குபோல திமிறிக்கொண்டு ஆத்திரத்தோடு நாக்கை கடித்து எட்டி அடி வயிற்றில் உதைத்தான். மோசமான உதை அது.

பேய்க்காளி முனங்கிக்கொண்டு தூரமாய்ப் போய் விழுந்தான். வேடிக்கை பார்த்துக் கொண்டிருந்தவர்கள் காணச் சகிக்காமல் முகத்தைப் பொத்திக் கொண்டார்கள். ஓடி வந்தவர்களில் இன்னொருவன் மடக்கு கத்தியை விரித்து கீழே விழுந்தவன்மேல் கத்தியால் குத்துவதுபோல் பாய்ந்தான்.

“குத்துடா அவன! நம்ம பொழப்புல மண்ணப் போடறவன வுடாதே. எங்கிருந்தோ வந்து ஒண்டன நாயி! ஆள்காட்டி வேல பண்ணுது குத்துடா… அவனக் குத்து” வெறிபிடித்தவன் போல கத்தினான்.

“டேய் வேணாம்டா” என்று கத்தியபடி கத்தியோடு பாய்ந்தவன் கொலை வெறியோடு கத்தியை ஓங்கும்போது பிடித்துக் கீழே தள்ளினாள் கோவிந்தம்மா. அவன் கத்தியோடு தூரப் போய் விழுந்தான்.

“மோவ்… நீ இன்னா இந்த நாயிக்குப் போய் பரிதாபப்படற? நாலாயிருபா சரக்கு நம்மள உள்ள வெச்சிட்டு இவன் இங்க சரக்கு ஓட்டுவானா? குத்திப் போட்டா கேக்க நாதியில்லாத நாயி! இதுக்கே இவ்ளோ திமிருன்னா” என்று சொன்னவன் வெறியோடு ஓடிப் போய் பேய்க்காளியின் நெஞ்சில் மிதித்தான். அதே வேகத்தோடு முகத்திலும் விழுந்தது. பேய்க்காளி “அம்மா?” என்றலறினான்.

குள்ளப் பெண், உதைப்பவன் லுங்கியை கெட்டியாக சேர்த்துப் பிடித்துக்கொண்டு “டேய்! வுட்றா, சாவப் போறான்டா, வுட்றா” கெஞ்சினாள்.

“சாவட்டும் நாயி! சாவட்டும்” என்றபடி மீண்டும் உதைத்தான்.

பேய்க்காளியின் முகம் ரத்தச்சேறு போலானது. “டேய் இன்னொருவாட்டி இந்த ஆள்காட்டி வேல பண்ண அப்பறம் நா

ஜவாப்தாரி கெடையாது நானு அத்திக்கா மாதிரி தான் இருக்கறேன் ஆனா, மல மாதிரி பெத்து வச்சிக்கிறேன் பாத்த இல்ல" மூச்சு வாங்க வெறியோடு நின்றிருந்தவர்களை காட்டினாள்.

ஏண்டா ஒண்டிப் பொழைக்கற நாயி! பொழைக்கவேண்டியது தானே? ஆள் காட்ற... எங்களப் புடிச்சி உள்ள வைக்கறவன் உன்ன மட்டும் இன்னா கொஞ்சவா போறான்? உனக்கு லாடந்தா உட்டுருந்தன்னா இந்நேரம் போய் சேந்துருப்போ... போ"

"ஏய் போங்கடா!" இருவரையும் விரட்டினார்கள்.

"இன்னாம்மா நாலாயிரம் ரூபா சரக்கு யாருதுன் பாரு உம்" கூட்டத்தில் நின்றிருந்த ஒருத்தியிடம் நியாயம் சொன்னாள்.

"மனோகரன் உள்ள இருக்கறான்னு நீங்க இந்த ஆட்டம் ஆடறீங்க. அவ வெளிய வந்தா நீங்க ஓடப் போறீங்க" கூட்டத்தில் இருந்து யாரு குசுகுசுவென சொன்னது கோவிந்தம்மாள் காதில் விழுந்தும் விழாதது போல் போய்க் கொண்டிருந்தாள்.

கூட்டத்தை விலக்கிக் கொண்டு ஓர் இளையவன் ஓடி வந்தான். அவன் வந்த வேகத்தைப் பார்த்தாள். பேய்க்காளியை கொன்றுவிடுவான் போல இருந்தது.

அவனை களத்திலிருந்து வெளியேற்ற, ஒருவன் சேர்த்துப் பிடித்துக் கொண்டான். "டேய் செல்வம் அவன வுடாத இழுத்துக்கினு போ... போங்கடா" கோவிந்தம்மாள் கத்தினாள். அதை காதில் வாங்காமல் பையன் துள்ளினான். "வுடு மாமா! அவன குத்திட்டுப் போறேன்" "ஏய்! சீ வாய மூடு" என்றவள், பையனின் கன்னத்தில் ஓங்கி அறைந்தாள்.

"வாடா... வாடா... நாங்க பாத்துக்கறோம் வா" செல்வம் அந்த பையனை இறுக்கிப் பிடித்துக் கொண்டு கூட்டத்தை விலக்கிக்கொண்டு போனான். அவன் கைகளில் ரத்தம் வழிந்தது.

அவர்கள் போய் விட்டார்கள். பேய்க்காளி விழுந்த நிலையிலேயே கிடந்தான். அவனால் அசைய முடியவில்லை. முகமெங்கும் பயங்கரமான காயங்கள். கீழே விழுந்ததால் தலையிலும் ரத்தம் வழிந்தது.

வேடிக்கை பார்த்துக் கொண்டிருந்தவர்கள், அவனருகே போக அஞ்சினார்கள். அவன் சாகப் போகிறான் என்று பேசிக்கொண்டார்கள். பேய்க்காளியை செல்வம் குத்திவிட்டதாக குடிசைப் பகுதியெங்கும் செய்தி பரவியது. அடங்கியிருந்த மின் நிலையம் திடீரெனப் பேய் போல அலறியது.

எங்கிருந்தோ இரண்டு இளைஞர்கள் சந்துகளில் இருந்து ஓடி வந்தார்கள். அவனை மீன் பாடி வண்டியில் தூக்கிப் போட்டுக் கொண்டு போனார்கள்.

வாசலில் உட்கார்ந்து வேடிக்கை பார்த்துக் கொண்டிருந்தான் செங்கேணி. அவனுக்கு ஒன்றும் புரியவில்லை.

திருப்பி ஒரு வார்த்தையும் பேசல. திருப்பியும் தாக்கல. சாராயம் விக்கற ரவுடியிவன், இந்த மாதிரி அடி வாங்கிக்கினு உழுந்து கெடக்கிறானே. பேய்க்காளி மீது இரக்கம் ஏற்பட்டது.

அவனை, அவர்கள் அடித்துக் கொண்டிருக்கும்போதே இறங்கி ஓட எத்தனித்தான். ஆராயி அவனை கெட்டியாக பிடித்துக்கொண்டு "நீ போவாத மாமா! அவனுங்கெல்லாம் ரவுடிப் பசங்க" என்று அவன் காதில் கிசுகிசுத்திருந்தாள்.

யாரோ சொல்லக் கேட்டு செல்லக்கண்ணு ஓடி வந்தாள். அதற்குள் அவனை மருத்துவமனைக்கு கொண்டு போயிருந்தார்கள்.

"கேக்க ஆளு இல்லாதவன்னு இப்டியா அடிக்கிறது" புலம்பினாள்.

கீழே சிந்தியிருந்த ரத்தத் துளியைப் பார்த்து, மார்பில் ஓங்கி அறைந்து கொண்டாள். காளியை மீன்பாடி வண்டியில் தூக்கிச் சென்ற வழியில் வேகமாக ஓடினாள்.

"இவ இன்னாடி, பொண்டாட்டி மாதிரி மார்ல அடிச்சிக்கினு ஓடுறா"

யாரோ கூட்டத்தில் சொல்வது கேட்டது. புருஷன் இல்லாதவ வெள்ளையும் சொள்ளையுமா திரியரவன புருஷன் மாதிரி நெனைக்கறா போயேன்" ஒருத்தி அதற்கு பதில் சொன்னாள்.

"நீ ஒருத்தி ஈன, மானம் கெட்டவ. அவன் ஊர் ஊராப் போயி லாரியில சம்பாதிச்சிக்கினு வந்து கொட்றான். அவளப் போயி புருஷன் இல்லாதவன்னு"

அவர்கள் பேசிக்கொள்வது செங்கேணி காதில் விழுந்தது. ஆராயி திடுப்பென வாசலில் இருந்து உள்ளே போய் விட்டாள்.

அவனுக்கும் என்னவோ போல இருந்தது. கூட்டம் கலைந்து வழக்கமான அவர்களது காலை வேளைகளில் மூழ்கிய சமயத்தில் காளியின் ரத்தத்தை இரண்டு நாய்கள் முகர்ந்து கொண்டு நின்றன. வழக்கமற்ற வழக்கமாக அங்கு அமைதியான சூழல் நிலவியது. அந்த அமைதியை குலைக்கவென்றே மின் நிலையத்தின் பேயோசை எழுந்து, சுற்றுவட்டார மக்களின் எரிச்சலை உலகுக்கு அறிவித்தது.

செங்கேணியின் எதிர்க் குடிசையில் வழக்கமான காலை நிகழ்வான தேநீர் விருந்து. நாய் பராமரிப்பு எதுவுமற்று குழந்தைகளைப் பள்ளிக்கு ஏற்றிச்செல்ல ரிக்ஷா வந்து நின்றது. குழந்தைகள் சீருடையுடன் வண்டியில் ஏறிக் கொண்டு அம்மாவிடம் "மம்மி... டாட்டா!" வெகு இயல்பாக சொல்லிக் கொண்டார்கள். அம்மாவின் சிரிப்பில் இயல்பும் இல்லை, புரிதலும் இல்லை. வெறுமனே நாடகப் பாணியில் பெருமையுடன் அவள் சுற்றிலும் பார்த்தாள்.

பாளையம், சைக்கிளை துடைத்துக் கொண்டிருந்தான். நெகிழியால் வார்க்கப்பட்ட இலைகள், ரிக்ஷா முழுக்க மெல்லிய கம்பியில் ஆடிக் கொண்டிருந்தன.

"இன்னா மாவுளி! ரிக்ஷாவுல செடி மொளைச்சிருக்குது?"

"இன்னா மச்சி! இவ்ளோ கத பேசறே இது தெரியாதா? நம்ம தலைவர்து பாத்துக்கினே இரு. இந்த நாட்டையே ஆளப் போவுது பாரு" இந்த நேரத்தில் இரண்டு சிறுமிகளில் ஒருத்தி, மறந்த எதையோ எடுத்து வர, குடிசைக்குள் ஓடினாள்.

"மாவுளி! சத்தம் காது கேக்குதா?" மின் நிலையத்தைக் காட்டி கேட்டான். "பின்ன, உயிர் போவுதே" ரிக்ஷாவின் மடக்கு கூரையை சரி செய்துகொண்டு மாவுளி சொன்னான். பாளையம், கூரையைத் தட்டினான். சாம்பல் பறந்தது.

"அங்க இன்னா பண்றாங்க தெரியுமா?"

"இன்னா பாளையம்! காலங்காத்தால காய்ச்சிக்கினு கீற. நா பொழப்புக்கு போவணும் கும்பிட்டான். அவனுக்கு வாய் துறுதுறுவென இருந்தது. அடக்க முடியாமல் "கரண்ட்டுப்பா... கரண்ட்டு" என்றான்.

"உங்க தலைவர் ஆட்சிக்கு வந்தா, தோ... பக்கத்துலதானே கரண்டு எடுக்கறாங்க. அதுலருந்து வர்ற சாம்பலும் தூசியும் நம்ப மேல தானே வந்து வுழுது, நம்ப குடிசைங்களுக்கு ஒரு பல்பு போட்டுத் தரச் சொல்லு... போடுறாரா, பாப்பம்?"

"மச்சி நீ இப்பிடி தானே பேசறே பாரு... நம்ம தலைவர தலையில தூக்கி வச்சிக்கினு ஆடப் போற. நீ இன்னா நெனைக்கிறயோ அத வாத்தியாரு செய்வாருப்பா. அவர சாதாரண ஆளா நெனைச்சிக்காத உக்கும்"

அவன் நம்பிக்கையை ஒன்றும் பண்ணுவதற்கில்லை.

"சரி, அது இருக்கட்டும். நைட் ஸ்கூலு ஆரம்பிக்கப் போறோம் எதுனா கொஞ்சம் குடு"

"எதுனா இன்ன, நம்ம புள்ளைங்களுக்குத் தான... நான் தர்றேன் மச்சி" ஆர்வத்துடன் சொன்னான்.

அதற்கிடையில் சிறுமி வண்டியில் வந்து உட்கார்ந்துகொண்டாள். மடக்குக் கூரையும் சரியாகிவிட்டது.

"ஓடி ஓடி உழைக்கணும்
ஊருக்கெல்லாம் கொடுக்கணும்
ஆடிப் பாடி நடி..."

ரிக்ஷா தூரத்தில் போய் மறையும்வரை பாளையம் பார்த்துக் கொண்டிருந்தான். அவனோடு சேர்ந்து செங்கேணியும் பார்த்துக் கொண்டு இருந்தான்.

செங்கேணிக்கு உடல் அலுப்பாக இருந்தது. காலையில் நடந்தது அவனுக்குள் அதிர்ச்சியை உண்டாக்கியிருந்தது. இரவு வெகு நேரம் கண் விழித்திருந்தது, அவனை சோர்வுள்ளவனாக்கியிருந்தது.

ஆராயி துணி துவைக்கும் ஓசை கேட்டு அவன் சட்டென எழுந்தான். "தே! இன்னா பண்ற?" பதில் எதுவுமற்று, அவள் துவைத்துக் கொண்டிருந்தாள்.

"நேத்து அப்டி காய்ஞ்சது... நீ தண்ணியில எதுக்கு கைய வச்சுங்கீற எழுந்துரு"

"தோ, ஆயிடுச்சி மாமா!" துணியை அலசிக்கொண்டிருந்தாள்.

அவன் பாயில் இருந்து துள்ளி எழுந்து போய் அவளை இழுத்து தூரமாய் நிறுத்தினான். "தூரப் போ. நா தொவைக்கறேன்" அலுமினியக்

கூடையில் சோப்பு நுரையுடன் புடவையும், பாவாடையும் காற்றால் நிரம்பி நீரில் புடைத்துக்கொண்டு இருந்தது.

"ஐய்ய... ஐய்ய... பொம்பளத் துணிய நீ தொவப்பியா?" அவள் சிரித்தாள்.

"போடி! எம் பொண்டாட்டி பொடவயதானே தொவைக்கப் போறேன். இன்னும் என்ன இருக்குது? எல்லாத்தையும் எடுத்துப் போடு. எல்லாத்தையும் தொவைக்கறேன்" அவன் வேலையில் இறங்கி விட்டான்.

அவளுக்கு வெட்கமாக இருந்தது. இரு கைகளாலும் முகத்தைப் பொத்திக்கொண்டாள். முன் பக்க கூரைத்திறப்பில் இருந்து வந்த ஒளியில் அழகாகத் தெரிந்தாள்.

"சரி, வா மாமா, கொஞ்சம்தான். நா அலசிப் போட்டுட்டு வந்துடறேன்" அவன் கையைப் பிடித்து இழுத்தாள்.

அவன் வலுவாக அவளை தூரத் தள்ளிவிட்டு துணியை அலசினான். சுத்தமாக அலசிப் பிழிந்து அவளிடம் தந்தான். அவள் சிரித்தபடியே அவனை உற்றுப்பார்த்துக் கொண்டிருந்தாள். சூரியனின் ஒளி நீரில் பட்டு, அவர்களின் இருவரின் மேலும் எதிரொலித்தது. அவள், அவனுக்கு பேரழகியாகத் தெரிந்தாள். அவனுடல் எங்கும் காதல் கனிவோடு கசிந்துருகி அவன் கண் வழியே வழிந்தது. அதில் அவள் மூழ்கித் தத்தளித்தாள். அவன் பிழிந்து தந்த துணியை காய வைக்கப் போனவளின் கைகளைப் பிடித்துகொண்டான். அவனிடமிருந்து அவளால் விடுபடமுடியவில்லை. அவளும் விடுபட விரும்பவில்லை. அவளும் சிரித்தபடியே அவனருகில் உட்கார்ந்து கொண்டாள். அந்தச் சிரிப்பை, அதிலிருந்து வந்த குளுமையின் இன்பத்தை அனுபவித்ததின் புறச் செயலாக அவளது உதட்டைப் பிடித்து இழுத்துவிட்டான். அவள் அப்போதும் அப்படியே அவனை அகலவிரித்த கண்களுடன் பார்த்துப் புன்னகைத்தபடியே இருந்தாள்.

"சரி, நீ போயி துணியக் காயப் போடு. நா போயி எதனா கறி கிறி வாங்கியாறேன்"

முடிவற்ற தழுவலின் இடைநிறுத்தமாய் அவன் எழுந்து கைப்பையோடு புறப்பட்டான். குடிசைக்குள்ளிருந்து வெளியே வந்ததும் சூரியனின் ஒளியால் கண்கள் கூசின. மனிதர்கள் வழக்கம்போல இயங்கிக் கொண்டிருந்தார்கள். பாளையம் மிதிவண்டியில் அவனைக் கடந்து போனான். ரயிலின் கூவலொலிக்கு மேலாக விமானம் ஒன்று பறந்து போனது. அதை ஆச்சரியத்துடன் பார்த்தபடி போனான் செங்கேணி. தகரக்கொட்டகை மட்டும் வழக்கமான குடியர்களின் நடமாட்டமின்றி வெறுமையாகக் கிடந்தது.

அவன் மீசைக்காரரின் கடைக்குள் நுழைந்தபோது அவன் கண்ட காட்சியால் காலை ஓரடி பின்னுக்கு இழுத்துக்கொண்டான்.

"வாய்யா! இன்னா, வந்த மாதிரியோ பின்னுக்கு நகர்ற?"

"கறி வாங்கலாம்னு"

அங்கு நின்றிருந்த பெண் சங்கடத்தால் நெளிந்தாள். அவர் ஊட்டி விட்ட அதிரசத்தை மெல்லவும் முடியாமல், விழுங்கவும் முடியாமல் இக்கட்டான நிலையில் கூச்சத்துடன் தடுமாறிக் கொண்டிருந்தாள்.

"இன்னாயா! பொழப்புக்குப் போவலியா?"

"இல்லங்க. சம்சாரத்துக்கு ஒடம்புக்கு முடியல ஆஸ்பத்திரிக்குப் போவனும்"

"ஆமா, பேய்க்காளிய வெட்டிட்டாங்களாமே... ம் உனக்கு எதனா தெரியுமா"

செங்கேணிக்குப் பகீரென்றது. "நா பாத்துக்கினு தானே, இருந்தேன் வெட்டல்லாம் இல்ல. அடிச்சிப் போட்டாங்க. ஆளு அப்படியே கீழ விழுந்துட்டாரு" மிக பரிதாபமாக சொன்னான். "அவன ஒண்ணும் சாதாரணமா நெனைக்காதய்யா. அவன குள்ள நரிக்கு பாடம் சொல்லித் தர்றவன். கோயிந்தம்மாள் சரக்க காட்டி குடுத்துட்டானாமே... சனங்க பேசிக்கிறாங்க அவங்க பின்ன சும்மா வுட்ருவாங்களா?" இறைச்சி வெட்டும் கத்தியைத் தீட்டினார்.

"பேசிக்கொண்டே தொங்கிய இறைச்சியை அறுத்து, வெட்டிப் போட்டார். நல்ல பசுங்கறி! மௌகு போட்டு பெரட்டச் சொல்லு" என்றவர் அவனை உற்றுப் பார்த்தார்.

"யோவ் செங்கேணி! வர்றியா? வண்டியில மாதாவரம் வரைக்கும் போய் வருவோம்" அவன் புரியாமல் மீசைக்காரரை உற்றுப் பார்த்தான். "வாய்யா சும்மா! வண்டிய எடுத்து ரொம்ப நாளாச்சி அப்டி போய் வருவோம் போய் கறியக் குடுத்துட்டு வா"

மீசைக்காரர் அவனுடன் பேசிக் கொண்டிருக்கும் போது அந்த இளம் பெண் குறுக்கிட்டாள். "சரி எனக்கு நேரமாவுது கறியப் போடுங்க நா போறேன்" அவள் சிணுங்கினாள்.

மீசைக்காரர் அவளைப் பார்த்து தனது பிரமாண்டமான உடலைக் குலுக்கினார். பிறகு உதட்டை கடித்தபடி ஆபாசமான பாவனையோடு மீசையை ஒதுக்கிவிட்டார். அந்தப் பெண் வெட்கத்தில் தலைகுனிவதும் மீசைக்காரர் கண்களில் காமம் வழிவதையும் அவனால் பார்க்க முடிந்தது.

"சீ! இன்னா, இந்த ஆளு பக்கத்துல ஒருத்தன் இருக்கறான்னுகூட இல்லாம பணம் காசு இருந்தா வெட்கம்கூட இல்லாமப் போயிடுமோ இன்னாவோ..." என்று மனதுக்குள் நினைத்துக் கொண்டான்.

"இருடி! இன்னா அவசரம்?" காமத்தால் கரகரப்பு ஏறி, அதிகாரமான குரலில் அவளை அதட்டினார். அவள் வெட்கத்துடன் காலால் தரையில் அரைவட்டம் போட்டுக் கொண்டிருந்தாள்.

"செங்கேணி! போயிட்டு சீக்கிரம் வா. வண்டியில ஒரு ரவுண்ட் வருவோம், இன்னா?" அவன் மறுப்பேதும் சொல்லமுடியாமல் தலையாட்டினான்.

"அந்த கருப்பு புல்லட்டில் எங்கேயோ அழைத்துப் போகப் போகிறார்" என்று நினைத்துக் கொண்டான். அந்த மாதிரி

வண்டிய ஓட்டலன்னாலும் பரவாயில்லை. பின்னாடியாவது உட்கார்ந்துக் கொண்டு போகணும்னு அவன் மனசுக்குள் பலமுறை ஆசைப்பட்டிருக்கிறான். இப்ப அது வலிய வரும் போது அவனால் மகிழ்ச்சியடையாமல் இருக்க முடியவில்லை. அவன் மண்டைக்குள் வண்டி, டுபுடுபுவென சத்தமிட்டபடி ஓடியது.

“இந்தா, இத குதுரக் கொட்டாயில வச்சிட்டுப் போ” என்று கோணி பைகளை உருட்டி பெரிய பொதியாகக் கட்டியிருந்ததை அவனிடம் கொடுத்தார். அதிலிருந்து கடுமையான கவிச்சி வாடையடித்தது. கறி பையை ஒரு கையிலும் கோணி மூட்டையை ஒரு கையிலும் தூக்கி கொண்டு கடையை ஒட்டியபடி இருந்த குதிரைக் கொட்டகைக்குள் நுழையும்போது, கடையில் நின்றிருந்த பெண்ணின் சிணுங்கல் சத்தம் கேட்டது.

பொதியை வைத்துவிட்டு வெளியே வந்தான். அவள் தாவணியால் வாயை துடைத்துக்கொண்டு இறைச்சிப் பையோடு வேகமாக அவனைக்கடந்து ஓடினாள். அவளுக்குப் பின்புறமாக மீசைக்காரர் சிரித்தபடி வாயில் அதிரசத்தை மென்று கொண்டிருந்தவர், மீசையில் ஒட்டியிருந்த துணுக்கை அவசரமாக துடைத்துக் கொண்டு அவனைப் பார்த்து சிரித்தார்.

“சரி, நா இதக் குடுத்துட்டு வந்துடறேன்” அவன் சங்கடத்தோடு அங்கிருந்து நகர்ந்தான். அவன் மனதுக்குள் புல்லட் பாய்ந்தோடியது. குடிசைக்குள் நுழைந்ததும் காய்ச்சல் இருக்கிறதாவென்று அவளை தொட்டுப் பார்த்தான். காய்ச்சலற்று உடல் சாதாரணமாக இருந்தது. ‘நீ இத செய்துகினு இரு. நானு மீசக்காரர்கூட கொஞ்சம் வெளிய போயிட்டு வந்துடறேன்”

“மொதமொறையா இன்னிக்குதான் வூட்ல இருக்கிற. படுத்துத் தூங்க வேண்டியதுதானே எதுக்கு அங்க இங்கன்னு?”

“தோ, போனாப்பல திரும்பிடுறேன். நீ சாப்புட்டு தூங்கு வெளியில எதனாச்சும் நடந்தாலும் வந்து வேடிக்க பாக்காத. நா வந்துடறேன்”

அவளது பதிலுக்கு காத்திராமல் அவன் தாவியோடினான். டுபு... டுபு ஓசை அவனை நிரப்பியிருந்தது.

குதிரைக்கு சேணம் பூட்டி வண்டியோடு இணைத்துக் கொண்டு தாவியோடத் தயாராக நின்றிருந்தது. “எதுக்கு இந்த ஆளு இத ரெடி பண்ணியிருக்கிறான். அந்த புல்லட்ல போறதா தானே நாம நெனைச்சிகிட்டிருந்தோம். சே! இன்னாடா இது?” அவன் தனக்குள் நொந்து கொண்டான்.

ஏனோ அந்த வண்டியைப் பார்த்தால் அவனுக்கு அடக்க முடியாதபடி வெறுப்பும், அருவருப்புமாய் இருந்தது. அவன் தவித்தான்.

அது நன்கு பராமரிக்கப்பட்ட பலமான குதிரை. கன்னங்கரேலென பளபளத்தது. சமீபத்தில் தான் அதன் ரோமம் திருத்தப்பட்டு பிடரி செதுக்கி வைத்தது போல அளவாக இருந்தது.

செங்கேணி அதை பேயைப் பார்ப்பது போல பார்த்தான். வண்டியின் மைய கட்டையில் தொடைப்பகுதி இறைச்சித் துண்டை சணலால் சுற்று இறுக்கமாக கட்டபட்டிருந்தது. அவன் பின்புறமாக அமர்ந்து எதிர் திசையில் உட்கார வேண்டும் என்று புரிந்து கொண்டான்.

மீசைக்காரர் வேட்டி சட்டையில் மீசைக்கு எண்ணெய் போட்டு பளபளப்பாக்கி கம்பீரமாக இருந்தார். தலைமுடியில் கூடுதல் சுருள்கள் நெற்றியில் தொங்கின. கருப்புக் கன்னம் பளீரென சிவப்பேறிய கண்களுடன் வண்டியில் பெரிய ஜமீன் தோரணையுடன் ஏறி உட்கார்ந்தார். அவரது பெரிய புட்டம் தாங்கும்படி முரட்டுத் தோலால் ஆன ஒற்றை இருக்கை சீறிச்சிட்டது. செங்கேணி கீழே நடுக்கட்டையில் உட்கார்ந்து கொண்டு பக்கவாட்டில் வளைந்து நின்ற கம்பியை பிடித்துக்கொள்ள வேண்டும்.

“வாய்யா...! வந்து உக்காரு. உஷாரா புடிச்சிக்கோ. பயப்படாத. நல்லா வசதியாத்தான் இருக்கு. உக்காரு...” ஒற்றையாள் பயணிக்கும் வண்டியது.

குதிரை பாய்ந்தோட முரட்டுக் காலால் தரையைப் பிராண்டியது. அதை முதுகிலே தட்டி சமாதானப்படுத்தினார். செங்கேணி வண்டியில் உட்கார்ந்து கொண்டான். வண்டியைப் பார்த்ததால் ஏற்பட்ட குறுகுறுப்பு, மீசைக்காரரை வண்டியில் பார்த்ததும் ஓரளவு மட்டுப் பட்டிருந்தது. வண்டி மின் நிலையத்தைத் தாண்டி ஓடிக்கொண்டிருந்தது. தரையெங்கும் நிலக்கரியால் கருத்துக் கரியின் தூசி பறந்து கொண்டிருந்தது. கரி மனிதர்கள் பணியிடங்களில் இருந்து வெளியே வந்து தேநீர் அருந்திக்கொண்டிருந்தார்கள். நிலக்கரி சுமந்து வரும் லாரிகளை எதிர்கொண்டு விரைந்தது குதிரை.

பாலத்தின் மீதேறும் போது பிரம்மாண்டமான மூன்று தடித்த உருளைகள் பெரிய நீர் தேக்கத்து கரையில் மேகங்களை உரசிக் கொண்டு நிற்பது போல இருந்தது. மின் நிலையத்தின் வெப்பம் போக்கும் பகுதியது நீர் தேக்கத்தின் மேல் நீராவிப் படலமாக மிதந்து கொண்டிருக்க அதன் கரைகளில் சிலர் துணிகளை துவைத்துக் கொண்டிருந்தார்கள். சற்றுத் தள்ளி பயணிகள் ரயில் பெரும் ஓசையுடன் கடந்து போனது. துணி வெளுப்பவர்களின் குழந்தைகள் ரயிலில் போய்க் கொண்டிருக்கும் பயணிகளைப் பார்த்து கையசைத்துக் கொண்டிருந்தார்கள். ரேக்ளா பாலத்தைக் கடந்து இடது புறமாகத் திரும்பியது குதிரை. ரயிலைவிட வேகமாக ஓடியது.

“யோவ்! கெட்டியா புடிச்சிக்கயா” மீசைக்காரர் வண்டியைக் காற்றில் பறக்கவிடுவதைப்போல் ஓட்டினார். சாலை ஆளற்றுக் கிடந்தது. ரயில் மேம்பாலத்தில் ஓரிரு ஆட்கள் திரிவது தெரிந்தது. பாலம் தாண்டி தார்சாலை சிதைந்து கிடந்தது. வியாசர்பாடி மாதா கோவிலைக் கடந்து சற்று தூரத்தில் தொன்போஸ்கோ சிலையைக் கடக்கும்போது வண்டியின் வேகத்தைக் குறைத்து சிலைக்கு முன்பாக வண்டியிலிருந்தபடியே சிலுவைக் குறியிட்டுக் கொண்டார். குதிரையை விளாசினார். அது வெறி கொண்டதுபோல காற்றில் பாய்ந்தது.

மக்கள் நடமாட்டம் அதிகமில்லாத பேருந்துகளற்ற சாலையில் கட்டை வண்டிகளும், மிதிவண்டிகளும் போய், வந்துகொண்டிருந்தன. குதிரை சீராக ஓடிக் கொண்டிருந்தது. மக்கள் அதை ஆச்சரியமாகப் பார்த்தார்கள்.

மீசைக்காரரைப் பார்த்து ஒருவர் முகமன் தெரிவித்தார். பதிலுக்கு வணக்கம் சொன்னவர் கம்பீரமாக மீசையை நீவி விட்டுக்கொண்டார். வியாசர்பாடியைத் தாண்டி சற்று தூரத்தில் மேற்கே மிகப் பெரிய ஏரி பளபளத்துக்கொண்டு இருந்தது. கரைகளில் நின்றபடி சிலர் மீன் பிடித்துக் கொண்டிருந்தார்கள். கரை நெடுக பனைமரங்கள். அதையெல்லாம் கடந்து குதிரை ஓடியது. செங்கேணியால் அதில் வசதியாக உட்காரமுடியவில்லை.

ஒருவர் மட்டுமே பயணிக்கும் வண்டியது. இரண்டாமவர் உட்காரும்படி அதில் வழக்கமற்ற முறையில் ஏற்பாடு செய்யப்பட்டிருந்தது. பள்ளத்தில் இறங்கும்போது கால் தரையில் மோதி விடுவதுபோல் இருந்தது. பாதம் பாதுகாப்பான உயரத்தில் இருந்தாலும் அவன் அஞ்சினான். வண்டி இடதுபுறம் திரும்பி கிழக்குத் திசை மண்பாதையில் ஓடியது.

கள் அருந்தி தள்ளாடியபடியே வருபவர்களைக் கடந்து குதிரை ஓடியது. குதிரையை விடவும் வேகமாக செங்கேணியின் மனம் ஓடியது.

புல்லட்டில் போகும் ஆசையில் வந்தவனுக்கு ரேக்ளாவில் பயணிப்பது முள் மேல் அமர்ந்திருப்பது போல இருந்தது. தோட்டங்களும், பனைமரங்களும் அவர்களைக் கடந்து ஓடின.

ஏனோ மீசைக்காரரை அவன் மனதுக்குள் வெறுத்தான். வண்டியில் உட்கார்ந்திருப்பது பெரும் இம்சையாக மாறி துயருரத் தொடங்கினான். ஓடும் வண்டியிலிருந்து குதித்து விட விரும்பினான்.

வண்டி திடுப்பென மேகங்களினூடே பாய்ந்தது. அம்மா சிறகுகளை உதிர்த்துவிட்டு பறக்க இயலாதவளாய் வானத்தினின்று சரிந்து விழுந்துகொண்டிருந்தாள். எங்கோ எப்போதோ தொலைந்து போன அம்மா அலறிக்கொண்டு வீழ்வது தெரிந்து “அம்மா... அம்மா...” கத்தினான். அவன் உடலெங்கும் கணக்கற்ற கூழாங்கற்கள் கட்டித் தொங்க விடப்பட்டிருந்தன. அவனால் நகரமுடியவில்லை. அம்மாவைக் காப்பாற்ற அவனும் பறக்க முயன்றான். இளஞ்சிவப்பு மேகங்கள் அவனைச் சூழ்ந்து திணற வைத்தது. கலங்கிய மேகத்தினூடே அச்சுறுத்தும் பிரம்மாண்டமான ரேக்ளா வண்டி கருப்பு நிற மெல்லிய கம்பிகளால் செய்யப்பட்டது போன்று தங்க அச்சுகளுடன் பெரும் சக்கரத்துடன் பாய்ந்து வந்தது. கண்களற்ற கருப்புக் குதிரைக்கு கண்கள் சிவப்பு மையால் வரையப்பட்டிருந்தது. அந்தக் கண்கள் அசைவற்று அவனை பயமுறுத்தியபடியே கீழே சரிந்து விழுந்து கொண்டிருக்கும் அம்மாவை நெருங்க முயன்றது. அதை ஓட்டி வந்தவனின் பற்கள் தங்கத்தால் செய்யப்பட்டு மின்னி கண்களைக் கூச வைத்தது. வண்டியை ஓட்டி வந்தவன் வெளியில் சிறகுகளற்று கீழே விழுந்து கொண்டிருக்கும்

அம்மாவைப் பாய்ந்து நெருங்கி சாட்டையால் விளாசினான். அதன் ஓசை வெளியெங்கும் பரவி இடியோசை உண்டாக்கியது.

அம்மா சாட்டையால் பிய்க்கப்பட்டு அலறித் துடிக்கிறாள். அவளது அலறலால் உற்சாகமடைந்த குதிரை வீறுகொண்டு பாய்கிறது. அதன் வாயினின்று தெறிக்கும் நுரைவெளியெங்கும் சிந்தி பரவித் திரிகிறது. தன்னில் தொங்கும் கூழாங்கற்களைப் பிய்த்து வண்டியோட்டியின் மீது எறிகிறான். கற்கள் பஞ்சாய் மாறி வானமெங்கும் பறந்து திரிகிறது.

அலறுகிறான்; குரலற்ற அவனது தொண்டையில் இருந்து நீர்க்குமிழிகள் வெளியேறி குதிரையை மறைக்கிறது.

"அம்மா... அம்மா..."

அவன் காப்பாற்றும் தொலைவு தாண்டி காற்று அவளை தூரமாய் அடித்துச்செல்கிறது. குதிரைக்காரன் சாட்டையைசொடுக்கியபடி அவளை மீண்டும் நெருங்குகிறான். சாட்டை மின்னலைக் கக்கியபடி அவளது சிறகின் ஒன்றை முறித்துத் தள்ள, அம்மாவின் அலறல் வானவெளியெங்கும் பரவித் துடிக்கிறது. கருப்புக் குதிரை இருட்டான அதன் வாய் திறந்து சிரிக்கிறது. வரையப்பட்ட அதன் சிவப்புக் கண்களில் இருந்து கொடுமையின் திரவம் வழிகிறது. வெளியெங்கும் தேடியும் அம்மாவைக் காணவில்லை. துயரத்தால் கத்தி துடிக்கிறான். அவனது குரலற்ற தொண்டையினூடே கூர்மையான ஏதோ வந்து பாய்ந்து விட்டதுபோல தள்ளாட்டம், துயரம் அவனைச் சுற்றி ஆறாய் பெருகி ஓட, அதன் சுழலில் சிக்கி "அம்மா.... அம்மா" குரலற்றுப் போன அவன் தொண்டையில் இருந்து நீர்க்குமிழிகள் பெருகி வெளியெங்கு திரிகிறது. துன்பத்தால் வந்த கோபத்தில் தன்னில் தொங்கும் கூழாங்கற்களைப் பிய்த்து எறிகிறான். அவனுடல் கூழாங்ககளற்று அதன் பிய்த்தெறியபட்ட காயங்களில் இருந்து செந்நிறமாய் திரவம் வழிகிறது. அந்த திரவத்தின் நெடியில் கண்களற்ற குதிரை தடுமாறி நெடியால் தவித்து அலறித் துடித்து நடுங்குகிறது. அதன் முதுகில் சாட்டை பாய்ந்து ஊடுருவ... குதிரை குலுங்கி அதிர்ந்து முன் நகராமல் நடுங்க, வண்டியின் தங்க அச்சுகள் உருகி, வழியும் ரத்தக் குமிழ்கள் வானமெங்கும் பறந்து திரிந்து பரவுகிறது.

போர், போர் வானமெங்கும் போர் ரத்தவாடையினூடாக உருகும் தங்கத்தின் சுடரொளியால் அவன் கண்கள் கூசின.

வண்டியில் அறைபடும் அம்மாவின் மரண ஓலம் சக்கரத்தில் இருந்து பீறிடும் ரத்தம் வான் வெளியெங்கும் பரவி அதன் சிவப்பில் வெறி கொண்ட குருட்டுக் குதிரை வண்டியை கவிழ்த்துப்போட்டு, ஆளற்ற வண்டியுடன் சூரியனில் பாய்ந்து பொசுங்கி போனதொரு பொழுதில் வான்வெளியில் சிந்தி சிதறித் திரியும் ரத்ததுளிகளும் மரண ஓலமுமாய் கலந்து வெளியெங்கும் ஒரே சிவப்பாய் மாறிப் பரவி, சூரியனின் ஒளிபட்டு சுடர்கிறது.

"அம்மா!" நா வந்துட்டேன்... இதோ வர்றேன்ம்மா... அம்மா. வண்டியோட்டி வண்டியில் இருந்து தள்ளப்பட்டு தங்கப்பற்கள்

உதிர்ந்து அந்த ரத்த வெளியில் மூழ்கி அசைவற்று மிதக்கிறான். நொடியில் அவன் அழுகி நாறுகிறான். அந்த நாற்றத்தின் துயரத்தால் எழும் அவலமான கிழட்டு மனிதர்களின் இழிந்த குரல் வெளியெங்கும் பரவி சிதைகிறது.

"அம்மா! குரல், தொண்டையினின்று பீறிட்டு வருகிறது" "அம்மா... அம்மா...." நா வந்துட்டேன் நீ எங்க இருக்குற?

அவனது குரல் மிக இனிமையான நாதமெனப் பரவி ஒலிக்கிறது.

அம்மாவின் பிம்பம் பனியால் வரையப்பட்டது போன்று அவன் முன்னே நகர்ந்துவருகிறது. கை நீட்டி "அம்மா... அம்மா..." அழைத்துக் கொண்டே முன்னோக்கிப் பாய்கிறான்.

அவனது மகிழ்ச்சியை நசுக்கவென்றே வந்து சேருகிறது உயிருள்ள கரும் குகையொன்று. பெரும் பேய் போல அவனை நெருங்கி விழுங்கி அவனால் தப்ப முடியாதபடி அவனை இரைப்பைக்குப் போகும் வரை தொடர்ந்து விழுங்கித் தொலைக்கிறது. அலறல் ஓசைகளும் கும்மிருட்டுமான சகதியில் அவன் கரைந்து காணாமல் போன தருணத்தில் "அம்மா... அம்மா..." என்ற குரல் மட்டும் வெளியில் மிஞ்சி நிற்கிறது.

பிரம்மை திடீரென அறுந்து எங்கோ விழுந்து தொலைகிறது.

வண்டி, பள்ளங்களில் இறங்கி குலுங்கித் தாவியோடி பனைமரப் பாதைகளைக் கடந்து பெரிய குளமொன்றைச் சுற்றி வளைத்துக் கொண்டு ஓடு வேய்ந்த கட்டிடத்தின் உச்சியில் சொருகியிருந்த சிலுவையைக் கடந்து பழைய சுண்ணாம்புக் கட்டிடத்தின்முன் போய் நின்றது. குதிரையின் உதட்டசைப்பு ஓசையைத் தவிர அமைதி. அமைதி இடையே ரெட்டைவால் குருவிகளின் கீச்சொலிகள் மட்டும். வீட்டின் முன்புறம் அழகான தோட்டம். அவன் பார்த்திராத வகை தாவரங்களின் மேல் சிவப்பும், மஞ்சளுமாய் பூக்கள் காற்றில் அசைந்து கொண்டிருந்தன.

"யோவ்! எறங்குயா. இன்னா தூங்கறயா?" கேட்டுவிட்டு மீசைக்காரர் சிரித்தார்.

உணர்ச்சியற்ற பார்வையால் ஒருமுறை மீசைக்காரரைப் பார்த்துவிட்டு இறங்கினான். கால்கள் தரையில் பட்ட உணர்வற்று ஏதோ மிதப்பது போல இருந்தது.

உலுக்கியிருந்த பிரம்மையால் உடல் சில்லிட்டு களைப்பாக உணர்ந்தான். முழுமையான கிராமம். இவ்வளவு பக்கத்திலே பனைமரம் சூழ ஏரிகளுடன் கிராமம் இருக்கும் என்று அவன் கற்பனை செய்தது கூட கிடையாது. கண்ணுக்கெட்டிய தூரம் வரை பனை மரங்கள் சரசரத்துக் கொண்டிருந்தன.

உள்ளம் "அம்மா... அம்மா...."வென முனங்கியது. அதிலிருந்து மீள முடியாமல் தவித்தான். குதிரையின் முகத்தைக் கூர்ந்து பார்த்தான். அது அழகிய கண்களைச் சிமிட்டியது.

பெரும் இறைச்சித் துண்டுகளை வண்டியினின்று அவிழ்த்துக் கொண்டு போய் வீட்டுத் திண்ணையில் வைத்தான்.

நாயின் அச்சுறுத்தும் குரைப்பொலி கேட்டது. கதவைத் திறந்து கொண்டு செக்கச்சிவப்பு கிழவர் நரைத்துச் சுருண்ட தலைமயிருடன் கதவுக்கு வெளியே தலையை நீட்டிப் பார்த்தார்.

"ஹாய் மைக்கேல் வெல்கம் மேன்" கிழவர் உற்சாகமாய் வந்து கைகுலுக்கினார்.

நாய்கள் கடுமையாகக் குரைத்தன. அவசரமாக அவர் வீட்டுக்குள்ளே போனார். வீட்டுக்குள்ளிருந்து நடுத்தர வயதுடைய பெண்ணொருத்தி வந்து பார்த்துவிட்டு அவள் ஆங்கிலத்தில் பொரிந்து தள்ளினாள். மீசைக்காரரை இறுக்க கட்டியணைக்கும் குறையைத் தவிர்த்து மற்றது எல்லாமே நல்ல விதமாக நடந்துமுடிந்தது.

மீசைக்காரர் அவளை விழுங்கி விடுவது போன்றதொரு பார்வையோடு அவளை மகிழ்ச்சியோடு உரசினார். இருவரும் உள்ளன்போடு சிரித்தார்கள்.

மொத்தமும் ஆங்கிலத்திலேயே பேசிக்கொண்டார்கள். நாய்களின் குரைப்பொலி குதிரைக்குப் பிடிக்கவில்லையோ என்னவோ கணத்து கால்களைத் தரையில் பிராண்டியது.

கிழவர் குரைத்துக்கொண்டிருக்கும் கன்னி வகை நாய்கள் இரண்டை வலுவான கயிற்றால் பிணைத்து உறுதியாக பிடித்துக் கொண்டு வந்தார். நாய்கள் மிகப் பெரிதாக வளர்ந்து கொழுத்திருந்தன. அவரது வலுவான பிடியையும் மீறி கிழவரை இழுத்துக்கொண்டு ஓட முயன்றன.

"செங்கேணி! அத தூக்கிட்டு வாய்யா" குரல் அதிகாரமாய் வந்தது. சதை மிகுந்த கொழுத்த இறைச்சியை அவன் இயல்பாக தூக்கிக் கொண்டு போனான். பல அறைகள் கடந்து பின் பக்கவாசல் தெரிய இருந்த அறையில் கூரையின் கண்ணாடி வழியாக ஊடுருவிய சூரியனின் ஒளி அறையை நிரப்பியிருந்தது. பழைய சுண்ணாம்புக் கட்டிடம். இறைச்சி வெட்டும் பெரிய கட்டையை வேலைகாரப் பெண் உருட்டிக்கொண்டு வந்தாள்.

ரத்தம் மற்றும் கொழுப்பு சேர்ந்து கட்டையை நிறம் மாற்றியிருந்தது. அதை உருட்டுவது அவளுக்கு கடினமாக இருப்பதுபோல் தெரியவே, மீசைக்காரர் அவளைப் "பொறு" என்பது போல சைகை காட்டி விட்டு மீசையை முறுக்கிக்கொண்டார். பிறகு அந்த பருத்த மரத்துண்டை மிக சாதாரணமாகத் தூக்கி வந்து அறையின் நடுவில் போட்டார்.

வேலைகாரப் பெண் இறைச்சி வெட்டும் பெரும் கத்தியொன்றைக் கொண்டுவந்து தந்தாள். அதை கட்டையில் கூர் தீட்டிக் கூரையினின்று பாயும் சூரிய ஒளியில் கூர் பார்த்தார். பிறகு, திருப்தியோடு காளையின் பெருந்தொடைக் கறியை கூறுபோட்டுத்தர வேலைகாரப் பெண் அதை குளிர்சாதன பெட்டியில் கொண்டுபோய் அடுக்கி வைத்தாள்.

"நல்ல கறி" என்று ஆங்கிலத்தில் சொல்லி, செக்கச் சிவந்த ஆங்கிலோ இந்தியப் பெண் மீசைக்காரரின் தோள்பட்டையில் சத்தம் வரும்படி தட்டினாள்.

அவள் சொன்னதை செங்கேணி புரிந்துகொள்ளாமல் நீ ரொம்ப பலசாலி என்று சொல்லுகிறாள் என்பதாகப் புரிந்துகொண்டான்.

இரண்டு பெரும் தொடை இறைச்சிகளும் கச்சிதமாகத் துண்டு போடப்பட்டு முடித்ததும் மீசைக்காரர் தோள்களைக் குலுக்கி இறுக்கத்தை தளர்த்திக்கொண்டார்.

சிரித்த முகத்துடன் இருந்த வேலைக்காரப் பெண் இறைச்சிகளை அடுக்கி முடித்தபின் குளிர்சாதனப் பெட்டியின் சுவிட்சை இயக்கினாள். அது கிர்ரென்ற சத்தத்துடன் இயங்கியது.

செங்கேணிக்கு அது வியப்பாக இருந்தது. வேலை முடிந்து எஜமானியுடன் மீசைக்காரர் பேசி கொண்டிருந்தார். அவர்கள் பேசிக் கொள்வது அவனுக்குப் புரியவில்லை. சிரித்த முகத்துடன் இருந்த வேலைக்காரப் பெண்ணிடம் எஜமானி எதையோ சொன்னாள். வளர்ந்த அந்த பெண் சிறுமிபோல ஓடி, திரும்பி வரும்போது இரண்டு கண்ணாடிக் குவளைகளில் கடுஞ்சிவப்புத் திரவம் குலுங்கிக் கொண்டிருந்தது.

மீசைக்காரர் சிரித்தபடியே வந்து "இந்தாயா! எடுத்துக்க... சீமை சரக்கு" ஒரு குவளையை எடுத்து, செங்கேணியிடம் நீட்டிவிட்டு மற்றொன்றை எடுத்து அவர் குடித்தார்.

எஜமானியம்மாள் வேலைக்காரியிடம் எதையோ சத்தமாகச் சொன்னாள். அதை வைத்து அவள் இந்தப் பெண்ணை ஏதோ திட்டுகிறாள் என்று புரிந்துகொண்டு அந்தப் பெண்ணுக்காக பரிதாபப்பட்டான். செங்கேணி திரவத்தின் இனிப்பான சுவை தொண்டையெங்கும் பரவி ஒருவிதமான காரமான கிளர்ச்சியூட்டும் நெடி பரவியதை உணர்ந்தான். அதை அவன் விரும்பினான். இதற்கு முன்பாக அவன் அப்படியொன்றை சாப்பிட்டதில்லை. அந்த சுவை பற்றி சொல்ல அவன் மீசைக்காரரைப் பார்த்தபோது அவர் செக்கச்சிவந்தவளைப் பார்த்து குறும்பாக கண்ணடிப்பதையும், அவள் அதற்கு பதிலாக அந்தரங்கமான சிணுங்கலைப் பதிலாகத் தந்ததையும் பார்த்த கணத்தில், அவன் போதையை உணர்ந்தான். 'இந்தாளு இத ஒரு பொழப்பாவே வச்சிருக்கிறான் போல, தனக்குள் சொல்லிக்கொண்டான்.

செக்கச் சிவந்தவளின் கண்கள் பூனையினுடையதுபோல மஞ் சள் கலந்திருந்தது. ஆனால், அவளது முகத்துக்கு மிக அழகானதாக இருந்தது. அவளது கூரிய மூக்கின் நுனியில் இருந்த சிறு பள்ளம் வழக்கத்திற்கு மாறானது.

"வெள்ளக்காரங்க நம் நாட்டவிட்டுப் போவும் போது ஞாபகமில்லாம இவள விட்டுட்டுப் போயிருப்பாங்க" என்று நினைத்துக் கொண்டான்.

பலவிதமான நினைப்புகள் அவனை சுற்றிச் சுழலும் தருணத்தில் அவன் நான்காவது குவளை மதுவை தீர்த்துக் கட்டியிருந்தான்.

சிரித்த முக வேலைக்காரப் பெண் அவளும் கூட செக்கச் சிவந்திருந்தாள். அவளது கண்களும் பூனையினுடையது போன்றே இருந்தது.

மதுக்குவளையை கீழே வைத்துவிட்டு அறைகளைக்கடந்து வீட்டுக்கு வெளியே வந்து குதிரை வண்டியிருக்கும் இடம் நோக்கி நடந்தான். அவனுக்குப் பின்னே மீசைக்காரரும் அந்த மூக்கழகியும் சிரிப்பது அவனது காதுகளில் எதிரொலித்தது.

குதிரை, புல்லை மேய்ந்து கொண்டிருந்தது. அதனருகே சென்று அதன் கண்களைப் பார்த்தான். அது தன் அழகிய கண்களால் அவனை ஒரு முறை பார்த்துவிட்டு பல்லை இளித்துக்கொண்டு உதடுகளை வினோதமாக அசைத்தது. அது வரையப்பட்ட கண்களில்லை. அவனுக்கு போதை சுர்ரென்று ஏறியது. வண்டியை ஒரு சுற்று சுற்றி வந்தான். பிறகு சக்கரங்களின் அச்சை உற்றுப் பார்த்தவன், காரணமற்று அதைத் தடவினான். கைகளில் கீல் பிசுபிசுத்தது. சக்கரங்களில் அதை துடைக்க முயன்று, உள்ளங்கை மேலும் மேலும் கருப்பாகிக் கொண்டேபோனது. வண்டிச்சக்கரத்தை இரண்டு கைகளாலும் பிடித்துக் கொண்டு சுற்றிலும் பார்த்தான். கண்ணுக்கெட்டிய தூரம் வரை பனை மரங்கள். சுற்றிலும் பசுமை. அவன் தலைக்கு மேலே மைனாவும், மீன் கொத்தியும் பறந்து போயின. சூரியன் மேகங்களால் மறைக்கப் பட்டு வெப்பமற்று இருந்தது.

சற்றுத் தள்ளி மேய்ந்து கொண்டிருந்த குதிரையை அவன் அருவருப்புடன் பார்த்தான். நாயின் குரைப்பு, அதன் குரலைத் தணிக்க முயலும் கிழவரின் மந்தமான குரல்.

மதுவின் மயக்கமும், அதன் இனிய நெடியும், எந்த நேரத்திலும் சிரிக்கத் துடிக்கும் வேலைக்காரப் பெண், மீசை குத்தியதால் சிணுங்கும் செக்கச் சிவந்தவள், அவனுக்கு கீழாக தரை லேசாக அதிர்வது போல் உணர்ந்தான். இன்பம் அவனுடலெங்கும் பரவி கிச்சுகிச்சு மூட்டியது.

கன்னங்களை யாரோ மெல்ல வருடி விடுவது போல இருந்தது.

“ஏய் வாப்பா... ஏய் கமான்மேன் ஹேண்ட் வாஷ் பண்ணிக்கோ. கம் இயர்”

சிரித்த முகத்துடன் இருந்த வேலைக்காரப் பெண் அழைப்பதை அவன் பார்த்தான். புரியவில்லை. அகல விரிந்த அழகான பூனைக்கண்களுடன் கைநீட்டி அழைத்தாள். அவளது உதடுகளில் இருந்து வழிந்த புன்னகை பெருவெள்ளமாய் அவனைச் சூழ்ந்து அவளருகே அவனை இழுத்து போனது. அவள் கையில் சோப்புக் கட்டியிருந்தது. அவன் அசையாமல் போதையால் கிளர்ச்சியடைந்த கன்னத்துடன் ஒரு பக்கமாக சாய்ந்தபடி வலுவான பெரும் விரிந்த மார்பு தெரிய நின்றிருந்தான்.

“வா மேன்! கை கைவிக்கோ... வாஷ் வாஷ் ஹேண்ட் வாஷ்” அவள் சைகையில் காட்டினாள். இரும்பு வாளியில் தண்ணீர் ததும்பிக் கொண்டிருந்தது.

அவளுக்கு தமிழ் அவ்வளவு எளிதாக வாயினின்று வரவில்லை. அவன் வாளியில் இருந்த தண்ணீரில் கைகளைவிட்டு ஆட்டிக் கொண்டிருந்தான். அவள் மீதிருந்து அவனால் பார்வையைத் திருப்ப முடியாமல் தடுமாறினான்.

"இன்னா மேன்! கொஞ்சம் குட்சதுக்கே இப்டி சேக்காவுறே... மைக்கேல் அங்கிளை பாரு" சொல்லிவிட்டு சிரித்தாள். அவளது பளீரென்ற பூனைக்கண்கள் அவனுக்குப் பிடித்திருந்தது. அவளும் அவளது எஜமானியும் இந்த ஊர்ப் பெண்கள் போல இல்லை. கொழுத்த பூனையினுடைய முகம் போலிருந்ததாக நினைத்துக் கொண்டான்.

அவன் தன்னை போதையின் கண்களினூடே உற்றுப் பார்ப்பதையுணர்ந்து அந்தப் பெண் சத்தமாகச் சிரித்தாள். தூரத்தில் பிரம்பு நாற்காலியில் உட்கார்ந்துகொண்டு நாய்களைத் தடவிக் கொண்டிருக்கும் கிழவரிடம் எதையோ சொன்னாள். கிழவரும் சிரித்தார். அவளும் சிரித்தாள். அவனுக்கு ஆராயியின் நினைவு வந்தது.

"அவள் தன்னை ஒரு நாளும் இன்னாமேன்னு கூப்பிட்டதில்லையே இந்த தொரைசானி பொம்பள நம்மள இன்னா மேன்னு கூப்பிடறாளே"ன்னு நினைத்துக்கொண்டாள். அவள் கூப்பிட்டதுக்கான அர்த்தம் அவனுக்கு புரியவில்லை. "சட்டைகாரங்க இப்டித் தான் பேசுவாங்க" தனக்குத் தானே முணுமுணுத்துக் கொண்டான்.

நாய் திடுப்பென குரைத்தது.

கிழவர் கால் மேல் கால் போட்டபடி சுருட்டு புகைத்துக் கொண்டிருந்தார். அதன் நெடி காற்றிலே திரிந்து அவனைக் கடக்கும் போது பீடி புகைக்க அவன் ஏங்கினான். பக்கத்தில் இருந்த பெரிய கல் துண்டின் மேல் உட்கார்ந்து கொண்டான். கிழவர் அவனை உற்று பார்த்தவர் "ஏய் மேன் சுருட்டு.... சுருட்டு" என்று புத்தம் புதிய சுருட்டு ஒன்றை காட்டி வேண்டுமா என்பது போல் கேட்டார்.

அவன் அவரைப் பார்த்து விழித்தபடி உட்கார்ந்திருந்தான். கிழவரிடம் சுருட்டு வாங்க எழுந்தபோது தள்ளாடினான். "நீ ஒக்காரு மேன்!" என்றவள், அவனைத் தாண்டிப் போய் கிழவரிடம் சுருட்டையும் சிகாரையும் வாங்கி வந்து தந்தாள் .அவன் அதைப் பற்ற வைக்கப் போராடினான். சிகார் லைட்டைப் பற்ற வைக்கும் வித்தை அவனுக்கு வரவில்லை. அது இங்கிலாந்தில் இருந்து இறக்குமதி செய்யப்பட்டது. கிழவர் அதை நீண்ட நாட்களாக உபயோகப்படுத்தி வருகிறார். அவள் வாங்கிபற்ற வைத்தாள். ஆழமான புகையொன்றை இழுத்துவிட்டான். அது அவனது ஆரோக்கியமான நுரையீரலின் கொள்ளளவைக் காட்டியது.

கிழவரின் இருமலும் நாயின் குரைப்புமாக நேரம் கடந்து அவன் அணைந்து போன சுருட்டைத் தூர எறிந்துவிட்டு இருமினான். நேரம் வெகுவாகக் கடந்திருந்தது. வீட்டுகுள்ளிருந்து மீசைக்காரர் வெளியே வந்தார்.

"வெரிகுட். பிரபரேஷன் அங்கிள்! யூ மேக் திஸ் ஒயின் வாஸ் வெரி நைஸ்..." "யெஸ் ஐயாம் ஒயின் மேக்கர் தேங்யூ பார் யுவர் காம்ப்ளிமெண்ட்" இன்னும் பலவாறு பேசியும் சிரித்தும் கலகலப்பாய் இருந்த பொழுதில், "வா செங்கேணி! கௌம்பலாம்" என்றபடி

அவனை நெருங்கினார். அவர் மீது ரோசா மலரின் வாடை வீசியது. அதே நேரத்தில் வீட்டினின்று அந்த செக்கச் சிவந்தவளும் வந்தாள். ரோசாவின் மணம் அவள் மீது இன்னும்கூட கூடுதலாக வீசியது. முன்பு பார்த்ததை விடவும் இப்போது கூடுதலாகச் சிவந்திருந்தாள்.

நாய் முன்பை விடவும் தீவிரமாகக் குரைத்தது. அவன் சிரித்த முகத்துடனிருப்பவளைத் தேடினான். அவள் எப்போதோ அங்கிருந்து போயிருந்தாள். வேறு எந்தக் காரணமுமற்று அவளது கண்களைப் பார்க்க ஆசைப்பட்டான்.

நாய் முன்பைவிடவும் மிகத் தீவிரமாகக் குரைத்தது. கால்களால் மண்ணை கிளறி, காற்றில் மோப்பம் பிடித்துவிட்டு கடுமையாக குரைத்தது. ரோசா மணம் அதன் நாசியைத் தொல்லைப்படுத்தியிருக்க வேண்டும். கிழவர், நாயை ஆங்கிலத்தில் திட்டினார். அது உள்ளூர் வகை வேட்டை நாய். வெள்ளை உடலில் கருப்புத் திட்டுகள். அவை இரண்டும் கிழவரின் மிரட்டலுக்கு கீழ்படிந்து தரையோடு ஒட்டியபடி படுத்துக் கொண்டன. அடுத்த வினாடி தலையை உயர்த்தி மீசைக்காரரை பார்த்தன. இரண்டு நாய்களின் செயலும் ஒரே மாதிரியாக இருந்தது.

மீசைக்காரரும், வீட்டு எஜமானியும் தங்களுக்கு மட்டும் கேட்கும்படியாக குசுகுசுவென பேசி சிரித்துக் கொண்டிருந்தார்கள். பிறகு, அவள் அவரிடம் பணத்தைத் தர அவர் வாங்க மறுத்தார். பிறகு, வண்டியை நோக்கி நடந்தவரிடம் அவள் வலுக்கட்டாயமாக அவரது கைகளைப் பிடித்து நிறுத்தி அவரது கையில் பணத்தை திணித்தாள்.

பெரும் குடிகாரரான அவளது கணவர் புகழ் பெற்ற டயர் கம்பெனியொன்றில் பொறியாளராகப் பணிபுரிந்து புற்றுநோய் காரணமாக மிக சமீபத்தில் தான் காலமாகியிருந்தார். அந்தக் கிழவர் அவளது மாமனார். தான் ஐரிஸ் பரம்பரையில் வந்தவன் என்று தன்னைப் பெருமிதமாக சொல்லிக்கொள்பவர். 1880களில் எனது தாத்தா ஐரிஸ்காரர் திருநெல்வேலியில் வெள்ளை அரசாங்கத்தில் முக்கியப் பதவியில் இருந்தவர் என்று பெருமையடித்துக் கொள்பவர். அவர் தாத்தா சுட்டு வீழ்த்திய சிறுத்தையுடன் நிற்கும் புகைப்படத்தை தன் அறையில் மாட்டிவைத்து இருந்தார். வேலை செய்து கொண்டிருக்கும் கிளாரா கிழவரின் உறவுக்கார பெண்ணொருத்தியின் மகள். அவரது மருமகளுக்கு அவள் கிழவரின் மகள்தான் என்ற சந்தேகம் இருந்தது. அதை உறுதியாக நம்பிக் கொண்டிருந்தாள் மருமகள். கப்பல் நிறுவனம் ஒன்றில் மேலாளரின் உதவியாளராக வேலை செய்துகொண்டு பூர்வீகமான சொத்தில் பெரும்பகுதியை மாதா கோவிலுக்கு தானமாகத் தந்து புதிதாகக் கோவிலும் சொந்தச் செலவில் கட்டிக்கொண்டிருப்பவள். மீசைக்காரர் அவளது குடும்ப நண்பர். அவர்களது தாத்தாக்களின் காலத்தில் இருந்து பரம்பரையாக வரும் உறவு அது.

மீசைக்காரரின் தாத்தா, ஸ்டெல்லா அலிசாவின் தாத்தாவிடம் பட்லராகப் பணிபுரிந்தவர். அது இப்போது இந்தளவு வளர்ந்து

வருகிறது. இரண்டு தலைமுறைகளுக்கு முன்பே ரத்த உறவு கொண்ட நட்பு.

“ஸ்டெல்லா அலிசா, மீசைக்காரரிடம் போலியான கடுமையுடன் பணம் பெறாமல் போகவிட மாட்டேன்” என்று பிடிவாதம் செய்வது செங்கேணிக்குப் புரிந்தது.

மீசைக்காரர் வெறுமனே இறைச்சியை மட்டும் கொண்டுவந்து இறக்கி வைக்கவில்லை. வேறொன்றும் நடக்கிறது அவனுக்குப் புரிந்தது. நாயின் குரைப்பு சத்தத்தால் குதிரை மிரண்டு அமைதியற்று நகர்ந்தது. அமைதிப்படுத்த தடவிக் கொடுத்தார். வானம் இருண்டு, மழை வருவதற்கான அறிகுறியுடன் சில்லென்று காற்று வீசியது.

வேலைக்காரப் பெண் கிளாரா வீட்டின் பின்பக்கத்தில் இருந்து சேவலொன்றைத் துரத்திக்கொண்டு வந்தாள். கட்டிடச் சுவரோடு சேவலை சேர்த்தழுத்தி பிடித்துவிட்டாள். மூச்சு வாங்கியது. அதே நேரத்தில் சேவலை மார்போடு சேர்த்தணைத்தபடி அங்குள்ளவர்களைப் பார்த்தாள். முகம் மிகவும் சிவந்துபோய் செங்கேணியை அவள் பார்த்த விதமும் அவளது ஆபத்தான புன்னகை நிறைந்த உதடுகளும் அவனை ஒரு கணம் தடுமாற வைத்தது. பிறகு ஏதோ ஒன்று அவனை, பிடித்து நிறுத்தியதுபோல ஆராயியை நினைத்துக்கொண்டான். அந்த கணத்தில் அவனை வித்தியாசமான முறையில் பார்த்தபடி சேவலை அணைத்தபடி நகர்ந்தவளின் முகம் முழுமையாக மறைந்து ஆராயின் முகம் தெளிவாகத் தெரிந்தது. “அவள மாதிரிதான் இவ இருக்கிறா. இவ செவப்பு, அவ கருப்பு”. அவனுக்குள் எண்ணம் ஓடியது. உடனே வீடு திரும்ப அவனுள்ளம் அவசரப்பட்டது.

“புதிய சூழல், பழக்கப்படாத உலகம் தன் முன்னே தோன்றி ஆச்சரியப்படுத்துகிறது. கண்ணை மூடிக்கொண்டு வாழ்ந்தால் மூடிக் கொண்டு கிடக்கவேண்டியது தான். திறந்து பார்த்தாலோ எல்லாமே தெரிகிறது. ஆச்சரியமாக இருக்கிறது”. அவன் தனக்குத் தானே வியந்து கொண்டு சுற்றிப் பார்த்தான். பெரும் வேலியிடப்பட்ட அந்த பழைய தோட்ட வீட்டின் எதிரே மாதா கோவிலின் கட்டுமான வேலை நடந்து கொண்டிருந்தது. கட்டி முடிக்கப்படாத அந்த கோவிலுக்குப் பின்புறத்தில் பனைமரங்கள் காற்றில் அசைந்தாடின. அதன் உரசல் ஓலைகளின் சடசடப்பு தெளிவாகக் கேட்டது. காய்ந்த மட்டைகள் கீழே விழும் ஓசை. பெருங்காற்று அவர்களைக் கடந்துபோகும் போது செம்மண் புழுதியை அவர்கள் மீது இறைத்துவிட்டுப் போனது. சுழன்றடித்த காற்றில் ஸ்டெல்லா அலிசாவின் கவுன் மேலே பறக்க அவள் அவசரமாக சட்டையின் அடிவிளிம்புகளைப் பிடித்து முழங்காலுக்கு கீழே இறக்கிவிட்டாள்.

“சரி ஸ்டெல்லா! காத்து பலமா வீசுது. நான் போய் வர்றேன்” அவள் கையசைத்துவிட்டு வாசலில் நின்றபடி பார்த்தாள். மிகக் கனிவான பார்வையது. வண்டி புறப்பட்டது செங்கேணி வண்டியின் பாதுகாப்பு

கம்பியை இறுக்கமாகப் பிடித்துக்கொண்டான். வண்டி, வானத்தில் பறப்பதுபோல இருந்தது.

"யோவ் செங்கேணி! நல்லா இறுக்கிப் பிடிச்சுக்கய்யா" வண்டி மண் பாதையொன்றின் வளைவில் திரும்பும்போது, அவன் தடுமாறி விழ இருந்தான்.

வண்டி, தரையில் இருந்து பத்தடி உயரத்தில் பறப்பதாக அவனுக்குத் தோன்றியது. வேறு ஏதோ உலகத்துக்குள் நுழைந்து விட்டது போல் உணர்ந்தான். வண்டிமேகங்களினூடே பாய்ந்தோடியது. போதையின் உச்சத்தில் அவன் தெளிவாகப் பார்க்க முயன்றான்.

வானத்தில் அவனது அம்மா, அவளைக் கொன்ற அரக்கன், அவன் ஏறி வந்த வண்டி வண்டியை இழுத்துச்செல்லும் குருட்டுக் குதிரை, குரைக்கும் நாய்கள், சிவந்த அழகிய பூனைக்கண் பெண், கிழவர், மீசைக்காரர், மாட்டின் தொடை இறைச்சி, இவன், இந்த உலகில் இவர்கள் மட்டும் நிறைந்திருப்பதாகத் தோன்றியது. இந்த மாபெரும் வெளியில் ஆராயியை ஆசையோடு தேடினான். அவளது பிம்பம் அவனுக்குத் தெளிவற்றே தோன்றி மறைந்தது. திடீரென ஒரு பள்ளத்தில் வண்டி ஏறி இறங்கியபோது ஏற்பட்ட குலுங்கலில் அவன் "ஆராயி" என்று கத்தினான். அது முனங்கலாக வெளிப்பட்டது. அப்படி அழைக்கும்போது தெளிவற்ற அவள் முகம் தெளிவாகத் தெரிவதுபோல் உணர்ந்தான். மேலும் தெளிவாக அந்த முகத்தைக் காண "ஆராயி" என்று பெருங்குரலில் கத்தினான்.

மீசைக்காரர் வண்டியை நிறுத்தி "இன்னா செங்கேணி! போதை இன்னும் தெளியலயா?" கேட்டுவிட்டு சிரித்தார். அது அவனுக்கு அவமானமாகத் தெரிந்தது. பொறுத்துக்கொள்ள முடியாமல் தூவென துப்பினான். தன்னோடு சேர்ந்து இந்த வண்டி, பள்ளத்தில் உருண்டால் நல்லது என்று நினைத்துக் கொண்டான்.

பனைத்தோப்புகளைக் கடந்து வண்டி, தார்சாலைக்கு வந்து சேர்ந்து சிறிது நேரத்தில் மக்களின் குரல்கள் அவன் காதுகளில் வந்து மோதின. கண்களைத் திறந்து பார்த்தான். வியாசர்பாடி சந்தை சாலையில் வண்டி போய்க்கொண்டிருந்தது. மார்வாடியின் நகைக் கடையை வண்டி கடக்கும்போது கண்களை மீண்டும் மூடிக் கொண்டான்.மனம் எங்கோ பறந்து திரிந்து கொண்டிருந்தது. இடையிடையே அம்மாவின் நினைவு வந்தது. ஆனால், முகம் தெரியவில்லை அதற்குப் பதிலாக ஆராயியின் முகம் தெளிவாகத் தெரிந்தது. மின் நிலையத்தின் ஓசையும் தூசியும் நிறைந்த பகுதிக்குள் வண்டி பாய்ந்தோடிக் கொண்டிருந்தது. மனிதனின் சிந்தனைகளைத் தடை செய்ய அந்த ஓசை மட்டுமே போதுமானது. இறைச்சிகடைக்கு முன்பாக வண்டி நிற்கும்போது அவன் போதையின் உச்சத்தில் இருந்தான். வண்டியில் இருந்து இறங்கும்போது பிடிப்பற்றுக் கீழே விழுந்தான்.

சுதாரித்து எழுந்தபோது அவன் முன்பாக ஆராயியின் முகம் தெரிந்தது. கைகளால் தொட, முன் நகர்ந்தபோது அவளது உருவம் நீராவியைப் போன்று கலைந்து காணாமல் போனது.

"ஆராயி... ஆராயி..." அவன் கைகளைக் காற்றில் துழாவினான். ஏமாற்றத்தால் அவனுள்ளம் வதைபட்டது. அவனுக்குப் பின்புறமாக திரும்பி அவளைத் தேடினான். அவனுக்கு தலை கிறுகிறுத்தது. தடுமாறினான். சுற்றிலும் பெண்களின் சிரிப்பொலி. எந்தப் பெண்ணும் அவன் கண்ணுக்குத் தெரியவில்லை. சிரிப்பு... சிரிப்பு...

"பாரு, ஒடம்புக்கு முடியாத பொஞ்சாதிய வூட்டுல தனியா வுட்டுட்டு போதையில நிக்கறத... போப்பா... அந்தப் பொண்ணுக்கு காயுது" பழக்கமான குரல்போல இருந்தது. உற்றுப் பார்த்தான் மங்கலான உருவம் இறைச்சிக் கடைக்குள் போய் மறைந்தது.

"யோவ் செங்கேணி! இந்தா, மூஞ்ச கழுவிக்குனு தண்ணிய குடிச்சிட்டுப் போ..."

மீசைக்காரரின் அதட்டும் குரல் கேட்டு நிமிர்ந்து பார்த்தான். வெறுமனே போதைக் கண்களுடன் அவரைப் பார்த்து உணர்வற்ற முறையில் சிரித்தான்.

அவர் கையில் இருந்த நீர் நிறைந்த சொம்பைத் தடுமாறியபடி வாங்கி, முகம் கழுவிக்கொண்டு மீதி தண்ணீரைக் குடித்தான்.

"சரி நா வர்றேன்" மெதுவாக முணுமுணுத்தான். அவனுள்ளம் சோர்வடைந்திருந்தது, வெகு காலமாய் புதுப்பேட்டை, மூர்மார்க்கெட், திருவல்லிக்கேணியென்று புழுங்கியவன் திடுப்பென மூலக்கடை மாதவரத்தின் கிராமியத் தோற்றம் அவனை என்னமோ செய்து, அவன் அம்மாவின் நினைவுகளால் அவனுள்ளம் மூர்க்கமடைந்திருந்தது.

கருப்பு புல்லட்ல சவாரி செய்ய ஆசைப்பட்டு நாசமாப்போன ரேக்ளாவும், குதிரையும் அவனை உசுப்பிவிட்டிருந்தது. போதை ஏதேதோ காட்சிகள் மின்னல்போல வந்து மறைந்தது. அவன் கோபமுற்ற பார்வையுடன் மீசைக்காரரைப் பார்த்து நறநறவென பல்லைக் கடித்தான்.

அந்த வேளையில் அவர், அவன் தந்த சொம்பை எடுத்துக்கொண்டு உள்ளே போய்க்கொண்டிருந்தார். அவன் ஒரு கணம் அவரின் பின்புறம் வெறித்துப் பார்த்துக்கொண்டு நின்றான். அவனுக்குக் கீழே தரை நழுவுவதுபோல உணர்ந்து, கீழே சரியாமல் இருக்க முயன்றான் தள்ளாடுவது அவனுக்கு அவமானமாய் இருந்தது. கேட்டுப் பழகிய குரல்கள் அருகாமையில் கேட்டது. கடைவாசலில் உட்கார்ந்து விட்டான்.

வண்டியில் இருந்து அவிழ்த்து விடப்பட்டிருந்த குதிரை, உடலை சிலிர்த்துக்கொண்டு நின்றிருந்தது. குதிரையைக் கல்லால் அடிக்கவும் அந்த வண்டியை மண்ணெணெய் ஊற்றிக் கொளுத்தவும் ஆசைப்பட்டான். குறைந்தபட்சம் மீசைக்காரரைக் கீழே தள்ளி, அவர்

மார்பிலே உதைக்கவேண்டும் என்ற எண்ணத்தை அவன் மிகக் கடின முயற்சியோடு கட்டுப்படுத்திக் கொண்டான்.

"இன்னாயா! அதிகமாயிடுச்சா? பழைய சரக்கு, அதான் தூக்கிடுச்சி... பட்ட சாராயம் அடிக்கற மாதிரி அடிச்சா" மீசையைப் புறங்கையால் தடவிக்கொண்டு சிரித்தார். வாடிக்கையாளர்களற்றுக் கடை வெறுமையடைந்த தருணத்தில் "யோவ் காலைல ஆறு மணிக்கெல்லாம் வந்துரு. எக்ஸைஸ் பண்ணப் போவோம். உனக்கு நல்ல ஒடம்புயா சும்மா வெயிட்ட கியிட்ட தூக்குனேன்னு வச்சுக்கோ. உன் உயரத்துக்கு டெரி மாதிரி இருப்ப. கருப்பு டெர்ரி...." சொல்லிவிட்டு சிரித்தார். அவர் பேசுவது மேகத்தில் பதுங்கியிருக்கும் கொடும் பூதத்தின் குரல் போல கேட்டது. அவர் வாய்க்குள் தங்கப்பல் இருக்கிறதா என்று உற்றுப் பார்த்தான்.

பிறகு, வானத்தை அண்ணாந்து பார்த்தான். மீசைக்காரனின் கருத்த சிரித்த முகம் பெரிய மீசையுடன் தெரிந்தது. அவன் சட்டென தலையை கவிழ்த்துக்கொண்டு மண்ணை உற்றுப் பார்த்து, கோபத்துடன் எச்சிலை துப்பினான் தூ....தூ...

எச்சில் மறைந்து தரையெங்கும் சின்னச் சின்னதாய் ஆராயியின் முகங்கள் தெரிந்தன. அவள் புன்னகையுடன் அவனைப் பார்த்துக் கொண்டிருந்தாள். தரையில் தெரிந்த அந்த அழகிய முகத்தைக் கையால் தடவிப் பார்த்தான்.

"இன்னாயா! மப்பு இன்னும் கொறயலையா? முடியலன்னா போய் குதுர கொட்டாயிலப் படுத்துக்க, போ" மீசைக்காரனின் குரல் வானிலிருந்து ஒலித்தது.

அவனுக்கு சுர்ரென்று இருந்தது. தரையைக் காலால் உதைத்தான். அவனுக்கு கீழே தரை அசைந்தாடுவது கொஞ்சமாகக் குறைந்திருந்தது. தள்ளாடியபடி ஆராயி முன்பாகப் போய் நிற்க அச்சப்பட்டான்.

"இன்னா மாமா! இவ்ளோ நேரமா இங்கயா ஒக்காந்திக்கினு இருக்கற?'' ஆராயின் குரல் தெளிவாகக் கேட்டது. ஆனால், அவளைத்தான் காணவில்லை. சுற்றிலும் பார்த்தான். ஆளற்ற வீதியில் நாய்கள் ஒன்றையொன்று துரத்தியபடி குரைத்துக் கும்மாளமிட்டுக் கொண்டிருந்தன.

அவன் எழுந்து நடக்க ஆரம்பித்தான்.

"ஒடம்புக்கு முடியாத உன்ன தனியா வுட்டுட்டுப் போய்ட்டனடி.... தோ வர்றேன்" அவன் வெளியே கேட்கும்படி புலம்பினான்.

தெருவில் நுழையும்போது குடிசைகளில் மண்ணெண்ணெய் விளக்கின் மங்கலான ஒளியில் கருத்த உருவங்கள் அசைந்தாடின.

நிதானத்துக்கு வந்திருந்தான்.

குடிசைக்குள் அவன் தலையைய நுழைத்ததும், "இன்னா மாமா? எங்க போயிருந்த?" அவளது கையை மெதுவாகப் பிடித்தபடி தரையில் உட்கார்ந்துகொண்டான்.

"ஒரு வேலையா மீசைக்காரர் கூப்பிட்டாருன்னு போனேன்" கலைந்திருந்த அவன் தலைமுடியைக் கையால் சரிப்படுத்தினாள்.

"மாமா! அந்தாளுகிட்ட நீ ஒண்ணும் சிநேகிதம் வச்சிக்காதா" அவன் கன்னத்தை தன் பக்கமாகத் திருப்பி, அவன் முகத்தருகே தன் முகத்தை வைத்துக்கொண்டு சொன்னாள். மதுவின் புளித்த வாடை குப்பென்று வீசியது.

செல்லக் கண்ணக்கா உன்னை அந்தாளு கடையாண்ட பாத்துச்சாம் "உன் வூட்டுக்காரன் நல்ல போதையில அங்க நிக்கறான்"னு சொல்லுச்சு. உன்ன கூட்டியாறலாம்னு கௌம்புனேன், அந்தக்கா, அங்க நீ போவாதுடி அந்த மீசைக்காரன் அவ்ளோ நல்லவன் இல்லன்னுச்சு" புறங்கையால் அவளது தொண்டையை தொட்டுப்பார்த்தான். குளிர்ச்சியாக இருந்தது.

"உனக்கு ஒடம்பு இப்ப பரவாயில்லையா...?" "உம்..."

அவள் மீது மஞ்சள் வாடை ஏகத்துக்கும் வீசியது. உடல் பூராவும் இருந்த கிறுகிறுப்பு மாறாத நிலையில், அவளது தோள்களை அழுத்திப் பிடித்தான்.

"சரி! நா சாப்பாட்ட எடுத்து வைக்கறேன்" அவள் திமிறி எழ முயன்றாள்.

"சோறு ஒண்ணும் வாணா இரு" அவன் பிடியைத் தளர்த்திவிட்டு அவளை உற்றுப் பார்த்தான். அவள் முகத்தில் அவன் எதையோ தேடுவதுபோல இருந்தது.

"இன்னா மாமா! அப்டி பாக்குற.?"

ப்...ச் உச்சுக் கொட்டினான். ஓசை மிகச் சலிப்பாக வந்தது.

"இன்னாச்சி உனக்கும்" மிக ரகசியமான குரலில் கேட்டாள்.

அவளது கலங்கமற்ற முகத்தை ஆழ்ந்து பார்த்துக்கொண்டிருந்தான். அவனது மனசும் தெளிவடைந்திருந்தது. விளக்கு மிக அமைதியாக எரிந்து கொண்டிருந்தது. குடிசைக்குள் இருந்த ஒவ்வொன்றும் அவனுக்குத் தெளிவாக இருந்தன.

சூடான அவளது மூச்சுக் காற்றால் இன்பமடைந்தவன், அவளை மிக நெருக்கத்தில் உற்றுப் பார்த்தான். முகம் மறைந்து அவளது இதயத்தின் ஓசை அவனுக்கு தெளிவாகக் கேட்டது. இன்னும் நெருக்கத்தில் அவனது மார்புக்குக் கீழாக அது தீவிரமாக துடித்துக் க்கொண்டிருந்தது.

"மாமா! நீ ரொம்பக் குடிக்கற... அதான் அந்த மாதிரியாளுங்க கூடல்லாம் சேர வாணாம் மாமா!" பேச்சுக்கு இடமின்றி மூச்சொலிகள் பின்னணியில் இயற்கையின் காட்சிகள் அரங்கேறின.

குடிசைக்கு வெளியே காற்று பலமாக வீசுவதுபோல தெரிந்தது. நிலக்கரியின் புகை நாற்றம் வீசியது. கூடவே, மின் நிலையத்தின் பேயோசையும், அதைத் தொடர்ந்து காற்றின் குடிசையின் குலுங்கலுமாய் அன்றிரவில் அவன் பெருங்கனவில் நுழைந்து அதிலிருந்து விடுபட முடியாமல் "ஆராயி.... ஆராயி" என்று உளறிக் கொண்டிருந்தான்.

பொழுது விடியும் தருவாயில் அவனுடல் வெப்பமேறி நடுங்குவதை, ஆராயி பார்த்தாள். ஆனாலும் அவன் வழக்கம்போல பிழைக்க வண்டியை இழுத்துக்கொண்டு போனான்.

11

அதிகாலை கேசவப்பிள்ளை பூங்கா, மின் நிலையத்தின் சாம்பல்களால் நிறைந்து காலை பனி சூழ்ந்து வெறுமையான தோற்றத்துடன் கிடந்தது.

மைதானத்தின் நடுவே முப்புறம் படலடித்த கட்டைவண்டியில் காய்ந்த சாண வரட்டிகளை சுடுகாட்டுக்கு கொண்டுசெல்ல கிழவனும் கிழவியும் வேலை செய்துகொண்டிருந்தார்கள். மைதானத்தின் வடக்கு, மேற்கு விளிம்புகளில் குப்பைகள் கொட்டப்பட்டிருந்தன. பெரும்பாலும் காலணி தைக்கும் தொழிலாளர்களின் குடியிருப்புகளில் இருந்து, கொண்டுவந்து கொட்டப்படும் தோல் துண்டுகள் அவை. தென்புற மைதான விளிம்பில் தூங்குமூஞ்சி மரங்களில் கிளியும், குயிலும், கிளை மாறிப் பறந்து திரிந்து சத்தமிட்டுக் கொண்டிருந்தன. பனியின் மறைப்பையும் மீறி சூளை மில்லின் கூரை முகடுகள் கப்பலின் முன் முனை போல துருத்திக்கொண்டு தெரிந்தது. ஒரு மூலையில் தோல் குப்பைகள் எரிந்து கொண்டிருந்தன. தீய்ந்த தோலின் வாடை மைதானம் முழுக்க பரவித் திரிந்தது. பெயருக்கேற்றபடி அது எப்போதோ ஒரு காலத்தில் பூங்காவாக இருந்திருக்க வேண்டும். இப்போது அது வெறுமனே குப்பைகள் கொட்டப்படும் மைதானமாகவும் பிணங்களை எரிக்கும் வரட்டிகளைக் காய வைக்கும் கட்டாந்தரையாகவும் இருந்தது. மிஞ்சி நின்றவை நான்கைந்து தூங்கு மூஞ்சி மரங்கள் மட்டும்தான். அந்த மரங்களில் இருக்கும் காகங்களின் முட்டைகளைத் திருடும் பையன்கள், பொழுது புலரத் தொடங்கிய நேரத்திலேயே வேட்டையைத் தொடங்கி விட்டார்கள்.

தோலின் கருகிய வாடையை கைகளால் விரட்டியபடி மூக்கை சுளித்துக் கொண்டு காற்றில் மோப்பம் பிடித்துக்கொண்டிருந்தார் மீசைக்காரர்.

செங்கேணி பனியனை அவிழ்த்துக்கொண்டு வெற்றுடம்புடன் மிக சமீபத்தில் நடப்பட்டிருந்த இரட்டைக் கம்பிகளின்மேல் தாவி, வலுவாக இரண்டு கைகளாலும் ஊன்றி முழு உடலையும் தாழ்த்தி உயர்த்தினான்.

மீசைக்காரர் இரண்டு கைகளையும் அகல விரித்து தசைகளைத் தளரச்செய்தும், எகிறிக் குதித்தும், மூச்சை உள்ளிழுத்து மார்பை விரித்துகொண்டும், மைதானத்தில் லேசாக ஓடவும் செய்தார். இருவரும் பலவிதமான பயிற்சிகளை செய்து கொண்டிருந்த தருணத்தில், மைதானத்தில் பனியை மீறிகாலையின் ஒளி பரவியிருந்தது. உடற்பயிற்சிக்கு இன்னும் இருவர் வந்து சேர்ந்தார்கள்.

மின் நிலையத்தின் சாம்பல் குவியல்களின் மறைவில் காலை கடன் முடித்து எழும், மீண்டும் அதன் மறைவுகளில் இடம் தேடும் மனிதர்களின் எண்ணிக்கை அதிகமாகிக் கொண்டிருந்தது. கால்

பந்துப் பயிற்சிக்கு வழக்கமாக வரும் அணியும் வந்து சேர்ந்தது. கவர தெருவில் இருந்து இட்லி விற்கும் பெண், இட்லிக் கூடையை சுமந்து குடிசைகளை நோக்கி போய்க்கொண்டிருந்தாள். பின்னே தயிர்கார கிழவனும் தயிர்வாளியைத் தூக்கிக்கொண்டு போனான்.

பந்து உதைபடும் ஓசை, ஆட்டக்காரர்களின் கத்தல், சூரியனின் மெல்லொளி பரவிய தருணம்.

சரியான இடைவெளியுடன் நடப்பட்டிருந்த செவ்வகக் கல் பலகைக்கு நடுவே செங்கேணியின் மார்பு உயர்ந்து தாழ்ந்துகொண்டிருந்தது. பிறகு, மூச்சை உள்ளிழுத்து மார்பை விரித்து பெரிதாக்கிப் பார்த்தான். இளஞ் சூரியனின் ஒளியில் மார்பு தகதகத்தது. மீசைக்காரர் ஓரக் கண்ணால் பார்த்து சிரித்தார்.

அவனை ஆழ்ந்து பார்த்தபடி "கல்யாணமாகி எவ்ளோ நாளாவுது?" என்று கேட்டார். அந்தக் கேள்வி அவனை எரிச்சலடைய வைத்தது. "இப்பதான் கொஞ்ச நாளாவுது" சுருக்கமாகச் சொன்னான். அந்த கேள்வி அவனுக்குப் பிடிக்கவில்லையென்பதைப் புரிந்து கொண்டவர். "சரி, வா! போய் குளிச்சிட்டுக் கெளம்புவோம். கூட்டம் அதிகமாயிடும்"

குளியல் தொட்டியருகே ஏற்கெனவே கூட்டம் கூடிவிட்டது. குளிர்பதன கிடங்கு வேலி சுவரையொட்டி மாநகராட்சியின் கழிப்பிடம். அதற்குப் பின்புறமாக குளியலிடம். அதைச் சுற்றிலும் அழுக்கான நீர் தேங்கியிருந்தது. அந்த இடத்தைப் பயன்படுத்தும் மனிதர்களுக்கு சகிப்புத் தன்மை உச்சத்தில் இருக்க வேண்டும். அதன் சுற்று வட்டாரத்தில் இருந்துதான் மாநகராட்சியின் கழிவுநீரகற்றும் வேலைக்கும், துப்புரவுப் பணிக்கும் மக்கள் போகிறார்கள். ஆனால், அவர்கள் வாழும் பகுதிக்கு இரண்டு ஆட்களை கூடுதலாகப் போட்டு, இந்த அசிங்கங்களை தூய்மை செய்ய எந்த அதிகாரியின் புத்தியிலும் தோன்றாது போலும்.

காந்தியின் படங்களை இவர்கள் அலுவலகங்களில் எதற்காகத் தான் மாட்டி வைத்திருக்கிறார்களோ? அரசியல்வாதிகள் வந்து பேசும் நாட்களிலும் அமைச்சர்கள் அந்த மைதானத்துக்கு வரும் நாட்களிலும் பார்க்க வேண்டுமே. அசிங்கங்களின் அடையாளம் ஒன்றுமே இருக்காது. புத்தம் புதிய பூந்தோட்டம்போல இருக்கும். நாடக மேடைபோல அலங்கரிக்கப்படும். நூறு பேர் வாழ வேண்டிய இடத்தில் ஆயிரம் பேர் குவிந்து கிடக்கிறார்கள். அத்தனை பேரும் இங்குதான் வந்து கழித்துவிட்டுப் போக வேண்டும். பத்து பேர் கழித்துக் கொண்டிருக்கும் போது காத்திருப்போர் பட்டியல் நீளும். பொறுக்க முடியாதவர்கள், கிடைக்கும் இடங்களைத் தேடியோடுகிறார்கள். இப்படித்தான் அந்தப் பகுதி, நாற்றத்தில் நசநசக்கிறது. ஆட்சியாளர்கள் அந்தப் பகுதியைக் கடக்கும்போது இருக்கவே இருக்கிறது. வெள்ளை சுண்ணாம்புத் தூள். அதை அவர்கள் அசிங்கத்தை மட்டும் மறைக்கப் பயன்படுத்தவில்லை. தங்களது கருத்த மனசாட்சியின் மீதும் தூவிக் கொள்கிறார்கள்.

மீசைக்காரரும் செங்கேணியும் குளிப்பதற்கு தொட்டிப் பக்கத்தில் இடம் பிடித்துக்கொண்டு அவிழ்த்த துணிகளை ஓரிடத்தில் வைத்துவிட்டு குளிர்ந்த நீரை அள்ளி ஊற்றிக்கொண்டார்கள். மீசைக்காரர் இளஞ் சிவப்பு சோப்பை போட்டு, தேய்த்துக் கொண்டிருந்தார். பக்கத்தில் குளித்து முடித்த யாரோ ஒருவன் கேட்டான்.

“என்னண்ணா! சோப்பு வாசன இப்டி கும்முன்னு தூக்குது”

“இந்தாப்பா! போட்டுக்க” என்றபடி சோப்பை நீட்டினார்.

“முடிஞ்சது/ நான் கௌம்புறண்ணா!” அவன் சொல்லிக்கொண்டே குளிப்பவர்களின் நீர். தன் மேல்படாதபடி எச்சரிக்கையோடு நகர்ந்தான்.

குளியலிடத்திலிருந்து நீர், நுரைகளுடன் வழிந்தோடி புல் நிறைந்த ஆழமற்ற குட்டையை உருவாக்கியிருந்தது. அதன் எதிர்ப்புறத்தில் மின் நிலையத்தில் இருந்துகொண்டு வந்து கொட்டப்பட்ட சாம்பல் மேட்டின் மேல் வந்து உட்கார்ந்தாள் மஞ்சளாடைப் பெண். வெற்றிலைச் சாற்றின் சிவப்பு உதட்டோரம் ரத்தமாய் வழிந்திருந்தது. நெற்றியில் மிக சமீபத்தில் பூசப்பட்ட குங்குமம், தூங்காத கண்களுடன், இதுவரை துவைக்காத மஞ்சள் புடவையில் அலங்கோலமாக இருந்தாள்.

“இவ ஏண்டா இங்க வந்தா?” மீசைக்காரர் பக்கத்தில் குளித்துக் கொண்டிருந்தவனைக் கேட்டார்.

அவன் வெறுமனே பதிலுக்கு சிரித்தான். செங்கேணி கூச்சத்தில் தண்ணீர்த் தொட்டிப் பக்கமாக திரும்பிக் கொண்டான்.

“எண்ணோவ்! இது சாதாரண லூசு இல்ல. காரியக்கார லூசு”

ஒருவனின் நுரைமூடிய முகத்தில் இருந்து வார்த்தைகள் வந்தது.

இன்னொரு இளைஞன் “ஏய் போ... போ” என்று விரட்டினான். அந்த பெண் சாம்பலின் மீது உட்கார்ந்து எதைப் பற்றியும் கவலைப்படாமல் குளிக்கும் ஆண்களைப் பார்த்து சிரித்துக்கொண்டிருந்தாள்.

ஒருவன் கல்லை விட்டெறிந்தான். கல், சாம்பலில் பாய்ந்து புழுதியை கிளப்பியது. அவள் அசைவதாய் இல்லை. சரிந்த அலங்கோலமான மாராப்பை கொத்தாய் சேர்த்துப் பிடித்து, மார்போடு அணைத்துக் கொண்டு குளிப்பவர்களை பார்த்துக்கொண்டிருந்தாள்.

“ஏய் விடுறா! அது ஒக்காந்துவிட்டுப் போவுது” கல்லால் அடிக்க ஓங்கியவனை மீசைக்காரர் அதட்டினார். அவள் திடுப்பென குட்டையில் இறங்கி, நீரை கலக்கிக்கொண்டு ஓடி வந்தாள். கருஞ்சேறு, அவள் கால்களுக்கடியில் கொப்பளித்தது.

கல்லை ஓங்கியவன் பயந்தவன்போல பின்வாங்கியபடி “ஏய்... ஏய்” என்று கத்தினான்.

அவள் ஓடிப்போய் பழைய சிமெண்ட் தொட்டியின் மீதிருந்த குளிப்பவர்களின் ஆடைகளை தூக்கிக்கொண்டு ஓடினாள். “அவளப் புடிங்க.... புடிங்க...” குளித்துக் கொண்டிருப்பவர்கள் கத்தினார்கள்.

அவள் துணிகளை சேர்த்தணைத்துக்கொண்டு தூரமாய் போய் நின்று, அவர்களைப் பார்த்தாள். அவர்களை ஆசிர்வதிப்பதுபோல கையசைத்தாள்.

ஏற்கெனவே கல்லால் அடித்தவன் அரை செங்கல் ஒன்றை எடுத்துக் கொண்டு ஓடினான். அவள் அசையாமல் நின்று, ஆபாசமான வார்த்தைகளால் திட்டினாள். குரல் கரடுமுரடாய் இருந்தது. அது அச்சமூட்டும்படியும் இருக்க, கைகளில் இருந்த துணிகள் நழுவிக் கீழே விழுந்தன. அவள் வேகமாக ஓடினாள். கையிலிருந்த கடைசித் துணியையும் கீழே எறிந்து அதன் மீது தூவென்று துப்பினாள்.

மீசைக்காரர் வெறுமனே சிரித்துக்கொண்டு நின்றிருந்தார்.

“திமிரப் பாத்தியா அதுக்கு, அந்த சேட்டுப் பையன ஒதைக்கணும். இதுக்கு, மாசம் ரெண்டு மஞ்சாப் பொடவையும் பாக்கெட்டு பாக்கெட்டா குங்குமப் பொட்டலமும் தர்றான். அவன் கடையாண்ட போச்சுன்னா சோத்துப் பொட்டலம் தர்றான். அதான் இது கொழுத்துபோய் திரியுது” குளியல்தொட்டிக்கு அப்போது, தான் வந்த நடுத்தர வயதுடைய ஆள் சொன்னார்.

“யாரு, பிரகாஷ் சேட்டா!” மீசைக்காரர் கேட்டார்.

“ஆமா! வெள்ளிக்கெழமைன்னா, கரெக்டா அவன் கடையாண்டதா இருக்கும். பாவம், பொழச்சிப் போவட்டும் போயேன். நீயும் நானும் தராதத அவன் தர்றான். ஏழை பாழைங்ககிட்ட புடுங்கற வட்டிப் பணத்துல இதையாவது தர்றானே”

“அது பரவாயில்லண்ணா! இது இந்த மாதிரி தான இருக்குது, ஆனா.... பாரு வருஷம் தவறாம புள்ளைய பெத்துக்குது தெரியுமா?”

நிறைய சிரிப்புச் சத்தங்கள். செங்கேணி எதையும் காதில் வாங்காதவன் போல குளித்துக் கொண்டிருந்தான். தொட்டி வழிந்து, வீணாக நீர் போய்க் கொண்டிருந்தது. நசுங்கிய இரும்புவாளியால் ஆசை தீர தலையில் தண்ணீரை மொண்டு ஊற்றிக் கொண்டிருந்தான். குளிக்க, இவ்வளவு தண்ணீரைப் பார்த்து மகிழ்ச்சியடைந்தவன், தாராளமாகக் குளித்தான்.

ஆராயிக்கு இது மாதிரி சுதந்திரமா குளிக்க இடமில்லையே?ன்னு நினைக்கும்போது அவனுக்கு துக்கமாய் இருந்தது.

மஞ்சலாடைக்காரி போட்டுச் சென்ற துணிகளை துரத்திப் போனவன், பொறுக்கி வந்தான். மிக ஆபாசமாய் அவளைத் திட்டினான்.

“இதப் பாத்தா, இங்கத்திப் பொம்பள மாதிரியா இருக்குது. ப்ச்...”

உடம்பைத் துண்டால்துடைத்துக்கொண்டு தூரத்தில் தெரியும் அவளைப் பார்த்துக்கொண்டிருந்தார் மீசைக்காரர்.

“நல்ல வேள, துணிய சேத்துல போடாம விட்டுச்சே” என்றபடி மண் ஒட்டியிருந்த லுங்கியை உதறினான்.

காலணிகள் செய்து மிச்சமான துண்டுத்தோல்களின் குப்பைக் குவியலின் மறைவில் இருந்து ஒருவன், அவளை நெருங்குவதைப் பார்த்து மீசைக்காரர் செங்கேணியை சீண்டிச் சிரித்தார். அவளிடம் இருக்கும் சில்லறைகளை அபகரிக்கவென்றே காத்திருக்கும் பிறவிகளும் இருக்கத்தான் செய்தார்கள்.

"பாவம்! அதுவே மனம் பேதலிச்சிப்போய் எங்கிருந்தோ வந்து திரிஞ் சிக்கினு இருக்குது. அதப்போய் நாசம் பண்றானுங்களே" அப்போதுதான் குளிக்க வந்தவன் சொன்னான்..."

"மனம் பேதலிச்சதுன்னு சொல்ற... அது பண்ற வேலயப் பாத்தியா?" மீசைக்காரர் கிண்டலாகச் சொன்னார்.

"இல்ல மீச, அவ மேல தெய்வம் இருக்குது. அதுக்கு ஆம்பள, பொம்பள வித்தியாசம் தெரியாது. மொகத்தப் பாத்தியா, எப்டி தகதகன்னு ஜொலிக்குது... ஆம்பள சாமி பொம்பளங்க குளிக்கறத பாக்கறதும், அவங்க துணிங்கள தூக்கிக்கினு ஓடறதும் நடக்கறது தான... இப்ப பொம்பள சாமி நாம குளிக்கறதப் பாத்துட்டு துணியத் தூக்கிக்கினு ஓடுது" குங்குமம் வைத்து, கருப்பாகிப்போன நெற்றியுடன் ஒருவன் சொன்னான்,

"யோவ்! நீ அத சாமின்னே முடிவு பண்ணிட்டியா?"

"ஆமா மீச! இன்னும் கொஞ்ச நேரத்துல அதுக்கு ஆவுர கலக்ஷன பாரு"

"ஓ! நீ கலக்ஷன வச்சி சொல்றயா, சரி... சரி..."

"நீ நம்ப மாட்டப்பா! யேசு சாமியக் கும்புடுற ஆளு இல்ல... நா வேபாரத்துக்குப் போவும்போது எதிரல வந்துச்சின்னா, எடுத்துக்கினு போறத, வித்துத் தீக்காம வரமாட்டேன் தெரியுமா?"

அவன் நம்பிக்கையோடு சொன்னான்.

செங்கேணி லுங்கியைக் கட்டிக்கொண்டு கைத் தசைகளை முறுக்கி வலு பார்த்தான். பிறகு, திருப்தியுடன் மார்பை விரித்து, கையால் தட்டினான். உறுதியாக இருப்பதாகத் தோன்றியது.

"உனக்கு ஒடம்பு நல்லா இருக்குதுய்யா? டெய்லி வந்துரு. அங்க குளிச்சிட்டுப் போவலாம்!"

குளியலிடத்தில் கூட்டம் அதிகமாகிவிட்டது. குளிர்சாதனக் கிடங்கின் மூலையில் இருந்த குளிர்சாதனத்தின் பிரம்மாண்டமான குளிரூட்டி இயந்திரத்தில் நீர், மழைபோல பொழிந்து கொண்டிருந்தது. அதன் சாரல், சுவரைத் தாண்டி தெரிந்தது.

மைதானத்தைச் சுற்றிலும் விளிம்போரத்தில் தூங்கு மூஞ்சி மரங்களில் பறந்து திரிந்து கூவும் குயில்களின் ஓசை, குடிசைகளுக்குப் பின்புறம் சரக்கு ரயிலின் நகர்வும் உரசல்களும், ஒலித்துக் கொண்டிருந்தன. சாண வரட்டியால் மூடப்பட்டிருந்த மைதானத்தின் ஒரு பகுதி கருப்பாய் தெரிந்தது. அதன்மேல் ஓடிக்கொண்டிருந்த மஞ்சளாடைக்காரியை வரட்டிக்காரக் கிழவி துரத்திக்கொண்டிருந்தாள். மைதானத்தைவிட்டு வெளியே சாலைக்குவந்த போது மின் நிலையத்துக்கு நிலக்கரி ஏற்றிக் கொண்டு வரிசையாக நான்கு லாரிகள் போய்க்கொண்டிருந்தன. நான்காவதாக போய் கொண்டிருந்த லாரியில் இரு பையன்கள் ஓடி போய் தாவியேறி, பெரிய பெரிய நிலக்கரிக் கட்டிகளைத் தரையில் உருட்டி விட்டனர். கீழே விழுந்த நிலக்கரியை ஒரு வயதானவளும், இரண்டு சிறுவர்களும் மூங்கில்கூடையில் பொருக்கிப் போட்டபடி இருந்தனர். எல்லோர் முன்னிலையும் இந்த திருட்டு நடந்தது.

லாரிக்காரனுக்கும் தெரிந்திருக்கக் கூடும். வண்டி வேகமாகப் போய்க் கொண்டிருந்தது. அதைப் பற்றி, லாரி மீதிருந்த பையன்கள் கவலைப்பட்டதாகத் தெரியவில்லை.

"இதுங்கல்லாம் மாட்னா... பின்ன, லாடம் கட்டாம கொஞ்சவா செய்வாங்க? பாரு... பாரு" மீசைக்காரர் எரிச்சலோடு சொன்னார்.

"வண்டி இம்மா வேகமா போவுது... எப்டிதான் ஏறுதுங்களோ" செங்கேணி வியப்பாகச் சொன்னான்.

புல்லட்டைக் கிளப்பியபடி "சரி, வா... உக்காரு" அந்த வண்டியில் போவது அவனுக்கு ஆனந்தமாய் இருந்தது. அந்தப் பகுதியில் இருந்த ஒரே என்பீல்ட் புல்லட் அது. போவோர், வருவோர் அதை வேடிக்கை பார்த்தார்கள். பின்னால் உட்கார்ந்திருந்த செங்கேணி, மீசையை நன்றாக முறுக்கிவிட்டுக் கொண்டான். அவனுக்கு மிகுந்த தன்னம்பிக்கையாக இருந்தது. கம்பீரமாக நிமிர்ந்து உட்கார்ந்தான். முன் கண்ணாடியில் அவனது சேட்டைகளைப்பார்த்த மீசை,

"உம் நல்லா ஜோரா இருக்கறய்யா உன்னனர் பாக்கும்போது எங்கப்பா ஞாபகம்தான் வருது. எப்பவும் மீசைய முறுக்கி விடுவாறு, மார நல்லா விரிச்சி உறுதியா இருக்குதான்னு பாப்பாரு. நீயும் நானும் இன்னா கருப்பு. அவரு அந்க் கருப்பு சும்மா தகதகன்னு மின்னுவாரு மனுச அவரு மறையும்போது எழுவது வயசுக்குமேல இருக்கும். அப்பக் கூட ஒரு சட்டக்காரம்மாகூட அவருக்குத் தொடர்பு இருந்துஞ் சின்னா பாத்துக்க"

"உம்..." ஆச்சரியமாகக் கேட்டான்.

பின்ன இந்த சுத்துவட்டாரத்துல இருந்த தொரை மாருங்களுக்கு கறி சப்ளையே எங்க அப்பாதான். மீசைக்காரரின் கம்பீரமான குரல் ஏனோ தழுதழுப்பது போல இருந்தது.

"ப்ச்! இன்னா ஒடம்பு" என்று தனக்குத்தானே முணுமுணுத்தார். "தொரைங்களே ஆச்சரியப்படுவாங்க" என்று திடுப்பென சொன்னவர்,

"சரியா சாயந்திரம் புல்லு கொண்டா" கறிக்கடைக்கு முன்பாக வண்டி நின்றது. அவர் வீட்டிலுள்ளவர்களை அவனுக்குப்பார்க்க ஆசையாக இருந்தது. ஒருவரையும் வெளியில் பார்க்க முடியவில்லை. பூட்டியிருந்த கடை முன்பாக பெரிய நாய்க் கூட்டம் முகாமிட்டிருந்தன.

அவன் வண்டியிலிருந்து இறங்கி "சரி, நா வர்றங்க" என்றவன் நாய்க் கிடங்கு வழியாகப் போய், குடிசைகளைக் கடந்துபோனான். குடிசைகளில் சாம்பல் படர்ந்து இருந்தது. மின் நிலையத்தில் இரவு வேலைக்குப்போய் திரும்பும் இருவர் நீல நிற உடுப்பில் கரியடர்ந்து கருப்பு பிசாசுகள் போல வந்துகொண்டிருந்தனர். அதில் ஒருவன் இருமிக்கொண்டு வந்தான். இருமலை அடக்கவென்றே புகைப்பவன் போல ஆழ்ந்து புகையிழுத்து விட்டான். செங்கேணிக்கு முன்பாக அவர்கள் போய்க்கொண்டிருந்தார்கள்.

புகை பிடித்துக் கொண்டிருந்தவன் கடுமையாக இருமினான். பெரும் இருமலாய் வெடித்து, முடிவில் துப்பினான். பெரும் சிவப்பு இறைச்சி போல மண் சுவரில் போய் ஒட்டிக்கொண்டதை செங்கேணி பார்த்தான்.

அவனுக்கு நடுக்கமாய் இருந்தது. துப்பியவன் அதைப் பார்க்கவில்லை.

"டேய்! பாத்துக்க. அந்த சனியன் பிடிச்சதுன்னா சுடுகாடுதான். போயி சேத்துப்பட்டுல காட்டிட்டு வா" கூட வந்தவன், நண்பனுக்கு ஆலோசனை சொல்லியபடி நடந்தான். பேசிக்கொண்டே அவர்கள் வேறு ஒரு சந்தில் நுழைந்து மறைந்தார்கள்.

அவன் குடிசைக்குள் நுழைந்ததும் "இன்னா மாமா! புதுப் பழக்கம், எங்க போயி வர்ற?"

"எங்க போவேன் மைதானத்துக்குத்தான் அப்டியே குளிக்கலாம்... அதான் அங்க மானாவாரியா தண்ணி ஊத்திக்கெடக்குது ஆராயி!"

"அந்தாளு கூடத்தானே?"

"ஆமாண்டி அந்தாளு இன்னா பேயா?" அவன் கோபமாகக் கத்தினான்.

அவளுக்குத் தூக்கி வாரிப்போட்டது போல் இருந்தது. அவள் அதை அவமானமாக உணர்ந்து அமைதியாக இருந்தாள்.

கொஞ்ச நேர இடைவெளிக்குப் பின் "ஆராயி!" என்று கூப்பிட்டான். அவளிடம் இருந்து எந்த பதிலும் இல்லை. அவன் திடுப்பென குடிசைக்கு வெளியே போய் விட்டான். பாளையம் வேறு பக்கம் திரும்பி மிதிவண்டியைத் துடைத்துக்கொண்டிருந்தான்.

உள்ளிருந்து வந்த வாடையால் அவன் இருப்புக் கொள்ள முடியாமல் குடிசைக்குள் வேகமாகப் போனவன் "ஆராயி!" என்று கூப்பிட்டான்.

எந்த பதிலும் இல்லை. பின்புறத்தில் இருந்து அவளை நெருங்கும் போது அந்த வாடையால் அவன தீவிரமாய் பரவியது.

கேழ்வரகு மாவின் வெந்த வாடையும் நல்லெண்ணெயின் மணமும் அவனுக்குள் பசியைக் கிளறியது.

"ஆராயி!" எந்த பதிலும் இல்லை.

"என்னடி! நா பாட்டுக்கினு கூப்புட்டுங் கெடக்குறேன். இன்னாத்த அப்டி தப்பா சொல்லிட்டன்னு பதில் சொல்லாம இருக்கற?" என்று அடுப்பின் பக்கமாய் திரும்பி உட்கார்ந்திருந்தவளை வலுக்கட்டாயமாக தன் பக்கமாய் திருப்பினான். தாரையாய் வழிந்த கண்ணீர் அவளது கருத்து உப்பிய கன்னத்தில் பளபளத்தது. அவனைப் பார்த்தவுடன் ஈரக் கண்களுடன் புன்னகைக்க முயன்றாள்.

"அட அப்டி இன்னா சொல்லிட்டன்னு நீ இப்டி கண்ணீர் உடற!?. குளிக்க, கொள்ள நம்ம வூட்லயே வசதியிருந்தா, நாயெதுக்கு மைதானத்துக்குப் போறேன்?.. உம்.. இந்த மூலையில போய் ஒக்காந்துக்கினு கைய கால கூட நீட்ட முடியல. அங்க போனா ஒடம்ப அப்டியும் இப்டியுமா ஆட்டிட்டு அப்டியே குளிச்சிட்டு வந்துடலாம், அதான்"

அடக்க முடியாமல் அவள் விசும்பினாள். ஆனாலும் அவனைப் பார்த்து புன்னகைத்தாள். அவளைக் காயப்படுத்தி விட்டதற்காக அவன் வருந்திய தருணத்தில் அவளிடம் இருந்து மேலும் ஒரு விசும்பல்... அதைத் தொடர்ந்து அவளுடல் குலுங்கியது. திடுப்பென அவளை வாரியணைத்து முத்தமிட்டான்.

"பாக்கதான் பொம்பள மாதிரி இருக்கறயே தவிர, தொட்டதுக்கெல்லாம் சிணுங்கறனு சீ..."

"பின்ன, நீ திட்டுனா எனுக்கு அழ வராதா?"

இறுக்கி அணைத்தவனிடம் இருந்து விடுபட்டு அவித்து வைத்திருந்த புட்டை ஆவி பறக்கக் கொண்டு வந்து வைத்தாள் தேங்காய்ப் பூ வெல்லம் தூவியிருந்தது. சிறிது நல்லெண்ணெய் ஊற்றியிருந்தாள்.

"ஊருல எப்பயோ சாப்பிட்ட மாதிரி ஞாபகம். மெட்ராசுக்கு வந்து மொத மொறையா இப்டி ஒரு பலகாரம் உங்கையால'...' சொல்லிக் கொண்டே அவளை இழுத்து பக்கத்தில் உட்கார வைத்துக் கொண்டான். அவளது கண்கள் இன்னமும் கலங்கியே இருந்தது. அவளது முந்தானையால் கண்களைத் துடைத்து விட்டான். புட்டை பிசைந்து உருட்டி அவளுக்கு ஊட்டி விட முயன்றான். அவள் வேண்டாம் என்று தடுத்தாள். "அய்யோ நல்லெண்ணெய் வாட எனக்கு பிடிக்காது வாணம் மாமா நீ சாப்புடு உ...ம்"

வன்முறையாக ஒரு உருண்டையை ஊட்டி விட்டான். அவளுக்கும் அவனுக்கு ஓர் உருண்டை ஊட்டி விட ஆசையாக இருந்தது. அந்த நேரம் அவனுக்குப் புரையேறியதால் அவசரமாக அவன் நெஞ்சை நீவி விட்டாள்.

"சரி, நீ சாப்புடு மாமா. சட்டியக் கழுவி வச்சுட்டு வர்றேன்" எழுந்திருக்க முயன்றாள்.

"அப்பறம் கழுவிக்கலாம், ஒக்காரு, இப்ப என்ன அவசரம்.?"

"உக்கும். திட்டும்போது நல்லா திட்டறது உனக்கு இப்பல்லாம் ரொம்பத்தான் கோவம் வருது" அவள் கொஞ்சம் தள்ளி உட்கார்ந்து தரையைப் பார்த்து சொன்னாள். குடிசைக்குள் வெளிச்சம் குறைவாக இருந்தாலும் அவளது முகம் தெளிவாகத் தெரிந்தது.

"சே, இல்ல ஆராயி! அந்தாளு ரொம்ப நல்லவரு. அப்டியே அந்தாளு கெட்டவனா இருந்தா நமக்கின்னா? நம்மகிட்ட நல்லாத் தானே பழகுறாரு. இங்க எனக்கும் யாரு கூடவும் பழக்கம் இல்ல. ஒரு பெரிய மனுச நம்ம கிட்ட சிநேகிதமா இருக்கறது நல்லதுதான அந்தாள குத்தம் சொல்ற பொம்பள அங்க போய்தான் கறிய வாங்கித் துன்னுது"

பேசிக்கொண்டே ஒரு பெரிய உருண்டையை வாயில் திணித்து கொண்டு அவளை அருகே இழுத்தான். அவள் தூரமாய் விலகிப் போய் மூக்கை உறிஞ்சினாள்.

"ஆராயி! இன்னைக்கு உனக்கு ஒண்ணு எடுத்தாரப் போறேன்" சொல்லி விட்டு அவளைப் பார்த்தான். அவள் அதை அலட்சியப்படுத்துபவள் போல போலியாக கூரை உச்சியைப் பார்க்க முயன்றாள்.

"சரி, நா சாயந்திரமா எடுத்துக்கினு வந்து காட்றேன். அப்ப தான் உனக்குத் தெரியும்"

லேசான சிரிப்போடு என்ன அது என்று அறிந்துகொள்ளும் ஆவலில் அவனைப் பார்க்க முயன்றாள். அதை எதிர்பார்த்து அவன் காத்திருக்க... இருவர் கண்களும் நேருக்கு நேராய் சந்தித்தன.

அவன் பலகாரத் தட்டை தீர்த்து வெறும் தட்டை தூரத் தள்ளிவிட்டு அவளை அருகே இழுத்தான். கணமற்ற பொம்மை போல அவனருகே வந்தவளை ஆழ்ந்து முத்தமிட்டான். காதலும், அணைப்பும், முத்தமுமாக மனநிறைவான சூழலின் பெரும் மூச்சொலி குடிசையினுள்ளே உலவியது.

கூரைக் காலை காற்றின் வேகத்தில் ஆடியசைந்தது. காகங்களின் கரைப்பும் அதன் சிறகுகள் உரசியெழும் ஓசையும் கேட்டன. காதலால் ஏற்படும் விளைவுகளில், சாந்தமடைந்த இதயத்துடன் அவனை வேலைக்கு வழியனுப்பி வைத்தாள்.

அவளிடமிருந்து விடைபெற்று, கட்டை வண்டியைஇழுத்து செல்வது அவனுக்குப் பெருத்த இன்பமாக இருந்தது. அவளது நினைவுகளுடன் அவன் தன் வண்டியைக் கூட நேசித்தான். சூரியன் ஒளிபட்டு முறுக்கேறி மின்னும் கைகளை ரசித்தான். ஆரோக்கியமான அவனது உடலால் இழுக்கப்பட்டவண்டி, காகிதத்தால் செய்யப்பட்டது போல அவன் பின்னே ஓடியது.

உறுதியுடன் முன்னே அவன், அவனுடன் சேர்ந்து பிறந்ததுபோல் கட்டை வண்டி, எப்போதும் அவளின் நினைப்பு, குடிசைக்குள் காதல், குடிசையைச் சுற்றி குப்பைமேடு, குப்பை யாருடையதோ...

12

அன்று முழுவதும் கடுமையான வேலை. கடைசியாக பந்தர் தெருவில் இருந்து மூர்மார்க்கெட்டுக்கு புத்தகங்கள் அடங்கிய சிப்பங்களை ஏற்றி வந்தான்.

தனியொருவனாக அணைத்து சிப்பங்களையும் கடைக்குள் கொண்டுபோய் அடுக்கி வைத்துவிட்டு துண்டால் முகத்தை துடைத்துக் கொண்டு, முதலாளி முன்பாக நின்றிருந்தான்.

“உம், கல்யாணத்துக்கப்புறம் ஆளு ஒரு சுத்து பெருத்துப் போயி ஜம்முன்னுதான் இருக்கற. ம்...”

“அட நீங்க ஒண்ணு சார்' என்றபடி வெட்கத்தில் சற்று நெளிந்தான். நடக்கட்டும் நல்லதுதான்'' என்றபடி வாசலில் போய் நின்று கொண்டார்.

நோட்டுப் புத்தகத்தில் கணக்குப் பார்த்துக்கொண்டும் புத்தம் புதிய நோட்டில் எதையோ குறித்துக்கொண்டும் இருந்த கணக்கர் அவனைப் பார்த்து சிரித்தார்.

“மொதலாளி சொல்றது நெசம்தான்” “ஆமா, சம்சாரத்துக்கு பொடவ கிடவ எதுனா எடுத்துக் குடுத்தியா?”

“எங்க சார்! தனியா குடித்தனம் போயி பண்ட பாத்திரம் வாங்கி போடறதுக்கே சரியா இருக்குது. கொஞ்ச நாள் சென்னாதான் அதெல்லாம் முடியும்”

இயலாமையின் துயரத்தோடு வார்த்தைகள் வந்தன.

"அதுக்கில்ல செங்கேணி! மொத்தமா காசு போட்டு வாங்கணும்னா கொஞ்சம் கஷ்டந்தான். வாரமான கட்டறியா? பொடவ எடுத்துக் தர்றேன்"

அவன் தலையைச் சொரிந்தான்.

"இன்னா சார் சொல்றீங்க?"

"ஆமாம்பா! நான் தான் போடறேன்"

சொல்லிக் கொண்டே மேசைக்கடியில் இருந்து பெரிய துணிப் பையை இழுத்தார்.

"இந்தா உனக்குப் புடிச்ச கலரா பாத்து எடுத்துக்க"

"ரொம்ப கவலையா இருக்கற மாதிரி தெரியுத சார்!"

"அ எடுப்பா! வாரம் கொஞ்ச கட்டிக்கினு வந்தா ஒண்ணு தெரியாது. நீயும் உம் பொஞ்சாதிக்கு பொடவ எடுத்துக் குடுத்தா மாதிரி இருக்கும். இந்தக் காலத்துல வெலவாசி, நீயும் நானும் கடைக்குப் போற மாதிரியா இருக்குது?"

சேலைகளை எடுத்து, மேசை மேல் போட்டார். நான்கு விதமான வண்ணங்களில் சேலை மின்னியது. வெள்ளை நிறப் பின்னணியில் கத்திரி நிற சிறு பூக்கள் கொடிபோல ஓடிய சேலையை எடுத்து ஆசையோடு தடவிப் பார்த்தான்.

வாசலில் இருந்து முதலாளி கிட்ட வந்து உற்றுப் பார்த்தார். பிறகு, கணக்குப் பிள்ளையைப் பார்த்து "உம், நம்மாளுகிட்டயே பிஸினச ஆரம்பிச்சிட்டிங்களா உம் நடக்கட்டும்" என்று சொல்லிக்கொண்டு சிகரெட்டை ஆழ்ந்து இழுத்து புகையை நீளமாக வெளியே விட்டார்.

எதிர்க்கடையில் பெரிய இரும்புத்தொட்டியில் பொம்மைப் படகொன்று டபடப... வென்று ஓசையெழுப்பியபடி சுற்றிக் கொண்டிருந்தது.

புகையிலை தீய்ந்த வாடையுடன் அசோகா பாக்குத் தூளின் மணம் மிதந்த தருணத்தில், கத்திரிப்பூ நிறப் புடவையை எடுத்து வைத்துக் கொண்டு "இத எடுத்துகறேன் சார்!" என்றான்.

"அட இன்னாயா! நீ எடுக்கறத ரெண்டா எடுத்துக்க. பாத்துத் தர்றேன் நம்மாளு தானே"

"கட்டணுமே சார்" குரல் தயக்கமாக வந்தது. எல்லாம் கட்டலாம் எடுய்யா கூட்டுற பொம்பள ரெண்டு எடுத்துக்கினு போவுது நீ இன்னா சாதாரண ஆளா மொதலாளியா வண்டி மொதலாளி எடு... எடு"

வியாபாரி ஊக்கப்படுத்தினார். இளம் பச்சை நிறத்தில் காவிக் கட்டங்கள் போட்ட சேலையொன்றை எடுத்தான். ஆராயி அதைக் கட்டி வருவதுபோல கற்பனை செய்தான். அந்த கருப்பழகிக்கு அது மிகப் பொருத்தமாக இருந்தது. ஆசையோடு அதையும் எடுத்துக் கொண்டு "எவ்ளோ சார்".

"ஒண்ணும் அதிகமில்ல நாப்பதும் நாப்பதும் எண்பது ரூபாய்"

"அம்மாடியோவ்! வாயைப் பிளந்தான்"

"யோவ்ஸ இங்கத்தி துணியில்லயா இது. எல்லா சூரத்துல இருந்தும் வந்தது. நல்லா ஒழைக்கும் கடையில போயி எடுத்தினா இந்த வெலைக்கு கெடைக்காது. நா உனக்கு கம்மியா தான் தர்றேன். வாரம் அஞ்சு ரூவா கட்டு போதும். நீ நம்மாளு பத்து ரூபா கம்மி பண்ணிக்கிறேன் போதுமா"

"சரிவுடு வாரம் அஞ்சுரூவா தானே... கட்டிடலாம்" மனதுக்குள் சொல்லிக் கொண்டு "சரி குடு சார்"

புடவைகளைப் பெரிய காகிதத்தில் வைத்து, கட்டிக்கொடுத்தார். கடை முதலாளி தந்த கூலியோடு சேர்த்து, அன்றைய வருமானம் பதினெட்டு ரூபாய் இருந்தது. அதில், முதல் தவணையாக ஐந்து ரூபாயைக் கொடுத்துவிட்டு ஆசையோடு புடவைப் பொட்டலத்தை கக்கத்தில் வைத்துக்கொண்டான்.

திடுப்பென இப்டியொன்று நடந்ததுவிட்டதில் அவன் மனம் கிளர்ச்சியடைந்திருந்தது. "சே இவ்ளோ நாளாவுது அவளுக்கு ஒரு பொடவை எடுத்துக் குடுக்கணும்ணு தோணலயே" இப்போது அவளுக்காக இரண்டு புடவை எடுத்திருப்பதை நினைத்து அவனுக்கு மகிழ்ச்சியாகவும் திருப்தியாகவும் இருந்தது.

காலையில் அவளிடம் சொன்னது, அவன் நினைவுக்கு வந்தது. "நா உனக்கு ஒண்ணு எடுத்தாறப் போறேன்" அவன் சொன்ன வார்த்தைகள் அவன் காதருகே வந்து ஒலித்தன. அவன் அல்லிக் குளத்தில் தாமரையைப் பறித்துப் போய் கொடுக்க வேண்டும் என்ற எண்ணத்தில் சொல்லியிருந்தான்.

"சரி, இப்ப இன்னா போயிடிச்சி... பொடவையோடு பூவையும் கொண்டுபோயி தந்தா நல்லா தானிருக்கும்"

"இதோ வந்துடறேன் சார்! பொடவ இங்க இருக்கட்டும்" அல்லிக் குளத்துக்கு ஓடினான். குளத்தைச் சுற்றி, ஆட்கள் நடமாடிக் கொண்டிருந்தார்கள். ரிப்பன் பில்டிங் போகிற பக்கமாய் சிலர் குளித்துக் கொண்டிருந்தார்கள். பெரிய கடிகாரத்தின் மணியொலிக்கும் ஓசை ஐந்து முறை கேட்டு ஓய்ந்தது. குளத்தில் குளிக்கும் எண்ணம் எதுவுமற்று மலர்களைத் தேடினான். அவனது மனதைக் குளம் அறிந்திருந்ததோ இல்லை மலர்கள் தான் புரிந்து கொண்டனவோ... அருகருகே இரண்டு புத்தம் புதிதாய் மலர்ந்தும் மலராதது போல் மாலையிளம் வெயிலில் அசைந்து வா... வா... என்றழைத்தது. இடுப்புக்கு மேலே நீர் ஏறியது. எளிதாக பறித்துக்கொண்டு நகர... மிக அருகாமையில் இன்னொன்று அவனை அழைத்தது.

"பொறு... பொறு... பூவே! இன்னொரு நாள் வருகிறேன்" இந்தக் குளத்துப் பூவெல்லாம் அவளுக்குத்தான் என்பதுபோல பின்னகர்ந்து கரையேறினான்.

பூவும், புடவையும் வண்டியில் பாதுகாப்பாக இருக்க, வண்டியை இழுத்துக்கொண்டு பறந்தான். வாசலில் வண்டியை நிறுத்திவிட்டு வாசலை மூடியிருந்த தட்டியை நகர்த்திவிட்டு குடிசைக்குள் நுழைந்தான்.

"ஆராயி...! ஆராயி...!" குடிசைக்குள் அவளைக் காணவில்லை. குடிசைக்குள் நுழைந்ததும் அவள் கண்ணில் படாதது பெரும் ஏமாற்றமாய் இருந்தது. சட்டென முகம் சுருங்கி வெளியே எங்கயாவது கடைக்குப் போயிருக்கிறாளா? வாசலில் நின்றபடியே தேடினான்.

ஆழ்கிணற்றில் இருந்து கேட்பதுபோல் அவள் குரல் கேட்டது. குடிசைக்குள் இருந்து தான் கேட்கிறது. புரிந்து கொண்டான். மஞ்சளை கல்லில் உரசியதால் எழுந்த வாடையை உணர்ந்தபோது தான் இருண்ட குடிசையின் மூலையைப் பார்த்தான்.

குரல், குடிசையின் மூலையில் கட்டப்பட்டிருந்த சேலையின் மறைப்புக்குப் பின்புறத்தில் இருந்து வருகிறது.

"ஆராயி...! குளிக்கறயா?"

"ஆமா மாமா தட்டியால வாசல மூடிட்டு, வெளிய இரு, தோ வந்துடறேன்"

அவள் இல்லையென்ற ஏமாற்றம் தணிந்து அவள் குரலும், மஞ்சளின் வாடையும் அவனுள்ளத்திலே மகிழ்ச்சி ஊற்றெடுத்து குதூகலிக்க வைத்தது.

"ஏண்டி! இந்நேரத்துக்கா குளிக்கப் போவ?" அவள் தலையில் தண்ணீர் ஊற்றும் ஓசையும் உதடு வழியாக வெளியேறும் மூச்சொலியும் நீர் தெறித்தோடி சிதறும் ஒலிகள் அத்தனையும் தெளிவாகக் கேட்டன.

"பின்ன, கதவும் கெடையாது. மறைப்பும் கெடையாது"

"சரி, வா. நா உனக்கு ஒண்ணு தரப் போறேன். சீக்கிரம் வா" அவன் குரலில் அவசரம் தெரிந்தது.

"மாமா! தட்டிய சாத்திட்டு வெளிய போ மாமா!" அவள் கெஞ்சினாள்.

"நா போவ மாட்டேன், நீ வா"

"நீ வெளிய போ மாமா! நானு மறப்புலருந்து வர மாட்டேன் நீ போ..." அவள் சினுங்கினாள். அவனால் அடக்க முடியாதபடி புடவையை அவளுக்கு காட்டத் துடித்தான். சே... என்றிருந்ததை மீறி, பொட்டலத்தைப் பிரித்தான்.

மஞ்சளுடன் தாமரையின் வாடையும் குடிசைக்குள் ரங்கராட்டினம் போல் சுழன்றடித்தன. சோப்பின் மணத்தையும் மீறி தாமரையின் வாடை அவளை நிரப்பியது. "தெரியும். நீ காத்தால சொல்லும்போதே நெனைச்சேன் தாமரப் பூவத்தான் கிள்ளியாந்த"

அவன் திரை மறைப்புக்கு மேலே தாமரையைப் பிடித்து ஆட்டினான். அது, அவளது தலைமீது உரசியது.

வெடுக்கென பிடிங்கிக் கொண்டு, "சரி, நீ போ மாமா!" அவள் சிணுங்கினாள்.

"சரி, நா போறேன். இத பாரு" அவள் தலைக்கு மேலாகப் புடவையை நீட்டினான்.

அவன் குரல் வெகு அருகில் கேட்டதும் வெட்கத்தில் புடவைக்குப் பின்னே குத்துக்காலிட்டு உட்கார்ந்துக் கொண்டாள். புடவையை அவள் பார்க்கவில்லை.

"நீ இங்கிருந்து போ" இன்னொரு தாமரையை நீட்டுகிறான் என்று நினைத்துக் கொண்டாள்.

"நா போறேன். இத வாங்கிக்கோ" குரல் மிக நெருக்கத்தில் கேட்டது.

வேறு வழியற்று இருளில் துழாவினாள். தலைக்கு மேலே அவள் பிடித்தது பூவையல்ல, புடவையென்றுணர சில வினாடிகள் பிடித்தன.

"இன்னாது மாமா," அவள் ஆச்சரியத்தில் கத்தினாள். "பொடவையா?" எல்லை மீறிய மகிழ்ச்சி குரலில் தெரிந்தது. "ஆமா"

தாமரையைக் கூரையில் சொருகினாள். அது அவனைப் போலவே ஆசையுடன் அவள் தலைக்கு மேலாகக் கவிழ்ந்துகொண்டு அவளைப் பார்த்தது.

புதுப்புடவையை உடுத்தும் சரசரப்பு, ஆச்சரியத்தில் எழுந்த மகிழ்வான மூச்சொலி, அவன் கூரையின் நடுத் தூணில் முதுகை சாய்த்துக் கொண்டு புதுப்புடவையில் அவளைப் பார்க்கும் ஆசையுடன் வாசலைப் பார்த்தபடி உட்கார்ந்துகொண்டான். அவள் புதுப் புடவையில் திரை மறைப்பிலிருந்து வந்து விட்டாள் என்பதும் அவளை உடனே பார்க்க வேண்டும் என்ற ஆவலுமாய் இருந்தவன், தன் முன்னே வரும்வரை அவளை திரும்பிப் பார்க்கக் கூடாது என்று பிடிவாதமாக உட்கார்ந்திருந்தான்.

அவள் குனிந்து முன்புறம் முடியைத் தொங்கவிட்டு, துவலையால் தட்டினாள். நீர்த்திவலைகள் சிதறி அவன் முதுகிலே பட்டன.

அவள் குளிர்ந்த உதட்டின் முத்தத்துக்காய் ஏங்கினான். அந்தக் கணத்தில் சிம்னியின் ஒளி குடிசையெங்கும் பரவியது. குடிசையினுள் கூடுகட்டி குடியிருந்த சிட்டுக்குருவி சிறகடித்தது.

"நல்லா இருக்குது மாமா!" சிறு குழந்தைபோல தரையில் அவள் குதித்தும், குதித்த வேகத்தில் அவனருகே தொப்பென உட்கார்ந்து கொண்டாள். அவளுள்ளம் குதூகலமாய் இருப்பது தெரிந்தது.

"நல்லாயிருக்குதா ஆராயி?"

"உம்"

"இந்த வெளிச்சத்துல உம் மூஞ்சி தெரியவே மாட்டன்னுது" சிரித்துக் கொண்டே சொன்னவள், சட்டென எழுந்து போய் சிம்னி பக்கத்தில் நின்றுகொண்டு திரியை உயர்த்தினாள். குளித்து தலையில் துண்டு கட்டி புதுப்புடவையில் வீங்கியது போன்ற கன்னம் சுடர அவளது அழகான கண்களைப் பார்த்தான். அது, சிம்னியின் ஒளியில், பளீரென தெரிந்தது.

"ஆராயி!" என்று ஆச்சரியத்தோடு கூவினான். ஓசை மெதுவாகத்தான் வந்தது. எழுந்து அவளருகே செல்ல முயன்றவன், மண்டியிட்டவாறே ஆச்சரியமாக அவளைப் பார்த்தான். புடவை அவளுக்காகவே நெய்ததுபோல இருந்தது. கஞ்சியிட்ட நூல் புடவை அவளை சற்றுக் குண்டானவள் போலக் காட்டியது.

அவள் திடுப்பென ஓடிப் போய் கூரையில் சொருகியிருந்த தாமரையை எடுத்து வந்தவள் அவன் பக்கத்திலே உட்கார்ந்து

கொண்டாள். அவளுள்ளம் திடீர் இன்பத்தால் துள்ளியது. ஆராயியை உற்றுப் பார்த்துக்கொண்டிருந்தான். அவன் சாந்தமடைந்து ஏதோ மாற்றமாய் இருப்பதை உணர்ந்தவள்,

"இன்னா மாமா! புதுசா பாக்கற மாதிரி பாக்கற?"

"ஆமா ஆராயி! புதுசாத்தான் தெரியுற. அந்த வௌக்காண்ட இருந்து நீ வரும்போது எங்கம்மா வந்தது மாதிரியிருந்துச்சு. நீ இப்ப எங்கம்மா மாதிரி இருக்கற"

அம்மாவைப் பற்றிய ஏக்கத்தை அவன் கண்களில் பார்த்தாள். அவனது குரல் அம்மா என்று அழைப்பது போலிருந்தது. திடுப்பென அவளுக்கு குழந்தை போலத் தெரிந்தான். எது அவனுக்குத் தன்னை அம்மாவோடு ஒப்பிட வைத்தது என்று ஒருவித திகிலான எண்ணம் ஓடியது. கையில் இருந்த தாமரையை தூரத்தில் தள்ளி வைத்தாள். அமைதி பெரும் அமைதி.

"ஏது மாமா பணம் வெல அதிகமா இருக்குமல்ல?" "தவணையில தான் புஸ்தகக் கடை கணக்குப் புள்ள போடறாரு, அந்தாளா கூப்புட்டுத் தர்றான். சரி வாரத்துக்கு அஞ்சு ரூவா தானே கட்டிரலாம்னு எடுத்துட்டேன் நல்லா இருக்குதா?" அமைதியான குரலில் சொன்னான்.

"உம்"

அவன் உற்சாகம் குறைந்து ஏதோ சோகத்தில் இருப்பது அவளை உறுத்தியது. எல்லாவற்றையும் மீறி அவனை வாரியணைத்து மடியில் சாய்த்துக்கொள்ள விரும்பினாள். அதைப்போலச் செய்யவும் முயன்றாள். அவளின் பெரு முயற்சியில்லாமலே இலகுவாக அவள் மடியிலே சாய்ந்துகொண்டு இரு கைகளாலும் அவளது இடையைச்சுற்றி போட்டுக்கொண்டான். அதில் எந்தப் பலவந்தமும் இல்லை. அவனுடல் தளர்ந்து கிடந்தது.

"மாமா!" அவனுடல் லேசாகக் குலுங்கி விசும்பலும் குலுங்கலுமாய் "ஆராயி!" கலங்கிய குரலில் அழைத்தான். பிறகு திரும்பி... கூரையை பார்த்தபடி மல்லாந்து படுத்தபடி அவளது ஈரமான கூந்தலைத் தொட்டுப் பார்த்தான். துவலையோடு சேர்த்துக்கட்டியதை மீறி வெளியே துருத்திக்கொண்டிருந்த முடியின் நுனியில் இருந்து நீர் சொட்டியது. அவளது முகத்தோடு சேர்த்து கூரையைப் பார்த்தான். அவளது முகம் பெரிதாகத் தெரிந்தது.

அவன் குலுங்கினான். விசும்பல் பெரிதாக வந்தது. அடக்க முடியாமல் குமுறியழுதான்.

"ஆராயி! ஒரு கணம் அதிர்ந்துபோய் "மாமா! இன்னாச்சி... இன்னாச்சி மாமா?"

"ஆராயி" அழுகையினூடே அழைத்து பின், இறுக்கமாக அவளை சேர்த்துப் பிடித்துக்கொண்டான்.

ஒன்றும் புரியாமல் ஒரு கணம் தடுமாறியவள் குழப்பத்தில் பக்கத்தில் இன்னொரு சேலையிருப்பதைப் பார்த்தாள்.

“எதுக்கு மாமா ரெண்டு பொடவ ஒண்ணு போதும். இத எடுத்துக்கினு போய் குடுத்துரு” வெறுமையைப் போக்கவென்றே பேசினாள்.

“சும்மாயிருடி. அந்தாளு வச்சிருந்த பைய அப்டியே தூக்கியாறாம போயிட்டமேன்னு நெனைக்கிறேன்”

“இந்தப் பொடவையில நீயில்ல.... எங்கம்மாவப் பாக்குறேன். நீ அப்டியே எங்க”

முழுதும் பேச்சு வராமல் துக்கம் அவன் தொண்டையை அடைக்கிறது. அம்மா என்று சத்தமாகச் சொல்ல விரும்பினான். அம்மா என்று கத்தவும் முயன்றான். தொண்டை திணறியது. முடியாமல் அவளது மடியில் முகத்தைப் புதைத்துக்கொண்டான்.

ஒரு நாள் அப்ப ஆத்தாவப் பற்றி கேட்டதற்கு கொஞ்சம் பொறு சொல்றேன். உங்கிட்ட சொல்லாம வேற யார்கிட்ட சொல்லப் போறேன்னு அவன்சொன்னது அவள் நினைவுக்கு வந்தது.

அம்மா நெனப்ப மனசுல வச்சிக்கினு மாமா உள்ளுக்குள்ள அழுவுதுச்... அவனது துயரம் அவளையும் பற்றிக்கொண்டது.

இவள் இடையைச் சுற்றிப் போட்டிருந்த கைகளைத் தளர்த்தி ஆராயியின் இரண்டு கைகளையும் பற்றி இழுத்தான். குளிர்ந்து போயிருந்த அவளது விரல்களைத் தன் முகத்தில் படர வைத்து அழுத்தி, அவளது கைகளில் தன் முகம் முழுவதையும் புதைத்து விடுவது போல அழுத்தமாக அழுத்தி, அதனுள்ளே புதைந்துப் போக விரும்பினான். புதைந்தும் போனான்.

“எம்மா... எம்மான்னு எம் முந்தானைய புடிச்சிகிட்டு ஏண்டா வர்ற போடா. பள்ளிக்கூடம் போ. உன்ன மாதிரி புள்ளைவ அது பாட்டுக்கினு போவுதுங்க பாரு போ... போடா” சிறு கல்லை எடுத்து அவன் மீது எறிந்தாள். பயந்து ஓடுவதுபோல ஓடி திரும்பவும் அம்மாவைப் பின் தொடர்ந்தான்.

அவர்களைக் கடந்து எதிரே குழந்தைகள் பள்ளிக்கூடம் போய்க் கொண்டிருந்தார்கள். அம்மாவுக்கு முன்பாக கழனி வேலைக்குப் போகும் பெண்கள் போய்க் கொண்டிருப்பது தெரிந்தது.

“பாருடா உன்னாட்ட புள்ளங்கதானே அதுங்களும்... போ.... போடா கொள்ளிக்கட்டையால சுட்டாதான் அடங்கப் போற போ”

அவன் எதையும் காதில் வாங்காமல் அம்மா பின்னாடியே போய்க் கொண்டிருந்தான்.

நாமதான் சேத்துலயும் சகதியிலயும் இம்சப் படறோம். இதாவது நாலெழுத்து படிச்சிக் கறையேறும்னு பாத்தா, எம் முந்தானையப் புடிச்சிக்கினு திரியுது. மனசுக்குள் எண்ணியவளாய் திரும்பி அவனைப் பார்த்தாள். கோபம் சுர்ரென்று ஏறியது. கோபமாக அடிப்பதுபோல வந்தாள். அச்சமுற்ற பையனின் முகத்தில் தெரிந்த குழந்தைமை அவளைக் கரைத்தது. ஆனாலும் அடி போட்டாள். பார்வையில் முறைப்பும், உள்ளத்தில் கனிவுமாக. எங்கிருந்தோ வந்த சூறைக்காற்று

அவர்களை மோதிவிட்டுக் கடந்து போனது. கிழிசல்கள் நிறைந்த புடவையில் அம்மா "போ... போடா!" மத்தியானம் பள்ளிக்கொடத்துல சோறு போடுவாங்க, துன்னுவ போ"

அம்மா, பல்லைக் கடித்து முறைத்தாள். வானம் லேசாக இருண்டிருந்தது.

பையன் அம்மாவின் முறைப்பைக்கண்டு ஓரடி பின்னகர்ந்தான். அவன் போய் விடுவான் என்ற நினைப்பில் வேகமாக நடந்தாள். சிறிது தூரம் போய் திரும்பிப் பார்த்தாள். வீசியடிக்கும் புழுதிக் காற்றில் பையனின் சிறு உருவம் தெரிந்தது. அவர்களைக் கடந்து போன பெண்கள் "ஏண்டி! அவன தொல்ல பண்ற? பள்ளிக்கூடம் போவாத புள்ளய அடிச்சா மட்டும் போவுமா அது தலையெழுத்து மாட்ட மேய்க்கணும்னு இருக்குதுவா... வா... உம் பொழப்ப பாரு"

அவனும் மாடுதான் மேய்க்கணுமா?

மண்பாதையோரம் காட்டுச்செடியில் குச்சியை உடைத்துக் கொண்டு ஓடினாள். பையன் அசையாமல் நின்றுகொண்டிருந்தான். சுள்ளியால் விலாசினாள். குச்சி காற்றில் மோதி ஒலியெழுப்பியது. அவன் எந்த முணு முணுப்புமற்று பிசைந்த களிமண்ணாய் நின்றிருந்தான். ஓய்ந்து போகும்வரை விளாசினாள். வழியே போகும் பெண்களும் ஆண்களுமாய் அவளைத் தடுத்தார்கள்.

"எதுக்குடி, பச்சப்புள்ளய போட்டு இந்த சாத்து சாத்தற? உனக்குன்னு இருக்கறது அது ஒண்ணுதான் உடு. ஆம்பளப்புள்ள தானே, எப்டியும் பொழைச்சுக்குவான்" கூந்தல் கலைந்து, கையில் குச்சியுடன் மூச்சு வாங்க நின்றிருந்தாள். பையன் அசையால் அம்மாவையே பெரிய விழிகளை உருட்டிக்கொண்டு பார்த்தான். அம்மாவின் உடல் நடுங்குவதையும் அம்மாவையும் தன்னையும் பார்த்துக்கொண்டு கடந்துபோகும் மக்களையும் பார்த்துக் கொண்டிருந்தவன் அம்மாவின் கால்களை கட்டிக் கொண்டு அழுதான். "நீயும் எங்கூட பள்ளிக்கூடத்துக்கு வா" அம்மாவின் வயிற்றில் முகம் புதைத்துக்கொண்டு சொன்னான். அவளுக்கு சிரிப்பு வந்தது. பிறகு அழுகையும் வந்தது.

"நா உங்கூட வந்தா, வயித்துக்கு இன்னாடா பண்றது?" பையன் ஏக்கத்தோடு பார்த்தான். என்ன செய்தாலும் பள்ளிக்கூடம் போக மாட்டான்னு தெரிந்துவிட்டது.

மாடு மேய்க்க அனுப்பி விட்டார்கள். காடுமேடெங்கும் மாடுகளின் பின்னால் சுற்றித் திரிந்தான். பள்ளிக்குப் போகும் பிள்ளைகளைப் பார்த்து, ஏங்கும் தருணம் வந்தபோது சற்று வளர்ந்திருந்தான். மாட்டுத் தொழுவத்து இடுப்பை முறிக்கும்படியான வேலை, இயந்திரம்போல சுழன்றுகொண்டிருந்தான். வாத்தியாரின் மொழி புரியாதவனுக்கு கால்நடைகளின் மொழி நன்றாகவே புரிந்தது. இடைவெளியில் அம்மாவைப்போய் பார்த்துவிட்டு வருவான். எதையும் விட அம்மாவைப் பார்ப்பது மட்டுமே அவனுக்கு மன ஆறுதலாய் இருந்தது.

அம்மா அருகே போகும் ஒவ்வொரு தருணத்திலும் முந்தானையில் ஏதாவதொன்று ஒரு பிடியாவது அவனுக்காக முடிந்து வைத்திருப்பாள். மற்ற பெண்களிடம் இருந்து, அம்மா வித்தியாசமாக இருப்பது போலத் தோன்றியது. நாள் பட்ட வெள்ளி மூக்குத்தியால் அம்மா அழகாக இருப்பதுபோல வேறு யாரும் இல்லையென்று நினைத்துக்கொள்வான்.

அம்மாவின் முகத்துல எப்பவும் ஒரு சோகம் இருந்ததை அவனால் பார்க்க முடிந்ததே தவிர, அதை அவனால் உணர முடியவில்லை.

தோப்பு செழித்திருந்தது. குளுமையான நிழலுக்கிடையேயும் பையனுக்கு வியர்த்துக் கொட்டியது. தென்னைகளுக்கு எரு கொட்டி கொண்டிருந்தான். எதிர்ப்புறத்தில் சேடையோட்டிய நிலம் சதுர சதுரமாய் பச்சைநிற சட்டமிட்ட பெரும் கண்ணாடி போல மினுமினுத்தது. பெண்கள் தூரத்தில் நடவு செய்து கொண்டிருந்தார்கள். அவர்களுக்கு முன்புறம் பச்சையும் பின்புறம் கருப்பாகவும் நிலம் உச்சி சூரியனால் சுடர்ந்து கொண்டிருந்தது.

தோப்பையும் வயலையும் பிரித்த மண் சாலையில் புழுதி பறக்க பாய்ந்தோடி வந்தது ரேக்ளா.

பெரிய கருங்குதிரையையும் ஆண்டையையும் பார்க்க விநோதமாகத் தெரிந்தது. தோப்புக்கெதிரே வண்டி வந்து நின்றது. வண்டி வெள்ளை நிறம் பூசப்பட்டு பளீரென்று இருந்தது. குதிரை திமிறிக் கொண்டு கால்களைத் தரையில் பிராண்டியது. அதை விட்டால் பூமியை ஒரு சுற்று சுற்றி வர துடியாய் துடிப்பதுபோல இருந்தது.

ஆண்டை தரையில் குதித்து நின்றார். அவரது கால்கள் நம்பிக்கையோடு நிலத்தில் ஊன்றியிருந்தன. அவர் பார்வை செல்லும் தூரம் வரை பூமி அவருடையது என்ற பெருமிதம் அவரது பார்வையில் தெரிந்தது. அரைவட்டத்தில் சுற்றிப் பார்த்தவரனி ஆடையில் சூரியனின் பிரதிபலிப்பு பட்டு பையனின் கண்கள் கூசின.

வேலப்பன் எங்கிருந்தோ ஓடிவந்தான். தலையில் இருந்த துண்டை உதறி இடுப்பில் கட்டிக் கொண்டான். அவர் எதையோ அவன் காதில் சொல்வது போன்றும் அதை பணிவாகக் கேட்டுக் கொள்வது போலவுமே பார்ப்பவர்கள் யாரும் நினைப்பார்கள்.

உண்மையில் ஆண்டை அவனைப் பார்க்கக் கூட இல்லை. ஆனால், தன் அருகே இருப்பான் என்று உறுதியாக நம்பினார். வானத்தை அண்ணாந்து பார்த்துவிட்டு, நிலத்தைப் பார்த்தார். சாலைக்கு எதிர்புறம் போய் நின்றபடி, தெளிந்த நீர் தேங்கி நடவுக்குக் காத்திருக்கும் நிலத்தை ஆய்வு செய்பவர்போல சுற்றிலும் நோட்டம் விட்டார். திருப்தியற்ற முகபாவனையுடன் பத்தடி தூரம் கம்பீரமாக சாலையோரத்தில் நடைபோட்டார் வேலப்பன். வழக்கமான முறையில் கச்சிதமான இடைவெளியுடன் அவர் பின்னே போனான்.

அலங்காரமான சாட்டைக்குச்சியை குதிரையின் சேணத்திலேயே சொருகிவைத்திருந்தார். குதிரை தனது சாட்டையைத் தன் சொந்த முதுகிலே சுமந்துகொண்டு காலை மாற்றி மாற்றித் தரையில்

பிராண்டியபடி தலையில் காற்றை மோதுவதுபோல நெற்றியை முன் பக்கம் நீட்டியது.

ஆண்டை, மீசையை மிகக் குறுகிய கால இடைவெளியில் முறுக்கி விட்டுக்கொண்டார். அது, குதிரை அடிக்கடி தரையைக் காலால் பிராண்டுவதற்கு ஒப்பாய் இருந்தது. தோப்பிலிருந்து ஓடிவந்த நாய் குதிரையைப்பார்த்து வன்மத்தோடு குரைத்தது. குதிரைக்கு அது எதிர்ப்பு தெரிவித்ததோ என்னமோ, தொடர்ந்து குரைத்து குதிரையை, அச்சுறுத்தியது.

குதிரை ஏனோ அசையாமல் நின்றுவிட்டது. குதிரைக்கு பக்கவாட்டில் நாய் இருப்பதால், அதனால் பார்க்க முடியவில்லை. இருந்தாலும் எதிர்ப்பைக் காட்ட, காலால் மண்ணைக் கீறி, தரையில் காலைத் தட்டியது.

ஆண்டை எரிச்சலோடு நாயைப் பார்த்தார். அதை சூ... என்று விரட்டுவதால் தன் மேன்மை குலைந்து விடுமோ என்ற எண்ணத்தில், வேலப்பனைப் பார்த்தார். நீ இதையெல்லாம் என் கண் முன்னால் நடக்கவிடலாமா என்று கேட்பதுபோல் இருந்தது அந்தப் பார்வை. அவன் ஒத்த புரிதலுடன் கல்லை எடுத்து ஓங்கி விட்டான். நாயின் நடு மண்டைக்கு குறி பார்த்தான், தப்பவில்லை. நேர்த்தியான தாக்குதலா கண் இருண்ட நாய் தடுமாறிப் பின்வாங்கியது. அதன் நெற்றியில் இருந்து கருஞ்சிவப்பாய் குருதி கொட்டியது. தன் ரத்தத்தை சுவைத்தபடி கிறுகிறுத்த தலையுடன் பின்வாங்கி ஓடி தோப்பில் மறைந்தது.

"ஏய்! அத அடிச்சி, மரத்தடியில பொதைடா" தோப்பில் எரு கொட்டிக் கொண்டிருந்த செங்கேணியைத் தாண்டி நாய் ஈனக் குரலில் கத்தியபடி ஓடியது. பையன் திகிலோடு அதைப் பார்த்தான். அது ஓடிய வழியெங்கும் ரத்தத் துளிகள்.

ஆண்டையைச் சுமந்துகொண்டு ஓடும் குதிரையின் கணைப்பு தூரத்தில் கேட்டது. சுழலும் சக்கரத்தில் சாட்டைக்கொம்பின் நுனி உரசி ஏற்படும் ஓசை.

அந்த வண்டியைக் கண்டாலே பையனுக்கு நடுக்கமாக இருந்தது. நம்பிக்கையற்றதோர் உணர்வு அவனுக்குள் ஏற்படும். பண்ணை வேலையில் நன்கு பழகிவிட்டான். இப்போது பள்ளிக்குப் போகும் பிள்ளைகளைப் பார்த்து ஏங்கித் தவிக்கும் மனதோடு சாணக் குவியலுக்கிடையே வேலை செய்வதும் கூட மகிழ்ச்சி தரவில்லை. தூரத்தில் களை பறித்துக்கொண்டிருக்கும் பெண்களில் அம்மா எங்கேயென்று உற்றுப் பார்த்தான். சிறு புள்ளியாய் அம்மா.

"அம்மாவ வீட்டுல உக்காரவச்சிட்டு தான் மட்டும் சம்பாதித்துக் கொண்டு போய் சோறு போட்டால் எப்டியிருக்கும்?" என்ற நினைப்பு அவனுக்கு அடிக்கடி வந்தது. அதைப் பற்றி பலவிதமாகக் கனவு கண்டான்.

போன வாரத்துல சந்தைக்குப் போய் ஆறு ரூபாய்க்கு பழைய புடவை வாங்கிக் கட்டிக் கொண்டு நல்லா இருக்குதாடா? என்று கேட்ட போது பதிலற்றவனாய் அம்மாவை பார்த்துக் கொண்டிருந்தான். "வாத்தியாரம்மா மாதிரி இருக்கற" என்று சொன்னது அவன் நினைவுக்கு வந்தது.

இந்த வேலையை விட்டுட்டு வேற எங்கனா போயி நெறைய சம்பாதிச்சிக்கினு வந்து, அம்மாவுக்குப் புதுசா ஒரு புடவை வாங்கித் தரணும்னு எண்ணினான்.

அவன் யோசனையில் இருக்கும்போது தென்னையின் காய்ந்த மட்டையொன்று அவனுக்கு சற்றுத் தள்ளி விழுந்து, அவனை கலவரப்படுத்தியது. காலையிலிருந்து இரண்டு வண்டி எரு குவியலை கரைத்திருந்தான். கூடையில் எருவை அள்ளிக் கொண்டிருக்கும்போது வேலப்பன் அடிபட்டு ஓடிய நாயை இழுத்து வந்தான். உயிரற்ற அதன் உடல் பெருங்கந்தலைப் போன்று தரையை துடைத்துக்கொண்டு வந்தது.

தென்னைக்கு அடியில் போட்டு "டேய்! இத இங்க பொதைடா" பெரும் சாதனையாளன் போல உத்தரவிட்டான்.

"சீ! இவல்லாம் ஒரு மனுசன் இப்டி வாயில்லாதத கொன்னுட்டு பெரிய வீரன் மாதிரி தூ... என்று துப்ப வேண்டும்போல இருந்தது.

"என்னடா, சொல்லிக்கிட்டு இருக்கேன். வேடிக்க பாக்கற, போ நல்லா ஆழமா தோண்டிப் பொதைச்சிட்டு சுருக்கா வா" அதட்டலோடு வந்தது உத்தரவு.

அவனைப் பார்த்தாலே செங்கேணிக்கு அருவருப்பாய் இருக்கும். ஆனாலும் நடுங்கினான். தனக்கும் அவனைப் போல பெரிய மீசை வந்த பிறகு, அதைப் பெரியதாக வளர்த்து அவன் முன்பாக முறுக்கி விட வேண்டும் என்று நினைத்துக்கொண்டான். தான் பலமுள்ள ஆடவன் என்று பெண்களுக்கும் பலவீனமானவர்களுக்கும் காட்டிக் கொள்வதற்காக மீசையை ஓர் ஆயுதம் போல பயன்படுத்துகிறார்களோ என்னவோ. பையன் லேசாக மூக்குக்கு கீழே தடவிப் பார்த்தான். கையில் உரசிய மென் மயிர் அவனுக்குள் சிலிர்ப்பைத் தந்தது. அடங்காத மீசையை அடக்குவதுபோல புறங்கையால் தடவிக்கொண்டான்.

தரையைப் பிராண்டிய கொழுத்த குதிரையின் மீது கோபம் வந்தது. நாயைப் புதைத்துவிட்டு சாலைக்குப் போனான். குதிரை தரையில் கீறி வைத்த இடம் அடையாளமற்று இருந்தது. எனினும் அந்த இடத்தில் தூவென துப்பினான்.

நடவு முடிந்து கரையேறிய பெண்கள் மண் சாலையில் கூட்டமாய் போய்க் கொண்டிருந்தார்கள். செங்கேணி அம்மாவைத் தேடினான். அம்மா களைத்துப் போய் நடந்துபோவது தெரிந்தது. கையில் பெரிய பருத்த கம்பங்கதிர் ஒன்றை விரல்களுக்கிடையே வைத்து, அரக்கிக் கொண்டு வந்தாள். கொங்கைகளை ஊதிக் கம்பை முந்தானையில்

முடியும் முன்பே அவனைப் பார்த்து விட்டவள், அவன் வாய் கொள்ள முடியாதளவு கொட்டினாள். மீதத்தை ஒரு கையில் வைத்துக்கொண்டு ஒரு கையால் அவனை அணைத்துக்கொண்டாள்.

"உம் புள்ளைக்கி மீச மொளைக்குதுடி! உம் வளந்துட்டான்" கூட வந்து கொண்டிருந்தவர்களில் செல்வி சொன்னாள்.

அம்மா எதுக்குமே பதில் பேசறேது இல்ல. எல்லாத்துக்குமே சத்தமில்லாம ஒரு சிரிப்புதான். பளீர்னு பல்லு தெரியும். அம்மாவின் தோளைப் பிடித்தபடி நடந்தான்.

"ஏண்டி பானு! நாலு பேரப் போல பேசி சிரிச்சி கலகலன்னு இரேன்டி. இன்னாமோபோல புள்ளையும் உன் தோளத் தாண்டிட்டான். நீயும் பிடிவாதமா ஒண்டியாக் கெடக்குற. வழக்கமத்த வழக்கமா நீயிருக்குற அழவுக்கு சாவப் போறவன் கூட சேத்துக்குவானடி"

இந்தப் பேச்சைக் கேட்டு பின்னால் வந்துக் கொண்டிருந்தவர்களில் ஒருத்தி சிரிப்பது கேட்டது. பையனுக்கு எரிச்சலாய் இருந்தது.

"இந்த ஒலகத்துல நீயும் உம்புள்ள மட்டுந்தான் கீறாப்பல நெனப்பு உனக்கு. பாத்துடி! பெரியாண்ட ஆடாத ஆட்டமெல்லாம் ஆடி போய் சேந்துட்டான். இப்ப சின்னது துளுத்துக்கினு ஆடுது சின்னது பெருசுன்னு இல்லாம மோந்துக்கினு திரியுது" பானுவின் காதில் செல்வியத்தை ஏதோ கிசுகிசுப்பதும் தன் கையை அம்மா தளர்த்துவதும் உணர்ந்து, இரண்டடி விலகி நடந்தான்.

"சின்னாத்தூர்லதான் சீரழிஞ்சி சிரமப்படறமேன்னு இங்க வந்தேன். சின்ன ஆண்ட, புடுங்கலு தாங்கமுடியல. நேத்து வாய்காவுல தண்ணி மோந்து குடிச்சிக்கினு இருக்கறேன். பேயி மாதிரி பின்னாடி வந்து நின்னுக்கினு ஏய் தோப்புக்குள்ள போடின்றான். வாணா சாமி நா தூரம், தூதெறி! தருத்தரம் புடிச்ச முண்டம்னு காறி துப்பிட்டு ஓடுறான். அடிமைங்க என் நெலத்துல உழட்டும். நா உங்கள உழறன்னு தொத்து கால் போட்டுக்கினு திரியறான். வயித்துப் பசிக்குத் தப்பி தடுக்கி எம்மா காலந்தா ஓடறது போ… எல்லாத்தையும் மாத்தறம் ஏத்தறம்னு, சேப்பு கொடிய தூக்கிக்கினு திரிஞ்சதுங்க. எம்மாம கொடியோட போச்சி, போச்சி, எங்க போச்சின்னே தெரியல ஒரு வாரம் சென்னு ஒலக்கூரு கம்மாயிலருந்து பொணமாத்தான் தூக்கியாந்தாங்க"

அவள் மார்பில் அடித்துக்கொண்டது மெத்தென்று கேட்டது.

"பொம்பளையா பொறக்கறதே சங்கடப்பட்டு சாவறதுக்குத் தானோ என்னமோ… பொறந்தாலும் எம்மா இந்தப் பற சாதியில பொம்பளயா பொறந்து படற சங்கம் இந்த சாமிங்களுக்கு தெரியுதோ… தெரியலயோ, எல்லா நல்லா மினுக்கிக்கினு இழுத்து மூடிக்கினு கெடக்குதுங்க. இதுங்க கல்லா இருக்கறதால உட்டுவெச்சிருக்கிறானுங்க. இதுங்க மட்டும் எலும்பும் சதையுமா இவனுங்க முன்னாடி நடந்து திரியட்டும் அப்ப தெரியும். அதுங்களுக்கு நாம படற கஷ்டம் இன்னதுன்னு" கடைசி வார்த்தை அவளையும் மீறி சத்தத்தோடு வந்தது.

"இவனுங்க ஆடுற ஆட்டத்துக்கு சாமிய எதுக்குப் பேசறே"

"நாம எங்க பேசறோம்? மூடிக்கிட்டு கெடக்குறோம் சாமி.... சாமின்னு சாமிய நம்பறோம். அதுங்க சீவி சிங்காரிச்சிக்கினு மினுக்குதுங்க. பெறவு ஜிங்கு ஜிங்குனு குதிச்சிக்கினு வருதுங்க. ஆட்டக் குடுறா, மாட்டக் குடுறா, கோழியக் குடுறான்னு அதிகாரமா வாங்கி துன்னுட்டு, சேப்பு மஞ்ச சேலையுமா ஒடம்ப முச்சூடும் போத்திக்கினு பத்தரமா இருக்குதுங்க" கோபத்தில் அவள் குரல் உயர்ந்தது, பையனுக்கு கேட்டது. அவன் உள்ளுக்குள் சிரித்தான்.

பெரிய நிலா வானத்தில் தெரிந்தது.

"சந்திரன் எம்மாம் பெருசா இருக்குது பாருடி! உக்கும்" பானு பேசினாள். செல்வியின் பேச்சுக்குப் பதிலா எதாவது பேச நினைத்து பேசினாள்.

"உக்கும். இவ ஒருத்தி, நம்ம பாடு பெருசா இருக்குதுன்னு சொல்றேன் சந்திரன் பெருசா இருக்குதா?" சலிப்பு மிஞ்சிய குரலில் முணுமுணுத்தவளை இடைமறித்து, "ஆமா! செங்கேணி அப்பா கூட சேப்புக்கொடிக்காரங்க கூடத்தான் போயிக்கினு, வந்துக்கினு இருந்துச்சி. சேரி முக்குல கொடிய நட்டாங்க. நாலாவது நாலு. பனந்தோப்புல நொற கக்கிங் கெடக்குதுன்னு பொணமா தூக்கியாந்தாங்க. சேப்பு நெறம் ஊர் சாமிக்கு ஆவாதுடா, அதான் கொடி புடிச்சவன் ஒவ்வொருத்தன ஆத்தா கொன்னு போறா போங்க. களத்து மேட்ல நின்னு பெரியாண்ட கத்துனது எங்காதுல இன்னமும் கேட்டுக்கினு இருக்குது. என்னமோ சூச்சி பண்ணி அத...." துயரத்தால் அவள் குரல் இன்னமும் சுருங்கி விட்டது. அம்மா துயரத்தால் குலுங்குவதை தெரிந்து, சில்லிட்ட கையை பிடித்துக்கொண்டான்.

பின்னாலும் முன்னாலும் குசுகுசுவென பேசிக்கொண்டு போனார்கள். செல்வியத்தை, அம்மாவை நெருங்கி வந்து மிக ரகசியமாக ஏதோ கிசுகிசுத்தாள்.

குடிசைகள் இருளினூடே புதைந்துபோய் மனிதர்களைத் தாக்க பதுங்கியிருக்கும் பூதங்களைப்போலத் தெரிந்தன. மின்மினிகள் இருட்டில் ஒளிர்ந்து திரிந்தன. அதற்குள்ளாக தென்னையில் இருந்து உறித்தெடுத்த பண்ணாடை கருகும் வாடைக் காற்றில் பரவியது. பையனின் குடிசை கடைசியாக இருந்தது. குடிசையிலிருந்து பார்த்தாள் ஏரிக்கரை தெரியும், குடிசைக்கெதிரே பெரிய வேப்பமரம், வாசல் நன்கு மெழுகி சீராக இருந்தது. வேப்ப மரத்துக்கு சற்றுத் தள்ளி அவரைக்கொடி பந்தல், அதனடியில் பழைய பெரிய பனைகள் பல வடிவங்களில் நீரோடு இருந்தன.

"செங்கேணி! அரைப் பல்லாவுல இருக்குற தண்ணிய எடுத்துக் கழுவிக்கோ"

பக்கத்துக் குடிசையிலிருந்து அம்மா, நெருப்பை பண்ணாடையில் புதைத்து காற்றில் வீசிக்கொண்டு வந்து, குடிசைக்குள் புகுவதைப் பார்த்தான். அடுப்பு எரியும்போது அதன் ஒளியில் அம்மாவின் முகத்தைப் பார்க்க அவனுக்கு ரொம்ப பிடிக்கும். தலையை அசைக்காமல்

வெடித்து எரியும் சுள்ளியையே பார்த்துக் கொண்டிருப்பாள். சில நாட்களாக அம்மா ஏதோ யோசனையோடு இருப்பதுபோல தோன்றியது. அடைப்பற்ற வேப்பங்கழியாலான வாசலில் சாய்ந்து உட்கார்ந்துகொண்டு அம்மாவை பார்த்து கொண்டிருந்தான்.

"டேய் போயண்டா! எல்லா புள்ளைங்களும் நெலா வெளிச்சத்துல வெள்ளாடிக்கினு இருக்குதுங்க. நீ எம்மூஞ்சிய பாத்துக்கினு ஒக்காந்துக்கினு இருக்கற போ போ... கஞ்சியானதும் கொரல் குடுக்கறேன் போ. வெளாண்டுட்டு வாடா, போ..."

"ஆமாண்டியெம்மா! உம் மூஞ்சப் பாத்துக்கினு இருந்தா போதும் அவனுக்கு கூழும் வாணாம், கஞ்சியும் வாணா பெத்த பாரு புள்ளய" பக்கத்து குடிசையில் இருந்து குரல் வந்தது.

யாரு சொன்னா அவனுக்கென்ன இன்னும் நெருக்கமாக அம்மா பக்கத்தில் போய் உட்கார்ந்து கொண்டான்.

அம்மாவத் தவிர, இந்த உலகத்துல பெருசா வேற எதுவுமே இல்ல என்பது தான் அவன் நினைப்பு.

கருநீல வானத்தில் எண்ண முடியா தாரகைகள். அடிவானில் பெரிய நிலா. ஓய்ந்த பறவைகளுடன் பெரிய வேப்பமரம். அதனடியில் சின்னக் குடிசை, குடிசையினுள் அடுப்பின் ஒளி, அதன் முன்னே தாயும், மகனும். தாயினுள்ளே எரிகிறது, சுள்ளிகள் கனன்று.

அன்றையப் பொழுது வேலை முடிந்து, பெண்கள் கரையேறி கிளம்பி விட்டார்கள். தூரத்தில் பெண்களின் பேச்சுக் குரல் கிணற்றின் ஆழத்திலிருந்து கேட்பது போல்கேட்டது. அதில் அம்மாவின் குரல் கேட்கிறதா என்று உற்றுக் கேட்டான். தொழுவத்தில் பையனுக்கு இன்னும் வேலை முடியவில்லை.

அவங்களோடு அம்மாவும் போய்க் கொண்டிருப்பாங்களோ வென்று? ஏக்கத்துடன் எண்ணினான். சாணக்குவியலின் நாற்றத்திலிருந்து ஓடி விடவும், வீடு திரும்பும் பெண்களில் அம்மாவை கண்டுபிடித்து அவளோடு கைப்பிடித்து நடக்கவும் ஆசைப்பட்டான்.

"ஏய்! இன்னா வூட்டு நெனப்பு வந்துருச்சா? சவுக்கால ரெண்டு இழுத்தா எல்லா சரியா போயிடும்டா வா இந்த கூலத்த அள்ளி குழியல போடு. போட்டுட்டு.... அந்த கருப்புப் பசுவுக்கும், வளவு பசுவுக்கும் புல்ல. போடு நா வந்துடறேன்" சொல்லிக் கொண்டு அவன் அவசரமாக எங்கோ போனான். கால் நடைகள் காலை மாற்றி மாற்றி ஈர நிலத்தில் தொப்பென்று வைக்கும் சத்தமும் ஈரமான மயிரடர்ந்த வாலைச் சுழற்றி முதுகில் அடித்துக் கொள்ளும் ஓசையும் அவனை எரிச்சல் படுத்தியது. போறபோக்குல பொழுதனைக்கும் மாடுகளோடுடன் மாடா இந்தாளு கட்டிப்போட்டுறவான் போல இருக்குது. பையன் மனதுக்குள் நினைத்துக் கொண்டான். பசுக்களின் துணை தேடும் ஏக்கமான கத்தலுக்கு புதிதாக ஆந்திராவில் இருந்து ஓட்டி வரப்பட்ட பொலிகாளை அடித்தொண்டையில் கத்தி, பதிலளிப்பது போல இருந்தது.

காளையை நெருங்க. செங்கேணிக்கு அச்சமாக இருந்தது. அது எப்போதும் உறுப்பை வெளியே தள்ளிக் கொண்டும், நடு முதுகை உயர்த்தி திமிறிக் கொண்டும் இணைக்கு ஒவ்வொரு கணமும் காத்திருந்தது. வேலப்பன் வலுவான கயிறால் அதைப் பிணைத்திருந்தான். அது அவனுக்கு கட்டுப்பட்டிருந்தது. பண்ணையைப் பராமரிப்பதில் வேலப்பன் தேர்ந்தவனாக இருந்தான். அவனுக்கு கால்நடை, வைத்தியம் அத்துபடி ஒவ்வொரு கால்நடையையும் அவன் அறிந்துவைத்திருந்தான். தன்னிடத்தில் அவை பாதுகாப்பாகவும் நலமோடும் இருப்பதாக நம்பினான்.

தொழுவத்தில் வரிசையாக மூன்று ராந்தல்கள் எரிந்து கொண்டிருந்தன. வழக்கமான முறைப்படி தீனியைக் கலந்துவிட்டு, வயலில் இருந்து திரும்பிய உழவு மாடுகளை அவிழ்த்து விட்டான். அவை பெரும் ஆவலோடு உர் உர்ரென திடமான கரைசலை உறிஞ் சின. அவைகளுக்கு மேலே மின்மினிப்பூச்சி மினுக்கித் திரிவதைப் பார்த்து, அவனுக்கு எரிச்சலாக வந்தது. அம்மா வீட்டுக்குப் போய் சேர்ந்திருப்பாங்க. இப்போதெல்லாம் அம்மாவுடன் சேர்ந்து வீட்டுக்கு போக வாய்ப்பதேயில்லை என்று நினைத்துக்கொண்டான். வேலப்பன் பெரும் புல் சுமையொன்றைத் தோளிலே தூக்கி வந்து போட்டான். கறவைகளுக்கும், காளைக்கும் தீனி போட, பையனை அனுமதிக்க மாட்டான். புல்லை அளவோடு போட உலகத்திலே அவனுக்கு மட்டும்தான் தெரியும். பையனும் அப்படித்தான் நம்பினான்.

“ஏய் போ.... போய், காலம்பர சுருக்கா வந்துரு, சூரியன பாக்க வர்ற உன்னைக் கட்டிப் போட்டாதான் சரிப்படுவ போ... போடி” விலங்கைப் போல கத்தினான். ஆண்டைக்கு முன்னாடி புழு போல வளைஞ்சிகிறவன், மத்தவங்க முன்னாடி பாரு, நாகப்பாம்பா சீறுறத தூ... இவல்லா ஆம்பிள்ளன்னு பொம்பள ஒருத்தி அவனுக்குத் தெரியாம ரகசியமா திட்டுனது பையன் நினைவுக்கு வந்தது.

புல்லு போடும்போது அசையாமல் நின்ற பசுவின் விலாவில் முழங்கையால் ஊன்றித் தள்ளினான். அது உறுதியாக நின்றுகொண்டு வயிற்றால் அவனைத் தள்ளுவதுபோல் உரசியது.

“உம்.. பால் வத்தும்போதே நெனைச்சன்” அவன் மெதுவாக முணுமுணுத்தான். பசுக்களை வேலப்பன் ஆபாசமா திட்டுவது அவன் காதில் விழுந்தது. பையன் கட்டியிருந்த பழம் வேட்டியால் உடம்பில் கிடந்த தூசுகளைத் தட்டினான்.

வேலப்பன் அவசரமாக கூரையில் தொங்கிக் கொண்டிருந்த தூக்கிலிருந்து எதையோ எடுத்தவன் ‘இந்தா, தின்னுக்கிட்டே போ’ ‘யாரோ அவனுக்குத் தந்ததை பையனுக்குத் தந்தான். அதிரசத்தை கையை தட்டிக்கொண்டு வாங்கியவன், தென்னந்தோப்பைத் தாண்டி ஓடிக் கொண்டிருந்தான். சாலைக்கு அவன் வருவதற்குள் முழுமையாக இருண்டிருந்தது.

தூரத்தில் குதிரை கனைக்கும் ஓசையும் சக்கரத்தில் சாட்டைக் குச்சி உரசும் கடகடப்பும் தெளிவாகக் கேட்டன. ஆண்டை போய்க் கொண்டிருக்கிறார். அந்த சாலையின் இடது புறம் பிரியும் கிளை தென்னந்தோப்பை சுற்றிக்கொண்டு பெரிய மச்சு வீட்டுக்கு முன்பாக போய் முடியும். ஆண்டையைத் தவிர, அந்த சாலையில் யாரும் எந்த விதமான வாகனத்தையும் ஓட்டி வர முடியாது .ஆண்டையோட பொஞ்சாதி மணப்பெண்ணா வரும்போது பொண்ணு காருல இருக்க டிரைவர் மத்தவங்களோடு சேர்ந்து வீடு வரைக்கும் தள்ளிகிட்டுத்தான் போனாங்க. வேற என்ன சொல்றது? வேற சொல்லவும் நெறைய இருக்கு அவ்வளவு கூத்து நடந்திருக்கு.

பெரியாண்ட உசுரோட இருந்த காலமது. தோப்புக்குப் பின்னாலே தானியக் கெடங்கு கட்ட, நாள் கெழம பார்க்க அய்யர வரச் சொல்லியிருந்தாங்க. தானியக் கெடங்கு கூடவே, பண்ணையில வேல பாக்குற பொம்பளைங்கள நசுக்கிப் பிழியற இடம். ஆனால், அதை அப்படிச் சொல்ல முடியாது இல்லையா? அதனால் பண்ணை வீடு கட்ட, தேதி குறிக்க ஐயர் ரொம்ப ஆர்ப்பாட்டமாய் மிதிவண்டியை மிதித்துகொண்டு சூரியன் புறப்பட்ட நேரத்துல மச்சு வீட்டு பாதையில வந்து கொண்டிருந்தார். அந்த நேரம் பார்த்து குதிரையின் மினுமினுப்பை பார்த்து தடவிக் கொடுத்துக்கொண்டிருந்த சின்ன ஆண்டை "யோவ் அய்யரே! இன்னா உங்கப்பா வூட்டுப் பாதையில வர்றாப் போல மிதிச்சிக்கினு வர்றீர்... எறங்குய்யா" சுரீர்ன்னு தீர்க்கமான மிரட்டல்.

அய்யருக்கு நடுக்கம் பற்றிக்கொண்டு சின்னப்பையன் போல தொபீர்ன்னு குதித்து நடுக்கத்தோட கீழ விழ இருந்த மிதிவண்டியை சமாளித்து பிடித்துக் கொண்டு என்னங்க தம்பி பிராமணாளப் பார்த்து இப்டி மரியாதக் குறைவா பேசறது அவ்ளோ நன்னாயில்ல நல்ல காரியம் பேச வந்துண்டிருக்கேன்" அந்த நேரம் பார்த்து, குதிரை காலைத் தவறுதலாக வைத்ததில் சின்ன ஆண்டையின் கால் சுண்டு விரல் பிசகிவிட்டது. எரிச்சலடைந்த ஆண்டை வேலப்பனிடம் ஏய் அந்தாள இழுத்தாடா... சாட்டக் கம்பால நாலு இழுப்பு இழுத்தாதான் சரிப்படும். காலங்காத்தால சாபங் குடுக்கறான் கவனிச்சி அனுப்புவோம். ஆண்டைக்கு கால் நொண்டும்படியாகி விட்டது. கோபத்தில் சொன்னபடியே நாலு இழுப்பு வாட்டமாக முதுகில் சிவப்புக் கோடுகளாய் தீட்டப்பட்டது.

"நாராயணா.... நாராயணா..."ன்னு குதிச்ச குதிப்புல பெரியாண்டை மாடியில இருந்து ஓடி வந்தார். "கலி முத்திண்டு வர்றது. இதெல்லாம் நடக்கறது சகஜம் தான்" தனக்கும் மற்றவர்களுக்கும் பொதுவானது போல சொல்லி சமாதானமடைந்து கொண்டவருக்கு நான்கு பசுக்களை தானமாக ஓட்டிவிட்டார்கள். இந்தக் கதையை வேலப்பனே பையனுக்கு சொல்லியிருந்தான்.

குதிரையும் அதன் வண்டிச் சத்தமும் தூரத்தில் போய்மறைந்தது. நாய்களின் குரைப்பு சத்தத்தால் நினைவு திரும்பியவன் அதிரசத்தை பாக்கெட்டில் திணித்துக்கொண்டு ஓடினான். அந்தச் சூழல் அச்சந்தருவதாக இருந்தது. தனக்கு முன்னே யாரோ நடந்து போவது தெரிந்து நெருங்கினான். நாய்கள் தொடர்ந்து குரைத்து பயமுறுத்திய போதும் நிதானமாக போய்க்கொண்டிருந்தது அந்த உருவம். அது மிகத் தடுமாறி நடப்பதுபோல அவனுக்குப் பட்டது. யாரோ குடித்து விட்டு, போதையில் நடப்பதாக நினைத்து நெருங்கினான்.

அவனையும் அந்த உருவத்தையும் மிதிவண்டியில் யாரோ கடந்து போனார்கள். "அவரு சீத்தலாம்பட்டு வாத்தியாரு தான் சைக்கிளு ஓட்டிக்கினு போறாரு. ஆண்டையோட ரேக்ளா வந்தாக்கூட எறங்க மாட்டாரு"ன்னு சனங்க பேசிக்குவாங்க ஆண்டையோட நெருங்கிய சொந்தக்காரு அவரு மூஞ்சப் பாக்க செங்கேணிக்கு ஆசையா இருந்தது. வண்டி தூரத்தில் போய் விட்டது. சுற்றி நின்று குரைக்கும் நாய்களை விரட்டினான். மிக அருகாமையில் குரைத்த நாயொன்றின் விலாவில் அவன் எட்டியுதைத்த போது அவன் காலைக் கவ்வ முயன்று உதையின் தீவிரத்தால் கத்திக் கொண்டு ஓடியது. மண் சாலையோர குடிசைக்கு வெளியே உட்கார்ந்திருந்த யாரோ நாய்களை அடக்க குரல் கொடுப்பது தெரிந்தது.

நாயை விரட்ட உருவத்திடம் இருந்து வெளிப்பட்ட குரல் கேட்டு செங்கேணி திடுக்கிட்டான்.

"அம்மா"

"உம்"

"வேல முடிய இந்நேரமா ஆச்சி"

"உக்கும்" ஒற்றையாய் பதில் வந்தது. அம்மா தடுமாறி அவனைப் பிடித்தாள்.

"இன்னாம்மா ஒடம்புக்கு முடியலயா?"

"ஒண்ணுமில்ல வாடா" அம்மா அவனை இறுக்கிப் பிடித்துக் கொண்டாள்.

அவனைச் சுற்றி நிலவிய இருள்போல அம்மாவின் குரலில் துயரம் ததும்பியதைப் பையன் உணர்ந்து கொண்டான்.

"ஆளுங்க கூட போறதுதானே, எதுக்கு தனியா வர்ற."

"தானிய அளக்க கூப்புட்டாங்கன்னு போனேன்'' என்றவள், "நீயெதுக்குடா இந்நேரத்துல வர்ற" என்று கேட்டாள். அந்த வேலப்பன் தொழுத்துல வச்சி உயிர எடுக்கறான். வேல செய்யும் போதே நடு முதுகுல ஒதைக்குறான். பையன் எந்தக் காரணமுமற்று விசும்புவது போல் இருந்தது.

அம்மா அவன் கைகளைத் தடவினாள். அது காய்ப்பேறி வெகுகாலமாகி விட்டது. "பள்ளிக்கூடத்துக்குப் போ.. பள்ளிக்கூடத்துக்கு போன்னு சொன்ன கேட்டியா, அந்த ஓரக் குழியில கெடந்து மக்கி சாவப் போற" நம்பிக்கையற்று சொன்னாள்.

அம்மா மீது வழக்கமற்று நல்ல வாசனை வீசியது "எதுனா பூவ கிள்ளியாறயாம்மா"

அவன் கேள்விக்கு பதில் இல்லை.

தூரத்தில் நாய்கள் சண்டையிட்டுக்கொள்வதும் அம்மாவின் விசும்பலும் ஒரே நேரத்தில் கேட்டன. குடிசைகளைக் கடந்து போய்க் கொண்டிருந்தார்கள். சுள்ளிகள் எரியும் வாடையும் புது நெல் வறுபடும் மணமும் சேர்ந்து, இரவை முழுமையாக்கின. இரண்டொரு குடிசைகளில் நெல் இடிபடும் ஓசை கேட்டது. வானம் விண் மீன்களால் நிறைந்து பூமியைவிடவும் ஒளிமிக்கதாகத் தெரிந்தது. விண்மீன் ஒளியில் அம்மாவின் முகத்தைப் பார்க்க ஆசைப்பட்டவன் போல அம்மாவை மிக நெருக்கத்தில் பார்த்தான். இருள் நிறைந்த உலகில் தாயின் முகத்தருகே பறந்துபோன இணையான மின்மினிப் பூச்சிகளின் ஒளியில் கண நேரம் தெரிந்த தாயின் முகம் அவனுக்கு எதையோ சொன்னது. அதில் இருந்த கண்ணீரை அவனால் பார்க்க முடியவில்லை. ஆனால், அவனால் உணர முடிந்தது.

அம்மா அவன் தலையை வருடினாள். பின், தோள் மீது கையை போட்டு அணைத்தபடி நடந்தாள். அம்மாவின் கைகள் சூடாக இருந்தன. அம்மா அவனை இறுகப் பற்றியிருந்தாள். எப்போது வேண்டுமானாலும் தரையில் சாய்ந்து விடுபவள் போல தள்ளாடினாள். அன்று முழுவதும் கடுமையான வேலையென்பதால், கஞ்சிக் கூட, குடிக்காமல் தரையில் சாய்ந்து உறங்க அவனுக்கு ஆசையாக இருந்தது. அம்மாவுக்கும் நிறைய வேலையிருந்திருக்கும். அதனால்தான் சோர்வாக இருப்பதாகப் புரிந்துகொண்டிருந்தான். வாசல் சருகுகளற்று பெருக்கி விட்டதுபோல தூய்மையாக இருப்பதாக நினைத்து, வாசலிலேயே படுத்துக்கொண்டான்.

அம்மா நெல்லை குத்தத் தொடங்கியிருந்தாள். அந்த ஓசையினூடே அவன் உறக்கத்தில் ஆழ்ந்தான். அம்மாவின் விசும்பல் உலக்கை சத்தத்தில் அமிழ்ந்து போனதை அவனால் அறிய முடியவில்லை. பெரும் எருக் குழிக்குள் விழுந்து கொண்டிருப்பதுபோல உறக்கத்திலும் உணர்ந்தான். துயரத்தின் தூண் ஒன்றைத் தான் இறுகப் பற்றியிருப்பதும் அதிலிருந்து விடுபட முடியாதபடி காலம் காவல் காப்பதுமானதொரு சூழலைக் காணும் மயக்கமானதொரு உறக்கமது. சீக்கிரத்தில் விழித்துக் கொண்டான்.

மல்லாந்து படுத்தபடி கருவானின் விண்மீன்களைப் பார்த்துக் கொண்டிருந்தான். பின்பக்க குடிசையில் இருந்த பூர்சம் அத்தையின் குரல் எங்கேயோ கேட்பதுபோல் கேட்டது.

"நீயெதுக்குடி கண்ணீர் விடற? உன்னைப் பத்தி ஒருத்தர் ஒரு சொல்லு சொல்ல மாட்டாங்க. இன்னைக்கு நேத்தா நடக்குது? கண்ணகி பத்தினியா இருந்ததாலே ஊர எரிச்சான்னு சொல்றானுவல்லே அவள ஆண்ட மாதிரி ஒருத்தன் சீரழிச்சிருந்தா என்னா பண்ணியிருப்பா? எவனனா சொல்லச் சொல்லு.

காலபூரா அவனுங்க ஆடற ஆட்டத்துக்கு சப்பக் கட்டு கட்டிவுடறானுவ. எந்த சாமிக்கும் தான் கண்ணு இல்ல. அந்தப் பெரியவனக் கூட நம்பிடலாம். இந்த சின்னவ பண்ற அட்டூழியத்துக்கு தான் தாலி கட்டுன நாலா மாசமே பொண்டாட்டி போய் சேர்ந்துட்டா. அவளா போனாளோ இல்ல மென்னிய அழுத்திட்டானுவுளோ...

பாத்துடியம்மா வயசு புள்ள ஒருத்த வளந்து நிக்றான். அது அப்ப மூஞ்சிய தான் பாக்கல. புள்ளக்கி நீயாவது வாணாமாடி... மேல பறக்குற காக்கா மேல பேண்டுச்சின்னா தொடச்சிக்கல, அப்டி தொடச்சி வுட்டுட்டுப் போ"

"அது காக்கா இல்ல, வெறி நாயி!"

"அதுக்கு நீ தொங்கிட்டா எல்லா சரிப்பட்டுருமா. உம்புள்ளதான் ஆதரவத்து நாசமா போவும். போனவ போனான்னு ஒருத்த கூட வாழ்ந்திருந்தினா இந்த மாதிரி அசிங்கமெல்லாம் வாணாம்ன்னு. அவன் கூட தலைமறவா போய் எங்கனா வாழ்ந்திருக்கலாம். நீயும் பிடிவாதமா இருந்துட்ட புள்ள மூஞ்சப் பாருடி. அவனுவ பொச்சில புத்து வந்து சாவ போறானுவ. இன்னொரு தடவ இந்த மாதிரியெல்லாம் செய்யாத. எங்கூட பொறந்த பொறப்பாட்டம் சொல்றேன் கேளுடியம்மா இந்தா... புளிவச்சி அரைச்சேன் புள்ளய எழுப்பி கஞ்சக் குடு. யோசனையா நடந்துக்க"

கிசுகிசுப்பான குரல், தன் குடிசையில் இருந்துதான் வருகிறது. புரிந்துகொண்டான். புது அரிசி வெந்து வரும் வாடை, பசியைக் கிளப்பியது.

"கூத்துகாரப் பொஞ்சாதி பாவம்! அவனே இம்மா நா இருந்திருந்து அழவா ஒருத்திய கட்டியாந்திருக்கான். பாவம்! அவ தலையெழுத்து. ஆத்தாவூட்ல இருந்து வந்த ரெண்டாநாளே நடவுக்கு வந்துட்டா. அவள ஆண்டை நோட்டமிடுறான். யாரு காப்பாத்துறது? தூக்குல தொங்கணும்னு நெனச்சா ஒரு பொம்பள மிஞ்சமாட்டா! பாத்துக்க"

கிசுகிசுக்கும் பூர்சம்மாளின் குரலை மீறி அம்மாவின் விசும்பலைக் கேட்டதும் அவன் குடிசைக்குள் எழுந்து ஓடினான். கூரையில் இருந்து தொங்கிய அம்மாவின் பழைய சேலை அவன் முகத்தில் மோதியது.

"புள்ள கூட முழிச்சிகிச்சிடி. கஞ்சிய ஊத்து பாத்துடி! யோசனையா நடந்துக்க" சொல்லிக் கொண்டே பூர்சம்மாள் புடவையை உருவி கீழே போட்டாள். கண்ண மூடுன கொஞ்ச நேரத்துல இங்க ஏதோ நடந்திருக்குது என்பதை அவனால் புரிந்துகொள்ள முடிந்தது. அம்மாவின் முகம் வழக்கமற்று இறுக்கமாக இருந்தது. அம்மா அவன் முகத்தை உற்றுப் பார்த்தாள்.

"நீ நாலு எழுத்து படிச்சி, எப்டியாவது பொழச்சுக்குவன்னு பாத்தா சாணி வாரிப் போடப் போறேன்னு போயிட்ட, ப்ச்..."

அகப்பையால் கஞ்சியை முகந்து ஊற்றினாள். விளிம்பு உடைந்த மண் கலயத்தில் சோறு பளிச்சென்று தெரிந்தது. அள்ளி விழுங்கினான்.

அம்மா ஈயச்சொம்பில் நீரை மட்டும் ஊற்றிக் குடித்தாள். அம்மா முகத்தில் இருந்த வாட்டத்தையும் நடுக்கத்தையும் அவன் இதற்கு முன் கண்டதில்லை." நீ இங்க இருக்காத. பட்டணத்துல உம் பெரியப்பன் புள்ளைங்க உனக்கு அண்ணமாருங்க இருக்கறாங்க/ சைதாப்பேட்டை ஆத்தாரோமாவாம் அங்க போயி கேட்டினா சொல்லுவாங்களாம்". யாரிடமோ சொல்வது போல் நடுக்கமும் விசும்பலுமாய் சொன்னவள் "நீ இங்க இருக்காத" குடித்துக் கொண்டிருந்த கஞ்சிக் கலயத்தை சட்டெனக் கீழே வைத்துவிட்டு "இன்னாம்மா" திடுக்கிட்டவனாய் கேட்டான்.

"ஒண்ணுமில்லடா கஞ்சியக்குடி" வெளியே இரவுக்காற்று வீசியடித்தது. பனை ஓலைக் கூரை மக்கியிருந்ததால் காற்றில் கலகலத்தது.

அம்மா பேச்சற்றவளாய் இருந்தாள். அவர்களை இருள் சூழ்ந்திருந்தது. பையன் மிகக் குழப்பத்துடன் கண்ணுறங்கினான். அம்மா அவனது தலையை வருடிக் கொண்டிருந்தாள். விடியும்வரை உறக்கத்தினூடே அம்மா தலையை வருடி விடுவதும் விசும்புவதும் அவனுக்கு கனவு போல் இருந்தது.

மனக் கலக்கத்துடனே வேலைக்குப் போனான். சவுக்குத்தோப்பின் பின்புறம் இருக்கும் தோட்டத்துக்கு அம்மாவை அனுப்பி விட்டார்கள். தோட்டம் தூரத்தில் இருந்தது. அம்மாவை மாலை வீட்டுக்குப் போன பிறகுதான் பார்க்க முடியும் என்பதே அவனுக்கு துக்கம் தருவதாய் இருந்தது.

13

பகல் வேளை புழுங்கியது. பெரிய குழியொன்றைத் தனியொருவனாக செதுக்கிக் கொண்டிருந்தான். குழிக்குள் உடலை அரிக்கும்படி நசநசத்தது. வியர்வையால் தொப்பலாய் நனைந்து, குழியைத் தூர்த்திக் கொண்டிருந்தான்.

திமிரேறிய குதிரை கணைத்தது.

அம்மா தன்னந்தனியாய் இருளில் தள்ளாடியபடி நடந்துபோனது திடுட்பென அவன் நினைவில் வந்து போனது. பொழுதோட இன்னைக்கு கொல்லைக்குப் போயி, அம்மாவோட வீட்டுக்குப்போகணும்னு நினைத்துக் கொண்டான். கடுமையாக உழைத்தான். குழி, தலை மட்டத்துக்கு வந்திருந்தது. குழிக்குமேலே வானம் பளீரென்று தெரிந்தது. சூரியன் மேற்கே போய் விட்டபடியால், குழியில் இருந்து வானைப் பார்க்க புதுமையாய் இருந்தது. மிக உயரத்தில் கூட்டமாகப் பறவைகள் பறந்து போயின. கவலையற்று எந்தக் கட்டுப்பாடும் இல்லாமல் பறக்கும்

அவைகளை ஏக்கத்தோடு பார்த்தான். தானும் அதுபோல பறக்க வேண்டும் என்ற ஆசை அவனுள்ளத்தில் வந்து போனது. அம்மாவும் அவனும் சிறகு முளைத்து வானில் பறப்பது போல கனவு கண்டான். கனவே அவனுக்கு இன்பமளிப்பதாய் இருந்தது.

குழியைவிட்டு மேலே ஏறி வந்தான். புளித்த தென்னங்கள்ளின் வாடை தோட்டமெங்கும் பரவியிருந்தது. குதிரை கணைத்துக் கொண்டே இருந்தது. அதுக்கு ஊரச்சுத்தி ஓடிக்கிட்டே இருக்கணும். இல்லன்னா, கணைக்கும். முன்னங்காலைத் தூக்கித் தரையில தொப்பு தொப்புன்னு அடிக்கும். பெருமூச்சி விடும். தரையைப் பிராண்டும். குதிரை அங்கிருப்பதை பக்கத்திலிருப்பவருக்கு உணர்த்திவிடும்.

தென்னந்தோப்புக்குப் பின்னால ஆண்டையோட வீடு வெள்ளை வெளேர்னு கொக்கு நெறத்துல அது தனி வீடு இருந்தது. அதுல தானியத்தைப் பதுக்கி வச்சிருப்பாங்களாம். அதுல பெரிய ஆண்டையோட அப்பா வேட்டையாடிக் கொன்ன ரெண்டு ஆளு ஒசர கரடிய பாடம் பண்ணி வச்சிருக்காங்களாம். அந்த வீட்டப் பார்க்கணும் என்று பையனுக்கு ஆசை அங்க வேலப்பன் மட்டும்தான் போவான். அந்தப் பக்கம் போகக் கூடாதுன்னு வேலப்பன் பையனுக்கு சட்டம் போட்டிருந்தான்.

“இன்னும் நேரம் இருக்கிறது” என்று எண்ணியவனாய் குழிக்குள் ஏணியை இறக்கி விட்டு குழியை தூர்க்கத் தொடங்கினான்.

“டேய்.... வேலா... டேய் சீக்கிரமா வண்டிய கட்றா”

சின்ன ஆண்டையன் அம்மா குரல் நடுக்கத்துடன் கேட்டது.

“டேய்.... டேய் வேலா! எங்க... எங்கடா இருக்கற? வண்டியக் கட்றா” பெருங்குரலெடுத்து கத்தினாள் அந்தப் பெண். உருவத்திலும் பெரியவள் குரலிலும் பெருங்குரல் மத்தள ஒலிபோல் கேட்கும்.

“டேய்! யார்டா! இங்க வாங்கடா! எம்புள்ளய என்னடா பண்ணிட்டாங்க? டேய்!” பள்ளத்தில் இருந்தவனுக்கு குரல் தெளிவாகக் கேட்டது.

ஏதோ நடக்கக் கூடாதது நடந்து விட்டது என்று மட்டும் பையனால் புரிந்துகொள்ள முடிந்தது. குழியில் இருந்து அவசரமாக மேலேறி வந்தான். தூரத்தில் நாய்களின் குரைப்பும் மனிதர்களின் குரல்களும் ஒரு சேரக் கேட்டன.

பலவிதமான குரல்கள்

“ஓய்... ஓய்...” வேலப்பன் குரல் கொடுத்துக்கொண்டு ஓடுவதும்.

“அம்மா!' தோ!' வந்துட்டேன்” என்று பேய்போல் கத்துவதும் பையனுக்கு கேட்டது. கலவரத்தில் மண் குவியலின்மேல் ஏறிப் ப்பார்த்தான்.

“நீச்சல் தெரியாதவங்க யாராவது தவறி, கிணத்துல விழுந்துட்டு இருப்பாங்களா” என்று யோசித்தான்.

திகிலான மனநிலையில் மீண்டும் குழிக்குள் இறங்க மனமின்றி தோப்பை வெறித்துப் பார்த்துக் கொண்டிருந்தான். ஆணும் பெண்ணும்

அலறும் பேரவலமான ஓசைகாற்றில் அடித்து வந்தது. அவனைச் சுற்றி மனிதர்கள் இல்லை. ஆனால், நடுங்கும் பலவிதமான குரல்கள் அவன் மீது மோதி அவனை செயலற்றவனாக்கியது. குழப்பத்தில் மண் குவியலின் மேல் ஏறிப் பார்த்தான். குழப்பமான நிலையில் நேரம் கடந்து கொண்டிருந்தது.

தோப்பினூடே யாரோ ஓடி வருவது தெரிந்தது. வழக்கமற்ற முறையில் மண்வெட்டியைத் தூர வீசியெறிந்தான். அது, மண் சரிவில் விழுந்து குழிக்குள்ளே போய்விழுந்தது.

ஓடி வந்தவனைக் கூர்ந்து பார்த்தான்.

சடையப்பன், தும்பும் தூசியுமான பரட்டைத் தலையுடன் ஓடிவந்தவன் முகத்தை துடைத்துக்கொள்வது தெரிந்தது.

என்னவென்று கேட்கக் கூட நேரமில்லாதபடி பையனின் கையை ஆதரவோடு பற்றி "வா... வாடா!"

"எங்கண்ணா!"

"ம், வூட்டுக்குன் தான் வா"

அவன் மேற்கொண்டு எதுவும் பேசுவதற்கான சூழலற்று கண்கள் கலங்கி அதிர்ச்சியடைந்தவன் போல இருப்பது பையனுக்கு உறுத்தியது.

அச்சத்துடன் சடையப்பனின் கையை உதறிவிட்டுக் காற்றில் பாய்வதுபோல் பறந்தான்.

அம்மாவென்றுக் கத்தாமல் இருக்க பெருமுயற்சி செய்தான். பலவிதமான மனித குரல்கள் அவனை நிறைக்க அதில் அம்மாவின் குரலை தேடிக் கொண்டே ஓடினான். அம்மாவின் குரல் அவனை விட்டு விலகி வெகுதூரம் பாய்ந்தோடுவது போலவும் அதைப் பாய்ந்து பிடிக்க முயல்பவன் போல கல்லுக்கும் முள்ளுக்கும் மேலாக ஓடினான். குடிசைக்கு முன்பாக பெருங்கூட்டம் பையனின் தொண்டையை யாரோ இறுக்கிப் பிடிப்பது போல் திணறினான். "அம்மா.... அம்மா பெருங்கத்தல் அவன் விரும்பிய அளவு கத்தல் வரவில்லை.

பூர்சம்மா ஓடி வரும் பையனை இடைமறித்து சேர்த்தணைத்துக் கொண்டாள். பையன் அவளைப் பின்னுக்குத் தள்ள முயல... செல்வி வந்து பிடித்துக் கொண்டு குலுங்கியழுதாள். அந்தக் குலுங்கலும் அழுகையும் அவனுக்குத் தெளிவாக்கி விட்டது. அவளையும்கூட அவன் தூரத் தள்ள முயன்று "அம்மா... அம்மா..." எனக் கத்தினான். அவன் குரல் தாயிடம் போய் சேராமல் மற்றவர் எல்லார் காதிலும் போய் நுழைந்து, அவர்களின் இதயங்களை குலுக்கியது. தடுக்க வந்தவர்களை தூரத் தள்ளி வாசலில் போய் விழுந்தான். தரைக்கு மேலாகத் தொங்கியது அம்மாவின் கால் தான். "அம்மா... அம்மா... அம்மாவ காப்பாத்துங்க... எங்கம்மாவ..." பையன் வெளியே நிற்பவர்களைப் பார்த்தான். உணர்விழக்கும் நிலைக்கு போய்க் கொண்டிருக்கும் கடைசி தருணத்தில் அவன் பார்த்த காட்சி அம்.....மா.... என்று கத்த வாய்திறக்க முடியவில்லை. அம்மாவின் முகத்தில் எப்போதும் பார்த்திராத பெரிய

நாக்கு தொங்கி கொண்டிருந்தது. பையன் உணர்வற்று மண்ணில் கிடந்த தருணத்தில் வாய்மட்டுமல்ல. அவனுடைய மொத்தமும் அம்மாவென முனங்கியது.

தலையாரி வந்து பார்த்த பின்பு, இரண்டு ஆண்கள் பிணத்தை இறக்கி வைத்தார்கள்.

இருட்டு சூழ்ந்த பொழுதில் பெரிய திரிவிளக்கு எரிந்து கொண்டிருந்தது. வாசலில் அம்மா அசைவற்றுப் படுத்திருக்க... தலைப்பக்கமாக கூடையினுள் விளக்கு எரிந்து கொண்டிருந்தது. நம்பிக்கையோடு விளக்கைப் பார்த்தான். ஏனோ அது, அவன் நம்பிக்கையைக் குலைத்தது. காலையில் எழுந்து வேலைக்குப் போகுமுன், அம்மாவைப் பார்த்தது நினைவுக்கு வந்தது. இந்தப் பொழுதைத் துடைத்துவிட்டுக் காலையிலிருந்து புதிதாக பொழுதைத் துவக்க அவனுக்கு ஆசையாக இருந்தது. அவனது ஆசையைக் குலைக்கவென்றே தலைக்கு மேலே மின்மினிகள் சுற்றித் திரிய... இருளில் பெண்கள் வட்டமாக உட்கார்ந்து தோள்களில் கைகளைப் போட்டு பிணைத்துக் கொண்டு ஒப்பாரியிட்டுக் கொண்டிருந்தார்கள். பூமிக்குக் கீழே ரகசியமானதொன்று நடப்பது போலவும் எது எப்டியாயினும் அம்மா உறக்கம் தெளிந்து எழுந்து வருவாள் என்றும் திடமாக நம்பினான்.

பொழுது விடியும் போது அம்மாவைப் பார்க்கலாம் என்று அவனது சொந்த மனசாட்சியை நம்ப வைக்க முயன்றான். அந்த முயற்சியில் இருந்து அவனது கண்ணீர் தடைபட மறுத்தது. நொறுங்காத துயரத்துடன் இருளில் அசையும் உருவங்களைப் பார்த்தான்.

அவனை சூழ்ந்திருந்த இருளோ, ஒரு கனவின் நிறம் போன்று இருந்தது. அது அடர்த்தியாக பிசின் போல அவன் மீது கவிழ்ந்திருந்தது. குடிசையின் வாசலில் விளக்கு அமைதியற்று ஆடிக் கொண்டிருக்க, வேப்பமரத்தடியில் சருகுச்சுள்ளிகளைப் போட்டு எரித்துக் கொண்டிருந்தார்கள். தீயின் நாக்கு மரத்தின் கிளைகளை எட்டிவிடாதவாறு பார்த்துக்கொண்டான் நொண்டியொருவன். பெண்கள் திணறியெழும் மூச்சொலியுடன் கமுக்கமாக அழுது கொண்டிருந்தார்கள். ஓசை அதிகமானால், சாட்டையை வீசி விடத் தயாராக இருப்பவனைக்கண்டு குமுறுபவர்களின் அழுகைபோல இருந்தது. அழுகையின் ஓசையை விட மூக்கைச் சிந்தி தூர எறியும் ஓசை அதிகமாகக் கேட்டது.

அந்தக் கணத்தில் பூமியின் உயரே இருந்து யாராவது பார்த்தால், கோளத்தின் ஒரு பாதியில் ஓராயிரம் துன்ப நாடகங்கள் அரங்கேறிக் கொண்டிருக்கும் தான். ஆனால், இங்கு நடக்கும் நாடகம் விசித்திரமானது. ஒரு தாயின் மரணத்தை ஓசையுடன் வெளிப்படுத்தி, அழமுடியாதபடி கண்ணுக்குத்தெரிந்தும் தெரியாததுமானதொரு ஊடுருவக் கூடிய ஒன்றால் பிணைத்துக் கட்டப்பட்டவர்கள் போல அழுகையையும் குமுறலையும்கூட மிக ரகசியமாக வெளிப்படுத்திக் கொண்டிருந்தார்கள்.

பிணம் ஈக்களற்றுப் புன்னகையுடன் விளக்கொளியில் அமைதியாகக் கிடந்தது. பிணத்தின் சாயல் ஏறாத முகத்தை வெகு தீவிரமாக பையன் உற்றுப் பார்த்துக் கொண்டிருந்தான். வேப்பமரத்தின் மீதியிருந்த காகத்தின் முனங்கலுடன் மரத்துக்கு மேலே உயரத்தில் பறந்துபோன பெரும் பறவைக் கூட்டத்தில் ஒன்றிரண்டு கத்திச் செல்வதும்கூட கேட்டது. நல்லவேளையாக, ஆந்தைகள் எதுவும் அலறவில்லை. நாய்கள் மட்டும் சூழலின் அமைதியைக் குலைக்கும் விதமாக குரைத்தன. அதிலும் ஒன்று, தீயை அணையவிடாமல் கிளறிக்கொண்டிருந்த நொண்டியின் கம்பால் அடிவாங்கிக் கொண்டு ஓடியது.

"ஆண்டை உசுரு இழுத்துப் பறிச்சிகிட்டு கெடக்காம்" நடுக்கத்துடன் குரல் வந்தது. அந்த வார்த்தையைப் பையன் தெளிவாகக் கேட்டான்.

"போன முண்ட, ஊருக்கே கொள்ளி வச்சிட்டுப் போயிட்டாளே!" வலுவான ஆணின் குரல் கேட்டது. சீறியெழுந்தது பெண்ணின் குரலொன்று.

"மூடுறா... போனவ சும்மா போவல. கொள்ளி வக்கிறவனுங்க எப்பவும் வச்சிக்கிட்டுதான் இருக்கறானுவ. ஆம்பளைங்க சூத்தயும், வாயயும் மூடிக்கிட்டு கெடக்கறீங்க.... அவ பாடு தீத்துட்டுப் போயிட்டா. முண்டயா.... முண்ட, பொம்பளையா இருந்தாலும் அவ சத்திக்குண்டானத அவ செய்துட்டுபோய் சேந்துட்டா. ஆம்பளைங்க நீங்கல்லாம் ராவோடு ராவா கொன்னும், போயி பொதச்சுட்டு வந்துடுங்க. காலையில கூழுக்கு கையேந்த வயக்காட்டுக்கு ஓடணும்... தூ... செத்த மாட்டுத் தோலாவது நாலு நாளைக்கி பதமாவறன்னு வெயில்ல கெடக்கும். சூரியன் மறையும்போதுகூட உசுரா நடமாடுனவ பொணமா கெடக்கா போங்கடா! போயி, ராவோடு ராவா பொதைச்சுட்டு வாங்கடா" அவள் ஆத்திரத்தோடு கத்தினாள்.

"பேய் வுடுப்பா! பொம்பளங்க கிட்ட பேசிக்கிட்டு போன வுசுரப் பத்தி பேசறத வுட்டுட்டு இருக்கற வுசுர காப்பாத்தணும். சட்டுப் புட்டுனு வேலையப் பாருங்க. நடு சாமத்துக்குள்ள கொன்னும் போயிடணும். அந்தாளு உசுருக்குப் போராடிக்கிட்டு கெடக்கானாம்" சொல்லிக் கொண்டே புதிதாக வெட்டி வந்த தென்னம் ஓலையை எரியும் தணலருகே போட்டான்.

பெண்ணொருத்தி நிலைகுலைந்து கிடக்கும் பையனை நெருங்கி அவனை இறுக்கி அணைத்துக்கொண்டாள். அவனுக்கு மூச்சுத் திணறியது. நெற்றியிலே முத்தமிட்டாள். பையனுக்கு இன்னமும்கூட நம்பிக்கையிருந்தது. அதற்கு அர்த்தம், அம்மா இறந்து விட்டாள் என்பதை அவன் நம்பவில்லை. தீ கனன்று எரிந்துகொண்டிருந்தது. அதன் ஒளியில் தென்னங்கீற்றைப் பின்னிக் கொண்டிருந்தார்கள். துயரத்தின் அழுத்த மிகுதியால் யாராவது ஒருத்தி, பெருங்குரலெடுக்கும் ஒவ்வொரு தருணத்திலும் பையன் நடுங்கினான்.

கட்டியணைத்துக் குலுங்கியழுது கொண்டிருந்தவளிடம் இருந்து விடுபட்டு, அம்மாவின் முகத்தருகே போய் உட்கார்ந்துகொண்டான். அம்மா கவலையற்று, உறங்கிக்கொண்டிருந்தாள்.

"அம்மா! எழுந்துரும்மா... அம்மா" குரலற்ற குரலாய் அவனிடம் இருந்து வெளிப்பட்டது.

சருகுகளும், சுள்ளிகளும் சிறு வெடிப்போசையுடன் கனன்று எரிந்தன. துயரமான காற்று வீசி, பிணத்தைச் சுற்றி இருந்தவர்களை திணற வைத்தது. பையனை யாரோ வலுவாகப் பிடித்து, தூரமாய் அழைத்துப் போனார்கள். அம்மாவைப் பெண்கள் சூழ்ந்துகொள்வதும், தண்ணீரின் சலசலப்பும், முனங்கலும், துயரக் கூச்சலுமாய் இருக்க பையன் நடுங்கிக் கொண்டிருந்தான்.

அம்மா எழுந்துருக்க மாட்டாங்க என்பது அவனுக்கு ஏற்கெனவே தெரிந்திருந்தது என்பதை நம்ப முயன்றான். அம்மா எழுந்திரிக்க மாட்டாங்க. உள்ளம் அவனுக்கு கேட்கும்படி சத்தமாகச் சொன்னது. மொத்தமும் சோர்ந்து போய் தன்னையே பிணமாக உணர்ந்தான்.

பிறகு பிணத்தைச் சுமந்து செல்பவர்களின் பின்னே நடந்தான். எல்லாம் முடிந்து குழியை மூடி, பிண மேட்டை ஒழுங்கு படுத்தினார்கள்.

பையன் பிணமேட்டில் போய் உட்கார்ந்துகொண்டு அம்மா.... அம்மா... என்று அழைத்தான். வார்த்தைகள் ஒடுங்கிப்போய் வந்தன. மேட்டின் மேலேயே மயங்கி விழுந்தான். பையனைத் தூக்கி வந்தார்கள்.

விழிப்பு வந்ததும் அவனது குரல் அச்சமூட்டும் படியாக இருந்தது. "அம்மா.... அம்மா...." பெருங்கத்தல் அதைக் கேட்டு எங்கிருந்தாலும் அம்மா ஓடி வந்துவிட வேண்டுமென அவன் விரும்பினான்.

செல்வி ஓடி வந்து பையனை பிடித்துக்கொண்டாள். எந்த ஆறுதலுக்கும், கட்டுப்படாதவன் என்பது அவளுக்குத் தெரியும்.

விடிவதற்கு முன்பாக "சின்ன ஆண்டை செத்துட்டாராம்" யாரோ கத்திக் கொண்டு ஓடிவரும் குரல் கேட்டது.

"புண்ணியவதி போறத போறேன்னு பேய அடிச்சிட்டுப் போனா போ" பூர்சம்மாள் குரலற்று, மார்பில் மொத்தென்று அடித்துக் கொண்டாள்.

"பாவிப் பொம்பள! படிச்சிப் படிச்சி சொன்ன பச்சப் புள்ளய வுட்டுட்டுப் போயிட்டியே... திக்கத்து நிக்குதடி ஆத்தா...." மிக மெல்லியதாகக் குரல் வந்தது.

பையன் திடுப்பென பெருங்கத்தலோடு அலறிக்கொண்டு ஓடினான். குடிசைக்கு, ஆளற்ற இருண்ட குடிசைக்குள் அம்மாவைத் தேடுவது போல் கத்தினான். விடிவதற்கு முன்பாக அங்கிருந்த மக்களை உலுக்கியெடுத்தது அவன் குரல். அந்தக் குரலுக்கிடையே பூர்சம்மாள் பேசினாள்.

"ஏம்பா! பையன இங்க வைக்கக் கூடாது. பொழுது விடியறதுக்குள்ள எல்ல தாண்டி வுட்டுட்டு வந்துருங்கப்பா. பாவிங்க, புள்ளைய எதுனா பண்ணிடப் போறாங்க"

அவன் சட்டைப் பையில் யாரோ எதையோ சொருகி வைப்பதாக உணர்ந்தான்.

"கண்காணாம எங்கனா போய் பொழைச்சுக்கட்டும். ஆத்தா அவனக் கைவிடமாட்டா"

குரல்கள் அவனை விட்டுத் தூர விலகிப் போயின. அவன் துவண்டு விழும் தருணத்தில் யாரோ அவனைத் தோளில் சுமந்து கொண்டு ஓடுவதுபோல் இருந்தது. இருள் குகைக்குள் யாரோ அவனை தூக்கிச் செல்ல... பின்னால் அம்மா ஓடி வருவது தெரிகிறது. அம்மா... வாம்மா "அம்மா... அம்மா...." நெருக்கத்தில் வந்து காணாமல் போனதும் பெருங்கத்தல் குடிசையே அதிர்வதுபோலக் கத்தினான். விசும்பலினூடே பேசி வந்தவன். திடீரென கத்தியது ஆராயிக்கு நடுக்கத்தை ஏற்படுத்தியது.

'துயரமடைந்திருந்த அவனுடலை சேர்த்தணைத்துக் கொண்டாள். புண்ணியவதி போனாலும் போனா... அர்த்தமாதான் போய் சேந்திருக்கிறா எம் மாமியா!' என்று மனதுக்குள் சொல்லிக் கொண்டாள்.

"உம் பாரத்த எறக்கி வச்சிட்டம்னு நெனைச்சிக்குனு தூங்கு மாமா. இம்மாத்தையும் நெஞ்சுக்குள்ள வச்சிக்கினா எங்கிட்ட சிரிச்சிப் பேசிக்கினு இருந்த?" அவனது காதுக்கு மிக அருகில் வாய் வைத்துப் பேசிய அவளது குரலைக் கேட்காதபடி துக்கம் தவிர்க்க... தூக்கத்தில் ஆழ்ந்து போயிருந்தான். துண்டை எடுத்து அவன் மீது போர்த்திவிட்டு கட்டியிருந்த புதுப்புடவையை அவிழ்த்து மடித்து வைத்தவள், தூங்குபவனை ஆதரவாக அணைத்தபடி துயரம் மறக்கதூங்கினாள்.

செங்கேணி வேலை செய்து வந்த கடைமுதலாளி புதிதாக ஒரு கிடங்கை திருவல்லிக்கேணி ரத்னா கபேவுக்கு பின்புறமாக வாடகைக்கு எடுத்திருந்தார். மூர்மார்க்கெட் கட்டிடத்தில் இருந்த கடை. இப்போதைய அவர், தொழிலுக்கு சரிப்பட்டு வரவில்லை தொழில் வளர்ந்திருந்தது.

அங்கு சரக்குகளை ஏற்றிப் போவதும், அங்கிருந்து முதலாளி சொல்லும் இடத்துக்கு புத்தகக் கட்டுகளையோ, காகித உருளைகளையோ, ஏற்றிச் செல்வதும் இறக்குவதுமாக அந்த ஒரு முதலாளியிடத்திலேயே வேலை அதிகமாக இருந்தது. வெளி வேலைக்கு அவ்வளவாக போக முடிவதில்லை. வெளி வேலைக்குப் போனால்தான் கூடுதலாக இரண்டு ரூபாய் பார்க்க முடியும். கிடங்கில் அதிகமாக வேலை இருந்தால், தற்காலிகமாக யாராவது ஒரு கூலியைத் துணைக்கு வைத்துக் கொள்வான். காகித உருளைகளையும் அச்சடித்த பழைய, புதிய புத்தகங்களின் கிடங்காக அது இருந்தது. அன்று கிடங்கில் புத்தகக்கட்டுகளை அடுக்கிக் கொண்டிருந்தான்.

"டேய் நல்லா பூச்சி மருந்த தெளிச்சி நாலா பக்கமும் எலிப்பொறி வையுடா"

நண்பருடன் பேசிக்கொண்டிருந்த முதலாளியின் குரல் கேட்டது. புதிய புத்தகங்கள் வந்து இறங்கியிருந்தன. கிடங்கின் மூலையில் பழைய செல்லரித்த காகிதக் கட்டுகள் கோணிப்பைகளில் மூட்டையாக கட்டி அடுக்கி வைக்கப்பட்டிருந்தன. அவைகளை வெளியே கொண்டுபோக ஆள் தேவைப்பட்டது. பக்கத்துக் கிடங்கில் இருந்து ஓர் ஆளை அழைத்து வந்தான். வாசலுக்கருகில் இருந்த சிறு மரத் தடுப்புகளால் ஆன அறையில் முதலாளியும் அவரது நண்பரும் உட்கார்ந்து பேசிக் கொண்டிருந்தார்கள்.

செங்கேணி துணைக்கு ஓர் ஆளை அழைத்து வந்ததைப் பார்த்த முதலாளி, “டேய்! எதுக்குடா அவனக் கூட்டியாந்த?”

“ஒரு ஆளால அவ்ளோ மூட்டையையும் இசுக்க முடியாதுங்கய்யா” என்று சொன்னான்.

“என்னது... இசுக்க முடியாதா? அது என்னடா இசுக்க முடியாது” கேட்டுவிட்டு வயிறு குலுங்கும்படி சிரித்தார். அவரது திடீர் சிரிப்பொலியைக் கேட்டு நண்பரும் வெளியே வந்தார்.

முதலாளி சிரிப்பினூடே “இசுத்துக்கினு” என்று தனக்குத்தானே சொல்லிக் கொண்டு சிரித்தார்.

“இவாளுக்கு சுட்டுப் போட்டாகூட தமிழ் வராது ஓய். இழுத்துண்டு வர்றதப் போய் இசுத்துக்கினுன்னு சொல்றான்” நண்பரிடத்திலே சொல்லி சிரித்தார். வழக்கமா நடக்கறதுதான். ஏனோசெங்கேணிக்கு, என்றுமில்லாதபடி கோபம் புர்ரென்று மண்டைக்கு ஏறியது. அவன் செயலற்றவன்போல நின்று விட்டான். அந்த நேரம் பார்த்து கணக்குப் பிள்ளையும் கிடங்குக்கு வந்து சேர்ந்தார்.

“இவா மாதிரி ஆளுங்க செத்த பேர் மெட்ராசையே நாறடிக்கறா. கும்பகோணம், திருச்சின்னு போனா, நம்ப மானம் போறது. மெட்ராஸ்ல பேசுற பாஷை என்னடாப்பான்னுகேக்கறச்ச, நமக்கு சுரீர்ன்றது” என்றவர், பேச்சை நிறுத்திவிட்டு “சரி, நீ போடாப்பா! வேலையப் பாரு, போ... போ நீயும் உன் பாஷையும்”

செங்கேணிக்கு அவமானமாய் இருந்தது. அவருக்கு பதில் சொல்ல வேண்டும் என்ற ஆவேசம் அவனுக்குள் எழுந்தது.

“இசுக்க முடியாதுன்னு நா ஒரு வார்த்தை தப்பா சொன்னதுக்கு நீங்க இவ்ளோ வார்த்தை தப்பா பேசுறீங்களே, நீங்க பேசுறத கேட்டா எனக்குந்தான் சிரிப்பா வருது'' என்றுமில்லாதபடி சத்தமாகவே சொன்னான்.

முதலாளிக்கும் சுருக்கென ஏறிவிட்டது. ஒரு கணம் நின்று அவனை வன்மையோடு முறைத்தார்.

“அவாள்லாம் மரியாதை தெரியாதவா. அவாட்ட என்ன பேச்சி, வா ஓய்” நண்பர், அவரை சமாதானப்படுத்தி அழைத்தார். செங்கேணிக்கு இன்னமும் சுருக்கென்றது. செங்கேணி கூட்டி வந்த துணையாள், தூக்க வந்த மூட்டையருகே போய் நின்று கொண்டிருந்தான்.

"நா பேசறது தமிழ் இல்லன்னா நீங்க பேசறதும் தமிழ் கெடையாது" என்று சொல்லிவிட்டு மூட்டையை தூக்கப்போய் விட்டான்.

"டேய் செங்கேணி! பெரியவங்க கிட்ட வாயாட எப்படா ஆரம்பிச்ச" கணக்கர் செங்கேணியை மிரட்டுவது போலக் கேட்டார். அவரைப் பார்த்து ஏதோ பதில் சொல்ல முயன்றவனை உதட்டின் மேல் ஆள் காட்டி விரலை வைத்து அப்படியெல்லாம் பேசக் கூடாது என்பது போல பாவனை காட்டினார் கணக்கர்.

முதலாளி காதில் கணக்கர் செங்கேணியைக் கேட்டது விழுந்திருக்க வேண்டும்.

பலவிதமான தமிழ்ப் புத்தகங்களை பதிப்பிப்பவரும் புத்தக விற்பனையாளருமான அவரை ஒரு கூலியாள் எதிர்த்துப் பேசியது அதுவும் புதிதாக வந்த நண்பர் முன் பேசியது பேரவமானமாக கருதி,

"யோவ் கணக்கு! அவன இங்க கூப்புடுய்யா" என்று இரைந்தார். தன் ஆத்திரம் தீர அவனுக்குப் பாடம் நடத்த வசதியாக வெற்றிலை எச்சியை வெளியே போய் துப்பிவிட்டு வந்து நின்றார். எதற்கும் தயாராக தன் அருகே எரிச்சலை வெளிக்காட்டாமல் தயங்கி நிற்பவனை ஒரு பூச்சியை பார்ப்பது போல பார்த்தார்.

"என்னடா! பேச்சி அதிகமாயிட்டது. நான் பேசறது தமிழ் இல்லையா" அவரது உதட்டில் அலட்சியமான கிண்டல் மிக்க சிரிப்பு தவழ்ந்தது. "அவ்வளவு தூரமாயிடிச்சா"

"ஆமா. அவாள் அவாள்ன்னு சொல்றீங்களே, அது தமிழா? இழுத்துண்டுன்னு சொல்றீங்களே, அது தமிழா? நா சொன்னதுக்கு நீங்க சிரிக்கிறீங்க நீங்க பேசறதக் கேக்கும்போது எனக்கும்தான் சிரிப்பு வருது. மரியாதைக்காக சிரிக்காம இருக்கறேன்" அந்த மரியாதை கூட உங்களுக்குத் தெரியலயே என்ற வார்த்தையை அவர் சற்றும் எதிர்பார்க்கவில்லை. அவர் தடுமாறுவதைக் கண்டான்.

"நா எப்ப எது சொன்னாலும் சிரிக்கிறீங்க. அப்டி பாத்தா, நீங்க பேசறதும் தமிழ் இல்லதானே?"

முதலாளிக்கு வெற்றிலை போட்ட வாய் போலவே கண்களும் சிவக்கத் தொடங்கின. அவர் பேச்சற்று அறைக்குள் போய்விட்டார். அவர் முன்னால் நின்று யாரும் இப்டிப் பேசத் துணிந்ததில்லை. கும்பிட்டு மட்டுமே பார்த்த கண்களால் கை நீட்டிக் கேள்வி கேட்கும் உதடுகளையும் அதன் குரலையும் கேட்க இதுவரை அவர் அனுபவித்தறியாத ஓர் நடுக்கத்தை உணர்ந்தவர் போல பார்த்துக் கொண்டிருந்த கணக்கருக்கு சங்கடமாக இருந்தது. மரியாதையைப் பற்றி நமக்கு சொல்லிக் கொடுக்கிறானே... ஒரு கணம் மௌனம் நிலவியது. கணக்கர் குழப்பத்தோடு செங்கேணியைப் பார்த்தார். சண்டை பெரிதாகி கோபப்பட்டு இவன் வேலையை விட்டுப் போய்விட்டால் பாதிப்பு அவருக்குத்தான். காரணம், கடனுக்குப் புடவையை விற்றிருக்கிறார். அதுவும் அவர் புத்தியில் அந்த நேரத்தில் வந்து போனது.

முதலாளி, கோபத்தில் கூடுதலாக இரண்டு வெற்றிலைகளையும், சீவல்களையும் வாய்க்குள் திணித்துக்கொண்டார். மென் துருவலாய் இருந்த பன்னீர்ப் புகையிலையையும் சற்றுக் கூடுதலாக திணித்துக் குதப்பியவர் சாற்றின் காரத்தால் தொண்டையை செருமினார்.

“எவ்வளவு கொழுப்பா எனக்கே புத்தி சொல்றான். பாரு. படவா ராஸ்கல்!” நண்பருக்கு மட்டும் கேட்கும்படியாகப் புலம்பினார். சத்தமாக நேருக்கு நேர் பார்த்துச்சொல்லும் தைரியம் அவருக்கு இப்போது இல்லாது போனதை நினைத்து அவருள்ளம் புழுங்கியது.

“பதினாறு அடி தூர நின்னு குனிந்து வாய் பொத்தி நின்னவாள்லாம் இப்ப புத்தி சொல்றளவுக்கு வந்துட்டா. லோகம் அழியறதுக்குத்தான் இதெல்லாம்... ம்” வாய் விட்டுப் புலம்பினார்.

“ஆமா! எல்லாம் அந்த மூத்திரப் பையை தோள்ல போட்டுண்டு பேசறே கிழவரால வந்த வினை, அவாளுக்கு இன்னும் என்னன்ன வந்து சேருமோ, அந்த பகவானுக்குத்தான் தெரியும்”

“ஓய்! சத்தம் போடாதீர் என்று நண்பர், முதலாளியை அடக்கினார். பிறகு, அவரே “ஜாதி துவேஷம் பிரயோகிச்சாள்ன்னு பிராது கொடுத்திடப் போறாள். இப்பல்லாம் போலிஸ் கான்ஸ்டபிள்ல இருந்து கலெக்டர் ஆபீஸ்வரை அவா நுழைஞ்சுண்டு இருக்கறா. இதே நெலமை நீடிச்சா, செத்த நாள்ல ஏத்தஎறக்க ஆள் இல்லாம நாமளே தூக்கிண்டு, எறக்கிண்டு திரியப்போறோம்” நண்பர் எரிச்சலோடு பேசினார். குரல் மெதுவாகவே வந்தது.

“என்ன பண்றது, எல்லாம் விதி. அவா வாயில புத்து வந்தும் ஒழியாம பேசிண்டு திரியறா. அவா பேரச் சொல்லி பேசிப்பேசியே ஆட்சியயும் பிடிச்சுட்டா. அந்த தைரியத்துல தான் இவாள்லாம் இப்டி பேசறது. வெள்ளக்காரன் உள்ள வந்தான். நம்மவா தலையில சனிபகவான் வந்து நிரந்தரமா உட்கார்ந்துட்டான். இல்லனா, சூத்தரால்லாம் கோட்டையில் உக்காந்துட்டு பைல்ல கையெழுத்துப் போட முடியுமா? நம்மவா அவா பின்னாடி பைல தூக்கிண்டு ஓடறதும், வாய் பொத்தி நிக்கறதும், எங்க போய் முடியப் போறதோ? மூட்டை தூக்கற பயல் நமக்கு பாஷை சொல்லித் தர்றான்” வெப்பமான பெரும் மூச்சை வெளியேற்றியபடி நண்பரைப் பார்த்தார். பிறகு, தனக்குத்தானே தலையில் அடித்துக்கொண்டார்.

“சரி, வாரும். பொறுக்கலை. போய் காபி குடிச்சிட்டு வருவோம்” இருவரும் எழுந்து போனார்கள்.

நீங்க பேசறது அவனுக்கு தப்பா தெரியுது. அவன் பேசறது உங்களுக்குத் தப்பா தெரியுது. மொத்தத்துல நீங்க ரெண்டு பேர் பேசறதும் தப்புதான் என்று சொல்ல கணக்கருக்கு சொல்ல ஆசையாக இருந்தது.

செங்கேணி அதற்குள்ளாக தேவையற்ற மூட்டைகளை கிடங்குக்கு வெளியே கொண்டு போய் குவித்துக் கொண்டிருந்தான்.

அதையெல்லாம் விலைக்கு வாங்கும் வியாபாரி எடை போட்டு, கணக்கு எழுதிக் கொடுத்துவிட்டு மூட்டைகளை ஏற்றிக் கொண்டு போனான். கணக்கர் அதையெல்லாம் கணக்குப் புத்தகத்தில் குறித்துக் கொண்டிருந்தார்.

“யோவ் முதலாளிகிட்ட அப்படியா பேசறது. பெரியவங்ககிட்ட ஒரு மரியாதை வாணாம். அவரா இருக்க தப்பிச்ச. அவரு அப்பாவா இருந்தா இந்நேரம் கன்னத்துல ரெண்டு அப்பு அப்பியிருப்பாரு. போ. தப்பிச்ச” அவனிடம் இல்லாத பயத்தை வலிந்து உண்டாக்க முயன்றார் கணக்கர்.

“இன்னா... சார்! நீங்கள்லாம் எந்த ஒலகத்துல இருக்கறீங்க? அவருக்கு மட்டும்தான் கை இருக்குதா? அவரு வாயால பேசுனார். வாயால பதில் குடுத்தேன். அவரு கையால பேசுனா...” முழுமையாகச்சொல்லாமல் கணக்கருடையே முகத்தில் தெரிந்த மாறுதலைப் பார்த்தான். அது அவ்வளவாகப் பார்க்கும்படியாக இல்லை. அவரது சங்கடத்தை தணிக்க வென்றே, நீங்க படிச்சிருக்கீறீங்க. நான் படிக்காதவன்றத தவுர எது தமிழுன்னு கூட தெரியாமலா இருக்கறோம்”

இவனிடம் பேசுவது ஆபத்து என்று கணக்கர் புரிந்துகொண்டார். ஆனாலும் அவனது கேள்வியை உடைத்து, அவனை நிலைகுலைய வைக்க வழக்கமான அவரது இந்திய மனோபாவம் விரும்பியது.

“சரி... சரி... இஸ்துக்கினு, கீது, போதுன்னா அவரு பேசறாரு? உன்னைச் சொன்னா நீ திருத்திக்கணும்” என்று அறிவுறுத்துபவர்போல பேசி விட்டு எழுதத் தொடங்கினார்.

“ஆமா சார்! நீங்க சொல்றத நா ஒத்துக்கறேன். அவரு அப்டியெல்லாம் பேச மாட்டாருதான். நானும் பாக்கறேன். வார்த்தைக்கு வார்த்த நான் பேசறத கேட்டு சிரிக்கறாரு. அவரு மட்டுமின்னா சரியாவா பேசறாரு. அவாள் இவாள்ன்னு ஆத்துல, இழுத்துண்டுன்றதெல்லாம் தமிழா சொல்லுங்க சார்,” பதிலுக்காக அவர் முகத்தைப் பார்த்தான்.

“எப்பா! உங்கிட்டப் பேசி, நான் முன்னுக்கு வர முடியாது. நீ எடத்தக் காலி பண்ணு. வாயடக்கி இருந்தா, பொழைக்கப் போற, இல்லன்னா உம் பாடு போ” சொல்லிக் கொண்டே அவர் வேலையில் கவனமாக இருந்தார்.

“வாயடக்கி.... வாயடக்கி பொழப்பக் காட்டி பயமுறுத்தியே சாக்கடை ஓரமா வாழுற அளவுக்கு ஆயிட்டோம் உன்னுங்கூடவா வாயடக்கி இருக்கணும்?” அவனுக்குள் தோன்றியது. கணக்கருக்கு செங்கேணியுடன் தொடர்ந்து பேச விரும்பவில்லை. உண்மையில் கணக்கு எழுதத் தெரிஞ்ச அளவுக்கு எது தமிழ். எது தமிழ் இல்ல என்று ஆராய்ச்சி பண்ணுகிற அறிவு அவருக்கு கிடையாது. தனக்குத் தெரியாதது எதையாவது தன்னைக் கேட்டு விடுவானோ என்று அவர் அஞ்சினார். நேர்மையான கணக்கு எழுதுவதையும்விட தவறான கணக்கை எழுதுவதில் அவர் நிபுணராக இருந்தார்.

அன்று மாலை முதலாளி தன் அதிகாரத்தைக் கூலி கொடுப்பதில் காட்டினார். பத்து ரூபாய்க்கு மேல் கூலி வந்திருக்க வேண்டும். ஏழு ரூபாய் தான் தந்தார்.

கணக்கெல்லாம் ஒன்றும் கிடையாது. வேலை இருக்குதோ இல்லையோ. வண்டி கூலி மூன்று ரூபாயும் வேலைக்குத் தகுந்தபடி மேல் கூலியாக அதிகபட்சம் பதினைந்து ரூபாய் வரை கிடைக்கும். திருவல்லிக்கேணி நெடுஞ்சாலையில் வண்டியை இழுத்துக் கொண்டு போகும்போது, பூந்தி வாங்கிக்கொண்டு போக வேண்டும் என்ற ஆசை

வந்தது. சிறு மூங்கில் மிட்டாய் கூடையில் இருக்கும் பூந்தியைப் பார்ப்பதும் அதன் வாடையை மோந்து பார்ப்பதும் அவளுக்கும் ரொம்பவும் பிடிக்கும் அவளது மகிழ்ச்சியைக் கற்பனை செய்தவன், இனிப்பு வாங்கிக்கொண்டு அவளின் நினைப்புடனே வீடு திரும்பினான்.

பாளையம். குடிசைக்கு எதிரே வழக்கம்போலவே கைதட்டி ஆரவரித்து சிரிப்பதும், சத்தமாகப் பேசுவதுமாக நண்பர்கள் உட்கார்ந்து கொண்டிருந்தார்கள். செங்கேணிக்கு அவர்களோடு உட்கார்ந்து பேச வேண்டும் என்று ஆசையாக இருந்தது.

அவன் முகம், கை, கால் கழுவிக் கொண்டு வாசலில் வந்து உட்கார்ந்து கொண்டான். பாளையத்தின் மனைவி, அவித்த வேர்க்கடலையை ஆவி பறக்க அவர்களுக்கு நடுவே கொண்டுவந்து வைத்துவிட்டுப் போனாள்.

"வேலு! நைட் ஸ்கூலுக்கு நேரமாயிடுச்சி. நீ போவலயா?"

"ஆறு முப்பதுக்குதானே இருண்ணா? ரெண்டு வேர்க்கடலையை உறிச்சிப் போட்டுக்கினு போறேன்"

"போட்டுக்கினு போ. பசங்க எப்டி படிக்கறாங்க?"

"உம் படிக்கறாங்க, படிச்சா சொல்லி தர்றவனையே மிஞ்சிருதுங்களா இருக்குதுங்க. இல்லன்னா, மண்ணாங்கட்டியா இருக்குதுங்க"

சூடான வேர்க்கடலையை உரித்துக்கொண்டே சொன்னான்.

"அதுல தப்பே கெடையாது. மொத தலைமுறையா படிப்ப பாக்கறதுங்க இவ்ளோ தூரம் இருக்குதுங்களே, அதுவே பெரிய விஷயம். நாமதான் அவங்களுக்கு புரியவச்சி நம்பிக்கை தரணும். பள்ளிக் கொடத்துல எப்டியும் பசங்களுக்கு காந்தியப் பத்தி சொல்லித் தருவாங்க. அது முக்கியமான ஒண்ணுதான். நீங்க டாக்டர் அம்பேத்கரப் பத்தி சொல்லிக் கொடுங்க. அவரோட வரலாற சொல்லிக் கொடுங்க. அது ரொம்ப முக்கியம். மருது! நீ வாரத்துல ஒருநாள் ஒதுக்கி இந்த வேலைய செய்யம்பா" என்று திடீரென யோசனை வந்தவன் போல் சொன்னான் பாளையம்.

"எண்ணோவ்! ஒரு முக்கியமானத கேக்கணும்னு நெனைச்சேன் மறந்தே போயிட்டேன். நம்ப பசங்க திடீர்னு நேத்து ஒரு கேள்விய கேட்டதுங்கண்ணா தெரியாம தலைய சொறிஞ்சது எனக்கு அவமானமா போச்சி, போ" அவன் இப்போது தலையைச் சொறிந்து கொண்டான்.

"அப்டி இன்னாப்பா கேட்டதுங்க?"

நம்ம ஊருக்கு புது ஜெகநாதபுரம்ன்னு எப்டி பேர் வந்துச்சின்னு புள்ளக் குட்டிக்காரம்மா பையன் சுப்புரமணி கேக்கறான். நா உங்கிட்ட கேட்டு சொல்றேன்னு சமாளிச்சுட்டன்"

"பாத்தியா, எந்தெந்தக் கதையோ பேசறே. இத தெரிஞ்சிக்காம இருக்கற. சேத்துபட்டுல ஒரு ஜெகநாதபுரம் இருக்குது. அப்பல்லாம் சேத்துப்பட்டு ஜெகநாதபுரம் மெட்ராஸ்ல ரொம்ப பேர் போனது. அங்க சங்கம். ஒண்ணு இருந்துச்சி. அம்பேத்கர் புக்குங்களக் கூட அங்கருந்து பதிப்பிச்சாங்கன்னு கேள்விப்பட்டிருக்கன். நம்ப சனங்களுக்காக

ஒழைச்சவரு பேர தான் அங்க வச்சிருக்காங்க. வித்தியாசம் தெரியணும் இல்ல, அதான் இதுக்கு, புது ஜெகநாதபுரம்ன்னு பேர் வந்துச்சின்னு நெனைக்கிறேன்".

"அப்ப உனக்கும் உறுதியா தெரியாதா?" அவன் கிண்டலாகக் கேட்டான்.

"1921 ல நம்ம பீ அண்டு சி மில் தகராறு நடந்திருக்குது. புளியந்தோப்பு அதசுத்தியிருக்கற சனங்க பூரா யாரு? எல்லாம் உழைக்குற சனங்க தானே அப்ப ஒரு பெரிய சாதிக்கலவரமா மாறி, பெரிய அடிதடி நடந்திருக்குது. அப்ப நின்னு போராடுன தலைவர்ங்க பேரு தான். இந்த சுந்தரபுரம், சிவராஜபுரம், குமாரசாமி ராஜபுரம் எல்லா ஊரு பேருக்குப் பின்னாடியும் உண்மையான கத ஒண்ணு இருக்குதுப்பா"

ஒண்ணு தெரிஞ்சிக்க வேலு! வெள்ளக்காரன் இந்த மண்ணுல கால எடுத்து வச்சதும் மொதல்ல கை குலுக்கனது ராஜாங்ககிட்ட அடுத்து, அவனோட கை விழுந்தது நம்ம தோள் மேல தான். அந்த விதத்துல வெள்ளைக்காரன் மொழியகத்துகிட்டு அவனோட மதத்துக்கு மாறி அவனப்போல நாகரிகமா உடுத்த பழகினவங்க நம்ம சனங்கள்ல நெறைய பேர் இருந்தாங்க. வெள்ளக்காரனுக்கு நம்ம சனங்க தான் பட்லர், கோச் வண்டியோட்டி அப்பறம் டிரைவர், சலவக்காரன், பெட்டிபோடறவன், காவல்காரன், ராணுவத்துல எல்லாத்துலயும் நாம இருந்திருக்கிறோம். நாம பேசுன இங்லீஷ்தான் பட்லர் இங்லீஷ். வெள்ளக்காரன் லண்டன்ல இருந்து கொண்டு வர்ற பொருள விக்கறவங்களாகூட நம்ம சனங்க செல்வச் செழிப்பா இருந்திருக்காங்க" என்றவன், ஏதோ யோசனையோடு காதுக்கு கீழாக சொரிந்து கொண்டான். "ஓட்டேரி சுடுகாட்டுல ரங்கநாயகி சீனிவாசன்னு எழுதுன சமாதி ஒண்ணு இருக்குது. நீயும் மருதுவும் ஒரு நாளைக்கு அங்க போயி பாருங்க. வெள்ளையர் காலத்துல நம்ம சனங்கள்ல சில பேர் எவ்ளோ செல்வச் செழிப்பா இருந்தாங்கன்னு புரியும். நம்ம ஒவ்வொருத்தனுக்கும் ஒரு வரலாறு இருக்குது. என்ன பண்றது, நம்ப அப்பா பேருக்கு மேல வேற எதுவும் நமக்குத் தெரியல. நமக்குத் தெரியலன்றதுக்காக இல்லவே இல்லன்னு சொல்லிட முடியாதுல்ல. கொறைஞ்சது மூவாயிரம் வருஷ வரலாறு அப்டியே தான் இருக்குது. அதத் தோண்டி எடுக்கணும். பசங்களுக்கு நல்லா சொல்லிக் குடு. அந்தக் கேள்வி கேட்ட பையன விடாத முடிஞ்சா அவன இங்க இட்டுக்கினு வா".

வேர்க்கடலையை உரித்துக் வாயில் போட்டுக்கொண்டவன், பிறகு கையை தட்டிக்கொண்டு மடியில் இருந்த துண்டால் கைகளை துடைத்துக் கொண்டான். குடிசைக்குப் பின்னால் இரயில் இழுவை எந்திரத்தில் இருந்து வெளியேறிய புகைநெருப்புப் பொறிகளுடன் உயரே எழும்புவதும், அதனால் உண்டான ஓசையுமாக குடிசைக்குப் பின்புறமான கரிக்குவியல்களுக்கிடையே ஓர் உலகம் சுறுசுறுப்பாக இயங்கிக் கொண்டிருந்தது.

உப்புமா வியாபாரி, பாத்திரத்தில் கரண்டியால் தட்டும் ஓசை, அவனை சுற்றி நிற்கும் சிறுவர்களின் கூச்சல் எல்லாம் சேர்ந்து தெரு இரவைத் தொடங்கியது. குடிசை வரிசைகளின் கடைசியில் குடியர்களின் நடமாட்டமும் அவர்கள் பீடி கொளுத்தி எரியும் குச்சிகளின் ஒளியென பாளையம், தலையை அரைவட்டமாய் சுழற்றி ஒவ்வொன்றையும் கூர்ந்து பார்த்துவிட்டு "வேலு! நீ போ பசங்க வந்து இருப்பாங்க. அவங்களுக்கு முன்னாடி நீ மன்றத்துல இருந்தாதான் சரியாயிருக்கும். போ, நேரமாயிடுச்சி"

"எண்ணா! நீயும் மன்றத்துக்கு வாண்ணா!"

"போப்பா நீயும் நானும் பேசிக்கினு இருப்பம் பசங்க படிப்ப விட்டுட்டு நம்ம வாய பாத்துக்கினு இருப்பானுங்க போ"

வேலு ஒரு பிடி வேர்க்கடலையைக் கையில் அள்ளிக்கொண்டு குடிசைகளுக்கிடையிலான சந்துகளில் போய் மறைந்தான்.

இதையெல்லாம் வாசலில் உட்கார்ந்து பார்த்தும், கேட்டும் கொண்டிருந்த செங்கேணிக்கு ஆச்சரியமாக இருந்தது. பீடி புகைக்க வேண்டும் என்ற தன் ஆசையை கட்டுப்படுத்திக் கொண்டான். அவர்களோடு உட்கார்ந்து பேச வேண்டும் என்ற ஆசை அவனுள் எழுந்தது. வெகுநேரம் வாசலில் உட்கார்ந்து வேடிக்கை பார்த்த செங்கேணியைப் பார்த்து "வாப்பா! வந்து, வேர்க்கடலையை எடுத்துக்க" அழைத்தான் பாளையம்.

செங்கேணி சட்டென எழுந்து போய் தயங்கியபடியே நின்றான். வேலு உட்கார்ந்திருந்த இரும்பு நாற்காலி காலியாக இருந்தது. வேர்க்கடலை இருந்த பாத்திரத்தை செங்கேணி பக்கம் தள்ளி வைத்து, "ஒக்காருப்பா!" மருது அவனுக்கு நெருக்கமாக நாற்காலியைத் தள்ளி வைத்தான்.

தயங்கியபடியே உட்கார்ந்தவன்,

"அண்ணே நானு நீங்க நடத்துற நைட் ஸ்கூலுக்குப் போவணும்னு நெனைக்கிறேன்"

மருதுவும் புதிதாக அப்போதுதான் வந்தவனுமான அன்பும் சிரித்தார்கள்.

"பாளையம் அவர்களைக் கண்டித்தான். படிக்கணும்னு ஆசப்பட்டா எப்ப வேணும்னாலும் படிக்கலாம். நேரம் கெடைக்கும் போது கண்டிப்பா போய் படிக்க எழுத கத்துக்கணும். நான் வேலு கிட்ட சொல்றேன்" என்றவன், வேர்க்கடலைப் பாத்திரத்தை செங்கேணிக்கு நெருக்கமாக நகர்த்திவைத்தான்.

"இன்னைக்கே போயேன். இதோ, ரோட்டோரத்துலதானே மன்றம் இருக்குது"

"இல்லண்ணே! இன்னிக்கி உங்கிட்ட பேசணும். நாளைலருந்து போறேன்"

"ஓ! தாராளமாகப் பேசலாம். பாத்தீங்களா, நம்மளுக்கு ஒரு ஆள் கெடைச்சிருக்கிறான். அதுவும் படிக்கப் போறேன்னு சொல்றான்" சொல்லி விட்டு கையைத் தட்டினான்.

"நா வேல செய்யற எடத்துல எதப் பேசுனாலும் சேரி பாஷைன்னு எங்க மொதலாளி கிண்டல் பண்றாரு. நானும் பொறுத்துப் பொறுத்துப் பாத்துட்டு இன்னைக்கு ஒரு ஏறு ஏறிட்டுதான் வந்தேன்"

"அப்டி நீ இன்னா சொன்ன? உங்க மொதலாளி கிண்டல் பண்றார்" மருது கேட்டான்.

"மூட்ட ஒண்ண... ஆரம்பிச்சி முழுதாக சொல்லி முடித்தான்.

"ஆமாம்... இது ஒரு பெரிய பிரச்சினையாதான் இருக்குது. நாம பேசறத சேரி பாஷைன்னு சொல்ல ஆரம்பிச்சிட்டாங்க. திடீரென பாளையம் சிரித்தான். பிறகு அவனே தொடர்ந்தான்..." கடவுளோட கொழந்தைங்க பேசறது சேரி பாஷை. யாருக்குமே புரியல்லன்னா, அது தேவ பாஷை நல்ல கூத்துதான் இல்ல. சொரண்டறவன் கண்டு புடிக்கற கருவி இதெல்லாம்"

"யார் கடவுளோட கொழந்த?" மருது கேட்ட வேகத்திலேயே புரிந்து கொண்டவன்போல தனக்குத்தானே தலையில் தட்டிக் கொண்டான். "புரிஞ்சிடுச்சண்ணா, புரிஞ்சிடுச்சி" என்று அவசரமாக கத்தினான்.

இந்த சேரி பாஷை எப்டி உருவானதுன்னு ஒரு பெரிய ஆராய்ச்சியே பண்ணலாம். முடிவுல குற்றவாளி யார்ன்னு பாத்தா எளிய மக்கள நசுக்கிப் பிழிஞ்சு தங்களோட சொந்த வாழ்க்கைய சொகுசா வச்சுக்க தந்திரம் பண்ணி அந்த தந்திரத்தையே சமூகத்தோட சட்டமா வைச்சிருக்கறவங்க தான். இதுல உன்னோட என்னோட குற்றம் எதுவுமே இல்ல. ஆனா, நாம கொஞ்சம் கொஞ்சமா சரியான தமிழ் வார்த்தைகள உச்சரிக்கப் பழகணும். பாரு நம்ம மாவுளியவிட நான் நல்லா பேசறேன். என்னைவிட எம் மகள் நல்லா பேசுவா அடிப்படையில நாம பேசுற சேரி பாஷை காலத்தோட அடையாளம் தான். அது மாறும், மாறப் போவுது. மக்கள் அத மாத்திருவாங்க...." என்றவன், தண்ணீரைக் குடித்து, தொண்டையைச் செருமிக் கொண்டான். மருதுவுக்குப் புரிந்து விட்டது. பாளையம் எதையாவது விளக்கணும்னா அமைதியா கொஞ்சம் யோசிப்பதுபோல பாவனை செய்வதும் இரண்டு கைகளையும் உரசிக் கொள்வதும் வழக்கமானது.

அவர்களுடன் புதிதாக வந்து உட்கார்ந்தவன் அங்கிருந்த மூவரில் மிக இளமையானவன், ஓவியக் கல்லூரியில் இரண்டாமாண்டு மாணவன். நேரம் கிடைக்கும்போதெல்லாம் பாளையத்திடம் வந்து பேசிக்கொண்டிருப்பான். அவனும்கூட பாளையம் சொல்வதைக் கேட்கத் தயாராவதுபோல நாற்காலியை பாளையத்துக்கு நெருக்கமாக எடுத்துப் போட்டுக்கொண்டு உட்கார்ந்தான்.

"இருநூறு வருஷத்துக்கு முன்னாடியெல்லாம் மெட்ராஸ்ன்றது கோட்டையிலிருந்து துறைமுகம், அப்பறம் ஐகோர்ட் வரைக்கும்தான் வியாசர்பாடியெல்லாம், கூட கிராமம்தானே? ஒண்ணும் வானாம் தோ நம்ப அயனாவரத்த தாண்டுனா விவசாயம் பண்ற நெலம்தான? இப்ப தான் வீடு கட்ட ஆரம்பிச்சுட்டாங்க. அப்ப இருநூறு வருஷத்துக்கு

முன்னாடி எப்டி இருந்திருக்கும் இல்ல?" மருதுவைப் பார்த்துக் கேட்டான்.

"ஆமாண்ணா!"

"கோட்டையில இருக்கிற வெள்ளைத் தொரைங்களுக்கும் கோட்டைக்கு வெளியே இருக்குற பெரிய பெரிய தொரைங்களுக்கும் வண்டியோட்ட, குசினில வேல செய்ய, வேட்டைக்குத் துணையாளாப் போவ, எல்லாத்துக்கும் நம்மாளுங்க தான் இருந்தாங்க. எங்கருக்கற கிராமங்கள்ல இருந்தும் ஓடி வந்தவங்க தான். நான் பட்டணத்துக்குப் போறேன்னு விருந்து உபச்சாரத்தோட டாட்டா காட்டிட்டா வந்தாங்க? இல்ல... மொதல் போட்டு தொழில் பண்ண வந்தாங்களா? கிராமத்துல தங்க முடியாம பட்டணம் ஓடி வந்தவங்கதானே? ஓடி வந்தவன் ஒவ்வொருத்தனும் ஒவ்வொரு விதமா நசுக்குறவங்களால பாதிக்கப்பட்டவங்கதான். இன்னைக்கு வரவங்க வேணும்னா நா படிக்க வர்றேன் வேல பாக்க வர்றேன்னு வரலாம். நான் சொல்றது நூறு வருஷத்துக்கு முன்னாடி, பண்ணையாரோ, ஆண்டையோ அவரோட அனுமதியில்லாம ஊர் எல்லையத் தாண்டக் கூடாது. அப்டி தாண்டுனா, தப்பி ஓடுனதா அர்த்தம் உன்னைப் பிடிச்சி ஆண்டையிடமே ஒப்படைக்கறதுக்கு அப்ப சட்டமே இருந்திருக்குதுன்னா பாத்துக்கங்க"

"தெ.... மருது!"" அடக்கமுடியாமல் திட்டினான். "முழுசா கேளு, அப்பற கோவப்படுவ"

"சரி, சொல்லுண்ணா!" "அப்டி கஷ்டப்பட்டு ஓடி வந்த சனங்க இங்க வெள்ளக்கார தொரைங்க கிட்ட சமையல்காரனா, வண்டியோட்டியா, சலவை செய்யறவனா வேலைக்குச் சேந்தாச்சி, தொரைக்கு இங்லீஷ விட்டா, வேற, தெரியாது. நம்ம சனங்களுக்கு தமிழ விட்டா, வேற தெரியாது. நம்மாளு தமிழ்ல பேசுனா, தொரை அதப் புரிஞ் சிகிட்டு பதில தமிழ்லயே தர முயற்சிப்பான். ஏன்னா நமக்கெல்லாம் அறிவே கெடையாதுன்னு அவனுக்கு நெனைப்பு அது ஒருவேளை உண்மைன்னுதான் சொல்லணும். ஏன்னா, அறிவுன்றதே கத்துக்கறதும், கத்துக் குடுக்கறதும் தான். அந்த காலத்துல நமக்கு எவன் கத்துக் குடுத்தான்? குறைஞ்சது, கத்துக்கவாவது விட்டானுங்களா? அதனால வெள்ளகாரன் நாம இங்லீஷ் கத்துக்கறதவிட அவன் சீக்கிரமா தமிழ் கத்துக்க முடியும்ன்னு நம்பி, தத்துக்கா புத்துக்கான்னு நமக்கு தமிழ்லயே பதில் குடுப்பான். அதவிட முக்கியம் அவனுங்க பொழைக்க வந்தவனுங்க, எப்டியாவது இந்த மண்ணோட ஒட்ட வச்சுக்கணும்னா நம்ம மொழிய கத்துக்கணும்னு ஒரு போராட்டம் இருக்கும். ஆனா அவனே ஆச்சரியப்படுற மாதிரி இங்க நடந்தது வேற, அவன விட நல்லா இங்லீஷ் பேசறவங்க இங்க வளர்ந்துட்டாங்க. கும்பிடு போட்டு குமாஸ்தா வேல பாக்கணும்னா இங்லீஷ் தெரிஞ்சிருக்கணும்னு நெறைய பேர் கௌம்புன நேரத்துல, நம்மாளும் பேசுனா அதுக்குப் பேருதான் பட்லர் இங்லீஷ். பெரும்பாலும்

தொரைங்க கிட்ட பட்லரா இருந்தவங்க யாரு? எல்லாம் நம்மாளு தான். நம்மாளு இங்லீஷ் பேசுன அளவுகூட தொரைங்க தமிழ் பேசல. ஆனா அவங்கள்ல பெரிய பெரிய தமிழ் அறிஞர்கள்லாம் வந்தாங்கன்றது வேற விஷயம்.

ஆயிரக்கணக்கான மைல் தூரம் கப்பல்ல வந்தவன், எப்பவும் துப்பாக்கிய கையில புடிச்சிக்கினு உர்ருன்னே இருக்க முடியுமா. உள்ளூர் சனங்க தோள்ள சகஜமா கையப் போட ஆசப்படறது இயல்புதானே. அப்ப அவனுக்கு தோளக் காட்டுனது நம்ம சனங்கதானே?

அரை வெள்ளையனா இருக்குற நம்ம உள்ளூர் அன்னியனுங்க நம்மளத் தொட்டா, தீட்டுன்னு ஓடுறான். எங்கருந்தோ வந்த அசலான முழு வெள்ளையன் நம்ம தோள்ல கையப் போட, கை குலுக்க ஆசையா ஓடியாறான்னா எப்டி. சனங்க அவன தொரையின்னும் அவ பொஞ்சாதிய தொரையம்மான்னும் சேத்துப் பிடிச்சிகிட்டாங்க. தொரையும் தைரியமா தமிழ அவன் நாக்குல எப்டி வருதோ அப்டி பேசுனான். நம்ம சனங்களப் பாத்து வா மேன், போ மேன்னு சொல்லுவான் இங்லீசும், தமிழும் கலந்து நாமளும் ஏதோ ஒசத்தியான வார்த்தைன்னு வாம்மே, போமேன்னு சொல்ல ஆரம்பிச்சிட்டோம். தப்பா சொன்னாலும், தப்பா செய்தாலும் வெள்ளத் தோலுக்காரன் செய்தா சரியாதான் இருக்கும்ன்னு நாம கால காலமா நம்ப வைக்க பட்டிருக்கிறோம் இல்ல?. அதோடவெனதான் நம்ம சேரி பாஷை. அதோட, நாம இன்னொன்னையும் கவனிக்கணும். தெலுங்கு பேசறே சனங்க இங்க அதிகமாக இருக்கறாங்க. இந்த சாக்கடைய வார்றது, பெருக்கறது எல்லா நசுக்கப்பட்ட தெலுங்கு பேசறே சனங்க தான செய்யறாங்க. கூடவே முஸ்லிம் சனங்க வேற இந்த மூணு தரப்பு மக்களோட வார்த்தைங்க வெள்ளைகாரங்கிட்ட போய் நம்ம சனங்க கிட்ட திரும்பும்போது வந்த மொழிதான் இந்த மெட்ராஸ் பாஷை. தொரை தனக்குக்கீழ வேற செய்யற ஆள் கிட்ட, ஏய்! அதை உடைத்துப் போடுன்னா சொல்லியிருப்பான்.

ஏய்! அத ஒட்சி போடு மேன்! ஏய்! அத கீச்சிப் போடு மேன்னுதான் சொல்லியிருப்பான். ஒரு வேள தொரை சொல்றது தான் சரின்னு கல்வியறிவு இல்லாதவன் அப்டியே திருப்பிப் பேசனதுதான். நம்ம கிட்ட எவன் செந்தமிழ்ல மரியாதையா பேசுனான்? நாம செந்தமிழ்ல பேசறதுக்கு. அதை விடவும் ஒண்ணு சொல்லணும். அது ஏற்கெனவே அடிமையா இருந்தவனின் சுதந்திரத்திலிருந்து வர்ற ஒரு விதமான அலட்சியம். கிராமத்துல எவனப் பாத்தாலும் துண்ட இடுப்புல கட்டணும். புடிக்குதோ, புடிக்கலயோ கும்புடணும். இன்னும் எவ்ளோ கட்டுப்பாடு. நூறு வருஷத்துக்கு முன்னாடி என்ன நெலமையோ இதையெல்லாம் சுமக்க முடியாம பட்டணம் ஓடி வந்தவனின் அலட்சியம், ஒக்காருப்பா எங்க போவணும் சொல்லு, இஸ்துக்கினு போறேன்னு நம்ம மாவுளி சொல்லும்போது அந்த அலட்சியத்த நீ கவனிச்சிருக்கிறயா?" மருது பக்கமா கைநீட்டிக் கேட்டான்.

"ஆமாண்ணா! அவரு பேசறதே அலட்சியமா, தான் இருக்கும்"

"ஆமா!" இப்ப செங்கேணி மாதிரி யார்னா ஒட்சிடுவ, கீச்சிடுவன்னு சொன்னா நசுக்கறவனோ இல்ல. கிராமப்புறத்துல கௌரவமாப் வாழ்ந்துகிட்டு இப்ப பட்டணம் வர்றவனோ குற்றம் சாட்ட எந்த யோக்யதையும் இல்ல. ஏன்னா, எல்லாத்துக்குப் பின்னாடியும் ஒரு சமூகக் காரணம் இருக்குது. காலப் போக்குல எல்லாமும் சரியாகி ஒரு பொது நிலைக்கு வந்துடும்ன்னு நெனைக்கறேன். ஆனா, இப்ப இருக்கற நெலைமைக்கு நாம அசிங்கப்படணும்னா. இதுக்கு காரணமானவங்களும் அசிங்கப்படணும் இன்னா செங்கேணி சொல்ற"

"அண்ணா! நீங்க சொல்றது ரொம்ப கரக்ட்தாண்ணா!" செங்கேணி ஆர்வத்தோடு சொன்னான்.

"இதத் தாண்ணா அந்தாளுகிட்ட சொன்னேன். நாமட்டும் இல்லயா, நீ கூட தப்பு தப்பாதான் பேசறன்னே கூலிய கொறைச்சுட்டான்"

பாளையத்தோடு சேர்ந்து புதிதாக வந்தவனும் சிரித்தான்.

"சரி, நீ எந்த ஊரு?" என்று சட்டெனக் கேட்டான் பாளையம். செங்கேணி ஒரு கணம் தயங்கினான். சட்டென நினைவுக்கு வராமல் தடுமாறியவன். சேக்குவாரு... சேக்குவாரு பட்டிண்ணே... சேக்குபட்டின்னு சொல்லுவாங்க. "சரி! ஏதோ ஒரு பட்டியா இருக்கட்டும். நீ கொஞ்ச நேரத்துக்கு முன்னாடி சொன்னியே, கரக்டா சொன்னன்னு!... அந்த கரக்ட்ன்ற வார்த்தைய ஊர்ல உங்க ஆண்டையாவா சொல்லி குடுத்தாரு... இல்ல உன்னை ஊர்ல நசுக்கி நாசமாக்கி நீ சொந்த ஊரே வாணாம்னு விட்டுட்டு மெட்ராஸ் ஓடியார காரணமா இருந்தாங்களே, அவங்க சொல்லிக் குடுத்தாங்களா?. எல்லாம் இங்க வந்து கத்துக்கனது தானே. மொத்தத்துல தமிழ நாம வெள்ளகார கிட்ட பேசி அத அவன் நம்ம கிட்ட பேசும்போது நாம திருப்பிச் சொன்னதுதான் இந்த மெட்ராஸ் பாஷை.

நம்மள குற்றம் சொல்ல எவனுக்குமே யோக்கியதை கெடையாது. தப்பா பேசுனாலும் நாமதான் தமிழ கட்டிப் புடிச்சிக்னு இருக்கறோம். மொதல்ல இவனுங்க நம்மல தமிழங்களே இல்லன்னுட்டானுங்க தெரியுமா? அதவுடு நம்மள மனுசனாகூட நெனைக்கல, வெறுமனே பொதி சொமக்குற மாடு தான். அதுக்கும் நமக்குமான வித்தியாசம்ன்னு சொன்னா காள மாட்டுக்கு மாதிரி நம்மளுக்கு காயடிக்கல அது கூட நாம மனுசன்றதால இல்ல.

ஆண்டைங்களுக்கு அடிமைங்க குறைஞ்சுடக் கூடாதுல்ல. அதான். அந்தக் காலத்துல நம்ம சனங்களுக்கு எழுதப் படிக்கத் தெரியாது. அப்புறம் எது நல்ல வார்த்தை எது கெட்ட வார்த்தைன்னு யாருக்கு தெரியும்.

போங்கடா புண்ணாங்குங்களா! தொரயப் பாருங்கடா, என் தோளு மேல கையப் போடறாரு. வெள்ள வெளேர்ன்னு இருந்துக்கினு இன்னமா தமிழ் பேசறாரு. அவரு பேசறது' தான் தமிழ்ன்னு நாம தொர மாதிரி பேச ஆரம்பிச்சிட்டோம். இப்ப அவன் கப்பலேறிப்

போயிட்டான். நாம எங்க போறது. படிச்சவங்க சரியா பேச ஆரம்பிச்சுட்டாங்க. பழைய ஆள ஒண்ணும் சொல்ல முடியாது. படிச்சிட்டு வேலைக்குப் போறவன் இப்ப அப்படியா பேசுறான்?"

"நீ சொல்றது கரக்ட் தாண்ணா! வியாசர்பாடி சர்ச்ல ஒரு வெள்ளக்கார சாமியார் பேசறதுக்கூட அப்டி தான் இருக்குது. நான் நெனைச்சன்... நம்ம சனங்க பேசறதக் கேட்டுதான் அப்டி பேசறார்ன்னு நெனைச்சிகிட்டிருந்தன் இப்பதா புரியுது. புதிதாக வந்தவன் சொன்னான். இரண்டொரு நிமிடம் அமைதியாக இருந்தது. எதிர்க்குடிசையில் இருப்பவர்கள்,. பாயை விரித்து உட்கார்ந்து கொண்டு ரேடியோவில் ஒலிபரப்பாகிக் கொண்டிருந்த நாடகத்தைக் கேட்டுக்கொண்டிருந்தார்கள். நாடகம் முடிந்து இலங்கை வானொலியில் பாடல் ஒலிபரப்பாகி கொண்டிருந்தது. அந்தப் பகுதியில் வானொலி பெட்டியிருந்த ஒரு சில வீடுகளில் அதுவும் ஒன்று.

பாளையம் திடீரென பேசத் துவங்கும் அறிகுறியாகத் தொண்டையைச் செருமினான்.

"மருது! நா உதாரணத்துக்கு ஒண்ணு சொல்றேன். நீயே புரிஞ்சுக்கவ பாரு," அந்த நேரத்தில் செந்தாமரை குடிசைக்கு வெளியே வந்தாள். "நீ உதாரணத்த அப்பறம் சொல்லு இந்தா, மொதல்ல தண்ணிய குடி. பொழுது விடிய விடிய நீ உதாரணம் சொல்லுவ... இவங்க ஆமாண்ணே, ஆமாண்ணேன்னு சொல்லிக்கினு கெடப்பாங்க. இந்தாக் குடி" சொம்புத் தண்ணீரை அவன் முன்னால் நீட்டினாள். அவனும் வாங்கிக் குடித்தான்.

"அடேங்கப்பா! வாய எதால செய்தாங்களோ? தெனைக்கும் இப்டி பொழுதுபோனா ஒக்காந்து கிறீங்க. இப்ப புதுக்கூட்டாளி வேற சேந்துக்கினியாப்பா?" செங்கேணியைப் பார்த்துக் கேட்டாள்.

பாளையம் குடித்து விட்டுத் தந்த சொம்பை வாங்கி, செங்கேணியிடம் நீட்டினாள்.

"நாலு விசயம் தெரிஞ்சவங்க சொன்னாத்தான நமக்குப் புரியுது. அண்ணன் படிச்சவரு சொல்றாரு. நல்லதுதான அண்ணி.!"

"ஆமா! நீங்க இப்டியே பேசிக்கினு இருக்க வேண்டியது தான். பேசறே நேரத்துல இந்தக் குடிசைய சரிபண்ணாலும் ஒரு வேலையாவது ஆவும் மழைக்காலம் வருது. ஒத்த தூரலுக்குக் கூட தாங்காது," அவள் புலம்பிக் கொண்டே தண்ணீர் சொம்பை எடுத்துக்கொண்டு குடிசைக்குள் போய் விட்டாள்.

"சரி, உதாரணம்ன்னு இன்னாமோ சென்னயேண்ணா'!' மருது நினைவுபடுத்தினான். எங்க, அவ வந்து கத்திட்டுப் போனதுல மறந்துட்டேன் சே" அவன் தலையைச் சொறிந்து நினைவுக்கு கொண்டு வர முயல்கிறான்.

"நம்ப பிரகாஷ் சேட்டுகிட்ட நகைய அடமானம் வைக்கப்போனா அவன் பேசறே தமிழ் ரொம்ப தமாசா இருக்குது. நம்பில் பணம் தர்து. நிம்பில் பொருள் தர்து கல்ட்டா கில்ட்டா பண்து நம்பில் போலிஸ்

கூப்புடுதுன்றான். நல்ல வேளையா நாம அவன் பேசறது தப்புன்ற அளவுக்கு தெரிஞ்சி இருக்கிறோம். இல்லன்னா சேட்டு பேசறது தான் நல்ல பாஷைன்னு அவன் பேசறே மாதிரி பேசியிருப்போம். ஏன்னா அவனும் பணம் வச்சிருக்கிறான். நல்லா செவப்பா கொழுகொழுன்னு இருக்கிறான். நீங்க சொல்ற மாதிரி வெள்ளையா இருக்கறவன் அறிவாளின்னு நம்ப மண்டைக்குள்ள சாத்தான் வேதம் ஓதியிருக்கு" புதிதாக வந்தவன் சொன்னான்.

"நல்லா சொன்ன போ!. இதாம்பா விசயம். ஆனா நாம தமிழ ஒழுங்கா பேச கத்துக்ணும். அதுக்குப் படிக்க ஆரம்பிச்சிட்டா தன்னால மாறி போவும்"

"இன்னாம்மே! உன்னை இஸ்துக்கினு திரியறது பெரிய பேஜாரா கீது. கஸ்மாலம் உன்னை இன்னா பண்றேன் பாரு. பக்கார்... தூ மாதர்சோர்" என்று பாளையம் சத்தமாகக் கத்தினான்.

செந்தாமரை, கணவனின் குரல் கேட்டு பயத்தில் வெளியே ஓடி வந்தாள். அதே நேரத்தில் ஆராயியும் குடிசைக்கு வெளியே எட்டிப் பார்த்தாள். எதிர்க் குடிசையில் காத்தோட்டமாய் உட்கார்ந்து ரேடியோவில் பாட்டுக் கேட்டுக் கொண்டிருந்தவர்கள் திடுக்கிட்டு பாளையத்தைப் பார்த்தார்கள். மருது புரிந்துகொண்டு சிரிக்க ஆரம்பித்தான். பிறகு ஒவ்வொருவராக சிரிக்கத் தொடங்கி பெருஞ்சிரிப்பு சத்தம் ரயில் இழுவை இயந்திரத்தின் கூவல் ஒலியை மீறிக் கேட்டது.

"அடச் சீ! என்னமோ ஏதோன்னு பயந்துட்டேன். வெசனமத்த ஆளு விட்டடிக்கிறாரு" முணு முணுத்தபடி செந்தாமரை குடிசைக்குள் போய் விட்டாள். ஆராயி வாசல் திண்ணையில் உட்கார்ந்து கொண்டாள்.

"இன்னாண்ணா! நா கூட பயந்துட்டேன் அண்ணன் இன்னாட இப்டி பேசறாரேன்னு. நம்ம மாவுளி தான் இப்டி பேசுவாரு. அவரு கிட்ட கத்துக்கினீங்களா?" மருது, பாளையத்தைக் கேட்டான்.

"ஆமாம்மா! அவகிட்ட நான் கத்துக்கினேன் அவ யார் கிட்ட கத்துகினான்னு அவன் கிட்டதான் கேக்கணும்.

நாஷ்டா, பேஜார், கஸ்மாலம் இதெல்லாம் பாய் கிட்டருந்து வந்தது. மாதர்சோர் வட்டிக் கட சேட்டு குடுத்தது. இப்டி ஆளாளுக்கு குடுத்ததுதான். இருக்கிறதுன்னு நீ வெள்ளக்காரன் கிட்ட சொன்னா அவன் திருப்பி இர்.... கீதுன்னுதான் சொல்லுவான். அப்புறமா இர் காணாம போயி, கீது மட்டும்தான் நிக்கும். அதத்தான் நீ சொல்ற, படிச்சவங்க கீதுன்றது தப்புன்னு புரிஞ்சி சரியானபடி பேசுவாங்க. அடிப்படையில இப்ப வேண்டியது கல்வி. நம்ம பசங்க படிச்சிட்டா மொழிய இவ்ளோ மோசமா சிதைச்சி பேச மாட்டோம். இப்ப நாம அப்படி தான் பேசறம்ன்னாலும் அதக் குறை சொல்ல எவனுக்குமே யோக்கியதை கிடையாது. அப்படிப் பாத்தா வட்டாரத்துக்கு ஒரு ராகம் போட்டு பேசறான். நான் பேசறதுதான் ஒசத்தின்னு வேற மார் தட்டுறான். அதுவே அறியாமைதான்.

இது ஒரு விதத்துல பார்ப்பனியப் புத்தி. அது எப்பவும் மத்ததை ஏளனம் பண்ணி, தன்னுடையத தக்க வச்சுக்கும். தன்னுடையத உயரத்துல ஏத்தி வைக்க எதிரியோட அறியாமைய அது பயன்படுத்திக்கும். நாம

இன்னைக்கு நேத்து மொழியா இது. பழந்தமிழரான நம்மள தூக்கி ஊருக்கு வெளியே போட்டுட்டு, நாங்க தான் தமிழன், நாங்கதான் தமிழன்னு கத்தனவங்கள வந்தவன், போனவன்னு எவ.... எவனோ ஆண்டான், தமிழன தமிழன் ஆண்டது கடந்த ரெண்டாயிர வருஷத்துல கணக்குப் பாத்தா ரொம்ப அவமானந்தான் போ"

பாளையம் சில வினாடிகள் அமைதியாக இருந்தான். எதிரில் ரேடியோவின் அலைவரிசை மாறும் கரகரப்பான ஓசையடங்கி பாடல் ஒலித்தது.

வா வாத்யாரே ஊட்டாண்ட

நீ வராங்காட்டி நா வுடமாட்டன்"

என்று பாடிக்கொண்டிருந்தது. "பாத்தியாண்ணா! ரேடியோவுக்கு புரிஞ்சி நம்ம மேட்ரு ஓடுது". மருது கிண்டலாக சொன்னான்.

"பாளையண்ணா! நீ மட்டும் அரசியல்ல சேந்தன்னு வச்சுக்க, பெரியாளா வந்துடுவ.. எதாவது கட்சியில சேந்துக்கண்ணா!" ஆலோசனை சொன்னான் மருது.

"அப்ப நான், கட்சியில சேந்துட்டன்னா பெரியாளா ஆயிடுவேன், அப்டி தானே"

"பின்ன, உன்னை அடிச்சிக்க ஒருத்தன் கெடையாது போ" ஆணித்தரமாகச் சொன்னான் மருது.

"நானு பெரியாளா ஆனா, சனங்க என்ன ஆளா ஆவாங்க மொத்தத்துல நீ என்ன கைய நீட்டுவன்னு சொல்ற" அவன் ஏனோ பேச்சைத் திசை திருப்பிக் கிண்டலாகக் கேட்டான்.

"இன்னாண்ணா! நீ போய் அந்த மாதிரி கேப்மாரி வேலயெல்லாம் பண்ணுவியா?. நீ சனங்களுக்கு நல்லது செய்வன்னு சொல்ற"

"நாட்டுக்கு சுதந்திரம் வாங்கிக் குடுத்த கட்சின்னு சொல்ற... காங்கிரச சனங்க எதுக்கு தூக்கியெறிஞ்சாங்க. அண்ணாவோட பேச்சி மட்டுமில்ல. காங்கிரஸ் லட்சணம் அப்டி. கைய நீட்டாதவங்கன்னு காமராசரயும், கக்கனையும் தவிர வேறு யாரு அப்படி யார்னா இருந்தா, வெரல் வுட்டு எண்ணிடலாம். அவங்களோட திருவிளையாடல பேசித் தான அண்ணாவே ஆட்சிக்கு வந்தாரு"

"ஆமாண்ணா! அவரு கொஞ்ச நாளு உயிரோட இருந்திருந்தா, நல்லாயிருந்திருக்கும்"

"நல்லாதான் இருந்திருக்கும். அதான் இல்லையே?" பாளையத்தின் குரலில் துயரம் இருந்தது.

"பெரியாரையும், அண்ணாவையும் சொல்லிக்கினு வந்தவங்க இன்னா பண்ணப் போறாங்களோ?"

"அது சரி, இப்பத் தானே வந்திருக்காங்க. எது எப்டியோ, ராமனாண்டாலும் ராவணன் ஆண்டாலும் நமக்கு மோட்சம்

படிப்புலதான்னு சனங்களுக்கு ஒரைக்கணும். படிப்பு வந்தாலே எல்லாம் மாறிடுன்னு சொல்ல முடியாது. நாம என்ன பண்றோம், எது பண்ணணும்னு புத்தியாவது வருமில்ல...."

"ஏம்பா! அங்கருந்து, இங்கருந்து இப்ப ராவணன் கிட்ட போயிட்டிங்களா?" பாளையத்தின் மனைவி கிண்டலடித்துக்கொண்டு குடிசைக்கு வெளியே வந்து நின்றாள். செந்தாமரையின் குறுக்கீட்டைத் தவிர, அவர்களின் பேச்சை ரயிலின் கூக்குரலும் இயந்திரங்களின் பேரிரைச்சலும் கூட இடையூறு செய்யவில்லை. மின் நிலையத்தின் பேயோசைகூட அடங்கி, குடிசைப்பகுதியே மிக அமைதியாக இருந்தது. இவர்களின் பேச்சை பக்கத்துக் குடிசைகளுக்கு வெளியே உட்கார்ந்திருந்தவர்கள்கூட கேட்டுக் கொண்டிருந்தார்கள்.

"ஏம்பா! உங்களுக்கு பசியெடுக்கலயா?" செந்தாமரை பொறுமையிழந்து எரிச்சலோடு கேட்டாள்.

இதுக்கு மேல இங்கருந்தா சரிப்படாது! என்று மருது எழுந்து கொண்டான்.

"சரிண்ணா! நீ சாப்புட்டுத் தூங்கு. அண்ணி இனி பொறுக்க மாட்டாங்க".

"எங்க எழுந்திட்டிங்க, ஒக்காருப்பா. சாப்புட்டுப் போவலாமா தாமர! போய் சாப்பாடு எடுத்துக்குனு வா! "இருக்கட்டும்ண்ணா சாப்பாடு வீணாவுதுன்னு அக்கா கத்தும். நாளைக்குப் பாக்கலாம்" மருது, கைகளை சொடுக்கிக்கொண்டு புதிதாக வந்தவனையும் அழைத்துக்கொண்டு போனான்.

"பாவம் அந்தப் பொண்ணு! எப்ப வருவேன்னு வாசல்ல ஒக்காந்து கெடக்குது. நீ இன்னாடான்னா, இவங்க கூட ஒக்காந்து நியாயம் பேசிக்கினு இருக்கற, போ.... போய் சாப்புட்டுத் தூங்குங்க. காலைல பொழப்புக்குப் போவ வாணாமா?"

செந்தாமரைப் பொறுமையற்று சிடுசிடுத்தாள். செங்கேணி மனமற்று எழுந்து போனான்.

14

இரண்டு நாட்களாக வானம் கருத்தும் லேசாகத் தூறுவதுமாய் தூரத்தில் எங்கோ மின்னுவதுமாய் இருந்தது. எவ்வளவு வெயிலிலும் வண்டியை இழுத்துப் போவதை விடவும், இந்தத் தூறலும், மழையுமான நாளில் ச்சே... வென்று இருந்தது. காலையிலிருந்து வானம் அச்சமூட்டுவதுபோல் கருத்து, எந்த நேரமும் மழை வானத்தை பிளந்து கொண்டு கொட்டி விடுவேன் என்பதுபோல பயமுறுத்திக் கொண்டிருந்தது.

கிண்டியில் இருந்த ஒரு தொழிற்சாலைக்கு அவனுக்கு என்னவென்றே தெரியாத கனத்த இயந்திரத்தை வண்டியில் உறுதியாக கட்டி இழுத்துக் கொண்டுபோனான். குளிர்ச்சியான காற்று அவனை மோதிக் கடந்து போனது. அந்த நிலையிலும் அவனுக்கு வியர்த்திருந்தது. களைப்படைந்தவனாக சாலையோரம் வண்டியை நிறுத்திவிட்டு தேநீர் வாங்கிக் குடித்தான். மிக சமீபகாலமாக அவன் பீடி புகைப்பதை நிறுத்தியிருந்தான். புதிதாக அவனுக்குப் பழக்கமாகியிருந்த பாளையமும் அவன் தோழர்களும் பீடி புகைப்பதில்லை அதோடு ஆராயிக்கு அந்த வாடை குமட்டலெடுப்பதாக சொல்லிக் கொண்டிருந்தாள். அதனால், புகைப்பதை விட்டு விட்டான்.

வியாசர்பாடியில் இருந்து, சைதாபேட்டைக்கும் பாரிமுனையில் இருந்து, அம்பத்தூர் தொழிற்பேட்டைக்குமாக செங்கேணி குறுக்கும் நெடுக்குமாக பாரமிழுத்தபடி கடந்து, கொண்டேயிருந்தான். மனிதர்கள் நாள் முழுவதும் உழைக்கிறார்கள். பிறகு, தங்கள் பொந்துக்குள் புகுந்து கொண்டு தங்கள் வாழ்வைக் கழிக்கிறார்கள். நேரம் கிடைக்கும் போதெல்லாம் அவர் வாழ்க, இவர் வாழ்கவென்று தொண்டைக் கிழிய கத்திவிட்டு பெருங் கனவோடு தங்களுக்கு சமமானவங்களுடன் என் தலைவர்தான் பெரியவர், உன் தலைவர் திருடன் என்று வாதம் செய்யத் தொடங்கி விடுகிறார்கள். சில சமயங்களில் பெருங்காயமுண்டாக்கும் சண்டையில் போய் முடிகிறது.

செங்கேணியின் மனம் தன்னைச் சுற்றியுள்ளவற்றைப் பார்த்து ஒவ்வொன்றையும் புரிந்து கொள்ள முயன்றது. சிந்திக்கத்தொடங்கி விட்டான். மனிதன் எப்போதும் சிந்தித்துக் கொண்டு தான் இருக்கிறான். ஆனால், பெரும்பாலும் சொந்த முடிவுகளுக்குப் போக அஞ்சி, பெரும்பாலான மக்களின் முடிவுகளையே வந்தடைகிறான். அது அவனுக்கு இலகுவானதும் தலைவலியற்றதுமாய் இருக்கிறது. அதை நியாயம் என்றே கருதுகிறான். செங்கேணி ஒவ்வொன்றையும் அதன் உண்மையான வழியில் புரிந்துகொள்ள ஆசைப்பட்டான். அதற்கு காரணம் பாளையமும், அவன் தோழர்களும்தான் என்று நம்புவதோடு, அவர்கள் பேசுவது அவனுக்கு ஆச்சரியமாக இருந்தது. ஆனால், எதுவும் புதிதாக இல்லை, தான் என்றாலும் இவ்வளவு காலமாக தான் அந்த வழியில் சிந்தித்ததே இல்லையென்ற முடிவுக்கு வந்திருந்தான்.

சாலையில் பாரத்தை இழுத்துச் செல்லும்போது அவனைக் கடந்து போகும் மோட்டார் வாகனங்களைப் பார்த்து அதை ஓட்டி செல்லும் மனிதனை தன்னோடு ஒப்பிட்டுப் பார்த்து சிந்திப்பான். பளபளப்பான கருப்பு நிறக் காரை ஓட்டி செல்பவன் இடத்தில் தானும், பாரமுள்ள கட்டை வண்டியில் காரை ஓட்டுபவனையும் இடம் மாற்றி வைத்து யோசிப்பான். எது அவர்களை அங்கேயும் தன்னை இந்த வண்டியோடும் இணைத்து வைத்தது என்று யோசிப்பான். அந்தத் தருணங்களில் அம்மா சொன்னது நினைவுக்கு

வரும். போடா போ பள்ளிக்கொடம் போயி நாலு புள்ளைங்க மாதிரி படி நல்ல விதமா பொழைச்சுக்குவன்னு அம்மாவின் குரல் கேட்கும். ஒருவேளை படித்திருந்தால் சாலையோரங்களில் நின்றிருக்கும் பெரிய கட்டிடங்களில் தனக்கும் ஒரு வேலை கிடைத்திருக்குமோ என்று எண்ணம் தோன்றியது. இப்டி நாள் பூரா வண்டியிழுத்து களைப்படைந்து வீட்டுக்குப் போகும்போது மிஞ்சியிருப்பதெல்லாம் அஞ்சோ, பத்தோதான் இதுல தனக்கான ஒரே நிம்மதி ஆராயி மட்டும்தான். அவளிடம், தான் கொடுத்த வியர்வை வாடையடிக்கும் அழுக்கேறிய பணதில் மீதமிருந்ததில் அவள் வாங்கிப் போட்டிருந்த பித்தளை தவளையையும் ஓர் அண்டாவையும் நினைத்துப் பார்த்தான். அவள் புளியுடன் செங்கல் துளை போட்டு தேய்த்து தவளையை பளபளப்பாக்கிக் கொண்டிருப்பது கண் முன் தெரிந்தது. தனது கடினமான வேலையை இது போன்ற எண்ணங்களால் இலகுவாக்கி கொண்டு, வண்டியை இழுத்துக்கொண்டு போனான். அதுவும் அவள் வந்து சேர்ந்ததில் இருந்து, வண்டியை இழுப்பதுகூட அவளை கைப் பிடித்து நடந்து செல்வது போலவே உணர்ந்தான்.

மாலை வீடு திரும்பும்போது அவளுக்கு எதை வாங்கிச் செல்வது, எதை வாங்கிச் சென்றால் ஆச்சரியப்படுவாள் என்று யோசிப்பான். சின்னக் குழந்தை போல தான் வாங்கிப் போவதை ஆசையோடு வாங்கிப் பிரிப்பாள். பாரத்தை இழுத்துக் கொண்டே யோசித்தான். முன்பெல்லாம் எதை வாங்கிப் போனாலும் ஆசையோடு பார்ப்பாள். சில நாட்களாக அவள் முகத்தில் மாற்றம் இருப்பதாக நினைத்தான்.

அவளது முகத்தில் ஏதோ துயரம் இருப்பதை அவன் கவனித்திருந்தான். அது என்னவென்று அவனால் புரிந்து கொள்ள முடியவில்லை. அவளிடம் கேட்க வேண்டும் என்று விரும்பியவனாக அவளை நெருங்கும் ஒவ்வொரு கணமும் ஏதோ ஒரு நொடியில் மறந்து விடுவது அவன் நினைவுக்கு வந்தது.

அந்த நேரம் லேசாக தூறத் தொடங்கியது. அதை இன்பமாக உணர்ந்தவன், தன்னைக் கடந்து போன கருப்பு இருசக்கர வாகனத்தை பொறாமையுடன் பார்த்தான். எவ்வளவு காலத்துக்கு இந்தக் கட்டை வண்டியை இழுத்து கொண்டு போவது? என்று நினைக்கும்போது வண்டியின் சுமை அதிகமாக இருப்பதுபோல் தோன்றியது. தூறல் அதிகமாகிக்கொண்டே இருக்க, அவளோட முகத்துல தெரியுற துயரம் எதுவாக இருக்கும். தன்னைத்தானே கேட்டுக் கொண்டான். அவனது முகத்தை மழைத் துளிகள் தாக்கின. இன்னைக்கு கூலி கூடுதலா கெடைக்கும். அதுல புதுசா எதனா வாங்கிக்கினு போனா மகிழ்ச்சியடைவாளா.? யோசித்தபடியே சுமையை இழுத்துக்கொண்டு போனான். மனிதத் துயரங்களைக் கழுவ முயல்வதுபோல் தூரல், மழையாக மாறியிருந்தது. சரக்கை இறக்கிவிட்டுத் திரும்பும் போது மழை சோவென கொட்டியது. மிக உயரமாகத் தெரிந்த எல்.ஐ.சி. கட்டிடத்தை

நிமிர்ந்து பார்த்தான். அதில் வேலை செய்து கொண்டிருப்பவர்களும் தன் போன்ற மனிதர்கள்தான் என்று நினைப்பதே அவனுக்கு மிக ஆறுதலாய் இருந்தது. மழை லேசில் அடங்காதது மாதிரி பேரிரைச்சலோடு பெய்தது.

அந்த உயரமான கட்டிடத்துக்குப் பக்கத்தில் இருந்த செந்நிற கட்டிடம் கருமேகத்துக்கு கீழே இருந்த அதிசயம்போல் தோன்றியது. மழைத் தோரணங்களால் மூடப்பட்ட அழகிய சிற்பம்போல முகப்பும் அதன் இடமும், வலமும் மெல்லிய பாறைத் தூண்களின் மேல் நின்ற அழகிய கோபுரத்தைப் பார்க்கும்போதெல்லாம் தன்னை மறந்து அதைப் பார்ப்பான். பெரும் மழையில் நடுக்கமற்று நிற்கும் வீரனைப்போல அது கம்பீரமாகத் தெரிந்தது. மழையுடன் காற்று பலமாக வீசியடித்தது. சிவப்பு நிறப் பேருந்து மழை நீரை வாரியடித்தபடி அவனைக் கடந்து போனது. பேருந்தினுள் பயணிகள் வீசியடிக்கும் மழைச் சாரலைத் தடுக்க சாளர மடிப்புகளை அவசரமாக இறக்கி விடுவதைப் பார்த்தான். வண்டிக்காரனுக்கு மழை இதமாக இருந்தது. வெற்று வண்டியாக இருந்ததால், பெரும் மழையில் வண்டியை சிறுவன் போல இழுத்து கொண்டு ஓடினான். எதிரே வரும் வாகனங்கள் முகப்பு விளக்கை எரியவிட்டபடி வந்தன. அவளுக்கு எதை வாங்குவது? அவனது யோசனை அதில் திரும்பியது. மீசைக்காரருக்கு புல் எடுத்துப் போக வேண்டும் என்ற நினைப்புடன், மூர் மார்க்கெட்டுக்குப் போய் கிளிப்பு, ரிப்பன் ஏதாவது வாங்க நினைத்தான். நினைப்புகளால் மழை அவனுக்கு துன்பமாகத் தெரியவில்லை. தலையிலிருந்து வழியும் நீரை உறிஞ்சித் தூர துப்பிக்கொண்டே ஓடினான். வானத்தில் யாரோ இடித்து நொறுக்கி கொண்டிருந்தார்கள். கட்டிடங்கள் மீது மின்னலின் பெரும் வேர்கள் பரவி, மறைந்த நொடிகள் நகர்ந்து, வானம் இடிந்து அவன் தலைமேல் கொட்டுவதுபோல இருந்தது. அவன் கண்களைத் திறந்து, மின்னல் தோன்றுகிறதா என்று தேடினான்.

சென்ட்ரல் ரயில் நிலையத்தை நோக்கியிருந்த பாலத்தின் சரிவில் வண்டியை நாய்க்குட்டியைப் போல இழுத்துக்கொண்டு ஓடினான். அவனுக்கு இடதுபுறம் மத்திய சிறைச் சாலை மழையினூடாக மங்கலாகத் தெரிந்தது. அதனுள் எத்தகைய மனிதர்கள் இருப்பார்களோ? என்று நினைத்துப் பார்த்தான். கருத்த முகத்தில் பல விதமான வெட்டு காயங்களுடன் விலங்குபோல உறுமும் தடித்த போக்கிரிகளும், இன்னும் பலவிதமான அச்சுறுத்தும்படியான ஆட்களும் அவன் கண்முன்னே வந்து போனார்கள். அதில் பேய்க்காளியின் முகம்கூட வந்து போனது. சரிவில், வண்டி அவனை தள்ளிக்கொண்டு ஓடியது. வலது புறம் பொது மருத்துவமனை சோகமான அலறலுடன் இருப்பது போல் தெரிந்தது. மழையினூடே மருத்துவமனையைப் பார்ப்பது அவனுக்கு அச்சமாக இருந்தது. சரிவினின்று இடதுபுறம் திரும்பி சுரங்கத்துக்கு மேலாக சாலையைக் கடந்து ஓடினான். ஒரு செந்நிறப் பேருந்து தூரத்தில்

வந்து கொண்டிருந்தது. மற்றபடி வெறுமையான சாலை மழையால் போர்த்தப்பட்டிருந்தது.

கரும் மேகத்துக்கடியில் பிரம்மாண்டமான செந்நிறப் பூதம் ஒன்று குத்துக்காலிட்டு உட்கார்ந்திருப்பதுபோல இருந்தது. ரயில் நிலைய மணிக்கூண்டில் நேரம் பார்க்க, அதன் கண்ணைத் தேடினான். மழையின் அடர்த்தியால் பூவிழுந்த குருட்டுக் கண் போலத் தெரிந்தது. மிதிவண்டிகளும், அம்பாசிடரும் அவனைக் கடந்து போயின. மூர் மார்க்கெட் கட்டிடத்தின் எதிரே வண்டியை நிறுத்திவிட்டு, கடை வரிசைகளைக் கடந்து, எதை வாங்குவது என்று பார்த்துக்கொண்டே போனான். முழுமையாக நனைந்தவனில் இருந்து நீர் சொட்டியது. ஏற்கெனவே தரை ஈரத்தால் சொதசொதவென இருந்தது. நாய் பூனையென்று பலவிதமான பொம்மைகள், குரங்குகள் மேளம் அடித்துக் கொண்டும், ஊஞ்சலாடிக்கொண்டும் இருந்தன. காற்றடைத்த வாத்தும், கொக்கும் தளத்தில் இருந்து நூலால் கட்டித் தொங்கவிடப் பட்டிருந்தன. ஒரு கடையின் வாசலில் நீர்த்தொட்டியில் படகு ஒன்று டபடப ஓசையெழுப்பியபடி சுற்றி சுற்றி வந்து கொண்டிருந்தது. ஆனால், எல்லாக் கடையிலும் பூனைகள் தலையை ஆட்டிக்கொண்டு அவனை வா வா என்று அழைப்பது போலிருந்தது. மிக அழகிய வெள்ளை பூனை, அங்கிருந்த மனிதர்களைவிட பொம்மைகள் சுறுசுறுப்பாக இயங்கின. பல காலம் அந்த கட்டிடத்தினுள் சுற்றித் திரிந்தவன் என்றாலும் இப்போது ஒவ்வொன்றும் அவனுக்குப் புதுமையாக இருந்தது. பூனை தலையாட்டிக் கொண்டே இருந்தது. இரண்டு ரூபாய்க்கு விலை பேசி வாங்கி, மடியில் கட்டிக் கொண்டான். ஒரு வேளை அது அவளுக்கு மகிழ்ச்சியைத் தரும் என்று நம்பினான். ஆனாலும் அவன் மனம் நிறைவடையவில்லை. தனது பழைய முதலாளியின் புத்தகக் கடையில் வேறு ஒருவர் இருப்பதை ஏக்கத்தோடு பார்த்தான். பழைய முதலாளியிடம் செங்கேணி வேலைக்குப் போவதில்லை வெளி வேலையில் வருமானம் கூடுதல் என்பதால், யார் கூப்பிடுகிறார்களோ அவர்களுக்குப் பொருளை ஏற்றிச் செல்லத் தொடங்கியிருந்தான்.

வாசலை நெருங்கும் போது ஒரு கடையில் பல பொம்மைகளுக்கு மத்தியில் உருண்டு திரண்ட கன்னங்களுடன் அழகான பொம்மையொன்று பொன்னிறக் கூந்தலோடு நின்றிருந்தது.

ஒரு கணம் நின்று அதை ஆசையோடு பார்த்தான். அது ஆராயி போல அவனுக்குத் தெரிந்தது. இதைப் பார்த்தால் அவள் நிச்சயம் மகிழ்ச்சியடைவாள், என்று உறுதியாக நம்பினான்.

“அது எவ்ளோ’?” கடைக்காரரிடம் கேட்டான். அதே நேரத்தில் “என்னப்பா செங்கேணி எப்டி இருக்கற?” எதிர்க் கடையில் இருந்து குரல் வந்தது. அவரைப் பார்த்து ஆச்சரியமாக “இருக்கறேன் சார் நீங்க எப்டி இருக்கிகேங்க”

"ம்...ம்! என்ன, கொழந்தைக்குப் பொம்ம வாங்கறீயா" அவர் சிரித்துக் கொண்டே கேட்டார்.

ஒரு கணம் அவன் பேச்சற்று நின்றான். என்ன சொல்வது தன்னிச்சையாக ஆமாம் என்பது போல தலையாட்டினான்.

அவரும் சிரித்துக் கொண்டே நம்மாளுதான் பாத்துக் கொடுப்பா கணேசா என்று கடைக்காரரிடம் சிபாரிசு செய்தார்.

"என்னப்பா இந்தப் பக்கம் வரமாட்டன்ற"

"எங்க சார்! எங்க சவாரி கெடைக்குதோ, அங்க போவ வேண்டியது தான்"

நாலு ரூபாய் கொடுத்து, பொம்மையை வாங்கிக் கொண்டான். பழைய முதலாளியின் நண்பரிடம் சொல்லிக்கொண்டு கிளம்பினான். வெளியே மழை ஓயாதது போல, பெருங்கோபத்தோடு பெய்வது போலிருந்தது. அதைப் பற்றி என்ன கவலை... பூனையும், குழந்தையும் கரைந்து போகாதது தானே.

"என்ன, குழந்தைக்கு பொம்ம வாங்கறீயா?" அந்தக் கேள்வி அவனுக்கு நெருக்கமாகக் கேட்டது. பெய்யும் மழைநீரில் அந்தக் கேள்வி அடித்துக் கொண்டு போய்விட வேண்டுமென விரும்பினான். அந்தக் கேள்வியின் துயரத்தைக் குறைக்கவென்றே மழைக்குள் வண்டியை இழுத்துக் கொண்டு முன்னிலும் வேகமாக ஓடினான். அல்லிக் குளம் கடும் பச்சையாகத் தெரிந்தது. ஆவலுடன் குளத்தைப் பார்த்தான். என்றாவது ஒரு நாள் அவளை அழைத்து வந்து குளத்தைக் காட்ட வேண்டுமென விரும்பினான். பெருந்துளிகளால் நீர்ப்பரப்பு முழுதும் மூடியிருந்த இலைகள் தத்தளித்துக் கொண்டிருப்பதையும் அதன் மேல் சூம்பிய தாமரை மொட்டுகளும் மழையில் இதழ் சிவந்த தாமரைகளுமாய் மழையில் ஆட்டம் போட்டுக்கொண்டிருப்பதையும் ஒரு பெரிய மீன் நீருக்கு மேலே துள்ளிக்கொண்டு பாய்ந்து செல்வதையும் பார்த்துக் கொண்டு ஓடினான். நேரு விளையாட்டரங்குக்கும், பூங்காவுக்கும் இடையிலான பாதையில் வண்டி கடகடத்து ஓடியது. அரங்கின் தாழ்வாரங்களில் கால்பந்தாட்ட வீரர்கள் மழையால் தடைபட்ட ஆட்டத்தை நினைத்து, ஏக்கத்தோடு நின்றிருப்பது தெரிந்தது. அவர்கள் ஒருவரை ஒருவர் மழையில் பிடித்து தள்ளி விளையாடிக் கொண்டிருந்தார்கள். மரங்களினடியில் கூடைகள் பின்னுபவர்கள் கருப்பு ஆவிகளைப்போல் மரங்களோடு ஒட்டிக் கொண்டு நின்றிருந்தார்கள். மரங்களுக்கடியில் இருந்த சின்னஞ்சிறு கூடாரங்களில் குழந்தைகள் ஒளிந்திருக்க கல் வைத்து மூட்டிய தீயில் ஏதோ வெந்து கொண்டிருந்தது. மழை கொட்டி தீ அணைந்து விடாதிருக்க.... முரத்தை மழைக்கு தடுப்பாகப் பிடித்துக்கொண்டிருந்தான் ஒருவன்.

சிறிய கூடாரத்தினுள் சிலர் ஒளிந்து கொண்டிருந்தார்கள். உயிர் காலேஜை அவன் கடக்கும்போது மழையின் வேகம் தணிந்திருந்தது. நரிக்குறவர்கள் நான்கைந்து பேர் தீ மூட்டி, பூனையை அனலில்

வாட்டிக் கொண்டிருந்தனர். தூறலிலும் தீ கொழுந்து விட்டெறிந்தது. உயிர் காலேஜிலிருந்து சிங்கத்தின் கர்ஜனை தெளிவாகக் கேட்டது. மரங்களும் பூச்செடிகளும் அடர்ந்த மைலேடீஸ் பூங்காவிலிருந்து பலவிதமான பறவைகளின் கீச்சொலிகள் கேட்டன. குயில்களின் கூவல்கள் மூலைக்கு மூலை எதிரொலித்துக் கொண்டிருந்தன. அவன் உற்சாகத்துடன் வண்டியை முன்னை விடவும் வேகமாக இழுத்துக் கொண்டு ஓடினான். கண்ணப்பர் திடல் ஓவென்று வாய் திறந்து மழையை விழுங்கிக்கொண்டு இருந்தது. அவன் மழையைப் பிளந்து கொண்டு ஓடமுடியாதபடி மழை வேகமெடுத்தது. அத்துடன் அடர்த்தியான கருமை சூழ்ந்துகொண்டது. நடராஜ் தியேட்டரை கடக்கும் முன் தேநீர்க் கடையில் மழைக்காக ஒதுங்கி நின்ற மக்கள் மழை எப்போது தணியும் என்று காத்திருந்தார்கள். ஓர் இளைஞன் பொறுமையற்றுக் கட்டியிருந்த லுங்கியை தலைக்கு மேலாகப் போர்த்தி கொண்டு பெரிய பறவையைப்போல தண்ணீரில் தாவியோடினான். அவனை இரண்டொருவர் பின்பற்றவும் செய்தார்கள்.

செங்கேணிக்கு சூடாக தேநீர் குடிக்க ஆசையாக இருந்தது. ஏனோ கட்டுப்படுத்திக்கொண்டு நகர்ந்தான். மழை மிக வலுவாக அடித்தது. அவனால் இப்போது ஓடமுடியவில்லை. சாலை விளக்குகளின்றி இருண்டு கிடந்தது. கண்ணுக்கெட்டிய தூரம் வரை விளக்கு எதுவும் எரியவில்லை. ஒரு இரட்டை மாட்டுவண்டி அவன் முன்பாக போய்க்கொண்டிருந்தது. தூரத்தில் மின் நிலையத்தின் ஓசையும் மிக அடக்கமாகக் கேட்டது. சுற்றுவட்டாரத்தில் குளிர்பதனக் கிடங்கின் பெயர்ப்பலகையில் எரியும் குழல் விளக்கின் ஒளி மட்டும் தெரிந்தது. அதுவும் அந்தப் பெயர்ப் பலகையிலேயே முடங்கிவிட்டது.

சாலையில் அதற்குள்ளாக முழங்கால்வரை தண்ணீர் ஏறி விட்டது. குடிசைகளைக் கடந்து போகும்போது அந்த மழையிலும் மளிகை கடைகளுக்கு முன்பாக பெண்களும், சிறுவர்களும், மண்ணெண்ணெய் புட்டிகளைக் கையில் பிடித்தபடி முண்டியடித்துக்கொண்டு நின்றிருந்தார்கள். முழுமையாக இருள் கவிழ்ந்திருந்தது. குடிசைகள் பார்க்க வினோதமாகவும் அவனுக்கு அழகாகவும் தெரிந்தன. அவனைப் போலவே இரண்டொரு நாய்கள் மழையை அனுபவித்தபடி உடலைக் குலுக்கி நீரை சிதறடித்தபடி நடுத்தெருவில் நின்றிருந்தன.

அவன் குடிசைக்கு முன்பாக வண்டியை நிறுத்திவிட்டு அவசரமாக குடிசைக்குள் தலையை நீட்டினான். குழந்தை அழும் குரல் ஒரு கணம் மடியை தடவிப் பார்க்க வைத்தது. சிம்னி ஒளியில் குழந்தையை மடியில் கிடத்தியபடி ஆராயியோட அக்கா குழந்தைக்கு பால் கொடுத்தபடி உட்கார்ந்திருந்தாள். அவன் தன் சொந்தக் குடிசைக்குள் நுழைவதற்குத் தயங்கி, தலையை வெளியே இழுத்துக்கொண்டான். வெளியே மழை வேகத்துடன் அடித்தது.

"வா மாமா... அக்கா வந்திருக்குது.... வா'' அவளது குரல் சிறுமியினுடையது போன்று கேட்டது. அவன் மீதிருந்த தண்ணீர்

கொட்டியது. அவன் வாசலிலேயே நின்றுவிட்டான். நீர் சொட்டி, வாசல் வழியே வெளியே வழிந்தது.

“எப்ப அண்ணி வந்தீங்க?” தயக்கத்துடன் கேட்டான். “காலையில வந்தம்பா எப்டி இருக்கிறீங்க” என்றவள், அவசரமாகப் பால் உறிஞ்சிக் கொண்டிருந்த குழந்தையின் வாயிலிருந்து மார்பை உருவி மாராப்பால் இழுத்துப் போர்த்திக்கொண்டு குழந்தையின் மார்பை லேசாகத் தடவிவிட்டாள். குழந்தை தூக்கத்தில் இருந்தது. “பொழுது போவுது கௌம்பலாம்னு பாத்தா மழ வுடாது மாதிரி இருக்குதே’?” அவள் கவலையோடு சொன்னாள்.

“இன்னா அண்ணி இப்ப அவசரம்?. ரோட்ல முட்டியளவு தண்ணி நிக்குது. மழயும் இந்த அடி அடிக்குது. மழை நிக்கட்டும். நாளைக்குப் போவலாம்”

ஆராயி துண்டைக்கொண்டு வந்து கொடுத்தாள். அவன் தலையை துவட்டிக் கொண்டே இடுப்போடு சேர்த்துக் கட்டிய பொம்மைப் பொதியை அவிழ்த்துக் கொடுத்தான். வழக்கத்தை மீறிய பெரிய பொட்டலமாக இருக்கவே, ஆர்வத்தில் அவசரமாகப் பிரித்தாள். ஐய்யா...!. அவளது முகத்தில் அவன் எதிர்பார்த்த மகிழ்ச்சி தெரிந்தது.

அவளது கனவில் சமீபகாலமாக வந்துக் கொண்டிருந்த குழந்தை அதுவும் பெண் குழந்தை பொன்னிறச் சுருள் முடியோடு சிரித்தபடி இருந்தது. அதன் கன்னத்தில் இருந்த குழியில் முத்தமிட அவளுதடு துடிப்பதை அவன் பார்த்தான்.

இன்னொரு பொம்மை கை தவறிக் கீழே விழுந்தது. அது சரியானபடி தரையில் உட்கார்ந்து தலையை ஆட்டிக் கொண்டிருந்தது.

அக்காளுக்கு ஆச்சரியமாக இருந்தது. ஆராயிக்கு உள்ளுக்குள் மகிழ்ச்சியில் அவளால் அடக்க முடியாதபடி உள்ளம் குதூகலித்தது. பூனை அழகாகத் தலையாட்டியது. ஆராயி பொம்மையைக் கையில் ஏந்தியபடி அக்கா பக்கத்தில் போய் உட்கார்ந்துகொண்டு குழந்தைக்கு பக்கத்தில் அதை வைத்துப் பார்த்தாள். கொழந்த வீட்டுக்கு வரப் போவுதுன்னு மாமாவுக்கு எப்டித் தெரியும் பொம்மைங்கள வாங்கியாந்திருக்கிறாரு. அவள் மனதுக்குள் நினைத்துக் கொண்டாள். கூரைக்கு மேலே மழை வீசியடிக்கும் ஓசை பலமாகக் கேட்டது. மழை நேரத்தில் மின் நிலையத்தின் ஓசை அத்தனை கொடூரமாய் இல்லை.

“செங்கேணி!” வெளியிலிருந்து யாரோ கூப்பிடும் குரல் கேட்டு குனிந்து வெளியே பார்த்தான். “என்னண்ணா?” “ஓல மக்கிப் போய் இருந்திருக்குது. மொதக் காத்துலயே பிச்சிக்கினு ஊத்துதுப்பா, கொஞ்சம் வா” செங்கேணி சட்டெனெ வெளியே ஓடினான்.

“கொஞ்சம் வா.... குந்த எட இல்லாம ஆவும்போது கூப்புடு. வருஷம் பூரா சொன்னனே அப்ப காதுல ஏறல...வெட்டியா ஒக்காந்துக்கினு நியாயம் பேசறது இப்ப ஓடுறாரு. நீ வா... நீவான்னு நல்ல ஆம்பள தா போ...” செந்தாமரை எரிச்சலோடு கத்துவது கேட்டது.

"நீ உள்ள போ! நா கூரை மேல ஏறி, பிளாஸ்டிக்க சொருவுறேன் உள்ள வாங்கிக் கட்டுப்பா" பாளையம் சொல்லிக் கொண்டே கூரை மேல் தாவியேறினான். பெரிய நீல நிற பிளாஸ்டிக் போர்வை லாரிகளில் சரக்கை மூட பயன்படுத்துவது. ரிக்ஷாகார மாவுளி எப்போதோ கொண்டுவந்து கொடுத்திருந்தான். ஓட்டையான பெரும் பகுதியை மூடி இழுத்துக்கட்ட அரைமணி நேரமானது. குடிசை இப்போது பாதுகாப்பாக இருப்பதுபோல் தோன்றியது.

"ஓயாம கத்திக்கினு இருந்தா... பொம்பள சொல்றத காது குடுத்துக் கேட்டா தானே அண்ணன் அண்ணன்றீங்களே உங்க அண்ணன் லட்சணத்தப் பாத்தீங்களாப்பா... குந்தறதுக்கு நல்ல எடமில்ல. ஓலகத்து கதைய் பேசறது. இப்ப அதுவா வந்து சோறு போடப் போவுது" செந்தாமரை புலம்பிக் கொண்டிருந்தாள்.

"சரி, ஒக்காருப்பா! தே கட்ட.... காப்பியப் போடு. மழைக்கு நல்லா இருக்கும்"

"ஒக்காருப்பா'!' தகர நாற்காலியை இழுத்துப்போட்டான்.

"இன்னாப்பா? யாரோ விருந்தாடி வந்துருக்கிறாங்க மாதிரி இருக்குது" செந்தாமரை கேட்டாள்.

"ஆமா அண்ணி. அந்தப் பொண்ணோட அக்கா"

"இம்மாங்காலமா ஒரு தரையும் காணோம்"

"தே! காபியப் போடுன்னா விலாவாரியா கேட்டுங் கெடப்ப," அவளை, பாளையம் இடைமறித்து அதட்டினான்.

காபியின் மணம் குடிசையை நிரப்பியது. பாளையத்தின் நான்கு வயது நோஞ்சான் குழந்தை, சுவரோரம் படுத்திருந்தது. மற்ற குழுந்தைங்க மாதிரி அது தெருவுல ஆட்டம் போடறதப் பார்க்க முடியாது. எப்பவுமே சோர்வான முகத்தோடு பாடப் புத்தகத்தப் பிரித்துப் படித்தபடி இருக்கும். அவளிடம் பேச, செங்கேணிக்கு ஆசையாக இருக்கும். யாரைப் பார்த்தாலும் தலையைக் கவிழ்த்துக்கொள்கிறது. ஆனால், அம்மாவிடம் வாயாடுவதைப் பார்த்தால், சாதுவான குழந்தையென்று சொல்ல முடியாது.

மழையின் வேகம் தணிந்திருந்தது. குடிசையின் பின்புறம் கூட்ஸ் வண்டி நகர்ந்து நிற்கும்போது பெட்டிகள் ஒன்றோடு ஒன்று மோதி நிற்கும் ஓசை வெகு தொலைவுவரை போய் நின்றது. நீராவி இயந்திரத்தின் கூவல் ஒலியும் அதன் சாம்பலை வெளித் தள்ளும் குப் குப் ஓசையுமாகப் பின்புறம் மழையிலும் வேலை நடந்து கொண்டிருந்தது.

பால் கலவாத வெல்ல காபியை குடித்து கொண்டே "பாவம் அவன் மூஞ்சிய பாக்க பயங்கரமா இருக்குது" பாளையம் குசுகுசுவென சொன்னான்.

"யாருண்ணா"

"அதான் பேய்க்காளிப்பா"

"...ப்பா இன்னா... அடி பொழச்சி வந்துட்டாரா ஆளு"

"ஆமா மனோகரனையும் ரிலீஸ் பண்ணிட்டாங்க இனி அவங்க ஆட்டந்தான்"

"இனி சாராயம் ஓடும்" செங்கேணி சொன்னான்.

"ஓடுமா காலைலயே ஆரம்பிச்சுட்டானுங்கப்பான்றேன்"

"ஊரு ஊரா இல்ல போ..." செந்தாமரை சலிப்பாக சொன்னாள்.

"ஊரு இன்னா அண்ணி பண்ணும்.இந்த மாதிரி ஆள கவுருமெண்ட் புடிச்சி உள்ள போடணும். இம்மா நாளு ஒழுங்காத்தானே இருந்திச்சி"

"ஆமா இவ்ளே நாளு விக்காமயா இருந்தானுங்க. நாய் கெடங்கு பின்னாடியும் புகை கூண்டு மறவுலயும் வித்திக்கினு தான இருந்தானுங்க" பெரும் தும்மலுக்கு இடையே தொடர்ந்து பேசினான் பாளையம். கூரைக்கு மேலே மின்னல் தெறித்து ஒளிர்ந்ததில் நீல பிளாஸ்டிக் தடுப்பைத் தாண்டி ஒளி வந்தது. கூரையில் அவ்வளவு பெரிய ஓட்டை.

குடிசைப் பகுதி எங்கல்லா இருக்குதோ, அங்கல்லாம் சாராயம்.... வித்துக்கினுதா இருக்கிறாங்க. இது போலிசுக்கு தெரியாதா இன்னா எல்லா தெரியும். விக்கறவன் ஆயிரம் சம்பாதிச்சா. ஐநூறு, போலிசுக்கு போவுது. கணக்கு காட்ட மாசத்துக்கு ஒரு தடவ உள்ள புடிச்சி போடுறாங்க. எல்லா ஒரு திட்டத்தோடுதான நடக்குது. பாவம் இதுல மாட்டிக்கினு அப்பாவி சனங்க சாவுது"

"ஆமா, நம்ப மாவுளி அண்ணன் மாதிரி" செங்கேணி குறுக்கிட்டு சொன்னான்.

"நம்ம ரோட்டோரத்துல கக்கூஸ் கட்றாங்க, பாத்தியா?"

ஆமாண்ணே! என்பதுபோல தலையாட்டினான்.

"மொதத் தெருவுல ஒண்ணும் மூக்கையன் கடையாண்ட ஒண்ணுமா மாடி கக்கூஸ் எப்டியும் ஒவ்வொரு கட்டடத்துக்கும் பதினாராயிரம் ரூபாயாவது ஒதுக்கியிருப்பாங்க. மொத்தத்துல இருபதாயிரம் செலவு பண்ணுவாங்களா? ஆளாளுக்கு பங்கு போடற வேல தான் நடக்குது. இன்னும் கட்டியே முடிக்கல. அதுக்குள்ள அது சாராயம் பதுக்கி வைக்கிற எடமா மாறிடுச்சி. நாங்க ஆட்சிக்கு வந்து மாடிக் கழிப்பிடம் கட்டுனோம்னு மேடைக்கு மேடை பேசறதுக்கு தான் அது ஒதவும் இல்லன்னா, சாராயம் விக்கறவங்களுக்கு பாதுகாப்பான எடமா மாறப் போவுது பாரு".

எரிச்சலோடு பேசினான். மழையும் கோபத்துடன் வீசியடிப்பது போல் பெய்து கொண்டிருந்தது.

"வாழறது குடிசையில, பேல போறது மாடியில. யாரு ஆட்சிக்கு வந்தாலும் ஜிகுனா சட்ட போட்டு சினிமாவுல வந்து ஆடற கதையா தான் இருக்குது போ" பாளையம் சலிப்போடு சொன்னான்.

அவன் சொன்னதை ஆமோதிப்பவன் போல தலையாட்டினான் செங்கேணி.

"அந்த சனங்களுக்கு எத பண்ணாலும் அதுங்க ஒழுங்கா வச்சுக்காதுங்கன்னு பழி சொல்லு தான் மிஞ்ச போவுது. ஒருத்த செய்யற

தப்புக்கு பேச்சி ஆயிரம் பேரு தல மேல வந்து விழும். அவன தப்பு செய்ய வுட்டுட்டு வேடிக்கபாக்கறது யாரு? தப்பு செய்யறவன தூக்கி உள்ள போடு. போலிசு மாமூல் கேட்டு கை நீட்ற வரைக்கும் எதுவும் மாற போறதில்ல. வெள்ளகாரன போராடி தொரத்துனது எதுக்குன்னா இவங்க சுதந்திரமா சொரண்டறதுக்கு தான்னு நெனைக்க தோனுது" கோபமும் இயலாமையுமான தொனியில் பேசியவன் வாசல் வழியாக மழையைப் பார்த்தான்.

"சரிண்ணா நீங்க கவுர்மெண்ட்ல தான வேல பாக்குறீங்க. வியாசர்பாடிக்கு கொஞ்ச தள்ளி ஏரிங்கள வூட்டு மனையாக்கி விக்கறாங்களா ஐந்நூறு, ஆயிரம்ன்னு எதாவது பொரட்டி ஒன்ன வாங்கி போடுறது தானே"

"எப்பா உங்க பேச்சிலயே உருப்படியான வார்த்த இது ஒண்ணு தாம்பா" செந்தாமரை செங்கேணி சொன்னதை அங்கீகரித்தாள்.

"ஆமா இருக்கற குடிசையை மொதல்ல கட்டுவோம். இங்க போடுற ஆயிரம் ரூவாவ ஊர்ல கொண்ணும் போயி போட்டா ரெண்டு ஏக்கரா நெலமாவது வாங்கலாம். யாருக்காவது போகத்துக்கு வுட்டாலும் சோத்துக்கு அரிசியாவது கெடைக்கும். இன்னா சொல்ற"

"ஆமா! அதுவும் சரிதான்"

"நீங்க வெட்டியா ஒக்காந்துக்கினு இப்டியே பேசிக்கினு இருங்க. எதிர்வூட்ல பாரு அவங்க யாரு கூடவும் சேர்றதில்லையே தவிர, நல்லா வெவரமாதான் இருக்குதுங்க. நீ சொன்னியப்பா, அந்தப் பக்கத்துல தான் மனை வாங்கி கட்டி, ஓடு கவுத்து இருக்கறாங்களாம். அதுங்கல்லாம் பொழைக்கறதுங்க, இந்த சத்தத்துல உயிரே போவுது நாம சொல்றது யாரு காதுலயும் வுழ போறதில்ல"

தனது கோபத்தைக் காட்டும் விதமாக எழுந்து, வாசலுக்கு வெளியே தலை நீட்டிப் பார்த்தாள். விடுவேனா என்று மழையடித்துக் கொண்டிருந்தது.

ஆமா சம்பாதிக்கிறவன், படிச்சவன் எல்லாம் நான் ஓடுறேன், நீ ஓடுறேன்னு ஓடி இங்க வண்டல் மாதிரி படிஞ்சி ஒழைக்கறதும், பொழைக்கறதுமா கெடக்குதுங்க. இங்க நைட் ஸ்கூலு அது இதுன்னு இப்பதான் பசங்க துளுக்குதுங்க. இந்த நேரம் பாத்து நா ஓடுறேன் நீ ஓடுறேன்னு ஓடிட்டா எப்டி" பாளையம் மனைவிக்குச் சொல்லுற பதிலை செங்கேணியைப் பார்த்து சொன்னான்.

"உக்கும் இவுரு ஒருத்தரு எல்லாத்தையும் மாத்த போறாரு" கூரைக்கு மேலே இடி இடித்தது.

மழை கூரையின் மேல் நிகழ்த்தும் இசையை ரசித்தான். புதிதாக குடிசை மேல் போர்த்தப்பட்டிருந்த பிளாஸ்டிக் போர்வையின்மேல் மழை வீசியடிக்கும் படபட ஓசை கேட்டு கொண்டிருந்தது. காற்றில் அது உப்பி எழும் ஓசை அதனால் ஏற்பட்ட குடிசையின் கட்டுகள் நழுவும் கிரிச் ஒலி, மழையின் அனைத்து ஓசைகளும் கேட்டன.

ஆனாலும் ஒழுகலற்று குடிசை பாதுகாப்பாக இருந்தது. செங்கேணி வெளியே பார்த்தான். வெளியே கும்மிருட்டு கூரையெழுப்பும் ஓசையை வைத்து தான் வெளியே மழை பெய்வதை உணர முடியும்.

“ஏம்பா வந்துகீறாங்க. நீ போயி இன்னா ஏதுன்னு விசாரிக்காம அண்ணன் கிட்ட பேசிக்கினு இருக்கற. அவரு கிட்ட எப்ப வேணும்னாலும் பேசிக்கலாம். அவங்கள போயி பாரு”

திடுப்பென நினைவுக்கு வந்தவன் போல “அண்ணா நா கெளம்பறேன்” பாளையத்தின் பதிலுக்கு காத்திராமல் குடிசைக்கு வெளியே இருண்ட அடர்த்தியான மழைக்குள் புகுந்தோடினான்.

வெளியே மழை பண்ணுகிற ஆர்பாட்டத்துக்கு குடிசையினுள் இருந்த அமைதி மிக ஆனந்தமாக இருந்தது. பெரும் மழையில் ஒழுகாத குடிசை சொர்க்கம் தான்.

உலகத்துல என்ன மாதிரியான உயர்ந்த இசையும் குடிசையின் மீது கொட்டுற மழையின் தாளத்துக்கு முன்பாக ஒன்றுமே இல்ல... இத அனுபவிக்காதவன் ஒத்துக்கறது கஷ்டந்தான். ஒழுகினாலும் படுக்கற அளவு இடமிருக்கிற குடிசையில் கூட அதை அனுபவிக்கலாம். அந்த விதத்தில் செங்கேணி மழை கூரையின் மேல் நிகழ்த்தும் இசையை ரசித்தான்.

ஆராயி முன்பை விடவும் களையாகவும், மகிழ்ச்சியோடும் இருப்பதைப் பார்த்து அக்காளுக்கு மன நிறைவாக இருந்தது. அவள் முன்பை விடவும் உடம்பு பூசினாற் போல் இருப்பதாக நினைத்தாள்.

அது இன்னா சின்ன புள்ளைங்களுக்கு வாங்கியாற மாதிரி பொம்ம வாங்கியாந்து தர்றான். அதுவும் அந்த குழந்தை பொம்மையைப் பார்த்தவுடன் ஆராயி கொழந்தைக்காக ஏங்குறாளா என்று நினைத்தவளாக, தங்கையின் முகத்தைப் பார்த்தாள். சிம்னியின் வெளிச்சத்தில் அவளது முகத்தில் பளபளப்பு மட்டுமல்ல. வேறொன்றையும் பார்த்தாள்.

அவன் தலையை துவட்டிக் கொண்டு தரையில் உட்கார்ந்தான். தரை சில்லென்று இருந்தது.

“கொழந்தைக்கு போத்திவிடு நல்லா குளுருது”

“கொழந்த பத்திரமா தான் இருக்குது. நீ ஒக்காந்து சாப்புடு மாமா”

“அண்ணிக்கு சாப்பாட்ட போடு நா அப்புறமா சாப்புடறேன்”

“தம்பி நா சாப்புட்டம்பா நீ சாப்புடு” பாசத்தோடு சொன்னாள்.

“காலையில இருந்து ஒரே ஆட்டம் இப்ப தான் தூங்குச்சி” ஆராயி குழந்தையின் கன்னத்தை தடவிக் கொண்டே சொன்னவள் எழுந்து சோறு எடுத்து வரப் போனாள்.

குழந்தை மழை, காற்று என்று எந்த பாதிப்புமற்று உறங்கி கொண்டிருந்தது. குழந்தையின் பக்கத்தில் அழத் தெரியாத பொம்மை சிரிப்பு மாறாமல் படுத்திருந்தது. அதன் தலையருகே பூனை தலையாட்டியபடியே இருந்தது.

சுவரோரமாக படுத்துக் கொள்ள அக்காளுக்குப் பாய் விரித்து, போர்த்திக் கொள்ள புடவையொன்றை எடுத்துத் தந்தாள். இடியொன்று எங்கிருந்தோ பாய்ந்து வந்து குடிசைக்குப் பின்புற கரிக் குவியலின் மேல் விழுந்தது போல் நிலத்தை அதிர வைத்தது.

ஓயாமல் தோன்றும் மின்னலில், வாசல் வழியாக எதிர்க் குடிசை பளீரெனத் தெரிந்தது. மிக சமீபத்தில் நீல நிற வண்ணம் அடித்திருந்தார்கள். ஒரு வினாடி நடுப்பகலில் வீட்டை பார்ப்பது போல் இருந்தது.

ஒரு முறை மின்னல் வெட்டியபோது அதன் வெளிச்சத்தில், தெருவில் மாவுளி ரிக்ஷாவை மிதித்துக்கொண்டு போனதைப் பார்த்தான்.

“இன்னா பசங்களா! சாப்பிட்டிங்களா?” வழக்கமான அவன் குரல் கேட்டது.

மாவுளி அவனோட தலைவரைப் பற்றி சமூகத்தில் என்ன கருத்து நிலவியதோ, அவரைப் பற்றி அவன் எப்டி நினைத்திருந்தானோ அப்படியே அவன் ஆகியிருந்தான். மிக சமீபத்தில் அவன் மனைவி அவனை விட்டுவிலகிப்போய் விட்டாள். அவன் அதைப் பற்றி எந்த பாதிப்பும் அற்றவனைப்போல இயல்பாகவே இருந்தான். ஏற்கெனவே ஒருமுறை அப்படிப் போனவள், அவன் மிகவும் முடியாமல் ஸ்டான்லி மருத்துவமனையில் அனுமதிக்கப்பட்டு மிக ஆபத்தான நிலையில் இருந்தபோது அவனை வந்து பார்க்க வந்தவள், பிறகு அவனுடனே இருந்துவிட்டாள். இப்போது மீண்டும் பெரியமேட்டில் உள்ள அவளோட அம்மா வீட்டிற்குப் போயிருப்பாள். அவளாக வந்தால்தான் ஆச்சு இவன் போய் அழைத்து வருவதாக இல்லை. சாப்பிட்டானோ சாப்பிடவில்லையோ, குளிர்ப்பதனக் கிடங்கு பக்கத்தில் நான்கைந்து நாய்கள் இவனுக்காக காத்திருக்கும். அவனது வண்டி டாடா கம்பெனியை நெருங்கும் போதே நாய்கள் குளிர்ப்பதன கிடங்கருகே வாலை குழைத்துக்கொண்டு கூட்டம் கூடி விடும். பேக்கரியில் பொறையை பொட்டலமாகக் கட்டி, வாங்கி வருவான். அதை நாய்களுக்குப்போட்டு அவை தின்பதைப் பார்த்து ரசிப்பான்.

“ஓடி ஓடி உழைக்கணும்
ஊருக்கெல்லாம் கொடுக்கணும்....”

நாய்கள் வாலையாட்டி கொண்டு அவன் மேல் தாவும். பாட்டை சத்தமாகப் பாடுவான். அநேகமாக அந்த சமயத்தில் பெரும்பாலும் அவன் முழு போதையில் தான் இருப்பான்.

“ஆராயி! சோறு இருந்தா குடுக்கறியா.... போய் குடுத்துட்டு வர்றேன்”

“அவரு வர்ற வழியில சாப்புட்டு வந்திருப்பாரு. நீ சாப்புடு”

“மழையில எங்க போயி சாப்புட்டிருப்பாரு இருந்தா குடு போய் குடுத்துட்டு வர்றேன்”

“நீ எதுக்கு மாமா மழையில சும்மா நனைஞ்சிக்கிட்டு. நெதானமில்லாம குடிக்கற ஆளுக்கு சாப்புட தெரியாதா? இந்த மாதிரி குடிக்கிற ஆளுகிட்ட எந்த பொம்பள தான் இருப்பா?”

அவன் சாப்பாட்டை பிசையும்போது கூடுதலாகக் குழம்பை ஊற்றினாள். பிறகு, பக்கத்தில் இருந்த பொம்மையை எடுத்து மடியில் வைத்துக் கொண்டாள். ரத்தமும் சதையுமான குழந்தை, தாயின் அரவணைப்பில், இருவருமே அயர்ந்து உறங்கிக் கொண்டிருந்தார்கள்.

அவள் அந்த பொம்மையைப் பார்க்கும்போது, அவள் முகத்தில் பார்க்க விரும்பிய ஒன்று மெல்லிய கீற்றாகத் தெரிவதைக் கண்டான். அதுவே தான். ஆமாம், உயிருள்ள ஒன்றை அவள் விரும்பினாள். அவனும் கூட அதை விரும்பினான்.

வெளியே சோவென மழை பொழிந்து தள்ளியது.

ஏன் இன்னைக்குப் பாத்து பொம்மை வாங்கத் தோணிச்சோ. தனக்குத் தானே கேட்டுக் கொண்டான்.

அவனுக்குப் புரையேறியது. அவசரமாக அவனுக்குத் தண்ணீர் சொம்பை எடுத்து நீட்டியவள் "உன்ன யாரோ நெனைக்கறாங்க மாமா!" "உக்கும். என்ன நெனைக்க உன்ன விட்டா வேற யார் இருக்குறாங்க?" தண்ணீர் குடித்தான். "நீயும் சாப்புடு" "நீ சாப்புடு மாமா நா சாப்புடறேன்"

அவன் பிசைந்த சாப்பாடு கொஞ்சம் மீதம் வைத்து, அவள் பக்கமாகத் தள்ளி வைத்தான். அவசரமாக எழுந்தவன், கூரையில் இருந்து கொட்டும் தண்ணீரில் கை கழுவிக்கொண்டு வாசலிலேயே உட்கார்ந்துகொண்டான். தெரு இருளில் மூழ்கியிருந்தது. இருளில் மழையை பார்த்துக்கொண்டு உட்கார்ந்திருந்தான். குடிசையில் இருந்து வரும் சிம்னியின் ஒளியில் கூரை விளிம்பிலிருந்து சொட்டும் மழைநீர் அதிசயம் போலத் தெரிந்தது. வானம் ஓயாமல் மின்னிக் கொண்டிருந்தது.

"உள்ள வா மாமா! எதுக்கு மழையில, நனையிற வா"

"நா எங்க நனையிறேன். சாப்புட்டு வா" அவளையும் அழைத்தான்

எதிர்ப்பக்க குடிசை நல்ல பாதுகாப்போடு இருந்தது. கூரைக்கு மேலாக வைக்கோல் பரப்பி அது பறந்து விடாதபடி உறுதியாக பிணைக்கப்பட்டிருந்தது. மின்னலின் போது, அந்தக் குடிசை தனித்து பளீரெனத் தெரிந்தது. பெரும்பாலான வீடுகள் ஒழுகிக்கொண்டிருக்கும் என்று நினைத்துக் கொண்டான். அவள் சாப்பிட்டு முடித்து அவளும்கூட வாசலில் அவனை நெருக்கி கொண்டு உட்கார்ந்தாள். அவளுக்கு இடம் தர அவன் நகரும்போது பேரொளியுடன் மின்னல் பாய்ந்தது. வானம் இடிந்து நொறுங்கியது. பூமியின் மேல் கொட்டியதென்னவோ மழைத்துளிகள் தான். மின்னலும், இடியும் திகிலூட்டும் படியிருந்தன,.

ஆனாலும் இருவரும் நெருக்கியடித்துக் கொண்டு உட்கார்ந்தபடி மழையை ரசித்தார்கள். வீசியடிக்கும் மழைச் சாரல் அவர்கள் மீது தெறித்தது. "மின்னலடிக்கும் போது கண்ண மூடிக்கோ ஆராயி!" என்றான். "நீயும் மூடிக்க மாமா" என்று பதிலுக்கு சொன்னாள்.

நாய்கள்கூட அற்ற வீதி யாருமற்ற கருப்புக் காடுபோல இருந்தது. எல்லாமே மழையும் அதன் ஓசையாலும் நிறைந்திருந்தது. அவள் முந்தானையால் அவனைப் போர்த்தினாள். அவளது குளிர்ந்த கைகளை பிடித்திழுத்து அவன் கன்னத்தில் தேய்த்துக்கொண்டான். அவனது உடல் சூடாக இருந்தது.

"அண்ணி எப்ப வந்தாங்க?"

"நீ வேலைக்குப் போன கொஞ்ச நேரத்துல வந்துச்சி" அவனே மெதுவாகத் தான் கேட்டான். அதைவிடவும் மெதுவாக அவள் பதில் சொன்னாள்.

ஒதுங்க இடமற்றதொரு நாய், குளிரில் நடுங்கிக்கொண்டு மழையின் அலைக்கழிப்பால் புகலிடமற்று குடிசையோரத்தில் வந்து ஒதுங்கியது. மின்னலும், இடியும் அதைக் கலவரப்படுத்த, விழித்துக் கொண்டிருக்கும் இரண்டு மனிதர்களைப் பார்த்து அது அஞ்சியதோ என்னவோ, எதிர் குடிசை சுவரோரம் போய் ஒண்டிக் கொண்டது.

அவன் என்ன நினைத்தானோ ப்ச்... என்று சட்டென ஓசையெழுப்பினான்.

"நீயில்லனா நா கூட இப்டிதா குந்த எடமில்லாம திரிஞ்சிருப்பேன் அப்படியே எடமிருந்தாலும் அது மாதிரிதான் எங்கனா ஒண்டிக்கினு இருந்திருப்பன்" மழையில் நடுங்கும் நாயைக் காட்டி சொன்னான்.

ஏற்கெனவே முந்தானையை அவன் மீது போர்த்திய கையால் அவன் தோளை இறுக்கிப் பிடித்துக் கொண்டிருந்தவள், அவனை இன்னும் இறுக்கமாக அணைத்துப் பிடித்தாள்.

உள்ளே அக்கா உறங்கிக் கொண்டிருக்கிறாள் என்ற நினைப்பு வந்தது. காற்று மழைநீரை அவர்கள் முகத்தில் வாரியடித்தது. யாரோ அவர்கள் மேல் பூ வாரியடிப்பதுபோல மழைச்சாரலில் திளைத்தார்கள். காதல் மழையையும், வெயிலையும் இன்பமானதாக்கி விடும். இருவருமே மகிழ்ச்சியாக உணர்ந்தார்கள்.

மழையின் இருளில் கரிய உருவங்கள் ஓடுவது தெரிந்தது. குடிசைகளுக்குப் பின்புறம் ஊதல் ஒலி கேட்டது.

"கரி திருடிக்கினு போறாங்க" அவன் குசுகுசுவென சொன்னான். பெரு மழையிலும் திருடர்கள் தீவிரமாக இயங்கிக் கொண்டிருந்தார்கள்.

மழையின் குளிர் சாரல் அவர்களைக் கடந்த தருணத்தில் எதிர்க் குடிசையின் பின்புறத்தில் வானில் பெரும் மரத்தின் வேர் போல வெள்ளை வெளேரென மின்னல் கொடிகள் பாய்ந்தோடி மறைந்தன.

அந்தக் கணம் நடுப்பகலில் குடிசையைப் பார்ப்பது போன்று பளீரென முழுமையாகத் தெரிந்த நொடியில் கண்கள் இருண்டு போயின. போல் அவன் தடுமாறினான். அதை தொடர்ந்து பேரிடியொன்று குடிசைகளின் மேலாகக் கடகடத்தது. இடியின் தீவிரத்தால் அலறிய குழந்தையைத் தாய் அணைத்துக் கொண்டாள்.

மழைக்காற்று தீவிரமாகி சிறு வாசலில் அவர்கள் இருவரையும் கடந்து குடிசைக்குள் எரியும் விளக்கை அலைபாய வைத்தது.

"மழை நேரத்துல இன்னாடி வாசல்ல குந்திக்கினு உள்ள வாடி" அக்கா கூப்பிட்டதும் ஆராயி சட்டென எழுந்திருக்க முயன்றாள். மண் தரை, சாரலில் ஊறி வழுக்கியது.

இரவின் மழைப் பொழுதில் பேய்க்காளியின் குரல் செங்கேணிக்கு கேட்டது. ஆராயி பாய் விரித்து, குழந்தையின் அருகில் படுத்துக் கொண்டாள். அவர்களுக்கு எதிர்ப்பக்க சுவரோரமாய் அவன் படுத்துக் கொண்டான். குடும்பமே உறக்கத்தில் மூழ்கிக் கிடந்தது. ஒழுகாத குடிசையில் மழை இரவில் உறங்குபவருக்கு சொர்க்கம்தான். உழைத்துக் களைத்து வந்தவனுக்கு அதைவிடவும் மேலானதா மோட்சம்?.

15

உழைத்த களைப்பு, மழையினால் விளைந்த பலவிதமான ஓசைகள், பாதுகாப்பான கூரை, சிறு பூச்சிகளற்ற குளிர்ச்சியான பொழுது, ஆழ்ந்த உறக்கத்தில் இருப்பவர்களை உலுக்கியெழுப்பும் பேரிடிகளின் விளைவாக, குடிசையின் வாயில் தடுப்புகளையோ, சணல் திரைகளையோ விலக்கிப் பார்ப்பார்கள். இருட்டில் மழையின் சளசளப்பு மட்டுமே மழை பெய்கிறது என்று அறிய வைக்கும். அவ்வளவு இருட்டு.

கந்தலான கூரை வீடுகளின் துயரை யார் சொல்வது? வெட்டவெளியில் இல்லை, ஏதோ ஒன்றுக்கடியில் இருக்கிறோம் என்பதைத் தவிர வேறென்ன?

நைந்த கூரை, ஓட்டைகளின் வழியே சொட்டும் நீரைப் பிடிக்க பாத்திரங்கள், அதில் விழும் நீரின் ஓசை, அது தெறித்துப் பரவி எரிச்சலூட்டும் குளிர்ச்சி, மழை கூரை மீது விழும் பற பற சத்தம், நனைந்த கந்தலேகூட கதகதப்பாய் மாறித் தரும் இன்பம், அதனால் உண்டான அமைதியான ஆழ்ந்த உறக்கம், இந்த இன்பங்களை அறியாதவன் மண்ணிலே வாழ்ந்தென்ன?. இந்த இன்பங்கள் தாம் எளியவனின் துயரை ஆயிரமாயிரம் ஆண்டுகளாகத் தாங்கும் வலிமையை தந்திருக்கிறது.

காற்றில் விழும் கந்தலான ஓலைகளுக்கிடையே மின்னலொளி பாயும். பல சமயங்களில் பெருமழையில் தளர்வான மண்தரையில் நீரூற்று பொங்கும். பாதுகாப்பற்ற மண்சுவர்கள் கரைந்து சாயும். சுற்றுச் சுவர் அற்றுப்போனதால் தாங்கு கம்புகள் பிடிப்பற்று குடிசை தாழ்ந்து போகும். இருளில் குழந்தைகளை? இருக்கும் பெட்டிகளின் மேல் தூங்கவைக்க பெற்றோர்கள் முயல்வார்கள். பெரும்பாலான குடிசைகளில் ஆறுக்கு மூணு அடி இடம்கூட கதகதப்பானதாக இருக்காது. அந்த இடத்தில் இருவரோ, மூவரோ நெருக்கியடித்துக் கிடப்பார்கள்.

இதிலுள்ள ஒரே இன்பம், உழைத்து வந்த களைப்பில் தன்னுணர்வற்று உறங்கிப் போவதுதான். அதிகாலையில் அவர்களை ஓர் பேரிடி உலுக்கி எழுப்பும். காரிருளும், மின்னலொளியும், குளிர் சாரலும் அடிவயிற்றில் ஓர் இனம் புரியாத பயத்தைக்கீறி விடும்.

இன்னைக்குப் பொழப்புல மண்ணுதான் என்ற முனுமுனுப்பு கேட்காத குடிசைகளை விரல் விட்டு எண்ணி விடலாம். பெரியவர்களின் நிலை திண்டாட்டம் என்றால், சின்னப்பிள்ளைகளின் மனமோ குதூகலத்தில் இருக்கும். குறைந்தது, பள்ளிக்குப் போகவேண்டாம். தேங்கிய மழைநீரில் குதித்தாடலாம். கூரையிலிருந்து கொட்டும் நீரை கையில் பிடிக்கலாம். கப்பல் செய்து நீரில் விடலாம். மின்னலின்போது கண்களைப் பொத்திக்கொள்வது, இடி இடிக்கும்போது பெரியவர்கள் சொல்லித் தந்த எதையாவது உளறித் தொலைப்பது, பட்டணத்துக் குடிசைப் பகுதிகளில் இதுவன்றி வேறென்ன? ஒருவேளை உலகமெங்கும் உள்ள எளியவர்களின் குடிசைகளின் நிலை இதுதானோ என்னவோ? பொழுது விடியும் தருணத்தில் காற்று பலமாக குடிசைகள் மீது மோதி எங்கும் உஷ் என்ற ஓசையும் காற்று கூரையை மேல்நோக்கித் தள்ளும்போது ஏற்படும் இடைவெளியில், குடிசைக்குள் நிலவும் குளிர் மிகுந்த இரைச்சல், மழையின் அசாதாரணமான சூழலை சொல்லியது.

செங்கேணி உறக்கத்திலிருந்து எழுந்திருந்தான். பொழுது விடிந்தும் மழை நிற்பதாகத் தெரியவில்லை. மழை, ஓயாத மழை.

"ரோட்டுல இடுப்பளவு தண்ணி நிக்குது. ஒரு நாளு மழைக்கு இந்த கூத்து" யாரோ சொல்லிக்கொண்டு போனார்கள்.

"சுத்தமா கிருஷ்ணாயிலு இல்ல....ப்ச்"

ஆராயி மெதுவாக முணுமுணுத்தாள்.

செங்கேணி வாசலில் போய் உட்கார்ந்து தெருவைப் பார்த்தான். எந்த மழையிலும் அங்கு தண்ணீர் நிற்காது. அந்தப் பகுதியே பெரிய மேட்டின் மீது இருந்தது. மக்கள் அதை மேட்டுத் தெரு என்றே அழைத்தார்கள். முதன் முதல் ரயில்வே பாதை பேசின் வழியாக அமைத்தபோதும், பிறகு மின் நிலையம் அமைத்த போதும் தரையை சமன் செய்து உபரியான மண் குப்பையையெல்லாம் கொட்டிய இடம் மேடாக இருந்தது. அதன் மீது குடிசைகள் பரவியிருந்ததால், வெள்ளம் வர எந்த வாய்ப்பும் இல்லாமல் பாதுகாப்பாய் இருந்தது.

காலையில் இருந்தே நாய்க் கிடங்கிலிருந்து அவலமான, மூச்சுத் திணறும்படியான குரைப்பொலி பரிதாபமாகக் கேட்டபடியிருந்தது. குடிசைகளுக்கு கிழக்கே புகைவண்டியின் தடதடப்பும் இழுவை இயந்திரத்தின் பேரோசையும் அற்று அமைதியாக இருந்தது.

நீளமான மழையுடுப்பு அணிந்து பேய்க்காளி குடிசையைக் கடந்து போனான். அவனது முகம் மிக மாறியிருந்தது. பெருங்காயத்தின் வடுவுடன் அச்சமூட்டும் முகத்தைப் பார்த்து "அய்யோ!" என்று செங்கேணி தனக்குள் முணுமுணுத்தான்.

எதிர்க்குடிசையிலிருப்பவர் பெரிய நீளமான பிளாஸ்க்குடன் சிவப்பு நிற பூபோட்ட குடையுடன் தேநீர் வாங்கக் கிளம்பிவிட்டார். வெளியே வந்து எட்டிப் பார்த்த பமேரியன் நாயை உள்ளே துரத்தி கதவை மூடி விட்டு, மழையில் போய் மறைந்தார். அந்த வகை நாய் மட்டுமல்ல, அந்த மாதிரி செழிப்பான ஆட்கள்கூட குடிசைப்பகுதியில் அரிதுதான் ஆனாலும் இருக்கத்தான் செய்தார்கள்.

அப்போதுதான் வாசலுக்கு வந்து வீதியை எட்டிப் பார்த்த பாளையம் வாயைக் கொப்பளித்து துப்பினான். வாசலில் உட்கார்ந்திருந்த செங்கேணியைப் பார்த்து "இன்னாப்பா! நல்ல தூக்கமா" என்றான் பதிலற்று, பாளையத்தைப் பார்த்து சிரித்தான் செங்கேணி.

"நேத்து நாம அந்தப் பொத்தல மூடலன்னா எங்க கதி அவ்ளோ தான்"

"மழை உட்டதும் மொதல்ல ஓலைய மாத்திடுங்கண்ணா!"

"ஆமாம்மா மொதல்ல அதப் பண்ணணும். சரி, வா! காப்பி குடிக்கலாம்" பாளையம் அழைத்தான்.

"மாமா மூக்கையன் கடையாண்ட மாடு வச்சிருக்கிறாங்களாம் போயி ஆழாக்கு பால் வாங்கியாறியா?" ஆராயி மெதுவாகக் கேட்டாள்.

"சொம்ப எடு, போறேன்"

சொம்பை வாங்கிக்கொண்டு தலையில் மறைப்புக்காக லுங்கியைப் போர்த்திக் கொண்டு "அண்ணா! பால் வாங்கியாறப் போறேன். அண்ணிக்கு, வேணுமா கேளுங்க"

"தே! தம்பிய இருக்கச் சொல்லு" செந்தாமரையின் குரல் கேட்டது.

"ஒரு ஆழாக்கு பால் வாங்கியாப்பா" செந்தாமரை காசையும், சொம்பையும் கொடுத்தாள்.

அவன் மழையில் ஓடிப்போய் பால் வாங்கி வந்து தந்தபோது, "ஏம்பா! அடுப்பு பத்த வைக்க கிருஷ்ணாயில் வேணும்னா வாங்கிக்க சொல்லு" என்றவள், "ஆமா! இன்னாப்பா இது, ஆழாக்கு பால் வாங்கியாற சொன்னா, ஓழக்கு பால் வாங்கியாந்திருக்கற" என்றபடி சில்லறையை எடுக்க இடுப்பில் தேடினாள்.

"இருக்கட்டும், மழைக்கு ரெண்டு தடவ டீயப் போட்டா சரியாப் போவுது" சொல்லிக்கொண்டு குடிசைக்கு ஓடினான். மழை விடாது பெய்து கொண்டிருந்தது.

ஆராயி பாத்திரங்களை எடுத்துப்போட்டு கழுவ ஆரம்பித்து விட்டாள்.

குழந்தை நல்ல உடல்நிலையுடன் பூனை பொம்மையுடன் விளையாடிக் கொண்டிருந்தது.

சுருள் சுருளான முடியுடன் உட்கார்ந்திருந்த குழந்தையை நொடிக்கொருதரம் ஆராயி முத்தமிட்டுக் கொண்டிருந்தாள். இடி சத்தம் வரும்போதெல்லாம் அச்சத்துடன் கண்களை உருட்டிக்கொண்டு தாயைப் பார்த்து தாவும் குழந்தையைத் தூக்கி அணைத்துக்கொண்டு அதன் கன்னங்களில் முத்தமிட்டாள்.

மழை நிற்பதாகத் தெரியவில்லை. மின் நிலையம் ஓசையெழுப்பத் தொடங்கி விட்டது. ஆனால், அதன் ஓசை அவ்வளவாக தொல்லைப்படுத்தவில்லை. மழையில் அதன் பேயோசை கொஞ்சம் மட்டுப்பட்டிருந்தது.

மழைக்கும் அதன் சூழலுக்கும் செங்கேணியின் உடம்பு திம்மென்று இருப்பது போலிருந்தது. மைதானத்துக்குப் போய் தண்டால் போட்டு கையை, காலை உதற வேண்டும்போல இருந்தது. ஆனால், மைதானம் கடல்போல தண்ணீர் நிறைந்து கிடக்குமோ, என்னமோ? என்று நினைத்துக்கொண்டான். அதே நேரத்தில், மீசைக்காரரின் நினைப்பு வந்தது.

வெளியே மருதுவும் வேலுவும் பேசிக்கொள்ளும் ஓசை கேட்டு குடிசைக்கு வெளியே எட்டிப் பார்த்தான். ஒரு குடையின்கீழ் இருவரும் நின்றிருந்தார்கள். அவர்கள் குடிசைக்குள் பாளையம் இருக்கிறாரா என்று எட்டிப் பார்ப்பது தெரிந்தது.

"வாங்கப்பா! ஏன் மழையில நிக்கறீங்க? வாங்க" பாளையம் அவர்களை உள்ளே அழைப்பதும் கேட்டது. மழை ஓங்கியடித்தது. பார்த்துக் கொண்டிருந்த செங்கேணியால் பொறுக்க முடியவில்லை. அவனுக்கும் பாளையம் குடிசைக்கு ஓடவேண்டும்போல இருந்தது.

"ஆராயி! வேற எதனா வாங்கியாறாணுமா"

"வேணாம் மாமா! அரிசியும் நேத்து வாங்கன காய் தக்காளி இருக்குது. எங்கக்கா வர்றதுதான் வர்றேன்னு மழையோட வந்துருச்சி" குழந்தையைக் கொஞ்சுவதுபோல அவனுக்கும் பதில் சொல்லிவிட்டு சிரித்தாள். குழந்தையும் சிரித்தது.

"சரி நா பாளையண்ணன் வீட்டுக்குப் போறேன். எதுனா வேணும்னா கூப்புடு" அவன் சொல்லிக் கொண்டே மழையிடமிருந்து தப்பி ஓடுபவன் போல ஓடினான்.

"உம், வாங்கப்பா! ஐமா சேந்துட்டிங்களா?. மழையும் ஓயாது... உங்க பேச்சும் ஓயாது. புயக் காத்து வரப் போவுதாம். கூரை தாங்குமான்னு உங்கண்ண கிட்ட கேளுங்க"

செந்தாமரை கோபத்துல பேசுறாளா இல்ல, கிண்டலுக்கு சொல்றாளான்னு தெரியல. ஆனால், ஒருவரை ஒருவர் பார்த்து மௌனமாக சிரித்துக் கொண்டார்கள்.

குடிசைக்கு மேலே பெரிய பாலீதின் போர்வைக் காற்றால் உப்பியும் ஒடுங்கியும் சேட்டை செய்துக் கொண்டிருந்தது. மழை முழு வேகத்துடன் பெய்துகொண்டிருந்தது. செந்தாமரை பச்சைப் பயறை வறுக்கும் மணம் குடிசை முழுவதும் பரவியது.

பாளையத்தின் நான்கு வயதுப் பெண் இன்னமும் போர்வைக்குள் முடங்கிக் கிடந்தாள். அவ்வப்போது மூக்கை உறிஞ்சிக்கொண்டிருப்பது ஒன்றுதான் அவள் விழித்துக் கொண்டிருப்பதற்கான அடையாளமாய் இருந்தது. முழு குடிசையையும் ஆளுயர சுவர் ஒன்று இரண்டாகப்

பிரித்திருந்தது. அடுப்பு உள்பக்கமாக இருந்தது. பயறு வறுக்கும் நெடியில் பாளையம் தும்மினான்.

எதிர்க்குடிசையிலிருந்து ரேடியோவின் கரகரத்த குரல் கேட்டது. இலங்கையின் வடகிழக்குப் பகுதியில் புயல் மையமிட்டிருப்பதாகவும் அது நகர்ந்து, பாண்டிச்சேரிக்கும் சென்னைக்கும் இடையே கடக்கக் கூடும் என அறிவித்தது.

“போங்க! இந்தக் காத்துல கூரை பிச்சிக்கினு போவப் போவுது”. செந்தாமரை சாதாரணமாக சொல்லிக் கொண்டே வறுத்த பயறைக் கொண்டு வந்து அவர்கள் மத்தியில் வைத்து விட்டுப் போனாள்.

பாளையத்துக்கு சுர்ரென்று ஏறியது.

“கூரை பிச்சிக்கினு போனா, உங்கப்பனாடி வந்து கட்டிக் குடுக்கப் போறான். வாய மூடுறி சும்மா நைய. நையன்னு...” எரிச்சலோடு கத்தினான்.

“எண்ணா! வுட்ன. நீ எதுனா பேசி எங்களுக்கு வறுத்த பயிறு கெடைக்காம போயிடப் போவுது” பாளையத்தை சமாதானபடுத்தவென்றே வேலு சொன்னான்.

“உக்கும். கோவத்துக்கு ஒண்ணும் கொறைச்சல் இல்ல” செந்தாமரை புலம்பிக் கொண்டிருந்தாள்.

“ரோட்ல மாரளவு தண்ணி நிக்குது” மருது மார்பளவுக்கு கை வைத்துக்கொண்டு சொன்னான்.

“பின்ன நேத்து சாயந்திரத்துலருந்து இந்த அடி அடிக்குதே”

“இன்னாதா வெள்ளம் வந்தாலும் ஜெகநாதபுரத்துக்குப் பிரச்சனை இல்ல. மேட்டுல இருக்கறதால கஷ்டம் ஒண்ணுமில்ல. ஆனா சிவராஜபுரம், சுந்தரபுரத்துக்குப் பிரச்சனைதான். வீடுங்கள்ல தண்ணி பூந்துருச்சாம். சனங்க காப்ரேஷன் ஸ்கூல்ல போய் இருக்குதுங்களாம்” மருது சொன்னான்.

“ஆமா, பசங்க படிச்சி பெரியாளா வருதுங்களோ இல்லியோ, மழைக் காலத்துல நல்லா ஒதவுது” சலிப்பாகச் சொன்னான் பாளையம்.

அவர்கள் மென்று நொறுக்கும் ஓசையை ஒன்றுமில்லாததாக்கியது இடியோசை.

“ஆமா! அந்த ஸ்கூலும் இல்லன்னா நம்ம புள்ளைங்க அதோ கதிதான். யாரு வந்தாலும் ஒரு கொள்கையோடதான் வர்றாங்க. இதுல நாசமாபோறது கடைசி நெலையில இருக்கற சனங்கதானே? ரெண்டு மாடி ஸ்கூல் கட்டறது முக்கியமில்ல. அதக்கண்காணிக்க சரியான அமைப்பு இருக்கணும். ஸ்கூல்ல இன்ஸ்பெக்டர் வர்ற அன்னிக்குதான் பசங்க யூனிபார்ம்ல இருக்குதுங்களா, தலைய வாரி சுத்தமா இருக்குதுங்களான்னு பாக்குறாங்க. மத்த நாள்ல காப்ரேஷன் ஸ்கூலுங்க ஏதோ கவுச்சிக்கட மாதிரிதான இருக்குது. மத்தியானம் சோத்தையோ என்னத்தையோ போடறாங்க. ஆனா, அதுங்க மூலைக்கு ஒண்ணா ஒக்காந்து சாப்புடுதுங்க. வாத்தியாரும், வாத்தியாரம்மாவும்

காப்பிய குடிச்சிக்கினு வூட்டுக் கதயப் பேசிக்கின்னு இருக்கறாங்க. இதையெல்லாம் யார் பாக்கறது?. காப்ரேஷன் பள்ளி கொடம்னாலே ஏதோ உருப்படாததுங்க போய் படிக்கிற எடம்ன்ற ஒரு எண்ணத்த உருவாக்கிட்டாங்கன்னு நெனைக்கத் தோனுது. ஒருவேள அதிகாரத்துல இருக்கறவங்க திட்டமிட்டே இத செய்யறாங்களான்னு நெனைக்க தோணுது. ஏன்னா, அங்க படிக்கிற புள்ளங்கள்ல எண்பது சதவீதம் சாதாரண ஏழை பாழைங்க புள்ளைங்கதானே?" மருது சொல்லிக் கொண்டிருக்கும்போதே வேலு அவசரமாகக் குறுக்கிட்டான்.

"இப்ப, படிக்காதவன் அரசியலுக்கு வர்றதாலதான் இந்தப் பிரச்சனை வருது"

"இல்ல வேலு! நீ தப்பா சொல்றேன்னு சொல்ல முடியாது, ஆனா, புரியாமப் பேசறே" என்றவன் தொண்டையை செருமிக்கொண்டு, பயறு மென்ற வாயில் தண்ணீர் ஊற்றிக் கொப்பளித்துக்கொண்டு வாயைத் துண்டால் துடைத்தான்.

செங்கேணி மிக ஆர்வமாக அவர்கள் பேசுவதைக் கேட்டுக் கொண்டிருந்தான். அவன் இப்டியெல்லாம் யோசித்தது இல்லையே தவிர அவர்கள் பேசுவது அவனுக்கு மிகதெளிவாகப் புரிந்தது. மழை மிதமான வேகத்தில் பெய்து கொண்டிருந்தது. புதிதாக ஓரிடத்தில் கூரை ஒழுக ஆரம்பித்தது, நீர் தரையில் விழாமல் தடுக்க அலுமினியப் பாத்திரம் ஒன்றை நீர் சொட்டும் இடத்தில் வைத்தாள் பாளையத்தின் மனைவி. அது சீரான இடைவெளியுடன் அருமையான இசை போல விழுந்தது. அதன் இசை இரவில்தான் மிகதுல்லியமாகக் கேட்கும். அந்த உன்னதமான தாளத்தினூடே, வாசலுக்கு நேராக யாரோ குனிந்து பார்ப்பது தெரிந்தது. மாவுளி மழைக்கோட்டு போட்டபடி வாசலுக்கு நேராக குத்துக்காலிட்டு உட்கார்ந்தான்.

இன்னா கண்ணுங்களா! மீட்டிங் நடக்குதா, நடக்கட்டும்.... நடக்கட்டும்... பாத்தியா நம்ம வாத்தியாரு குடுத்தது எப்டி ஒதவுது பாரு அணிந்திருந்த மழைக் கோட்டைத் தட்டிக் காண்பித்தான். அவன் முகத்தில் வழிந்த மழை நீரைத் தாண்டி அவனுள்ளம் வலியோடிருப்பதைக் காட்டியது. அதை மறைக்க அவன் பேசினான், சிரித்தான் அவனுடைய குடிசை மிக பொத்தாலாகி சீரழியும் நிலையில் இருந்தது பாளையத்துக்கு தெரியும்.

"உள்ள வாய்யா எதுக்கு மழையில நனையுற உள்ள வா" பாளையம் அழைத்தான். அந்த வேளையில் மழை வேகமெடுத்தது. அவன் மீது மழை தெரித்தது. மின்னலின் ஒளியில் அவனது மஞ்சள் மழை கோட்டு ஒளிர்ந்தது. மழையிலும் மது அவனைக் குளிர்ந்து போகாமல் வைத்திருந்தது. சகல துன்பங்களிலிருந்தும் மது அவனை காப்பாற்றுவது போல் நடித்தது. அவனும் நம்புவது போல் நடித்தான்.

"வாத்தியாரு கோட்டைக்கு வரட்டும் குடியையெல்லாம் மாடிவூடா மாத்திடுவாரு தம்பிகளா" வீட்டுக்குள்ளே வந்து ஒரு பிடி வறுத்த பயிரை

அள்ளிக் கொண்டு, ஆளுக்கொரு வீட்டைக் கட்டுவோம்.... என்று பாடிக் கொண்டு, ஆண்டு முழுவதுமான வெய்யிலின் கொடுமையை இந்த மழையில் நனைவதன் மூலம் தணித்துக் கொள்ள விரும்புபவன் போல மழையில் திரிய போய்க் கொண்டிருந்தான்.

நம்ம தலையெழுத்த மாத்தப் போரவரு தலைவருன்னு நம்பி பேரையும், படத்தையும், மாருலயும் முதுகுலயும் பச்ச குத்திகராங்க. எது உண்மையின்னு தெரியாம, கொள்ளிக் கட்டைய எடுத்து தலைய சொரிஞ்சிக்கிறாங்க. வேறன்னா... என்று மனதுக்குள் நினைத்தபடி வார்த்தையற்றுக் கூரை உச்சியை அண்ணாந்து பார்த்தான்.

"அது சரிண்ணா நா ஏதோ புரியாம பேசுறன்னு சொன்னியே" வேலு நினைவுபடுத்தினான்.

"நீ சொன்ன மாதிரி படிச்ச பட்டதாரிகள் ஆட்சியதிகாரத்துக்கு வந்தா மட்டும் என்ன மாறிடப் போவுது. நாம மக்களுக்கு சேவை செய்ய வந்தவங்கன்ற எண்ணம் போயி, தன்னை மகாராஜான்னே நெனைச்சிக்கறாங்க. இவ்ளோ பெரிய அந்தஸ்த்துக்கு என்னை உயர்த்திட்டியே தெய்வமேன்னு கல்லு முன்னாடி போயி நின்னு கன்னத்துல போட்டுக்கிறாங்க. இதுல படிச்சவன், படிக்காதவன்னு ஒண்ணுமில்ல. ராஜாஜிய ரொம்ப படிச்சவர்ன்னு மூதறிஞர்ன்னு தானே சொல்றாங்க. அவர் ஆட்சிக் காலத்துல படிச்சவங்க சதவீதம் என்னா நூத்துக்கு இருவது சதவீதமா இருந்ததகூட பதினைஞ்சா கொறைக்கத் தான் செய்தாரு. அவர் திட்டப்படி குலக்கல்வி திட்டம் நடைமுறைக்கு வந்து இருந்தா பத்து சதவீதமா போயிருக்கும். அந்த பத்து சதவிகிதத்துலயும் நம்மள நசுக்கறவங்க தானே இருந்திருப்பாங்க. நசுக்கப்பட்டவங்களுக்கு என்ன கெடைச்சிருக்கும். பெருக்கறவன் புள்ள பெருக்கிக்கினும், தொவைக்கறவன் புள்ள தொவைச்சிக்கினும் இருந்திருக்கும். காந்தி கூட இது ரொம்ப நல்ல திட்டம் சபாஷ் ராஜாஜின்னு தான் சொன்னாரு. இவங்கல்லா படிச்சவங்க தானே. ஆனா காமராஜர் காலத்துல என்ன நடந்துச்சி, பதினஞ்சி சத விகிதமா இருந்த கல்விய அவர் ஆட்சிக் காலத்துல முப்பது சதவீமா மாத்துனாரு. அவராலதான் நானெல்லாம் படிக்க முடிஞ்சது. இப்ப அரசாங்கத்துல வேல செய்யறேன். இத்தனைக்கு காமராஜர் இன்னா படிச்ச பட்டதாரியா? அது இல்ல விஷயம். அவரு சாதாரணக் குடும்பத்துல இருந்து வந்தவரு. கல்வி இல்லாததால் சமூகங்கள் எப்டி மேலயும், கீழயுமா தாறுமாறா கெடக்குதுன்னு அவருக்குத் தெரியும். மொத அத மாத்தணும்னு அவரால நெனைக்க முடிஞ்சது. அங்க காங்கிரசா, வேற எதுவான்னு இல்ல, ஒக்கார்ற ஆளு கிட்ட என்ன மாதிரியான கருத்து இருக்குது, அதான் விஷயமே. அந்த விதத்துல காமராஜர் பரவாயில்ல. அவருக்கு இணையா நம்ப கக்கனத் தவிர வேற யாரச் சொல்றது?. இதே காங்கிரசுல காமராஜரத் தவிர வேறு யாருனா வந்திருந்தா, மக்கள கல்வியில முன்னேத்த இவ்வளவு கவனம் வச்சிருப்பாங்களான்னு தெரியாது"

"ஆமாம்மா! அவர தோக்கடிச்சி இவங்க வந்திருக்காங்க. இவங்க கல்வியில இன்னும் கவன வைக்கணும்" வேலு சொன்னான்.

பாளையம் அவசரமாக இடைமறித்து "புளியந்தோப்புல கான்வென்ட் வந்திருக்குது. நம்ம எதிர் வூட்டுக்காரங்கப் புள்ளைங்க அங்க போயி படிக்குதுங்க. இந்த சனங்க எத்தன பேரால அது முடியும். கான்வென்ட்ல ஒரு படிப்பும், காப்ரேஷன்ல் ஒரு படிப்பும் தான் சொல்லிக் குடுப்பாங்க. மறுபடியும் மேல, கீழன்னுதா வளரப் போவுதுங்க. அதெல்லாம் ஒண்ணு பெருசா மாத்தம் கொன்னார மாதிரி தெரியல"

வெளியே மழை ஓங்கியடித்தது. மழையின் அடர்த்தி காரணமாய் வெளியே வெண்புகைபோலத் தெரிந்தது. இடையிடையே மின்னலின் பளீரொளி.

பாவம்! சின்னக் கொழந்தைகள வச்சிக்கினு இன்னா கஷ்டப்படறாளோ, அநியாயத்துக்கு இந்த மழை உடாம பெய்யுதே... சீ செந்தாமரையின் முணுமுணுப்பு தெளிவாகக் கேட்டது.

"யாரு?" பாளையம் கேட்டான்.

"பக்கத்துல அவளோட புருஷன் ஏதோ வேலையா ஊருக்குப் போயிட்டான். நேத்தே அரிசி வாங்க காசு இல்லன்னு சொல்லிக்கினு இருந்தா. ஊடும் பொத்தலும் பொதருமா கெடக்குது. இந்த மழையில புள்ளங்கள வச்சிக்கினு இன்னா பண்ணுதோ?"

"சரி, எதனா இருந்தா கொஞ்ச குடுத்துட்டு வா,"

அவள் கொஞ்சம் பருப்பையும், அரிசியையும் எடுத்து வைத்துக் கொண்டு மழையின் வேகம் தணியக் காத்திருந்தாள். மழை தணிந்ததொரு நேரத்தில் தலையையும் அரிசி பாத்திரத்தையும் முந்தானையால் மூடிக் கொண்டு ஓடினாள். பக்கத்துக் குடிசைதான். வெளுத்த முகத்துடன் குட்டையானவள் குடிசைக்குள் தேங்கியிருக்கும் தண்ணீரை வெளியே வாறி இரைத்துக் கொண்டிருந்தாள்.

"இன்னாடி நவநீதம்?"

"வாக்கா!.... வா! மழையில நனைஞ்சிக்குனு" ரெண்டு புள்ளைங்களும் தகரப் பெட்டி மேல உட்கார வைத்துகந்தலைப் போர்த்தியிருந்தாள். குடிசையின் ஒரு மூலை தவிர மற்ற இடமெல்லாம் வானத்து, மழை நேரடியாகவே வீட்டுக்குள் பொழிந்தது. செந்தாமரைக்கு அய்யோவென்றிருந்தது.

"ஏன்டி புள்ளங்களயவாது அங்க அனுப்பறதுதானே. உம் புருஷன் இந்த நேரம் பாத்தா ஊருக்குப் போவணும். சரி! இந்தா!... இத புள்ளங்களுக்கு குடு" அலுமினிய பாத்திரத்தைக் கொடுத்தாள்.

நவநீதத்துக்கு வாங்க கூச்சமாக இருந்தது. வேறு வழியற்று எதுவும் பேசாமல் வாங்கிக்கொண்டாள்.

"சரி, புள்ளைங்கள அங்க இட்டுப் போறேன். அங்கயும் ஊத்துதா... நேத்து அந்தத் தம்பியும் அவரும் பிளாஸ்டிக்கப் போட்டு கட்டி வச்சுகிறாங்க. இப்ப பரவாயில்ல" சொல்லிக்கொண்டே பெட்டி

மீது உட்கார்ந்து விழித்துக் கொண்டிருந்த குழந்தைகளை எழுப்பி, அவர்கள் தலைமேல், முந்தானையால் போர்த்தி தன்னுடன் அழைத்துப் போனாள். வீட்டின் ஓர் ஓரமாக குழந்தைகளை உட்காரவைத்து அவர்களின் முன்னே வறுத்த பருப்புத் தட்டை இழுத்து வைத்தாள்.

"சாப்புடுங்க புள்ளைங்களா! பெரியம்மா உங்களுக்கு சூடா சோறாக்கிப் போடுறேன், சாப்புடுங்க" இரண்டுமே மாநிறத்தில் கண்கள் பளீரென்று தெரிய, பெரியவர்களைப் பார்த்து விழித்தன. பாளையத்தின் மகள் இன்னமும் படுக்கையில் இருந்து எழுந்திருக்கவில்லை.

"அண்ணா! மழை அவ்ளோ சீக்கிரம் விடாது மாதிரி தெரியுது. நம்ம சங்கத்துல மூணு குடும்பம் தாராளமா தங்கலாம். நல்லா பாதுகாப்பா இருக்குது. கொஞ்ச பேர அங்க தங்க வைக்கலாம்"

"ஆமாம்மா! சங்கத்த தொறந்துவிடலாம். மொதல்ல வெளிய போய் ஒரு ரவுண்ட் அடிச்சிட்டு வரலாம்"

தோழர்கள் மூவரும் பலமாகத் தலையாட்டினார்கள்.

"இன்னைக்கும் இந்த மாதிரி மழை பேஞ்சா இந்த வூடு கூட தாங்காது. மொதல்ல எங்கள கூப்புடுக்கினு போயி வுடுங்க" செந்தாமரை கிண்டலாகச் சொன்னாள்.

அவர்கள் இருவருக்கு ஒரு குடையென வெளியே கிளம்பும்போது மழை சற்றுத் தணிந்திருந்தது.

சனங்கள் எண்ணை பிசுக்கேறிய புட்டிகளுடன் மண்ணெண்ணெய்வாங்க போய்க் கொண்டிருந்தார்கள். வியாபாரிகள் மழை வெள்ளம் நாட்களில் வழக்கமாக முப்பது காசுக்கு விற்றதை ஒரு ரூபாய்க்கு விற்பார்கள். மூக்கையன் கடையில் அது தான் நடந்து கொண்டிருந்தது. ஒரே கூச்சல் மக்கள் கடைக்கு வெளியே நெரித்தார்கள். மழை லேசாக கொட்டிக் கொண்டிருந்தது. ஆனால், வானம் எப்போதையும் விட அச்சுறுத்துவது போல இருண்டு விட்டது. மழை எப்போது பொத்து கொண்டு ஊத்தி விடுமோ என்ற அச்சத்தில் நான் முந்தி நீ முந்தியென மக்கள் மளிகைப் பொருள் வாங்க போராடிக் கொண்டிருந்தார்கள்.

அவர்களுக்கு எதிரே மாவுளி போதையின் கிளர்ச்சியோடு வந்து கொண்டிருந்தான்.

"யோவ் மழை விடற வரைக்கும் போதை தானா" பாளையம் குரல் கேட்டு லேசான தடுமாற்றத்துடன் நின்றான்.

"நம்ம சங்கத்துல எடம் நல்லாதான் இருக்குது. யார்னா மழையால் கஷ்டபடறவங்கள கூட்டியாது விடு"

"அட நீ ஒண்ணு எங்குடிசையே அப்டியே உள்ள அமிங்கிடுச்சி நானே எங்க போறதுன்னு தெரியாம தான் திரிஞ்சிக்கினு இருக்கறேன்"

போதையிலும் தெளிவாகச் சொன்னான். அவனது பறட்டைத் தலைமுடியில் இருந்து நீர் சொட்டி முகத்தில் வழிந்தது.

வேலு அவனிடம் சாவியை நீட்டினான். "இந்தா போய் தொறந்துக்க பாத்து புள்ளைங்க படிக்கற எடம்"

அவன் சாவியை வாங்கிக் கொண்டு போனான். "கரை மேல் பிறக்க வைத்தான். எங்களை கண்ணீரில் மிதக்க வைத்தான்" பாடி கொண்டே போனான். அவன் பின்பாக நாய்கள் வாலை குழைத்துக் கொண்டும் அவன் மீது தாவிக் கொண்டும் ஓடின.

வானம் மிகவும் கருத்து சூரியன் மறைந்த மாலைப் பொழுது போல இருந்தது. சாலையில் இடுப்பளவு தண்ணீர் கேசவபிள்ளை மைதானம் நீர் நிறைந்து ஏரி போல கருத்த வானத்துக்கு கீழே பரந்து விரிந்து கிடந்தது. அவ்வளவு தண்ணீரிலும் ஒரு கரி லாரி மெதுவாக போய்க் கொண்டிருந்தது. அது எழுப்பிய அலையில் பாளையம் தடுமாறினான்.

"ஒரு வேள புழலேரிய தொறந்து விட்டிருப்பாங்களா"

"ஒரு நாள் மழைக்கா" வேலு சந்தேகம் தெரிவித்தான். "இல்லப்பா ஆந்திரா பக்கமெல்லாம் நல்ல மழையாமே"

நீரில் காலால் துழாவியபடியே நடந்து மீசைக்காரரின் கறிக்கடைக்கு போய் விட்டார்கள். நாய்க் கிடங்கிலிருந்து நாய்களின் குரைப்பு சத்தம் பரிதாபமாகக் கேட்டது.

"நாய்க் கெடங்கு உள்ள தண்ணீ பூந்திட்டிருக்கும் அதான் கொலைக்குதுங்க" பாளையம் சொன்னான்.

"இல்லண்ணா அது மேட்ல தானே இருக்குது தண்ணி போவாது" மருது மறுப்பு சொன்னான். சுந்தரபுரம் முழுக்க வெள்ளம் சூழ்ந்து கருத்த வானத்துக்கு கீழே குடிசைக்குள் பரிதாபமாக கரிய நீருக்கு மேலே தெரிந்தன.

கறிக்கடைக் கூட்டமற்றுக் காலியாகக் கிடந்தது. மீசைக்காரர் பெட்ரோமாக்ஸ் விளக்கைப் பற்ற வைக்க காற்றடித்துக் கொண்டிருந்தார்.

இந்த மழை உயிர வாங்குது. சீ.... குந்த எடமில்ல... ஒரு நடுவயது பெண் முனுமுனுத்துக் கொண்டு தண்ணீரில் காலை துழாவிக் கொண்டு அங்குலம் அங்குலமாக நகர்ந்து கொண்டிருந்தாள். அவளுக்கு பக்கத்திலேயே நாய் ஒன்று நீந்திக் கொண்டு போனது.

சாலையின் மையத்தில் இருந்த சாக்கடை மூடியைத் திறந்து கொண்டிருந்தார்கள். அந்தப் பகுதி இளைஞர்கள் சனங்களுக்குப் பள்ளம் இருப்பதை அடையாளம் காட்ட, பூவரச மரத்தின் பெருங்கிளை ஒன்றைத் தண்ணீரில் இழுத்து வந்தான் ஒருவன்.

அந்தக் கிளையை பள்ளத்தில் சொருகி வைத்தார்கள். அவர்களை செத்த நாயின் பிணம் மிதந்தபடி கடந்து போனது. இளைஞர்கள் மூக்கைப் பொத்தியபடி தூர விலகினார்கள். சாக்கடைக்குள் நீர் பாய்வதால் நாயின் பிணம் நகராமல் அங்கேயே சுழன்றது.

"ஏய்.... ஏய்.... பீட்டர் அத இழுத்துக்கினு போய் தூர போட்றா"

அருவருப்பாக உப்பி வெடிக்கும்படி இருந்த நாயின் உருக்குலைந்த உடலைக் காண சகிக்காமல் கண்களை ஒரு கையால் மறைத்துக் கொண்டு கெஞ்சும் குரலில் சொன்னான் ஒருவன்.

நீண்ட குச்சியில் அதை சிக்க வைத்து அதை தூரமாய் தள்ளி கொண்டு போனான் ஒருவன்.

அவனுக்குப் பின்னே இருண்ட வானம். மின்னல் கொடியோட ஒளியை உமிழ்ந்தது.

இயற்கையின் அச்சுறுத்தல் எதுவும் இவர்களைப் பெரிதாக ஒண்ணும் அசைத்துவிடவில்லை.

நடக்க வேண்டியதெல்லாம் நடந்து கொண்டுதான் இருந்தன. வெள்ளம் தேங்கி வானம் இருண்டு அச்சுறுத்திய போதிலும் மக்கள் ஊக்கத்தோடு இயங்கிக் கொண்டிருந்தார்கள். செயற்கை பேய்களின் பூச்சாண்டி தான் பாவம் இவர்களை மிரள வைக்கின்றது. அந்த செயற்கையான குருட்டுப் பேயின் மூளையில் விரலை விட்டு ஆட்டு என்பது போல பிரமாண்டமாய் குரல் கொடுத்தது. வானம் பேரிடியாய், அது இவர்களுக்கு கேட்கவில்லையோ என்னவோ கரும் மேகம், வேரென பரவிச் சுடரும் மின்னல், கலங்கடிக்கும், இடியோசை, அடை மழை, கரையும் மண் சுவர்கள். நசிந்த கூரைகள், நம்பிக்கையோடு வானம் பார்க்கும் மனிதர்கள், அவர்களுக்கு கீழே கலங்கிய நீர் அதனடியில் மறைந்திருக்கும் பள்ளம். அதைத் தாண்டி நடந்து வரும் நால்வரை மீசைக்காரர் வரவேற்றார்.

“இன்னாப்பா மழை பொழப்ப கெடுத்துடுச்சா'' செங்கேணி தலையாட்டினான்.

பாளையமும், செங்கேணியும் இறைச்சி வாங்கினார்கள். கடையின் தரை தளம் உயரமாக இருந்ததால் வாசல் வரை வெள்ளம் ததும்பி கொண்டிருந்தது.

“இவ்ளோ ஒயரமா கட்டியே தண்ணி உள்ள வர பாக்குது” மருது சொன்னான்.

“இது ஒயரமா.... வெள்ளக்காரன் காலத்துல எங்கப்பா கட்டுனது. படியேறி தான் கடைக்குள்ள வர முடியும். மூனு படி ரோடு போட்டு மேடேத்தி மேடேத்தி மண்ணுக்குள்ள போயிடுச்சி....ம்”

மீசைக்காரர் சொல்லி கொண்டே கறியை வெட்டி போட்டார்.

“இன்ன செங்கேணி! நாம மைதானப் பக்கம் போவணும்னா, ஒரு மாசமாவும்போல இருக்குதே”

செங்கேணி குரலற்றுத் தலையாட்டினான். இறைச்சியை வாங்கிக் கொண்டு திரும்பும்போது பாளையம் சொன்னான்:

“ஒரு மண் செவுருகூட இருக்காது, போ. மழை வேற வுடாது மாதிரி இருக்குதே?” மழை இப்போது இன்னும் வேகமாய் ஓங்கியடித்தது.

“சரி, வாங்க! நாய்க் கெடங்கு வழியா போயிடலாம்” பாளையம் சொன்னான். அவர்கள் மேட்டில் ஏறுவதற்குள் மழை கடுமையாக வீசியடித்தது. மேட்டில் இருந்து கரி மண் கரைந்து, கருப்பாய் மழை நீர் சரிவில் ஓடியது. மேட்டின் மேல் பெரிய தகரக் கூரையினடியில் கள்ளச்சாராய வியாபாரம் மழை வேகத்திலேயே நடந்து கொண்டிருந்தது.

ஈரம் சொட்டச் சொட்ட குடியர்கள் முகத்தை சுளித்துக்கொண்டு சாராயத்தை விழுங்கிக் கொண்டிருந்தார்கள். அவர்கள் மத்தியில் பேய்க் காளி பளிச்சென்று வெள்ளை வேட்டி, சட்டையில் நின்றிருந்தான். நெற்றியில் பெரிய குங்குமப்பொட்டுடன் பயங்கரமாக இருந்தது. சலவை செய்து வந்த வேட்டியை மடித்துக்கட்டியிருந்தான். இடது முழங்காலுக்குக்கீழே குண்டு பாய்ந்து உண்டான பெருங்காயத்தின் அடையாளம் தெரிந்தது. எதற்கும் அஞ்சாதவன்போல நின்றிருந்தான். மூக்கின் நுனியில் இருந்து கன்ன எலும்புவரை தையல் போட்ட வடு அழுத்தமாகத் தெரிந்தது. தாடையின் வடிவமே மாறியிருந்தது.

தகரக்கூரையினடியில் நின்றபடி செங்கேணி குடிசைப் பக்கமாகப் பார்த்தான். கைப்பையோடு யாரோ வாசலில் நிற்பது தெரிந்தது. அவனைக் கடந்து போன பெண்ணிடம் அவன் எதையோ கேட்க, அவள் தன் குடிசையைக் காட்டிவிட்டுப் போவது தெரிந்தது.

16

மழையினூடே வாசலில் நிற்பவனைக் கூர்ந்து பார்த்தான். அடையாளம் தெரிந்துவிட்டது. இது என்னடா வம்பாப் போச்சே. எதாவது கலவரம் நடக்கப்போவுதா என்று நினைத்தபடி "பாளையண்ணே! நா முன்னாடி போறேன். அதோ, வாசல்ல நிக்கறது அந்தப் பொண்ணோட மாமதான்னு நெனைக்கறேன். அந்தாளு வம்பு பண்றவரு. நா போய் பாக்கறேன். அவன் வேகமாக அடிவைத்து நடந்தான்.

"போ... போ சகல தானே? எதனா சிக்கல்னா கூப்புடு! நாங்க வர்றோம்" பாளையம் சொன்னான்.

கணேசன் கையில் பெரிய துணிப் பை உப்பிக்கொண்டு இருந்தது. மழைக்குத் தடுப்பாகத் தலையில் துண்டுடன் தயங்கிக் கொண்டு நிற்பது தெரிந்தது.

"அண்ணே! வாங்க. நம்ப வீடுதான்" அவன் குடிசைக்குள் தலையை நுழைத்து "ஆராயியின் அண்ணன் வந்திருக்காரு பாரு,"

குழந்தையை கொஞ்சிக்கொண்டிருந்தவள் குடிசைக்கு வெளியே எட்டிப் பார்த்துவிட்டு "அக்கா மாமா வந்திருக்குது" என்று சொல்லிக் கொண்டே வெளியே ஓடிவந்தாள். செங்கேணி நீட்டிய இறைச்சிப் பொட்டலத்தை வாங்கிக்கொண்டு மாமனைப் பார்த்தாள்.

கணேசனின் கண்களில் வன்மம் தெரியவில்லை. அவன் அவளை குழந்தையைப் பார்ப்பதுபோல பார்த்தான்.

"வா மாமா மழையில நனைஞ்சிக்கினு நிக்கற வா..." அச்சமற்றவளாய் பையை வாங்கிக்கொண்டு மாமனின் கையைப்பிடித்து குடிசைக்குள் இழுத்தாள்.

குழந்தை அடையாளம் தெரிந்து "பா....பா...." என்று அப்பாவைப் பார்த்து மழலையிசைத்தபடி கணேசனை நோக்கி நகர்ந்தது.

அந்த வேளையில் அக்கா அடுப்படியில் உட்கார்ந்து கொண்டிருந்தாள்.

"ஒரு ராத்திரி மழைக்கே ஆத்துல தண்ணி நெரம்பி ஓடுது. விடியக் காத்தால வூடு அமிங்கிடுச்சி"

"அக்கா! அய்யோ..." அய்யோன்னு... குரலற்ற விதமாய் வாயை பொத்திக் கொண்டு "துணி மணிங்க?" என்று கேட்டாள். "எல்லாத்தையும் மூட்ட கட்டி ரோட்டெதுர்ல இருக்கற சலிம் பாய் வீட்டுல வச்சிருக்கறேன். அரிசி இருந்துச்சி. அத பைல போட்டு எடுத்தாந்த கணேசன், பையைக் காட்டினான்.

அவனது குரலும் மாறிவிட்டதுபோல இருந்தது. "எக்கா! எழுந்திரு. நா மாமாவுக்கு காபி போடறேன்'.'

"முனியம்மாவுக்கு கொழந்த பொறந்திருக்கு!"

"எப்ப?"

அவள் அவசரமாகக் கேட்டாள்.

"நேத்து ராத்திரி சிந்தாதிரிப்பேட்டைல சேத்தாங்களாம். அங்க முடியாதுன்னு பெரியாஸ்பத்திரிக்கு எடுத்துக்கினு போயிருக்காங்க பெரிய ஆபரேஷனாமே?"

"பின்ன, இம்மா நாளு சென்னு பொறக்குதே'.' குழந்தை பொம்மையுடன் விளையாடிக் கொண்டிருந்தது. "மழையில அந்த த்தம்பி எங்க போயிக்கினு வந்துக்கினு இருக்குது" அக்கா கேட்டாள்.

ஆவி பறக்க கருப்புக் காபியைக் கொண்டுவந்து மாமன் முன் உட்கார்ந்து கொண்டு சூடு ஆற்றினாள். "இன்னா ஆராயி! நல்லா இருக்கிறியா... நாங்களா உன்னை தேடிக்கினு வந்தா தான் மாம, அக்கான்னு உம்" கேட்டுவிட்டு காபியை வாங்கிக் குடித்தான்.

"இன்னா கொழந்தை பொறந்திருக்கு" ஆராயி! ஆசையாக கேட்டாள்.

"ஆம்பளப் புள்ளயா! நல்லா செவசெவன்னு பாய் வூட்டு புள்ள மாதிரி இருக்குதுன்னு மாரியம்மா சொல்லுச்சி"

செங்கேணி காதில் இந்த வார்த்தை விழும்போது, மழையில் நனைந்து கொண்டிருந்த வண்டியை குடிசைக்கு நெருக்கமாக நகர்த்தினான்.

இரண்டு நாட்களாய் மழையும் காற்றுமாய் நகரை மட்டுமின்றி. மாநிலத்தின் பெரும் பகுதியை மூர்க்கமாகப் பதம் பார்த்து. அன்றாடம் காய்ச்சிகளை வாட்டி எடுத்தது. சீ! இது எப்ப ஓழியுமோவென்று மக்கள் மழையை சபிக்கத் தொடங்கிவிட்டார்கள். தரையோடு தரையாக இருந்த குடிசைகளின் பெரும்பாலான அடுப்புகள் வெள்ளத்தில் மூழ்கி விட்டன. பெரும்பாலான குடிசை வாசிகள் கட்டையோ, சுள்ளிகளையோ பயன்படுத்துபவர்கள் கட்டை தொட்டிகளில் வியாபாரம் உச்சத்தில் இருந்தது. தொட்டிகளில் வெள்ளம் புகுந்திருந்தாலும் கூரைக்கடியில் குன்றெனக் குவிந்திருக்கும் கட்டைகள் வெள்ள அளவை மீறி இருந்தவை நனையாதிருந்தன.

மார்வாடிக் கடைக்குள் தண்ணீர் புகுந்துவிட்டது. ஆனாலும் இரண்டு மேசைகளைப்போட்டு அதன் மீது ஏறி உட்கார்ந்து கொண்டு, பொருட்களை வாங்கி பூட்டிக்கொண்டு வட்டி போக பணத்தை எண்ணிக் கொடுத்துக் கொண்டிருந்தான் சேட்டு. பித்தளை அண்டா, குண்டா சிலர் புடவைகளையும், பெண் குழந்தைகளின் உறுப்பை மறைக்கும் வில்லைகள், இப்டி ஏதாவது ஒன்றுடன் மழை வெள்ளத்தில் நின்றிருந்தார்கள். சேட்டு ஏற்றிவைத்திருந்த ஊதுவத்திகள் தெய்வப்படங்கள் முன்னே புகைந்துகொண்டிருந்தன. ஒரு படத்தில் ஆடையற்ற ஒரு சுவாமியை மரத்தின் கிளையொன்று சுவாமியின் மறைக்க வேண்டியதை மறைந்திருந்தது. அனைத்தும் துறந்த நிலையைச் சொன்ன கடவுளை வணங்கிக்கொண்டே அனைத்தையும் பறிக்கும் மனதுடன் சேட்டு ஒவ்வொரு பொருளையும் ஆசையோடு வாங்கி அறையில் பூட்டிக் கொண்டிருந்தான். சேட்டை பொறுத்தவரை கடவுள் அவனுக்கு நல்ல பலனைக் கொடுத்துக்கொண்டிருந்தார். சேட்டுக்கு அருள் பாலிக்கிற அவரோட புத்திக்கு நூத்துக் கணக்குல சனங்க வெள்ளத்துல மிதப்பது தெரியாமலா இருக்கும்?. மழையைக் காரணம் காட்டி, மளிகைக் கடைக்காரர்கள் கொள்ளை லாபம் சம்பாதித்தனர்.

ஐம்பது காசுக்கு விற்ற பொருட்கள் ஒரு ரூபாய்க்கு விற்றுக் கொண்டிருந்த பலசரக்குக் கடைகள், கடைகளுக்கு முன்பாக மக்கள், முண்டியடித்துக் கொண்டு கிடைக்குமோ, கிடைக்காதோ என்று சச்சரவிட்டுக் கொண்டும் கூச்சலெழுப்பிக் கொண்டும் இருந்தார்கள். கடைகளுக்குள்ளும் நீர் புகுந்து ததும்பிக் கொண்டிருந்தது. மண்ணெண்ணெய் தகர டிரம்கள் மீது வைக்கப்பட்டிருந்த பொருட்களை கூடுதல் விலைக்கு விற்றுக்கொண்டிருந்தார்கள்.

மூன்றாவதாக, கள்ளச் சாராயம் மற்ற நேரங்களையும்விட தாராளமாக தண்ணீர் கலந்து விற்றனர். "சே! இந்த மழைக்கு போதை கூட ஏற மாட்டேங்குது, தூ..." குடியர்களின் புலம்பல் விற்பவனுக்கு சாதகமாக இருந்தது.

எல்லா தரப்பு மக்களும் மழையைக் குற்றவாளியாக்கினார்கள். யாரும் மழைநீர் வடிகால் வாரியத்தையோ வேறு எதையுமோ குறையாகக் கருதவில்லை. மிக சமீபத்தில் வீடுகளில் பிள்ளை பெற்றப் பெண்கள் மழை நிற்க, தெய்வங்களிடம் வேண்டிக்கொண்டார்கள். பிறந்த குழந்தைகளின் தலைமுடியைத் தர கடவுளிடம் ஒப்பந்தம் போட்டார்கள். வேறு வழி! வானமோ போதுமான ஆட்டத்தை ஆடிக் களைத்து நாலாவது நாள் லேசாக பின் வாங்கத் தொடங்கியது. கணேசன் பொழுது விடியும் முன்னே கிளம்பி விட்டான்.

"நா போயி வீட்ட சரி பண்றேன். நீ கொழந்தையப் பாத்துக்க" ஆராயியும், செங்கேணியும் விழிக்கும் முன்னே புறப்பட்டான்.

கொழந்த பொறந்தப்பறம் மாமா அப்படியே மாறி தான் போயிருக்கு, ஆராயி மனதுள் நினைத்திருந்தாள். இந்த நாலு நாளா மாமாவும் செங்கேணியும் பேசிக் கொள்ளாதது ஆராயிக்கு வருத்தமாகத் தான்

இருந்தது. ஆனால், விரோதமற்று ஒருவருக்கொருவர் பேசிக்கொள்ள கூச்சப்பட்டார்கள்.

ரோட்டில் வெள்ளம் வற்றியிருந்தது. செங்கேணி,, வண்டிக்கு கீல் தடவி அச்சாணியை சரிபார்த்து, பிழைப்புக்குபோகத் தயாரானான்.

"தம்பி! நானும் கௌம்பறேன். அவரு மட்டும் என்ன பண்றாரோ? நீங்க ரெண்டு பேரும் வூட்டுக்கு வாங்க. இந்த மழைக்கு மொத்தமும் அடிச்சிக்கினு போயிடுச்சோ இல்ல. கொம்புங்களாவது மிஞ்சியிருக்குதோ என்னமோ..." செங்கேணியிடம் சொன்னாள்.

"நல்ல வேள முன்னூறு ரூவா சீட்டு கட்டியிருக்கேன். கடன, வுடன வாங்கிக் கட்டிட்டு சீட்டுயெடுத்துக் குடுத்துறலாம்"

"இப்ப எங்க கௌம்பப் போறீங்க? இருங்க. ரெண்டு நா போவட்டும்"

அவள் மறுப்பு எதுவும் சொல்லாமல் தங்கச்சியைப் பார்த்து கொண்டு நின்றாள்.

"ஆமாக்கா இரு போவலாம்" குழந்தை சித்தியை இறுக்கிப் பிடித்துக் கொண்டிருந்தாள். அவள் நாக்கை கடித்துக் கொண்டு குழந்தையை கொஞ்சி, ஆழ்ந்து அழுத்தமான முத்தமொன்றைத் தந்தாள். அது மகிழ்ச்சியில் காலை உதைத்துக்கொண்டு சிரித்தது. குழந்தையையும் அவளையும் பிரிக்க முடியாதுபோல தெரிந்தது.

ஆராயி குழந்தையை கொஞ்சிக் கொண்டிருப்பதை அக்காள் ரசித்துப் பார்த்துக்கொண்டிருந்தாள். செங்கேணியைப் பார்த்து சட்டெனத் தலையை திருப்பிக்கொண்டு ஏனோ, பெருமூச்சொன்றை வெளியிட்டாள்.

சூரியன் பளீரென சுடர்ந்தது. அதன் இளம் ஒளியில் கருப்பு முத்து போல சுடரும் ஆராயி முகத்தைப் பார்த்தான். எப்போதையும்விட மிக அழகாகத் தெரிந்தாள். மழையில் கழுவப்பட்ட பறவையினுடையது போல கருவிழிகள் தூயதாய் மின்னின. குழந்தையைக் கொஞ்சும் ஒவ்வொரு கணமும் அவள் முகத்தில் மகிழ்ச்சியின் பேரொளி பரவுவதை அவனால் பார்க்க முடிந்தது.

வடித்தெடுத்தது மாதிரி இருந்த அவளது முகத்தை ஆசையோடு பார்த்தான். நான்கு நாட்களாய் அவளோடு நெருக்கமாக இல்லாதது அவனுக்குப் பெரும் ஏக்கமாய் இருந்தது.

"ஆராயி!" மெதுவாக அழைத்தான். அவள், குழந்தையுடன் விளையாடிக் கொண்டிருந்தாள்.

"ஆராயி!" இந்த முறை அவன் அழைத்தது அவளுக்குத் தெளிவாகக் கேட்டது. "ஊம்..." என்ற அவளது மெதுவாக குரலுக்கு அவனும் கிண்டலாக "ஊம்" என்று குறும்பாக குரலெழுப்பினான். அவள் குழந்தை மீதிருந்த கவனத்தைக் களைத்து அவனைப் பார்த்தாள்.

அவன் குறும்பான புன்முறுவலுடன் கண் சிமிட்டினான். அவள் வெட்கத்தில் குடிசைக்குள் போய்விட்டாள். ஆனாலும் குடிசைக்குள்ளிலிருந்து எட்டிப் பார்த்தாள்.

'எப்போதையும்விட மழையற்ற இன்று நீ அழகா இருக்கற' என்று சொல்ல ஆசைப்பட்டான். அந்த நினைப்பில் அவன் தனக்குத்தானே கூச்சப்பட்டான்.

பேய்க்காளி சந்து முனையில் நின்றுகொண்டு வாடிக்கையாளருக்காக காத்திருந்தான்.

கொடுநோக்கற்ற ஒரு மனிதனின் முகத்தில் கேடான பண்புகள் வெறுமனே வரையப்பட்டது போன்று அவன் முகத்தின் மீது காயத்தின் தழும்பு இருப்பதாக செங்கேணி நினைத்தான். ஆனாலும் சாராய வியாபாரி முன்னிலும் வேகமானவனாகவும் அதிகக் குடியர்களை எதிர்பார்த்தும் காத்திருந்தான். குடியர்கள் மழை நாளில் அனைத்தையும் இழந்திருப்பார்களோ என்னவோ, குடியர்கள் யாருமற்ற சந்தில் எலிக்காகக் காத்திருக்கும் பசித்த பூனையைப் போலிருந்தான் பேய்க்காளி.

பாளையம் வெளியே சைக்கிளை துடைத்துக்கொண்டிருந்தான். வானம் பளீரென தெளிவாக மேகங்களற்று இருந்தது. சூரியன் எந்த மறைப்புமற்று பேரொளியை வீசத் தொடங்கியது.

"இன்னாப்பா! விருந்தாடி கௌம்பிட்டாங்களா?"

"அண்ணன் கௌம்பிட்டாரு. அண்ணிய ரெண்டு நா சென்னுதா அனுப்பணும்"

"நல்ல மழையில வந்து மாட்டிக்கிட்டாங்களா நாம எவ்ளோ பரவாயில்ல. சுந்தரபுரம் சிவராஜபுரத்துல இன்னும் வெள்ளமே வடியலயே" பாளையம் வருத்தத்துடன் சொன்னான்.

தூங்கியெழுந்த மூஞ்சியக் கூட கழுவாமல் ஒரு குடியன் "மாமே சரக்கு கீதா" பேய்க்காளியிடம் கேட்டபடி வந்தான்.

"வா... வா..." இருவரும் சந்தில் மறைந்தார்கள்.

சைக்கிளை துடைத்துக்கொண்டிருந்தவன் "செங்கேணி சங்கத்துல ஒரு பக்கச் செவுரு மழையில கரைஞ்சு விழுந்துடுச்சா, நம்ப பசங்க கூட சேந்து கொஞ்ச உதவி பண்ணுப்பா. நா ஊருக்குப் போய் வந்துடறேன். அங்க தம்பிக்கு என்னமோ பிரச்சினையாம்.. கொஞ்சம் பாத்துக்க"

"நாங்க பாத்துக்கறோம் நீங்க போய்ட்டு வாங்கண்ணா"

நீண்ட நாள் வீட்டில் இருந்து விட்டதுபோல் மனம் சலித்திருந்தது. இன்று வேலைக்குப் போகப் போகிறோம் என்பதே செங்கேணிக்கு மிகுந்த மகிழச்சியாக இருந்தது.

"இந்தா ஆராயி அண்ணிக்கு பொடவையும் குழந்தைக்கு சட்டையும் எடுத்துக்கினு வந்து வைபி. கடைக்கு அண்ணியயும் இட்டுக்கினு போ"

காசை கொடுத்து விட்டு அவன் புறப்பட்டான். மூக்கையன் பலசரக்குக் கடையைத் தாண்டும்போது பெரும் கூட்டமாய் மக்கள் ஓடினார்கள். தூரத்தில் குடிசைக்கு மேலாகப் புகைந்தெழும் படலத்துக்கு மேலாக நீராவியின் திரை.

இப்பத்தானே மழை விட்டது. அதுகுள்ள வீடு பத்திக்கிச்சா மனதுள் நினைத்தான். அவனை தாண்டிக்கொண்டு இளைஞர்கள் ஓடினார்கள்.

எரிந்துபோன நிலையில் பெண் ஒருத்தியை, ஒருவன் தூக்கி வந்து

மீன்பாடி வண்டியில் கிடத்த, அவள் “என்னை சாவ விடுங்க... சாவ விடுங்கடா...” என்று சத்தமாகக் கத்தினாள்.

மானத்தை காக்குமளவுதான் அவளுடலில் துணியிருந்தது. எரிந்து போன துணியிலிருந்து இன்னமும் புகைப்படலம் மறையவில்லை.

“எடுடா வேகமா போ... போ...”

செங்கேணிக்கு அந்தப் பெண் குரலை எங்கேயோ கேட்டது போலவும், பார்த்த முகம் போலவும் தெரிந்தது.

“செத்துப்போனவள தூக்கிக்கினு போறாங்க. டாக்டரு அறுத்துக் குடுக்கப் போறான்... ப்ச் எம்மா அழவான பொண்ணு நாசமாப் போச்சி” நடுத்தரமான வயதுடைய வளர்த்தியான உடல்வாகுடைய பெண் புலம்பிக்கொண்டு போனாள்.

“மூஞ்சிகூட நல்லா வெந்துடுச்சி. அப்பக் கூட இன்னா சத்தமா பேசுறாப்பா அந்தப் பொண்ணு” இரவில் ஆப்பக்கடை போடும் கிழவி சொன்னாள். சனங்கள் வாய்பொத்தி நடுக்கத்துடன் பார்த்துக் கொண்டிருந்தார்கள்.

கருகிப் போனவளை ஏற்றிக்கொண்டு போன வண்டி பின்னால் தலைவிரிகோலமாய் பெண் ஒருத்தி, மார்பில் அறைந்துகொண்டு ஓடினார்கள்.

பார்த்துக்கொண்டிருந்த மக்கள், எரிந்து கருகிய உயிருள்ள மனிதப் பிறவியைப் பார்த்ததால் உண்டான திகிலடைந்த கண்களுடன் அசைவற்று நின்றுவிட்டார்கள்.

“பாவி! இன்னா, இந்த மாதிரி பண்ணிக்கினாளே? ச்சே...”

“அந்த மீசக்காரன நம்பாதடின்னு சொன்னா, எங்க கேட்டா? அவன் ஏமாத்தாம இன்னா பண்ணுவான். தொரைங்ககூட பழகறவன் தொர மாதிரி நடந்துக்கினான். பண திமுரு வேற, இன்னா... இவளுக்கு எங்க போச்சி அறிவு போடா போசடிக்கேன்னு வாழ்ந்து காட்டாம கொளுத்திக்கினா அய்யோ.... நாசமா போறவனுங்க, பொட்டச்சிங்கள ஏந்தா இப்டி சீரழிக்கிறானுங்களோ... கிளியாட்ட பொண்ணு தீஞ்சி போறா... போ...” ஒருமுறை மார்பில் ஓங்கியறைந்து கொண்டாள். ஒரே ஒரு விசும்பல்தான். அவள் கண்ணில் நீர் சொட்டி, வழிந்து ஒரு துளி உதட்டுப் பிளவுக்குள் நுழைந்தது. அந்த உப்பான கண்ணீர்த்துளியை தூ...வெனத் துப்பினாள். திருமண வயதைக் கடந்த அவள் தீயால் வெந்தவளுடன் பழகியவளாக இருக்க வேண்டும்.

செங்கேணிக்கு மனக் கலக்கமாய் இருந்தது. ஆமாம், மீசைக்காரருடன் அந்தப் பெண்ணை பல நேரங்களில் இறைச்சிக்கடையில் பார்த்திருக்கிறான். அவனுக்கு ஏதோ புரிந்தது.

மீசைக்காரர் மீதான கோபத்தில் வண்டியை வேகமாக இழுத்துக் கொண்டு போனான். அவர் மீது கோபமும் அதை மீறி நட்பும் அவனுக்கிருந்தது. அவர் அவனோடு மிக உரிமையாகப் பழகினார். அவனும் அவரை வெறுத்துக்கொண்டே அவருடன் பழகினான். எதற்காக வெறுத்தான்? அவனுக்கு காரணம் பிடிபடவில்லை.

இனி அந்தாளூ மூஞ்சியிலகூட முழிக்கக்கூடாது என்று இப்போது தோன்றியது. அந்தாளுக்கு கல்யாணமாயி ஏற்கெனவே ரெண்டு புள்ளைங்க இருக்குது இது வேற எதுக்கு இந்தாளூக்கு? அவன் குழப்பத்துடனும் திகிலடைந்த மனதுடனும் வண்டியிழுத்துப் போனான். இவன், அவன்னு இல்லாம, துட்டு ஏறிட்டா எல்லாரும் ஒரே மாதிரிதான்னு மனதுக்குள் சொல்லிக்கொண்டான். மீசைக்காரர் மேல் அவனுக்கிருந்த வெறுப்பையும் மீறி அவரை ஏதாவது செய்து விடுவார்களோ என்று அஞ்சவும் செய்தான்.

அன்று முழுவதுமே கருகிய நிலையில் "என்னை சாவ விடுங்கடா... சாவ விடுங்கடா..." என்று வேதனையோடு முனங்கிய அவளது குரல், அவனை கலவரப்படுத்திக் கொண்டேயிருந்தது.

வேலை முடிந்து வீடு திரும்பும்போதுகூட புல்லுக் கட்டு ஏற்றி வர அவன் போக மனமின்றி முகம் வாடிப்போய் வீடு திரும்பினான்.

இதற்கு முன் எப்போதும் அவன் அப்டி இருந்ததில்லையென்று ஆராயி அக்காளிடம் சொன்னாள். ஆராயி அவன் ஏன் அப்படி வாட்டமாக இருக்கிறான் என்பதைப் புரிந்துகொள்ள முடியாமல் தவித்தாள். வாங்கி வந்திருந்த புடவையையும், குழந்தையின் கவுனையும் எடுத்துக் காட்டினாள்.

"நல்லா இருக்குதா மாமா?"

"ம், நல்லா இருக்குது" அவன் சட்டென எழுந்திருக்க முயன்றான். அவள் விடாப்பிடியாக புடவையைப் பிரித்துக்காட்டினாள்.

அவனுக்கு மனம் வேறு எங்கோ இருந்தது. மாமா! அந்த மீசக்காரன நல்லவன்னு சொல்லுவிய... பாத்தியா, யாரோ ஒரு பொண்ண ஏமாத்திட்டானாம். அந்தப் பொண்ணு கொளுத்திக்கிச்சாம். பாவம்" அவனது கவனத்தை திசை திருப்பவென்றே பேசினாள்.

"ஏண்டி வந்ததும் வராததுமா இதெல்லாம் சொல்லிக்கினு... கஞ்சித் தண்ணி வெளாவியிருக்கேன் சூடா ஊத்திக் குடு"

குழந்தை தூங்கிக் கொண்டிருந்தது. அதற்கு அருகில் குழந்தை பொம்மையும், அதற்குப் பக்கத்தில் பூனையும் தலையாட்டி கொண்டிருந்தன.

வலுக்கட்டாயமாக கவுனை எடுத்து, அவன் முன்பு காட்டினாள். குழந்தையைத் தூக்கிக்காட்டுவது போல இருந்தது. அவனுக்கு சிரிப்பு வந்தது. கவுனை வாங்கிமடியில் போட்டுக்கொண்டு "அழகா இருக்குது" என்றான். சிவப்பும் மஞ்சளுமாய் பெரிய பெரிய பூக்கள் மிக சமீபத்தில் பூத்தது, போல அழகாய் இருந்தது. வலுக்கட்டாயமாக அவன் சிரிப்பை வரவழைத்துக் கொண்டான்.

அவனது சிரித்த முகத்தைப் பார்த்து ஆராயி, நிம்மதிப் பெருமூச்சு விடுவதை அவன் கவனித்தான். இறைச்சியின் வெந்த மணம் பரவிய குடிசையினுள் குளுமையாக இருந்தது. ஆராயி, சிம்னியின் திரியை உயர்த்தினாள்.

“முனியம்மாள் அக்காவுக்கு கொழந்த பொறந்திருக்குதாம். போயிப் பாக்கணும்” யோசனையோடு சொன்னான்.

“இப்ப வாணாம் இருங்க. நா போயி வூட்ட சரிபண்ணிட்டு வந்து உங்கள கூட்டிக்கினு போறேன், அப்டியே அதையும் பாத்துட்டு வருவீங்க” ஆராயி அக்காள் அவசரமாக குறுக்கிட்டுச் சொன்னாள்.

“சரி, நீங்க சாப்புடுங்க. நானு சங்கம் வரைக்கும் போய்ப் பாத்துட்டு வந்துடறேன்” அவன் சட்டென எழுந்து வெளியே போனான். வெளியே வேலுவும், மருதுவும் நின்று பேசிக்கொண்டிருந்தார்கள். இருள் கவிழத் தொடங்கியிருந்தது.

“இன்னா வேலு! அண்ணன் செவுரு கட்டணும்னு சொன்னாரே?”

“அது இப்ப ஒண்ணும் பண்ண முடியாது. கடக்கால் எடுத்தா, தரை சொதசொதன்னு இருக்குது. ஒரு வாரம் போவட்டும்” வெகு நேரம் நின்றபடியே பேசிக்கொண்டிருந்தார்கள். பிறகு அவர்கள் இருவரும் பையன்களுக்கு வகுப்பெடுக்கப் போகும் முன் “வாயேன் செங்கேணி! படிக்க வர்றேன்னிய?” மருது அழைத்தான்.

“வீட்டுக்கு வந்துக்கிறாங்க, இன்னைக்கு வேணா,” இன்னொரு நாள் வருவதாகச் சொன்னான். நண்பர்கள் இருவரும் சங்கத்துக்குப் போய் விட்டார்கள். மின் நிலையம் கத்த ஆரம்பித்து விட்டது. கரியின் கீல் வாடை, மழையில் அடங்கியிருந்தது. அந்த வாடையை இப்போது உணர்ந்தான். இயந்திரங்கள் ஊக்கத்தோடு இயங்கி, உண்டாக்கிய இரைச்சல் அந்தப் பகுதியெங்கும் எதிரொலித்தது.

குப்பைமேட்டின் மேலே நின்ற பெரிய தகரக்கூரையினடியில் போய் நின்றுகொண்டான். அங்கிருந்து பார்த்தால் குடிசைப் பகுதியின் பெரும் பரப்பை பார்க்க முடிந்தது. மின் நிலையமும் அதனெதிரே விரிந்து பரந்து கிடந்த கரிக்குவியல்களும் அதையொட்டி பயணிகளின் இரும்புப் பாதைகளும் தெளிவாகத் தெரிந்தன. மின் நிலையத்துக்கு கரியை வாறிக்கொண்டு போகும் சுமையுந்துகளை வேடிக்கை பார்த்துக் கொண்டிருந்தான். நீராவி இழுவைகளின் முகப்பு விளக்கு பிரகாசமாய் எரிந்து கொண்டிருந்தது. கரிக்குவியலின் மேலே எப்போதும் புகை மூண்டெழுந்து கொண்டேயிருந்தது. ஆட்கள் அதன்மேல் தண்ணீரை வாரியடித்துக் கொண்டிருந்தார்கள். சரக்கு ரயில் பெட்டிகளை இழுத்துவரும் நீராவி இயந்திரங்களின் களிப்பூட்டும் சேட்டைகளை பார்த்துக் கொண்டு நின்றிருந்தான். அதன் புகைப் போக்கியிலிருந்து தீப்பொறிகள் பீய்ச்சியடித்தது. அந்த இருளிலும் நீராவியின் வெண்மை தெரிந்தது. மின் நிலையத்தில் கண் கூசும்படியான விளக்குகள் எரிந்து கொண்டிருந்தன. அது பெரிய அரக்கனின் அட்டகாசமான கர்சனை போன்று இடையறாது கத்திக்கொண்டிருந்தது. மின் நிலையத்தை வெகுநேரம் பார்த்துக்கொண்டிருந்துவிட்டு குடிசைகள் பக்கம் பார்வையைத் திருப்பினான். வெறும் இருட்டுதான் தெரிந்தது. உற்று பார்த்தால் சிறு விளக்குகளும் காய்கறிக்கடையும், மீன்

இறைச்சிக்கடை விளக்குகளும் தெரிந்தன. அவன் மனப் பாரம் குறைய வெறுமனே வேடிக்கை பார்த்துக்கொண்டு நின்றிருந்தான். அவன் ஆராயியுடன் தனிமையில் இருக்க விரும்பினான். அதற்கு வாய்ப்பு இல்லாததால் "சங்கத்துக்குப் போகலாமா" என்று நினைத்தான். படிக்க ஆசைப்பட்டான். ஆனால், அங்கே போக நினைக்கும்போது ஏதோ ஒன்று அவனை அச்சுறுத்துவதுபோல உணர்ந்தான். மீண்டும் கரிக் குவியலையும் அங்கு நடப்பவைகளையும் பார்த்துக்கொண்டிருந்தான். அவனைக் கடந்து மலம் கழிக்கப் போவோர், குப்பைமேட்டில் இடம் தேடிக் கொண்டிருந்தனர். நெருப்புப் புள்ளிகள் குப்பைகளிடையே சுடர்ந்து மங்கின. பீடிகளை இழுக்கும்போது உண்டானவை. அவனுக்குப் பின்புறமாக மூவர் உட்கார்ந்து கஞ்சா புகைத்துக் கொண்டிருந்தனர். அந்த நெடி, செங்கேணியைத் துன்புறுத்தியது. அவன் நகர்ந்து மின்நிலைய வேலிக்கருகே போய் நின்று, ஆவலுடன் வேடிக்கைபார்த்தான். அவ்வளவு இரைச்சலிலும் அவன் இரவின் வானத்தைப் பார்த்தான். உயரத்தில் கூட்டமாகப் பறவைகள் தெற்காக பறந்து போய் கொண்டிருந்தன. படிச்சிக் கத்துக்கறதவிட பாளையம் சொல்லிக் கேட்டு புரிஞ்சிக்கறது சுலபமா இருப்பதாக நினைத்துக் கொண்டான். புரியாதது பலவும் அவர்கள் பேசும்போது கேட்க புரிவது போலவும் அதைப் பற்றி சிந்திக்கவும் தொடங்கியிருந்தான். நம்மள சுத்தி நெறைய நடந்துக்கினே இருக்குது. நாம தான் எதையும் பாக்காம, கேக்காம, புரிஞ்சுக்காம வண்டிய இழுத்துக்கினு போனமா, கொஞ்சம் குடிச்சமா, பீடிய பத்தவச்சமா, பொண்டாட்டி கூட படுத்தாமான்னு இருக்கறோம். இவ்ளோ நடக்குற இந்த ஒலகத்துல நமக்கானது என்னன்னு நாம யோசிக்கறதே இல்ல. பாளையம், மருது சொல்றது நமக்கு பிரமிப்பா இருக்குது. எதனால இவ்ளோ நாளா இதையெல்லா நாம பாக்கல புரிஞ்சிக்கல திடீரென அவன் தனக்குள் கேள்விகளை எழுப்பிக்கொண்டிருந்தான். ஆனால், உண்மையில் கேள்வி அவனையெழுப்பிக் கொண்டிருந்தது. கரியின் புகைந்தெழும் வாடையையும் மீறி மனிதக் கழிவுகளின் வாடையால் திணறி, அவன் வீட்டுக்குப் போக நினைத்தான்.

மின் நிலையத்தின் பேயோசை, குடிசை மக்களின் செவிப்பறையில் மோதி, அவர்களை அமைதியிழக்கச் செய்திருந்தது. அவர்கள் கத்திப் பேச வேண்டிய கட்டாயத்துக்கு ஆளாகியிருந்தனர்.

"இன்னாடியம்மா இந்த சத்தம் உயிர வாங்குதே இதுல எப்டிதா இருக்கறீங்களோ"

"உக்கும். இருக்கறோம். வேற இன்னா பண்றது"

"நானும் பாக்கறேன் உன் வூட்டுக்காரன் குடி கிடின்னு... ஒண்ணு இல்ல பாக்க ரொம்ப நல்லா, இருக்குதுடி, பாத்து இப்டியே வச்சுக்க..." என்று இழுத்தவள் "ஆமா நீ இன்னா சொப்பு வெளையாடுற கொழந்தையா? உனக்கு பொம்ம வாங்கியாந்து தர்றான்" சொல்லிவிட்டு சிரித்தாள்.

ஆராயி பதிலற்று அமைதியாக இருந்தாள். "ஏண்டியம்மா நம்மளுக்கு லேட்டாதா புள்ளெ பொறக்கும் அது நம்ப ஒடம்பு ராசியோ இன்னாவோ, நம்ப அம்மாவுக்குக் கூட நாமளே லேட்டாதான் பொறந்தம்ன்னு சொல்லுவாங்க. கொஞ்சோ கொஞ்சுன்னு கொஞ் சறிய அதுக்கு சீக்கிரம் தம்பியப் பெத்துக் குடுறியம்மா" ஆராயி வெட்கத்தோடு நெளிந்தாள்.

"மாமா கூடத் தான் முன்ன மாதிரி இல்லியே, அது பாட்டுக்கினு சாதுவா படுத்துங்கெடந்துட்டுப் போவுது. ஆச்சரியமா இருக்குது"

"ஆமான்டி! இவ பொறந்தும் அந்தாளு மாறி தான் போயிட்டாரு. முன்னயே வூட்டப் பிரிச்சிக் கட்டணும்னு சொல்லிக்கினு கெடந்துச்சி. இன்னாச்சோ தெரியலயே.... நா காலைல கௌம்பிடறேன் நா கூட இருந்தா... கொஞ்சக் ஒத்தாசையா இருக்கும்"

"தோ! இரு. செந்தாமரை அக்காவுக்கு கொஞ்சம் கொழம்பு குடுத்துட்டு வந்துடறேன்" குழம்பை ஊற்றிக்கொண்டு குடிசைக்கு வெளியே வந்தாள். வாசலில் பேய்க்காளி நின்றிருந்தான். ஏனோ, அவளுக்கு திக்கென்றிருந்தது.

"இன்னா பாப்பா... கறிக்கொழம்பு வாசன தூக்குது, எங்கருந்து வருதுன்னு மோப்பம் புடிச்சிக்கினு நிக்கறேன். நீ வச்ச கொழம்பு அதான் இருந்தா கொஞ்ச குடேன்"

அவள் குடிசைக்குள் போய் சின்னக்கிண்ணத்தில் கொஞ்சம் ஊற்றிக்கொண்டு வந்து கொடுத்தாள். அவன், அவள் எதிரிலேயே உள்ளங்கையில் கொஞ்சமாய் ஊற்றி நக்கினான்.

"அட.... அட...... ச்..... போ. நூறு ரூபாவ குடுத்தாக்கூட இந்த மாதிரி கெடைக்காது." நாக்கை சப்புக் கொட்டினான். அவன்மீது மோசமான சாராய வாடை வீசியது. குழம்புக் கிண்ணத்துடன் சந்து நோக்கிப் போய்க்கொண்டே சப்புக் கொட்டும் ஓசை கேட்டது. ஆராயி செந்தாமரைக்கு குழம்பு கொடுத்துவிட்டு வரும்போது எதிரே செங்கேணி வந்து அப்போதுதான் குடிசைக்குள் தலையை நுழைத்தான். உள்ளே ஆராயி இல்லையென்பதால், தலையை வெளியே இழுத்துக் கொண்டான்.

"மாமா தோ... செந்தாரையக்காவுக்கு கொஞ்சம் கொழம்பு குடுத்துட்டு வந்தேன்"

அவனுக்குப் பின்னால் இருந்து குரல் வந்தது. இரவு சாப்பிட்டு முடித்து, ஆராயியும், செங்கேணியும் வாசலில் உட்கார்ந்து பேசிக் கொண்டிருந்தார்கள். மாவுளி, சவாரி முடிந்து வீடு திரும்பிக் கொண்டிருந்தான். "சின்னப் பசங்களா! சாப்பிட்டீங்களா?" வழக்கமான விசாரிப்பு. செங்கேணி எழுந்து நின்று "வாயண்ணா! சாப்புட்டுப் போ" "நா சாப்புட்டம்பா, போய் படுத்தா அடிச்சிப் போட்டா மாதிரி தூக்கம் வரும். சங்கத்துக்குப் போய் தான் தூங்கணும்"

"எண்ணா! நாளைக்கு அண்ணிய வூட்டுக்கு இட்டுக்கினு போய் வுடணும்"

"எங்க?"

"எல்.ஜி. ரோடுண்ணா!"

"எல்,ஜி, ரோடா?" தெரியாத பேர்போலக் கேட்டான்.

"ஏம்பா! நரியங்காடுன்னு சொல்லுப்பா!" உள்ளிருந்து அக்கா சொன்னாள்.

"அட! தோ... இருக்கிற எடம் வுடு. நான் இட்டுக்கினு போறேன் எப்ப போவணும்"

"நீ பசங்களா ஸ்கூல்ல விட்டுட்டு வந்து கூட்டிக்கினு போயண்ணா!"

"சரி... சரிப்பா!"

"யாரு, நம்ப தங்கச்சிக்கு அக்காவா?"

"ஆமா" "சரி, வுடு, நான் கூப்புடுக்கினு போறேன்" அவன் சொல்லிக் கொண்டே வண்டியைத் தள்ளிக் கொண்டு போனான்.

17

இரவுப் பள்ளியில் அவன் பாடம் கற்றுக்கொள்ளச் செல்வது தொடங்கியிருந்தது. மாவுளி தனியொருவனாகவே இரவுப் பள்ளியின் மழையால் சிதைந்த மண் சுவரைக் கட்டியெழுப்பியிருந்தான். தீராத ஆசையுடன் மண்ணைப் பிசைந்து வளைவுகளற்று நேர்த்தியாகக் கட்டி, பெரிய பட்டையான கூழாங்கல்லால் சுவரின் சொரசொரப்பை நீங்கினான்.

பாளையம் இன்னும்கூட ஊரிலிருந்து திரும்பவில்லை.

செங்கேணி அம்மா, அப்பா, அண்ணன் என்று எழுதுமளவு தேறி பழைய ஓசைகளும், புதிய எழுத்துகளுமாய் செங்கேணி ஆவலோடு கற்றுக்கொள்ள முயன்றான். சின்னப்பிள்ளைகளுடன் உட்கார்ந்து கற்றுக் கொள்வது முதலிரண்டு நாட்கள் அவனுக்கு அவமானமாகத் தான் இருந்தது. மருதுவின் நாற்காலிக்கருகில் உட்கார்ந்துகொள்வதன் மூலம் புத்தகத்தை எழுத்துக் கூட்டி படிப்பதிலும் அதைப் போக்கிக் கொள்ள முயன்றான். அவன் பள்ளிக்குப் போக அடம் பிடித்த காலத்தில் சலிப்பூட்டிய எழுத்துகளும், வார்த்தைகளும் இப்போது அவனுக்கு ஆர்வமூட்டக் கூடியதாய் இருந்தன. ஒவ்வொரு எழுத்தும் அவனுக்கு அதிசயமாய் தெரிந்தது. ஒவ்வொரு எழுத்துக்கும் ஓர் ஓசை எழுத்துகளை சேர்த்து வாசிக்கும்போது அவனடைந்த இன்பம் எந்த வகையானது என்று இனிதான் கண்டறிய வேண்டும். மூன்றாவது நான்காவது நாட்களிலேயே அவன் நம்பிக்கையடைந்து ஊக்கமுடன் படிக்கத் தொடங்கினான்.

"நீ இதே மாதிரி கத்துக்கினினா ஒரு மாசத்துல தந்திப் பேப்பர படிப்ப செங்கேணி!" என்று வேலு ஆர்வமூட்டினான்.

ஆ.....ரா.....யி! ஆராயி! செ....ங்...கே....ணி! செங்கேணி! வெளியே ஓசை வராதபடி தனக்குள்ளே சொல்லிக்கொண்டான். அன்று அவன்

வேலைக்கு புறப்படும் முன் குழந்தையுடன் ஆராயியின் அக்காள் வந்திருந்தாள்.

"வாக்கா! இன்னா, இம்மாங்காலைல?" பதற்றத்துடன் வரவேற்றாள் ஆராயி!.

"உக்கும் வீடு கட்டியாச்சி. செவுரு தான் வைக்கணும். புள்ளங்கள கூப்புட்டுக்கினு வாடின்னு மாம சொல்லிச்சி அதான் உங்கள கூப்புட்டுக்கினு போவ வந்தேன்"

ஆராயி! செங்கேணியைப் பார்த்து சிரித்தாள். அகல விரிந்த தூய கண்களில் அவளது ஏக்கம் வெளிப்படையாகத் தெரிந்தது.

சரி அண்ணி! நீங்க ஆராய கூட்டிக்கினு போங்க நான் சாயந்திரம் வேலைய முடிச்சிட்டு அப்படியே வந்துடறேன். மாவுளி அண்ணன்கிட்ட சொல்லிட்டு போறேன் நீங்க ரிக்ஷாவுலயே போயிடுங்க"

"வாணம்பா! நாங்க சூளை மார்க்கெட்டுக்குப் போயிட்டு அப்டியே போர் டி பஸ்ல ஏறினம்னா, எக்மோர்ல எறங்கி நடந்து போயிடுவோம்"

சரியென்பது போல தலையாட்டியவன். ஆராயிடம் கொஞ்சம் பணம் கொடுத்துவிட்டு வேலைக்குப் புறப்பட்டான். மனைவியுடன் எல்.ஜி. ரோட்டுக்குப் போகப் போகிறோம் என்ற நினைப்பே அவனுக்கு மகிழ்ச்சியாக இருந்தது.

விடியும் முன்னே அவர்கள் அந்த ஊரை விட்டு ஓடி வந்தது அவன் நினைவுக்கு வந்தது. ஆராயியுடன் இங்கு வந்த பிறகு தன் வாழ்வில் நிகழ்ந்துள்ள மாற்றங்களை நினைத்துப் பார்த்தான். எல்லாவற்றையும் புரிந்து கொள்ளவும் தெரிந்துகொள்ளவும் விரும்பினான். யாராவது சொல்வதைக் கேட்டு தெரிந்துகொள்வதில் ஏதோ குறைபாடு இருப்பது போலவும், கண்ணைக் கட்டிவிட்டு காதால் மட்டுமே உணர்ந்து கொள்வது போலவும் இருப்பதாக நினைத்தான். பாளையம் அண்ணனுக்கு எப்டி இவ்வளவு தெரியுது? அவர் படிக்கிறார், அது அவருக்கு நெறைய சொல்லித் தருது. அவரு மாதிரி நானும் படிக்கணும். நெறைய படிக்கனும், படிக்காம சொல்றதக் கேட்டுத் தெரிஞ்சுக்கறது வெறுமனே எதையும் தட்டயா பாக்கறது மாதிரிதான். குறைபாடுடையது என்று மனதுக்குள் எண்ணினான்.

இவ்வாறு சிந்தித்ததற்காக மனநிறைவுடன் மகிழ்ச்சி கொள்ளவும் அதே மன நிலையில் அ...ம்...மா... அம்மா, ஆ...ரா...யி... ஆராயி! என்று முணுமுணுத்துக் கொண்டே போனான். கட்டை வண்டி அவன் பின்னே தடக்கு தடக்குன்னு ஓசையெழுப்பியபடி ஓடியது.

இந்த உலகத்தில் தனக்கு உறவினர்கள் இருக்கிறார்கள் என்ற நினைப்பே அவனுக்கு மகிழ்ச்சியைத் தந்தது. ஆராயி, அவளோட அக்கா அவளோட மாமா, குழந்த மனசுக்குள் சொல்லிக்கொண்டான். சாலையின் பக்கவாட்டில் தெரிந்த கடைகளின் எழுத்துப் பலகைகளை உற்றுப் பார்த்து எழுத்துகளைக் கூட்டிப் படிக்க முயற்சித்தான். தவறாகப் படித்தாலும் சீக்கிரத்தில் சரியாகப் படிக்க முடியும் என்ற நம்பிக்கையுடன் ஓடினான்.

சினிமா போஸ்டர்களில் ஒன்றில் அதிலுள்ள படங்களை வைத்து "பாலும் பழமும்" என்று படித்தான். அதற்கு முன் பலமுறை அந்த சுவரொட்டியைப் பார்த்திருந்தாலும் அதை அவன் எழுத்தாகப் பார்க்காமல், வரைபடம் போலவே பார்த்திருந்தான். ஒவ்வொரு சுவரொட்டியையும் படிக்க ஆசைப்பட்டான். புரியாததை மருதுவிடம் கேட்கவேண்டும் என்று நினைத்துக் கொண்டான்.

மாலை அவன் வீடு திரும்பியபோது ஆற்றோரம் இருந்த குடிசைகளின் வடிவங்கள் மாறிப் போய் பலதுமோசமாக சிதைந்தும் சிலது, புதுக் குடிசைகளாக மாறியும் அதன் சுவர்களாக தகரமும், பழைய சினிமா பேனர்களும், பலகைகளும் அடைத்து, பார்க்க வினோதமாக இருந்தன. புகைந்தெழும் நெடியுடன் தனது பழைய வாழ்விடத்தைப் பார்க்க இன்பமானதொரு உணர்வு அவனுள் எழுந்தது.

பெரும் மழை கடந்து போயிருந்ததால் ஆறு துன்புறுத்தும் மணமற்று அமைதியாக நகர்ந்துகொண்டிருந்தது.

புதிதாகக் கட்டியிருந்த குடிசை முன்பாக நின்று. ஆராயி வரவேற்றாள்.

கொம்புகளின்மேல் குடைக்காளான் போல குடிசை நின்றிருந்தது. சுற்றுச்சுவர்கள் கரைந்து, மண் மேடாகக் கிடந்தது. ஆற்றுப் பக்கமாக மிக சமீபத்தில் கட்டத் தொடங்கியிருந்த ஈரம் காயாத சுவர் கருப்பாய் தெரிந்தது.

"வாப்பா'!' என்று அழைத்தபடி அடுப்பில் எரியும் கட்டைகளைத் தளர்த்தி, தீயைத் தூண்டி விட்டாள் ஆராயியின் அக்கா.

குழந்தை, சித்தியை இறுக்கப் பிடித்திருந்தது. "நல்லவேள கொம்புங்கலாம் அப்டியே இருந்துச்சி. ஓல மட்டும் வாங்கித் கட்டினாரு'' மெதுவாகச் சொன்னாள். நாலாபுறமும் இருந்து குடிசைக்குள் சில்லென்று காற்று வந்தது. எங்கிருந்தோ பெயர்த்தெடுத்து வந்த சிமெண்ட்டாலான சதுரப் பலகைகள் சிலதை தரையில் பதித்து சம தளமாய் செய்திருந்தார்கள். அதன் மேல் பாயை விரித்து "ஒக்காரு மாமா இன்னா வேடிக்க பாக்குற?" கையைப் பிடித்து இழுத்து, பாயில் உட்காரவைத்தாள்.

"டியேய் அந்தப் பொகடா பொட்டலத்தை எடுத்து, குடுடி, சாப்புடட்டும்... தோ, நானு காபி போட்டு எடுத்தாறேன்" அக்கா சொன்னாள்.

"உக்கும் மறந்துட்ட ஆராயி முனியம்மாள் அக்கா கொழந்தைக்கு ஒரு சட்ட எடுத்தாறணும்னு நெனைச்சேன் சரி நானு போயி ஒண்ண எடுத்துக்கினு வந்துடட்டா?'' சொல்லிக் கொண்டு எழுந்திருக்க முயன்றான்.

"நாங்க எடுத்தாந்துட்டம் மாமா! நீ ஒக்காந்து சாப்புடு. நாம வரலன்னா அக்கா எடுத்துக்கினு போயி போட்டிருக்கும். யார்னா ஒருத்தர் போட்டா போதும்'' எடுத்து வந்திருந்த சட்டையைக் காண்பித்தாள்.

“நல்லாயிருக்குது” பக்கோடாவைக் கிள்ளி, வாயில் போட்டுக் கொண்டு சொன்னான். பிறகு குழந்தையைக் கை நீட்டி அழைத்தான். அது, அவனைப் பார்த்து பயப்படுவது போல சித்தியை சேர்த்துப் பிடித்துக் கொண்டது. சாலைக்கும் ஆற்றுக்கும் இடையிலான குறுகலான பகுதியில் குடிசைகள் வரிசையற்று சிதறிக் கிடந்தன. இவர்கள் குடிசையிலிருந்து காஸினோ பாலம் வரை பல குடிசைகள் நீண்டிருந்தது. வடக்குப்புற பாலத்தருகே முதல் குடிசை இவர்களுடையது. அதனால் இவர்களது குடிசையைச் சுற்றி ஆள் நடமாட்டம் எதுவுமின்றி தனித்திருந்தது.

பக்கத்து குடிசையில் குடியன் போதையில் ஆபாசமாக கத்திக் கொண்டிருந்தான். சால்ட் குவாட்ரஸில் சரக்கு ரயிலில் இருந்து சுமையிறக்குபவன் அவன் சுமையிறக்கி சம்பாதிப்பதே சரக்கேற்றி கொள்ளத் தான். போதையேறும் என்று சொல்லி எதைக் கொடுத்தாலும் குடிக்கும் குடியன், அவன் யாரையோ கடுங்கோபத்துடன் ஆபாசமாக திட்டிக் கொண்டிருந்தான். யாரைத் திட்டினானோ பெண்பாலைத் திட்டுவதுபோலத்தான் இருக்கும். நாம் முகம் சுளித்து அருவருப்பாய் கண்ணை மூடித் திறக்கும்போது ஆண்பாலை திட்டிக் கொண்டிருப்பான்.

அவன் எதன் மீதோ கோபமாக இருக்கிறான். எதன் மீது என்று அவனும் கண்டுபிடிக்கவில்லை. யாருக்கும் அதில் அக்கறையும் இல்லை. அவனது மனைவி திரையரங்கு ஒன்றில் கூட்டிப் பெருக்கும் வேலை செய்து வந்தாள். நடுத்தரமான வயது. பெரிய கொண்டை பருமனானவள். அவனோடு ஒப்பிடும் போது அவள் பிரமாண்டமாக இருந்தாள். அவளது அதட்டலுக்கு அடங்கிப் போகுமளவு அவனை அச்சுறுத்தி வைத்திருந்தாள். பூனைக்கும் யானைக்குமான உருவ ஒற்றுமையவர்களுடையது.

சிம்னியேற்றிய பொழுது தாண்டியும்கூட அவன் வசை மாரி நிற்கவில்லை. வெகுநேரம் கடந்து இருள் சூழ்ந்த பொழுதில், “யோவ் மூடிக்கினு சும்மா இருய்யா... யாருனா வந்து ஒதைக்க போறாங்க” அவளது குரல் கேட்டது.

“அந்தக்கா வந்துடுச்சி இனி பாரன் அந்தாளு மூச்சு கூட வுடமாட்டான்” ஆராயி குசுகுசுவென சொன்னாள். செங்கேணி குடிசைக்கு வெளியே வந்து பார்த்தான். அவளை எங்கோ பார்த்தது போல இருந்தது. ஓட்டலில் இருந்து வாங்கி வந்த எதையோ தின்றுகொண்டிருந்தாள். அவனுக்கு முன்பாக பிரிந்து வைத்திருந்த பொட்டலத்தின்மேல் அவன் தலைதொங்கிக் கொண்டிருப்பதுபோல் இருந்தது. சாலையில் எரிந்த விளக்கின் ஒளி அந்த சந்தில் லேசாகப் பரவியிருந்தது.

சே! இன்னைக்கு நைட் ஸ்கூலுக்குப் போவ முடியலையேன்னு வருத்தப்பட்டான். அதை ஆராயிடம் சொல்லவும் செய்தான். அவர்கள் குசுகுசுப்பான குரலை கேட்டுக் கொண்டிருந்த அக்கா “இன்னாவாண்டி”

“உம்....நைட்ஸ்கூலுக்குப் போவ முடியலைன்னு வெசனபடறாரு”

“பாரன்.... புள்ளய பெத்து அத பள்ளிகொடத்துக்கு அனுப்பறத வுட்டுட்டு.....”

சொல்லிக்கொண்டே சிரித்தாள்.

அன்றிரவு நல்ல விருந்து தான் வறுத்த இறைச்சியும் கெட்டியான சாம்பார், அப்பளம் என்று ரசித்து சாப்பிட்டான். "நீயும் இந்த மாதிரி செய்ய கத்துக்க" அவளைச் சீண்டி பார்க்கவென்றே சொன்னான். அது அவள் அக்காவின் காதுகளில் விழுந்திருக்க வேண்டும். அவள் சிரிப்பது கேட்டது. "இன்னும் அண்ணன் வர காணோம்"

"வர்ற நேரந்தா சாப்புடுங்க"

சாப்பிட்டு முடித்து, குடிசைக்கு வெளியே வந்து, வானத்தைப் பார்த்தான். நிலவற்று ஏராளமான நட்சத்திரங்கள் மின்னிக் கொண்டிருந்தன. அதில் ஒன்று, ஒளி மிக்கதாயும், சுழல்வது போலவும் தெரிந்தது. வடக்கு பாலத்தில் சைக்கிள் ஒன்று போய்க் கொண்டிருந்தது. அதன் முன் பகுதியில் மண்ணெண்ணெய் விளக்கின் மங்கலான ஒளி தெரிந்தது. நகர்ந்து, ஆற்றின் அருகில் போய் நின்றான். திணறும்படியான மணம் எதுவுமற்று குளிர்ச்சியான காற்று வீசியது. வானத்தின்கீழ் நிலவிய பெரும் இருளின் ஊடாக எதையோ தேடுபவன் போல வெகு நேரம் வானத்தை பார்த்துக் கொண்டிருந்தான். தரையில் இருந்து வானத்தை தொட்டுப் பார்க்க எவ்வளவு தூரம் போக வேண்டுமோ என்று நினைத்துப்பார்த்தான். வானம் அவனுக்கு அதிசயமாகத் தெரிந்தது. தூரத்தில் ஏதோ ஒன்று பளீரெனக் கீற்று போல ஒளியேற்படுத்திக் கொண்டு வானத்தில் இருந்து பூமி நோக்கி விழுந்து மறைந்தது.

அது போன்ற ஒன்றை ஆராயிக்கு காட்ட ஆசைப்பட்டான். அப்படி விழற ஒன்றின் மீது சாணி போட்டு மூடி வச்சா தங்கமாயிரும்ன்னு யாரோ கிராமத்தில் சொன்னது அவன் நினைவுக்கு வந்தது.

வானத்தையும், கருத்த நதியையும், கருத்த குடிசைகளின் மினுக்கும் சிறு ஒளிப் புள்ளிகளையும் பார்த்துக்கொண்டு நின்றிருந்தான். ஆற்றின் கரையோர இருட்டில் இருந்து யாரோ எழுந்து போவது தெரிந்து, சட்டெனப் பின் நகர்ந்து வெட்கத்தில் நெளிந்தான். "சே...." குடிசைகள் மிக நெரிசலாக இருப்பதுபோல் தெரிந்தது. கைவீசி நடந்தால் பக்கத்துக் குடிசையில் மோதி விடுமளவு பாதை குறுகலாக இருந்தது.

"இன்னாப்பா எப்ப வந்தீங்க'' கணேசனின் குரல் கேட்டுத் திரும்பினான்.

"உம்.... அண்ணி ஆராயி காலைலயே கூப்புடுக்கினு வந்துடுச்சி. நா வேலய முடிச்சிட்டு சாயந்திரந்தா வந்தேன்"

கணேசன் போதையில் இருந்தாலும் தெளிவாக இருப்பதாகத் தோன்றியது. ஆராயி குழந்தையுடன் விளையாடிக் கொண்டிருந்தாள். குழந்தை ஏதோ புதுமையான இசைக்கருவிபோல கிரீச்சிடுவதும் சத்தமாக சிரிப்பதுமாக இருந்தது. இரவு எந்தக் கனவுமற்று ஆழ்ந்து உறங்கினான். கணேசன் வெளியே மீதமாகிவிட்ட தென்னம் ஓலைக் கட்டு ஒன்றின்மேல் படுத்துறங்கினான். ஆராயி அக்காளுடன் வெகு நேரம் உட்கார்ந்து குசுகுசுவென பேசிக்கொண்டிருந்தாள்.

மறுநாள் காலையில் ரொட்டியும், வாழைப்பழமும் வாங்கிக் கொண்டு முனியம்மாளைப் பார்க்க கிளம்பினார்கள்.

"இன்னா ஆராயி எப்டி இருக்குற" அவர்களை எதிர்ப்புறமாக கடந்து போன குண்டுப் பெண் கேட்டாள்.

"உம், இருக்கறங்கா" மேலும் இரண்டு விசாரிப்புகளுக்கு பதிலளித்து விட்டு முனியம்மாள் குடிசையிருக்கும் சந்துக்குள் திரும்பும் முன், சாலையில் நின்றிருந்த சைக்கிள் ரிக்‌ஷாவில் பேய்க் காளி உட்கார்ந்திருப்பதை இருவருமே பார்த்தார்கள்.

பேய்க்காளி ஒருவனிடம் பெரிய பையைக் கொடுப்பதும் தங்களைப் பார்த்துவிட்டு தலையை திருப்பிக்கொள்ள முயல்வதையும் கவனித்தபடி செங்கேணி, ஆராயியுடன் குடிசைகளைக் கடந்து போனார்கள்.

வழக்கமான முறையில் வாசலில் முனியம்மாவின் கணவன் குத்துக்காலிட்டு உட்கார்ந்து, வெயிலில் காய்ந்து கொண்டிருப்பவன் போல எதிரே வருபவர்களைப் பார்த்து வாங்க என்று மனதுக்குள் முணுமுணுப்பவன் போல வரவேற்றான்.

குடிசைக்குள்ளிருந்து குழந்தையின் அழுகுரல் கேட்டது. ஆற்றுப் பக்கமாய் இருந்த சுவர், மழையால் கரைந்து சிதைந்த மண் குவியல் போலக் கிடந்தது.

குழந்தையின் பக்கத்தில் முனியம்மாள் படுத்திருந்தாள். திடுப்பென குடிசையில் நுழைந்தவர்களைப் பார்த்துக் கலவரமடைந்தவள் போல விலகியிருந்த ஆடைகளைச் சரிசெய்துகொண்டே "வாடியம்மா வா.... இன்னாயெப்பா எப்டி இருக்கிறே" என்றவள் ஏனோ அவன் முகத்தை நேருக்கு நேராகப் பார்ப்பதைத் தவிர்க்க முயல்வதை செங்கேணி கவனித்தான். எப்போதையும்விட சதைப்பிடிப்புடன் முகம் உப்பியும் இருந்தாள். செல்லக்கண்ணு கொதித்திறக்கிய காபியை சூடாற்றி கொண்டிருந்தாள்.

குழந்தை வீறிட்டுக் கத்தியது. செக்கச் சிவந்த உடல் நலமுள்ள குழந்தையின் அழுகை ஆராயி மனதைப் பிசைந்தது. ஆராயி, குழந்தையின் மென்கால்களை வருடினாள். அதன் கன்னமும் நெற்றியும் ரோசாவின் இதழ்போல இருந்தன. கூரையின் ஓட்டையில் இருந்து வந்த சூரியனின் ஒளியால் குழந்தை சுடர்வதுபோலத் தெரிந்தது.

"அழட்டும் வுடு. மூத்தரம் போன ஒடனே, அய்யாவுக்கு பசியெடுத்துக்கினு இருக்குது. இன்னா கத்து கத்துறான் பாரு" செல்லக்கண்ணு சொல்லிவிட்டுப் புன்னகைத்தாள்.

முனியம்மாள் குழந்தையை வாரியெடுத்துக்கொண்டு சுவர்ப் பக்கமாக திரும்பிக்கொண்டு குழந்தைக்குப் பாலூட்டினாள்.

"புள்ளைங்களுக்கு காபி ஊத்திக் குடுடி" என்று முனியம்மாள் சொல்லிக் கொண்டிருக்கும்போது வெளியே பேச்சுக் குரல் கேட்டது.

"உள்ள இருக்குறா" முனியம்மாள் கணவனின் அமுங்கிய குரல் கேட்டு செல்லக்கண்ணு வெளியே எட்டிப் பார்த்தாள். உப்பிய பையுடன் தலையைக் குடிசைக்குள் நுழைத்த இளைஞன் "எக்கா அண்ணன் குடுத்தனுப்ச்சி. அவரு, ரோட்ல நிக்கறாரு உன்னை கூப்புட்டாருக்கா" அவன் பையை வாசலில் வைத்து விட்டு சட்டெனப் போய் விட்டான்.

ஏதோ ஆவேசம் வந்தவள்போல செல்லக்ண்ணு வெளியே எழுந்து ஓடினாள்.

"வேமானி! எத்தினி தடவ சொல்றது, தூ" இன்னும் மோசமாக கத்திக்கொண்டு போனாள். அந்தச் சூழலில் இருவருமே சங்கடமாக உணர்ந்தார்கள். குழந்தையின் முதுகை லேசாகத் தட்டி, மடித்துப் போட்ட புடவையில் கிடத்தினாள். "பாத்து, எம்மா நாலாவுது எப்பா பொழப்பெல்லாம் எப்டி போவுது?" என்றபடி மெல்லிய துணியால் குழந்தையை போர்த்தினாள்.

அது தூங்கியபடியே சிரித்தது. அந்தக் குழந்தையின் முகம் மிக அறிமுகமான முகம் போல உணர்ந்தான். ஆனால், அதைத் தாயிடம், கேட்க முடியாமல் திணறி, தனக்குள்ளேயே அந்த வார்த்தையை விழுங்கி விட்டான்.

"ஓடம்பு தேறிவர வரைக்கும் பாய் வீட்டுல செல்லக்கண்ணு போய் வேலை செய்யறேன்னு சொல்லிட்டா, பாவம்! இந்த நேரம் பாத்து அவரு பொஞ்சாதிக்கு ஓடம்புக்கு முடியல ச்..." வருந்திச் சொன்னாள். "புள்ளய இந்த நாத்தத்துலயும், கொசுவுலயும் எப்டி வச்சிருப்ப சிந்தாதரிபேட்டையில எதனா நல்ல வீடா பாத்துக்க... பணம் தர்ரேன்னு சொன்னாரு, நாந்தா அதெல்லாம் வாணாம் பாயின்னுட்டேன்... எதுக்கு இப்பவே இங்க கண்டதும் கண்டமேனிக்கு பேசிக்குதுங்க இன்னா பண்றது, நம்ம தலவிதின்னு... கொசு தாம்பா கொழந்தைய போட்டுப் புடுங்குதுங்க. பாயி நேத்து கொசு வல வாங்கி குடுத்தனுப்பிச்சாரு. எல்லா எந்தம்பி புண்ணியந்தான் அங்க இங்கன்னு அல்லாடிக்கினு இருந்தேன்..." ஆராயியைப் பார்த்துச் சொன்னாள்.

செங்கேணி, குழந்தையை உற்றுப்பார்த்துக் கொண்டிருந்தான். பிறகு "ஆமா, நா கூட பாயப் பாத்து ரொம்ப நாளாயிடுச்சி இங்கருக்கும் போது மண்டிக்கு எதனா ஏத்திக்கினு போவணும்னா ஆளனுப்புவாரு.... ச்"

குழந்தைக்கு விக்கியது முனியம்மாள் குழந்தையின் நெஞ்சை தடவினாள். "ஆராயி எரவானத்துலருந்து ஓலய கிள்ளிக்கினு வாயன்" ஆராயி சட்டெனப்போய் குடிசை விளிம்பில் இருந்து ஓலையைக் கிள்ளி வந்தாள். தாய் அந்தத் துணுக்கை, எச்சிலில் தொட்டு, குழந்தையின் நெற்றியில் ஒட்டினாள்.

செக்கச் சிவந்த குழந்தையின் தலைமுடி கருகருவென கருப்புக் குல்லாய் கவிழ்த்ததுபோல இருந்தது. நெற்றியில் ஓலைத் துணுக்குக்குக் கீழே திருநீர் கீற்றெனத் தீட்டப்பட்டிருந்தது.

மனிதர்கள் நான், நீ என்று பேதம் பிரித்தும் வேலியிட்டும், பெருங்கூச்சல் எழுப்பியபடி மீசையை முறுக்கிக்கொண்டு ஒருவரைப் பார்த்து ஒருவர் சவால் விடுகிறார்கள். குழந்தை சிரித்தது, ஆனால், அது ஆழ்ந்த உறக்கத்தில் இருந்தது. வளர்ந்த மனிதர்கள் விழித்துக் கொண்டிருந்தும் அழுதுகொண்டிருக்கிறார்கள்.

குழந்தை விதவிதமான முகபாவனையுடன் ஓசையற்று, உதடுகளை நெளித்துச் சிரித்தது.

அது யாரைப் பார்த்து சிரித்ததோ, அந்தச் சிரிப்பை ஆராயி ரசித்துக் கொண்டிருந்தாள்.

பேச்சற்று மௌனம் நிலவிய பொழுதில் பிள்ளை பெற்ற பெண்ணின் வீட்டில் எழும் பச்சிலை மூலிகையின் மணமும், நாட்டுமருந்துகள் போட்டுக் கொதிக்கவைத்த கருவாட்டுக் குழம்பின் அழுத்தமான வாடையும் குடிசையினுள் நிரம்பி இருந்தன.

ஆராயி, குழந்தை கன்னத்தை தடவிக்கொண்டே இருந்தாள். குழந்தையைப் பார்க்கப் பார்க்க, அவளுக்கு ஆசையாக இருந்தது. செக்கச் சிவந்த தோலின் மீது மக்களுக்கு கட்டுக்கடங்காத ஆசையிருக்கிறது. அந்த ஆசைதான் அவர்களின் துன்பத்தை தீவிரமாக வளர்த்தெடுக்கிறது. வெள்ளையின் மீதான மோகம் தான். கருப்பு மனிதர்களை ஆண்டாண்டு காலமாக அடிமையாக வைத்திருக்கிறது. வெள்ளைத் தோல் தனக்குள்ள கிராக்கியைத் தந்திரமாகப் பயன்படுத்தி ஆதிக்கம் செய்யவும், சுரண்டவும் கடவுளின் வழி வந்தவர்கள் என்று கூச்சமற்று பொய் பேசவும் வைக்கிறது. ஆனால், காலம் வெள்ளைச்சியின் வயிற்றில் கருப்புக் குழந்தையையும், கருப்பி வயிற்றில் வெள்ளைக் குழந்தையையும் உற்பத்தி செய்கிறது. வெள்ளைத் தோல் அரை வெள்ளைத் தோலாகவும், கருப்புத் தோல் அரைக் கருப்பாகவும் பல்கிப் பெருகி வரும் வேளையில் மிஞ்சி நிற்கும் வெள்ளைத் தோலை அறிவின் அடையாளமாக காட்ட முயலும் தந்திரமான சூழ்ச்சிகளை முறித்துப் போட முழு கருப்புத் தோல் தனது உன்னதத்தை சூரியனின் சுடர்பட்டு மின்னும் அதன் அழகைக் கண்டு பெருமிதம் கொள்ள கற்க வேண்டும்.

ஆராயி குழந்தையை ஆழ்ந்து ரசிப்பதைப் பார்த்து “பால மறக்கட்டும் நாலு நாள் நீ தான் தூக்கிக்கினு போய் வச்சிறேண்டி”

“கண்டிப்பா தூக்கிக்கினு போவதா போறேன்” குழந்தையின் உதட்டை கிள்ளி முத்தமிட்டுக் கொண்டு சொன்னாள்.

“இன்னும் ஒரு வருஷத்துல பாரு நீயும் எந்தம்பிய மாதிரி லட்சணமா ஒரு புள்ள பெக்கப் போற”

உக்கும் உந்தம்பி மாதிரி கருப்பாவா உம்....” ஏதோ சொல்ல வந்து பாதியில் அவள் நிறுத்தி விட்டதை நினைத்து முனியம்மாள் என்னமோ அவதிப்படுவது போல் முந்தானையால் முகத்தைத் துடைத்துக் கொண்டாள்.

சட்டை, பழம் இருந்த பையை எடுத்து, முனியம்மாளிடம் தந்தாள் ஆராயி. “சரி நாங்க கௌம்பறோம் இன்னொரு நாளைக்கு வந்து பாக்கறோம்”

எழுந்திருக்க முயன்றவர்களை “தம்பி! ஒக்காருடா. சாப்புட்டுப் போவீக” அவள் மிக சமீபத்தில் தையல் பிரித்த காயத்தின் வலியை உணர்ந்தவள் போல உதட்டை கடித்துக்கொண்டு மெதுவாக நெளிந்து உட்கார்ந்தவள் “இவ வேற எங்க தான் போய்ட்டாளோ” என்று முணுமுணுத்தாள்.

"எக்கா நீ ஒக்காரு. நாங்க கௌம்பறோம்" புறப்பட்டார்கள் அவர்கள் சாலைக்கு வந்து வலதுபுறம் திரும்பும்முன் ரிக்ஷாவில் உட்கார்ந்திருக்கும் பேய்க்காளியை செல்லக்கண்ணு ஆவேசமாகத் திட்டிக் கொண்டிருப்பது தெரிந்தது. அவன் எதையும் லட்சியம் செய்யாமல் அவள் கையைப் பிடித்திழுக்க முயன்றான். அவள் பேய்க்காளி மீது காரி உமிழ்வதுபோல பாவனை காட்டிவிட்டு "போடா போசடிக்கே தாலி கட்டனவன் மாதிரி வந்துட்டான். இன்னொரு தடவ இங்க வா, தொடப்பக் கட்டையால போடறேன்..." வெட்கமற்று உட்கார்ந்திருக்கும் அவனை வீழ்த்த வக்கற்றவளாய் வார்த்தைகளால் வீழ்த்த முயன்று முடியாமல் ஆவேசமாக கத்திக் கொண்டு குடிசை வரிசைகளில் புகுந்து மறைந்தாள். பேய்க்காளி எந்த சலனமுமற்று பல்லைக் காட்டிக் கொண்டு உட்கார்ந்திருந்தான்.

"சரி வா மாமா" ஆராயி, செங்கேணியைப் பிடித்து இழுத்து கொண்டு போனாள். சாலையோரத்தில் பயாஸ்கோப்பு பார்க்கும் சிறுவர்களின் கூச்சல் ஆராயி, நடையின் வேகத்தைக் குறைத்தது. செங்கேணியின் கையை விட்டு வேடிக்கை பார்த்தாள்.

"மேரா நாம் ஜோக்கர், ரிக்ஷாக்காரன்" என்று பயாஸ்கோப்பு காட்டுபவன் கத்திக்கொண்டிருந்தான்.

அவனேகூட விசித்திரமாக கருப்புக் கண்ணாடியும் கண்ணைப் பறிக்கும் சட்டையும் அணிந்திருந்தான். அது பல நாள் அழுக்கோடு பழைய வண்ண சினிமா சுவரொட்டி போல இருந்தது. பயாஸ்கோப்பில் இணைத்திருந்த சைக்கிள் பெல்லை நிமிடத்துக்கொரு முறை அழுத்திக் கொண்டிருந்தான். தோள்பட்டையின் குறுக்காக மாட்டியிருந்த அழுக்கேறிய சின்னப்பையில் சில்லறைகள் கலகலக்கும் ஓசை கேட்டது. ஒரு கையால் அதை இறுக்கிப் பிடித்துக் கொள்வதில் கவனமாக இருந்தான்.

ஆராயிக்கு பயாஸ்கோப்பில் படம் பார்க்க ஆசையாக இருந்தது. செங்கேணிக்கு பயந்துகொண்டு அமைதியாக நடந்தாள். அவளது குழந்தையுள்ளம் கட்டவிழ்ந்து குறுகுறுத்தது. நான்கு கால்களில் நிற்கும் அந்தக் கருவியில் இரண்டு பக்கமும் உள்ள துவாரங்களில் கண்ணை பொருத்திக்கொண்டு கண்களின் இரு பக்கங்களிலும் கைகளால் வெளிச்சம் வராமல் பொத்திக் கொண்டு உள்ளே உருவங்கள் ஒழுங்கற்ற முறையில் கை, கால்களை அசைத்துக்கொண்டு துள்ளுவார்கள். முழுமையற்று காட்சிகள் மாறும். உடல் புல்லரிக்கும். ஒரு முறையாவது நடிகனின் முகத்தை முழுமையாகத் திரையில் பார்க்க, மனம் பேராசை கொள்ளும். அது போல ஒரு கணம் அவனின் முகமோ, அவளின் முகமோ திரையில் வந்து போகும், பிறகு இருவரும் நெருங்கி நின்று ஆடுவார்கள். நொடியில் காணாமல்போய் வெறும் வெள்ளை தெரியும். டிரிங்... டிரிங்... மணியோசை உம் முடிந்தது. ஆனாலும் என்ன மாதிரியான மனநிறைவு, யாரால்தான் அதைத் தர முடியும். அடுத்த

காட்சிக்கு சிறுவர்கள் பத்துப் பைசாவுடன் தயாராக நிற்பார்கள். தெளிவற்ற அந்த பிம்பங்கள், சிறுவர்கள் சொர்க்கத்தில் நுழைந்து வந்த அனுபவத்தை தரும்.

எப்போதோ பயாஸ்கோப் பார்த்ததை நினைத்துக்கொண்டு ஆராயி ஏங்கியபடி நடந்தாள்.

அக்காள் கடையில் இட்லி வாங்கி வைத்திருந்தாள். பெரிய கிண்ணத்தில் கறியின் கொழுப்பு செந்நிறத்தில் மிதந்தது. "நீங்க சாப்புட்டு, சித்ராவுல திருடாதே படம் ஓடுது, காலக் காட்சி போயிட்டு வாங்க"

அக்கா, பத்து ரூபாய் நோட்டொன்றை ஆராயியிடம் நீட்டினாள். "நானும் மாமாவும் போய் துணி எடுத்தாறோம். உங்க வூட்டுகாரனுக்கு பேண்ட் எடுத்தாரட்டா, ஆளு நல்லா ஒசரமா வாட்டசாட்டமா இருக்கறதுக்கு பேண்ட் போட்டா நல்லா தான் இருக்கும்"

அக்கா ஆராயி காதில் குசுகுசுவென சொன்னாள்.

"மாமா! உனக்கு அக்கா, பேண்ட் எடுக்க போவுதாம்"

"எனக்கெதுக்கு பேண்ட்?" அவன், இட்லியை விழுங்கிக்கொண்டே சொன்னான்.

"நீ எடுக்கா! மாமாவுக்கு பேண்ட் போட்டா நல்லாதான் இருக்கும்"

"சரி சீக்கிரம் கௌம்புங்க. டிக்கெட்டு கெடைக்காது" அக்கா அவசரப்படுத்தினாள்.

அவர்கள் சினிமாவுக்குப் போய் வருவதற்குள் கணேசனும் அக்காவும் போய், துணியெடுத்து வந்திருந்தார்கள். பேண்ட் துணி மயில் பச்சை நிறத்தில் பளபளவென மின்னியது. வெள்ளையில் நீலத்தில் சிறு கட்டம் போட்ட சட்டை, ஆராயிக்கு குங்கும நிறப் புடவை சரிகை வைத்தது. பேண்ட் துணியை செங்கேணி ஆசையோடு தடவிப் பார்த்தான். எல்.ஜி. ரோட்டில் இருந்த பாய் தையல் கடையில் அளவு கொடுத்துவிட்டு வந்தார்கள்.

மூன்று நாட்கள் எப்படி போனதென்றே தெரியாதபடி வேகமாய் ஓடி மறைந்தது. விருந்து முடிந்து புறப்பட்டார்கள். குழந்தையை விட்டுப் பிரிய மனமின்றி, ஆராயி கண் கலங்கினாள்.

"கொஞ்ச நாளு போவட்டும். வெறுங்கழுத்தா இருக்கறது இன்னாமோ மாதிரியிருக்குது" அக்கா மெதுவாகச் சொன்னாள்.

இருவரும் புறப்பட்டார்கள்.

சுதந்திர மனிதனாக அச்சமற்று அவள் கையை பிடித்துக்கொண்டு நடந்தான். இருவரிடமும் மகிழ்ச்சி மட்டுமே எஞ்சியிருந்தது. காலத்தின் கூர் முனைகள் மனிதனை எந்த நேரத்தில் தாக்கி வீழ்த்தும், எந்த நேரத்தில் அவனைத் தாங்கி நிற்கும் என்று யார் அறிவார்? அதை முன்னறிந்து கொள்ளும் ஆற்றல் இல்லாததாலேயே மனிதனால் ஒரு கணமேனும் மகிழ்ச்சியாக இருக்க முடிகிறது. அது போன்றதொரு மகிழ்ச்சியில் இருவரும் கை வீசி நடந்தார்கள்.

இரண்டாம் பாகம்

18

நிலவுக்கு கீழாகப் படுத்துறங்கி சூரியன் விழிக்கும் முன்னே மக்கள் நடமாடத் தொடங்கி விட்டார்கள். வழக்கத்தை மீறி அன்று சற்று முன்பாகவே பிழைப்புக்கு கிளம்பி விட்டான். அவனது கட்டைவண்டி மிக சமீபத்தில் பச்சை நிறம் பூசப்பட்டு மினுமினுத்தது.

செங்கேணி இப்போதெல்லாம் அதிகமாக சிந்தித்தான். அதன் விளைவாக வாழ்வின் மீதான ஆசைகளும் அதிகமாகிக் கொண்டிருந்தன. அடிக்கடி அவனைக் கடந்து போகும் லாரிகளை உற்றுப் பார்த்து அதை ஓட்டிச் செல்பவர்களின் இடத்தில் தன்னை வைத்து பார்க்கத் தொடங்கியிருந்தான். அந்த ஆசையினூடே கடுமையாக உழைக்கவும், தொலைவான இடங்களுக்கும் பாரம் இழுத்துச் செல்ல தொடங்கியிருந்தான். அதனால் கூலியும் கூடுதலாகக் கிடைத்தது.

வெகுகாலம் ஒரே முதலாளியிடம் வேலை பார்த்து வந்த செங்கேணி, அவரிடம் ஏற்பட்ட மனக்கசப்பு காரணமாக இப்போது நான்கைந்து கம்பெனிகளில் எங்கு சவாரி கிடைக்கிறதோ, அங்கு வண்டியிழுத்துக் கொண்டிருந்தான். இருந்தாலும் தொடர்ந்து நான்கு நாட்கள் கூட வேலையற்றுப் போகும் தருணங்களும் இருக்கத் தான் செய்தன.

தன்னைப் போலவே ஓயாமல் உழைத்துக் கொண்டிருக்கும் சக வண்டியோட்டிகளை நினைத்துப் பார்ப்பான். அவர்களும் வியர்த்து வற்றி உலர்ந்து போகுமளவு உழைத்துக் கொண்டுதானிருந்தார்கள். ஆனால், கந்தலை மீறி அவர்களிடம் எதுவுமே இருப்பதில்லை. ஆராயிக்கு மூக்குத்தி வாங்க பணம் சேர்த்து வந்தான். வேலையற்ற நாட்களில் அது கரைந்து விடுகிறது. சக பாரம் இழுப்பவர்களின் நிலையும் அது தான். கணவன் நாளெல்லாம் உழைத்தும் வெறும் வெளுத்துப்போன மஞ்சள் கயிறு மட்டுமே மனைவிகளிடம் மிஞ்சியிருக்கிறது.

யாரும் சோம்பேறிகள் இல்லை. அவர்கள் கொட்டாவி விடுவதைக் காணவே முடியாது. ஆனால், முதலாளிகள் ஸ்கூட்டரில் வந்து இறங்குகிறார்கள். பிறகு, தெய்வப் படங்களுக்கு சாம்பிராணி புகையைக் காட்டுவதும், பேராசையுடன் கையெழுத்துகள் போடுவதும் கற்றையாக பணக்காகிதங்களை கவனமாக எண்ணிப் பெட்டிக்குள் போட்டு பூட்டுவதையும் தவிர வேறு என்ன செய்கிறார்கள். ஏலம் நடக்கும் இடத்தில் எப்டி தந்திரம் செய்து பக்கத்துக் கடைக்காரனை

எப்டி வீழ்த்துவது என்று புத்தியை தேய்த்துக்கொள்வது பின்பு நல்ல லாபம் அடைந்தவுடன் வெறுமனே கொட்டாவி விடுவது, பக்கத்திலிருப்பவனைத் துன்புறுத்தும்படி ஏப்பமிடுவது, பூக்காரியிடம் அடித்துப் பேசி வாங்கிய பூவை தெய்வப்படங்களுக்குப் போட்டு வணங்கி கன்னத்தில் அடித்துக் கொள்வது, வேறு என்ன? அவர்கள் டெர்லின் சட்டை கசங்குவதே இல்லை. கனமான தங்கச் சங்கிலிகளால் அவர்கள் சிவந்த கழுத்து கருப்பாகிப் போகிறது, அவர்களது மனசாட்சி போல.

நமக்கு நாள் பூரா உழைப்பு, வியர்வை. ஆனாலும், கந்தலை மீறி ஒன்றும் இல்லை. ஆராயி மூக்கில் சின்ன மூக்குத்திகூட இல்லை. இது போன்ற சிந்தனையினூடாக அவனுக்குப் பல விடைகள் கிடைத்தன. பிறகு விடைகளே கேள்வியாக மாறின.

ஆமாம். முதலாளிகள் பெரும் பணத்தை முதலாகப் போடுகிறார்கள். அந்த முதல் அவர்களுக்கு எங்கிருந்து வந்தது. ஆமாம் அதைச் சொல்லவே முடியாதபடி மிக அசிங்கமான முறையில் வந்து சேர்ந்ததாக இருக்கக்கூடும். பலருக்கு தெய்வப்படங்களுக்கு இணையாக வைத்து வணங்கும் அவர்களின் தந்தையார்கள் தந்தது. செங்கேணி இப்டியே தொடர்ச்சியாக சிந்தித்ததின் விளைவாகக் கோபமடைந்து வண்டியை வேகமாக இழுத்துப் போனான். அதைவிடவும் மஞ்சள் நிற போர்டு லாரியொன்று பெரும் பாரம் ஏற்றியபடி அவனைக் கடந்து போனது.

“சாம்பிராணிப் புகை காட்டும் முதலாளி, கடவுளை தாஜா செய்கிறார். அதனால், மனம் மகிழ்ந்து முதலாளிக்கு கடவுள், பணத்தை அள்ளிக் கொடுக்கிறார். அடப்பாவி! இந்தக் கடவுள், என்ன மாதிரியான ஆளாயிருப்பான் பாரு. நாள் பூரா மேல் சட்டையும் இல்லாமல் வியர்த்து உலர்ந்து போய் உழைக்கிற எனக்கு கந்தல், டெர்லின் சட்டை போட்டுக் கொண்டு வெறுமனே வாசனை புகையைக் காட்டி புகழ்பவனுக்கு பணம். கடவுள் இப்டியா செய்வார்?

கடவுளாய் இருந்தால் இப்டிச் செய்யமாட்டார். ஒருவேளை கடவுள் என்று எவனுமே எவளுமே இல்லை. இப்டி நினைக்கும் போது அவனுள்ளம் துணுக்குற்றது. அப்படியும் இருக்க முடியாது. அப்படியானால், முதலாளி கண்ணை மூடிக்கொண்டு அவ்வளவு உருக்கமாக வேண்டுவதேன்?

முதலாளி அவர் நலனுக்காக மட்டுமே வேண்டுகிறார். அதனால் கடவுள் அவருக்கு மட்டுமே கொடுக்கிறார். இல்ல... இல்ல நான் சரியா சிந்திக்கல செங்கேணி வழக்கம்போல தனக்குள் சொல்லிக் கொண்டான். முதலாளி என்றாலே அறிவாளி என்றும் அவர் நம்புவது உண்மையானதாக இருக்கும் என்றும் அவனால் நம்ப முடியவில்லை.

மரக்கிடங்கில் கட்டை உருண்டு இரண்டு கால்களும் உடைந்து போன முனுசாமியபத்தி கடவுளும் நினைக்கல. முதலாளியும் நினைக்கல.

கால் உடைந்து மருத்துவமனையில் இருக்கும் முனுசாமியின் பொஞ்சாதி முதலாளியிடம் வந்து “ஐயா! எம் புருஷன நீங்கதான்

சாமி காப்பாத்தணும்" என்று கை நீட்டிக் கும்பிடும்போது அவர் தெய்வப்படங்களைப் பார்த்து வணங்கிக் கொண்டிருந்தார். அந்தப் பெண் சொன்னது அவர் காதிலேயே விழவில்லை. அதை இப்போது நினைத்துப் பார்த்தான் செங்கேணி.

ஒருவேளை தன் கை உடைந்துவிட்டால்கூட இவர்கள் இருவருமே கவலைப்பட மாட்டார்கள். அப்படியானால், நான் கேள்வி கேட்க முதலாளி இங்க இருக்கிறார். அந்தக் கடவுளை எங்கே தேடி போவது.

"நாள் பூரா உழைக்கிற எனக்கும் என் போன்ற ஆயிரமாயிரம் மக்களுக்கு உதவாதவர் முதலாளியின் புகை காட்டலுக்கும், புகழ் மாலைக்கும் மயங்கி அவருக்கு எல்லாம் தருபவர். ஒரு வேளை அவர் அயோக்கியனாக இருக்க வேண்டும். இல்லையென்றால் அவர் போன்றே ஒருவர் இருக்கிறார் என்பதெல்லாம் வெறும் கதைகளாக இருக்க வேண்டும்.

சுரண்டாமல் எவனும் கொழுக்க முடியாது என்று பாளையம் எப்போதோ சொன்ன வார்த்தை அவன் நினைவுக்கு வந்தது.

செங்கேணி இன்னும் பலவும் சிந்தித்தான். மண்டை வலிக்குமளவு சிந்தித்தான். எவ்வளவு சிந்திக்கிறானோ அவ்வளவுக்கு அதிகமாகத் தன் கட்டை வண்டியை நேசித்தான். காரணம் அது இல்லாமல்தான் எப்டி பிழைப்பு நடத்துவது என்ற கேள்வியை அவன் பலமுறை தனக்குத்தானே கேட்டுக் கொண்டான். பலவிதமான சிந்தனைகளுடன் நடராஜ் தியேட்டர் எதிரில் உள்ள கிடங்கில் இருந்து பாடிக்கு மூன்று பெரிய சுமைகளை இழுத்துச்செல்ல வேண்டியிருந்தது.

பெரிய கிடங்கு பலவிதமான மரப்பெட்டகங்களும், சணல் சிப்பங்களுமாய் அடுக்கி வைக்கப்பட்டிருந்தன. செங்கேணி ஏற்றிச் செல்வதற்கான இரண்டு சிப்பங்களை அடையாளம் கண்டுபிடித்து விட்டார்கள். மூன்றாவதை எடுக்க, செங்கேணி சுமைகள் அடுக்கப்பட்டிருந்த இடத்துக்கு ஏறினான். அவனுடன் சிப்பத்தின் அடையாள எண்ணுடன் மேலே ஏறினார். மேலாளர். "இதோ இருக்குதப்பா உருட்டி விடு" என்று அவர் சொல்லும் அதே வேளையில், தாங்கமுடியாத மோசமான நெடி பரவுவதை இருவருமே உணர்ந்தார்கள். செங்கேணி அடக்க முடியாதபடி தும்மல் போட்டான். உடனிருந்தவர் "ஓ"....வென கத்திக்கொண்டு தாவியிறங்கி ஓடினார்.

கிடங்கின் உள் பக்கத்தில் பெரிய லாரியில் இருந்து சுமையை இறக்கிக் கொண்டிருந்தவர்களிடம் இருந்து அபாயகரமான கூச்சல் கிளம்பியது. அச்சத்துடன் அவர்களைப் பார்த்தான். கிடங்கின் உள் மூலையில் பார்த்ததை அவனால் நம்பமுடியவில்லை. தரையில் நீல நிறத்தில் தீ பரவியது. அது தரையோடு தரையாக எரிந்துகொண்டு வருவதைப் பார்த்து பெருங்குரலெடுத்து கத்தினான். மூக்கை பொத்திக் கொண்டு ஆட்கள் ஓடிக்கொண்டிருந்தார்கள். ஆனாலும் அவர்கள் தீயைக் கடந்துதான் வாயிலுக்கு வரமுடியும். நொடிக்கு நொடி நெடியும், தீயும் அதிகமாகிக் கொண்டே போயின. புகை மண்டலம்

எழுந்து, கிடங்கை மூடி விடுவதுபோல் பரவியது. செங்கேணி தாமதித்து விட்டான்.

மூச்சுத்திணறலுடன் சரிந்து சிப்பங்களின் மேலிருந்து விழுந்தவன் எதன் மீதோ மோதினான். பெருங்கூச்சல், அது போன்றதொரு மரண ஓலத்தை அவன் அதற்கு முன்பு கேட்டதில்லை. ஆட்கள் அவனை தாண்டிக்கொண்டு ஓடினார்கள். அவன் உணர்விழந்து கொண்டிருந்தான். அவனைப் பிடித்து யாரோ இழுப்பதுபோல இருந்தது. "அய்யோ!..... பத்தியெரியுது. மாட்டிக்கினாங்க.... மாட்டிக்கினாங்க அய்யோ எரியுதே" பெருங்கூச்சல் யாரோ தரையோடு தரையாக இழுத்துப் போட்டார்கள். "பாவம் காலு மாட்டிகிச்சி இழுப்பா.... இழுப்பா..." சிலர் எரிந்து கொண்டே அவன் மேலாகப் பறந்து சுற்றி வருவதுபோல இருந்தது. அவனை இருள் சூழ்ந்துகொண்டது.

அவனுக்கு லேசாக உணர்வு வந்தபோது தலைக்கு மேலாக வெளிச்சம் நிறைந்த வட்ட விளக்குகளைப் பார்த்தான். கால் இருக்கிறதா இல்லையா எதுவுமே அவனுக்குப் புரியவில்லை.

அவனைச் சுற்றி தீ கொழுந்துவிட்டு எரிவதுபோல் உணர்ந்தான். இடுப்பில் லேசாக வலி தெரிந்தது. கண்களுக்கு முன்பாக புகை பரவியது போல் இருக்க... வலது கையை யாரோ தட்டினார்கள். "எம்பா! உன் பேரென்ன... பேரென்ன... பேர சொல்லுப்பா...." ஆள் முழுச்சிக்கிட்டான், அவர்கள் தங்களுக்குள் பேசிகொண்டார்கள்.

அவன் வாயினின்று தன்னுணர்வற்று வார்த்தைகள் வந்தன.

"ஆராயி.... ஆராயி..."

"ஆராயி... என்னய்யா பேரு? பொம்பளப் பேரு மாதிரி இருக்குது" புகை அதிகமாகி அவனுக்கு மூச்சுத்திணற வைத்தது. புகையை விலக்கிக் கொண்டு ஆராயி ஊதா நிறப் புடவையில் அவனை நோக்கி வந்து கொண்டிருந்தாள். வந்துகொண்டே இருந்தாள். ஆனால், அருகில் நெருங்கவேயில்லை. பொறுமையிழந்து "வா.... ஆராயி.... வா... வா..." அவள் தூரத்திலேயே ஒரு பனிக்கட்டியின் மீது உட்கார்ந்துகொள்கிறாள். அவளைச் சுற்றி வெள்ளை வெளேர் எனப் புகை பரவித் திரிகிறது. அவள் கண்களில் கண்ணீர், உதடுகளில் புன்னகை அவள் அவனையே பார்த்துக்கொண்டிருக்கிறாள்.

"மாமா! கண்ணத் தொறக்காத தூங்கு. நல்லா தூங்கு... நானு உம் பக்கத்துல தான் இருக்கேன்" அவள் உதடு முணுமுணுக்கிறது.

அவனைச் சுற்றி நீல நிறத் தீ பரவித் தகிக்கிறது. நொடிக்கொரு தரம் இடைவெளி விட்டு கருத்த மனிதர்கள் அந்தத் தீயில் மூழ்கி மரண ஓலம் எழுப்பிக் கொண்டிருக்கிறார்கள். எப்போதாவது ஒரு சமயத்தில் மாமா.... மாமா... என்று கத்திக்கொண்டு ஆராயி அவன் மீதாகப் பறந்து போகிறாள்.

அவளைத் தாவிப் பிடிக்க முயலும் ஒவ்வொரு முறையும் அவன் தரையில் விழுந்து கதறுகிறான். எப்போதும் அவன் பிடிக்க முடியாத உயரத்தில் அவள் பறக்கிறாள். அவளோடு சேர்ந்து பறக்க

அவனுக்கும் ஆசை. ஆசை நிறைவேறாது, அழுது புலம்புகிறான். அவன் கண்ணீரே பெருவெள்ளமென அவனைச் சூழ்ந்து ஓடுகிறது. அந்தப் பெரும் வெள்ளத்தில் மூழ்கி தத்தளித்ததொரு பொழுதில் “ஆராயி.... ஆராயியென்று....” பெருங்குரலெடுத்து கத்தி தீர்த்தான்.

அது பகல் வேளை முனங்கலுடன் பதறி சூழ்ந்து நிற்பவர்களின் பயத்தைப் போக்கும்விதமாக விழித்தான்.

ஆராயி அவன் காலருகே அமர்ந்து படுக்கையில் தலைசாய்த்தபடி கண்ணீரால் கன்னம் வீங்கி விழி சிவந்து கிடந்தாள்.

“தம்பி கண்ணத் தொறக்குதுடி!”

அவன் தலைப்பக்கமாக நின்றிருந்த அக்காளின் குரல் கேட்டு துள்ளியெழுந்தாள். “மாமா!” என்று குரலெழுப்பியபடி அவன் முகமருகே வந்து அவனது கண்களைக் கூர்ந்து பார்த்தாள்.

“மாமா!” சூடான கண்ணீர் வழிந்து ஏதோ சொல்ல நினைத்து வாயசைத்தான். அவன் விரும்பியதைச் சொல்ல அவனால் முடியவில்லை.

“ஒண்ணும் ஆவல மாமா. பயப்படாத, நாங்க உங்கூட இருக்கறோம்” என்றவள். அவசரமாக அவன் கண்களில் வழிந்த நீரைத் துடைத்தாள்.

“தோ அக்கா, மாமா!” அவனுக்கு காட்டினாள். அவன் சுற்றிலும் பார்க்க முயன்று முனங்கியபடியே கண்களை மூடிக் கொண்டான். நீண்ட இடைவெளிக்குப் பின் திறந்தவன் நிதானப்படுத்திக் கொண்டு பார்த்தான். ஆராயியோட அக்காளும், கணேசனும் நின்றிருந்தார்கள். தனது காலை உயர்த்தி ஏதோ ஒன்றின் மேல் வைத்திருப்பதை பார்த்தான். தலை கடுமையாக வலிப்பதை உணர்ந்தவன் மெதுவாக பல்லைக் கடித்துக் கொண்டான். நீண்ட அமைதி நிலவியது.

ஆராயி தரையில் உட்கார்ந்து அழுது கொண்டிருந்தாள். வெகு நேரம் கழித்து “இன்னாச்சி” சக்தியெல்லாம் திரட்டி கேட்பவன் போல கேட்டான்.

“ஒண்ணுமில்லப்பா! தைரியமா இரு. எல்லா சரியாயிடும். உனக்கு ஒண்ணுமில்லப்பா” கணேசன் குனிந்து மெதுவாகச் சொன்னான். பிறகு அவனது மார்பை லேசாகத் தடவிக் கொடுத்தான். உடல் மிக சூடாக இருந்தது. மாறி மாறி திரவ மருந்துகள் நரம்பில் இறங்கி கொண்டிருந்தன.

“பயப்பட ஒண்ணுமில்ல. தலையில லேசான காயம்தான்... அது சரியாயிடும். கவலப்படாத பொண்ணு!” நர்ஸ் சொன்னதை ஆராயி நம்பினாள்.

கால் எலும்பு நான்கு துண்டுகளாய் நொறுங்கியிருந்தன. அந்த மோசமான விபத்து. நகரத்தையே பதைபதைப்புக்குள்ளாக்கி இருந்தது. ஏழு தொழிலாளர்கள் கருகி மாண்டிருந்தனர்.

மூன்று பேர் படுகாயம் அடைந்திருந்தனர்... அதில் ஒருவன் செங்கேணி. மற்ற இருவரும் தீக்காயம் பகுதியில் அனுமதிக்கப்பட்டிருந்தனர்.

கிடங்கு உரிமையாளர் உடனடி கைச்செலவுக்கு இருநூற்றம்பது ரூபாய் கொடுக்க முன்வந்தார். வழக்கறிஞர் அப்படி எதையும் வாங்க வேண்டாம் என்று ஆலோசனை சொன்னதுடன் இந்த வழக்கை எடுத்து

நடத்த முன் வந்தார். பெரும் தொகை நட்டஈடாக வாங்கித் தருவதாக வாக்குதந்ததோடு பாதிக்கப்பட்டவர்கள் அனைவருமே கூலிகள் எனவே, நட்டஈடு வாங்கித் தரும்போது கட்டணம் தந்தால் போதும் என்ற ஏற்பாட்டின்படி நீதிமன்ற வேலைகள் நடந்தன. அதையும் மீறி தனிப்பட்ட முறையில் கணக்கு எதுவுமின்றி இருநூற்றம்பது ரூபாய் கிடங்கு உரிமையாளர் தந்துவிட்டுப் போனார். பெரும் கிடங்கு முற்றிலும் அழிந்து நாசமாகிவிட்டிருந்தது.

கிடங்கு எரிந்துகொண்டிருந்த வேளையில், வேடிக்கை பார்க்கும் கூட்டத்தில் மாவுளியும் இருந்தான். மயங்கிக் கிடந்த மூன்று பேரை தரதரவென இழுத்து வந்து வெளியே போட்டவர்களும் கூட மயங்கி விழுந்தார்கள். கிடங்கின் கடைசிப் பகுதியில் தீப்பிடித்திருந்தது. அந்த சில நொடிகளிலேயே புகையும் நெடியும் பரவி, சாலையில் சென்றவர்களுக்கும் கூட பாதிப்பை ஏற்படுத்தியது.

மாவுளி அந்த வழியாக சவாரிக்கு போய்க்கொண்டிருந்தான். மாவுளி தான் ஆராயிக்கு தகவல் சொல்லி, மருத்துவமனைக்கு அழைத்துப் போனவன். அவன் கண் விழித்துப் பேச மாட்டானா என ஏங்கித் தவித்தவள், அவன் காலடியிலேயே கிடந்தாள். அவள் எப்போதாவது முணுமுணுத்தால் "மாமா" என்று தான் வார்த்தை வந்தது.

அவன் உணர்வற்ற நிலையிலும் ஏதாவது உளறினால் அது ஆராயி என்ற வார்த்தையாகத்தானிருந்தது.

"கவலப்படாதடி! பொழைச்சுக்குவான். கண்ணு முழிச்சுட்டானில்ல... பயப்படாத வா. காபித் தண்ணியாவது குடியண்டி. அவன் பொழைச்சுக்குவான். உனக்கு ஒடம்பு எப்டி ஆயிடுச்சு பாரு... வா" அக்கா கூப்பிட்டாள். அவள் செங்கேணி படுத்திருந்த கட்டில் காலை இறுக்கிப் பிடித்தபடி அவன் கால் பக்கமாக தலை சாய்த்தபடி கிடந்தாள். கண்ணீர் வழிந்து, நோயாளியின் படுக்கையை நனைத்திருந்தது.

எப்போதும் கத்திக்கொண்டு திரியும் வார்டுபாய்கூட அவளை எதுவும் சொல்வதில்லை. மூன்று நாட்களாக அவள் எப்டி உட்கார்ந்திருந்தாளோ பெரும்பாலும் அந்த நிலையிலேயே கிடந்தாள். அவனது காயம்படாத காலை இறுக்கிப் பிடிப்பதும் பிறகு அதை தடவிக்கொடுப்பதுமாய் இருந்தவள், கண்ணீரைத் துடைக்கவே இல்லை. அதுவாக வழிந்து, அதுவாகவே காய்ந்துபோனது. ஆராயி அக்காள் செல்விதான் ஓடுவதும் ஓடியாருவதுமாய் இருந்தாள். இடுப்பில் கைக் குழந்தை வேறு... அது சமீபத்தில்தான் ஒரு வயதைக் கடந்திருந்தது. ஆராயி எப்போதாவது பார்க்கும்போதெல்லாம் அக்காள் செங்கேணி தலைப் பக்கமாக நின்று கொண்டிருப்பதைப் பார்த்தாள்.

"ஏம்மா! எல்லா வெளிய போங்க, டாக்டரு வர்றாங்க போங்க.... போங்க..." தரையை கிரிமிநாசினிக் கலவையால் துடைத்துக்கொண்டே வார்டுபாய் கத்தினான்.

ஆராயி எதற்கும் அசைவதாகயில்லை. "ஏம்மா! அந்தப் பொண்ணு மட்டும் இருக்கட்டும். நீ கொழந்தைய தூக்கிக்கினு வெளியே போ டாக்டரு வந்து போனதும் வருவீங்க, போங்க"

நர்ஸ் வந்து, நோயாளியின் மருத்துவ அறிக்கைகளைப் பார்வையிட்டு உடல் சூட்டை அளக்க வெப்பமானியை வாயில் வைத்து பார்த்து குறித்துவிட்டுப் போனாள். அதுவே வரிசையாக எல்லா நோயாளிகளுக்கும் நடந்தது. கால் எலும்பு உடைந்து அறுவை சிகிச்சை செய்துகொண்ட நோயாளிகளின் பகுதியது. சில நோயாளிகள் தொடர்ந்து வலியால் முனங்கிக் கொண்டிருந்தார்கள்.

மருத்துவர் படையொன்று நோயாளிகளின் அறைக்குள் நுழைந்தது. அந்த நேரத்தில். செங்கேணி உணர்வற்ற நிலையில் கண்மூடிக் கிடந்தான். தலைமை மருத்துவர் வரிசையாக நோயாளிகளை சோதித்துக் கொண்டும், மருத்துவக் குறிப்பேட்டில் உள்ளவற்றைப் படித்து நோயாளிக்கு செய்ய வேண்டியதை எழுதிக்கொண்டும் வந்தார்.

ஆராயி எழுந்து போய் செங்கேணியின் தலைப்பக்கமாக நின்று, அவன் நெஞ்சை லேசாகத் தடவினாள். செங்கேணியின் கட்டிலை மருத்துவர் குழு சுற்றி வளைத்து, ஊடுகதிர்ப் படங்களையும் அறிக்கைகளையும் படித்துப் பார்த்துவிட்டு, ஆங்கிலத்தில் தங்களுக்குள் எதையோ பேசிக் கொண்டார்கள். அவர்கள் என்ன பேசி கொள்கிறார்கள் என அவளுக்குப் புரியவில்லை. பலவிதமான குழப்பத்தில் அவள் வெளியே சத்தம் வராதபடி விசும்பினாள். அவளது விசும்பல், தலைமை மருத்துவருக்கு கேட்டிருக்க வேண்டும்.

“கொடவுன் பயர் கேஸ்” உதவி மருத்துவர் சொன்னார்.

“ஓ...ஐசி...ப்ச்” என்று உதட்டைத் துயரமான முறையில் முறுவலித்தபடி செங்கேணியின் கண்களை உற்றுப்பார்த்தார். உதவியாளரிடம் டார்ச் லைட்டை வாங்கி, கண்களில் ஒளி பாய்ச்சி, மிக அக்கறையோடு கூர்ந்து கவனித்தார்.

“எம்மா! உம் புருஷனா?’’....ம் ஒண்ணும் கவலப்படாத பொழைச்சுக்குவான். எப்பயாவது கண்ணு முழிச்சிப் பாத்தானா?”

“ஒரு வாட்டி கண்ணத் தொறந்து பாத்தாருங்க!”

“உம், பயப்படாத” அவர், உதவியாளரிடம் சொல்லச்சொல்ல... நோயாளி குறிப்பேட்டில் உதவி மருத்துவர் எழுதினார். பிறகு, அந்தக் குழு அடுத்த நோயாளியிடம் போய் சூழ்ந்துகொண்டது. இரண்டு கால்களும் உடைந்த நோயாளி, அவனது வயதான தாய், தெய்வத்தை, வணங்குவதுபோல் கைகூப்பி வணங்கி இரக்கங்காட்டுங்கள் என்று கெஞ்சுவது போல பரிதாபமாக மருத்துவர்கள் முகங்களை மாறி மாறி பார்த்துக்கொண்டிருந்தாள். அவளுக்கும் அவர்கள் என்ன பேசிக் கொள்கிறார்கள் என்று புரியவில்லை.

நோயாளியின் தலைக்கு மேலே இருந்த மின் விசிறி ஓடாதது ஏன் என்று அவளுக்குத் தெரியாது. அதுபோலவே அவர்கள் என்ன பேசிக் கொண்டார்கள். மகன் எவ்வளவு தூரம் தேறி வருகிறான் என்று எதுவும் அவளுக்குத் தெரியாது. அவன் இரண்டு கால்களும் முறிந்து, இப்போது தேவையான சிகிச்சையில் இருக்கிறான். ஒரு மாத காலம் அவன் அந்த நிலையில் இருப்பதைத்தவிர வேறு வழியில்லையென்று வார்டுபாய் சொன்னதுதான்.

மற்றொரு நாள் "ஏம்மா! உம் பையனுக்கு முதுகெலும்புல அடிபட்டிருக்கு. கால் எலும்பு கூடினாலும் நடக்கறது கொஞ்சம் சிரமந்தான் நீ கடவுள வேண்டிக்க" வார்டுபாய் சொல்லிவிட்டுப் போனான். அதுதான் அந்தத் தாய்க்கு கிடைத்த தகவல் அவன் சொன்னதை அவள் நம்பவில்லை. ஆனாலும் மருத்துவர்களைப் பார்த்து கையெடுத்துக் கும்பிடுவதைத்தவிர அவளுக்கு வேறு வழியில்லை.

"பெரிய டாக்டர்கூட நோயாளிகிட்ட எப்பவாவது பேசுறார். ஆனா, இந்த கூட வர்ற வெள்ள உடுப்பு போட்ட சின்ன டாக்டருங்க இங்லிபீசுல பேசிக்கறாங்க... அவங்களுக்குள்ளயே சிரிச்சுக்கறாங்க. முடியாம கெடக்குற புள்ள கூட ராத்திரியும் பகலுமா கெடக்குறானே... எங்கிட்ட ஒரு வார்த்த.... என்ன ஆச்சு, என்ன நடக்குதுன்னு ஒரு வார்த்த சொன்னா இவங்க வாயில இருக்குற முத்து கொட்டிடுருமா இன்னா?" அந்த வயதான தாய், தனக்குள் புலம்பிக் கொண்டாள்.

தர்மத்துக்கு வருதுங்க? போவுதுங்க. கை கூப்பி நிக்கறதத்தவுற வேற இன்னா பண்ண?. வயதானவள் மேலும் புலம்பினாள்.

"எம்மா! ஓடம்ப விக்கறவளுக்கு நோய் வந்தா... வாங்கித் துன்றாளே மாத்திர, அதுக்குக் கூட வரி வாங்குறாங்கல்ல. அந்த மாதிரியான வரிப் பணத்துல நடக்குற ஆஸ்பத்திரிம்மா இது. தர்மத்துக்கான ஆஸ்பத்திரி இல்ல. மக்களுக்கான பணத்துல, மக்களுக்காக செயல்படுற ஆஸ்பத்திரின்னு அவளுக்கு யார் சொல்றது.

நான்கு நாள் கடந்துவிட்டன. அன்று செங்கேணி தூக்கத்தில் இருந்து கண்விழித்தவன்போல ஆராயி.... ஆராயி என்று முனங்கினான். அந்த நேரம் பார்த்து செல்வி. பால் வாங்கப் போயிருந்தாள். அந்தக் குரலுக்காக காத்திருந்தவள், துள்ளிக் குதித்து அவனருகே ஓடினாள்.

"ஆராயி!"

"மாமா"

அவன் தலையின் கனம் தாளாமல் கண்களை மூடினான். "நீ நல்லாயிருவ மாமா!" அவன் தலையை லேசாக அசைத்து, வலதும் இடதுமாகத் திருப்ப முயன்றான். கண்களை மூடித் திறந்தான். சூடான கண்ணீர் வழிந்தது. அது அழுகையல்ல, தலையின் பாரத்தாலும் கண் எரிச்சலாலும் வந்தது. அவன் நினைவுக்கு எல்லாம் வந்தன. நினைவுகள் தடுமாறின. அந்தக் கணத்தில் அவளைப் பரிதாபமாகப் பார்த்தான். ஆராயி அவன் நெஞ்சைத் தடவிக் கொடுத்தாள்.

அவளது குளிர்ந்துபோன விரல்களைத் தொட முயற்சித்தான். தலையில் யாரோ ஓங்கிக் கொட்டுவது போல இருந்தது. தலையை தொட்டுப் பார்க்க, கையை உயர்த்தினான். ஆராயி, அவனை சமாதானப்படுத்தி கையை மட்டுப்படுத்தினாள். அவன் அவளது கையை உதற முயற்சிப்பதுபோல இருந்தது. தலையைத் தடவினான் அழுத்தமான கட்டு போட்டிருந்தது.

"ரொம்ப அடியா?"

"இல்ல மாமா! சின்னதுதான். பயப்படாத மாமா! நா இருக்கேன்" அவனது கண்கள் மஞ்சள் படர்ந்ததுபோல இருந்தது. அதிலிருந்து நீர் வழிந்துகொண்டிருந்தது. கண்களைத் துடைத்து விட்டாள். அவன் ஆராயியை உற்றுப் பார்த்தான்.

அவனது மூக்கு வழியாக வயிற்றுக்குள் போயிருந்த குழாய் தொண்டையில் உறுத்துவதுபோல இருந்தது. மிகத் துன்பமாய் உணர்ந்தான்.

"ஏம்மா! முதுவுல பவுடர் போட்டு வுடு இன்னும் ஒரு மாசமாவது இப்டியே தான் இருக்கணும். முதுவுல புண்ணு வந்துறப் போவுது தாராளமா பவுடர் போட்டு வுடு" வார்டுபாய் போகிற போக்கில் சொல்லிவிட்டுப் போனான்.

செல்வி உடனே போய், பவுடர் வாங்கி வந்தாள். கணேசன் மிக சமீபத்தில் வால்டாக்ஸ் ரோட்டில் ஒரு பிளைவுட் விற்பனையாளரிடம் வேலைக்கு சேர்ந்திருந்தான். முன் எப்போதையும்விட வருவாய் கூடுதலாக வந்தது. அவனும் முன்புபோல குடியே கதியாக இல்லாமல், எப்போதாவதுதான் குடித்தான்.

வெகுகாலம் குழந்தையற்று, இப்போது குழந்தை பிறந்ததாலோ என்னவோ, அவனிடம் நிறையவே மாற்றம் தெரிந்தது. செல்வி, கம்மலும் மூக்குத்தியும் போட்டிருந்தாள். இரவில் அவன்தான் செங்கேணியை பக்கத்தில் இருந்து பார்த்துக் கொண்டான். பெண்கள் இருவரும் இரவில் வீட்டுக்குப் போய், காலையில் ஆராயி உணவு கொண்டுவரவும் பகல் வேளைக்கு செல்வி கொண்டுவருவதுமாய் ஏற்பாடு. அவன் உடலில் முன்னேற்றம் ஏற்பட்டது. தெளிவாகப் பேசத்தொடங்கி விட்டான். நாட்கள் நகர நகர... அவன், தானாகவே உட்காரத் தொடங்கிவிட்டான். முன்பு எப்போதையும்விட கோபமும் சிடுசிடுப்பும் அவனிடம் இருந்து வெளிப்பட்டன. படுக்கையில் இருக்கும் நோயாளிகள் அப்படித்தான் என்று அதை யாரும் பெரிதாக எடுத்துக்கொள்ளவில்லை.

தலையில் இருந்த கட்டு பிரிக்கப்பட்டுவிட்டது. காதுக்கு மேலாக இருபத்தியோரு தையல்கள். பார்க்க பயங்கரமாக இருந்தது. வலுவான உடல் என்பதால், விரைவாகத் தேறினான். கால் எலும்பில் உடைந்த பகுதிகள் சேரத் தொடங்கியிருந்தன. காலையில் ஆறு மணிக்கெல்லாம் இட்லிக் கடையில் ஆப்பமும், பாலும் வாங்கிக்கொண்டு கிளம்பி விடுவாள். உயிர்க்காட்சி சாலை நேரு விளையாட்டரங்கம் வழியாக மூர்மார்க்கெட் கடந்து, பொது மருத்துவமனைக்குப் போய்ச்சேர ஏழு மணியாகிவிடும். நடந்து போவதைத்தவிர வேறு வழியில்லை. பேருந்தில் போவது அவளுக்கு அச்சமூட்டுவதாய் இருந்தது.

ஒருநாள்... கணேசன் தன்னிடம் சொன்னதை ஆராயிவிடம் சொல்லியழுதான்.

"நீ ஒண்ணும் கவலப்படாதப்பா! நா சம்பாதிக்கறது உனக்கும் உம் பொஞ்சாதிக்கும் சேத்துதான். ஆராயி யாரு, அவளும் எம்

பொண்ணு தாம்பா நீ கவலப்படாத ஒடம்பு நல்லாவர வரைக்கும் நான் பாத்துக்கறேன். நீ தைரியம்மா இருப்பா!"

கணேசன் அப்படி பேசும்போது லேசா சாராய வாடை வீசியதை செங்கேணி கவனித்திருந்தான். பாவம் அந்தக் கொசு தொல்லையில மனுச தூங்கணும்னா வேற வழியில்ல. மூச்சடைக்கற மாதிரி மருந்து வாடை. ஒரு காலத்துல வெறியோட கல்லை தூக்கிக்கொண்டு பாய்ந்தவன், ஒரு கந்தலைத் தரையில் போட்டு, அதன் மீது உறங்கிக் கொண்டிருந்தான்.

திடுப்பென எப்டி மாறி விட்டது. எல்லாம் நினைக்கும்போது மின்னல் பாய்வதுபோல மண்டைக்குள் வெளிச்சம் பரவ... அவனை ஏதோ ஒன்று, தொல்லை செய்வதுபோல் உணர்ந்தான். அவன் அமைதியாக உறங்க ஆசைப்பட்டான்.

"வாயண்டி! எங்க, அங்க போயி தனியா இருக்கப் போற? உம் புருஷனுக்கு நல்லாயி, வூடு போற வரைக்கும் எங்கூட இரு, வா..." அக்காள் கூப்பிட்டாள்.

"இருக்கட்டுங்கா! வண்டி கெடக்குது. அக்கம் பக்கம் நல்ல மனுசாளுங்க தான்" என்று மறுத்துவிட்டாள்.

குடிசைக்கு முன்பு வண்டி, தாய், தந்தையை இழந்த அனாதைப் பையனைப் போல நின்றிருந்தது. வாசலில் பேய்க்காளி உட்கார்ந்திருந்தான். கையில் சிகரெட் புகைந்து கொண்டிருந்தது. பாளையத்தின் வீட்டு வாசல் யாருமற்று இருந்தது.

"வா ஆராயி உம் புருஷன் எப்டி இருக்கிறான்"

"உம் பரவாயில்லண்ணா"

"பாவம்! உனக்கு தொல்ல மேல தொல்ல தான். இன்னா மாதிரி இருக்க வேண்டியவ" அவன் வேறு ஏதோ சொன்னான். அவள் காதில் சரியாக விழவில்லை. கதவை கயிற்றால் கட்டியிருந்தாள். இருட்டில் அதை அவிழ்த்துக் கொண்டு உள்ளே நுழைந்த தருணம் அச்சத்தோடு துயரமான தனிமையை உணர்ந்தாள். ஒரு கணம் தடுமாறி நின்றுவிட்டாள். பேய்க்காளி, தீக்குச்சியை உரசி, குடிசைக்குள்ளே நீட்டினான்.

"காலைல போற... ராத்திரி வர்ற... உன்னைப் பாக்கவே முடியலய பாப்பா!"

ஏனோ அவனது பேச்சும் செய்கையும் அவளுக்கு அருவருப்பூட்டுவது போல இருந்தது. அவன் முழு போதையில் இருந்தான். வாடை சகிக்க முடியாதபடி வீசியது.

பின்பக்கச் சந்தில் குடியர்களின் உளறல்கள், சாராயம் விற்கும் பையன்களின் சாதுர்யப் பேச்சுகள் தெளிவாகக் கேட்டன.

"யோவ்! போய்யா"

"ஏய் சின்னப் பையனா இருந்துக்கினு கேடி வேல காட்ற பாத்தியா.... ஊத்துறா"

"போ.... போ.... எல்லாம் கரெக்டா ஊத்திட்டேன்.... போய்யா!"

அவள், சிம்னியை ஏற்றி வைத்துவிட்டு வீட்டைப் பெருக்கிக் கொண்டிருந்தாள்.

"இன்னா ஆராயி! பிரியாணி வாங்கியாறேன் சாப்புடறியா?"

"வாணாம் நீங்க போங்கண்ணா! நானு சாப்புட்டேன்"

"அட! சும்மா! காட்டியும் புளுவுற. நீயே ஆஸ்பத்திரில காஞ்சிக்கினு கெடந்துட்டு ஓடியாற இரு. நா போய் பிரியாணி வாங்கியாறேன்"

தள்ளாடி எழுந்தவன் வேகமாக இருட்டில் மறைந்துவிட்டான். இதுன்னாடா தொல்லையாப் போச்சேன்னு தோன்றியது அவளுக்கு.

"இன்னா பாப்பா! எப்ப வந்த"

"யாரது?" என்று குரல் கொடுத்தபடி வெளியே எட்டிப் பார்த்தாள்.

"வாக்கா"

"தம்பி எப்டிம்மா இருக்குது?"

"பரவாயில்ல. நல்லா சாப்புடறாரு. தலையில தையல் பிரிச்சிட்டாங்க. காலு கொணமாவ ஒரு மாசம் புடிக்குமாம்" வருத்தத்தோட சொன்னாள்.

"தோ! எங்க இந்த நேரம் பாத்து மனுசன் ஊருக்குப் போய் உன்னும் திரும்பல. வந்த பொறவுதான் தம்பிய வந்து பாக்கணும்... ச்.... என்னமோ போ நம்ம நல்ல நேரந்தான்.... கெட்ட நேரத்துலயும் ஒரு நல்ல நேரம் புள்ள! எப்டியோ தப்பிச்சிக்கிச்சி....ப்ச்..."

"இன்னாக்கா! அண்ணன் அடிக்கடி ஊருக்குப் போவுது?"

"உம்! இன்னாமோ தகறாராம். இவங்க அண்ணனுக்கும், ஊர்க்காரங்களுக்கும்.... எங்கிட்ட இன்னா ஏதுன்னா சொல்றாரு" அவள் சலிப்பாகச் சொன்னாள்.

"இந்த வாட்டி வேலுவ இட்டுக்கினு போயிருக்கிறாரு. தோ, போயி நாலு நாலாவது... ஒரு தகவலும் இல்ல. சரிம்மா! நா சாப்பாடு எடுத்தாறேன் சாப்புடு"

"இல்லக்கா! மாமா. ஓட்டல்லருந்து இட்லி வாங்கியாந்துச்சி. நா சாப்புட்டேன். தண்ணி ஒரு கொடம் குடுத்தினா..." என்று தயக்கமாகக் கேட்டாள்.

"வா ஆராயி! ஒரு தேக்சா தண்ணி எடுத்துக்க.. வேணும்னா விடியக் காலம்பற எழுப்பறேன். நாலு கொடம் புடிச்சி வச்சிக்குவ. சரி, வா... தண்ணி எடுத்துக்குவ"

ஆராயி போய். ஒரு தேக்சா தண்ணியைத் தூக்கி வந்தாள்.

வீடு வெறுமையாக இருந்தது.

இழுவை எந்திரத்தின் கூவல் ஒலி, செங்கேணியுடன் சேர்ந்து கேட்கும்போது ஒரு விதமான மகிழ்ச்சியை உணர்வாள். அதே ஓசை இப்போது அவளை அச்சுறுத்தியது. திடுப்பென அவனை நினைத்து தேம்பியழுதாள். அவளை தனிமையின் துயரம் வாட்டியது.

அவன் ஏதோ ஒரு மாதிரியாக இருப்பதை அவள் கவனித்திருந்தாள். அவனை, அவளுக்கு துல்லியமாகத் தெரியும். அவன் அனாவசியமாக

சிரிக்க மாட்டான். அழுத்தமாக இருப்பான். படுக்கையில் அவன் கண் விழித்த நாளில் இருந்து எப்போதும் அவன் புன்னகைத்தபடியே இருக்கிறான். நொடியில் புன்னகை மறைந்து ஒரு விதமான இறுக்கமும் கோபம் நெளியும் முகமும் அவனைக் கடுமையானவன்போல காட்டுகிறது. இந்த மாற்றங்களை ஆராயி உணர்ந்துகொண்டாள். இந்தத் துயரம் அவளை இடைவெளியின்றி வாட்டியது.

விளக்குத்திரியைக் குறைத்துவிட்டு வாயிலை அடைத்து, கயிற்றால் கட்டிவிட்டுப் படுத்துக்கொண்டாள். தலையணை, கண்ணீரால் நனைந்தது. விழி காயாமலே உறக்கம் தழுவியது.

19

"ஆராயி.... ஆராயி"

செங்கேணி அழைப்பதுபோல் தெளிவாகக் கேட்டது. "மாமா" தூக்கக் கலகத்தில் கத்திக்கொண்டு எழுந்தாள். பதறிக்கொண்டு ஓடி, வாயில் அடைப்பை, கயிறு நீக்கித் திறந்தாள்.

பேய்க்காளி பொட்டலத்துடன் நின்றுகொண்டிருந்தான். அவளுக்கு உடல் பதறி நடுங்கியது.

அவன் நிலையற்றுத் தள்ளாடிக் கொண்டிருந்தான். "இந்நேரத்துக்கு இன்னா பன்றண்ணா! போய் தூங்கறதுதானே?"

"இந்தா, நீ சாப்புடு... பிரியாணி உனக்குதான் இந்தா.... பாவம் நீ கஷ்டப்படறத பாக்க முடியல... ப்ச்... இந்த ஆராயி!"

"நா சாப்புட்டண்ணா! நீ போயி தூங்கு. நானு, காலையிலஎழுந்து போவணும்" அவள் சொல்லிக்கொண்டே வாயிலை மூடி, தட்டியை எடுத்தாள். அவன் போதையில் தள்ளாடி, வாசலில் உட்கார்ந்து கொண்டான். தீக்குச்சியைக் கிழித்து, சிகரெட்டைப் பற்ற வைத்தான். அதன் ஒளியில் அவன் முகம் அச்சம் தருவதாய் இருந்தது.

இந்த நேரம் செந்தாமரையக்கா வெளிய வரமாட்டாங்களா? என்று ஏங்கினாள் ஆராயி.

"ஏன்.... பயப்படுறே ஒக்காந்து சாப்புடு. உனக்கு என்னமோல்லா செய்யணும்னு ஆசையா இருக்குது. உம் சாப்புடு"

"பாரு... பாரு" சட்டை உள்பாக்கெட்டில் இருந்து கற்றையாக பணத்தை உருவி, அதை அவள் காலடியில் போட்டான். அவள் ஓரடி பின்னகர்ந்தாள்.

"பாரு... பாரு... எனக்கு புள்ளயா, குட்டியா, உம், யாரும் கெடையாது. பணத்தின் மீது ஓங்கியறைந்தான். "யாருக்கு சம்பாதிக்கிறன்னே தெரியல? இந்தா.... இந்தாமே!" வாய் குமுறியது. இந்தாமே என்ற வார்த்தை அவளை செருப்பாலே அடித்ததுபோல இருந்தது.

"நீ போய் தூங்கு. உனக்கு போதைல இன்னா பண்றேன்னு தெரியல போ... போ..." அவள், வாசல் அடைப்பால் அவனைத் தள்ளமுயன்றாள். முடியாமல் போகவே, அச்சத்தில் குடிசைக்கு வெளியே போக முயன்றாள். அவன், வாசலை அடைத்துக்கொண்டு உட்கார்ந்திருந்தான்.

"நீ போ..... போண்ணா! இந்த ராத்திரியில இப்டியா பண்ணுவ?" அவள் கத்த முயன்றாள். ஆனால், அவள் குரல் பேய்க்காளிக்கு கூட கேட்கவில்லை.

"நீ மொத சாப்புடு. இந்தப் பணத்த எடுத்துக்க. நீ யாரு? எந்தம்பி பொண்டாட்டி! இந்தா... பணத்தை அவள் பக்கமாகத் தள்ளி வைத்தான்.

அவள், பயத்தில் அவனைத் தாண்டிக் கொண்டு எப்டியோ குடிசைக்கு வெளியே வந்து விட்டாள். வீதி ஆள் அரவமற்றுக் கிடந்தது முழுமையான இருள். மின் நிலையத்தின் சாம்பல் பொழிவும் குளிரும் அதிகமாய் இருந்ததாலோ என்னவோ வாசலில் படுத்துறங்குபவர்கள் யாருமற்று, அவளது அச்சத்தை அதிகமாக்கியது.

பேய்க்காளி போதையில் தான் இப்டி நடந்து கொள்கிறான் என்று நினைத்தாள். அவன் வயோதிகன் அவன் தவறாக நடந்து கொள்வான் என்று அவளால் நம்பமுடியவில்லை. ஆனால், இயல்பாகவே ஏதோ அச்சம் அவளைப் பிடித்தாட்டியது.

தரையில் கிடந்த பணத்தில் ஐம்பது ரூபாய் நோட்டை எடுத்து நீட்டினான். "இந்தா, தம்பிக்கு எலும்ப கிலும்ப வாங்கி சூப் வச்சி எடுத்துக்கினு போயி குடு. இந்தா... புடி" கத்தினான். அவள் பயத்தில் அதை வாங்கிக் கொண்டாள். அவள் வாங்க மறுத்தால், கையைப் பிடித்து திணித்து விடும் நிலையில் இருந்தான்.

அவன், பணத்தை அள்ளி... பாக்கெட்டில் திணித்துக் கொண்டு தள்ளாடியபடியே போனான். பற்களை நறநறவெனக் கடிக்கும் ஓசையினூடே அவனைப் பார்த்தாள். "நீ போய் பிரியாணிய துன்னு நா போறேன்... இன்னாமே பொம்பள நீ உஷாரு இல்லாத பொம்பள...சீ!" சொல்லிக்கொண்டே இருளில் போய் மறைந்தான்.

அவன், கையிலிருந்த நோட்டை சிம்னி வெளிச்சத்தில் போய் பார்த்தாள். ஐம்பது ரூபாய் நோட்டு. சரி, கடனா வச்சுக்கலாம். திருப்பி தந்துட்டாப் போவுது என்று சமாதானம் சொல்லிக்கொண்டாள். ஆனாலும் அவளுக்கு மனம் உறுத்தியது.

அவள் காலில் பிரியாணி பொட்டலம் இடறியது. ஒரு காலை பொட்டலத்தின் மீது முழுமையாக வைத்துவிட்டாள். அதை வெளியே எறிந்துவிட பொட்டலத்தோடு வெளியே வந்தாள். மிக இருட்டாய் இருந்தது.

"இன்னாடி இந்நேரத்துல" குரல் எங்கிருந்து வருகிறது என்று தெரியாமல் குழம்பினாள். குரலை வைத்து கரி திருடி விற்கிறவளின் குரல் என்று கண்டு கொண்டாள். இரவு நேரத்தில் இருளோடு இருளாக அலைந்து கொண்டிருப்பவள். இருட்டும் தருணத்தில்

அலுமினிய சொம்பை எடுத்துவந்து சாராயம் வாங்கிச்செல்வதை பலமுறை ஆராயி பார்த்திருகிறாள். அவள் தான்.

“இந்தா, கூடைய வச்சிட்டுப் போறேன் தோ வந்துடறேன். அவள், பேய்க்காளி போன திசையில் ஓடினாள். கொஞ்ச நேரத்தில் அவள் அலறும் ஓசை கேட்டது. “அய்யோ.... தொ.... பையா, என்ன ஏண்டா குத்துற?...”

அவளது அலறலும் வசைபாடலும் ஆராயிக்கு தெளிவாகக் கேட்டது. ஆராயி, தன் கையிலிருந்த நசுங்கிய பொட்டலத்தை வீசியெறிந்தாள்.

அது, கரி திருடுபவள் வைத்துவிட்டுப்போன கூடையில் போய் விழுந்தது.

இருட்டிலிருந்த அந்தப் பெண் ஓடி வந்தாள். கூடையைத் தூக்கிக் கொண்டு “தெவி.... பையன வெலாவுலயே குத்துறான். வூட்டு பக்கம் வாடா உன்ன தொடப்ப கட்டையாலயே அடிக்கறேன்” வலியால் முனங்குபவள் போல கத்திக் கொண்டு போனாள். ஏற்கெனவே அவள் போதையில் தான் இருந்தாள்.

அங்கு நடப்பவைகள் ஆராயிக்கு குழப்பமாகவும் அச்சமாகவும் இருந்தது. அவள், குடிசை வாயிலை அடைத்து கயிறால் இறுக்கி கட்டிவிட்டுப் போய் படுத்துக் கொண்டாள்.

அவள் விழிக்கும் தருணங்களில் யாரோ சந்தில் நடமாடுவது போலவும் கூரையின் விளிம்பில் ஆள் உரசிச்செல்வது போலவும் உணர்ந்தாள். ஆனால், இடை இடையே குடிசைக்குப் பின்புறத்தில் மிக அருகாமையில் கரிக் குவியலின் பாதுகாவலர்களின் ஊதல் ஒலிகள் அவளுக்கு தைரியத்தை தந்தது.

உறக்கம் வராமல் தவித்தாள். வீடு முழுவதும் செங்கேணி பரவியிருப்பதுபோலவும் அவளருகே உட்கார்ந்து, பெருமூச்சு விட்டுக் கொண்டிருப்பதுபோலவும் அவள் உணர்ந்தாள். பொழுது எப்போது விடியும் என்று காத்திருந்தாள்.

ஆப்பக்கடையில் முதல் ஆள், அவள் தான். இரண்டு முட்டைத் தோசையும் கறிக் குழம்புமாக மைலேடீஸ் பூங்கா கடந்து அல்லி குளம் வழியாகப் போகும்போது குளத்தில் தாமரைகள் பூத்ததும் மொட்டுகளுமாக செருமிக் கொண்டிருந்தன. அந்த வழியாகத் தான் இத்தனை நாளும் போய் வந்து கொண்டிருக்கிறாள். அவள் அதை கவனித்ததே இல்லை. மாமா இங்கிருந்துதான் பூவக் கொண்ணாந்து தந்திருக்கும் என்று நினைத்தாள். குடிசையில் இருந்து புறப்பட்டால் காலை உயர்த்திக் கட்டியிருக்கும் அவன் படுக்கைவரை ஓர் இயந்திரம் போல பாய்ந்தோடுவாள்.

இப்போது அவளுக்கு தைரியமாக இருந்தது. அவன், உடல் தேறிவிட்டான். அச்சத்தோடு இருந்த நாட்கள் கடந்து போய் விட்டன. காலில் இருக்கும் கம்பிகளையும் சீக்கிரத்துல எடுத்து விடுவார்கள் என்று வார்டுபாய் சொல்லிக் கொண்டிருந்தான்.

அவளெதிரே தாமரை மலர்களுடன் பையன்கள் வந்து கொண்டிருந்தார்கள். அவள், குளத்தைப் பார்த்தாள். நூற்றுக்

கணக்கான மலர்கள் இளஞ்சூரியனைக் கண்ட ஆனந்தத்தில் மொட்டவிழ இளங்காற்றில் கூத்தாடிக் கொண்டிருந்தன. குளத்தில் குளித்துவிட்டு தாமரையுடன் கரையேறிய பையனிடம் பத்து காசு கொடுத்து, தாமரையைக் கேட்டாள். அவன் நெடுங்காம்புடன் ஒன்றைக் கொடுத்துவிட்டு குளத்தில் குதிக்கும் ஓசை கேட்டது. மலரில் இருந்து அரையடி காம்பு விட்டு மீதத்தைக் கிள்ளியெறிந்து மருத்துவமனை நோக்கி நடந்தாள்.

காலையில் நோயாளிகளின் பகுதி துடைத்து, சுத்தமாகவும், அமைதியாகவும் இருந்தது. அவளை எதிர்கொண்டு கணேசன் வந்து கொண்டிருந்தான்.

"நா போறேன். கொஞ்சம் வேல இருக்குது. நீ பாத்துக்க அக்கா! மதியான சோறு எடுத்தாருவா இன்னா பாத்துக்க. இந்தா" பத்து ரூபாய் நோட்டை அவளிடம் நீட்டினான்.

வாணா மாமா எங்கிட்ட காசு இருக்குது"

"அட! இந்தா புடி. இதையும் வச்சுக்க. இங்கதான் எடுக்க புடிக்கன்னு கைய நீட்றானுங்களே... வச்சுக்க, இந்தா" அவள் கையில் பணத்தை வலுக் கட்டாயமாகத் திணித்துவிட்டுப் போனான்.

செங்கேணியின் முகம் மழிக்கப்பட்டு மீசையைக் கம்பீரமாக முறுக்கிக் கொண்டு, பார்க்க தோரணையாக இருந்தான். அவள் வருவதைப் பார்த்ததும் அவன் முகம் புன்னகை நிறைந்ததாக மாறியது. தன்னை ஆசையோடு பார்ப்பவனுக்கு பூவை எடுத்து நீட்டினாள். "மாமா! வர வழியில் பெரிய கொளம் இருக்குது... அதுல மானாவாரியா பூத்துக் கெடக்குது தெரியுமா? பசங்கக்கிட்ட பத்து பைசா குடுத்து வாங்குனே, இந்தா" அவன் சிரித்தான். பழைய சிரிப்பு. சிரித்த முகம் தெளிவாக இருந்தது. மொட்டையடிக்கபட்டிருந்த தலையில் முடி வளர்ந்து நீளமான வடுவை மறைத்திருந்தது.

அவன், பூவை வாங்கிப் பார்த்துவிட்டு அவளிடமே நீட்டினான்.

மூன்று படுக்கை தள்ளி ஒரு பெண், காலை தூக்கிக் கட்டியிருந்த நோயாளியின் பக்கத்தில் உட்கார்ந்து, தலையை முடிந்து... கொண்டை போட்டுக்கொண்டிருந்தாள்.

நோயாளிகளின் படுக்கை வரிசையின் முடிவில் மேசையில் இருக்கும் நோயாளிகளின் குறிப்புகளில் செவிலி எதையோ எழுதிக் கொண்டிருந்தாள். காலை நேரமென்பதால், மிக அமைதியாக இருந்தது. சன்னல்களில் இருந்து பளிச்சென்று காலையின் ஒளி நோயாளிகளை சந்தித்து நலம் விசாரித்துக் கொண்டிருந்தது. குயில்கள் இடைவெளியின்றி கூவிக்கொண்டிருந்தன. நேசமிக்க காலை ஒளியில் அவள் முகத்தை அவன் ஆசையோடு பார்த்துக் கொண்டிருந்தான். அவளது முகத்தில் தங்கத்தைக் குழைத்து தடவி விட்டதுபோல ஒரு மினுமினுப்பு இருப்பதாக அவனுக்குத் தெரிந்தது. சிரித்தான். அவளும் அவன் முகத்தில் தெரிந்த மலர்ச்சியைக்கண்டு உள்ளம் கிளர்ச்சியடைந்து சிரித்தாள். வலது கையில் தாமரைப் பூ இருந்தது. அவளது இடது

கையைப் பற்றியிழுத்தான். அவள் நோயாளிகளின் பகுதியை சாடையாக காட்டினாள். சின்ன சிணுங்கல் அவளிடம் வெளிப்பட்டது.

அவள் ஆரோக்கியமான கையை ஆசையோடு அழுத்திப் பிடித்தான். மகிழ்ச்சியின் சாரல் அவர்களைச் சுற்றித் தூறியது.

அவனது விலாப்புறத்தில் அவள் இரண்டு வலுவான சிறகுகளை செருகி வைத்தாள். அவன், அவளது விலாப்புறங்களில் சிறகைச் சொருகினான். சிறகு முளைத்த மனிதர்களாய் தாமரையை ஏந்திக்கொண்டு அவர்கள் வானமெங்கும் வட்டமடித்தார்கள். பக்கவாட்டில் பார்க்கும்போது அவளது பெரிய கண்களின் இமைகள் கருமையான பூங்குச்சிகளைப்போன்று இனிமையாக அசைந்தன. அவன் அதில் ஆழ்ந்து முத்தமிட்டான். வானவெளியெங்கும் அவர்களின் சிரிப்பால் நிறைந்திருந்தது.

அவர்களின் ஒருவர் இதயத்தின் ஓசை, மற்றவருக்கு கேட்டது. இன்பத்தின் தூய்மையான கணங்களை அவர்கள் துய்த்துக் கொண்டிருந்தார்கள். தாமரைப்பூ அவர்களுக்கு சாட்சியாய் இருந்தது. அதுவும்கூட லேசாகச் சிவந்து, தலை சாய்ந்தது. இமைக்காத விழியில் தணியாத காதல். துடிக்கின்ற இதயத்தில் கசிந்துருகும் இன்பம். ஓசையெதுவுமற்ற பொழுதில் அவன் இதயம் ஆராயி.... ஆராயி.... என்று துடித்தது. அவளது இதயம் மாமா.... மாமா... என்று கசிந்தது.

அவர்கள், தங்களுக்கே சொந்தமானதொரு தனிமையும், இனிமையுமான உலகில் நீந்தினார்கள். அவர்களைக் கடந்து போனது எல்லாமே ஊடுருவும் தன்மை கொண்ட ஏதோ ஒன்று. அவர்களின் உலகம் காதலால் நிறைந்திருந்தது. தடையெதுவுமற்று நீள் வட்டமாக பறந்து திரிந்தார்கள். அவர்களுக்கான வானம் மிகப் பெரிது.

“சுடுதண்ணிம்மா..... மோவ்!” மிக நெருக்கமாக அன்னியக் குரல் கேட்டு, உறக்கத்தில் இருந்தவள்போல திடுக்கிட்டுத் திரும்பினாள்.

அந்த நோயாளிப் பகுதியின் அதிகாரப்பூர்வமற்ற வேலையாளும், கால் லேசாக வளைந்தவனுமான ஜான் தனது சிலுவையை கருப்புக் கயிற்றில் கோர்த்து கழுத்தில் தொங்கவிட்டபடி சுடுதண்ணிப் பாத்திரத்துடன் நின்றிருந்தான்.

“யாரு அவரு உங்க அக்கா வூட்டுக்காரா..? சுடுதண்ணி குடுக்கச் சொன்னாரு பேசண்ட நல்லா தொடச்சி, பவுடர் போட்டு விடு”

அவன் சுடுதண்ணிப் பாத்திரத்தை வைத்து விட்டுப் போனான்.

அவன் இன்னமும் நிதானமடையாமல் அவள் கையைப் பிடித்து அழுத்திக்கொண்டு சன்னல் வழியாகப் பாய்ந்த ஒளியில், அவள் முகத்தை பார்த்தபடியே இருந்தான்.

“கைய வுடு மாமா! தொடச்சி வுடறேன் தண்ணி ஆறிடப் போவுது” உம்” அவன் விடுவதாக இல்லை.

“அய்யோ மாமா” மெதுவாகச் சிணுங்கினாள். மாமா! சாதாரணமா தான் இருக்குது மனதுக்குள் சொல்லி மகிழ்ந்தாள். வேறு வழியற்று

கையை உதறினாள். சட்டென அவன் முகம் சுருங்கி வாடினான். அவன் கைகளைப் பிடித்து லேசாகத் தடவினாள். அவனது முகத்தில் வழக்கமற்ற முறையில் புன்னகை மாறியது. வெந்நீரில் துவாளையை முக்கிப் பிழிந்து அவனை நன்றாகத் துடைத்தெடுத்தாள். குட்டிகாராவின் மணம் பக்கத்து நோயாளியையும் இவர்கள் பக்கம் முகம் திருப்ப வைத்தது. அவனுக்கு உடல் தேறிக்கொண்டிருந்தது. அவளுக்கு மூக்குத்தி வாங்க, பணம் சேர்த்து வைத்திருந்தான். அந்த எண்ணம் நிறைவேறாமல் போனது, அவன் நினைவுகளில் இல்லை. உடலில் தெம்பு கூடியிருந்தது. எழுந்து நடக்க முடியும் என்ற நம்பிக்கை வந்து விட்டது. அவன் நடக்க ஆசைப்பட்டான். தூக்கிக் கட்டியிருந்த கால் இறக்கப்பட்ட நாளிலிருந்து அவனுக்கு அந்த எண்ணம் கூடியிருந்தது. ஊடுகதிர் படம் பார்த்துவிட்டு, மருத்துவர் அறிக்கை எழுதினார் “எலும்புகள் கூடத் தொடங்கிவிட்டன. இருந்தாலும் ஒரு மாதம் தரையில் காலை ஊனக் கூடாது” என்று மருத்துவர் சொல்லி விட்டார். மாவுக் கட்டுப்போட சக்கர நாற்காலியில் உட்கார வைத்து தள்ளிக்கொண்டு போனார்கள்.

கணேசன், வண்டியைத் தள்ளுபவனுக்கும் கட்டுப் போடுபவனுக்கும் தயங்காமல் சில்லறைகளைக் கொடுத்தான். அவர்கள் எப்போதும் சில்லறைகளுக்காக காத்திருப்பவர்கள் போல மாறிவிட்டார்கள். தர்மாஸ்பத்திரியில வந்து, கொணமாயிப் போறீங்க. எங்களுக்கு ஒண்ண ரெண்ட குடுக்கறதால, இன்னா கொறஞ்சி போறீங்க!” என்று நியாயம் பேசுகிறார்கள்.

எது தர்மாஸ்பத்திரி ராணிமங்கம்மா அவுங்க வூட்டுப் பணத்துல நடத்துனா, அது தர்மாஸ்பத்திரி! மக்களோட வரிப் பணத்துல மக்களுக்காக நடத்துற ஆஸ்பத்திரி. எப்டி தர்மாஸ்பத்திரியாவும், என யாருமே கேட்கவில்லை. ஆனால், சபித்துக்கொண்டே சில்லறைகளை வெறுப்பாகத் தந்து கொண்டேயிருக்கிறார்கள். ஓட்டுப் போடுவதன் மூலம் இந்த அரசு இயந்திரத்தை இயக்கும் ஊழியர்களை மேலிருந்து கீழ்வரை மக்களே நிர்ணயிக்கிறார்கள். இது, மக்களின் அரசாங்கம். மக்களுக்காகத் தான் அரசாங்கமே தவிர, அரசாங்கத்துக்காக மக்கள் இல்லை என்பதையெல்லாம் யாரும் புரிந்து கொண்டதாகவே தெரியவில்லை. எரிகிற வீட்டில் பிடுங்கியவரை லாபம் என்கிற மனோபாவத்துடன் மேலிருந்து கீழ்வரை செயல்படுகிறார்கள். அரசு நிறுவனங்கள் தர்மக்கூடங்கள் என்பது போன்ற மனோநிலை தொடர்ந்து உருவாக்கப்படுகிறது. மாற்றம், புரட்சியென்றெல்லாம் குரல்கள் கேட்கின்றன. அந்தக் குரல்கள் எழுகிற இடத்திலேயே காணாமல் போகிறது. ஆடுகளுக்கு விடுதலை வாங்கித்தர ஓநாய்கள் தலைமைக்கு வருகின்றன. அவை, ஆடுகளைப்போல பொய்த் தாடி வைத்து உலாவுகின்றன. ஆவேசமான வெண்தாடியைப் பின்னுக்குத் தள்ளி பொய்த் தாடிகளே முன்னே நின்று கத்துகின்றன. மாற்றம் மந்திரங்களாலும், தந்திரங்களாலும் வரப்போவதில்லையென்று இவர்களுக்கு யார் சொல்வது?

செல்வி, சோற்றுப்பையுடன் வந்துகொண்டிருந்தாள். தினமும் கறிச் சோறு தான். இளங்கன்று இறைச்சியும், கால்சூப்புமாக சமைத்துக் கொண்டு வந்திருந்தாள். வெயிலில் சோற்றுமூட்டை தூக்கி வந்த களைப்பில் வியர்த்து வழிந்த முகத்தை முந்தானையால் துடைத்துக் கொண்டுதூக்கி வந்த குழந்தையின் முகத்தையும் துடைத்தாள்.

"தோ இருக்கா! கட்டுப் போடபோறாங்க. கூடப் போயிட்டு வந்துடறேன்"

செங்கேணியை சக்கர நாற்காலியில் தள்ளிக்கொண்டு போனார்கள்.

கட்டுப் போடுபவன் ஆராயினிடத்தில் பார்வையை வீசியும், வழிந்தும் கட்டுத்துணியை மாவில் முக்கியெடுத்து சுற்றும்போது "ஏம்மா! நா இவ்ளோ பொறுமையல்லாம் வேல செய்ய மாட்டேன் நீ, நம்ப தெரிஞ்ச பொண்ணு மாதிரி இருக்கறியா... அதான்..." எல்லா பல்லும் தெரியும்படி சிரித்தான்.

செங்கேணிக்கு அவனை எட்டி உதைக்க வேண்டும்போல இருந்தது.

"இந்த இந்தத் துணிய எடு" தளர்வாக சுற்றப்பட்டிருந்த கட்டுத் துணியைக் காட்டினான். ஆராயி அதை எடுத்துத் தந்தாள்.

அவன் ஆராயியைப் பார்த்து சிரிக்கும் போதும் அவளிடத்திலே பேசும்போதும் செங்கேணிக்கு உடலெல்லாம் பற்றியெரிவது போலிருந்தது.

"பாப்பா! அந்த டப்பாவ எடு" கட்டுப் போடுபவன் கேட்டதையெல்லாம் எடுத்துத் தந்தாள். ஒரு கட்டத்தில் செங்கேணி பொறுமையிழந்து விட்டான்.

"ஏய்! நீ வார்டுக்கு போடி" கத்தினான். அவளால் அதைப் புரிந்து கொள்ள முடியவில்லை. அவனது கத்தல், அவளை அச்சுறுத்தி விட்டது.

அவனுக்கு என்னமோ ஏதோவென்று செங்கேணியை உற்றுப் பார்த்தாள்.

"போ.... போ.... போடி!" மீண்டும் கத்தினான். அவளுக்கு நடுக்கத்தில் கண் கலங்கி விட்டது. "மாமா நா உங்கூட இருக்கறேன். நீ எதுக்கு இப்டி கோவப்படற?" தடுமாற்றத்துடன் கேட்டாள். கட்டுப் போட்டுக் கொண்டிருந்தவன், அச்சத்தில் செங்கேணியைப் பார்த்தான். கண்களை உருட்டி, மூச்சை உள்ளிழுத்துக்கொண்டு கட்டுப் போடுபவனை அச்சுறுத்துவதுபோல பார்த்தான். ஆராயி நடுங்கி விட்டாள்.

ஆனாலும் அவள் ஒரு ரூபாய் சில்லறையை செங்கேணியிடம் கொடுத்து, "கட்டுப்போடறவருக்கு குடு மாமா! பாத்து போடுவாரு குசுகுசுவென சொல்லிவிட்டு வார்டுக்குப் போய் விட்டாள்.

கட்டுப்போட்டுக் கொண்டிருந்தவன் புரிந்து கொண்டான். இருந்தாலும் இவன் இயல்பு மீறி கத்துவதற்குக் காரணம் தலையில் அடிபட்டிருப்பதால்தான் என்று நினைத்துக்கொண்டான்.

"ஏம்பா! சின்னப் பொண்ண இப்டியா ஒரு இது இல்லாம கத்துவ பாவம் அந்தப் பொண்ணு! உனக்கு உதவி பண்ண வந்தா கத்தி தொரத்தி வுட்டுட்டியே நீயே ஒடம்புக்கு முடியாம இருக்கிற இப்டியா

கோவப்படுவ" என்றவன். மாவில் நனைத்த கட்டுத்துணியை அடிபட்ட காலில் சுற்றிக் கொண்டிருந்தான்.

செங்கேணியின் முகம் கடுகடுப்பாக... கண்கள் சிவந்திருந்தன. இந்த ஒரு ரூபாயைக் கூட கொடுப்பதில்லை என்று முடிவு செய்து கொண்டான். கட்டுப்போட்டு முடிந்ததும் கைத்தாங்கலாக இறக்கி சக்கர நாற்காலியில் உட்கார வைத்துவிட்டு "பாத்து, எதனா குடுப்பா" அறையின் மூலையில் இருந்த கழுவும் தொட்டியில், கையை கழுவிக் கொண்டே கேட்டான்.

கோபம் தணியாதவனாக கட்டுப்போட்டவனைப் பார்த்தவன், "பெரிய டாக்டர். யாருக்கும் பணம் எதுவும் குடுக்காதன்னு சொல்லியிருக்கிறார் யாருனா கேட்டா, அவர்கிட்ட சொல்லச் சொல்லியிருக்கிறார்" செங்கேணி நிதானமற்றுக் கத்தினான்.

சக்கர நாற்காலியில் நோயாளியைத் தள்ளிக்கொண்டு போக வந்த ஜான், கட்டுப்போட்டவன் காதில் குசுகுசுத்தான். "யோவ் நா வாங்கித் தர்றேன்யா! இந்தாளு சகலகிட்ட சொன்னா ஒரு ரூபா இன்னா மேலயே தருவான். வுடு, வாங்கித் தர்றேன்"

"இன்னாயா! ரோதனையா போச்சே" சொல்லிக்கொண்டே தலையில் தட்டிக்கொண்டான் கட்டுப் போட்டவன். "போ தள்ளிக்கினு போ" சக்கர நாற்காலி அவன் கண்ணில் இருந்து மறையும் வரை காத்திருந்து விட்டு "செரியான சாவுகிராக்கி... லூசுப் பையனுக்கு அம்சமான பொண்டாட்டி. கருப்பா இருந்தாலும் சும்மா இன்னாமாரி கீறாயா...." தனக்குத்தானே வாய்விட்டுப் புலம்பினான்.

நோயாளிகளின் பகுதிக்குள் சக்கர நாற்காலி நுழைந்ததுமே ஆராயி ஓடினாள். அவனை உற்றுப்பார்த்தபடியே வண்டி கூடவே வந்தாள். வண்டியில் இருந்து தானாகவே படுக்கையில் ஏறி உட்கார முயற்சித்தவனை தாங்கிப்பிடித்து... கால்களைத் தூக்கி, படுக்கையில் வைத்தாள்.

"மாமா! படுத்துக்க" என்றவள், தலையணையை சரி பண்ணிப்போட்டு அவன் படுப்பதற்கு உதவினாள்.

சக்கர நாற்காலியை திருப்பித் தள்ளிக்கொண்டு போகும்முன் ஜான், தன் உடலுக்குப் பொருந்தாத முழு நீள கால்சட்டை பாக்கெட்டைத் துழாவி ஒரு பொட்டலத்தை எடுத்து, செங்கேணியிடம் கொடுத்தான். "அண்ணே! இத வச்சுக்க. உனக்கு சீக்கிரம் கொணமாயிடும், உங்ககிட்ட கெட்டது எதுவும் நெருங்காது இந்தாங்க" அவன் முழு நம்பிக்கையோடு சொல்லிக்கொடுத்தான். புதிய செபமாலை இளம் நீள நிறத்தில் சிலுவையுடன் இருந்தது.

செங்கேணி அதை வாங்கிக்கொண்டான். தன்னிடம் இருந்த ஒரு ரூபாயை அவனிடம் கொடுத்தான். "இப்ப வேல இருக்குது. சாயந்திரமா வந்து, உங்களுக்கு செபிக்க சொல்லித் தரேன்" சொல்லிக்கொண்டே சக்கர நாற்காலியை தள்ளிக்கொண்டு போனான்.

"டாக்டருக்கெல்லாம் பெரிய டாக்டரு இவரு!'' செங்கேணி சொன்னதைக்கேட்டு ஆராயியும் அவளக்காவும் சிரித்தார்கள். ஆராயி சட்டென சிரிப்பை நிறுத்திக்கொண்டு சிரிப்பற்றவள்போல இருக்க முயன்றாள். பிறகு, கட்டுப்போட்டிருந்த அவன் காலைப் பார்த்தபடி சன்னலில் சாய்ந்தபடி நின்றிருந்தாள். அழகான அந்த முகம் கவலையுற்றது. போலிருப்பது வெளிப்படையாகத் தெரிந்தது. அவளைப் பார்க்க அவனுக்கு வெட்கமாக இருந்தது. தூய கண்ணாடி போலிருந்த அவள் கண்களின் வழியே ஊடுருவிப் பார்த்தான். அவளுள்ளே அவனே இருந்தான். தனது எரிச்சல் மிகுந்த குரலால் அவள் அவதியுற்றதை நினைத்து வருந்தினான். துணிந்து அவள் முகத்தைப் பார்த்தான். அவள் கண்களோ கட்டுப் போட்ட தன் காலில் நிலைத்திருப்பதைப் பார்த்து அவனுள்ளம் நெகிழ்ந்தது.

"ஆராயி!"

"மாமா!"

"கோவிச்சிக்கினியா?'' அவள், இல்லையென்பது போல தலையாட்டியபடி "உனக்கு ரொம்ப வலிச்சுதா மாமா?'' என்று கேட்டாள்.

"ஆமா" என்றவன் பரிதாபமாக தலையாட்டினான். "அதான் நானு கூட இருந்ததேன் உனக்கு கொஞ்சம் நிம்மதியா இருக்குமேன்னு. நான் அதப் பாக்கக் கூடாதுன்னு நீ வெட்டி உடற" அவள் ஏதோ குற்றச்சாட்டு போல சொன்னாள். அது, அவன் கன்னத்தைப் பிடித்துக் கொஞ்சுவது போல இருந்தது.

அவள் முகத்தை தைரியமாகப் பார்த்தான். மேகங்களற்ற தூய வானம் போல இருப்பதாக உணர்ந்தான். மிகத் தூய்மையாக. தன் காலில் இருக்கும் வெள்ளைநிற மாவுக்கட்டைத் தவிர, தான் முழுவதுமாக அழுக்காகி விட்டதுபோல் உணர்ந்து, அமைதியாகி விட்டான்.

ஆராயி! அவன் நெஞ்சைத் தடவிக் கொடுத்து, நெற்றியில் கை வைத்தாள். லேசாக சூடு பரவியிருந்தது. கண்களில் சிவப்பு இன்னமும் மாறவில்லை.

"மாமா! எதுனா கஷ்டமா இருக்குதா?"

"இல்லயே'' முந்தானையால் அவனது முகத்தைத் துடைத்து விட்டாள். தரையில், குழந்தை தூங்கிக்கொண்டிருந்தது. "சரி, எழுந்து சாப்புடச் சொல்றி. நீயும் சாப்புடு. நானு போயி, தண்ணி பிடிச்சிக்கினு வர்றேன். செல்வி சொம்பு எடுத்துக்கொண்டு போனாள்.

செங்கேணி, முகம் துடைத்தவளின் விரல்களை பிடித்துக்கொண்டு "ஆராயி! நீ கோவிச்சிகினியா?" என்று பரிதாபமாகக் கேட்டான்.

"இல்ல மாமா! உனக்கு கண்ணு செவந்துடுச்சி. உனக்கு எப்பவும் அதுமாறி ஆவாது. அது தா எனக்குப் பயமாயிடுச்சி. நா எதுக்கு மாமா, உன்னான்ட கோச்சிக்கப் போறேன்?. நீ எப்ப எழுந்து நடப்பயோன்னு நா தவிச்சிக் கெடக்குறேன்"

"அதோ, அந்தச் செவுத்துல மாட்டியிருக்குத நாலு படம் எல்லாம் பொம்பளயும் காலையில அதக் கும்புடுறாங்க. நீ அதெல்லாம் எதுவும் பண்ண மாட்ற. அப்பற நா எப்டி எழுந்து நடப்பான்" சொல்லிவிட்டு சிரித்தான். அவளும்கூட சிரித்தாள். ஆனாலும் அவனைக் கூர்ந்து பார்த்தாள்.

"ஆமா! அங்க போய் பொம்பளைங்க அழுவுதுங்க. என்ன புரியோசனம். பொணத்த எடுத்துக்கினு போவும் போதும் அழுவுறாங்க இன்னா அழுது இன்னா மாமா ஆவுது... அதோ, அந்த நாலாவது பெட்டுல ரெண்டு காலயும் எடுத்துட்டாங்க...." அந்தப் படுக்கையை நோக்கி கையைக் காட்டினாள். பொழைச்சிப் போறவங்க பாதிப் பேருன்னா பொணமா போறவங்க பாதிப்பேரு. எல்லாத்தியும் அந்த நாலு படமும் பாத்துக்கினுதானே இருக்குது" என்றவள், மீண்டும் அவனை உற்றுப்பார்த்தாள். கண்களில் சிவப்புக் குறைந்து, இயல்பாக இருந்தான். முகம் மிக அமைதியாக இருந்தது. அவனிடம் பேச விரும்பினாள்.

"நேத்துக் காலையில இங்க வந்துக்கினு இருக்கறேன்... சின்னப் புள்ள மாமா... பத்து பன்னெண்டு வயசிருக்கும்..... ப்ச் படியில தடுக்கி விழுந்திருச்சாம் வெளியவே டாக்டருங்க பாத்துட்டு, செத்து ரொம்ப நேரமாயிடுச்சின்னு சொல்றாங்க. அந்த புள்ளயோட ஆத்தா கத்தி கதறுச்சி பாரு எங்கொலயே நடுங்கிடுச்சி போ.... எனக்கே அப்டின்னா சாமிக்கு நடுங்காதா இன்னா நா சாமியா இருந்திருந்தா அந்த புள்ளய மொத வேலயா காப்பாத்தியிருப்பேன். சாமி பாத்துருக்கும் இல்ல... ஏன் காப்பத்துல? அதா, நானு அங்கெல்லாம் போறதில்ல"

அவள் தரையில், முட்டி போட்டு அவன் முகத்தருகே தன் முகத்தை நெருக்கமாக வைத்துக்கொண்டு குசுகுசுவென "நீ தான் மாமா எனக்கு சாமி!" சொல்லிவிட்டு சில வினாடிகள் அமைதியாக இருந்தவள் எங்க மாமா என்னை அந்த அடி அடிக்கும். இப்ப... என்னயும் ஒரு பொம்பளயா மதிச்சி வாம்மா.... போம்மான்றாரு. எல்லாம் உன்னால தானே? நீ தான் எனக்கு சாமி!" அவளுக்கு குரல் தழுதழுத்தது.

"ஏண்டி! நானும் உன்னை எஞ்சாமின்னு நெனைச்சிக்கினு இருக்கறேன் நீ என்னை சாமின்றியாடி? அவனுள்ளத்தில் ஓடியது. அவன் அசைவற்று அவளைப் பார்த்துக் கொண்டிருந்தான். உதட்டோரம் எச்சில் வழிந்தது. சட்டென அவள் முந்தானையால் துடைத்து விட்டாள். அவள், ஆரஞ்சுப்பழம் ஒன்றை உரித்து அவனுக்கு ஊட்டினாள்.

அவனது முகம் இயல்பாக மாறியிருந்தது. அவளை ஆசையுடன் பார்த்துக்கொண்டிருந்தான். ஆரஞ்சு சுளையை சாமி ஊட்டியது. அவன் அப்படித்தான் உணர்ந்தான்.

அவர்களைக் கடந்து போன செவிலி, “ஆமா, அவரு பாப்பா... ஊட்டி விடுடி!... வயசுப் பையனதானே பாப்பாவுக்கு ஊட்றா மாதிரி ஊட்றா.....” சத்தமாக கிண்டலடித்து விட்டுப் போனாள். ஆராயி வெட்கத்துடன் எதிர்ப்புறப் படுக்கையின் நோயாளிக்கு உதவியாக இருந்தவளைப் பார்த்தாள். வயதான அந்தப் பெண் சிரித்துக் கொண்டே சும்மா தமாசுக்கு என்று சொல்லிக் கண்ணடித்தாள்.

திடீரென “மாமா!” என்று செங்கேணியை உசுப்பி, வாயிலைக் காட்டினாள். செங்கேணியின் முகத்தில் மலர்ச்சி பரவியது.

20

செந்தாமரையும், பாளையமும் அவர்கள் பின்னே வேலுவுமாக வந்துகொண்டிருந்தார்கள். அவர்கள் பின்னே செல்வி, கையில் தண்ணீர் சொம்புடன் வந்து கொண்டிருந்தாள்.

“இன்னாப்பா எப்டி இருக்குற?”

“உம், பரவாயில்லண்ணா”

“எங்கப்பா ஊரு வேல... பெரிய பிரச்சனையாகி ஒருவழியா முடிஞ்சது. இன்னா பண்றது. பதினஞ்சு நாளு உள்ள வச்சிட்டாங்க”

“இன்னா சொல்றீங்க?” செங்கேணி ஆச்சரியத்துடன் கேட்டான்.

“சொல்றம்பா! நீ எதனா சாப்புடு”

“தே, எதனா குடு... சாப்புடட்டும்” செந்தாமரையைப் பார்த்து சொன்னான். செந்தாமரை சூப்பு வைத்துக் கொண்டு வந்திருந்தாள். செல்வியிடம் இருந்து, குழந்தை ஆராயியிடம் தாவியது.

“இப்ப எப்டிப்பா இருக்குது? தலையில அடிபட்டிருக்குதுன்னு சொன்னாங்களே”

“தையலு பிரிச்சிட்டாங்க. காயம் ஆறிடுச்சி” செல்வி சொன்னாள். ஆராயி மௌனமாக நின்றிருந்தாள். பாளையம் எழுந்து, செங்கேணியின் தலையைப் பார்த்தான். காயம் நீளமாக இருந்தது.

“ப்ச்... ஆமா, பெரிய காயந்தான்” தனக்குத்தானே மெதுவாக சொல்லிக் கொண்டான் பாளையம்.

“செங்கேணி!” நோயாளிப் பகுதியின் கடைசியில் தெய்வப் படங்களுக்கு முன்பாக உட்கார்ந்து எழுதிக் கொண்டிருந்த செவிலி, குரல் கொடுத்தாள்.

குழந்தையை அக்காளிடம் கொடுத்துவிட்டு “கூப்புடுறாங்க” என்று சொல்லிக் கொண்டு ஓடினாள்.

“உம் பேரென்ன?”

“ஆராயி!”

“பேஷண்ட்டு உனக்கு என்னா வேணும்”

“எங்க வூட்டுகாரும்மா!”

நோயாளியின் சீட்டுகளை மொத்தமாக அடுக்கி, காகிதங்களின் மூலையில் நூல் போட்டு தைத்துக்கொண்டிருந்தாள்.

“இங்க பாரும்மா! உம் புருஷனுக்கு கால்ல பட்ட அடி, சரியாப் போயிடும். பயப்பட ஒண்ணுமில்ல. தலையில அடி பெருசா இல்லனாலும் கஷ்டமான ஒண்ணுதா புரியுதா?” என்று சொல்லிவிட்டு செவிலி, ஆராயி முகத்தைக் கூர்ந்து பார்த்தாள்” “சின்ன வயதுன்றதால சீக்கிரம் முழுச்சிகிட்டான். இந்தக் காயத்துக்கு கால் கொணமான பிறகு கீழ்ப்பாக்கத்துக்கு....” செவிலி, ஏனோ தொடர்ந்து பேசுவதை நிறுத்திவிட்டு “ஒக்காருடி! ஏன் நிக்கற...!” என்று அன்போடு சொன்னாள்.

“கல்யாணமாயி எவ்ளோ நாளாவுது?”

“ஒரு வருஷம் ஆவுதும்மா”

“ப்ச்...” ஆராயியை ஆதரவாகப் பார்த்தாள்.

“இன்னா வேல செய்யறான்?”

“கூலி வேல”

“கூலி வேல சரிதான். என்ன மாதிரி வேல செய்யறான்னேன்?”

“கட்ட வண்டி இழுக்கிறார் ம்மா”

“அப்டியா சரி, நான் சொல்றதப் புரிஞ்சுக்க. அவனால இனி அந்த மாதிரி கஷ்டமான வேலையெல்லாம் செய்யமுடியாது. தெரியுதா? புரிஞ்சுக்கடி! உம் புருஷனுக்கு கால்ல ஒண்ணும் பிரச்சனயில்ல. எலும்புங்க கூடிரும். தலையில பட்ட அடியில, பிரச்சன இருக்குது. தெரியுமா? ஆனா, பயப்பட ஒண்ணுமில்ல சரியா...” ஆராயி கண்கலங்க அமைதியாக நின்றிருந்தாள்.

“உங்கிட்ட டாக்டர் எதனா சொன்னாரா?”

“இட்டுக்கினு வந்து சேத்த புதுசுல உம் புருஷன் எப்ப கண்ணு முழிப்பான்னு சொல்ல முடியாதுன்னாரு'' சொல்லிவிட்டு குலுங்கியழுதாள்.

“ஏண்டி அழுவுற? அதான் முழிச்சிகிட்டானே... நீயும் ஆரஞ்சுப் பழம் ஊட்டி விடற, நல்லா சரியாயிட்டான். ஒண்ணும் பயப்படாத. நீ எச்சரிக்கையா இருக்கணும்னுதான் சொல்றேன். எப்பவாவது மயக்கம் போட்டு விழலாம். ஒருவேள வலிப்பு மாதிரிகூட வர வாய்ப்பிருக்குது புரியுதா?”

அவள் குலுங்கியழுதாள். சத்தம் வெளியே வராமலிருக்க, முந்தானையால் வாயைப் பொத்திக்கொண்டாள்.

அழுவாதடி! இளவயசு தானே, சரிபண்ணிடலாம். இன்னும் ஒரு வாரத்துல வீட்டுக்கு அனுப்பிடுவாங்க. நா சொன்னதை கவனத்தில் வச்சிக்க. சுமை தூக்குற வேலையெதுவும் செய்ய கூடாது. புரிஞ்சிக்க. மயக்கம் எதுனா வந்தா, உடனே இந்த சீட்டெல்லாம் எடுத்துக்கினு டாக்டர வந்து பாக்கணும் புரியுதா? நீ அழக்கூடாது, அடிபடறதுக்கு முன்ன, அவனிருந்ததுக்கும் இப்ப அவன் நடந்துக்கறதுலயும் எதுனா

வித்தியாசம் இருந்தா சொல்லு. நான் டாக்டர்கிட்ட சொல்றேன் போ... சொந்தக்காரங்க வந்திருக்காங்கபோல இருக்குது. போ, நான் உங்கிட்ட சொன்னத எல்லார்கிட்டயும் சொல்லிக்கினு இருக்காத, புரியுதா? கண்ணத் தொடச்சிக்கினு போ...”

பாளையம் தீவிரமாக எதையோ சொல்லிக் கொண்டிருந்தான். முழங்கையில் இருந்த ஆறிய காயத்தைக் காட்டினான்.

“பாரேன் எங்கிட்டகூட காட்டலப்பா. அப்டி இன்னாதான் நடந்துச்சி? ஒரு பொம்பளன்னு மதிச்சி, எங்கிட்ட எதுவும் சொல்றதில்ல. தோ, ஒரு மாசமா போறாரு. வறாரு. இன்னா நடக்குதுன்னே தெரியமாட்டன்னுது” செந்தாமரை பெருங்குறையாக சொன்னாள்.

“இரு” என்று அவளை அடக்கிவிட்டு தொடர்ந்து பேச முயன்றவன் ஏனோ தயங்கினான்.

“அது பெரிய கதப்பா... முழுசா சொன்னாதான் உனக்கு புரியும். கொணமாயி வூட்டுக்கு வா, சொல்றேன்”

“எண்ணா உங்க பேச்சு கேட்டு ரொம்ப வருஷ ஆனா மாதிரி இருக்குதுண்ணா சொல்லுங்க” அவன் ஆவலோடு கேட்டான்.

“சரி மொத சாப்புடு அப்பற சொல்றேன் சொல்ல வேண்டிய விஷயந்தான் ஏம்மா தம்பிக்கு சாப்பாடு குடு நாங்க வரும்போதே சாப்புட்டுதா வந்தோம். குடு சாப்புடட்டும்” ஆராயிய பார்த்து சொன்னான்.

ஆராயி அக்காள் கொண்டு வந்தசோற்றைப் போட்டுக் கொடுத்தாள். அவன் சாப்பிட்டு முடித்ததும் செல்வி, பாத்திரங்களை எடுத்துக் கொண்டு சீக்கிரமாகவே கிளம்பிவிட்டாள். பாளையம் தொண்டையை கணைத்துக் கொண்டு பெருங்கதை சொல்பவன்போல தயாரானான்.

செங்கேணியிடம் பழைய குதூகலமான முகத்தைக் கண்டாள் ஆராயி.

“எங்கப்பா கொணம் அப்டியே இருக்குது. இன்னா பண்றது?” அவன் தனக்குத்தானே சொல்லிக் கொள்பவன்போல ஆரம்பித்தான்.

“வெள்ளவெளேர்ன்னு இருப்பாரு மனுசன் அதனால, பேரே வெள்ளதான். தப்புக் கொட்டறதால, வெள்ளத்தப்புன்னு பேரு நம்ம பாட்டன் முப்பாட்டனுக்குப் பேரு ஏது?. மொதப் பையன் பெரியவன், ரெண்டாவது பையன் சின்னவன். ஆட்ட மேய்ச்சா ஆட்டுக்காரன், மாட்ட மேய்ச்சா மாட்டுக்காரன். எல்லாமே காரணப்பேர்தானே? அவரு தப்படிக்கறத பாக்கணுமே, அடா....அடா.... தப்படியில எத்தன வித்த இருக்குமோ, அத்தனையும் அவருக்கு அத்துபடி, ஊரு சேரின்னு அம்மாம்பேரு. அவருக்கு நேரகெட்ட நேரம்போல. வெக்க காலத்துல மழையடிக்குது. சின்னமண்ணூர் சின்ன ஆண்டையோட பொஞ்சாதி செத்துப் போயிட்டா. அங்க வாட்டமா தப்படிக்கிறவன் பனையேறி தவறி விழுந்து, படுக்கையில கெடக்குறான். சரியா பழகாத சின்னப் பசங்க அடிச்சிக்கிட்டு இருக்கறாங்க. தப்புக் கொட்டுல திருப்தி இல்லாம கனகச்சிதமா அடிச்சி வெளாச, ஆளக் கூப்புட்டாங்கடா, ஊர்ப்

பெரியவன் சொல்ல வெள்ளத்தப்பன் பேரு கேள்விப்பட்டு ஆளுங்க கூப்புட வந்தாங்க" நல்ல போதையில் தள்ளாடிக் கொண்டிருந்தவனை பனை சோலைக்கு மத்தியில் கண்டுபிடித்தார்கள்.

"யோவ்! சின்னமண்ணூர்ல எழவு... தப்படிக்கணும் வா" கூப்பிட வந்தவர்களுக்கும் நிறை போதை. வெள்ளத்தப்பன் தன் மூத்த மகன் சின்னத்தப்பு இல்லாமல் பறையடிக்கப் போவதில்லை.

அவனை தேடிப் பிடித்துவரச் சொன்னார். அவர்கள் பெரும் பாறைகளுக்கிடையே அணிலை சுட்டுத் தின்று கொண்டிருந்ததொரு தருணத்தில், பிடித்திழுத்துக்கொண்டு மொத்தப் பேரும் மிதி வண்டியில் போய்ச்சேர்ந்தார்கள்.

சங்கின் அவலமான கதறல் பிணத்தை நோக்கிப் போகிறோம் என்று அவர்களை உணர வைத்தது. தப்பும் தவறுமாக தப்படி விழுவதை கேட்டு வெள்ளத்தப்பன் முகம் சுளித்தார். போய் சேர்ந்ததும் பறையில் பலவிதமான அடிகளைப் போட்டு பிய்த்தெடுத்தார். பதமான தோல் அதிர்ந்து, அதன் அலறல் ஊர் தாண்டி எங்கேயோ போய் முடிவுற்றது.

"கொக்காலி! வெள்ளத் தப்பன் பேட்டு பீச்சியெடுக்கிறான் பாரு" சாவுக்கு வந்த சனங்கள் ஒரு முறையாவது அவனை திரும்பிப் பார்த்தார்கள். கட்டு மீறாத செட்டான அடி, இடைநிறுத்தங்கள் விதவிதமாகப் பொரிந்து தள்ளினார். சாட்டையடியாய் காய்ந்த தோலில் பாய்ந்து அதிர வைத்தது.

முழு போதையில் ஒருவன் ஆடிக்கொண்டிருந்தான். "வெள்ள! அடிடா. நீ அடிக்கிற அடியில, பொணம் எழுந்து ஆடுனாலும் ஆடும்டா" அவன் உளறினான். அவனை யாரோ எட்டி உதைத்ததில் எதிரே எரிந்து கொண்டிருந்த தீயில் விழுந்து எழுந்தவன் "சாமி இல்ல சாமி..." வாயை பொத்திக் கொண்டு ஓடி கீழே விழுந்தான்.

"ஏய்! உம் பேர இன்னான்னு சொன்ன? அவன்' நாக்கைக் கடித்துக் கொண்டு கேட்டான்.

"சாமி வெள்ளன்னு சொன்னேன் சாமி" பறையடிப்பதை நிறுத்திவிட்டு சொன்னார்.

"ஏய் மசுறா! உம் பேரு என்னடா?"

அந்த வார்த்தையக் கேட்டதும் வெறைச்சிக்கினு நிக்கறார். "வெள்ளத் தப்பன்!" அவர் சொல்லி முடிச்ச அடுத்த கணத்தில், மார்பிலே கால் பாய்ந்தது.

வெள்ளத் தப்பன் 'ஓ'வென்று கத்திக்கொண்டு தூரமாய்ப் போய் விழுந்தார். மார்பைப் பிளந்துவிடும் வெறியில் மாறி மாறி உதை விழுந்தது. அவரால் எழ முடியவில்லை.

"வெள்ள எவண்டா? எந்த வேசிக்குப் பொறந்தவண்டா உனக்கு வெள்ளன்னு பேர் வச்சவன். வெள்ளக் கிள்ளன்னு எவனா உன்னைக் கூப்புட்டா, நாயே! வெட்டிக் கூறுபோட்டுறவேன்" பறை உருண்டு போய், ஈரநிலத்தில் விழுந்து கிடந்தது. சின்னத்தப்பு அதை எடுக்க ஓடினான்.

“ஏய் பெரியவனே! அத எடுக்காதடா. இந்த மயித்துக்குத்தான் கூப்புறவன் பின்னாடியெல்லாம் ஓடக் கூடாது. அத அப்டியே வுட்டுட்டு வாடா எவனா எடுத்து அடிச்சிக்கிடட்டும்” தப்படி போலவே தப்பாமல் வந்து விழுந்தது வார்த்தைகள்.

உதைத்தவன் திமிரெல்லாம் காற்றில் அடித்துக்கொண்டு போய் விட்டதோ என்பதுபோல, அவன் இருண்டு போன கண்களுடன் குருட்டுப்பேய் போலப் பாய்ந்தான். வெள்ளத்தப்புவிடமிருந்து சின்ன முனங்கல்கூட இல்லை. சின்னத் தப்புவுக்கு உடல் நடுங்கியது. “நைனா.... நைனா...! சும்மா இரு” என்று சொல்லிக்கொண்டு அப்பனைக் காப்பாற்ற முன்னே ஓடி வந்தான். அவனுக்கு உதை தொண்டையிலே பாய்ந்தது. அவன் நிலைகுலைந்து தரையில் தொப்பென்று விழுந்தான்.

“தப்பு அடிச்சிப் பொழைக்கற நாயி! வாயிலருந்து பேச்சி வருதா? இவன இழுத்துக்கினு போயி, கட்டுங்கடா” அவன் சொல்லிவிட்டு தூரமாய் போய் மறைந்தான்.

அச்சமூட்டும் அந்த நிலையில் தப்படிக்க தொழில் பழகாத இருவர், கண்டமேனிக்கு அடித்து இடைவெளியை நிரப்பினார்கள்.

முதல் உதை வாங்கியவனோடு சேர்ந்து இரண்டு பேர் வெள்ளத்தப்புவை இழுத்துக்கொண்டு போனார்கள்.

“சனிப் பொணம் தனியா போவாது” எவனோ அடக்கமாகக் குசுகுசுத்தான்.

வெள்ளத் தப்பு எல்லோரையும் உதறித் தள்ளினான். “டேய்! செத்தவன் பேரு வெள்ளச்சியான்டா? அவள சந்தேகத்துல கொன்னுட்டதா பேசிக்கிறாங்க. இவ பேரு வெள்ளன்றதால சின்னவருக்கு கோவம் வந்திருக்கும். யோவ்! வாயத் தொறக்காதய்யா! ஒண்ணுகெடக்க ஒண்ணு ஆவப்போவுது” அவனை இழுத்துக்கொண்டு போனவர்களில் ஒருவன் மெதுவாக குசுகுசுத்தான்.

“ஏய், மானங்கெட்ட பயலுங்களா விடுங்கடா... என்ன, அவன் வூட்டு எழவுக்கு வந்து நா அடிக்கறேன் பதிலுக்கு அவன் என்ன ஒதைப்பானா”

சின்னத் தப்பு அப்பன் வாயைப் பொத்தினான். “பேசாத நைனா இது நம்மூரு கெடையாது. இந்த ஆண்ட பொல்லாதவனா நைனா பேசாத” அவன் சொல்லிக் கொண்டிருக்கும்போதே வாகனத் தென்னை மட்டையால் சின்னத்தப்புவின் முதுகில் பொத்தென்று விழுந்தது.

“ஏய் போ.... போய் பறையடிடா! நாய் மவனே ஓடு. இவன் யாரு, உங்கப்பனா? சனிப் பொணத்துக்கு கோழிக் குஞ்சுக்கு பதிலா, இவன போட்ற வேண்டியதுதான்” சொன்னவன்கூட தள்ளாடினான். அவனுங்கூட போதையிலிருந்தான்.

“ஏய்! இவன கட்டிவச்சி நாலு இழுப்பு இழுங்கடா வெள்ள... பேரப் பாரு பெரிய மிராசு மாதிரி பேர வச்சிக்கினு இவனுங்கள ஒலாவ வுட்டது யாருடா? எம் மசுருக்குப் பொறாத நாயி! பதிலு பேசுது” வெறியோடு கத்தினான்.

வெள்ளத் தப்பனை புளியமரத்தில் கட்டிப்போட்டார்கள். சின்னத் தப்பு வெடித்துக் குமுறியது. பறையில் பேரோலமாய் கேட்டது. அது பெருங்கோபத்தோடு இரைந்தது. பறையை ஓங்கியடித்து நொறுக்க அவனுக்கு ஆசையாக இருந்தது. ஆனாலும் அப்பனை என்ன செய்து விடுவார்களோ என்று அஞ்சினான். ‘அப்பனோடு ஒத்தைக்கு ஒத்தையாக மோத, அங்கு எந்த ஆம்பிள்ளையும் இல்லை’யென்று தன் மனதிற்குள் நினைத்தபடி பறையை அனலில் சூடேற்றி சூடேற்றி விளாசித் தள்ளினான். காலையில் விழுந்த பிணத்தை மாலைக்குள்ளே எரித்து சாம்பலாக்கிவிட்டு வரும்போது அவனது கட்டுகள் அவிழ்க்கப்பட்டன. அதற்கும் முன்பாக வீரமுள்ளவர்கள் அவனை நையப்புடைத்திருந்தார்கள். உதடு, ரத்தக்காயத்துடன் பார்க்க அச்சமூட்டுவதாய் இருந்தது. சரிசெய்ய முடியாதபடி கிழிந்திருந்தது.

சாவு நிகழ்ந்திருந்ததால்... ஊரே அமைதியாக இருக்க, ஊருக்கு வெளியே அதைவிடவும் அமைதியாக இருந்தது.

ஒரே ஒரு குரல் மட்டும் எத்தனை தூரத்துக்கு கேட்டிருக்குமோ, அது ஒரு வேளை வானத்தில் மோதி, மீண்டும் பூமியில் இரைந்திருக்கும். சுற்று வட்டார சனங்களின் காதுகளில் அந்த வார்த்தை போய் விழுந்தது.

“கட்டுனவள வச்சி, குடும்பம் நடத்த முடியாத ஆம்பள, அவள ஊர் மேய வுட்டுட்டு மென்னியப் புடிச்சி கதைய முடிச்சிட்டு... வீரத்த எங்கிட்ட காட்டுறான். ஆம்பளையா இருந்தா ஒத்தையில மோதுடா...”

நைனா... வானா... நைனா.... வாணாம், வாய் பேசாத நைனா! அந்தாளு எதுக்கு துணிஞ்சவனாம்” சின்னத் தப்பு பின்னாலேயே கத்திக் கொண்டு ஓடினான்.

“போடா, நானும் எதுக்கும் துணிஞ்சவன் தாண்டா! நீயும் எதுக்கும் துணிஞ்சிரு, இல்லன்னா உன்னைக் கட்டி வச்சு அடிக்கறத நா பாக்கணும். என்னை கட்டி வச்சு அடிக்கறத நீ பாக்கணும்...” அப்படி சொல்லும் போது எச்சிலுடன் ரத்தமும் தெறித்தது.

“கட்டி வச்சி எவ்வுசுர எடுத்துட்டானுங்கடா. நீ என்னைப் பாத்துட்ட நா உன்னப் பாக்க கூடாதுடா? அதுக்கு ஒரு முடிவு கட்றண்டா. நீ போ. எம் பொணத்துக்கு முன்னால நல்லா அடி. நா கத்து குடுத்த வித்தையயெல்லாம் அதுல காட்றா... டேய்! எங்கூடவே அதையும் போட்டு எரிச்சுரு. எனக்கப்புறம் நம்ம கொத்துக் கொடியின்னு எவனும் எந்த பொணத்துக்கும் முன்னாடி அடிமை சேவகம்ன்னு தப்படிக்கக் கூடாதுடா!” பெரும் ஆவேசத்தோடு கத்தி, கையைத் தரையில் ஓங்கியடித்து “இது சத்தியம்டா! நா உங்களுக்கு இல்லன்னு ஆயிப்பூட்ட போ....” அவன் குரல் வயல் காடெங்கும் எதிரொலித்தது. அப்பன பாக்கவே பயங்கரமாக இருந்தது.

“நைனா! அதெல்லாம் வாணாம்! நைனா வா! வூட்டுக்குப் போயிறலாம். வா நைனா, நீ ஒத்தயாளு, இன்னா பண்ணுவ நைனா...”

வெள்ளத்தப்பன் வந்த திசைக்குத் திரும்பியோடினான். இனி அப்பனைத்தடுக்க முடியாது என்று புரிந்துகொண்டு சேரிக்கு ஓடினான். தம்பி பாளையம் அவன் வயதையொத்த பையன்களுடன் ஆட்டம் போட்டுக் கொண்டிருந்தான். சூரியன் மறைந்து விட்டது. "டேய்! ஆயா எங்கடா?" அண்ணன் அலங்கோலமாய் ஓடிவருவதைப் பார்த்தான் பாளையம்

"எண்ணா.... இன்னா... இன்னா"

"ஆயா எங்கடா?" அவன் திக்கித்திணறி, தரையில் விழுந்து விட்டான். அப்பனின் மரண ஓலம் அவனுக்கு மட்டும் கேட்டது போல் இருந்தது.

மனைவி இறந்து, இரண்டு பிள்ளைகளுடன் அம்மாவுடன் வாழும் வெள்ளைத் தப்பனை எங்கு தேடியும் கிடைக்கவில்லை. இரண்டு நாட்கள் கடந்து, அவனது பிணம், நாய்கள் கடித்துக் குதறிய உடல் போல பீக்காட்டில் கிடந்தது.

வேறு வழியற்று சின்னத்தப்பு பறையெடுத்து, பறையைக் கிழித்தெடுக்க அடித்து விளாசினான். பெரும் நாதமாகப் பொங்கி வழிந்தது. பெருங்கோபத்தோடு அதையடித்து துவம்சம் செய்தான். அது வெள்ளைத்தப்பு, வெள்ளத்தப்புன்னு முழங்குவது போலிருந்தது. அவன் கைகள் ஓயும்வரை அடித்தான். அந்த நேர்த்தியான பறை கிழியவில்லை. அது வெள்ளத்தப்பன் தன் கை வாட்டத்துக்கு செய்தது.

கிழிபடாத அந்தப் பறையை வெள்ளைத்தப்பனின் வெந்தும் தணியாத தணலில் வீசியெறிந்தான். அது சுடர்ந்தெரிந்து சாம்பலானது. பத்து நாட்களுக்குப் பிறகு சின்னமண்ணூர் சின்ன ஆண்டை, முன் பற்கள் உடைந்த வாயைத் துண்டால் மூடிச்செல்வதைப் பார்த்தான்.

ஆயாவுக்குச் சொந்தமான கரும்பு நிலத்தை திருத்தி, அதில் உழைத்து வாழ்க்கையை ஓட்டிக்கொண்டிருந்தான் சின்னத்தப்பு. பாளையமும் பட்டணம் போய், அத்தை வீட்டில் தங்கிப் படித்து அவனும் வேலைக்குப்போய் சம்பாதிக்கிறான். எல்லாம் நடந்து பதினைந்து ஆண்டுகளாகி விட்டன. அப்பாவோடு சேர்ந்தெரிந்து சாம்பலான தப்பை பிறகு, அவன் எப்போதும் தொட்டதில்லை மாசானஞ்சேரி மிராசுவின் அப்பா, பெரிய மிராசு தொண்ணுத்து எட்டாவது வயசுல மண்டையப் போட்டதால வந்தது வினை.

"நம்ம சொந்தப் பறையனுங்கள வச்சு தப்புக் கொட்டி எஞ்சாவ எடுங்கடா. இல்லன்னா எம்பொணம் வேகாது" என்றபடி உயிர் பிரிந்ததாம்.

'இப்ப ஏது சொந்தப் பறையன்?' என்றும் மிராசு உள்ளுக்குள் முனங்கிக் கொண்டாலும் மாசானஞ்சேரியில தான் நேத்துப் பொறந்ததுகூட நெட்டிக்கினு நிக்குதே. வாகா அடிக்கிற பயலுங்க போய் சேந்துட்டானுங்க. இருந்த ஒண்ணு ரெண்டும் பட்டணத்தப் பொரட்டறேன்னு போயிடுச்சிங்க. இருக்கறவன் சின்னத்தப்பு மட்டுந்தான் அவனுக்கு தொப்புளுக்கு மேல கஞ்சி ஓடுது ஆண்டைங்க

மேலயே கைய நீட்டுற பயலுக்கு பொறந்தவன் எல்லாமும் சின்ன மிராசுவின் மண்டைக்குள் ஓடியது.

"ஏய் எவன்டா! அங்க போய் சின்னத் தப்பன, எங்கப்பன் பொணத்துக்கு தப்புக் கொட்ட கூப்புட்டாங்கடா"

"ஐயா! அவன் அவுங்கய்யா மறவுக்கு அப்புறம் தப்பு கொட்றதில்லைங்க. நம்மளுக்கு தப்பு கொட்ட வெளியிலருந்து ஆளு வந்துருச்சிங்க"

"அவனுங்க இருக்கட்டும். சின்னத்தப்பு இங்க தப்படிச்சே ஆவணும். பண்ணைக்கு காலகாலமா அவன் குடும்பத்தார் சேவை செய்துக்கினு இருக்கும்போது வெளியூர்லருந்து எதுக்குடா ஆளு... கூப்புடுங்கடா அவன" சாவு நிகழ்ந்த அரைமணி நேரத்தில் ஊர் தீர்மானம் போட்டது. பெரிய மிராசு பொணத்துக்கு சின்னத்தப்பு பறையடிக்க வரலன்னா இந்த கிராமத்துலயே அவன் இருக்கக் கூடாது. மீறி இருந்தால், உசுருக்கு உத்தரவாதம் கெடையாது" ஆள் வந்து சொல்லிவிட்டுப் போனான். சின்னத்தப்பு அசைவதாகத் தெரியவில்லை. அவனை மிரட்டி இழுத்துப் போக ஆட்கள் வந்தார்கள்.

"எவ்வுசுரே போனாலும் உங்களுக்குரீ பறையடிக்க வரமாட்டங்க. அதாலதான் எங்கப்ப உசுரு போச்சி. எங்க தப்ப, அவர் பொணத்துல போட்டு எரிச்சுட்டேன். இப்ப எங்கிட்ட தப்பு இல்ல. நா மட்டுந்தான் இருக்கறேன். உங்களால முடிஞ்சதப் பாருங்க" கூப்பிட வந்த ஆட்களிடம் தீர்மானமாகச் சொல்லிவிட்டு நிலத்துல உழைக்க கிளம்பிவிட்டான்.

சாவை எதிர்நோக்கி காத்திருப்பவன்போல மக்கிய எருக்குவியலின் மேல் உட்கார்ந்திருந்தான்.

"சின்னத்தப்பு உங்குடிசைய பிரிச்சுப் போட்டு நாசமாக்குறாங்க" வேலனும் பாலனும் ஒரே குரலில் கத்திக்கொண்டு வந்தார்கள்.

"எதிர்பார்த்ததுதானே உங்க மத்தியில நடக்குது, பாத்துக்கினு சும்மா இருந்துட்டு எங்கிட்ட வந்து சொல்றீங்க... நா என் நெலத்துலயே குடிச போட்டுக்கினு இருக்கறேன் அப்ப யாரு, இன்னா பண்றான்னு பாக்கறேன் போங்க" கோபமாகக் கத்தினான் அவனது உடல், அளவுக்கு மீறி அதிர்ந்தாடியது.

"சின்னத்தப்பு நீ புரியாமா பேசுற நீ ஒன்டி கட்டஎங்கள நெனைச்சி பாரு புள்ளைகுட்டிக்காரங்க. அவங்களப் பகைச்சுக்கினு..." என்று அவன் முடிக்கும் முன்னே, "ஆமாண்டா! வெள்ளதப்பன் எதுத்து நின்னானே அவனின்னா ஒண்டிக் கட்டையாவா இருந்தான்? நானு, எந்தம்பி, எங்கயான்னு குடும்பமாத்தான இருந்தோம். நானும் மனுசன்தாண்டா வாங்கடான்னு ஒத்தைக்கு ஒத்தைன்னு நின்னு செத்துப் போனார். இன்னாச்சி? தோ, பதினஞ்சி வருஷமா என்னப் பறையடிக்க கூப்புட எவனுக்கும் துணிச்சலில்ல. இப்ப எப்டி வந்தது? நாந்தா தப்ப கீழ போட்டேன். மத்தவனுங்க அடிச்சிக்கிட்டு தானே இருந்தானுங்க இப்ப எவனுமில்ல, என்னைக் கூப்புடுறானுங்க. இப்ப நா ஒத்தையா நிக்கறேன் குடிசயப் பிரிச்சி போட்டதா எங்கிட்ட சொன்னமாதிரி என்னைக்

கொன்னு போடுவானுங்க. அத எந்தம்பி பாளையங்கிட்ட சொல்லிடுங்க, போங்க... போங்கடா! இன்னும் ஒரு பதினஞ்சி வருஷம் நிம்மதியா இருங்கடா! இப்டி ஒத்த ஒத்தயா நின்னா அந்த பேயி பலி கேட்டுகினே தாண்டா இருக்கும். சேந்து நிக்கணும்டா, சேந்து நிக்கனும்.... சேந்து நிக்கப் பாருங்க நா வெள்ளத்தப்பனுக்குப் பொறந்த சின்னத்தப்ப..." அவன் குரல் உறுதியாக ஒலித்தது. ஏதோ நடக்கும்போல தோன்றியது. மதுரவீரன் செலையாட்டம் உறுதியாக உட்கார்ந்திருந்தான்.

சாவு வீட்டிலிருந்து ஒலித்த சங்கின் அலறல், அவர்களையும் கடந்து எங்கோ போய் சேர்ந்தது. பாலன் யாருக்கும் சொல்லாமல், பட்டணம் போய், பாளையத்திடம் தகவல் சொல்லிவிட்டு வந்தான்.

பாளையம், தோழர்களை திரட்டிக்கொண்டு மாசானாஞ்சேரி போய் சேரும்போது நிலைமை மோசமாகி அடிதடி ஏற்பட்டு சின்னத்தப்பன் ரோட்டோரம் இருந்த நிலத்தில் குப்புறக் கிடந்தான். மிக சமீபத்தில்தான் கலவரம் நடந்திருந்தது. வேலுதான் போய் ஆளைப் புரட்டினான். உயிர் இருந்தது. தண்ணீர் தெளித்து, அவனை உசுப்பி எழுப்பி விடலாம் என்ற நிலையில்தான் இருந்தான். அவனைத் தெளியவைத்துப் பேசிக்கொண்டிருக்கும் வேளையில், போலிஸ் ஜீப் வந்தது. சின்னத்தப்பனை கைது செய்ய வாரண்டுடன் வந்திருந்தார்கள். உடலெங்கும் ரத்தக்கட்டுகள்... நிற்க முடியாமல் தடுமாறினான்.

"இந்த அடி அடிச்சிருக்காங்க. சுயநினைவில்லாம இருந்த ஆள நாங்க வந்து தான் நிதானத்துக்கு கொண்டுவந்தோம்" ஒரே குரலில் சொன்னார்கள்.

வாக்குவாதம் முற்றியது. வந்திருந்த எல்லோரும் படித்தவர்கள். மெட்ராஸ்லருந்து வந்திருக்கிறார்கள் என்பது காவலருக்குத் தெரிந்தது.

கைகலப்பு நடந்து இருக்குது. ரெண்டு பேரு, மருத்துவமனையில் அனுமதிக்கப்பட்டிருக்காங்க. இவன் பேர்ல தான் புகார் கொடுத்திருக்காங்க. கைது பண்ணனும். யாராவது இடைஞ்சல் பண்ணா, உங்களயும் கைது பண்ண வேண்டியிருக்கும். தலைமைக் காவலர் சொல்லிக்கொண்டே சின்னத்தப்புவின் கையைப் பிடிக்கப் போனார்.

"இவருக்கும் பலத்த காயம். இவரைப் பல பேர் சேர்ந்து அடிச்சிருக்காங்க. இவர உடனே மருத்துவமனையில சேர்க்கணும். பாருங்க, அவரால நிக்க முடியல. அவன் உண்மையாகவே நகர முடியாமல் முனங்கினான். தலைமைக் காவலர் சின்னத்தப்புவின் கையைப் பிடித்து இழுத்துப் போனார்.

பாளையத்துடன் வந்திருந்த வழக்குறைஞர் ராசாவின் இடைமறித்து, எதிரிகளால மோசமா தாக்கப்பட்டிருக்கிற ஒருத்தர இப்டி தான் இழுத்துப் போவீங்களா? கோபத்துடன் கேட்டார். பாளையம் அண்ணனை கைது பண்ண விடாமல் சின்னத்தப்புவை மறைத்துக் கொண்டு நின்றபடி "இவர உடனே ஆஸ்பத்திரிக்கு இட்டுக்கினு போவணும்" என்றான்.

காவலதிகாரி அவனை விலக்கித் தள்ளினார். அவன் தடுமாறிப் போய், தூர விழுந்தான். முழங்கையில் சிராய்த்துக்கொண்டது.

"என்னய்யா! கும்பலா வந்து மெறட்டுறீங்களா? சட்டம் ஒழுங்குக்கு பிரச்சனை வந்தா, நீங்களா வந்து பதில் சொல்லப் போறீங்க தூரப் போங்க எதுவா இருந்தாலும் ஸ்டேஷன்ல வந்து பேசுங்க. உங்க கம்பளைண்ட் இன்னாவோ, அதக் குடுங்க. நாங்க விசாரிக்கிறோம் புரியுதா? கடமைய செய்யவிடுங்க" என்றவர். அவர்களைப் பார்த்து "ஆமா, நீங்கள்லா யாரு?"

"அயோத்திதாசர் பேரவையிலிருந்து வர்றோம்" வழக்குறைஞர் சொன்னதும் காவலதிகாரி சற்றுத் தயங்குவது தெரிந்தது.

"சரி... சரி... நெலமை மோசமா இருக்குது. நாம வீணா பிரச்சனை பண்ணிக்க வேண்டாம். நான் இவன ஸ்டேஷனுக்கு கொண்டு போறேன். நீங்க அங்க வந்து பேசுங்க. வேணும்னா மருத்துவமனைல சேக்கலாம்"

கிராமத்தில் பெரும் கலவரம் நடக்கும் ஆபத்து இருந்தது. சின்னத் தப்புவும் அவனோட ஆட்களுமாய் எதிரிகளின் இருவருக்கு கை, கால் முறிவு ஏற்பட்டிருந்ததாகச் சொல்லப்பட்டு வதந்தி பரவியது. ஆனால், மருந்துவ அறிக்கை லேசான காயங்கள்தான் என்று வந்தது.

சின்னத்தப்புவின் குடிசையைப் பிரித்துப் போட்டது, அவனைக் கொலை செய்ய முயன்றது என்று பாளையம் குழுவினர் குற்றச்சாட்டை முன்வைத்தார்கள். எதிர்த்தரப்பில் குற்றம் சொல்ல நியாயமான காரணமற்று புகாரை திரும்பப் பெற்றுக்கொண்டார்கள்.

சிக்கல் தீர்ந்தது போலத்தான் இருந்தது. சின்னத்தப்பு நிலம் ரோட்டோரமாய் இருந்தது வசதியாகப்போனது. அங்கு, 'அயோத்திதாசர் விடுதலை இயக்கம்'ன்னு பெயர்ப் பலகை வைக்க ஏற்பாடு செய்தார்கள். அதில் பாலனும் வேலனும் முழுமூச்சாக செயல்பட்டதுடன் அக்கம் பக்கம் கிராமங்களில் இருந்த உணர்வாளர்களையும் திரட்டி கூட்டம் போட்டார்கள். சின்னத்தப்பு தீவிரமாக செயல்பட்டான். வழக்குறைஞர் ராசா அவனை உற்சாகப்படுத்தினார். நான்காம் நாள் மன்றம் திறக்கப்பட்டு தோழர்கள் உரையாற்றினார்கள். அப்போது திடுதிப்பென காவலர்கள் அவர்களை சூழ்ந்துக் கொண்டார்கள். பொது அமைதிக்கு குந்தகம் விளைவித்ததாக குற்றம்சாட்டி, கைது செய்து கொண்டு போனார்கள்.

"நல்லதுதான். விடுதலை சும்மா கெடைக்காது" ராசா சொன்னார்.

பதினைந்தாம் நாள் விடுவிக்கப்பட்டார்கள். மாசானாஞ்சேரி மாநிலம் முழுவதும் அறியபட்ட கிராமமாகி விட்டது.

சின்னத்தப்பன் முன்னைவிடவும், உற்சாகமாகவும் போராடத் துணிந்தவனாகவும் இருந்தான்.

சிறை மீண்டவர்கள் மீண்டும் அந்தக் கிராமத்துக்குப் போனால், பிரச்சனை என்ற முணுமுணுப்புக்கு பாளையமும், ராசாவும் ஒரே

குரலில் சொன்னார்கள். நாம மொதல்ல கூடும்போது பத்து பேர்தான் இருந்தோம். இப்ப நாப்பது தோழர்களுக்குமேல இருக்கிறோம். நாம எல்லோருமே சேர்ந்து போய் சின்னத்தப்பனிடம் சங்க நிர்வாகத்தை ஒப்படைத்துவிட்டு வந்தால்தான் அவருக்கும் ஒரு பாதுகாப்பு இருக்கும் என்று முடிவெடுக்கப்பட்டது.

ரோட்டோர நிலத்தில் சங்கம் கம்பீரமாக நின்றிருந்தது.

1. பறையடிப்பதை சமூகக் கடமையாக இலவச சேவையாகச் செய்ய கட்டாயப்படுத்துவது சட்டப்படி குற்றம்.
2. அப்படி தப்படிக்கிறவர் கட்டாயம் வேண்டும் என்பவர்கள் தப்படிக்கிறவருக்கு அரை மூட்டை நெல்லும், நாற்பது ரூபாய் பணமும் சன்மானமாகத் தர வேண்டும். இன்ன ஆடையை இன்னபடி உடுத்தவேண்டும் என்று கட்டாயப்படுத்தக் கூடாது.

இவண்

அயோத்திதாசர் பேரவை

சங்கச்சுவரில் கொட்டையாக எழுதப்பட்ட வாசகமிது. பாளையம் சின்னத்தப்பனை பார்த்துச் சொன்னான்: இன்னைலருந்து ஐம்பது வருஷம் கழிச்சிப் பாரு... ஆயிரம் ரூவா குடுத்தாலும் அடிக்க ஆள் இருக்க மாட்டான். அப்டியே இருந்தாலும் ஆயிரம் ரூவாய்க்காக எவன் வேணும்னாலும் வந்து அடிப்பான். எல்லாம் மாறும். மாற்றம் இல்லாதது எதுவுமல்ல" தோழர்கள் உணர்ச்சிமிக்கவர்களாய் பிரிந்து போனார்கள், மறுமுறையும் சேர.

அவன் நடந்த கதையைச் சொல்லி முடிக்கும்போது செந்தாமரை நெஞ்சைப் பிடித்தபடி உட்கார்ந்திருந்தான்.

"பாத்தியா, இம்மா நடந்திருக்குது. ஒரு வார்த்த எங்கிட்ட சொல்லடியம்மா எதனா ஒண்ணு ஆயிருந்தா.." பாளையத்தை முறைத்து பார்த்தாள்.

செங்கேணியின் கண்களில் சிவப்பு படர்ந்திருந்தது. அவன் கைகளை முறுக்கிக்கொண்டு "நா இல்லாமப் போனனே, மறுபடியும் போனா... என்னையும் அந்த ஊருக்கு கூப்புட்டுக்கினு போங்க"

"சரி, மொதல்ல உனக்கு ஒடம்பு நல்லாவட்டும். கண்ணு ரொம்ப செவந்து போயிருக்குதப்பா?" செங்கேணி அதைக் காதில் வாங்கியதாகத் தெரியவில்லை.

ஆராயி, 'சிவப்பேறிய அவன் கண்களைப் பற்றி செவிலியிடம் சொல்லவேண்டும்' என்று மனதிற்குள்ளாக நினைத்துக்கொண்டு அமைதியாக இருந்தாள்.

"பொதுஅமைதிக்கு குந்தகம் செய்தேன்னு கேஸ் போட்டிருக்காங்க. ஆபீஸ்ல என்னை சஸ்பெண்ட் பண்ணாலும் பண்ணலாம் உம், பாக்கலாம்" ,மெதுவாகச் சொன்னான்.

பாத்துக்கப்பா ஒடம்ப. நா மறுபடியும் வந்து பாக்கறேன் இன்னா வரம்மா..."

ஆராயிடம் செந்தாமரை ஏதோ பணம் கொடுத்தாள். "வாணாங்கா, இருக்குது. நீ வச்சுக்க" "இந்தா புடி. எதனா செலவுக்கு ஒதவும்" ஆராயி

கையில் வலுக்கட்டாயமாகத் திணித்தாள். அவர்கள் புறப்படும்போது மாலையாகி விட்டது.

"பாவம்! மொகம் ரொம்ப மாறிப் போனா மாதிரி தெரியுது. தலையில ரொம்ப பெரிய அடிதான்" பாளையம் சொல்லிக் கொண்டு போனான்.

பாளையம் வந்து, பார்த்துவிட்டுப்போன ஒரு வாரத்தில் செங்கேணியை வீட்டுக்கு அனுப்பிவிட்டார்கள்.

21

மருத்துவமனையில் இருந்து அழைத்து வந்த அக்காவும் மாமாவும் ஒரு நாள் பூராவும் அவர்களோடு இருந்துவிட்டு மாலையில் கிளம்பிப் போனார்கள். கணேசன் ஆராயியிடம் ஐம்பது ரூபாய் பணம் கொடுத்து "நீ கவலப்படாத. அவன் வேலைக்குப் போவ எவ்ளோ நாளானாலும் பரவாயில்ல. ஆராயி! நா இருக்கறேன், பாத்துக்கலாம்" ஆறுதலாகச் சொன்னான். செங்கேணிக்கு வீட்டுக்குள்ளேயே வெறுமனே படுத்திருப்பது முடியவில்லை. எங்காவது எழுந்து ஓட வேண்டும் போல இருந்தது. கையை வீசி, தெருவில் நடக்க ஆசைப்பட்டான்.

ஆராயி! அவன் லேசா புரண்டு படுத்தால்கூட அலறினாள். "மாமா! கால சும்மா அசைச்சிக்கினு இருக்கக்கூடாதுன்னு சொன்னாங்க. நீ சொன்னா, கேக்கமாட்டியா?" என்று கோபப்பட்டாள். அவளை மீறி அவனால் எதுவும் செய்யமுடியவில்லை தவித்தான்.

"வாணாம். பல்லகடிச்சிக்கினு படுத்திரு. நா உனக்கு முதுவுல பவுடர் போட்டு வுடறேன் நல்லா கொணமான பெறவு, சுத்திட்டு வா" சொல்லிக் கொண்டே அவனது மார்பை சிறுபிள்ளையினுடையதைப் போன்று நீவி விட்டாள். அவளை மீறி செயல்பட முடியாது என்று அவனது அறிவு சொல்லியது. மாவுக்கட்டுப் போட்ட கால் அரிப்பெடுத்தது.

"ஆராயி! ஊறுது, தாங்கமுடியல. கொஞ்சம் பாளையமண்ணன் வீட்டு வாசல் வரைக்கும் நடக்கறேன்." "போ... நீ சொன்ன பேச்சக் கேக்க மாட்ட. எதுனா ஆச்சினா, மறுபடியும் உங்கால கட்டி தொங்கவுட்ருவாங்க அப்புறம் உனக்கு தான் கஷ்டம், புரிஞ்சுக்க" சொல்லிவிட்டு அவள் அடுப்படிக்குப் போய்விட்டாள். ஆறு நாட்களை குடிசைக்குள்ளேயே தவிப்புடன் கழித்தான். குடிசையைச் சுற்றி எழும் ஓசைகளும், வாடைகளும் அவனைத் தொல்லைப்படுத்தியது. பாளையம் தினமும் வந்து பார்த்துவிட்டுப் போனான். பிறகு, நண்பர்களுடன் பாளையம் பேசுவதைக் கேட்க முயல்வான். மின் நிலையத்தின் பேயோசை அதைக் கெடுத்துவிடும்.

ரயில்களின் தடதடப்பும், இழுவை இயந்திரத்தின் கூவலையும் கேட்டுக்கொண்டிருப்பதைத் தவிர, வேறு வழியில்லை. சாராய, வாடை,

அவனைச் சுற்றி மிதந்து போகும். அந்த ஆசையை அவன் மிக கடினமான மனதுடன் கட்டுப்படுத்தினான்.

ஆராயி எந்நேரமும் அவனுக்கு பனையோலை விசிறியால் விசிறிக் கொண்டிருந்தாள்.

மாலையின் செந்நிறம் கருப்பு மண்ணில்பட்டு விசித்திரமான நிறத்தை குடிசைகளின்மேல் போர்த்தியிருந்தது.

“மாமா! நீ முன்னவிட இப்ப பாக்க மினுமினுன்னு இருக்கற. ஒடம்பு வேற, கொஞ்சம் ஊதுனாப்பல இருக்குது” சொல்லி சிரித்தாள்.

“ஆமா, உங்கக்கா இன்னம்மா செய்யறாங்க? நீ அவங்க கிட்டதான ஆக்க கத்துக்கின... அவுங்க நல்லா செய்யறாங்க”

வேண்டுமென்றே அவளைச் சீண்டினான். அவளும்கூட கோபித்துக் கொண்டவள்போல வேகமாக விசிறினாள்.

“ஏம்மா! இப்டியே படுத்துக்கினு இருக்கறத, இப்டி வெளிய வந்து ஒக்காரச் சொல்லும்மா”

குடிசைக்கு வெளியே பாளையத்தின் குரல் கேட்டது. வெளியே தகர நாற்காலி பிரித்துப்போடும் ஓசை. அவ்வளவுதான், எழுந்து உட்கார்ந்துகொண்டான்.

“ஆராயி! ஒண்ணும் ஆவாது அவங்கள்லாம் பேசறதக் கேட்டா எனக்கு கொஞ்சம் புத்தி வராதா, வா.... கையப் புடி. அப்டி வாசலுக்கா ஒக்காந்துக்கறேன்.” இனி அவனை அடக்க முடியாது என்று கைத் தாங்கலாகப் பிடித்து அவனுக்கு உதவினாள்.

அவன் நின்று காலை ஊன்றினான். காலில் பெரிய இரும்புக் குண்டைக் கட்டி வைத்ததுபோல இருந்தது. கட்டுப் போட்ட வலது காலை மெதுவாக நகர்த்தி ஊன்றி நிற்கவும் செய்தான்.

“மாமா!” அவள் பதறிக் கத்தினாள். அவன், ஆராயி தோளைப் பற்றி, கொண்டு கட்டுப் போட்ட காலை மேலே தூக்கிக்கொண்டான்.

பாளையமும் தோழர்களும் செங்கேணி குடிசைப்பக்கமாக நாற்காலிகளைப் போட்டு உட்கார்ந்திருந்தார்கள். செங்கேணி வாசலிலே உட்கார்ந்துகொண்டான்.

“எதிர்வீட்டுல ரேடியோவும், பாட்டுமா அமக்களமா இருப்பாங்க. வீடு பூட்டியே கெடக்குதே?” அவங்க காலி பண்ணிக்கினு போய்ட்டாங்க. வேசர்பாடி தாண்டி எதோ எடம் சொன்னாங்கள, அங்க எடம் வாங்கி கட்டிக்கினு போய்ட்டாங்களாம்”

“கொடுங்கையூர்ன்னு சொல்லிக்கினு இருந்தாங்க” மருது சொன்னான்.

“நால காசு சேந்தா, நம்ம சனங்களுக்கே இங்க இருக்கப் புடிக்க மாட்டன்னுது” பாளையத்திடம் இருந்து, வருத்தமான தொனியில் வார்த்தைகள் வந்தன.

“அதுக்கின்னா பண்றது? அந்தண்ணன் நல்லா சம்பாதிக்கிறாரு. வசதியா இருக்குனம்னா, வேற எங்கனா போறது நல்லதுதான?” வேலு மனதில் பட்டதை சொன்னான்.

"ஆமாண்டா! நல்லா பேசறடா. நீயெல்லாம் புள்ளைங்களுக்கு இன்னாத்தச் சொல்லிக் குடுக்கிறியோ? நல்லா வசதியா வாழணும்னு நெனைக்கிறது தப்பில்ல. நாலு காசு சம்பாதிக்கறவன் எல்லாம் டீசண்ட்... டீசண்ட்டுன்னு வெளிய கௌம்பறதுலயே இருந்தா. காப்பி மண்டி மாதிரி ஒரு கூட்டம் அப்டியே தேங்கிப் போயிடும்டா, தோ எனக்கு டிபார்ட்மெண்ட்ல கோட்ரஸ் தர போறாங்க, நானும் போயிடுவேன். இங்க பளிச்சுன்னு இருக்குற இன்னும் நாலு பேரு இப்டியே நா போறேன்.... நா போறேன்னு போயிட்டா, இங்க யாருதாண்டா மிஞ்சுவான். பேய்க்காளியும், கோயிந்தம்மாள் கும்பலும், வேற வழிய யோசிக்காதவனும்தான் அப்புறம் எப்டி இந்த சமூகம் உருப்படும்?. நம்மளப் பாத்து இவனப் போல வாழணும்னு மத்தவங்க நெனைக்கற மாதிரி இங்கயே வாழ்ந்து காட்றதுலதான் விஷயமே இருக்குது. எதிர் வீட்டுக்காரர் மாதிரி தொழில் செய்யறது எல்லாம் சும்மா வரல. இட ஒதுக்கீடுலதான் எனக்கு வேல கெடைச்சது. அது, நாமட்டும் கமுக்கமா சொகத்த அனுபவிக்கறதுக்கும் சீ! இந்த எடத்துல எவன் இருப்பான்னு மூக்க மூடறதுக்கும் இல்ல. அப்டி செய்தா அது நன்றி கெட்ட தனம். போறவங்க போவட்டும்! ஆனா, அவங்க ஏதோ ஒரு விதத்துல கீழ இருக்குற சனங்களப் பத்தி நெனைக்கணும். அவங்களும் மேல வர என்ன பண்ணலாம்னு நெனைக்கணும். சுத்தமா அந்த நெனப்பே இல்லாம, கோவில் கொளம்ன்னு திரியறதுன்றது. அம்மாவ..." வாயில் வந்த வார்த்தையைப் பெருமுயற்சி செய்து அடக்கிக்கொண்டான். பாளையம் கோபமடைந்து விட்டான்.

"இல்லண்ணா எனக்கும் அது தெரியல. நீ சொல்லும்போதுதான் புரியுது." மருது அவனை சமாதானப்படுத்தும் நோக்கில் பேசினான்.

"பின்ன இன்னாடா! எனக்கு கெடச்சா போதும்ன்னு நானும் டிபார்ட்மெண்ட்ல வூடு தர்றான்னு போயிடறேன்னு வச்சுக்க, நா சங்கத்தப் பாக்க முடியுமா? இல்ல, உங்களத் தான் பாத்து நாலு விஷயம் பேச முடியுமா? டீசன்ட்றது வேற எடத்துல போயி இருந்தாதான்னு இல்லடா! இங்கயும் டீசண்டா இருக்க முடியும்னு நம்ம புத்தியில ஒறைக்கணும்'' சத்தம் போட்டுச் சொன்னான். ''மாற்றம்ன்றது மனசுலருந்து வரணும் போற எடத்துலருந்து வராது" என்றவன்.

"சரி, புது ஜெகநாதபுரத்துல எத்தன தண்ணிக்கொழாய் இருக்குது சொல்லு?" வேலு இரண்டு விரல்களைக் காட்டியபடியே "ரெண்டு" என்றான். "உம்... எதுர்ல கவர் தெருவுல எத்தினி இருக்குது?"

"அங்க இன்னா, வீட்டுக்கு வீடு கொழாதான் டிமலஸ் ரோட்டுல ஆரம்பிச்சி புள்ள பெக்கற ஆஸ்பத்திரி வரைக்கும் பத்து தேறும்." அப்புறம் டீசண்ட் பத்தி பேசற? துட்டு சம்பாதிச்சிட்டா எங்க வசதியாக இருக்குதோ, அங்க ஓடிடணும். அப்புறம் இந்தப் பக்கமா போவும்போது தாங்க முடியலன்னு மூக்கப் பிடிச்சுக்கனு நடிக்கணும். இது டீசண்ட் இல்ல, வேஷம் நீயே அந்த மாதிரி புத்தியோட இருந்தினா, மத்தவன்கள இன்னா சொல்றது? விடிய... விடிய... கத கேட்டுட்டு ராவணனுக்கு அப்பன் குதுரன்ன கததான் போ..."

செங்கேணி திடுப்பென சிரித்துக் கொண்டே "இன்..." எதையோ சொல்ல ஆரம்பித்தான். அதற்குள் செந்தாமரை முந்திக்கொண்டு "ஆமா, நீ! தான் பொழப்பத்த மனுசன் வாழற வூட்ட பொத்தலாப் போட்டுட்டு சங்க கட்றேன் சும்மாகீறத கட்றேன்னு ஜெயிலுக்கு போயிட்டு வருவ. கட்டுனவகிட்டகூட சொல்லாம எல்லாரும் உன்ன மாதிரியே இருப்பாங்களா? ஆனா பாரு, பேச்சிக்கு ஒண்ணு கொறைச்சலில்ல. ஆனைக்கு மசுரு கம்மி, பூனைக்கு மசுரு சாஸ்தின்னு" வாசலில் உட்கார்ந்து காய் நறுக்கிக் கொண்டிருந்தவள் திட்டித் தீர்த்து விட்டு உள்ளே போய்விட்டாள். நால்வரும் திருதிருவென விழித்துக் கொண்டு உட்கார்ந்திருந்தார்கள்.

செங்கேணி மட்டும் சிரிப்பை அடக்கிக்கொண்டு தடைபட்ட கேள்வியைக் கேட்க முயன்றான். அதற்குள் அவனுக்கு மறந்து விட்டது போல தலையைச் சொறிந்தான். ஆராயி இதைக் கவனித்துக் கொண்டிருந்தாள்.

"விடிய... விடிய..." என்று அவள் ஆரம்பித்ததும் "ஆமாம்மா! விடிய... விடிய... கத கேட்டுட்டு ராவணனுக்கு அப்பன் குதுரன்ற கதன்னா இன்னா அர்த்தம்?"

பாளையம் இலகுவாகிச் சிரித்தான். "நீதான் செங்கேணி கரக்டான ஆளா வரப்போற. ஒரு கேள்வி கேட்டாலும் எப்டி கேக்கறான் பாரு? குதிரக்கு பொறந்தவன்னு ஒரு கத. அந்தக் கதையில ராவணனும் வருவானாம். அந்தக் கதைய ஒருத்தன் சனங்களுக்கு சொல்லி முடிச்சிட்டு கடைசியில, கத புரிஞ்சிதான்னு? கேட்டானாம். கத கேட்டுக்கினு இருந்தவன்ல ஒருத்த, ஆமா போ. கடைசில ராவணன் குதிரக்குப் பொறந்தானோ, இல்ல குதுரய வச்சி அவன் அம்மாகிட்ட வித்த காட்டுனாங்களே, அவனுங்களுக்குப் பொறந்தானோன்னு சொன்னானாம். இத எங்கப்பா அடிக்கடி உதாரணத்துக்கு சொல்லுவாரு. எங்கப்பனுக்கு இருந்த உணர்வு அவரு உயிரயே வாங்கிடுச்சி. எங்க அண்ணனும் அதே ரோசத்துல எதுத்து நிக்குறாரு. அவருக்கு சப்போட்டு இல்லாம போயிருந்தா என்னாயிருக்கும்? பெரிய வக்கீல்ன்னு தோழர் ராசாவும், சென்ட்ரல் கவுர்மெண்ட் ஸ்டாப்புன்னு நானும் ஆளுக்கு ஒரு பக்கமா திரும்பிக்கினு இருந்தா, அந்த ஊர்ல சங்கமா இருந்திருக்கும்? சின்னத்தப்புவ பொதச்ச எடத்துல புல்லுத் தான் மொளச்சிருக்கும். இன்னா வேலு! நீ கூட நடந்தது எல்லாத்தையும் பாத்துக்கினு தான இருந்த?" வேலுவைப் பார்த்துக் கேட்டான்.

செங்கேணி திடீரென நினைவுக்கு வந்தவன்போல ஆராயி பக்கம் திரும்பி "ஒரு பொண்ணு கொளுத்திக்கிச்சே, அது இன்னாச்சி?" ஆராயி மௌனமாக உட்கார்ந்திருந்தாள்.

மருது, அவள் இப்போது உயிரோடு இல்லை என்பது போல் சைகையால் கைவிரித்துக் காட்டினான். "அய்யோ....! செங்கேணியிடம் இருந்து வருத்தமான முறையில் குரல் வந்தது.

"ஏம்பா! அந்த மீசைக்காரன் நம்ம செங்கேணிக்கு தோஸ்த் தெரியுமா உனக்கு?" மருதுவைப் பார்த்து பாளையம் கேட்டான்.

"ஆமாம்மா. ரெண்டு பேரும் பாடி பில்டப் பண்றவங்க பாத்துருக்கறேன்."

செங்கேணி அமைதியாக இருந்தான். அவன் கோபத்தில் பல்லை நறநறவெனக் கடித்தான். மின் நிலைய ஓசையில் அதை யாரும் கவனிக்கவில்லை. கண்கள் சிவப்பேறியிருந்தன. மீசைக்காரரின்மேல் அவனுக்குத் தீராத கோபம் உண்டானது. அந்த ஆள் முகத்துல இனி விழிக்கக் கூடாது" என்று தீர்மானமாக மனதுக்குள் சொல்லிக் கொண்டான்.

அன்று ஞாயிற்றுக்கிழமையென்பதால் இரவுப் பள்ளிக்கு விடுமுறை எனவே, இருட்டில் வெகுநேரம் பேசிக்கொண்டிருந்தார்கள்.

"ரெண்டு பசங்க பஸ்ட் ரேங்க் எடுத்திருக்கிறாங்க. ஆறாவது படிக்கறவ ஒருத்தன். எட்டாவது படிக்கிற ஒருத்தன்" வேலு சொன்னான்.

படிக்கட்டும், படிக்கட்டும். ஒழுங்கா வழிநடத்துனா எதையும் மிஞ்சுவாங்க தான். இன்னா, டாக்டர் அம்பேத்கர் சொன்ன மாதிரி இவங்கல்லாம் படிச்சி மேல வந்து, இந்த சமூகத்தோட நெலமைய அப்டியே புரட்டிப் போடுவாங்கன்னு நெனைச்ச. ஆனா, அதுல எனக்குப் பெரிய ஏமாற்றம்தான். அவர்கள் உத்தியோகம், பதவின்னு வளர்ந்து சுயநலமான வாழ்க்கை வாழ ஆரம்பிச்சுட்டாங்க. தங்கள் சமூகக் கடமையை அவர்கள் தொலைச்சுட்டாங்க. அண்ணன் வருத்தபட்டது நியாயமானதுதானே? படிக்கட்டும், நல்லா படிக்கட்டும். இந்தப் படிப்பு எந்த மாதிரியான சமூகத்த உற்பத்தி பண்ணப் போவுதுன்னு பொறுத்துதான் பாக்கணும்" நம்பிக்கையற்ற முறையில் அவன் குரல் இருந்ததை வேலுவும், மருதுவும் கவனித்தார்கள். மீண்டும் தன் நண்பர்களுடன் உரையாடியதில் மனநிறைவடைந்தவன், இரவு, நன்றாக உறங்கினான்.

வெயில், கண் கூசும்படி பளீரென இருந்தது. செங்கேணி குடிசைகளைத் தாண்டி மின் நிலைய வேலியோரமாக இருந்த குப்பைக்கிடங்கின் பெரிய தகரக்கூரையின் கீழிருந்த வேலிச்சுவரில் உட்கார்ந்திருந்தான்.

வெள்ளையர் காலத்தில் போட்ட கூரையது. அதன் பின்புறம் மின் நிலையம் சாம்பல் நிறத்தில் எதற்கும் தயார் என்பதுபோல நின்றிருந்தது. அந்தப் பெரும் பூதத்தின் வாய்க்கு நிலக்கரியைச் சுமந்துசெல்லும் மிக நீளமான நகரும் பட்டை சரிந்து வளர்ந்து கரிக் குவியலுக்கிடையே வந்து புதைந்திருந்தது. மனிதர்களை நீளமான குழல் வைத்து, கரிக் குவியலை உறிந்து விழுங்குவதுபோல இருந்தது. அதன் மூச்சுக்காற்றான சாம்பல் துகள்கள் சுற்றுவட்டாரத்தில் மூன்று கிலோமீட்டருக்குமேல் பரவி நாசம் செய்கிறது. அதைச் சுற்றிச் செல்லும் சாலையெங்கும் நிலக்கரித் துகள்கள் சிதறிக் கிடக்கின்றன. அதற்கு கரி ஏற்றிவரும் ரயில் வாகனங்கள் நான்கைந்து வரிசைகளில் நின்றுகொண்டிருந்தன. அதன்

இழுவை எஞ்சின்கள் கருப்பாக நீண்ட உருளைபோல் புகையை வான் நோக்கி கக்கியது. அந்தப் புகை மண்டலம் காற்றில் கலைந்து குடிசைகள் மேலாக மெதுவாக நகர்ந்துகொண்டிருந்தது. நீராவி எஞ்சின்களின் சக்கரங்களுக்கு அருகாமையில் வெண்ணிற நீராவி பீய்ச்சியடிக்கும். பிறகு, நொடியில் அது காணாமல் போகும். செங்கேணி வேலிச்சுவரில் உட்கார்ந்து இதையெல்லாம் வேடிக்கை பார்த்துக்கொண்டிருந்தான். எத்தனை முறை பார்த்தாலும் அவனுக்கு சலிப்பதேயில்லை.

செல்லக்கண்ணு அவனை நோக்கி வந்துகொண்டிருந்தாள். தகரக் கொட்டகையின் ஒரு மூலையில் கள்ளச்சாராய வியாபாரம் தீவிரமாக நடந்துகொண்டிருந்தது.

“இன்னாப்பா! காலு எப்டியிருக்குது?”

“பரவாயில்லக்கா!”

“உம், பாவம்! அக்கா ரொம்ப வருத்தப்பட்டிருச்சி. பாவம், அதுக்கு ஆப்ரேஷன் பண்ண எடத்துல செப்டிக் ஆயி, பத்து பன்னெண்டு நாளு ஆஸ்பத்திரில கெடந்து, இப்பதான் கொஞ்சம் பரவாயில்ல. ஒரு வாரமா வேலைக்குப் போவுது”

“கொழந்த நல்லா இருக்குதாக்கா?”

“உம், இருக்குது. இம்மா நாளு புள்ள இல்லாம இருந்ததுக்கு நல்ல அழவான புள்ளயா பெத்துருச்சு” என்றவள்,

“ஆமா, அடிபட்டு இம்மா நாளாவுது, செலவுக்கு இன்னா பண்ற?”

“இன்னா பண்றது, ஆராயி அக்காதான் பாத்துக்குது.”

செல்லக்கண்ணுவின் பின்புறமாக ஓர் ஆள் வந்து நின்றான். “சரி, வண்டி சும்மா தானே இருக்குது இந்தாளுக்கு குடு தெனமும் மூணு ரூவா வாடக வாங்கிக்க. நம்ம ஊரு ஆளு. பொழைக்க மெட்ராஸ் வந்துட்டான். வால்டாக்ஸ் ரோட்ல பிளைவுட் கம்பெனில கணேச அண்ணந்தான் சேத்துவுட்டுச்சி. வண்டியிருந்தாக்கூட நாலு, காசு சம்பாதிப்பான். இன்னா சொல்ற?”

செங்கேணி தலையைச் சொறிந்துக் கொண்டான். “அதுக்கில்ல, கட்டப் பிரிச்சதும் நா வேலைக்குப் போவணும்” என்று இழுத்தான்.

“அட! நீ போவும்போது போ. அதுவரைக்கும் இவன் எடுத்துக்கினு போவட்டும். அப்பறம் வேற எதுனா பாத்துக்கட்டும். சும்மா நிக்கறத ஒரு மூணு ரூவா வரட்டுமே?”

“சரி, எடுத்துக்கினு போவச் சொல்லுக்கா!”

“உம் பொஞ்சாதிகிட்ட ஒரு வார்த்த சொல்லிடறேன். அது சரி, நீயெதுக்கு இங்க வந்து குந்திக்கினுயிருக்குற? நல்லவன் யாரு, கெட்டவன் யாருன்னு தெரியாம சண்ட கிண்ட வலிக்கப் போறாங்க.”

அவள் சொல்லிக்கொண்டே குடிசைகளை நோக்கிப் போனாள்.

தகரக்கொட்டகைக்கு கீழே நாலாபுறமும் இருந்த திறந்தவெளி வழியாக எரியும் கரியின் வாடையுடன் தூசு நிறைந்த காற்று வீசியது. நாய்க்கிடங்கிலிருந்து நாய்களின் குரைப்பு சத்தம் பயங்கரமாகக் கேட்பதுபோல் உணர்ந்தான். உச்சக்குரலில் கேட்டுக் கொண்டிருந்த

ஒரு நாயின் குரல், ஒரு நொடியில் சட்டென அடங்கிப் போனது.

வேறு ஒரு நாயின் குரல், மரண ஓலம்போல் எழுந்து அதுவும் அடங்கிப் போனது. தெருவில் பிடிபட்ட நாய்களை எசமானர்கள் அடையாளம் சொல்லி அழைத்துச் செல்லாமல் கைவிடப்பட்ட, அனாதை நாய்களைக் கொல்லும் நேரம். செங்கேணி சரிவில் நொண்டி நொண்டி இறங்கினான். அங்கு என்னதான் நடக்கிறது? பார்க்க விரும்பினான்.

நான்கு பெரிய பெரிய அறைகளில் சிறைச்சாலைக் கதவுபோல இரும்புக்கம்பிக் கதவுகள். உள்ளே ஒவ்வோர் அறையிலும் குறைந்தது இருபத்தைந்து நாய்கள். முதல் அறையில் இருந்தவை, மிக சமீபத்தில், பிடிபட்டவை. கடைசி அறையில் இருந்தவைகளுக்கு இன்றுதான் கடைசி நாள்.

ஊழியன் மரண பீதியுடன் பின்வாங்கும் நாயின் கழுத்தில் சுருக்கை மாட்டி, மண்டையில் ஓங்கி, தடியை வீசினான். இரண்டு முறை துள்ளித் தரையில் ஒடுங்கியது. மண்டையில் அடிபட்டு ஒடுங்கிய நாய்களின் கண்கள் பளீரென சுடர்வதுபோல மின்னின. குற்றுயிராய் இருந்த நாய்கள் தன்னை உற்றுப் பார்ப்பதுபோல் உணர்ந்து அச்சமடைந்தவன், நொண்டியபடியே பின்வாங்கினான். துடித்துக்கொண்டிருந்த ஐந்தாறு நாய்களை ஒன்றிணைத்து தரையில் தரதரவென இழுத்துப்போன ஊழியன், அவை மீது ஒரு வாளித் தண்ணீரை ஊற்றி, மின் பெட்டிக்குள் போட்டு, சுவிட்சை அழுத்தினான்.

இரண்டு நிமிடங்கள் கழித்து அவைகளை வெளியே இழுத்துப் போட்டான். அடுத்த ஐந்தாறு நாய்களை இழுத்து வந்தார்கள். இதே முறையில் கடைசி அறையில் இருந்த நாய்கள் மொத்தமும் தீர்த்துக் கட்டப்பட்டன. செங்கேணியின் மனம் அதைக்காண சகிக்காமல் தவித்தது. அவன் அங்கிருந்து நகர்ந்தான். மேட்டில் ஏறும்போது திரும்பிப் பார்த்தான். மாதா கோவிலின் சிலுவையும் அதனடியே இறைச்சிக் கடையின் முன்பாக குதிரை வண்டியும் நின்றிருந்தது. வண்டிக்குப் பின்பாக குதிரையின் பின்னங்கால் தெரிந்தது. மீசைக்காரரின் மீதான கோபம் அவனுக்குள் அதிகமாகியிருந்தது. ‘ஆராயி சொன்னது சரி தான். மோசமான பாவி!’ தனக்குத்தானே முணுமுணுத்துக் கொண்டே மேட்டில் ஏறினான்.

“பணம் சம்பாதிக்கிறவனுக்கு மனுசத் தன்மையே இல்லாமப் போயிடுமா இன்னா… பொம்பளைங்கள நாசம் பண்றவனுங்களயெல்லாம் இந்த நாய்ங்கள அடிக்கற மாதிரி, அடிச்சி, கரண்ட் பெட்டிகுள்ள போட்டு சாவடிக்கணும்.” இந்த வார்த்தைகளை அவன் தன்னையுமறியாமல் வெளிப்படையாகக் கோபத்தோடு முணுமுணுத்தபடியே தூவென துப்பினான்.

அப்போது ஆராயி, அவனை மேட்டிலிருந்து கவனித்துக் கொண்டிருந்தாள். “எங்க மாமா போயி வர்ற? காலு கட்டுகூட இன்னும்

பிரிக்கல. நா அங்க இங்கன்னு தேடிக்கினு இருக்கறேன் வா..." அவள் சரிவில் இறங்கி வந்து அவன் கையைப் பிடித்து மேட்டில் ஏற உதவி செய்தாள். அவனுக்கு காலில் வலியெதுவும் இல்லை. கட்டை அவிழ்த்து விட்டால் துள்ளிக் குதித்து ஓட வேண்டும்போல இருந்தது.

"சரி, நீ போ. நா வர்றேன். நீயெதுக்கு இங்க வந்த? போ... போ..." அவள், அவன் குரலை, காதில் வாங்காமல் அவனை மேட்டில் நடத்திக் கொண்டு போனாள். "அந்தக்கா இருவது ரூவா அட்வான்ஸ் குடுத்துட்டு வண்டிய இழுத்துக்கினு போச்சு. உங்கிட்ட சொல்லுச்சாமே"

"ஆமா. சும்மா நிக்கறத ஒரு மூணு ரூவா வரட்டுமே." அவர்களைக் கடந்து, இரண்டு போலிஸ்காரர்கள் போய்க்கொண்டிருந்தார்கள். தகரக் கூரைக்கடியில் கள்ளச்சாராயம் வெளிப்படையாக விற்றுக் கொண்டிருந்தார்கள்.

"இன்னா மாமா! போலிஸ் போவுது?. இந்தப் பசங்க தைரியமா வித்துக்கினு இருக்கிறானுங்க" ஆராயி ஆச்சரியமாகக் கேட்டாள்.

"எல்லாம் மாமுல் தான். அதான் வாங்கிக்கினு போறானுங்களே" அவன் சாதாரணமாகச் சொன்னான்.

"நீ இங்கல்லாம் என்னைத் தேடிக்கினு வராத. நீ முன்னால போ! நா வர்றேன்" அவளை லேசாக முன்னால் தள்ளி விட்டான்.

அவன் கையை உறுதியாகப் பிடித்துக்கொண்டு "வா மாமா! எதுக்கு நீ இங்கல்லாம் சுத்திக்கினு இருக்கற, வா" அவனைப் பிடித்து இழுத்தாள். அவர்கள் குடிசையை நெருங்கும்போது செந்தாமரை கடைக்குப்போய் வந்துகொண்டிருந்தாள்.

"கையோடு புடிச்சி இழுத்துக்கினு வந்துட்டியா?. வயசுப்புள்ள ஒரே எடத்துல இருந்தாலும் ஒரு மாதிரியா இருக்கும். அங்க இங்கன்னு நடக்கட்டும் உடு. சின்னப்புள்ளயத் தேடற மாதிரி தேடிங்கெடக்குற" கிண்டலாகச் சொல்லிவிட்டு குடிசைக்குள் போனாள். "சரி, வா... சாப்புடு." குடிசையைத்தாங்கி நிற்கும் நடுத்தூணுக்கு அடியில், பூனை பொம்மை தலையாட்டிக்கொண்டிருந்தது. பக்கத்தில் இருந்த பொம்மைக்கு இரட்டை சடை பின்னல் போட்டு, புடவை கட்டி விட்டிருந்தாள். அது, தூணில் சாய்ந்தபடி இருவரையும் பார்த்து சிரித்தது. சுவரில் தலையணை போட்டு, அவனை சாய்ந்து உட்காரவைத்து சோற்றைப் பிசைந்து ஊட்டினாள்.

"கறி நல்லா ருசியா இருக்குது."

"ஆமா. கடக்காரன் இளங்கறின்னு சொல்லிதான் போட்டான்".

"தபால்!" வெளியே குரல் கேட்டு, எட்டிப் பார்த்தாள்.

"செங்கேணியா?" தபால்காரர் கேட்டுக்கொண்டே கடிதம் ஒன்றை நீட்டினார்.

வாங்கிப் பிரித்துப் பார்த்தாள். முழுமையுமாக ஆங்கிலத்தில் இருந்தது.

"கோர்ட்லருந்து வந்திருக்கும்?"

“பாளையண்ணன் வரட்டும், காட்டலாம்” என்றவள், பொம்மைகளின், பக்கத்தில் கடிதத்தை வைத்துவிட்டு அவனுக்கு சோறு ஊட்டி விட்டாள். அவனது கண்கள் எப்போதும் சிவந்து, அச்சம் தரும்படி இருந்தது. அவனுக்கு எதுவும் ஆகிவிடுமோ என்று அஞ்சினாள். ஆனாலும் அவனது உடம்பு முன்எப்போதையும்விட ஒரு சுற்றுப் பெருத்து மினுமினுப்பாய் இருந்தது.

“சரி, நீ சாப்புடு. ஆராயி, இப்பல்லாம் நா உன்னை சாப்பிட்டியான்னு கூட கேக்கமாட்றேன் இல்ல?” என்றவன், அவளை வழக்கத்துக்கு மாறாகக் கூர்ந்து கவனித்தான். “உன்னைத் தனியா வுட்டுட்டுப் போய் சேந்திருப்பன். நெனைச்சா இப்பகூட ஒதருது” என்றவன், அவளிடம் கையைக் காட்டினான். கூரை வழியாகப் பாய்ந்த சூரிய ஒளியில் அவனது கையில் ரோமம் குச்சிபோல் எழுந்து நிற்பதைப் பார்த்தாள். அவன் கையை ஆதரவாகத் தடவிவிட்டாள். அவனது சிவந்த கண்கள் கலங்கி ஈரமாயின.

“உனக்கு ஒண்ணும் ஆவாது மாமா! அத்தினி பேர்ல நீ தப்பிச்சியிருக்கறேன்னா, நாம ரெண்டு பேரும் இன்னும் ரொம்ப நாளு வாழ்வோம். நீ படுத்துத் தூங்கு. உன்னை டாக்டரு நல்லா தூங்கச் சொல்லியிருக்குறாங்க. நீ எதுக்கும் கவலப்படாத மாமா! நாயிருக்கேன். உன்னால வேலைக்குப் போவ முடியலன்னாலும் நானு வேலைக்குப் போயி உன்னைக் காப்பாத்துறேன்...”

அவள் சொல்லி முடிப்பதற்குள், ஓங்கி அவள் கன்னத்திலே அறைந்தான். ஒரு கணம் திடுக்கிட்டுத் தடுமாறி பின்னால் சரிந்தாள்.

“மாமா.... மாமா... என்று முனங்கிக்கொண்டு, அவன் அறைந்த கையைப் பிடித்துக்கொண்டு அவனை உற்றுப்பார்த்தாள். அவளது உடல் நடுங்கியது. செங்கேணியின் கண்களில் இருந்து நீர் சடசடவென கொட்டியது.

“நா இன்னா, செத்தா போயிட்டேன். நீ வேலைக்குப் போறதுக்கு? நா இருக்கும்போது....” அவனால் பேச முடியவில்லை. நா தழுதழுத்தது. விம்மினான். அறைபட்ட அவள் கன்னத்தை தடவிக் கொடுத்தான். பரிதாபமாகப் பார்த்த அவளை இழுத்து இறுக்கியணைத்துக் கொண்டான். அவர்களுக்குள் காதல் நிரம்பி வழியும்போதெல்லாம் கண்ணீரும் கசிந்தது. அவனோ, அவளது ஆதரவான அணைப்பில், அவளுள்ளத்திலோ சொல்ல முடியாத கலக்கம். ஆனாலும் பிற்பகலில் அவர்கள் அமைதியாக உறங்கினார்கள்.

மாலையில் பாளையத்திடம் கடிதத்தைக் கொடுத்தான். அவன் படித்துவிட்டு, “இன்னைக்கு புதன்” என்று முணுமுணுத்தபடி விரல் விட்டு எண்ணினான். “வெள்ளிக்கிழமை காலையில பதினோரு மணிக்கு வக்கீலப் போய் பாக்கணுமா? அன்னைக்கு நாகூட வரம்பா”

“சரிண்ணா!”

“இன்னா, நஷ்டஈடு தர்றதப் பத்தி பேசுவாங்க. சரி, ஒக்காரு. பாத்துக்கலாம்'' செங்கேணி பக்கமாக நாற்காலியைத் தள்ளிப்

போட்டான். அவர்கள் பக்கத்தில் நின்றிருந்த ஆராயி திடீரென முந்தானையால் வாயைப் பொத்திக்கொண்டு குடிசை சந்துக்கு ஓடினாள்.

குமட்டிக் கொண்டு வந்ததை வெளியே துப்பும் சத்தம் கேட்டது.

"தே.... செந்தாமரை! அந்தப் பாப்பாவப் போய் பாரு." பாளையம் அவசரமாகக் கூப்பிட்டான்.

செங்கேணி பதறியெழுந்தான்.

"ஒக்காருப்பா. ஒண்ணுமில்ல." நாற்காலியில் இருந்து எழுந்தவனை கையைப் பிடித்து, பாளையம் உட்கார வைத்தான். தகரக்கூரைப் பக்கமிருந்து கரி திருடுபவள் வந்துகொண்டிருந்தாள். அவள், ஆராயி குமட்டியெடுப்பதைப் பார்த்துவிட்டு "இன்னா பொண்ணு! புள்ள வாந்தியெடுக்கறியா... எடு." அவள் சொல்லி சிரித்துக்கொண்டே போனாள்.

அதற்குள் செந்தாமரை, ஆராயியை கைத்தாங்கலாக அழைத்து வந்தாள். அவள் நடக்க முடியாதபடி சோர்வாக இருப்பது தெரிந்தது. ஆராயியை குடிசைக்குள் அழைத்துப்போய் படுக்க வைத்துவிட்டு "ஒண்ணுமில்லப்பா! பயப்படாத" சொல்லிக்கொண்டே அவசரமாக ஓடினாள். கொஞ்ச நேரத்தில் வயோதிகப் பெண் ஒருத்தியுடன் குடிசைக்குள் போனாள். குசுகுசுவென பெண்கள் பேசிக்கொள்ளும் ஓசை கேட்டதே தவிர, ஒன்றும் புரியவில்லை. செங்கேணி படபடப்புடன் உட்கார்ந்திருந்தான். அந்த நேரத்தில் வந்து சேர்ந்த மருதுவும், பாளையத்துடன் பேச ஆரம்பித்து விட்டான். ஆனால், எதுவும் செங்கேணியின் காதில் விழவில்லை. இருள் சூழத் தொடங்கியிருந்த வேளையது. குடிசை வாசல் வழியாக உள்ளே என்னதான் நடக்கிறது எனப் பார்க்க முயன்றான்.

முதலில் வயோதிகப் பெண் வெளியே வந்தாள். அவளிடம் முந்தானையில் இருந்து அவிழ்த்தெடுத்த சில்லறைகளைக் கொடுத்து "வெத்தல வாங்கிப் போட்டுக்க அத்த," என்றாள்.

"இன்னா?" பாளையம் மெதுவாகக் கேட்டான்.

"எவ்ளோ நாளைக்குதான் ரெண்டு பேரும் தனியா இருப்பாங்க? தொணைக்கு ஒண்ணு வருது... உக்கும்." சொல்லிவிட்டு லேசான வெட்கத்துடன் சிரித்தபடி குடிசைக்குள் போய்விட்டாள்.

"நீ எதுக்குப்பா பேயறைஞ்சா மாதிரி ஒக்காந்துக்கீற? போ.... போய் பாரு, நல்ல விஷயந்தானே? போ...."

விட்டா போதும்னு செங்கேணி காலை இழுத்துக்கொண்டு குடிசைக்குள் நுழைந்தான். சிம்னி நிதானமாக எரிந்துகொண்டிருந்தது. ஆராயி, பாய் மீது கூரையைப் பார்த்தபடி படுத்திருந்தாள். செங்கேணி உள்ளே நுழைவதைப் பார்த்து, எழுந்திருக்க முயன்றாள்.

"படுத்துக்க... படுத்துக்க.... ஆராயி உனக்கு எதுனா கஷ்டமா இருந்தா சொல்லு. அந்த டாக்டாரண்ட போய்ட்டு வரலாம்"

"வாணாம் மாமா!" சொல்லிக்கொண்டே எழுந்து உட்கார்ந்து, முந்தானையை இழுத்துப் போர்த்திக்கொண்டாள். அவளுக்கு லேசாக குளிருவதுபோல இருந்தது. அவள் பக்கத்தில் உட்கார்ந்து, அவள் கையைப் பிடித்து மடி மீது வைத்துக்கொண்டான். கை சூடாக இருந்தது.

அவள் முகத்தை முதல் முறையாகப் பார்ப்பவன்போல ஆசையோடு பார்த்தான். ஆராயி, அவனைப் பார்க்க தவிர்ப்பவள்போல தலையைத் தாழ்த்திக் கொண்டாள்.

"பாளையண்ணன் சம்சாரம் சொன்னாங்களே, அது இன்னா?"

"போ மாமா!" அவள், அவனிடம் இருந்து கையை இழுத்துக் கொண்டு முந்தானையால் முகத்தை பொத்திக்கொண்டாள். அவள் முகத்திலிருந்து கையை விலக்கினான். ஆனாலும் குனிந்தபடியே இருந்தாள். அவளது கைகள் செங்கேணியின் கையை இறுக்கப் பிடித்திருந்தது. ஆராயி, தன் கையை மேலும் இறுக்கிப் பிடிக்க வேண்டுமென விரும்பினான்.

"அன்னக்கி நா செத்துப் போயிருந்தனா இப்டி உன்னைப் பாத்திருக்க முடியாதுல்ல..."

அவளுக்கு யாரோ பாராங்கல்லைத் தூக்கி தலையில போட்டது போல இருந்தது. அவனை முறைத்துப் பார்த்தவள், அவன் கையை உதறிவிட்டு எழுந்திருக்க முயன்றாள். அவன் சட்டென அவள் கையைப் பிடித்துக்கொண்டு "அட! ஒக்காரு" அவள் செங்கேணியின் கையை உதறினாள்.

"அட! இன்னா சொல்லிட்டேன் ஒக்காரு." மெதுவாக இழுத்து அவளை உட்காரவைத்தான்.

"இப்டிதான் பேசுவியா? இப்டில்லாம் பேசாத திணறினாள். அந்தக் கணத்தில் அவள் கண்ணீரை விரும்பவில்லை ஆனாலும் அது வழிந்தது.

"உனக்கு எதனா? ஆயிருந்தா, நா மட்டும் இப்ப ஒக்காந்துக்கினு இருந்திருப்பனா"

அழுகையினூடே குரல் தெளிவாக வந்தது. கண்களை உற்றுப் பார்த்தவன், அவளது முந்தானையால், அவளது கண்ணீரைத் துடைத்தான்.

"நீ அழாத எனக்கு இன்னாமோ, நீயில்லாம நா தனியாளா இருந்திருந்தனா, அன்னைக்கு செத்துட்டுருப்பன்னு எம் மனசுக்குள்ள யாரோ சொல்ற மாதிரியிருக்குது. அதான் உங்கிட்ட சொன்னேன்" அவளுக்கு திக்கென்றிருந்தது.

"உனக்கின்னா மாமா! நீதான் நல்லாயிட்டியே? வண்டி வாடகை வருது. அக்கா, மாமா கிட்டசொல்லி கொஞ்சம் காசு எதனா வாங்கி, ரெண்டு வண்டி செய்து. வாடகைக்கு வுடலாம். செல்லக்கண்ணு சொல்லுச்சி. நா, பாத்துக்கறேன். நீ கவலப்படாத மாமா!"

"அட நீ ஒண்ணு. தோ நாளைக்குப் போயி கட்ட பிரிச்சிக்கினு வந்துட்டன்னா! நானு பொழப்புக்குப் போயிடுவன்...." பேச்சை

நிறுத்தியவன் "ஆராயி எனுக்கு அடிபட்டுச்சில்ல,4 அதுக்கு நஷ்டஈடு தரப் போறாங்களாம். அதுக்குதான் அந்த வக்கீலு, லட்டர் போட்டிருக்கார்"

"உம்!" அவள் ஆச்சரியமாகக் கேட்டாள்.

"எவ்ளோ தருவாங்க மாமா?"

"வக்கீலப் பாக்க எங்கூட பாளையண்ணன் வர்றேன்னாரு. போனாதான தெரியும்?"

"மொத்தம் ஒம்போது ஆளுங்க செத்துட்டாங்களாம்"

"பச்..." ஆமாம் என்பதுபோல தலையாட்டினாள்.

"என்னோட சேத்து பத்தாயிருக்கணும். என்னமோ, நா தப்பிச்சிட்டேன் இல்ல..." அந்தக் கணத்தில் அவனுடல் நடுங்குவதைப் பார்த்தாள்.

"எவ்ளோ காசு வந்தாலும் எம் பொண்ணுக்குதான்".

"உக்கும்." அவள் வெட்கத்தோடு நெளிந்தாள்.

"பொண்ணு... அதெப்டி புள்ள கூடத் தான் பொறக்கும்." அவள் அவனை வெறுப்பேத்தினாள்.

"நீ வேணா பாரு, பொண்ணு தான் பொறக்கும். அதுக்கு எங்கம்மா பேரு வெப்போம், பாரேன்."

"இன்னா பேரு மாமா?" பேராசையோடு கேட்டாள்.

"பானு! எங்கம்மா பேரு பானு." அவன் கை தடதடவென ஆடியதைப் பார்த்தாள்.

"எங்கம்மா பேர வைக்கணும், இன்னா?"

"சரி மாமா எங்க மாமியா பேர நா எப்டி கூப்புடறது"

அவன் சட்டென சொன்னான். "அவுங்க உனக்கு மாமியாரு இல்ல சாமி!" அவனை சிரிக்க வைப்பதற்காக அவள் சொல்ல முயன்ற எல்லாவற்றையும் அவன் கண்டிப்பான முறையிலேயே எடுத்துக் கொள்வதைப்பார்த்து அவள் உள்ளுக்குள் வருந்தினாள்.

"சரி, நம்மளுக்குப் பொண்ணுதான் பொறக்கும். பொண்ணு பொறந்தா உனக்கு சந்தோஷமா இருக்குமா மாமா?"

"ஆமா." அவன் குரல் எங்கோ தூரத்தில் ஒலிப்பதுபோல இருந்தது. அவன் முகத்தில் சிரிப்பையும் மகிழ்ச்சியையும் காண விரும்பினாள். அவனைச் சீண்டி விளையாட அவளுக்கு ஆசையாக இருந்தது.

"பொண்ணு பொறந்து, அதுக்கு எம் மாமியார் பேர வைக்கணும்னு ஆசப்படற. ஆனா, நா புள்ளயப் பெத்துகணும்னு ஆசப்பட்டன்னு வச்சுக்க, அப்ப இன்னா பண்ணுவ?"

"நீ சும்மா சொல்ற. உனக்கும் பொண்ணுதான புடிக்கும்?"

"அதெப்டி நீ சொல்லுவ? எனக்குப் புள்ளதான் புடிக்கும்." அவள் சிணுங்கினாள்.

அவன் ரெண்டு கைகளாலும் ஆராயி முகத்தை ஏந்திக்கொண்டு "நீ பொய் சொல்ற. உம் மூஞ்சியப் பாத்தாலே தெரியுது, பொண்ணுதான் பொறக்கப் போவுது. உம் மூஞ்சி ரொம்ப அழகா இருக்குது. அதுல

எங்கம்மா தெரியுறாங்க" அவள் கண்களை உற்றுப் பார்த்தான். கூரையின் நடுத்தூணடியில் இருந்த, சீவி சிங்காரித்திருந்த பொம்மையைத் தூக்கி அவள் மடியில் கிடத்தினான்.

"சரி மாமா! உன்னோட ஆசப்படியே பொம்பளப் புள்ளதான். அதுக்கு உங்கம்மா பேரையே வப்போம். நா வேணும்னா பேருக்கு பதிலா பாப்பான்னு கூப்பிட்டுக்கறேன் இன்னா..." சின்னக் குழந்தையைக் கேட்பதுபோல கேட்டாள்.

அவனும் குழந்தையைப்போலவே தலையாட்டினான்.

குடிசையின் உச்சியில் குருவிகளின் கீச்சொலிகள் கேட்டன.

"உனக்குதான் பொண்ணு பொறக்க போவுதே.. நீ சிரிக்க மாட்டன்றயே சிரி மாமா!"

அவன் சிரித்தான். அவனது வெண்ணிறப் பற்களில் சிம்னியின் ஒளி தெரிந்தது.

அந்தச் சிரிப்பு முழுமையற்று ஏதோ நாடக பாணியில் இருந்தது. குடிசையின் உச்சியில் இருந்து, குருவிகள் கத்தின. குடிசைக்குள் கீச்சொலி இசையாக ஒலித்தது.

"சரி, மாவுளியண்ணக் கிட்ட சொல்லி வை. கட்டு பிரிக்க நாளைக்கு ஆஸ்பத்திரிக்குப் போவணும்'' அவள் உறங்குவதற்கு முன்பாகச் சொன்னாள்.

22

குடிசைக்குப் பின்புறம் குடியர்களின் சச்சரவும் கூரையோலைகளை உரசிச் செல்லும் ஓசையும் ஓய்வற்று கேட்டுக்கொண்டிருந்தன. பேய்க்காளியின் சத்தம் இப்போது அதிகமாகவே கேட்டது. அவனது முகம் முன்னெப்போதையும்விட அச்சமூட்டுவதாகவும், அவனது குரல் சிடுசிடுப்பு மிக்கதாகவும் மாறிவிட்டன.

செல்லக்கண்ணுவின் கணவன் வெகுநாள் கழித்து ஒரு லாரியுடனும், குட்டையாகவும் சற்றுப் பருமனான ஒருத்தியுடனும் வந்து சேர்ந்தான். செல்லக்கண்ணுவுக்கு வீட்டுக்காரன் லாரியோடு வந்தது ஆச்சரியம். அதைவிடவும் கூட வந்தவளைப் பார்த்து ஆச்சரியமடைந்தாள். அவளுக்கு தமிழ் கொஞ்சமாகத்தான் தெரிந்திருந்தது. பெரும்பாலும் தெலுங்கு பேசினாள். வந்து, முதல் வேலையா செல்லக்கண்ணுவின் காலில் விழுந்து, "எக்கா! நீ கைவிட்டினா, நானு நடுத் தெருவுல தான் நிக்கணும். நானு உனக்கு மோசம் பண்ண மாட்டேன். இந்தாளு பொண்டாட்டியில்லாதவன்னு பழகிட்டேன். வயித்துல நாலு மாசப் புள்ளயிருக்குது. நீ தான் என்னைக் காப்பாத்தணும்" கையெடுத்துக் கும்பிட்டாள்.

என்ன பண்றதுன்னு புரியாமல், தலையில கைய வச்சிக்கினு ஒரு பகலும், ராத்திரியுமா குடிசை மூலையில ஒக்காந்து கெடந்தா. அவ

முன்னாடி பணத்த எடுத்து வச்சிகிட்டு பெரிய கருத்த பூதம் மாதிரி சிவா உட்கார்ந்திருந்தான்.

வந்தவள், சாமர்த்தியகாரி. வீட்டை சரிபண்ணிட்டு பித்தளைத் தவளையை எடுத்துக் கொண்டு தண்ணீர் பிடிக்கப் போகும் பெண்களோடு குழாய்க்குப் போய்விட்டாள்.

செல்லக்கண்ணு முன்பாக அவள் கணவன் சிவா, அவர்களுக்கு இடையே கற்றையாகப் பணம்... எண்ணிப் பாத்தா ஆயிரம் ரூபாய்க்கு மேல இருக்கும். மனசுக்குள்ள கணக்குப் போட்டுப் பார்த்தாள். அதைவிடவும் அவன் தூக்கி வந்த பெரிய பை, அவளது கவனத்துக்கு வந்தது.

"நீயெல்லாம் ஒரு ஆம்பளன்னு எதுக்கு இருக்கணும். தோ, வுட்டுட்டுப்போயி ஒரு வருஷத்துக்கு மேல ஆவப் போவது. செத்தனா, பொழைச்சனான்னு இல்லாம, அவ கூட அங்கயே அட்டியே இருந்துட வேண்டியதுதானே... மானங்கெட்டவனே, எந்தக் குடும்பத்தக் கலைச்சி அவள இழுத்துக்கினு வந்த. நாசமாப்போறவனே? வேற எங்கனா போறதான? எதுக்குடா இங்க வந்த?. நா ஒருத்தி உனக்கு இளிச்ச வாயி பொம்பள இல்ல. வேமானி! நாலு நாளைக்கு இருந்துட்டு, அவள இழுத்துக்கினு எங்கணா போயிட்டு, மறுபடியும், ஒரு வருஷம் கழிச்சி வர போறியா... தூ." என்று துப்பியவள், அவள் முன்பாக பாதியாக மடித்து கற்றையாக இருந்த பணத்தை தூரத் தள்ளினாள். அது சரிந்து விழுந்தது. ஐம்பது, இருபது, பத்து ரூபாய் நோட்டுகள். அவன் மீண்டும் நோட்டுக் கற்றையைச் சரிசெய்து அவள் முன்பாக வைத்தான்.

அவளுக்கு அழுகை வந்தது. தேம்பியழுதாள். தலையில் அடித்துக் கொண்டு, ஆத்திரம் அடங்காமல் அவன் மீது பாய்ந்து, பரட்டையான அவனது தலைமுடியைப் பிடித்து உலுக்கினாள். அவன் மரம்போல குலுங்கிவிட்டு சிரித்துக்கொண்டு அமைதியாக இருந்தான். ஒரு கட்டத்தில் அவள் கையை பிடித்துக்கொண்டு "ஏய்! சும்மா கத்தாதடி.... பணத்த எடுத்து வையி. இனி எங்கயும் போவல. சொந்த லாரிதான இங்கயே ஓட்டிக்கலாம்" என்றவன், போய்... பையைத் தூக்கிவந்தான்.

"நீ எங்கியோ எவ கூடவோ ஓடிப்போயிருப்ப இல்ல, செத்துப் போயிருப்பன்னு நெனைச்சு, நா எம் போக்குல வாழ்ந்துக்கினு இருக்கேன். நீ திடுப்புன்னு ஒருத்திய கூப்புட்டுக்கினு வர்ற... என்னைக்கு எங்க ரெண்டு பேரையும் உட்டுட்டு ஓடப் போறியோ போ."

"உங்கக்கா எப்டியிருக்குது.?" சிவா கேட்டான்.

"உம், எப்டியிருக்குது... புள்ளயப் பெத்துக்கினு நல்லாதானிருக்குது. அதுக்கின்னா?"

"புள்ள பொறந்துகீதா? இன்னாடி சொல்ற? அட." அவன் ஆச்சரியமாக கேட்டுக் கொண்டே பையில் இருந்து ரேடியோப் பெட்டியை வெளியே எடுத்து வைத்தான். அவளுக்குப் பிடித்த நிறத்தில் இரண்டு சேலைகள், இரண்டு பெரிய வெளிநாட்டு சாராயப் புட்டிகள்.

புடவையை எடுத்து அவள் மடி மீது வைத்துவிட்டு சிதறிக் கிடந்த பணத்தையும் எடுத்து அவள் மடி மீது வைத்தான். அவளது ஆத்திரம் தணிந்தது போலிருந்தது.

"இன்னாடி சொல்ற? உங்கக்காவுக்கு புள்ள பொறந்திருக்குதா?" மீண்டும் ஆச்சரியத்துடன் கேட்டான்.

"ஆமாய்யா.. நீ வருசத்துக்கு ஒருவாட்டி தலையக் காட்டிட்டுப் போய் ஊர் மேய்ஞ்சிக்கினு எவ எவளுக்கோ புள்ளயக் குடுத்துட்டு வா.... பாவி!" அவள் வயிற்றெரிச்சலோடு வயிற்றில் அடித்துக்கொண்டு ஓ வென்று கத்தினாள்.

"அடி சீ! அடங்குனவள சீண்ட விட்டுட்டமே?" என்று தலையில் கை வைத்துக்கொண்டு உட்கார்ந்துவிட்டான். அக்கம் பக்கத்து சனம் குடிசைக்குள் எட்டிப் பார்த்துவிட்டுப் போனார்கள்.

"இன்னா தைரியமிருந்தா இவ்ளோ நாள் கழிச்சி வர்றவன், கூட ஒருத்திய கூப்புட்டுக்கினு வருவ?" அவள் வார்த்தையில் கோபத்தை விடவும் அவனை உற்சாகப்படுத்தும்படியான கள்ளத்தனம் இருந்தது. அவன் மீசையை நீவியபடி அவளைப் பார்த்து சிரித்தான்.

செல்லக்கண்ணு எரிச்சலோடு அவன் கன்னத்தில் குத்தினாள். அவள் கையைப் பிடித்து தடுப்பதுபோல அவளை சமாதானப்படுத்த, ஊர் ஊராய் போய், கற்றறிந்த வித்தையை காட்டத் தொடங்கி கதவைச் சாத்தி பெரிய கல்லை, கதவுக்கு முட்டுக்கொடுத்து வைத்தான்.

வெளியே தண்ணீர் பிடித்துக்கொண்டு வந்து நின்றாள். சிவாவுடன் புதிதாக வந்தவள். குடிசைக்கு வெளியே நீர் ததும்ப தவளையை வைத்துவிட்டு நின்றவளுக்கு, குடிசைக்குள்ளிருந்து கமுக்கமான ஓசைகள் கேட்டன.

"தோ, சிவா அண்ணன் கூட்டுட்டினு வந்தவ... பார்க்க அஞ்சலிதேவி மாதிரியிருக்குறா." யாரோ சொல்லிக்கொண்டு போனதைக் கேட்டாள்.

அடுத்த குடத்தை எடுத்துவர சீதா, போய் விட்டாள். வந்த ரெண்டு மூன்று நாட்களிலேயே அவள் எல்லோரிடமும் பேச, பழக ஆரம்பித்துவிட்டாள். செல்லக்கண்ணு காலியாக இருந்த பாளையத்தின் எதிர்க்குடிசையை முன்னூறு ரூபாய்க்கு வாங்கினாள். அவளது குடிசைக்குப் பின்புறம் குப்பைகள் அதிகமாகக் கொட்டப்பட்டு நாற்றம் சகிக்க முடியாதபடி வீசியது. கொசுத் தொல்லை.

புதிதாக வாங்கிய குடிசையின் தரை, சிமெண்ட் பூசி மழமழவென இருந்தது. பழைய குடிசையில் இருந்த பொருட்களை எல்லாம் புதுக் குடிசையில் கொண்டுவந்து நிரப்பினார்கள். தெருவும் அகலமாக இருப்பதால், லாரியைக் கொண்டுவந்து நிறுத்திக்கொள்ளலாம்.

"சிவா வந்துட்டான். இனி மாவுளிய கையில புடிக்க முடியாது." பாளையம் சொல்லிவிட்டு சிரித்தான்.

"பாவம் மாவுளியண்ணன் பொஞ்சாதி போன எடந் தெரியல. சிவா ரெண்டு பொண்டாட்டிக் காரனாயிட்டான்"

செந்தாமரை பதிலுக்கு சொன்னாள்.

அந்த நேரத்தில் குடிசை சந்துகளிலிருந்து சிவா, மடக்கு கட்டிலைத் தூக்கிவந்தான்.

பாளையம் வீட்டு வாசலில் கச்சேரி களை கட்டத் தொடங்கியிருந்தது. செங்கேணி கால்கட்டு பிரித்துவிட்டு சுதந்திர மனிதனாக உட்கார்ந்திருந்தான். காலில் லேசாக வீக்கம் இருந்தது. அதன் மீது உப்பு புளி கலவை போட்டுக் காய்ந்திருந்தது.

"அவளப் பாக்கறதுக்கு பூமா மாதிரி இருக்குறா செல்லக்கண்ணு ஒண்ணும் சொல்லாம சேத்துக்கினு கீறாள." செந்தாமரை சொன்னான்.

"பின்ன, லாரியோட வந்திருக்கிறான். வாணாம் போடான்னுவாளா?" பாளையம் கிண்டலாக சொன்னான்.

"தூ, மானங்கெட்ட பயலுங்க!" என்றபடி செந்தாமரை குடிசைக்குள் போய் விட்டாள்.

பாளையம் சிரித்துக்கொண்டான். மாவுளி பெரிய பிளாஸ்டிக் தொட்டியை தூக்கிக்கொண்டு வந்தான்.

"ஆ! ஜமா சேந்துட்டாங்கப்பா." பாளையம் செங்கேணியைப் பார்த்து சொன்னான்.

"ரெண்டு பேரும் சிநேகிதங்களா?" செங்கேணி கேட்டதற்கு பாளையம் சிரித்துக் கொண்டே "சிநேதிங்களாவா ரெண்டு பேரு ஒண்ணு சேந்தா ஒரே அமக்களம்தான் போ. பாரு, ரெண்டு பேருமே போதையில நிதானமில்லாம இருக்குறானுங்க"

"இன்னா மச்சான்! பாத்தியா? உன் வூட்டுக்கு முன்னாடியே வந்துட்டேன்" சிவா, பாளையத்தைப் பார்த்து குரல் கொடுத்தான்.

"வா மாமா! அதான் பாத்துக்கினு இருக்கனே" மடக்குகட்டிலைப் பிரித்துப்போட்டு "வா சிநேகிதா வா! குந்து. மிச்சத்த அவளுங்க எடுத்தாரட்டும், வா" மாவுளி கையைப் பிடித்து உட்கார வைத்து தானும் உட்கார்ந்து, கொண்டான். சிவாவின் உடலெங்கும் பெரிய பெரிய படங்களாக பச்சை குத்தியிருந்தது. எல்லாமே பெண்களின் நிர்வாணப் படங்கள். வலது மார்பிலே, இதயத்திலே கத்தி நுழைந்து ரத்தம் சொட்டுவதுபோல வரைந்திருந்தது. நடுத்தர உயரமென்றாலும் கட்டான உடம்பு, தலையில் அடங்காத சுருட்டை மயிர். நரம்புகளோடிய கைகளென கருப்பும், வெளுப்பும் அற்ற நடுத்தரமான நிறம், முன் பல்லில் ஒன்று பாதியாக உடைபட்டிருந்தது.

"இவ்ளோ படம் வரைஞ்சி வச்சிங்கீர... நம்ம தலைவர் படத்துகிட்ட இதுல்லா இன்னா பண்ணும்?" மாவுளி, மார்பைத் தட்டிக் காண்பித்தான்.

"தூ.. வாய மூடு." லுங்கியைத் தூக்கிக்காண்பித்தான். தொடையில் மலைகளுக்கிடையே பகலவன் எழுவது போன்று பச்சை குத்தியிருந்தான்.

"இன்னாத்துக்கு மாமா அங்க குத்திக்கினு இருக்கற?"

"எல்லாம் ஒரு கணக்கு தான்."

"இன்னா கணக்கு, சொல்லு?"

"ஏய் மாங்கா! நா ஆந்திரா, கர்நாடகான்னு சுத்தறவன்டா. எதுனா பிரச்சனன்னா தவுடாயிக்கலாம் பாரு."

“அதான பாத்தா பயம் கோ... நாங்கள்லாம் தில்லா நெஞ்சில குத்திங்கீறன். பாத்தியா...”

அவர்கள் பேசிக்கொள்வதை வேடிக்கை பார்த்துக்கொண்டிருந்த பாளையத்தை நோக்கி வேலு வந்து கொண்டிருந்தான். அவன் கையில் தபால் இருந்தது.

“நேத்து மீட்டிங்கு போனியாண்ணா?”

“போனம்பா. இன்னா அது”? தபாலை பாளையத்திடம் கொடுத்தான். பாளையம் படித்தான். “உம், செகட்ரியேட்ல வேல வந்திருக்குது. இனி நம்ப வேலுவ கையில புடிக்க முடியாது.” கிண்டலாக சொன்னான்.

“ஏன்னா அப்டி சொல்றீங்க?”

“அதுலப்பா, வேல வந்த ஒடனே நம்மாளுங்களுக்கு இந்த எடம் புடிக்காது. மொத வேலையா திருப்பதிக்குப் போய் மொட்டயடிச்சிக்கினா தானப்பா தூக்கம் வரும். அதான வழக்கம்?”

“அது சரி, மத்தவங்களுக்கும் நம்மளுக்கும் வித்தியாசம் இல்லியாணா” வேலு மன உறுத்தலுடன் சொன்னான்.

“உம், அதான் இட ஒதுக்கீடு. இல்லன்னா, உனக்கும் எனக்கும் எவன் வேல தருவான்?. அத நாம மறக்கக் கூடாதுல்ல, அத மறக்கலன்னா? இட ஒதுக்கீட்டுக்கும், திருப்பதிக்கும் என்ன சம்பந்தம்னு புரிஞ்சுக்கவாவது செய்யணும் இல்ல...”

ஆமாம் என்பதுபோல வேலு தலையாட்டினான்.

அங்க பாரு, லாரி மொதலாளி தொடையிலயும் ரிக்ஷா முதலாளி மார்லயும் தட்டிக் காட்றத. ஒரு ஆளு இந்த வயசுலயும் தடிய ஊனிகுன்னு கத்தறார். யார் காதுல விழுது?. நல்ல விதமா சொன்னா. சிரிச்சிட்டு, போயிடுவான்னு அசிங்கமா திட்டி சொல்றான். எவனுக்காவது ஒறைக்குதா? நம்மளுக்குதான் சிந்திக்குற புத்தியில்ல. ஒருத்தரு சிந்திச்சி சொல்றார். காது குடுப்பம்னு எவனுக்காவது தோணுதா?”

“இன்னா பாளையம்! நேத்து பட்டாளம் கூட்டத்துக்குப் போய் வந்தியா? ஒரு வாரத்துக்குப் போற, வரவன உடமாட்டிய?” மாவுளி இப்டி சொன்னதும் பாளையத்துக்கு சுர்ரென கோபமேறியது.

“யோவ் பாளையம்! இங்க வா. நா சொல்றதக் கேளுன்னு எம் பேரச் சொல்லிக் கூப்புட்டு சொன்னாங்களா? சொரண இருக்கறவ கேட்டுக்க. இல்லாதவ சரஸ்வதி, மகாலட்சுமி தியேட்டர்ல போய் சினிமா பாரு. ஒருத்தனாவது திருந்த மாட்டானான்னுதான் சொல்லிக்கினு இருக்கறாரு” கோபமாகச் சொன்னான்.

“அட! போ பாளையம்... நீயும், அந்தாளும் பாவம். அவருந்தான் இந்த வயசுலயும் சுத்தி சுத்தி கத்தறாரு. கடவுளு இல்ல, கல்லு இல்லன்னு... இல்லன்னா, முடிஞ்சி போச்சா... சரிப்பா, உனக்கு வாணா எனக்கும் வாணா நானு கடவுளு இல்லன்னு வுட்டற்றம்பா... பெருசா இன்னா மாறிட போவுது... ரிக்ஷாகாரா மாறப் போவுதா? இல்ல...

லாரி, ஏரோபிளானா மாறப் போவுதா? இல்ல, வெள்ளக்காரிச்சிதான் எனக்குப் பொண்டாட்டியா வந்துறப் போறாளா? இன்னா நடந்துடும் சொல்லு", மிக கருத்தாகப் பேசி விட்டதுபோல் தீவிர முகபாவத்துடன் மாவுளி கேட்டான்.

"கடவுளு இருக்குறாரு, இல்ல... மொதல்ல உனக்கு சொரண இல்லிய்யா..." பாளையம் குத்தலாகச் சொன்னான். மாவுளி இடைமறித்தான். "இல்ல, இல்ல. நீ இப்டி மொட்டையா சொல்லக் கூடாது. நா ரோஷக்காரன் கோ... எனக்கிருக்கிற சொரண இங்க எவனுக்கும் கெடையாது. மச்சான் எனக்கு இன்னா சொரண இல்ல, சொல்லு..."

"யோவ்! நீ மெட்ராஸ்ல பொறந்து, வளர்ந்தவனா?"

"இல்ல. திண்டுக்கல் பக்கம்."

"நீ ஊர்ல செருப்பு போட்டுருக்கிறயா இல்ல, தோள்லதான் துண்டு போட்டுருக்கறயா?"

"ஊர்க்கார முன்னாடி...செருப்ப உடு. தோள்ல துண்டு போட்டா உட்ருவானுங்களா. தோல வுரிச்சிடுவானுங்கப்பா..."

"தெரியுதுல்ல... இப்ப நெலம மாறியிருக்குதே, எப்டி?"

"எங்க மாறுச்சி?" மாவுளி குறுக்கிட்டான்.

"யோவ்! முன்னைக்கு இப்ப மாத்தமா இல்லயா?"

"எவ்ளோ மாறிக் கீதுப்பா!"

"யாரு மாத்தனது?"

"யாரு மாத்தனது!" மாவுளி திருப்பிக் கேட்டான்.

"உங்கப்பன்யா.... உங்கப்பன்"

"பாத்தியா, பேசிக்கினே வந்து கலாய்க்கிற பாளையம்...."

"ஆமாய்யா! உங்கப்பாய்யா..." பாளையம் தீர்மானமாகச் சொன்னான்.

"இன்னாப்பா! ஒரே கொழப்பமா இருக்குதே... எங்கப்பானா, யாரு... யாரச் சொல்ற?"

"அதான்.. உன்னை சொரண கெட்டவன்னு சொன்னது சரி தான?. சட்டப்படி தீண்டாமை ஒழிக்கப்பட்டதுன்னு குறிக்குற விதி 17 சட்டத்துல ஏற்படுத்தி நீயும் நானும் இப்டி கால்ல செருப்பு, தோள்ல துண்டப் போட வச்சவரு, உனக்கும் எனக்கும் அப்பா இல்லாம, வேற யாரு? இன்னும் கூட அந்த சட்டம் சட்டமாதான் இருக்குது. அது யாரால, உன்னை மாதிரி ஆளுங்களாலதா."

பாளையம் முடிக்கும் முன்பே தரையில் கைகளின் ரேகை பதியும்படி ஓங்கியடித்தான்.

"நா தோத்துட்டேன் பாளையம்.... பாளையம்... நா தோத்துட்டேன். படிச்சவனுக்கும், என்னை மாதிரி பிளாகாத்தாடிக்கும் இதா வித்தியாசம். நம்ப அப்பாதான். அவரு அம்பேத்கரு, கரக்டா" பாளையத்தைப் பார்த்துக் கேட்டான்.

சிவா குலுங்கிக் குலுங்கிச் சிரித்தான். "இவ்ளோ படத்த மார்ல்யும் தோள்லயும் குத்திக்கினு இருக்கிறீங்க. "அவரு படம் ஒண்ணு

வச்சிருக்கிறியாய்யா.... யோவ்! போய்யா" பாளையத்தின் கடுகடுப்பு மறைந்து இயல்பாகக் கேட்டான். "அவரு எவ்வுயிரு பாளையம்! நீ ஊருக்குப் போயிட்ட. நா ஒருத்தனே சங்கத்துக்கு செவுரு கட்டிக் குடுத்தேன் தெரியுமா? மருத! கேளு, தோ... செங்கேணியக் கேளு அவரு படத்த... இங்க குத்தியிருக்கறேன் தெரியுமா?" ஆள்காட்டி விரலால் நெஞ்சுக்குள் குத்தி விடுவதுபோல் குத்திக் காட்டினான்.

"அதுக்குதாய்யா, பொழுது போனதும் சரக்க அடிச்சிட்டு கீழ வுழுந்து கெடக்காம, யாராவது எதுனா பேசினா காது குடுத்துக் கேக்கணும்... ப்ச்"

ஆர்வத்தோடு கைகளை முறுக்கிக் கொண்டு விரல்களைச் சொடுக்கினான்.

நூத்துக்கு அஞ்சு பேரா இருக்குறவங்க, அரசாங்கத்துல இருக்கற பெரிய பெரிய பதவியில ஒக்காந்துக்கினு இருக்கிறாங்க.... நம்மாளு பியூனாவும் கக்கூஸ் கழுவறவனாவுந்தான இருக்குறான். இதுக்கு காரணம் இன்னா, அவன் படிச்சிருக்கிறான். நம்மாளுக்குப் படிப்பு இல்ல"

"அத சொன்னியே, இது கரக்ட்டுப்பா" மாவுளி குறுக்கிட்டுச் சொன்னான்.

"யோவ்! வாய மூடிக்கினு கேளுய்யா. வெள்ளக்காரன் வந்த பொறவு தான் நம்மாளு, பள்ளிக்கொடம் பக்கமே போவ முடிஞ்சது தெரியுமா உனக்கு?" கோபமாகக் கேட்டான்.

வேலுவும், செங்கேணியும் வாய் திறக்காமல் கேட்டுக் கொண்டிருந்தார்கள். "கோதா மாட்னாயா மாவுளி?" சிவா சொன்னான்.

"சொல்லு.... சொல்லு... நீ சொல்லு பாளையம் அதெல்லாம் தெரிஞ்சிருந்தா நாரனு இப்டி நாய்ப் பொழப்பு பொழைப்பனா? நீ சொல்லு, படிச்ச புள்ள நீ சொல்லு பாளையம்!"

"கல்விய போதிக்கும்போது காதால கேட்கவோ, இல்ல கல்விய கத்துக்கறவன் காதுலயும், நாக்குலயும் ஈயத்தக் காய்ச்சி ஊத்தச் சொல்லி மனுன்ற ஒரு மசுறான் சட்டம் எழுதி வச்சிருக்கிறான். அது கூட உனக்கும் இல்ல. சூத்திரனுக்கே இதுதான் கதி". "அட! இது மாதிரில்லாம் கூடவா வேமானிங்க எழுதி வச்சிக்கிறானுங்க?" மாவுளி ஆச்சரியமாய் கேட்டுக் கொண்டே பாளையம் காலடியில் வந்து உட்கார்ந்துகொண்டான். "நீயெல்லாம் படிச்ச புள்ளப்பா. நம்மளுக்கு எங்க இதெல்லாம் புரியுது. இனிமயாவது புரிஞ்சுக்கறேன், சொல்லு." அவன் ஆர்வமாகக் கேட்டான்.

"ஆமா, யாரோ சூத்தரன்னு சொன்னிய... அது யாரு?"

"சரி, எழுந்துருய்யா... சேர்ல ஒக்காரு. வேலு, மடக்குநாற்காலியை மாவுளி பக்கமாக தள்ளிப் போட்டான்.

"எனக்கெதுக்குப்பா சேருல்லாம்?. வாத்தியாரு சொல்லிக் குடுக்கும் போது புள்ளங்க கீழதா குந்தணும். நீ சொல்லு பாளையம்." அவன்

உண்மையாகவே உள்ளார்ந்த ஆர்வத்துடன் கேட்டான். போதையும் கூட ஒரு காரணம் தான். எதிர்க்குடிசை வாசலில் மடக்குகட்டிலில் உட்கார்ந்துகொண்டு சிவா சிரித்துக்கொண்டே சொன்னான்.

"அடங்கொக்கால ஓய்! இன்னாடா..., வாத்தியார கபால்னு மாத்திட்ட?" வாசலில் நின்றிருந்த செல்லக்கண்ணு சிரித்தாள்.

"போ சிநேதா! நீயெல்லாம் பொண்டாட்டியயே மாத்தும்போது நா வாத்தியார மாத்தக் கூடாதா?. நம்ப வாத்தியாரு லெப்ட்ல வாங்கி ரைட்ல குடுக்க சொல்லித் தருவாரு. இந்த வாத்தியாரு ரைட்டு எது, தப்பு எதுன்னு சொல்றாரு. நீ சொல்லு பாளையம்." மாவுளி மிக ஆர்வமாக இருந்தான்.

சூத்தரன்னு சொன்னா, அது நாளம் சாதிய குறிக்கிறது. அதாவது பிராமண, சத்திரிய, வைஷ்யன், சூத்திரன் மேல இருக்குற மூணு பேருக்கு அடிமைன்னு அர்த்தம். பெரியார் பாஷைல வெளக்கமா சொன்னா, தப்பா பொறந்தவன்னு அர்த்தம்"

"அப்ப நாம இன்னா?" மாவுளி அவசரமாகக் கேட்டான். பிரம்மா இவங்க நாலு பேரதான் படைச்சாராம். ஒருத்தன் மூஞ்சிலருந்து, ஒருத்தன் மாருலருந்து வந்தானாம். ஒருத்தன் தொடையிலிருந்து, கடைசியா ஒருத்தன் பாதத்துலருந்து வந்தானாம்."

"எந்த போசடிக்கே! இப்டி சொன்னா..." மாவுளி கோபமாகக் கேட்டான். சில வினாடிகள் அமைதியாக இருந்தவன்,

"இன்னாப்பா நீ, இப்டில்லா எழுதுனவன உன்னமா வுட்டு வச்சிருக்கறாங்க?" அவன் கோபத்தோடு கேட்டான்.

"போய்யா! நீயும் உங்கோபமும். உன்னை மாதிரி ஆளுங்க ஆளுக்கு ஒரு பக்கமா ஓடுங்க.. அப்புறம் எப்டிய்யா உங்களுக்கு உண்மை தெரியும். உன்னையும், என்னையும் சுரண்டிப் பிழைக்கறதுக்குதான் இவ்ளோ ஏற்பாட்டையும் பண்ணியிருக்கிறானுங்க. நீயும், நானும் இன்னும் கோடான கோடி மக்களும் இதுலருந்து தப்பணும்னா புரிஞ்சுக்கணும் எவன் இன்னா சொல்றான்னு காது குடுத்துக் கேட்கணும். அப்ப தான் எது தப்பு எது சரின்னு நமக்கும் தெரியும். அந்த ஒரு ஆளு கத்துனா எவங்காதுல வுழும்? நீ கத்தறத கத்துடா, நாங்க ஆட்டறத ஆட்டறம்னு ஆட்டிக்கிட்டு இருக்கிறாங்க"

மாவுளி என்ன நினைத்தானோ, கால் மேல் கால் போட்டுக் கொண்டு பாளையத்தை உற்றுப் பார்த்தான். செங்கேணி கைகளை உராய்த்துக் கொண்டு நாற்காலியை நெருக்கமாகத் தள்ளிப்போட்டுக் கொண்டான். மின் நிலைய ஓசை தீவிரமாக இருந்தது.

"அது சரி பாளையம்! அந்த நாலு பேர்ல நம்ப இல்ல. அவங்கள மட்டும்தான கடவுள் படைச்சாரு. அப்ப நம்பளும், வெள்ளக்காரனும் எங்கருந்து வந்தோம்?'' பாளையம் சிரித்தான். அந்தச் சிரிப்பு மற்றவர்களையும் தொற்றிக்கொண்டு எல்லாருமே சிரித்தார்கள். செங்கேணி சிரிப்பது ஆராயிக்கு நிம்மதியாக இருந்தது. மாவுளி எதாவது உளறிவிட்டோமோ, என்னவோ என்று குழப்பத்தில்

உட்கார்ந்திருந்தான். பிறகு, யோசிப்பவன்போல கன்னத்தை தேய்த்துக் கொண்டு "மூஞ்சிலருந்து எப்டிய்யா மனுசன் வருவான்?" கிறக்கமான பார்வையுடன் தனக்குத்தானே சொல்லிக் கொண்டான். பிறகு, மூக்கை சத்தத்தோடு சிந்திவிட்டுத் தூவென துப்பினான் "மூஞ்சிலருந்து இதுதா வருது சீ..."

பாளையமும் மற்றவர்களும் இன்னும்கூட சிரித்துக் கொண்டிருந்தார்கள். "யோவ்! உன்னைப் பெத்தது உங்கம்மா. என்னைப் பெத்தது எங்கம்மா. வெள்ளக்காரனப் பெத்தது அவுங்கம்மா. நாமெல்லாம் அப்டிதா வந்தோம்... இன்னா ரைட்டா?"

மாவுளி சிரித்தான். பிறகு, பாளையத்தின் கைகளைப் பிடித்துக் கொண்டு "சத்தியமா சொல்றம்பா, நீயெல்லாம் இன்னாமோ பேசிக்கினு இருக்கறேன்னு நெனைச்சம்பா!! ப்ர்... தோ பா இந்த சப்பி, சாராயம் குடிக்கறவன் புத்தியெல்லா இப்டிதான் போ... எதோ நாங்கதான் இப்டி நாசமாப் போயிட்டோம். நீங்களாவது இதெல்லாம் தெரிஞ்சிக்கினு புத்தியா பொழைச்சுக்கங்கப்பா!" மாவுளி, செங்கேணியைப் பார்த்து சொன்னான். "நானு நாள் பூரா ரிக்‌ஷாவ ஓட்றேன். பசிச்சா கூட சோத்த வாங்கித் துன்னுட்டு மிச்சத்துக்கு போதையேத்திக்கினு வந்தவளக் கூட தொரத்திவுட்டுட்டு லோல்படறேன். நால்லா மனுசன. கெடையாதுப்பா, தோ கீறாம்பாரு, இவ மனுசன் மாவுளி, பாளையத்தைப் பார்த்து கை நீட்டி சொல்லிவிட்டு எழுந்திருக்க முயன்றான்.

"இன்னா, அதுக்குள்ள எழுந்துக்கற? நீ யோசிக்க ஆரம்பிச்சினா நீ கூட மாறிடுவய்யா, யோசி."

"யோசிக்கறேன் அதான் யோசிக்க வச்சிட்டயே? ஆமா... ஒவ்வொருத்தனும் இப்டி யோசிக்க ஆரம்பிச்சுட்டா, எல்லா மாறிடும்ன்ற" என்று யோசனையோடு கேட்டான்.

மாவுளியை சந்திச்ச இவ்வளவு காலத்துல கோமாளித் தனமற்று புத்தியோடு பேசுவதை பாளையம் இப்போதுதான் பார்க்கிறான்.

"ஆமா, எல்லா... எல்லாமே மாறும். மனுசன மனுசன் வெறுமனே சுரண்டிக் கொழுக்குற இந்த சமூக அமைப்பையே எப்டி மாத்தறதுன்னு ஒருத்தன் தீவிர யோசனை பண்ணி கண்டுபுடிச்சான். அவன் கண்டுபுடிச்சத நம்மளுக்கு ஏத்தா மாதிரி செயல்படுத்துனான். எல்லாத்தையுமே மாத்திடலாம். மாற்றம் ஒன்றுதான் மாறாததுன்னு அவன் ஒலகத்துக்கே கேக்கற மாதிரி கத்தினான்."

"யார சொல்ற, பெரியாரத் தான?"

"உம், அவரையும் சொல்லலாம்."

"சொல்லாம்மா! அப்ப வேற யாருப்பா?"

"ச்சே..." என்று தலையை பிடித்துக்கொண்டவன்,

"அம்பேத்கர சொல்றப்பா" நம்பிக்கையோடு சொன்னான்.

"பரவாயில்லய்யா! நீ வெறுமனே சப்பி, சாராயம் குடிக்கறவன் மட்டுமில்ல, பாரு உனக்கே எத்தன பேரு தெரியுது. நம்ப செங்கேணி கூட சொல்லியிருப்பானான்னு சந்தேகந்தான். நீ சொன்னத நான்

தப்புன்னு சொல்லமாட்டேன் ஆனா, அவரு பேரு கார்ல்மார்க்ஸ். ரொம்ப பெரிய ஆளுய்யா. இழப்பதற்கு, நம்பிடம் ஒண்ணுமேயில்ல. ஆனா, அடைவதற்குரிய அற்புதமானதொரு பொன்னுலகு இருக்குதுன்னு உலகம் முழுக்க இருக்குற ஏழைகளை பாத்து கத்துனவன். நீயும், நானும் ஏழைதான" ஆமாம் என்பது போல தலையாட்டியவன், "இன்னா மனுசம்பா, அவன் இப்டியா கத்துனான அந்தாளும்" மாவுளி போதை தெளிஞ்சு களைப்படைந்தவன் போலாகிவிட்டான். "எப்பா! ஆள வுடு. நீ ஏற்கெனவே எம் மண்டையில செருப்பாலயே அடிச்சுட்ட. நீ சொல்ற பேருல்லாம் எம் மண்டையில எங்க ஏறுது?. உனக்குத் தெரிஞ்சத நம்மப் புள்ளங்களுக்கு சொல்லு." அவன் தள்ளாடிக்கொண்டு எழுந்தான். பிறகு, தன் குடிசையை நோக்கி நடக்க ஆரம்பித்துவிட்டான்.

"யோவ்.... மாவுளி! யோவ் மாமா... யோவ்!" சிவா கத்தினான். மாவுளி திரும்பிப் பார்க்காமல் போய் இருளில் மறைந்துவிட்டான்.

பாளையத்தின் மனம் நிறைவாக இருப்பதாக உணர்ந்தான். "இன்னா பாளையம் அவன் சரக்கப் போட்டுக்கினு சந்தோசமா இருந்தான் அவன ஒரு வழி பண்ணியனுப்பிட்டயே"

செங்கேணி கூட மிக உணர்ச்சிவசப்பட்ட நிலையில், அவர்களின் உரையாடலை கேட்டுக்கொண்டிருந்தான். மாவுளி எழுந்து போனதை ஏமாற்றமாக உணர்ந்தான்.

"செங்கேணிக்கு லட்டர் வந்துச்சே... போய் பாத்திங்களா?" வேலு கேட்டான்.

"உம்... ஐந்தாயிரம் ரூவா நஷ்ட ஈடா தர்றாங்களாம். வக்கீல் எட்டாயிரம் வரைக்கும் ட்ரை பண்ணலாம்ன்னு சொல்லியிருக்கிறாரு மெடிக்கல் ரிப்போர்ட்டெல்லாம் எடுத்துக்கினு போவணும்.... பாப்பம்."

செங்கேணி இறுக்கமாக உட்கார்ந்திருந்தான். உலகம் வேகமாக இயங்கிக் கொண்டிருக்க... தான் மட்டும் அசையாது கல்போல கிடப்பதாக உணர்ந்தான். அதே வேளையில் ஆராயி மட்டும் தன்னை வலம் வந்து கொண்டிருப்பது போன்ற உணர்வு அவனுக்கு நிம்மதியாக இருந்தது. ஆராயி மட்டும் தன்னுடன் இல்லாமல் போனால், தான் வெறுமனே ஒரு கட்டாந்தரைதான், என்று மனதுக்குள் நினைத்துக் கொண்டான்.

மின் நிலையம் ஓயாமல் கத்திக்கொண்டிருந்தது. அதன் சாம்பல், காற்றில் பறந்து வந்து, அவர்கள் மேல் படிந்தது.

"பரவாயில்ல. வேலுவுக்கு வேல கெடைச்சிருச்சி" பாளையம் சொல்லிக் கொண்டே தபாலை வேலுவிடம் கொடுத்தான். பசங்களுக்குப் பாடம் நடத்துற மாதிரி வளர்ந்த பெரியவனுங்களுக்கும் அரசியல் பாடம் நடத்துனா, ரொம்ப புரயோசனமா இருக்கும் என்று தோன்றியது. "மாவுளி டிராமாகாரன்போல பாட்டும் கூத்துமாக கிண்டலடிச்சிட்டுப் போவாரு. இன்னிக்கு அவரப் பாத்தது மாதிரி நானு என்னைக்குமே பாத்தது இல்ல." வேலு நெகிழ்ச்சியோடு சொன்னான்.

எதிர்க்குடிசை வாசலில் சிவா, பெருங்குறட்டைவிடத் தொடங்கியிருந்தான். அவனது இரண்டு மனைவிகளும் வாசலில் உட்கார்ந்து சாப்பிட்டுக் கொண்டிருந்தார்கள்.

செங்கேணி வெறுமையான மனநிலையில் துயரத்தில் இருப்பவன் போல காலை எச்சரிக்கையாக வைத்து நடந்துபோனான். இவ்வளவு நேரம் வாசலில் உட்கார்ந்திருந்த ஆராயி. அவனுக்கு வழிவிட்டு எழுந்து உள்ளே போனாள். தெருவில் நடமாட்டம் குறைந்துவிட்டது.

செங்கேணியின் முகம் கலகலப்பு இழந்து, வெகுநாளாகி விட்டது என்றாலும் இப்போது அவனது முகம் மிகவும் வாடிப் போயிருந்தது.

பாளையத்தை நினைக்கும்போது அவனுக்குப் பெருமையாக இருந்தது. தான், ஒன்றுமற்ற வெறுமனே ஒரு மனிதன். தனது மண்டைக்குள் ஆராயியைத்தவிர இந்த உலகத்தைப் பற்றி ஒண்ணுமே தெரியவில்லையென்று குறைபட்டுக் கொண்டான். அம்மா படிக்கச் சொல்லி துரத்தியது நினைவுக்கு வந்தது. “அம்மா! உம் பேச்ச நானு கேக்காம போயிட்டேன். நீ என்னை அடிச்சி, பள்ளிக் கொடத்துக்கு அனுப்பியிருக்கலாம்... ப்ச்'' என்று நினைத்துக் கொண்டான். “ஆமா! நீ அடிக்கதான் செய்த, நா எங்க கேட்டேன்?” அவன் உதடு வெளிப்படையாக முணுமுணுத்தது.

“இன்னா மாமா?” அவனைக் கூர்ந்து பார்த்துக் கேட்டாள். “ப்ச்... நாம சாப்புடறம். தூங்கறம். நம்மளுக்கும் ஒரு புள்ள பொறக்கப் போவுது வேற இன்னா! பாளையமண்ணன் எவ்ளோ தெரிஞ்சி வச்சிருக்கிறாரு. ஒரு குடிகாரன் பூனக்குட்டி மாதிரி அவரு சொல்றதக் கேட்டுக்கினு போறான். அந்தாளுக்கு போதையே எறங்கிடுச்சி. அந்தாளு யோசிப்பான். அண்ணன் பேசும்போது கேக்கற எனக்கும் ரத்தம் சூடேறுது” அவன் கைகளை அவளிடம் காட்டினான். அவனது உடல் உண்மையாகவே சூடாக இருந்தது. கண்கள் சிவந்து போய் உணர்ச்சி வசப்பட்ட நிலையில் இருந்தான். “சரி, வா மாமா! சாப்புடு. நீயும் இப்டி நாலு பேருகூட பழகுனா எல்லாத்தையும் தெரிஞ்சுக்குவ. அப்புறம் நம்ம கொழந்தைக்கு எல்லாத்தையும் சொல்லி குடுப்ப அப்ப நம்ம கொழந்த உன்னை ஆச்சரியமா பாக்கும் பாறேன். நம்ப அப்பா எவ்ளோ வெவரத்த தெரிஞ்சி வச்சிருக்கிறாருன்னு...” அவள் சொல்லிவிட்டு அவன் முகத்தைப் பார்த்தாள். அவன் ஏதோ யோசனையோடு இருப்பதுபோல தோன்றியது.

அவள் அமைதியாக சாப்பாடு எடுத்து வைத்தாள். “ஆராயி! சிந்திக்கணும்னா இன்னா? திடீரென கேள்வி கேட்டவன், அவளைப் பார்த்தான். அவள் சிரித்தாள். சூடான சோறை தட்டில் போட்டபடி, “சிந்திக்கறதுன்னா இப்ப சோற போட்டுட்டு அது மேலயே கொழம்ப ஊத்தறதா, இல்ல கிண்ணத்துல கொழம்ப ஊத்தி வைக்கணுமான்னு யோசிக்கறம் பாரு, அதுதான் சிந்திக்கறதுன்னு அர்த்தம்” அவள் கிண்டலாகத் தலையாட்டிக் கொண்டு சொன்னாள். செங்கேணி

திடுப்பென சிரித்து விட்டான். அந்தச் சிரிப்பு அவளையும் தொற்றிக் கொண்டு இருவரும் சிரித்தார்கள்.

“ஆமா, நீ அப்டி சிந்திக்கற. எப்ப காலு நல்லாவுமோ... வண்டிய இழுத்துக்கினு போயி நாலு காசு சம்பாதிக்கலாம்ன்னு நான் சிந்திக்கறேன். பாளையம் வேற மாதிரி சிந்திக்கிறாரு. பாளையமண்ணனை சிந்திக்க வச்ச பெரியாரு. அம்பேத்காரெல்லாம் எப்டி சிந்திச்சியிருப்பாங்க?” என்றவன் ஆராயியைப் பார்த்தான்.

அவுங்க பெரிய பெரிய புஸ்தகத்தப் படிச்சிருப்பாங்க. தனக்குத் தானே மெதுவாக சொல்லிக்கொண்டான். “மாமா! நீ சோறு சாப்புடு. நீ கூட நல்லாதான் சிந்திக்கிற. அதான் கூடுவாரு செரியா இருந்தா. இப்டியெல்லாம் யோசிக்கத் தோணும். நல்லவேள, உனக்கு இந்த மாதிரி அண்ணன் சிநேகிதமா கெடச்சாரு... சாப்புடு மாமா!”

பாரு, சந்துல எப்ப பாரு... குடிகாரனுங்க கிளாஸ் கிளாஸா குடிச்சி சாவறானுங்க. அந்தாளு ராத்திரியும், பகலுமாக வித்து காசு சம்பாதிக்கிறான். இவனுங்க எதப்பத்தியுமே யோசிக்கிறது இல்ல. ஏன்னா, இவனுங்க குடிக்கறவனுக்கு போதையே சிந்தன, விக்கறவனுக்கு பணமே சிந்தன. ‘அப்ப விக்கறவன ஒழிச்சா’ சோற்று உருண்டையை விழுங்கிக் கொண்டே மனதுக்குள் எண்ணினான். அந்தக் கணத்தில் அவன் தனக்கு படிப்பு இல்லாமல் போனதற்காக வருந்தினான். அம்மாவை விட்டுப்பிரியாமலிருக்க பள்ளிக்கூடம் போகாமல் வாழ்க்கையை வீணடித்து விட்டதாக நினைத்து வருந்தினான். அவனுக்கு திடுப்பென பல யோசனைகள் வந்து போயின. அவசரமாக உண்டு, கை கழுவி கொண்டு தலையணையை இழுத்துப் போட்டுக்கொண்டு கூரை முகட்டைப் பார்த்தபடி ஆழ்ந்த யோசனையில் இருந்தான்.

பாவம் ஆராயி! மனகலக்கத்தோடு இருந்தாள். அவன் முன்பெல்லாம் தெளிவாக இருப்பான். இப்போது அவன் முற்றிலும் மாறிவிட்டதாக அவளுக்குத் தோன்றியது. மருத்துவமனையில் செவிலி சொல்லியதில் இருந்து அவள், அவனை கண்காணித்துக்கொண்டு வருகிறாள். அபூர்வமாகத்தான் சிரித்தான். அதுவும் இயல்பாக இல்லை. அதுவும் இன்று அதிகமாக சிந்திக்கிறான். எங்கோ வெறித்துப் பார்க்கிறான். தனக்குத்தானே பேசிக் கொள்கிறான் என்று மனதுக்குள் நினைத்தாள்.

அவன் குடிசை உச்சியில் கூடு கட்டியிருக்கும் குருவிகளின் ரகசிய கீச்சுக் குரலில் ஆழ்ந்து விட்டவன் போல கையை தலைக்குப் பின்புறமாக வைத்துக்கொண்டு யோசனையோடு இருந்தான்.

அடிபட்டதற்கு ஐந்தாயிரம் ரூபாய் தரப் போகிறார்கள் என்பதுகூட ஆராயிக்கு ஆர்வமூட்டக் கூடிய செய்தியாக இல்லை. அவன் பிழைத்து வந்ததே அவளுக்கு ஆறுதலாகவும் மேலும் அவனுக்கு எதுவும் ஆகி விடக் கூடாது என்ற அச்சமுமே அவளிடம் மிஞ்சியிருந்தது. அவன் கண்கள் அடிக்கடி சிவப்பது அவளுக்கு கலக்கமாக இருந்தது. போன முறை மருத்துவமனைக்குப் போனபோது டாக்டரிடம் சொன்னாள்.

தலையில அடிபட்டுருக்குது. அப்படித்தான் இருக்கும் என்று சொல்லி விட்டார். அதிலிருந்து அவளது கலக்கம் கூடுதலாகவே இருந்தது.

அவனிடமிருந்து பெருமூச்சு வெளிப்படுவதை கவனித்துக்கொண்டு அமைதியாகப் படுத்திருந்தாள். "ஏம்மா! ஆராயி வெளியேகூப்பிடும் குரல் கேட்டது. அது பேய்க்காளியின் குரல். அவன் குழம்பு ஏதாவது கேட்க வந்திருப்பான். ஆராயி எழுந்து வெளியே வந்தாள். பேய்க்காளி லேசாகத் தள்ளாடியபடியே நின்றிருந்தான்.

"எதனா கடிச்சிக்க குடுக்கறியா?"

அவன் கையில் சின்ன பிளாஸ்டிக் தட்டு இருந்தது. எதிர்க் குடிசையின் வாசலில் செல்லக்கண்ணு உட்கார்ந்திருந்தாள். தெருவே இருட்டில் பதுங்கியிருப்பதுபோல் இருந்தது. சிலர் குடிசைகள் முன்பு வாசலில் படுத்துக் கொண்டிருந்தார்கள். புகைக்கும்போது எழும் இருமலும், பீடியின் நுனியில் சுடரும் நெருப்புத் துளியும் தெரிந்தது.

"கவுச்சி எதுவும் செய்யல. கத்திரிக்கா கொழம்புதா இருக்குது"

"நீ காயப் போட்டு ஆக்குனாலும் கவுச்சி போட்டு ஆக்குனா மாதிரி தான். குடு" தட்டை நீட்டினான். அவள் தட்டை வாங்கிக்கொண்டு போய், சட்டியில் இருந்ததைச் சுரண்டிப் போட்டுக்கொண்டு வந்து கொடுத்தாள்.

அந்த நேரம் பார்த்து செல்லக்கண்ணு குடிசைக்குள் போய், கதவை அறைந்து சாத்தினாள். "அய்யோ! போடி போ..." என்று செல்லக்கண்ணு குடிசையைப் பார்த்து பேய்க்காளி முனங்கியது, ஆராயிக்கு தெளிவாக கேட்டது.

"சரி, போ.... போ... போய் படுத்துக்க" ஆராயியைப் பார்த்துச் சொல்லிவிட்டு குழம்புக் கிண்ணத்துடன் தள்ளாடியபடியே போனான். "கவுச்சி இல்லனா இன்னாடி, உன்னைக் கட்டுனவன் குடுத்து வச்சவன் போ.... போ... படுத்துக்க" ஆராயிக்கு தெளிவாகக் கேட்கும்படியே புலம்பிக்கொண்டு போய் இருட்டில் மறைந்தான்.

அவனது வெளிப்படையான புலம்பலும் இப்படி தினமும் வந்து குழம்பு கேட்பதும் ஆராயிக்கு எரிச்சலாக இருந்தது. குடிசை வாயிலை தட்டியை வைத்துக் கயிற்றால் இறுக்க கட்டினாள்.

செங்கேணியிடமிருந்து லேசான குறட்டை ஒலி கேட்டது. அவன் மீது பழைய புடவையை எடுத்துப் போர்த்திவிட்டு அவனுக்கு நெருக்கமாகப் படுத்துக்கொண்டு தன் வயிற்றைத் தடவினாள்.

'நானு, நீ, நம்ப அப்பா!' மனதுக்குள் சொல்லிக்கொண்டு சிரித்தாள். அவளது உதடு 'பானு' என்று முணுமுணுத்தது. மின் நிலைய ஓசை அடங்கிவிட்டது. இப்போது ரயிலின் கூவல் ஒலி கேட்டது. துறைமுகத்திலிருந்து வரும் கப்பலின் நீண்ட சங்கொலி எப்போதாவது கேட்டது. ரயிலின் கூவல் ஒலிக்கும் கப்பலின் சங்கொலிக்கும் வித்தியாசமிருந்ததை செங்கேணி அவளுக்கு சொல்லியிருந்தான்.

குடிசை சந்தில் பேய்க்காளி நடமாடிக் கொண்டிருக்கும் ஓசையும் அவனிடம் வேலை செய்யும் பையன்கள் குவளை, சாராயப் பந்துகளை

எடுத்துவைக்கும் ஓசையும் கேட்டது. பையன்களும் போய்விட்டார்கள். ஆராயிக்கு செங்கேணி பற்றிய நினைப்பால் தூக்கம் வரவில்லை. "யோவ்! சரக்கு இருக்குதா?" பெண் குரல், தெரிந்த குரல்போல இருக்கவே... உற்றுக்கேட்டாள். 'கரி திருடுற பொம்பள!' மனதுக்குள் சொல்லிக் கொண்டாள்.

"எப்ப இருட்டுன்னு காத்துக்கினுக்கிறயா? திருட்டு முண்ட தூ!" பேய்க்காளி காரித் துப்பினான். அவள் பதிலுக்கு சொல்ல முடியாதபடி ஆபாசமாகத் திட்டினாள். அவர்கள் இயல்பாக பேசிக்கொள்வதே அப்படித் தான்.

அவன் சிரித்தான் "இந்தா" "ஏய் இன்னாடி! குடிச்சிட்டு துட்டுக் குடுக்காம போற?" பேய்க்காளி கத்தினான்.

"உம், குடுக்கற வா. கரி போட்டன... பாக்கி குடுத்தியா? கணக்குல கழிச்சிக்கய்யான்"

"சரி, வா. இந்தா... இதயும் ஊத்திக்க. துட்டு வாணாம்."

"அய்யோ, நீயா... துட்டு வாங்காம குடுப்ப? பேயாச்ச... நீ துட்டுக் குடுக்காம என்ன"

"சீ... வா."

போதையேறிய அவளது சிரிப்பொலி எரிச்சலூட்டுவதாய் இருந்தது. முத்தமிடும் ஓசை தெளிவாகக் கேட்டது. கரிதிருடி அவனைப் பிடித்துத் தள்ளுவதும், அவன் குடிசை ஓலைகளில் உராய்ந்து சரிவதுமான ஓசைகளுக்கு மத்தியில் அவள் சிரிப்பு சத்தம் "அதான்? நீ ஊடு ஊடா போய் கொழம்பு வாங்கி நக்கி குடிக்கிறியே... உன்னுமா பத்த?" அவள் போதையில் உளறினாள்.

ஆராயியை யாரோ செருப்பால் அடித்ததுபோல் இருந்தது. அவளையும் அறியாமல் செங்கேணி பக்கம் திரும்பிப் பார்த்தாள்.

செங்கேணி ஆழ்ந்து உறங்கிக் கொண்டிருந்தான். குடிசைக்கு வெளியே கேட்ட பேச்சும், சிரிப்பும் மறைந்த பொழுதில் அவளும் உறங்கி விட்டாள்.

23

சிவா, லாரியை கழுவிக் கொண்டிருந்தான். பெரிய பிளாஸ்டிக் தொட்டியில் அவன் இரண்டு மனைவிகளும் தண்ணீர் ஊற்றிவிட்டு குடங்களுடன் போய்க்கொண்டிருந்தார்கள். இரண்டு பையன்கள் லாரியை தேய்த்துக்கொண்டிருக்க... ஆராயி கடைக்குப்போய் எதையோ... வாங்கிக்கொண்டு வந்தாள். அதை அவசரமாக குடிசைக்குள் வைத்துவிட்டு குடிசைச் சந்துக்கு ஓடிப் போய் வாந்தியெடுத்தாள். வாசலில் உட்கார்ந்திருந்த செங்கேணி பதறியோடினான். அவள் முதுகைத் தடவி "இன்ன ஆராயி! இரு அவங்கள கூப்புட்றேன்."

"இது இப்டிதா இருக்குமா... சும்மா அவுங்களப் போயி கூப்ட்டுக்கினு"

அவன் கையை இறுக்கமாகப் பிடித்து நிறுத்தினாள். எழுந்து, வாயைக் கழுவிக் கொப்பளித்து துப்பிவிட்டு "எல்லாம் உங்க பொண்ணு பண்ற வேல" சொல்லிக் கொண்டே குமட்டியெடுத்ததாள் கண்கள் கலங்கியிருந்தன. முகத்தை கழுவிக்கொண்டு வந்தாள். "நீ வா வந்து ஒக்காரு நா எல்லாத்தையும் கழுவிப் போடறேன்" சொல்லிக் கொண்டே அவள் கையைப் பிடித்து மெதுவாக அழைத்து வந்தான். "உடு மாமா! இதெல்லாம் ஒண்ணுமில்ல, நா பாத்துக்கறேன்... நீ ஒக்காரு" அவனைப் பிடித்து தரையில் உட்கார வைத்துவிட்டு அடுப்படிக்குப் போனவளை அழைத்தான்.

"ஆராயி!"

"உம்!"

"காசு வந்ததும் உனக்கு மூக்குத்தியும், கம்மலும் வாங்கிக்க இன்னா?"

"அப்புறம்?" அவள் கிண்டலாகக் கேட்டாள்.

"அப்புறம் உனக்கு இன்னா வேணுமோ வாங்கிக்கோ. எம் பொண்ணுக்கு எதனா வாங்கி வையி" என்றவன் யோசனையோடு "ஆராயி! இந்த வூட்ட வாங்கிக்கலாமா?" அவள் வெறுமனே அவனை திரும்பிப் பார்த்தாள்.

"செல்லக்கண்ணு அக்காகிட்ட கேளு" அவன் மிகுந்த உற்சாகத்தோடு சொன்னான்.

"ஆ அதப் பண்ணலா. மாமா! நா கேக்கறேன். அவங்களுக்கு ரெண்டு மாசமா கொடக்கூலி தரல."

"சேத்துக் குடுத்துடலாம் ஆராயி!"

"அந்தக் காசுல எனக்கு நகையெதுவும் வாணாம் மாமா! நீ தப்பிச்சி வந்ததே எனக்குப் போதும்." அப்டி சொல்லும்போது அவள் உடல் நடுங்கியது.

"ஒடம்பு நல்லாயி, நீ போயி சம்பாதிச்சி எனக்கு ஒரு பித்தளை மூக்குத்தி வாங்கிக் குடு மாமா! சந்தோஷமா போட்டுக்கறேன். வர பணத்த உன்னைக் காப்பாத்துன டாக்டருக்கு குடுத்தினாகூட நா சந்தோஷப்படுவேன். எனக்கு எதுக்கு கம்மலு, மூக்குத்தி... நீ நல்லாருந்தா போதும்" என்றவள் அவனைப் பார்த்தாள்.

இரவு நன்றாக உறங்கியதால் அவனது தேகமும், முகமும் மினுமினுவென்று இருப்பதாக அவளுக்குத் தோன்றியது. அவன் முகத்தை இரண்டு கைகளாலும் வருடி, அவள் தலையிலே வைத்து விரல்களை நெரித்தாள். விரல்கள் படபடவென ஓசையெழுப்பின.

"உம் பொண்ணு சொந்தக் குடிசையில பொறக்கப் போவுது. அதுவும் அவங்கப்பா உயிரக் குடுத்து சம்பாதிச்சி வாங்குன குடிசை.' அதை அவள் வாய்விட்டுச் சொல்ல நினைத்தாள். ஆனால், வார்த்தைகள் வெளியே வரவில்லை. அதற்குப் பதிலாக கண்ணில் நீர் கோர்த்தது. அதை அவனிடமிருந்து மறைக்க, அடுப்பங்கரைக்குப் போனாள். அவளது தவிப்பு மிக்க கண்ணீரை அவன் பார்க்கவில்லை என்றாலும் அவனால் அதை உணர முடிந்தது.

'எங்கம்மா என்னை விட்டுப் போவல. திரும்ப வந்துட்டாங்க. நா அவங்கள பள்ளிக்கொடம் போன்னு அடிக்கமாட்டன். அவங்களே போயிடுவாங்க. படிச்சி, பெரிய டீச்சரா ஆவாங்க. பாளையன் அண்ணன் மாதிரி படிச்சி எல்லாருக்கும் சொல்லுவாங்க. வேலு மாதிரி கவுர்மெண்ட்லருந்து வர்ற தபால என்னான்டையும், அவங்க அம்மாகிட்டயும் காட்டுவாங்க. அவங்க தபால அவங்களே படிப்பாங்க. அப்புறம் அவங்க அம்மாவையும் என்னையும் கட்டிப்பிடிச்சி முத்தம் கொடுப்பாங்க" நினைத்துப் பார்த்தான். அவனுள்ளம் ஆனந்தமாக இருந்தது. சின்னஞ்சிறு ஆடையற்ற குழந்தை, அவன் முதுகில் உப்புமூட்டை ஏறிக்கொண்டிருப்பதுபோல உணர்ந்தான்.

எவன் எவனோ சொர்க்கமென்று எதை எதையோ கதையளக்கிறான். புளுகுகிறான். கோடான கோடி மக்களை ஏமாற்றுகிறான். இதோ, சொர்க்கமென்று ஆண்டுக்கொரு முறை சொர்க்கவாசலைத் திறக்கிறான். எங்கே இருக்கிறது சொர்க்கம்? தோ, இருக்குதுடா சொர்க்கம் என்று கத்துமளவு அவனுள்ளம் மிகக் களிப்போடிருந்தது.

கரிய குளிர்ந்த மண் தரை, உயரமற்ற சின்ன களிமண்சுவர், அதை மூடியிருக்கும் தென்னங்கீற்றுக் கூரை, காதலால் நிரப்பப்பட்ட இளம் தம்பதியர், அவள் வயிற்றில் சின்னஞ்சிறு உயிர், அவர்களைச் சுற்றி வாழ்க்கையின் கனவு, சிறிய கடன், தீர்ந்து போகும் நோய், பிழைப்புக்கு கட்டை வண்டி, அன்பான அண்டை வீடு, ரயிலின் கூவல், மின் நிலைய ஓசை, அவர்கள் மேல் பறந்து வந்தமரும் கரியும் சாம்பலுமான தூசி, சாராயத்தின் நெடி, கூரையின் உச்சியிலே கொஞ்சிக் குலாவும் சிட்டுக் குருவிகளின் கீச்சொலிகள், இதைத் தாண்டி இவர்கள் எந்த சொர்க்கத்தை தேடப் போகிறார்கள்?. அவனவன் சொர்க்கத்தை அவனவன் உருவாக்குகிறான். அவனவன் நரகத்தை அவனவன் உருவாக்குகிறான். சொர்க்கமும் நரகமும் மனிதனுக்கு அவசியம். பகுத்தறியாத எவனுக்கும் சொர்க்கத்துக்கும், நரகத்துக்கும் வித்தியாசம் தெரியப் போவதில்லை. சொர்க்கத்துக்கு எவனும் நுழைவுச்சீட்டு விற்க முடியாது. அப்படியே விற்றாலும் இவ்வுலகில் அந்த நுழைவு சீட்டை வாங்க மனம் வேண்டும். அய்யோ பாவம்! அவர்களிடம் பணம் மட்டுமே இருக்கிறது. பணத்தால் வாங்க, எல்லைகள் உண்டு. மனதால் வாங்க முடியாதது எது?

உடல் தேறிக்கொண்டு வந்தது. இப்போதெல்லாம் நன்றாக உறங்குகின்றான். அப்படி உறங்கி விழித்தெழுந்த காலையில் வாசலில் யாரோ தெளிக்கும் ஓசை கேட்டு எட்டிப் பார்த்தான் செங்கேணி. சிவாவின் புதுப் பொண்டாட்டி சாணி கரைத்து வாசலெங்கும் தெளித்துக்கொண்டிருந்தாள். அவள் வீட்டு வாசல் மட்டுமல்ல, பாளையம், செங்கேணி வீட்டு வாசலிலும் தெளித்து தரையெங்கும் பசேலென இருந்தது.

"பாரேன் சூது வாது இல்லாத பொம்பள! உட்டா... தெருவயே பெருக்கி, சாணி தெளிச்சிடுவா போலருக்குதே.'' செந்தாமரை முணுமுணுத்துக் கொண்டே வருவது தெரிந்தது.

"ஆராயி!" வாசலில் நின்றுகொண்டு செந்தாமரை குரல் கொடுத்தாள்.

"தோ வரங்கா!" என்றபடியே எட்டிப் பார்த்தவள், "உள்ள வாக்கா" என்று அழைத்தாள். செந்தாமரையின் கையில் சொம்பும், மல்லிப் பூவும் இருந்தன.

குடிசைக்குள் வந்தாள்.

"இன்னைக்கி எங்க கல்யாண நாளு. அந்த மனுசன் தான் ஒரு கோவிலு கொளமுன்னு எங்கயும் கூப்புட்டுக்கினு போவ மாட்டன்னுது. இன்னாமோ அதிசயமா 'அந்தப் பொண்ணு வாயும் வயிறுமா இருக்குது. எதுனா எடுத்துக்கினு போயி, குடுத்துட்டு வான்னாரு இந்தா, தம்பியும் நீயும் குடிங்க" என்றவள், பூவை ஆராயி தலையில் வைத்துவிட்டாள். குளித்து ஈரம் காயாத அவளது சுருள்கூந்தலில் உட்கார்ந்துகொண்டு மல்லிப்பூ சிரித்தது.

"ஆமா... தோ, புள்ளயும் பொறக்கப் போவுது. வெறும் கழுத்தா இருக்கிறியே புள்ள! பொறந்து பெருசான பிறகு, தாலி கட்டிக்கலாம்னு இருக்கறியா இன்னா?"

ஆராயி வெட்கத்தோடு செங்கேணியைப் பார்த்தாள். அவருகூட கட்னதையே, "இதெல்லா வாணாம் கழட்டிப் போடு'ன்னு வம்பு பண்றாரு. நாதான் பிடிவாதமாக வம்பு பண்ணி போட்டுக்கினு கீறேன். ஆம்பளைங்க சொல்றாங்கன்னு நாம அப்படியே இருந்துட முடியுமா? கோவிலு கொளம்ன்னு எங்கயும் போவலன்னாலும் பரவாயில்ல. ஊட்ல வச்சி கட்ட சொல்லு" அவள் சொல்லிக் கொண்டிருக்கும்போதே "செந்தாமர.... தே" பாளையம் அழைக்கும் குரல் கேட்டது. அவள் அவசரமாக ஓடினாள். "ஆமால்ல, நாம அதப்பத்தியே யோசிக்கல இல்ல." தூங்கியெழுந்தவள் போல கேட்டாள் ஆராயி.

"யாரு யோசிக்கல? நீ ஒரு செயினு வாங்கிப் போட்டுக்க. உங்கழுத்துக்கு அழகா இருக்கும்." இப்பதான் வந்து இந்தக் குடிசைக்குள்ள நொழைஞ் சா மாதிரியிருக்குது. ஒரு வருசத்துக்கு மேல ஓடிப் போச்சி மனதுக்குள் நினைத்தவளாய் தலையிலிருந்த பூவை சரிப்படுத்திக்கொண்டு அவனைப் பார்த்தாள்.

"மாமா! தாலியில ஒரு பொம்ம இருக்குமே, அது இன்னா சாமி!"

"யாருக்குத் தெரியும். எவனுக்கும் தெரியாது. எவன்னா, இந்த சாமிதான்னு சொன்னா, தலையாட்டிக்குவான் வேற இன்னா... எவன்னா ஒருத்தன் அதுக்கு ஒரு கத சொல்லுவான். அத வுடு ஆராயி! நாம யோசிக்கலாம். உனக்கு நா சாமி, எனக்கு நீ சாமி, நம்ப ரெண்டு பேருக்கும் பொறக்கப் போற எங்கம்மா சாமி. அதுக்கு நாம சாமி, இவ்ளோ சாமிங்க நம்மகிட்டயே இருக்கும் போது எதுக்கு எவஎவனோ சொல்ற சாமியெல்லாம். சாமின்னா, இவங்கள்லாம் இன்னா நெனைச்சிகின்னு இருக்கறாங்க?. சாமின்னா அதுகிட்டருந்து கோபமும் வராது. சாபமும் வராது. சாமின்னா, எங்கம்மா மாதிரி... மாதிரியின்னா எங்கம்மாவேதான்". அவன் தீர்க்கமாகச் சொல்லிவிட்டு அவளைப் பார்த்தான்.

அவள், அம்மா மாதிரியே சிரிப்பது போலிருந்தது.

"பாத்தியா... நீ அவங்க கூடல்லாம் பேசிப்பேசியே அவங்க மாதிரியே பேச ஆரம்பிச்சுட்ட".

"நா எங்க பேசறேன்? எல்லாம் உன்ன பாத்தா, தானா வருது". அவன் மெதுவாகச் சொன்னான்.

"உம், உனக்கு என்னை ரொம்பப் புடிக்குமா மாமா?"

அவன் அமைதியாக அவளையே பார்த்துக்கொண்டிருந்தான். அவளது கருவிழிக்குள் அவனது பார்வை ஊடுருவியது. உண்மையாக அவளுக்கு கருவிழியில் லேசாக காவி கலந்து ஒளிர்வதுபோல அழகாக இருந்தது.

"ரொம்பப் புடிக்கும்" உதடுகள் முணுமுணுத்துக்கொண்டே அந்த அழகிய கண்களில் ஆழ்ந்து முத்தமிட்டான். அந்த முத்தம் மின்னல் கொடிபோல அவளது உடலெங்கும் ஊடுருவி அவளை தக்கை போல மாற்றியது. அவள் வெளியெங்கும் பறந்து திரிபவளானாள்.

"மாமா!" என்று முணுமுணுத்தாள். புரிதலுக்கு வார்த்தைகள் தேவையற்றுப்போயின. உடல்கள் அமைதியடைந்து, உள்ளம் விழித்திருக்க... காதலால் நிரம்பி அசைவற்றிருந்தார்கள். சிட்டுக் குருவியின் அலகில் இருந்து காய்ந்த சிறு குச்சியொன்று தவறிக் கீழேவிழ, அதைப் பாய்ந்து வந்து கவ்விச் சென்றது, அதன் ஜோடிக் குருவி. அதன் சிறகடிப்பு அவளது கூந்தலை லேசாக உரசி விட்டது. அவர்களும் வெளியெங்கும் சிறகடித்து வட்டமடித்தார்கள்.

தலையில் கொண்டை வைத்த வெண்கிளிகளாய் மாறிப் பறந்து சுழன்றார்கள். பறக்கும்போதே ஒன்றையொன்று முத்தமிட்டுப் பறப்பதை மறந்து சரிந்தன. பின், நிலைக்கு வந்து பறப்பதும், காதலும் கூச்சலுமாய் அவர்கள் கீழே வெண்மேகங்கள் கடந்து போக... நீலவானில் அவர்கள் நீந்தித் திரியும் அதிசயமான பொழுதில் கோட்டானின் அலறல் சத்தமென கரகரப்பான குரலில், "செங்கேணி..... ஏம்பா செங்கேணி..." மீண்டெழ சில வினாடிகள் பிடித்தது.

"யாரு?" செங்கேணி... குடிசைக்கு வெளியே எட்டிப் பார்த்தான்.

"அட வாப்பா! நான்தான்"

"சாராய விக்கறான அந்தாளு" ஆராயி குசுகுசுவென சொன்னாள்.

"இன்னாண்ணா"

"அட ஒண்ணுல்ல. வாப்பா சொல்றேன்."

செங்கேணி தோளில் துண்டைப் போட்டுக்கொண்டு பேய்க்காளி பின்னே லேசாகக் காலை ஊன்றியபடி நடந்தான்.

தகரக்கூரைக்குக் கீழே போய் நின்றுகொண்டு "வாப்பா!" என்று அழைத்தான்.

செங்கேணிக்குப் போக தயக்கமாக இருந்தது. ஆனாலும் போனான்.

"வீட்ல சும்மா ஒக்காந்துக்கினு இருக்கறத இப்டி ஒக்காரம்பா நீ எதுவும் பண்ண வேணாம். எல்லாத்தையும் பசங்க பாத்துக்குவானுங்க. நீ சும்மா ஒக்காந்திரு, போதும். நானு ஊருக்குப் போறேன். வர ரெண்டு

நாளாவும். பசங்கள தனியா வுட்டா, வம்பு வரும். நீ சும்மா ஒக்காந்து பாத்துக்க, இந்தா'' அவன் சட்டென செங்கேணி பாக்கெட்டில் பணத்தை வைத்தான். “இன்னாண்ணா இதெல்லாம்” பாக்கெட்டில் பேய்க்காளி வைத்த பணத்தை எடுக்க முயன்றான். “வைப்பா சும்மா பாத்துக்க. பசங்களுக்கு ஒரு பயம் இருக்கும். நா இருக்கும்போதே எங்கண்ணு முன்னாடியே பாதிக்குப்பாதி தண்ணி ஊத்தி சைடு துட்டு பாக்கறானுங்க. உன்னு, நா இல்லனா அவ்ளோதான். நீ ஒண்ணும் பண்ணாத, ஊட்ல ஒக்காந்துக்கினு இருக்கறத இங்க ஒக்காரு உனக்கும் பொழுது போனாப்பல இருக்கும். இன்னா?” என்றவன், செங்கேணியின் பதிலுக்கு காத்திருப்பவன்போல தலையைச் சொறிந்தான்.

“சரி, இன்னா... வண்டிய வாடகைக்கு உடறியாமே? சொல்லு பணந்தர்றேன். மரம் வாங்கிப் போட்டு இன்னும் ரெண்டு வண்டி செய்து போடு. பணம் வந்ததும் குடுத்தா போதும். கூலிக்குப் போறத சொந்தமா செய்தா, நாலு காசு பாக்கலாம். இன்னா?”.

செங்கேணி எந்த முடிவுமற்று வெறுமனே தலையாட்டினான்.

தகரக்கொட்டகையினடியில் காலையிலேயே வியாபாரம் சூடு பிடித்துவிட்டது. கறி, மீன், ரத்தப்பொறியல் விற்கும் கிழவியின் கடை சுறுசுறுப்பாக இருந்தது. ஒரு குடிகாரன் கிழவியிடம் வம்பு பண்ணிக்கொண்டிருந்தான்.

“சரி, நீ போய் நாஷ்டா பண்ணிட்டு வா.... போ” என்றவன், “சரி இருப்பா! பசங்கள வுட்டு எதனா வாங்கியாறச் சொல்றேன் இருப்பா” என்று கூப்பிட்டான்.

“இல்ல, நா வூட்டுக்குப் போயிட்டு வந்துடறேன்”

“சரி, போயிட்டு வா.”

செங்கேணி போகிற வழியில் பாக்கெட்டில் இருந்த நோட்டை எடுத்துப் பார்த்தான். புத்தம் புதுசா ஆரஞ்சு நிற இருபது ரூபாய் நோட்டு மின்னியது.

தன் சொந்த பாக்கெட்டில் இருபது ரூபாய் முழுதாகப் பார்த்து வெகு நாளாகி விட்டது. புது நோட்டைப் பார்த்ததும் அவனுக்கும் ஊக்கம் பிறந்தது. ஆமா, வூட்ல ஒக்காந்துங்கீறத அப்டி காத்தோட்டமா ஒக்காந்தா இன்னா போவுதாம்?' அவன் குடிசைக்குள் நுழைந்ததும் ஆராயிடம் புது ரூபாயைக் கொடுத்தான்.

“ஏது மாமா?”

“வூட்ல ஒக்காந்துக்கினு இருக்கறத அந்தத் தகரக் கொட்டா கீழ ஒக்காந்து அந்தப் பசங்கள கங்காணிக்கச் சொல்றாரு... நா எதுவும் சொல்லல அவராவே பாக்கெட்ல பணத்த வச்சிட்டாரு, இந்தா.”

அவள் அதை வாங்கத் தயங்கினாள். “நமக்கு எதுக்கு மாமா சாராய விக்கிறவன் பணம். அந்தாளே போலிசுக்குப் பயந்துக்குனு சந்து சந்தா பதுங்கி விக்கறான். நமக்கு எதுக்கு இந்த வேல? வாணம்ன்னு போய் குடுத்துட்டு வந்துடு.” பணத்தை அவன் பாக்கெட்டிலேயே திணித்து விட்டான்.

அவன் சட்டென குடிசைக்கு வெளியே போக நகர்ந்தான். "சரி, நீ சாப்புடு. அப்பறமா போயி, ஆஸ்பத்திரிக்குப் போவணும்னு எதனா சும்மா சொல்லு. அந்தாளு அவ்ளோ நல்லவன் இல்ல மாமா!"

அவள் இரவு மீதமிருந்த பழையதை ஊற்றி வைத்தாள். சோற்றை மறைத்துக்கொண்டு வெளெரென புளித்த நீர், அதன் மையத்தில் கூரையின் துளையில் இருந்து பாய்ந்து வந்த சூரிய ஒளி வட்டமாய் சுடர்ந்தது. அதிலிருந்து புறப்பட்ட ஒளிச் சிதறல் அவன் கருப்பு மூஞ்சியின் மூக்கு நுனியில் பட்டு, பளீரென மாயம் காட்டியது. கூரையில் இருந்து பாய்ந்த சூரிய ஒளியில் ஏராளமான தூசிகள் மின்மினிப் பூச்சிபோல சுடர்வதை ஆவலோடு பார்த்தான். குடிசையில் விழுந்த முதல் துளை.

"ஆமா! கூரை மக்கி பழையதாயிடுச்சி. கொழந்த பொறக்கும் போது கூரை ரொம்ப மக்கிப் போயிடும். அதுக்குள்ள கூரையப் பிரிச்சிக் கட்டணும்" மனதுக்குள் நினைத்துக் கொண்டவன் சட்டென.

"நா இன்னா, இதே பொழப்பாவா இருக்கப் போறேன்? ஒரு ரெண்டு நாளு அந்தாளு எங்கியோ ஊருக்குப் போறானாம். அதான்.... இங்க ஒக்காந்துக்கினு இருக்கறத, அங்க போயி ஒக்காரப் போறேன். கொஞ்சம் பெராக்கா இருக்கும்."

"அப்புறம் உன் இஷ்டம்" என்றவள், அவன் சாப்பிட்டு வைத்த பாத்திரங்களை எடுத்துக்கொண்டு நகர்ந்தாள்.

"சரி, இந்த வாரம் போவட்டும். நானு பொழப்புக்குப் போயிடறேன்" அவளை ஆறுதல்படுத்த சொன்னான்.

அந்த வார்த்தைகளைக் கேட்டதும் அவளுக்கு ஏனோ திகிலாய் இருந்தது. இனி அவன் வண்டியிழுக்கக் கூடாது. சுமை தூக்கக் கூடாதுன்னு நர்சம்மா சொன்னது நினைவுக்கு வந்தது.

"எதுக்கு மாமா! பொழைக்க வேற வேலையா இல்ல? இப்பதான் தெடமா எழுந்து நடமாடுற... அதுகுள்ள எதுக்கு, வண்டிக்குப் போவணும்? நீ போ. அங்க ஒக்காந்துட்டு வா. யாருகிட்டயும் வாயக் குடுக்காத, குடிக்க வர்றவன் ஒருத்தன் மாதிரியே இருக்க மாட்டாங்க"

அவன் இருபது ரூபாய் நோட்டை மீண்டும் அவள் கையில் திணித்தான்.

"மத்தியானத்துக்கு எதனா வாங்கி செய்யறேன் வா." அவன் தகரக்கூரையை நோக்கிப் போனான். சூரியன் பளீரெனக் காய்ந்து கொண்டிருந்தது. குடிசைகளின் பழையதாகி மக்கிய கருப்புத் தும்புகளின்மேல் சூரியனொளி பட்டு, கருப்புக் கூரைகளை சாம்பலின் நிறத்தில் காட்டியது.

பெரிய தகரக்கூரைக்கு முன்பாக பேய்க்காற்று சுழன்றடித்து குப்பைகளைச் சுருட்டிக்கொண்டு நாய்க்கிடங்கு பக்கமாக நகர்ந்து போனது. பேய்க்காளி மஞ்சள் பையோடு நின்றிருந்தான். பையன்களில் ஒருவன், சிவப்புநிற அரைக்கால் சட்டையுடனும், மற்றவன், புதிய சங்குமார்க் லுங்கியுடனும் சாராயம் விற்றுக்கொண்டிருந்தார்கள். ஒருவன், சில்லறையை எண்ணி பாக்ட்டில் போட்டுக் கொண்டான்.

காகித நோட்டுகளை லுங்கி கட்டியிருந்தவனிடம் கொடுத்தான். மடித்துக் கட்டிய லுங்கியில் பணம் மூட்டையாகத் தெரிந்தது. அவன் அதை சுருக்கங்கள் நீக்கி வரிசைப் படுத்தினான்.

கிழவி மீன் வறுத்துக் கொண்டிருந்தாள். நிலக்கரி கருகும் வாடையை மீறி, மீன் வறுபடும் வாசம் வீசியது. மின் நிலையத்தில் கரி அள்ளி கொட்டும் ஆட்கள் முள்வேலி தாண்டி வந்துக் குடித்துவிட்டு கரிக் குவியலின் பின் போய் மறைந்தார்கள். தகரக்கூரையின் கடைசியில் பெரிய பள்ளம். அதில் குப்பைகளைக் கொட்ட வந்த இரட்டை மாடு பூட்டிய வண்டிகள் வரிசையாக நின்றிருந்தன. மாநகராட்சி மாடுகள் கொழுத்து மிகப் பெரிதாக இருந்தன. புதிதாக கொட்டப்பட்ட குப்பையை ஒரு கிழவியும் இரண்டு பையன்களும் கிளறி, பொறுக்கிக் கொண்டிருந்தார்கள்.

பேய்க்காளி புகைத்துக்கொண்டு நின்றிருந்தான்.

"வா செங்கேணி! ஊருலருந்து வந்ததும் கொஞ்சம் மரம் வாங்கித் தர்றேன். நம்மாளு ஒருத்தன் இருக்குறான். நல்லா செய்வான். வெயில்ல வண்டிய இஸ்துக்கினு..." என்று இழுத்தவன் செங்கேணி! அந்த எறக்கத்துல ஒரு கண்ணு வச்சுக்க. அவனுங்க அந்தப் பக்கமா தா வருவானுங்க. போலிஸ்காரனுக்கும் குடிக்க வரவனுக்கும் நல்லா வித்தியாசம் தெரியும். டவுட்டா இருந்திச்சினா, தொடையில ஓங்கி ஒரு தட்டு தட்டிக்கோ... பசங்க உசாராயிடுவானுங்க. இன்னா. உன்ன எவனா கேட்டா. ஒடம்பு சரியில்லாதவன் சார்! இப்டி காத்துக்காக ஒக்காந்துக்கினு இருக்கிறேன்னு சொல்லு. ஒண்ணும் பண்ண மாட்டானுங்க. இன்னா... போரடிச்சா, கொஞ்சம் சரக்க எடுத்துக் குடிச்சிக்க. நா பசங்ககிட்ட சொல்லிட்டு போறேன்." குரலைத் தாழ்த்தி மெதுவாகச் சொன்னான். பிறகு, சாராயம் விற்கும் பையன்களைப் பார்த்து "ஏய்.... லாலா" என்று கூப்பிட்டான்.

புதியதான லுங்கியைக் கட்டியிருந்தவன், வரிசைப்படுத்தி அடுக்கியிருந்த ரூபாய் நோட்டுகளுடன் ஓடி வந்தான். அவனிடம் ஏதோ குசுகுசுவென சொன்னான். பையன், பேய்க்காளியிடம் பணத்தை எண்ணிக் கொடுத்தான். அவன் இரண்டு காதுகளிலும் ரூபாய் நோட்டை பென்சில்போல சுருட்டி வைத்திருந்தான். அதை பேய்க்காளி உருவினான்.

"எண்ணோவ்! இன்ன.. அது, என்து, குடு"

"உம்.... உங்கம்மா காலங்காத்தாலேயே பேங்குலருந்து எடுத்துக்கினு வந்து குடுத்துட்டுப் போச்சா?" கையை சுழற்றி அடிப்பது போல வீசினான். பையன் அடியில் இருந்து தப்ப, வேகமாக தரையில் உட்கார்ந்துகொண்டான்.

"கோ... தா எங்கிட்டயே டபாயிக்கிறயா?" மீண்டும் கையைப் போலியாக வீசினான்.

"எண்ணோவ்! என் துணா, குடே..."

“ஏய்! நானே தண்ணிய மோசமா ஊத்தி வச்சிருக்கிறன் நீங்க வேற எதுனா ஊத்துனிங்க... அப்பற வரவனுங்களுக்கு நீங்கதா பொறுப்பு.”

“அதெல்லாம் நாங்க பாத்துக்கிறோம். நீ போண்ணா. அதான் காவலுக்கு ஆளப் போட்டுப் போறிய...”

பையன் தயக்கமின்றி சொன்னான்.

“பாத்தியா, பசங்க எப்டியிருக்கரானுங்கன்னு சொன்னது ஞாபகமிருக்கட்டும், உஷாருப்பா! சாயந்திரமா பசங்க துட்டு தருவானுங்க. வாங்கிக்க இன்னா...” கையில் மஞ்சள்பையுடன் சரக்கு வைக்கும் குடிசைப் பக்கமாகப் போய் மறைந்தான்.

பெரும் தகரக்கூரைக்கு கிழக்குப்புறமாக இருந்த மின் நிலைய முள்வேலிக்கப்பால் ரயில் சரக்குப் பெட்டிகளில் இருந்து நிலக்கரியை தரை மீது குவியலாக வாரிக் கொட்டிக் கொண்டிருந்தார்கள். நிலக்கரி குவியல்களில் புகைந்தெழும் நெடியைத் தாண்டித் தண்ணீர் சாரல், தகரக்கூரைக்கு கீழாக அடித்து வந்தது. நிலக்கரி எரியாமல் இருக்க அதன் மீது தொடர்ந்து நீர் தெளித்துக் கொண்டிருந்தார்கள். கரிக் குவியலுக்கு மத்தியில் கரியள்ளிக் கொட்டுபவர்களின் கையில் இருந்த சவுலின் தேய்ந்த பாகம் சூரியனொளி பட்டு மின்னியது.

எதையோ தூக்கிக்கொண்டு சந்தில் இருந்து வந்த பேய்க்காளி, தன் குடிசைக்குள் நுழைவதை செங்கேணி பார்த்தான்.

அவன் திடுப்பென நுழைந்தது ஆராயிக்கு அச்சத்தை ஏற்படுத்தியது. அவள் கண்களில் கலக்கம் தெரிந்தது. கைக் கண்ணாடியில் முகம் பார்த்துப் பொட்டு வைத்துக்கொண்டிருந்தவள் நடுக்கம் தீர குங்குமச் சிமிழை கூரை இடுக்கில் வைத்துவிட்டுத் திரும்பினாள்.

“இந்தாம்மா பாப்பா! இத வையி. நம்ம பசங்க வந்து கேட்டா குடு. இன்னா?” அவன் இன்னமும் மிரண்டவள்போல நின்றிருந்தாள்.

“இன்னா ஆராயி! நா இன்னா பேயா? பயந்துமாரியே பாக்கற... இன்னா, உம் புருஷன் துட்டு குடுத்தானா? சும்மா வூட்ல குந்திங்கிறத அங்க குந்தட்டுமேன்னு தா. தலையில அம்மாம் பெரிய காயப்பட்டிருக்குது பாவம்! எங்க பொழப்புக்குப் போவான்?. கவலப்படாத ஆராயி! நா பாத்துக்கறேன். இன்னா...நீ பொழைக்கத் தெரியாத பொண்ணு... போ...” அவள் மீதான பார்வை மாறாமல், அவளை உற்றுப்பார்த்த அவனது குரலும், முகமும் ஆராயியை அச்சுறுத்தியது.

“இந்தா! இதக் கொண்டு போயி, மூலையில வையி” தழும்புகளுடனான அவனது முகத்தைவிட அவன் பார்வையை மிகக் கொடுமையாக உணர்ந்தாள். அவனது நெற்றியில் இருந்த பெரிய குங்குமப் பொட்டு ஆராயியை அச்சுறுத்தியது. அவள் பதிலேதுமற்று அவனை எரிச்சலோடு பார்த்தாள்.

எம்மா பெரிய காயம் என்ற அவனது வார்த்தை அவளை குத்திக் காயப்படுத்தியது. அவன் அப்படியே காற்றில் மறைந்து விட மாட்டானா என்று ஏங்கினாள்.

"தே! பாப்பா இன்னா யாரு?" எவருன்னு இப்டி மெரல்ற? இந்தா, இத எடுத்து வையின்ற" என்று மிரட்டுவதுபோல சொன்னான். அவள் அச்சத்துடன் அதை எடுத்துப்போக வந்தாள். "சரி வுடு. இத உன்னால தூக்க முடியாது. நா எடுத்துக்கினு போயி வைக்கிறேன். வைச்சுட்டா, அது ஒரு மூலையில கெடக்கப் போவுது." சொல்லிக்கொண்டே குடிசை மூலையில் கொண்டுபோய் வைத்தான்.

"எதனா இருந்தா குடு. துன்னுட்டுப் போறேன்."

"இல்ல, இனிதா செய்யணும்" அச்சத்துடனே சொன்னாள்.

"சரி சரி. செய்து, நீயும் உம் புருசனும் துன்னுங்க. குடிக்கத் தண்ணி குடு." அவன் பார்வையில் இருந்து தப்பத். தண்ணீர் கொண்டு வந்து கொடுத்தாள். சொம்புடன் சேர்ந்து அவள் கை நடுங்குவதை பேய்க்காளி பார்த்தான்.

"தே பொண்ணு! எதுக்கு இப்டி நடுங்குற? யாரு" எவன்னு பயப்படுற? நம்ம தம்பி சம்சாரன்னுதான கொழம்பக் குடு, தண்ணியக் குடுன்னு உரிமையா கேக்கறான் நீ ஒருத்தி, வெவரம் தெரியாதவ...."

தண்ணீர் குடித்தான். பார்வை மட்டும் அவள் மீதிருந்தது. பெருந்தாகத்தோடு விலங்கு ஒன்று, நீர் அருந்துவது போன்று தொண்டையிலிருந்து நீர் இறங்கும் ஓசை கேட்டது. அந்தப் பார்வையில் இருந்த பயங்கரம் சாதாரணமானதாக அவளுக்குத் தெரியவில்லை. தண்ணீர் குடித்துவிட்டு, பாதியாக மடித்துக் கட்டியிருந்த வேட்டியை மேலே தூக்கினான். ரத்தச் சிவப்பான அரைக்கால் சட்டையில் இருந்து பணத்தைக் கற்றையாக வெளியே எடுத்தவன், "இவ்ளோ பணம் வச்சிருக்கிறேன், எதுக்கு? எனக்கு புள்ளயா. குட்டியா வச்சி வாழறதுக்கு கூட ஒருத்தியும் இல்ல" என்றவன் பெரிதாக ஏப்பம் விட்டான். சகிக்க முடியாத நாற்றம் வீசியது. அவளைப் பார்த்து சிரித்தான். அவளோ அழுகிய விலங்கின் நாற்றத்தில் மூழ்கி விட்டவள்போல தவித்தாள். வேட்டி முனையால் வாயை துடைத்துக்கொண்டு அவளைக் கொடுங்கண்களால் உற்றுப்பார்த்தான். வயதானவன், கைகளில் உறுதியான நரம்புகள் புடைத்துக்கொண்டு கிளை பரவியிருந்தது.

"நீயெல்லாம் ராணி மாதிரி வாழ வேண்டியவ. பாரேன், பாக்க ராணி மாதிரியே இருக்கற" அவனது நாற்றம் மிகுந்த வாயில் இருந்து தன் தலை மேல் எதையோ துப்பி விட்டதுபோல் அவளுக்கு கூசியது. அவனது வலது கையில் பணம் கற்றையாக இருந்தது.

"இந்தா ஆராயி செலவுக்கு வேணும்னா எடுத்துக்க. இந்தா..." அவளது மார்புக்கு நெருக்கமாக நீட்டினான். அவள் அச்சமடைந்து, பின் நகர்ந்தாள். அவன் கண்கள் இரையை நெருங்கிவிட்ட விலங்கினுடையது போல ஆசை மிகுந்து சுடர்ந்தது. இந்தா ஆராயி! எடுத்துக்க. புருஷன் சம்பாதிக்கலயேன்னு கவலப்படாத. இனிம பாரு, அவனயும் உன்னயும் நானு இன்னா மாதிரி வச்சிருக்கறேன்னு. நம்ம பசங்களாயிட்டிங்க. யாரு எவுரு...." அவன் அடக்க முடியாதபடி இருமினான்.

அவன் அப்படியே இருமி செத்துப் போக மாட்டானா என்று ஆராயி மனமாற விரும்பினாள். சரி, வெளிய போய்யா! எனக்கு வேல இருக்குது என்று சொல்ல ஆசைப்பட்டாள். அவன் பணத்தை நீட்டியபடி உறுதியாக நின்றிருந்தான். அவனது கை அவளது நிறைவான நெஞ்சை நெருங்கியிருந்தது.

'மாமா' நீ எங்க போயிட்ட இந்நேரம் பாத்து? நீ வர மாட்டியா?" என்று ஏங்கினாள்.

"எனக்கு எதுக்குப் பணம் நீ..." அவளுக்கு வார்த்தை தடுமாறியது. அரண்டு போயிருந்தாள்.

தைரியத்தை வரவழைத்துக் கொண்டு அவனைத் தாண்டி குடிசை வாசலருகேபோய் நின்றுக் கொண்டு "எனக்குப் பணமெல்லாம் வாணா நீ வெளிய போ." கத்தினாள்.

"நீ பொழைக்கத் தெரியாத பொண்ணு. சின்ன வயதுதான... போவ போவ எப்டி பொழைக்கறதுன்னு தெரிஞ்சுக்குவ." அவன் தீர்மானமாகச் சொன்னான்.

அவன் வெளியே போனபோது எதிர்வாசலில் செல்லக்கண்ணு பாத்திரங்களை கழுவிக்கொண்டிருந்தாள். பேய்க்காளி, அவள் இருந்த பக்கமாய் காரி உமிழ்ந்துவிட்டு மஞ்சள் பையுடன் நடந்தான். ஆராயிக்கு நெஞ்சு படபடவென அடித்துக்கொண்டது. அவளும் அவசரமாக வாசலில்போய் உட்கார்ந்து கொண்டாள்.

அவள் நடுக்கத்தோடு இருப்பதை செல்லக்கண்ணு பார்த்தாள்.

"அவன எதுக்குடி வூட்டுக்குள்ள சேக்கற? அவன் குடியக் கெடுக்கறவனாச்சே." பாத்திரம் கழுவிக்கொண்டே செல்லக்கண்ணு சொன்னாள்.

"நா எங்க சேத்த... அந்தாளு எதோ பையக் கொண்டாந்து வச்சிட்டுப் போறாரு."

"பாத்து, அவன் பொல்லாதவன் அங்க தொட்டு, இங்க தொட்டு மென்னியப் புடிக்கிற பேய்... பாவம் உம் புருஷன் வா செத்த புள்ள இனி எதனா கொண்ணாந்தா, தூக்கி வெளிய போடு வந்தன்னா. வேற எங்கனா எடுத்துக்கினு போயி வைச்சிக்கன்னு சொல்லுடி. நீயும் வெவரமில்லாம எதனா பண்ணி பிரச்சன வரப்போவுது." அவள் சொல்லிக்கொண்டே கழுவிய பாத்திரங்களை குடிசைக்குள் எடுத்துக்கொண்டு போனாள்.

ஆராயிக்கு நெஞ்சு கலங்கி குழப்பமாக இருந்தது. "பக்கத்துல அக்காள் இருந்தாலும் அதுகிட்ட சொல்லலாம்" என்று நினைத்துக் கொண்டாள்.

அவன் தன்னிடம் தப்பாக நடக்க முயல்வதை நினைத்து அஞ்சினாள். தகரகூரைப் பக்கமாக எட்டிப் பார்த்தாள். செங்கேணி குட்டிச் சுவரின் மீது உட்கார்ந்தபடி வேடிக்கை பார்த்துக்கொண்டிருந்தான்.

இப்போதுதான் அவன் கீழே விழுந்து காயமடைந்து துடிப்பது போல உணர்ந்தவள், உள்ளம் குமுறியழுதாள். அவளால் அழுகையை அடக்கமுடியவில்லை.

பொறிக்குள் சிக்கிக் கொண்ட பறவைபோல அவளுள்ளம் தவித்தது.

குடிசைக்குப் பின்புறம் ரயில்களின் கூவல் ஒலி அவளுக்கு கலக்கத்தை ஏற்படுத்தியது. அக்காளிடம் சொல்லி, அவளுடனோ அல்லது அவளுக்குப் பக்கத்திலேயோ போய் இருப்பது, தான் தனக்கு பாதுகாப்பு என்று மனதிற்குள் சொல்லிக்கொண்டாள்.

அமைதியாக ஓடிக்கொண்டிருந்த ஓடையில் காட்டெருமை வந்து, கலங்கடித்து நாசம் செய்துவிட்டது போலிருந்தது. அவளுக்கு எல்லாவற்றையும் விட செங்கேணியை நினைத்தால். அச்சமாக இருந்தது. அவன் எந்த நேரத்தில் மயங்கிக் கீழே விழுந்து விடுவானோ என அஞ்சினாள். காலில் ஏற்பட்ட காயம் முழுமையாக குணமாகி விட்டது. லேசாகத் தாங்கி நடப்பதைத்தவிர வேறு ஒன்றுமில்லை. ஆனால், தலையில் தையலிட்ட அடையாளத்தைப் பார்க்கும்போதெல்லாம் அவள் அஞ்சினாள். அது தீராத கலக்கமாக அவளை வாட்டியது.

அவன் முகத்தில் எப்போதும் ஒரு பரபரப்பு இருப்பதையும், அவன் நிலையற்று இருப்பதையும் அவள் உணர்ந்திருந்தாள். அவனைக் குழந்தைபோல பார்த்துக்கணும்னு நர்சம்மா சொன்னது அவள் நினைவுக்கு வந்தது. அவனை அந்த தகரக் கூரையினடியில் இருந்து அழைத்து வந்து விட வேண்டுமெனத் தோன்றியது. பிறகு, அவள் தன் வயிற்றைத் தடவினாள். தன் நெஞ்சில் இருக்கும் துயரை துரத்த விரும்பியவள்போல வயிற்றிலே கை வைத்திருந்தாள். மனம் அமைதியாக இருப்பதாக கற்பனை செய்துகொண்டாள்.

தனக்கு இவ்வளவு துயரம் ஏற்படுவதற்குக் காரணம் அந்த சாராயம் விக்கறவன். பேருக்கேத்த மாதிரியே பேய் மாதிரி வந்து நிக்கறான். நீ ராணி மாதிரி இருக்க வேண்டியவன்னு சொன்னதை அவ்ளால் இயல்பாக எடுத்துக்கொள்ள முடியவில்லை. பேய் போன்ற அவன் கைகளும், கண்களும் தன்னைச் சுற்றி அலைபாய்வதை நினைத்து நடுங்கினாள். அவள், அதை அவமானமாக உணர்ந்தாள். அந்த வார்த்தை, அவளை தொடர்ந்து துன்புறுத்தியது.

“ஆராயி!” வாசலில் நின்றுகொண்டு செந்தாமரை குரல் கொடுத்தாள்.

“தோ வரங்கா!”

“கடைக்குப் போறேன், வர்றியா?”

“ம்... வரங்கா”. அவள் தலையை முடிந்து இறுக்கி, கொண்டையாக போட்டுக் கொண்டு சிறு பையுடன் வாசலை அடைத்துவிட்டுக் கிளம்பினாள். செல்லக்கண்ணுவும் அவர்களோடு சேர்ந்து கொண்டாள். “இந்த தம்பி எதுக்கு அங்க போயி ஒக்காந்துக்கினு இருக்குது” என்றாள் செல்லக்கண்ணு.

“உக்கும். உள்ளயே ஒக்காந்துக்கினு ஒண்ணு மூஞ்ச ஒண்ணு எம்மா நேரந்தான் பாத்துக்கினு இருக்கறது? பெராக்கா அப்டிதா போய் ஒக்காரட்டுமே...” செந்தாமரை சொன்னாள்.

அவர்கள் மூவரும் போவதை செங்கேணி பார்த்தான். கள்ளச் சாராயக்கடை களை கட்டியிருந்தது. குடியர்கள் குடித்தவுடன்

காணாமல் போனார்கள். "பெஷல் பார்ட்டி வருதாம். டக்குனு குடிச்சிட்டுப் போப்பா" லாலா எச்சரித்தான்.

கிழவி, வறுத்த மீன்களை காகிதம் போட்டு குட்டிச் சுவருக்குப் பின்புறமாகக் கொண்டுபோய் மறைவாக வைத்துவிட்டு ஒன்றும் சம்பந்தம் இல்லாதவள்போல வெற்றிலை போட்டுக் கொண்டு முதுகை குட்டிச் சுவரில் சாய்த்துக்கொண்டு உட்கார்ந்திருந்தாள். அவளது சுருக்குப்பை சில்லறைகளால் நிரம்பி ஊதிப்போயிருந்தது. இளம் வயதில் சிவந்த மேனியளாக இருந்திருக்க வேண்டும். அவளது சுருங்கிய கையெங்கும் கோலங்கள் பச்சை குத்தப்பட்டிருந்தன. நெற்றியிலேகூட சின்னதாக கோலம் வரையப்பட்டிருந்தது.

குடியர்கள் இல்லாத சமயத்தில் அரைக்கால் சட்டைப் பையன் செங்கேணியைப் பார்த்து சிரித்தான். பிறகு "இன்னாண்ணா பூன உனக்கு சிஐடி வேல குடுத்திருக்குதா?" கேட்டுவிட்டு சிரித்தான். செங்கேணியும் சிரித்தான். ஆனால், அவனுக்கு மனசு வலித்தது. பேய்க்காளிக்கு பசங்க பூனையின்னு பேர் வச்சிருந்தாங்க.

"ஒண்ணும் கண்டுக்காத. மாசத்துக்கு ஒரு தபா உள்ள தூக்கிப்போட்டு லாடம் கட்டுவானுங்க. யார் தாங்கறது?" அரைக்கால் சட்டையைத் துக்கிக் காண்பித்தான். தோல் கன்றிப் போய் இருந்தது.

"அடப் பாவி!" செங்கேணி அதைப் பார்த்துவிட்டு வாயைப் பொத்திக் கொண்டான். இதெல்லாம் ஒண்ணுல்ல.! உள்ள போய்ப் பாரு. பெஷல் பார்ட்டிகிட்ட மாட்னம் அவ்ளதான். சந்தனப் பொட்டுகாரன் ஒருத்தன் இருக்குறான். எலும்ப தனித்தனியா கயிட்டி வுட்ருவான்" சொல்லிக் கொண்டிருந்தவனை லாலா எட்டி உதைத்தான். "ஏய்! இன்னா. பேய் கதல்லாம் சொல்ற. போடா. ஆளு வருது பாரு. போய் ஊத்து." அவன் எட்டி உதைத்த இடத்தை துடைத்துக் கொண்டு ஓடினான்.

சரிவில் நாய்கள் குரைத்துக் கொண்டிருந்தன. அடித்துக் கொல்கிறார்கள் போலும். மரண ஓலம் எழுப்பும் நாய்களின் ஓசை சட்டென அறுந்து காணாமல் போவதில் இருந்து செங்கேணி புரிந்து கொண்டு நாய்க்கிடங்கைப் பார்த்தான்.

மஞ்சள் புடவையில் திரியும் பெண், சரிவில் ஏறி வந்து கொண்டிருந்தாள். கசங்காத புடவையை ஒழுங்காகக் கட்டியிருந்தாள். சிக்குப் பிடித்த தலைமுடி இடுப்புவரை தொங்கிக் கொண்டிருந்தது. நெற்றியில் மிக சமீபத்தில் பூசப்பட்ட குங்குமம், வியர்வையில் ஊறி மூக்குத் தண்டில் வழிந்துக் கொண்டிருந்தது.

"லாலா! உன் சம்சாரம் வருதுடா!" அரைக்கால் சட்டைப் பையன் சொன்னான். அதற்குப் பதிலாக லாலா ஆபாசமாகத் திட்டினான்.

இவர்கள் சண்டையினூடே அவள், மேட்டில் ஏறி வந்தாள். செங்கேணியைப் பார்த்து ஆசிர்வதிப்பதுபோல கையை ஆட்டினாள்.

பையன்களைப் பார்த்ததும் அவள் வெடுக்கெனத் திரும்பி, யாருக்கும் கேட்காத முறையில் முணுமுணுத்துக் கொண்டு குடிசைகளை நோக்கி போய் மறைந்தாள்.

கிழவி கன்னத்தில் போட்டுக்கொண்டு அவள் போன திசையையே பக்தியோடு பார்பது தெரிந்தது.

பையன்கள் அவளைப் பற்றி ஆபாசமாகப் பேசிச் சிரித்துக் கொண்டிருந்தார்கள். "ஏண்டா! அது பாவத்தக் கொட்டிகிறீங்க? அது சாபவுட்டா நீங்க நல்லா இருக்கமாட்டீங்க. அறியாத புள்ளங்க இப்டில்லாம் பேசக் கூடாதுடா" கிழவி, பையன்களை எச்சரித்தாள்.

"நானும் பாக்கறேன்... அதுக்கு எங்கருந்துதான் புதுப் பொடவ கெடைக்குதோ?"

செங்கேணி வழக்கமான ஆச்சரியத்தோடு கிழவியைப் பார்த்துச் சொன்னான்.

"அதுக்கா, குடுக்க ஆளு இல்ல. சேட்டுப் பசங்க அதுக்குப் பொடவ குடுக்க, போட்டி போடறானுங்க, நம்ப பேய்க்காளிகூட அதுக்குப் பொடவ எடுத்துக் குடுப்பான."

"அதுக்குதான் சனங்க எதனா குடுக்கறாங்களா... எங்கனா நெழலாம் பாத்து ஒக்கார வேண்டியதுதான? வெயில்ல குப்ப மேடெல்லாம் சுத்தித் திரியுது"

கிழவி பயந்தவள் போல கன்னத்தில் போட்டுக்கொண்டாள். "அப்டியெல்லாம் பேசாதப்பா! அறியாத புள்ளயா இருக்கிற? அது மேல கன்னிமாருங்க இருக்காங்க. அது இப்டி தான் காடு மேடுன்னு திரியும்." கிழவி சொல்லிவிட்டு மீண்டும் கன்னத்தில் போட்டுக்கொண்டாள். "முன்னல்லாம் அது ரொம்ப உக்கரம்மா திரியும். கண்ணு, சும்மா செவசெவன்னு இருக்கும். அதான் இருக்குறானுங்களே, பேயிக்குப் புள்ளயப் பெக்கறவனுங்க, அத நசுக்கி நாசம் பண்ணி... பாவம் இப்ப நிதானமாயிடுச்சி. நீயே பாரேன், இப்பவும் அது போற வேகத்த."

சாராயம் விற்கிற பையன்கள் வாயைத் திறக்காமல், கிழவி சொல்வதைக் கேட்டுக்கொண்டிருந்தார்கள். அவர்களுக்கு உள்ளூர பயம். மஞ்சள் புடவைக்காரி பலமுறை அவர்களை சபித்திருக்கிறாள். இந்த சண்டகாரக் கெழவியே கன்னத்துல போட்டுகிறான்னா, நம்ப எந்த மூலைக்கு? லாலா மனதுக்குள் நினைத்துக்கொண்டான்.

"அது பெத்த புள்ளைங்க...." ஏனோ பாதியிலேயே நிறுத்திக் கொண்டான். கிழவியும் அதைக் கவனிக்கவில்லை. ஆனால், மஞ்சளாடைக்காரி பெற்ற பிள்ளைகள் என்ன ஆயின என்று தெரிந்து கொள்ள விரும்பினான் செங்கேணி. அதற்குள் இரண்டு குடிகாரர்கள் ஒரே நேரத்தில் வந்ததால், லாலா ஊற்றிகொடுக்கவும், புதுச்சரக்கு கேனை எடுக்க ஒருவனுமாகப் போனார்கள்.'

கரிக் குவியல்களைத் தாண்டி, பயணிகள் ரயில் தடதடத்து ஓடும் ஓசையும், நீண்ட கூவல் ஒலியும் மின் நிலைய ஓசையையும் மீறிக் கேட்டன.

திடுப்பென அவனுக்கு மீசைக்காரரின் நினைப்பு வந்தது. நீண்ட நாட்களாக அவரை சந்திக்காதது, ஏன்? என்று தனக்குத்தானே

கேட்டுக் கொண்டான். தூங்கியெழுந்தவன் போல குட்டிச்சுவரில் இருந்து மெதுவாக இறங்கி, தூரத்தில் சாலைக்கு எதிரே தெரிந்த மாதா கோவிலையும், மீசைக்காரரின் வீட்டையும் பார்த்தான். கறிக்கடை வாசலில் இருந்து, அழகான ஒருத்தி கலகலவென சிரித்துக் கொண்டு ஓடி வருவதுபோல இருந்தது. அதே நேரத்தில் அவள் தீய்ந்த உடலுடன் கத்திக்கொண்டு மீன்பாடி வண்டியில் போனதும் அவன் நினைவுக்கு வந்தது. அவன் தலையை பிடித்துக்கொண்டான். அவனுள்ளத்திலே பெரும் போராட்டம் நடந்தது. தனக்கு ஏற்பட்ட விபத்து பற்றியும் அதைப் பற்றி அவருக்கு ஒன்றுமே தெரியாதா என்றும் நினைத்துக்கொண்டான். சற்று முன் அவர் மீது ஏற்பட்ட ஆர்வம் இப்போது கடும் வெறுப்பாக மாறியது. அவனுக்கு வேறு எதுவும் செய்வதற்கியலாத நிலையில் எச்சிலை தூ...வென வெறுப்புடன் துப்பினான். ஆமாம், ஆராயி எப்பவுமே மீசைக்காரருடன் பழக வேணான்னு சொல்லுவாள். அவன் கெட்டவன். குதிரைவண்டி அதன் சக்கரத்தில் உராயும் சாட்டைக் கொம்பும் அதன் ஓசையும் அவனுக்கு தலை வலிப்பதுபோல இருந்தது.

மீசைக்காரர் அவனை அச்சுறுத்துவதுபோல அவன் முன்னே சிரித்துக்கொண்டு நிற்பதாக உணர்ந்தான். அதே நேரத்தில் பையன்கள் எல்லாவிதமான கலப்பட வேலையும் செய்து, தொழில் திறமையை காட்டிக் கொண்டிருந்தார்கள்.

லாலா, சரிவில் மிதிவண்டி டயரை உருட்டிக்கொண்டு ஓடிய ஒரு பையனைக் கூப்பிட்டான். அவனிடம் பணத்தைக்கொடுத்து மூணு பிரியாணி பார்சல் வாங்கி வரச் சொன்னான்.

நாய் வண்டியில் இருந்து அன்று பிடிபட்ட நாய்களை இறக்கி, பட்டியில் அடைத்துக்கொண்டிருந்தார்கள். வெறிபிடித்த நாய்களை ஒழிக்கவென்று வெள்ளையர் காலத்தில் ஏற்படுத்தப்பட்ட அமைப்பு இப்போதும் மாற்றமின்றி செயல்படுகிறது. தெருவில் திரியும் எல்லா நாய்களையும் பிடித்துக்கொண்டுவந்து கொல்கிறார்கள். வளர்ப்பு நாய்கள்கூட வீட்டை விட்டு வெளியே வரும் நேரத்தில் நாய் பிடிக்கும் வண்டி வந்தால் அவ்வளவுதான். விவரமறிந்த சிலர் தேடிப்பிடித்து வந்து பணம் கட்டி, அழைத்துக்கொண்டு போகிறார்கள். கேட்பாரற்றவைக்கு அதோ கதிதான்.

செங்கேணி உட்கார்ந்திருக்கும் சுவர் மீதிருந்து பார்த்தால், தலையில் அடிக்கப்பட்டு அரை மயக்க நாய்களை இழுத்துப்போவது தெரிந்தது. சுற்றும் முற்றும் வேடிக்கை பார்ப்பதிலேயே அன்றையப் பொழுது போனது.

பாளையம், வீட்டு வாசலில் வேலுவும் மருதுவும் மரண தண்டனைக் கைதிகள்போல வறண்ட முகத்துடன் உட்கார்ந்திருந்தார்கள். அன்று, பாளையமும் ஊருக்குப்போய் விட்டதைக் கூடுதல் கவலையாக உணர்ந்தார்கள்.

மாலையானதும் தகரக் கொட்டகைக்கு அடியில் இருந்து, குடிசைச் சந்துக்கு சாராயம் விற்கும் இடத்தைப் பையன்கள் மாற்றிக் கொண்டிருந்தார்கள்.

“சரி, நா அங்க போய் உக்காந்துக்கறேன்.” லாலாவிடம் சொல்லிவிட்டு நகர்ந்தான். “இன்னா, டூட்டி முடிஞ்சிருச்சா?” கேட்டுவிட்டு லாலா சிரித்தான். செங்கேணிக்கு சுருக்கென்றிருந்தது. பையனை கோபமாக திரும்பிப் பார்த்தான். லாலா எந்தக் கபடமுமற்று சிரித்துக் கொண்டிருந்தான். சரி, அவனுங்க அப்டி தான் என்று நினைத்தவனாய் வேலுவை நோக்கி வந்து, அவர்களுடன் உட்கார்ந்து கொண்டான்.

வேலுவும், மருதுவும் மிகத் துயரத்துடன் உட்கார்ந்திருந்தார்கள். மருது ஒருபடி மேலே போய், தனது முகத்தை இரு கைகளாலும் பொத்தியபடி தலைகவிழ்ந்து உட்கார்ந்திருந்தான். ஏதோ மோசமானது நடந்துவிட்டது என்பதைப் புரிந்துகொண்டு கலவரத்துடன் வேலுவைத் தட்டி, “இன்னைக்கு இன்னா, ஒரு மாதிரியா இருக்கேங்க?” மெதுவாக செங்கேணி கேட்டான்.

வேலு ஏதோ அற்பனைப் பார்ப்பதுபோல பார்த்தான். “உனக்கு ஒண்ணு தெரியாதா? இன்னாப்பா நீ!” முறைப்பாக வெடுக்கெனச் சொன்னான்.

மருது, வேலுவின் தோளில் தட்டி அடக்கினான். வேலுவின் கண்களில் கண்ணீர் கசிந்திருந்தது. “அட இன்னாப்பா! சின்னப்புள்ள மாதிரி... சொல்லிட்டாவது அழும்பா!” செங்கேணியும் சற்று அதட்டலாகவே கேட்டான்.

“பெரியாரு.... பெரியாரு செத்துட்டாரு.'' வேலுவுக்கு தொண்டையடைத்தது. வெகுநேரம் பேச்சற்று அமைதியாக இருந்தார்கள்! சரி, இன்றைக்கு நைட் ஸ்கூல்ல பெரியார பத்திப் பசங்களுக்கு சொல்லுவோம், அவர்கள் முடிவெடுத்தார்கள்.

மாலை செய்தி ரேடியோவில் ஒலிபரப்பாகி கொண்டிருந்தது. “அய்யோ.... இந்த நேரம் பாத்து உங்கண்ணன் ஊருக்குப் போயிட்டாரே. அவரு அண்ணன் என்னமோ சங்க கட்டியிருந்தாராமே அத கொளுத்திட்டாங்களாம். வேலையிலருந்து அப்டியே ஊருக்குப் போயிட்டிருக்கிறாரு” செந்தாமரை வருத்தத்தோடு சொன்னாள்.

சிவாவின் ரெண்டாவது மனைவி வாசலில் தண்ணீர் தெளித்துக் கொண்டிருந்தாள். ஏதோ வாங்கிக்கொண்டு வந்த செல்லக்கண்ணு “இன்னா எப்பா! பாளையம் இருந்திருக்கணும். எப்ப பாரு பெரியாரு.... பெரியாருன்னு சொல்லிக்கிட்டுருக்கும். இன்னா பண்றது, அவரு வயிசுக்கு நாம இருப்பமா? பாவம் புள்ளைங்க! வெசனமா ஒக்காந்துங்கீதுங்க ப்ச்....”

மின் நிலையம் ஓசையற்று இருந்தது. ஏனோ அந்தப் பொழுது துயரம் கலந்த காற்று வீசுவது போலவும் மூச்சு விடக்கூட திணறுவது போலவும் வேலு தவித்தான். அவன் நெஞ்சைத் தேய்த்துக் கொண்டு செங்கேணியைப் பார்த்தான். அவன் ஏதோ யோசனையில் உட்கார்ந்திருந்தான்.

அன்று இரவு பள்ளியில் மாவுளி தேடிப் பிடித்துக்கொண்டு வந்த பெரியார் படத்தை வைத்து மெழுகுவர்த்தி ஏற்றியிருந்தார்கள். மாவுளி மாலை வாங்கி வந்து படத்துக்குப் போட்டான்.

வேலு அவசரமாக அவனைத் தடுத்து மாலையை உதிர்த்து உதிர்ந்த ரோசாப் பூக்களை படத்துக்கு முன் குவியலாக பரப்பி வைத்தான்.

மாணவர்கள் வேலுவும், மருதுவும் இவ்வளவு துயரத்தோடு இருப்பதைப் பார்த்து ஆச்சரியப்பட்டார்கள். பிறகு அவர்களுக்கும் அது தொற்றிக் கொண்டது. "இன்னிக்கு பாடம் எடுப்பதற்குப் பதிலா உங்களுக்கு பெரியாரப் பத்தி சொல்லப் போறேன். அப்புறம் அமைதியா ரெண்டு நிமிஷம் நாம அவருக்கு அஞ்சலி செலுத்தலாம்."

பாளையம் இல்லாதது அவர்களுக்கு வருத்தமாய் இருந்தது. "அண்ணல் அம்பேத்கர் எதுக்காகப் போராடினாரோ ஏறக்குறைய அது மாதிரியான ஒரு போராட்டத்தை குறிப்பா சுயமரியாதை இயக்கத்தை சாதியத்தைக் கட்டி காப்பாத்துறவங்களை கடுமையா எதிர்ப்பதில் தந்தை பெரியார் இந்த மண்ணுல மிகப் பெரிய வேல செய்திருக்கிறார். குறிப்பா இரட்டை வாக்குரிமையை வெள்ளையர் அறிவிச்சதும், காந்தி அத ஏத்துக்க மாட்டேன்னு சாகும்வரை உண்ணாவிரதம்ன்னு அறிவிச்சிட்டாரு. அப்ப அம்பேத்கருக்கு ஆதரவா குரல் கொடுத்தவர் பெரியார். காந்தி செத்தாலும் பரவாயில்ல, நீங்க உங்க மக்களுக்காகப் போராடிப் பெற்ற உரிமைய விட்டுக் குடுக்காதீங்கன்னு அம்பேத்கருக்கு தந்தி கொடுத்தவரு. இந்த சாதியக் கொடுமையை சட்டம் போட்டு ரெண்டாயிரம் வருஷத்துக்கு மேலயே பூதம்போல காத்து வர்றவனையும் பாம்பையும் கண்டா மொதல்ல அவன அடின்னு சத்தம் போட்டு கத்தன வீரன்... இந்த வயசுல இப்டி ஒரு வீரனா? இப்டி ஓர் அறிவாளியான்னு உலகம் வியக்குது. உண்மைய சொன்னா அவரு இப்ப நம்மகூட இல்ல. அவரு இறந்துட்டாரு" துக்கத்துடன் சொன்னான். பிறகு அவனைக் கட்டுப்படுத்த முடியாமல் அழுதான். இரவுப் பள்ளியை நிறைத்து நின்ற மாணவர்களும், மாணவிகளும்கூட கண்கலங்கினார்கள். உதிர்ந்த மலர்களை எடுத்து படத்தில் தூவினான். பிறகு கண்மூடி அமைதியாக அஞ்சலி செலுத்தினார்கள்.

அன்று மாவுளி போதையற்று இருந்தான். அவன் கண்கலங்கியதை அவர்கள் பார்த்தார்கள். சில நாட்களாகவே அவன் குடிப்பதில் ஆர்வமற்று இருந்தான். செங்கேணிக்கு லேசாக தலைவலிப்பது போலிருக்கவே யாரிடமும் பேசாமல் நேரே குடிசைக்கு கிளம்பி விட்டான். குடிசையை நெருங்கும்போது குடிசைக்குப் பின்புறம் நெருப்பு கொழுந்துவிட்டெரியும் வெளிச்சம் தெரிந்தது. நிலக்கரி குவியல் தீப்பிடித்து எரிந்து கொண்டிருக்க வேண்டும். அதன் புகையும் நெருப்புப் பொறிகளும் வான் நோக்கிப் பறந்தன. தீயணைப்பு வண்டியின் மணியோசை சுற்றிலும் கேட்டுக் கொண்டிருந்தது. வேலியோரம் இருந்த குடிசைகளின்மேல் சனங்கள் தண்ணீரை வாரியிறைத்துக் கொண்டிருந்தனர்.

24

நிலக்கரியின் தீய்ந்த வாடையும், இரைச்சலுமான சூழலில் செங்கேணி அமைதியற்றவனாய் குடிசைக்குள் நுழைந்தான். சோர்வாய் இருந்த செங்கேணியைப் பார்த்து அச்சத்துடன், "இன்னா மாமா! ஒரு மாதிரியா இருக்கற?"

"ஒண்ணுமில்ல" ஆராயி அவனைத் தொட்டுப் பார்த்தாள். உடல் சில்லென்று இருந்தது.

"சரி, நா உனக்குப் புடிச்ச கொழம்பு வச்சிருக்கேன். சாப்புடு மாமா"

"எனக்கு பசிக்கல ஆராயி"

"நா ஊட்டி விடறேன் வா மாமா" இறால் குழம்பின் மணம் வீசுவதைக் கூட அப்போதுதான் உணர்ந்தான்.

சட்டென அவள் சோறு போட்டுக்கொண்டு வந்து பிசைந்தாள் குழம்பின் மணம் அவனை ஈர்த்தது.

ஓர் உருண்டை சோற்றை அவன் வாய்க்குள் திணிக்க முயன்றாள். உதட்டருகே வந்த சோற்றை ஒரு கையால் தடுத்தி நிறுத்தியவன், "அம்மா சொன்னதக் கேட்டு ஒழுங்கா படிச்சிருந்தா வேலு மாதிரி நான்கூட வேலைக்குப் போயிருப்பேன்" மெதுவாக முணுமுணுத்தான். ஆராயிக்கு சரியாகக் கேட்கவில்லை. ஆனாலும் அவளுக்குப் புரிந்தது. எதையோ தொலைத்து விட்டவன்போல துயரத்துடன் ஆராயியைப் பார்த்தான். அவன் உள்ளத்தில் இருந்த உழைப்பாளிக்குரிய உறுதி உடைந்திருந்தது. எதிர்காலமற்றவனின் வேதனையான மூச்சொன்று அவனிடமிருந்து வெளிப்பட்டது "எனக்கு அங்க ஒக்காரப் புடிக்கல ஆராயி! நா வண்டியெடுக்கப் போறேன்." அவன் வழக்கமற்ற குரலில் சொல்வதுபோல இருந்தது.

"நீ எதுக்கு மாமா கவலப்படற? இன்னும் ஒரு வாரம் போவட்டும்... நீ வேலைக்குப் போவதாப் போற மாமா. அவருகூட உன்ன கூட்டுக்கினு போறேன்னு சொல்லியிருக்கிறாரு. நீ ஒண்ணும் கவலப்படாத இந்தா" சோற்று உருண்டைய அவன் உதட்டில் உரசினாள். அவன் வாய் திறக்காமல் அவள் கையைப் பிடித்து மெதுவாகத் தள்ளினான்.

அவன் கை நடுங்குவதைப் பார்த்து அவளுக்கும் நடுங்கியது. செங்கேணி தன்னிடமிருந்து ஏதோ பறி போனதுபோல உணர்ந்து உலகமே ஒரு கட்டையைப் பிடித்து கரையேறிக் கொண்டிருக்கும் போது, தான் மட்டும் தனித்து விடப்பட்டவன் போலவும் தனக்குப் பின்னே ஆராயி மட்டும் மாமா.... மாமா என்று தத்தளிப்பது போலவும் தங்களுக்குப் பற்றிக் கொள்ள எதுவும் கிடைக்காதது போலவும் நம்பிக்கையற்று அவளைப் பார்த்தான். அவன் கண்களில் நீர் திரண்டது.

“கவலப்படாத மாமா! நீ இன்னா வயசு போன கெழவனா, வேலைக்குப் போவாம வீட்ல இருக்கருமேன்னு கவலப்படறியா?” அவனைப் பார்த்து கேட்டாள். பிறகு அவன் கன்னத்தைப் பிடித்துக் கொண்டு “உன்னும் ஒரு மாசமானாலும் தம்பி வூட்ல இருக்கட்டும். ஓடம்பு முழுசா நல்லான பிறகு வேலைக்குப் போனா போதும்ன்னு அக்காவும், மாமாவும் சொல்லியிருக்குறாங்க. இப்ப நீ நல்லாயிட்ட மாமா! இன்னும் கொஞ்ச நா நீ ஊட்ல இரு. நா உன்னப் பாத்துக்கறேன். நீயெதுக்கு கவலப்படற?” அவள் முந்தானையால் முகத்தை துடைத்து விட்டாள்.

முதல் சோற்று உருண்டையை அவனுக்கு ஊட்டிவிட்டு இரண்டாவது உருண்டையை உருட்டிக் கொண்டிருந்தவளிடம் இருந்து தட்டை தன் பக்கத்துக்கு இழுத்தான்.

“நா ஊட்டி விடறேன் மாமா!” என்று அவள் சொல்லும் நேரத்தில் “ஆராயி” வெளியே செல்லக்கண்ணு கூப்பிடுவது கேட்டது. ஆராயி வெளியே போனாள்” “மறந்துட்டன்டி. இந்தா உங்கக்கா குடுத்தனுப்புச்சி” பத்து ரூபாய்களாக மூன்று நோட்டுகளைத் தந்தாள்.

“முனியம்மாள் அக்காவுக்கு தா வயிறு வீங்கிக்கினே போவுது. பாவம் உங்கள வந்து பாக்க முடியலயேன்னு கஷ்டப்படுது. அதுக்கு இன்னொரு ஆபரேஷன் பண்ணனும்மா இன்னா பண்றது... அக்காவும் மாமாவும் ஞாயித்துக் கெழம வந்து பாக்குறாங்களாம் இன்னா. இந்தப் பசங்க சோகமா ஒக்காந்துக்கினு இருந்தானுங்களா. நானும் அப்டியே போயிட்டேன். துட்ட பாத்துத் தாண்டி ஞாபகம் வந்துச்சி. போ... போய் சாப்புடு.”

“உக்கும். அவரு கூட முனியம்மக்காவப் போய் பாக்கனும்னு சொல்லிக்கிட்டிருந்தாரு...”

ஆராயி சொல்லிக்கொண்டிருக்கும்போதே செல்லக்கண்ணு ஆராயி கையைச் சீண்டினாள். “அங்க பாருடி! ஒரு கூட பூவ தலையில வச்சிக்கினு ஒக்காந்துக்கினு இருக்கற என் சக்காளத்திய” பூ கட்டிக்கொண்டு உட்கார்ந்திருப்பளைக் காட்டினாள்.

அவள் முழு அலங்காரத்தோடு போதையில் உட்கார்ந்திருக்கும் சிவாவுடன் சிரித்துப் பேசியபடி பூ கட்டிக் கொண்டிருந்தாள். “பாத்தியா ஆராயி இவ்ளோ பூவ இவ தலையில வச்சிக்கினா அந்தாளு என்னை எங்கடி பாப்பான்?” என்றவள் பொறாமையற்று ஆராயியுடன் சேர்ந்து சிரித்தாள். சிவாவின் புது மனைவியும் இவர்கள் சிரிப்பதைப் பார்த்து விட்டாள்.

“இன்னா சிரிக்கிறீங்க?” என்றபடி கையில் கொஞ்சம் பூவை எடுத்து வந்து ஆராயி தலையில் சொருகிவிட்டு, “வாக்கா! உனக்கு தா கட்டிக்கினு இருக்கேன். வா.” அவள் மூத்தவளின் கையைப் பிடித்து இழுத்தாள். “அதான் எனக்கு சேத்து நீ வச்சுங்கீறியே” அவள் கிண்டலாகச் சொல்லிக்கொண்டு போனாள்.

ஆராயி குடிசைக்குள் நுழைந்தபோது செங்கேணி சாப்பிட்டு முடித்திருந்தான்.

"இந்தா மாமா! அக்கா குடுத்து அனுப்புச்சாம்." பணத்தை நீட்டினாள்.

"என்னான்ட எதுக்கு? வச்சுக்க"

"நாளைக்கு அக்காவப் போயி பாத்துட்டு வரலாமா?"

அவன் வெறுமனே தலையாட்டினான். பிறகு பின்னால் நகர்ந்து சுவரில் சாய்ந்துகொண்டான். அவனிடம் மாத்திரையைக் கொடுத்து வாயில் தண்ணீர் ஊற்றினாள்.

அவன் துயரத்தில் இருப்பதைப் புரிந்துகொண்டு அச்சத்தில் அவன் கண்களைப் பார்த்தாள். கண்கள் அளவுக்கு மீறி சிவந்திருந்தது. அவன் உறங்கி வெகுநேரம் அவள் விழித்திருந்தாள்.

"அம்மா! சீக்கிரம் வா...." என்று அவன் உளறியது தெளிவாகக் கேட்டது.

வெளியே சனங்களின் சத்தம் அடங்கிய பொழுதில் வெளியே யாரோ கூப்பிடும் குரல் கேட்டது.

"எண்ணோவ் செங்கேணியண்ணா!" ஆராயி வெளியே எட்டிப் பார்த்தாள். சாராயம் விற்கும் பையன்கள் நின்றிருந்தார்கள். சின்னப் பையொன்றை நீட்டி "இந்தாக்கா! உங்கிட்ட பேய்க்காளி குடுத்து வைக்க சொன்னாரு. வந்து வாங்கிக்குவாரு. இந்தா, உள்ள பணம் இருக்குது"

அவள் எதுவும் பேசாமல் வாங்கிக் கொண்டாள். ஏற்கெனவே அந்தாள் குடுத்துட்டுப்போன பை மூலையில் இருக்குது? என்று நினைத்துக்கொண்டவள் அதன் பக்கத்திலே இதையும் வைத்துவிட்டு, அவன் பக்கத்தில் படுத்துக்கொண்டாள். அன்று தூங்கியெழுந்ததில் இருந்தே அவனுக்கு தலை வலிப்பது போலிருந்தது. அவன் வாசலில் உட்கார்ந்து தெருவை வேடிக்கை பார்த்துக் கொண்டிருந்தான்.

"மாமா! அக்கா வூட்டுக்கு கெளம்பளாமா?" தயக்கத்துடன் கேட்டாள்.

"வாணா ஆராயி! சாயந்திரமா போவலாம். தலை வலிக்கிற மாதிரி இருக்குது" அவனைக் குனிந்து பார்த்தாள். "வா மாமா! ஆஸ்பத்திரிக்குப் போவலாம். தலவலிச்சா ஒடனே வந்து பாக்கச் சொன்னாங்க."

"அதெல்லா. ஒண்ணுமில்ல. சும்மாதான்" என்றவன் எழுந்து தகரக் கூரையை நோக்கிப் போனான். அவளும் அவனைத் தொந்தரவு செய்ய விரும்பாமல் வீட்டு வேலையில் இறங்கி விட்டாள்.

வியாபாரம் நடந்துகொண்டிருந்தது. "வந்துட்டாருடா சிஐடி" லாலா சொல்லிவிட்டு சிரித்தான். செங்கேணிக்கு ஏனோ அது அவமானமாக இருந்தது. அவன் தன்னைத்தானே கட்டுப்படுத்திக் கொண்டான்.

"டேய்! நானு சும்மா காத்தோட்டமா ஒக்காறலாம்னு வர்றண்டா! நீங்க இன்னா பண்றீங்கன்னு எனக்கு இன்னாடா தெரியுது?"

"எண்ணோவ்! வுடுனா... வுடுனா எல்லா தமாசுக்குதா" சொல்லிவிட்டு சிரித்தான். தலை கடுமையாக வலித்தது. கண்கள் எப்போதையும் விட சிவந்து விட்டன. திடுப்பென மீசைக்காரரைப் போய் பார்க்க

ஆசைப்பட்டான். அதேநேரத்தில் உடல் தீய்ந்து கதறியவளின் உருவம் அவன் முன்னே வந்து மீசைக்காரர் மேல் கோபம் கொள்ளச் செய்தது. இரட்டை மனநிலையில் அவதியுற்றான்.

கிழவி எதையோ தீய்த்துக்கொண்டிருந்தாள். அந்த வாடைக்கு நாய்கள் அங்கு சுற்றித் திரிந்தன. கிழவி பெரிய புகையிலையை எடுத்து உள்ளங்கையில் அடித்து தூசி போக்கி பெருந்துண்டை முறுக்கியெடுத்து வாயில் அடக்கிக்கொண்டாள்.

"தம்பி! நம்மளுக்கு எந்த ஊரு?" அவன் யோசனையோடு நாய்க் கிடங்கைப் பார்த்துக்கொண்டிருந்தான்.

"செங்கேணியண்ணா! உன்னதா கெய்வி இன்னாமோ கேக்குது பாரு?" என்றவன் சட்டென வாய் கோணியதுபோல கத்தினான்.

"டேய்! லாலா வந்துட்டானுங்கடா? ஓடு... ஓடு"

அப்போதுதான் பார்த்தான். சரிவில் இருவர் பதுங்கி வருவதும், தகரக்கூரையின் பின்பக்கமாக குப்பைமேட்டின் அருகில் இருவருமாக வருவதைப் பார்த்தான். அவர்கள் குடிக்க வருவதுபோல இல்லை. அந்தக் கணத்தில் அவன் நடுங்கினான்.

கிழவி குப்பைக்குவியல்களின் பின்னே எங்கோ ஆவிபோல மறைந்துவிட்டாள்.

செங்கேணி நினைவுக்கு வந்தவனாய் தொடையில் ஓங்கித் தட்டினான். கண் கெட்டபின் கடலைப் பார்க்க ஆசைப்பட்டது போல், காவலர்களில் இருவர் குடிசைகளை நோக்கி பையன்களை துரத்திக்கொண்டு ஓடினார்கள். லாலா அவர்களுக்கு போக்கு காட்டிவிட்டு எதிர்த்திசையில் ஓடி வந்து குப்பைக் குவியல்களின் மேல் தாவியோடினான். தகரக்கூரையை நோக்கி வந்த காவலர் தடியை குப்பைக்குவியல்களை நோக்கி வீசினார். அது சுழன்று போன திசையில் பையன் தலைதெறிக்க ஓடிக்கொண்டிருந்தான்.

செங்கேணி இயக்கமற்றவன்போல அப்படியே உட்கார்ந்து விட்டான். ஒரு காவலர் பெரிய அலுமினிய சாராய தேக்சாவை தடியால் அடித்தார். பிறகு கோபமாக காலால் எட்டி உதைத்தார். அது சாராயத்தை சிந்திக்கொண்டு உருண்டோடியது.

குடிசை சந்துக்குள் ஓடிய காவலர் குற்றவாளிகளைத் தப்பவிட்ட கோபத்தில் வந்துகொண்டிருந்தார். நால்வரும் தகரக் கூரைக்குள் கூடியபோது, செங்கேணி பதற்றத்துடன் உட்கார்ந்திருந்தான். மூவர் குப்பைகளைத் தடியால் கிளறி சோதனை செய்துகொண்டிருக்கும் போது "ஏய்! சாராயத்த எங்கடா ஒளிச்சி வச்சிருக்கீங்க?" செங்கேணியைப் பார்த்து தடியை ஓங்கியபடி கேட்டார்.

"சார்! எனக்குத் தெரியாது. நா சும்மா ஒக்காந்துக்கினு இருக்கேன் சார்..."

"கோ... தா சாராயம் வித்துக்கினு இருக்கற. சும்மா ஒக்காந்துக்கினு இருக்கறேன்ற...." தடியால் ஓங்கிய வேகத்தில் ஒன்று போட்டார். முதலடியே மிகக் கடுமையாக இருந்தது.

"தெ... புள்ளைங்க ஓடிடுச்சிங்க." தடியை வீசியெறிந்த காவலர் சொல்லிக்கொண்டு வந்தார். செங்கேணியை அடித்துக்கொண்டிருந்த காவலர் பலமானதொரு அடியை அவனது அடிபட்ட காலில் போட்டார். செங்கேணி வலி பொறுக்க முடியாமல் சுருண்டு சுவரிலிருந்து கீழே விழுந்தான்.

"சார்! ஒடைஞ்ச காலு சார்." அவன் மிரண்டுபோய் கத்தினான். "கோ... தா...! அதா ஓட முடியாம ஒக்காந்துக்கினு இருக்கியா? திருட்டு நாயே! தொடையில தட்டி சிக்னல் குடுக்கறியா?" சொல்லிக்கொண்டே முதுகில் ஓங்கி தடியால் விளாசினார்.

செங்கேணியின் சட்டையைச் கழற்றி கையைப் பின்பக்கமாகச் சேர்த்துக் கட்டினார்கள். சார்! நா சும்மா ஒக்காந்துக்கினு இருக்கேன் சார். முதுகிலே தடி பாய்ந்த ஓசை எதிரொலிப்புடன் கேட்டது. செங்கேணி பல்லை இறுக்கி கடித்துக் கொண்டான்.

தகரக்கூரையினடியில் இருந்து அவனைத் தள்ளிக்கொண்டு வந்தார்கள்.

"ஏய்! வீடு எங்கடா?" செங்கேணி இருநூறு அடி தூரத்தில் இருந்த குடிசையைக் காட்டினான். காவலர்கள் தடியால் குடிசையை நோக்கி அவனைத் தள்ளிக்கொண்டு போனார்கள்.

ஆராயி கூச்சல் கேட்டு வெளியே எட்டிப்பார்த்தாள். அந்த நேரத்தில் இரண்டு காவலர்கள் ஒரே நேரத்தில் அவன் மேல் தடியைப் பாய்ச்சினார்கள். ஒருவர் அவனை நெட்டி முன்னே தள்ளினார். அவன் தடுமாறி முன் நகர்ந்தான். ஆராயி நெஞ்சைப் பிடித்துக் கொண்டு "மாமா" என்று கத்திக்கொண்டு ஓடி வந்தாள்.

ஒரு காவலர் குடிசைக்குள் புகுந்து சின்ன தட்டுமுட்டு சாமான்களை வாரியிறைத்துவிட்டு குடிசையில் இருந்து பத்து லிட்டர் சாராய கேனை தூக்கி வந்தார். ஒரு கையில் கேன் இருந்த சாக்குப்பை இருந்தது.

ஆராயி அசைவற்று நின்றிருந்தாள். அது இருந்தது செங்கேணிக்குத் தெரியாது. அவளுக்கும்கூட தெரியாது. ஏதோ சாக்குப்பையில் கட்டியிருந்தது என்று நினைத்திருந்தாள்.

சாராய கேனை தூக்கி வந்தவர் "ஏண்டா! சும்மா ஒக்காந்துக்கினு இருந்தியாடா? இது இன்னாடா நாயே" கேட்டுக் கொண்டே காலிலும், முதுகிலுமாக தடியால் அடித்தார்.

அவன் கத்தாமல் மரம்போல நின்றிருந்தான். ஆராயி அலறினாள். அவன் மீது பாயப் போன தடியைப் பிடித்துக்கொண்டு "அவருக்கு ஒண்ணும் தெரியாது சார்... அந்த சாராயம் விக்கறவன் கொண்ணாந்து வச்சது சார்.... அது சாராயம்ன்னு எனக்கு தெரியாது சார்..." தடியை விடாமல் அலறினாள். காவலரால் தடியைப் பிடுங்க முடியவில்லை. "சார்! என்னை அடிங்க... அவருக்கு ஒடம்பு சரியி..." அவள் பரிதாபமாகக் கெஞ்சினாள். தெருவில் கூட்டம் கூடி விட்டது.

செந்தாமரைக்கு என்ன செய்வதென்று தெரியாமல் "இந்நேரம் பாத்து அந்த மனுசன ஊருக்குப் போயிட்டாரே?" என்று புலம்பிக் கொண்டு ஆராயியைப் போய் பிடித்தாள்.

காவலர் வெறி கொண்டவராய் தடியை அவளிடமிருந்து உருவிக் கொண்டு பூட்ஸ் காலால் அவளை உதைத்து தூரமாய் தள்ளினார்.

"ஏய் திருட்டு முண்ட! சாராயத்த வீட்ல பதுக்கி வச்சிருக்கீங்க, அவன சாராயம் விக்கற எடத்துலயே பிடிச்சிருகோம். நாடகமா ஆடறீங்க திருட்டுக் கழுதைங்களா..." அவளை அடிக்க தடியை ஓங்கினார். "அடிங்க சார், என்ன அடிங்க சார், அவர விட்ருங்க. ஒடம்பு சரியில்லாத ஆளு." கதறலோடு கை கூப்பிக்கொண்டு கெஞ்சினாள்.

தடியை அவள் தோளில் வைத்து தூரத் தள்ளிவிட்டு, "அவன இழுத்துக்கினு போங்கய்யா." தலைமைக் காவலர் உத்தரவிட்டார். ஆராயி பாய்ந்துபோய் செங்கேணியை இறுக்கமாகப் பிடித்துக்கொண்டாள். சுற்றி நின்று வேடிக்கை பார்க்கும் சனங்களே அந்தக் கணத்தில் காற்றால் கட்டப்பட்டவர்கள்போல திணறிக் கொண்டிருந்தார்கள். யாரும் அப்படி நடக்குமென்று எதிர்பார்க்கவில்லை.

ஒரு காவலர் அவளது மாராப்பை கொத்தாக சேர்த்து பிடித்திழுத்து கொண்டுபோய் தூரத் தள்ளினார். அவள் தரையில் போய் பொத்தென்று விழுந்தாள். மீண்டும் எழ முயன்றவளின் மார்பில் பூட்ஸ் காலால் எட்டி உதைத்தார். அவள் பெருஞ்சத்தத்தோடு அலறிக்கொண்டு விழுந்தாள்.

"டேய்... டேய்!" செங்கேணியிடமிருந்து மரியாதையற்றுப் பெருங்குரல் வந்தது.

எட்டி உதைத்த காவலர் அவளது பின்புறத்தில் தடியால் ஓங்கியடித்தார். அவளது குரலடங்கிப் போனது. செங்கேணி மனிதத் தன்மையை முற்றிலுமாக இழந்துவிட்டான்.

"டேய்... விடுங்கடா டேய்!" என்று கத்தியவன் ஆராயியைத் தாக்கிவிட்டு வரும் காவலர் மேல் பாய்ந்து வேகமாகத் தலையால் அவரது வயிற்றிலே போய் முட்டினான். வெகு வேகமாக யாரும் எதிர்பார்க்காதபடி நடந்தது.

காவலர் கத்திக்கொண்டே கூரையின் விளிம்புகளில் போய் மோதித் தரையில் விழுந்தார். எழுந்திருக்க முடியாமல் கிடந்த ஆராயி முதுகில் ஒரு காவலர் கோபத்தில் ஓங்கியடித்தார். அவர் மீதும் பாய்ந்தான். அதன் பின் நடந்ததை யார்தான் சொல்ல முடியும். அங்கேயே அவனைச் சாறு பிழிந்து விட்டார்கள். அவனுடலில் இருந்த எல்லா எலும்புகளையும் உருவி விட்டதுபோல் சதைகுவியலாக விட்டது போல் ஆனான். அவன் பிணங்கள் எரியும் புகை மண்டிய காட்டினுள் காற்றால் இழுத்துச் செல்லபடுவதைப் போல "ஆராயி.... ஆராயி..." என்று முனங்கிக்கொண்டு போனான்.

"அந்த தெவிடியா பையன ஊர வுட்டு தொரத்த மாட்டன்றங்களே பாவ! அவன் யார தான் வாழ வுடுவா... அப்பாவிப் புள்ளங்கள இப்டி நாச பண்ணிட்டு போறானுங்களே" செல்லக்கண்ணு எரிச்சலோடு கத்திக் கொண்டு மார்பில் அறைந்து கொண்டு ஓடினாள்.

அதற்குள் சிவாவின் புதுப் பொண்டாட்டி ஆராயி முகத்தில் நீர் தெளித்து ஆடைகளைச் சரி செய்து கொண்டிருந்தாள். "அய்யோ... வாயும் வயிறுமா இருக்கறவளப் போயி..." என்று புலம்பிக்கொண்டிருந்தவள் வீட்டுக்குள் ஓடிப் போய் முறம் கொண்டுவந்து விசிறினாள். கும்பல் சேர்ந்த சனங்களை விரட்டிக்கொண்டிருந்தாள் செல்லக்கண்ணு.

"இவன் எதுக்கு அங்க போனான்? இம்மா நாளு இருந்த எடம் தெரியல?" கரி திருடி ஆதங்கப்பட்டாள்.

செல்லக்கண்ணுவும், செந்தாமரையும் சேர்ந்து ஆராயியை குடிசைக்குள்ளே தூக்கிக்கொண்டு போனார்கள்.

"ஒண்ணுமில்ல... மயக்கமாயிட்டா.. தெளிஞ்சிரும்." மாமா! மாமா! வென்று முனங்கல் வந்துகொண்டிருந்தது.

செந்தாரைக்கு தாரையாய் கண்ணீர் கொட்டியது. "இன்னாடி! இது இப்டியாயிடுச்சி? யார்னா போயி ஆராயி அக்காளுக்கு சொல்லிட்டு வந்தா நல்லாருக்கும்." அழுகையினூடே சொன்னாள்.

"நானு போயி சொல்லிட்டு வர்றேன். அதுக்கு முன்னாடி இவள ஆஸ்பத்திரிக்கு தூக்கிக்கினு போலாமா... இம்மா நேரமாவுது. இன்னும் முழிக்காம கெடக்குறாளே" செல்லக்கண்ணு சொன்னாள்.

சீதா ஆராயி பாதங்களை சூடு பறக்க தேய்த்துக்கொண்டிருந்தாள். அசைவு தெரிந்தது. "மாமா... மாமா..." என்றுதான் முனங்கினாள். அப்போது செல்லக்கண்ணு... கூட அழுதுவிட்டாள். "ஏண்டி! இவளுக்கு வேற எதுவுமே சொல்லத் தெரியாதா ப்ச். இந்த மாதிரி புள்ளங்களுக்கு இப்டியாயிடுச்ச. இந்த வேலு, மருதுன்னு எல்லாம் சாயந்திரதான் வருங்க பாவம்!' அந்தப் புள்ளய அங்க இட்டும் போயி இன்னா அக்குறம்பு அநியாயம் பண்ணப் போறானுங்களோ?" சொல்லிக் கொண்டிருந்தவளின் வாயை செந்தாமரை பொத்தி அடக்கினாள். ஆராயிக்கு உணர்வு வந்துவிட்டது. ஆனாலும் "மாமா.... மாமா...!' என்பதைத் தவிர வேறு வார்த்தைகள் வரவில்லை.

செங்கேணியின் உடலில் தடிபடாத இடமென்று எதுவும் இருக்கவில்லை. காவலர்கள் வெறி தீரும்வரை அடித்து லாக்கப்பில் போட்டு பூட்டினார்கள். வெறும் ஜட்டியுடன் இருண்ட அறைக்குள் கிடந்தான். அவனுக்கு கீழே தரை பிசுபிசுப்பாக இருந்தது.

ஒரு காவலர் அவன் தலையில் ஒரு குவளை நீரை கவிழ்த்துவிட்டு வந்தார்.

"யோவ் ஜன்னி வச்சி சாவப் போறாயா. லூசுத் தாயோளி மாதிரி இருக்கான்" ஒரு காவலர் சந்தேகத்துடன் போய் மூச்சு இருக்கிறதா என்று பார்த்துவிட்டு பதறியபடி வந்தார்.

"இன்னாய்யா?"

"இழுக்குது கைதிக்கு இழுக்குது."

தலைமைக் காவலர் ஓடிப்போய் பார்த்தார். "ஆமா இழுக்குது."

"யோவ்!' அவ கையில எதுனா எடுத்துக்குடுத்து புடிச்சிக்க வையிங்கயா!" அவர்கள் இரும்பைத் தேடியெடுப்பதற்குள் செங்கேணிக்கு வலிப்பு அடங்கி விட்டது.

"ஏம்பா!' இனி யாரும் அவன அடிக்காதீங்க. காலு வீங்கிடுச்சி. வலிப்பு வேற வருது. 102க்கு இன்னாயா அவ்ளோ வெறி வருது. மடைய இந்தடி அடிக்கறான். எதனா ஆயி, சஸ்பெண்ட் ஆனாத அறிவு வரும்ன்னு நெனைக்கறேன்"

"பின்ன, உங்க வயித்துல முட்டியிருந்தா அவனப் பக்கத்துல வச்சுக்கினு கொஞ்சுவீங்களா"

"யோவ்! அவ லூசுத் தாயோளியா இருக்கான்யா. தலையில பாத்தல்ல, எம்மாம் பெரிய காயம்.?"

அவர்கள் வெளியே பேசிக்கொண்டிருந்தார்கள். செங்கேணி அரை மயக்கத்திலிருந்தான். ஏற்கெனவே அந்த அறையில் இருந்தவனை கை விலங்கிட்டு சங்கிலியால் சன்னல் கம்பியில் விலங்கிட்டு பூட்டியிருந்தார்கள். அவனும் வெறும் ஜட்டியுடன் குத்துக்காலிட்டு உட்கார்ந்தபடி மூட்டுகளிடையே தலையைக் கவிழ்த்துக்கொண்டு உட்கார்ந்திருந்தான்.

உருக்குலைந்து கிடந்த செங்கேணி தெளிவற்ற நிலையில் அவன் வாயிலிருந்து "ஆராயி.... ஆராயி...!" என்று இடைவிடாமல் வார்த்தை வந்து கொண்டிருந்தது. அந்த உலகத்தில் அவர்கள் இருவர் மட்டும்தான் இருந்தார்கள். அந்த இருண்ட உலகில் அவள் முகத்தை ஆசையோடு பார்த்தான். அவளது முகம் பளீரென்று தெரிந்தது. அவளை சுற்றியிருந்த இடம் மொத்தமும் இருண்டுகிடக்க... அவளை அடித்து நொறுக்கவென்றே சிலர் இருளில் அலைந்து கொண்டிருந்தார்கள். எங்கிருந்தோ பறந்து வந்த அம்மா அவன் காதருகே நெருங்கி "நீங்க ரெண்டு பேரும் எங்கயாவது ஓடிடுங்க... ஓடிடுங்க" என்று குசுகுசுவென சொல்வது கேட்டது.

அவன் அவளை நோக்கி நகர்ந்து போய்க்கொண்டே இருந்தான். அவள் எப்போதும் அவனிடமிருந்து காற்றைப்போல் நழுவுகிறவளாக இருந்தாள். புன்னகையான அவள் முகம் அவனிடமிருந்து விலகிப் போய்க்கொண்டேயிருக்கிறது. "ஆராயி! ஆராயி..." என்ற குரல் கேட்டு திரும்புகிறாள். புன்னகைக்கிறாள். ஆனால், காற்றால் செய்யப்பட்டவளைப் போன்று நழுவிச்செல்கிறாள். ஒரு கணத்தில் அவனுக்கு மிக நெருக்கத்தில் அவள். அவளைப் பிடிக்க கைகளை வீசுகிறான்.

எங்கிருந்தோ பாய்ந்து வருகிறது நாசமாய்ப் போன கருப்புக் குதிரை பூட்டிய வண்டி. அவர்கள் இருவருக்கும் இடையில் அது பாய்ந்து செல்கிறது.

அவன் விழுந்து தடுமாறி எழுந்து பார்க்கும்போது அந்த வண்டி மீண்டும் திரும்பி அவனை நோக்கிப் பாய்ந்து வந்தது. அந்தக் கருங்குதிரையின் கோரைப்பற்கள் வெளியே வளர்ந்து தொங்க... அவனை நசுக்கிக் கொன்றுவிடும் வெறியில் காற்றைக் கிழித்துக் கொண்டு பாய்ந்து வந்தது. ஆராயி எங்கிருந்தோ வந்து அவன் கால்களைப் பிடித்து தரதரவென இழுத்துக்கொண்டு ஓடினாள்.

குதிரையின் துரத்தலும் ஆராயியின் இழுப்புமாக அவன் தரைக்கு மேலே காற்றில் மிதந்தான். குதிரை அவன் மீது பாய்ந்தது. மண் புழுதியும், பேரிரைச்சலுமான தருணத்தில் ஆராயியின் கரங்கள் அவன் கால்களிலிருந்து விலகி சக்கரங்களில் அவள் சிக்கிக்கொண்டதைப் பார்த்தான். அவளது அலறலின் ஓசையைக்கேட்டு அவன் நடுங்கியபடி தரையில் வீழ்ந்துகிடந்தான். வெகுநேரம் ஆராயியின் குரலை எதிர்பார்த்துக் காத்திருந்தான். வண்டியின் சக்கரங்களில் சாட்டைக் குச்சி உராயும் ஓசை நெருங்கி வந்தது.

குதிரையின் கணைப்பு, பெரும் புழுதி அவனை நெருங்க... அதில் சிக்கி உயிர் துறக்க காத்திருந்தான். ஆனால், வண்டி விலகி வேறு திசையில் ஓடியது. வண்டிக்கு முன்பாக ஆராயி ஓடிக்கொண்டிருந்தாள். "மாமா.... மாமா...' என்னக் காப்பாத்து". செங்கேணி குதிரைவண்டியை சபித்தான். "நாசமா போ வெறி அடங்கா குதிரையே! நீ காத்தோடு கலந்து இல்லாம போ" அவன் வெறி கொண்டு கத்தினான். அவனது வார்த்தைகள் காற்றை விட வேகமாகப்போய் வண்டியில் மோதியது. பேரோசை எழுந்தடங்கிய தருணம். குதிரையும், வண்டியும், முகமற்ற வண்டியோட்டியும் பச்சைக் களிமண்ணால் செய்த பொம்மை போலானார்கள்.

அவன் கை தட்டி கெக்கலித்தான். ஓடிக்கொண்டிருந்த ஆராயி "மாமா... மாமா...!" என்று கூவியபடி அவனை நெருங்கினாள். அவளை ஆசையோடு அணைத்துக்கொள்ள நெருங்கும்போது அவளும் பச்சைக் களிமண்ணால் ஆன பொம்மையாகி விட்டாள். அந்த பொம்மையும் உடைந்து உதிர்ந்தது.

அய்யோவென அலறி துடித்துக் காய்ந்து உதிரும். அந்த பொம்மையும் உடைந்து உதிர்ந்தது. அவளைக் கைகளில் ஏந்தினான். அவன் பெரிய கைகளில் மிஞ்சியது வெறும் மண்தான். அவன் காலடியைப் பார்த்தான். அங்கு ஏற்கெனவே ஒரு பிடி மண்குவியல் இருந்தது. "அது அம்மாதான்." அவனாகவே சொல்லிக்கொண்டு கையிலிருந்த மண்ணைக் காலடி மண்ணோடு சேர்த்துக்கலந்து உடலெங்கும் பூசிக் கொண்டு கூத்தாடினான். கூத்து பெருங்கூத்து. பெரும் நிலப்பரப்பில் அவன் மட்டுமே ஆடிக்கொண்டிருந்தான். இருள் சூழ்ந்த உலகில் ஓசைகள் கேட்கின்றன. அவனைச் சுற்றி பறையடித்து முகமற்றவர்கள் பாடிக்கொண்டிருக்கிறார்கள். பெரும் பாடல். எல்லா வார்த்தைகளும் "ஆராயி... ஆராயி...!" என்றே இருக்கின்றன. அந்த ஆட்டம் பாட்டிலிருந்து எங்கே ஓட விரும்பினான். அவனது விருப்பம் நிறைவேறாமல் கூத்து நீடித்தது. அவன் உடலில் இருந்து உதிர்ந்து விழும் ஒவ்வொரு மண் துகளும் "மாமா! மாமா..." என்று குரலெழுப்பியது. அவன் அழுதான். தீராத அழுகை. ஒரே வழி அழுவதுதான். அவனழுகை பேரண்டமெங்கும் எதிரொலித்தது. ஆயிரம் கடவுளர்கள் இருக்கிறார்களாம். இவனது அழுகை அவர்களுக்கு கேட்கவில்லை.

பெண் கடவுள்கள், கணவன்களோடும், ஆண் கடவுளர்கள் அவர்கள் மனைவிகளோடும் கூடி கூலாவிக் கொண்டிருக்கிறார்களோ என்னவோ, ஒருவேளை அவர்கள் செவிடர்களாகவும் குருடர்களாகவும் இருக்கக் கூடும். அவனது அழுகை அவர்களுக்கு எட்டவே வாய்ப்பில்லை. ஆனால், காவலர்களின் காதுகளில் செங்கேணியின் அழுகுரல் கேட்டது.

"யோவ் பால்ராஜ்! அவன இன்னான்னு பாருய்யா." தலைமைக் காவலர் இன்னொரு காவலரை ஏவினார்.

அவர் தடியை இரும்புக் கம்பிக் கதவில் ஓங்கியடித்து "ஏய் இன்னாடா! உள்ள வரணுமா. லூசுத்தாயோளி!' வாய மூடிக்கினு கெடடா நாயே" பல்லை நெரித்துக்கொண்டு கத்தினார். எந்தக் குரலும் அவனுக்கு கேட்கவில்லை அவன் தொடர்ந்து கத்திக்கொண்டிருந்தான்.

"யோவ்! பட்டினியா கெடக்குறானா இன்னா? எதனா வாங்கிப் போடுங்கய்யா"

"நீங்க வேற ஏட்டய்யா! வாங்கிப் போடாமலா இருக்கோம். நேத்து ராத்திரி அவனப் பாக்க வந்தவனுங்க பிரியாணி வாங்கி குடுத்துட்டுப் போனானுங்க. அதயே பிரிக்காம படுத்துக்கெடக்கான், ஒரு ராத்திரி போயி ஒரு பகலும் முடியப் போவுது. தண்ணியக் கூட குடிக்க மாட்டன்றா... எங்க அவன் மொதலாளிய புடிச்சிட்டான், இவன உட்டுறலாம். சனியன் இந்த கேச ஏந்தா புடிச்சம்னு இருக்குது." அவர் சலிப்பாக சொல்லிக் கொண்டார்.

"இவன் அவன்கிட்ட வேல செய்யிறவன் இல்லப்பா, அந்த அக்கியூஸ்ட் ஸ்பெஷல் பார்ட்டி வரப் போறாங்கன்னு இவன ஏமாத்தி ஒக்கார வச்சிருக்கறாய்யா. இவன் அக்கியூஸ்ட் கெடையாது. கட்டவண்டி ஓட்றவ. நடராஜ் தேட்ரு எதுர்ல குடோன் எரிஞ்சதுல்ல, அந்த ஆக்சிடென்ட்ல மாட்டி தப்பிச்சவன். "அய்யோ!

அதான் ஆளு. ஒரு மாதிரியா இருக்கான். 102 அந்த அடி அடிச்சுட்டான், 102 தலையால முட்டிட்டான்னு சொன்னாங்க."

"ஆமா! சும்மாகிறவன் பொண்டாட்டி மார்ல எட்டி ஒதைச்சா."

"அக்கியூஸ்ட்ன்னா பேய்க்காளியா?"

"ஆமாம்மா."

"ஆளப் புடிச்சா ஒடனே வந்துருவானே"

"வித்த பசங்க அப்ஸ்கான்ட். வருவான் எங்க போயிடப் போறான்?"

"யோவ்! நீ அவன ஸ்டோர் ரூம் பக்கத்துலருக்கற லாக்கப்ல போட்டு பூட்டுயா. அவன் இருக்குற ரூம்ல மூத்துரச் சட்டி ஒடைஞ்சி நாறுது போ. மாத்தி வுடு."

அந்த அறை காய்ந்து சுத்தமாக இருந்தது. லாக்கப்புக்கு எதிரே இருந்த விளக்கு ஒளி அறைக்குள் பட்டது. செங்கேணி உணர்வோடு இருந்தான். ஆனால், படுத்துக்கிடந்தான்.

25

ஆராயியை செந்தாமரை மருத்துவமனைக்கு அழைத்துப்போய் வந்தாள். அவளும்கூட பரிதாபமான நிலையில் நிதானமற்றுத்தான் இருந்தாள். ''அண்ணன் வரட்டும். செங்கேணிய கூப்டுக்கினு வந்துடுவாரு" என்று திரும்பத் திரும்பச் சொல்லிக்கொண்டிருந்தாள் செந்தாமரை.

ஆராயிக்கு லேசாக உடல் காய்ந்து கொண்டிருந்தது. ஆராயியோட அக்காவும், மாமாவும் சாவுக்காக ஏதோ ஊருக்குப் போய் விட்டார்களாம். செல்லக்கண்ணுவும், செந்தாமரையும் ஆராயி பக்கத்திலேயே இருந்தார்கள்.

அவளைப் பார்க்கவே பரிதாபமாக இருந்தது. அவள் கீழே விழுந்ததில் இடுப்பில் லேசான உள் காயம் ஏற்பட்டிருந்தது. வலி, காலை அசைக்க முடியவில்லை. ஆனால், அவள் அதைப் பொருட்படுத்தாமல் என்ன "மாமாகிட்ட இட்டுக்கினு போங்க" என்று தொடர்ந்து புலம்பிக் கொண்டிருந்தாள். முகம் பெரிதாக வீங்கியே போய் இருந்தது.

வேலுவும், மருதுவும் அன்று இரவே காவல் நிலையத்துக்குப் போய் பேசிப் பார்த்தார்கள். "பேய்க் காளி வரட்டும்யா. அவன் கெடச்ச பிறகு பேசிக்கலாம்... போலிஸ்காரன் மேலயே கைய வச்சா சும்மா உட்ருவாங்களா?"

அவர்களும் வேறு வழியில்லாமல் திரும்பி வந்து பாளையத்துக்காகக் காத்திருந்தார்கள். அன்று இரவு பாளையம் வந்தபோது செந்தாமரை தேம்பியழுது நடந்ததை சொன்னாள்.

வாசலில் வேலுவும், மருதுவும் உட்கார்ந்திருந்தார்கள். "அவன ஒழிச்சாதான் இந்த ஊரு உருப்படும். நாயி! திட்டம் போட்டு பண்ணியிருப்பா." என்றவன் "ஆமா! இவன் எதுக்கு அங்க போயி ஒக்காந்தான்" தோழர்களைப் பார்த்துக் கேட்டான். அவர்கள் ஒன்றும் தெரியாமல் விழித்தார்கள்.

"போலிஸ் மேல கை நீட்டுனா பிரச்சினையாச்சப்பா...." பாளையம் தலையைச் சொரிந்துகொண்டே சென்னான்.

"சரி. ஊருக்குப் போனிய அது இன்னா ஆச்சு?" வேலு கேட்டான். பாளையம் பதில் எதுவுமற்று தலையை பிடித்துக்கொண்டு உட்கார்ந்திருந்தான்.

"அந்த சங்கத்த கொளுத்திட்டானுங்கன்னு அண்ணன் ரெண்டு பேர அடிச்சிட்டிருக்கிறாரு. உள்ள புடிச்சி போட்டுட்டாங்க. ப்ச்... இன்னா பண்றது, இங்க இப்டி பாவம்! அவனே எதோ எப்டியோன்னு பொழச்சி வந்துருக்கறான்." பாளையம் கவலையுடன் புலம்பினான்.

"செந்தாமர! அந்தப் பொண்ணுகிட்ட செங்கேணி ஆஸ்பத்திரி

சீட்டுங்கள வாங்கியா. போய் பேசிப் பாக்கறேன்.'' மருத்துவ சீட்டுகளுடன் அவர்கள் காவல் நிலையம் போனார்கள்.

"வாங்கய்யா! நாங்க அக்கியூஸ்ட்ட அடி, ஒதபட்டு புடிச்சிக்கினு வருவோம். நீங்க அவனுங்கள மால மரியாதையோட கூப்ட்டுக்கினு போவிங்க. வாங்க....."

"சார் அவன் அப்பாவி சார்! ஒடம்புக்கு முடியாம கெடந்தவன் சும்மா பெராக்க அங்க போய் ஒக்காந்திருந்திருக்கிறான்." பாளையம் சொல்லி முடிப்பதற்குள்...

"யோவ் நிறுத்துய்யா! இன்னா பேசறே? அவன் வீட்டுக்குள்ளருந்த சாராய கேனை நா தானய்யா தூக்கிட்டு வந்தேன்..சும்மா ஒக்காந்துக்கினு இருந்தான்ற. நம்பாறப்ல இல்லயே?" தலைமைக் காவலர் எரிச்சலோடு சொல்லிவிட்டு பாளையத்தை சந்தேகத்துடன் பார்த்தார்.

"இன்னா சார்! பேய்க்காளியப் பத்தி உங்களுக்குத் தெரியாதா... புருஷன், பொண்டாட்டி ரெண்டு பேருமே புதுசா குடிவந்தவங்க. ஒடம்பு சரியில்லாதவன் சார்... இப்பதா எழுந்து நடமாடுறான். நா ஊருக்கு போயிட்டேன் இல்லனா, அவன் அங்கல்லாம் போயி ஒக்கார மாட்டான் ப்ச்...."

செங்கேணியின் மருந்துச்சீட்டை தலைமைக் காவலரிடம் கொடுத்தான். அதை அவர் மேலும் கீழும் பார்த்துவிட்டு அவனிடமே கொடுத்து விட்டார்.

இப்ப இன்னா பண்ணச் சொல்ற? அவன் வீட்லருந்து சாராயத்த கைப்பற்றியிருக்கோம். ரெண்டு போலிஸ்காரங்கள கை நீட்டி அடிச்சிருக்கோன். பெரிய குத்தம்ய்யா உனக்குத் தெரியாதது ஒண்ணுமில்ல. ஒரு வருஷம் வெளிய வரமுடியாது பாத்துக்க. ஐயா மூணு நாலு லீவு. இல்லனா இந்நேரம் கோர்ட்ல சரண்டர் பண்ணி, ஜெயில்ல, போட்டிருக்கணும். மெயின் அக்கியூஸ்ட் மாட்டட்டும் பாக்கலாம். இப்ப ஒண்ணும் பண்ண முடியாது" அவர் தீர்மானமாக சொல்லிவிட்டார்.

"சார்! அவனப் பாக்கணும்."

"உம்... போய் பாரு."

சங்கிலியால் பிணைக்கபட்டு சன்னல் கம்பியில் கட்டப்பட்டிருந்தவனைக் கடந்து போனான் லாக்கப் அறை இருட்டாயிருந்தது. உள்ளே குத்துக்காலிட்டுத் தலை கவிழ்த்து உட்கார்ந்திருந்தான்.

பாளையத்துக்கு அதிர்ச்சியாக இருந்தது. பாளையத்தைப் பார்த்து துயரத்தின் உச்சமான புன்னகையுடன் வாங்க என்பதுபோல தலையசைத்தான். குத்துக்காலிட்டபடியே கம்பிகளை நோக்கி நகர்ந்து வந்தான். அந்த அறைக்குள்ளிருந்து கடுமையான நாற்றம் வீசியது. அவனால் நகர முடியவில்லை மெதுவாக நகர்ந்து வந்தான். முகம் முற்றிலும் மாறிப் போய் கண்கள் சிவந்து அச்சம் தரும்படியாக இருந்தது.

"இன்னா! இது ரெண்டு மூணு நாள்ல ஒருத்தன் இப்டியாயிடுவானா? மனதுக்குள் சொல்லிக்கொண்டு தாங்கமுடியாதவன் போல முகம் சுளித்தான் பாளையம். "இன்னாப்பா! ரொம்ப அடிச்சிட்டாங்களா?"

"உக்கும், பின்ன கொஞ்சுவாங்களா? நா தலையிடலனா செத்துப் போயிருப்பான்யா. இந்தளவுக்காவது இருக்கறான்னு பாரு... ரெண்டு போலிஸ்காரங்கள தாக்கியிருக்கான்." பாளையத்தைக் கடந்து போன காவலர் சொல்லிவிட்டுப் போனார்.

குறைந்த ஒளியிலும், அவனுடலில் கன்றிப் போன அடையாளங்கள் தெரிந்தன. "சரி, பயப்படாத செங்கேணி! நா பேசி வெளிய எடுத்துடுவேன் எல்லாம் நமக்கு தெரிஞ்சவங்க தான் பயப்படாத" செங்கேணி குனிந்தபடியே தலையைப் பிடித்துக் கொண்டழுதான். அவனுடல் குலுங்கியது. "எண்ணா! ஆராயி அவங்க அக்கா வூட்டுக்கு அனுப்பிடுண்ணா. பாவம் அவளப் போட்டு அடிக்கறாங்கண்ணா...." இடையே அவன் பல்லைக் கடித்தான். பற்கள் நெரிபடும் ஓசை கேட்டது.

"அவனக் கொல்லணும்'' செங்கேணி வழக்கமற்ற முறையில் கத்தினான்.

"அப்டில்லா பேசாத செங்கேணி!'' பாளையம் அதட்டினான். இல்லண்ணா அவன் ராத்திரி வந்து பேசுக்கினு இருந்துட்டுப் போறான். போலிஸ்காரங்ககிட்ட சிரிச்சி சிரிச்சி பேசறாண்ணா. என்ன கொன்னுடச் சொல்லிட்டுப் போறாண்ணா. என்னயும் அவளயும் இவங்க கொன்னுடுவாங்க.. "அவனக் கொல்லணும்" மீண்டும் பல்லைக் கடித்தான்.

பாளையம் ஒன்றும் புரியாமல் நின்று, கொண்டிருந்தான். தலையை முட்டியில் கவிழ்த்துக் கொண்டு இருந்தவன் அழுவது தெரிந்தது. பிறகு பின் பக்கமாக நகர்ந்து போனவன் சட்டென பாளையத்தைக் கையெடுத்துக் கும்பிட்டான். "ஆராயி காப்பாத்துண்ணா எண்ணா அவளக் காப்பாத்துண்ணா எல்லாரும் சேந்து அவள அடிக்கறாங்கண்ணா..." மிக மெல்லிய குரலில் பரிதாபமாக சொன்னான். பாளையத்துக்கு திக்கென்றிருந்தது.

வேலு பிரியாணி பொட்டலம் வாங்கி வந்தான். "இன்ஸ்பெக்டர் லீவுல இருக்காராம், நாளைக்கு வந்துடுவாரு. நாம போயிடலாம் ஆராயிக்கு ஒண்ணு ஆவாது நாங்கள்லாம் பக்கத்துல தானப்பா இருக்கோம். இந்தா இத சாப்புடுலாம்."

அவன் பாளையத்தின் குரல் எதுவும் காதில் விழாததுபோல தலையை கவிழ்த்துக்கொண்டு உட்கார்ந்திருந்தான். அவன் தன் நிலையில் இல்லையென்று புரிந்தது. எவ்வளவு சொல்லியும் தலைநிமிரவேயில்லை. ஒன்றும் தோன்றாமல் குழம்பிய நிலையில் பாளையம் நகர்ந்த வேளையில் "அண்ணா! ஆராயி அடிக்கறாங்க. அவளக் காப்பாத்துண்ணா" மிக வேகமாகச் சொன்னான். தலை கவிழ்ந்தபடியே இருந்தது.

“யோவ்! கிறுக்கனாயா அவன்?” தலைமைக் காவலர் எரிச்சலோடு கேட்டார். “டாக்டரு சீட்டுல இன்னா எழுதியிருக்குது, பாத்தீங்க தானே?” பாளையம் துடுக்காகக் கேட்டான்.

“ஆமா! இன்னா எழுதிக்கிதுன்னு எவனுக்குப் புரியுது? அந்த கொடவுன் எரிஞ்சுச்ச, அதுலருந்து தப்புனவந்தானே... பின்ன கஷ்டப்பட்டு பொழச்சவன் எதுக்குய்யா அக்கியூஸ்ட்கூட சேரணும்...”

“அவ எங்க சார் சேந்தான் அந்த பிராடு சோமாரி இன்னாமோ டிராமா பண்ணியிருக்கிறான்”

“ஆமாம்.... மா மாட்டட்டும் விசாரிக்கலாம்.”

“சார்...” என்று பாளையம் தயக்கத்தோடு இழுத்தான்.

“இன்னா பாளையம்?”

“நேத்து பேய்க்காளி வந்துட்டுப் போனான்னு கேள்விப்பட்டேன்” தயக்கத்தோடு சொன்னான்.

“இன்னாயா! குற்றவாளிய வந்துட்டுப் போனானான்னு எங்கிட்டயே கேக்கற? மாமியார் வூடா இது? நாளைக்கு ஐயா வரட்டும். இன்னான்னு விசாரிச்சிட்டு அனுப்பிடறோம். சரக்கு மாட்டியிருக்குது. குற்றவாளியும் மாட்டியிருக்கிறான். மெயின் குற்றவாளிய தேடிக்கினு இருக்கேன் வந்துட்டுப் போனானான்னு கேக்கற?” மேசையில் இருந்த மருத்துவ சீட்டை எடுத்துக்கொடுத்தவர் “போ! நாளைக்குப் பாத்துக்கலாம்.” வேறு வழி தெரியவில்லை. காலையில வந்து பாக்கறதுதான் வழி. காவல் நிலையத்துக்கு வெளியே வந்தார்கள். சாலையோரத்தில் ஒற்றைக் குண்டு பல்பு ஒளி மங்கலாகப் பரவியிருந்தது. எதிரே பி & சி மில்லின் வேலி சுவர் நீண்டுபோய் இருளில் மறைந்தது. உள்ளே ஆலை இயங்கிக் கொண்டிருப்பதற்கான ஓசை கேட்டது. மில் தொழிலாளிகள் தேநீர் கடையில் நின்றிருந்தார்கள்.

“இன்னாண்ணா?” வேலு கவலையோடு கேட்டான். “இன்ஸ்பெக்டர் வந்தா, காலைல கூப்ட்டுக்கினு போயிடலாம்.... ப்ச் நல்லா அடிச்சிட்டுருக்கானுங்க. இன்னாமோ புத்தி மாறாட்டமா இருக்கறவன் மாதிரி பேசறாம்பா. ப்ச்...”

“அடிபட்டதுலருந்தே ஒரு மாதிரியாதான் இருக்கான். அந்தப் பொண்ணு செங்கேணிய கொழந்த மாதிரி பாத்துக்கும்... பாவம் செரியான அடியா... வெளியே அந்த அடி போட்டுக்கிறானுங்க. உள்ள வச்சி இன்னா பண்ணானுங்களோ...” மருது சொல்லிக் கொண்டிருக்கும்போதே பாளையம் அவன் கையைச் சீண்டி காவல் நிலைய வாசலைக் காட்டினான். அவர்கள் முழுமையான இருட்டில் நின்றுக்கொண்டிருந்தார்கள்.

“பேய்க்காளி தா” மருது குசுகுசுத்தான்.

“போறதப் பாத்தியா? இன்னாமோ இன்ஸ்பெக்டர் மாதிரி. மொதல்ல இவன ஊருக்குள்ளருந்து ஓழிக்கணும்பா. சரி, வாங்க... உள்ள இன்னாதா நடக்குதுனு பாக்கலாம்.”

"இன்னாயா கேடி! எங்க போயி ஒளிஞ்சிக்கினு இருந்த? வா...வா" வரவேற்பு அப்படியிருந்தது.

"நா எங்க போய் ஒளியப் போறேன்? ஊருக்குப் போயிட்டு வர்றேன்" சார்.

"வாய மூடுடா நாயி! போலிஸ்காரன அடிக்க ஆள் வைக்கறீயாடா. தே பைய்யா" இன்னும் மோசமான ஆபாச வார்த்தைகள் வந்து விழுந்தன. அவன் கரும்பாறை போல நின்றிருந்தான். "இன்னா சார்! பெரிய வார்த்தைல்லாம் சொல்லிறீங்க! நாள்லாம் சென்னா குஞ்சியம்தா சரக்க தூக்கிக்கினு சந்துக்கு சந்து ஓடறவன் சாமிங்க! மேல போய்....." நெளிந்தான்.

"ஏய் கோ... நீயா சென்னாரு குழ்சியம்த சரக்க ஓட்றவன்? இருவத்தஞ்சி லிட்டர் சரக்க கைபத்தியிருக்கோம். அது சென்னா குஞ்சியம்தாமா, போலிஸ் மேல கையா வைக்கறீங்க. போ கோ... தா ஒரு வருஷம் களிய துன்னுட்டு வா."

"யோவ்! இவன லாக்கப்ல தள்ளுங்கய்யா." தலைமைக் காவலர் கோபத்தோடு கத்துவது தெரிந்தது.

பின்னால் வந்து நின்ற பாளையத்தையும்கூட வந்த இருவரையும் பார்த்துவிட்டு,

"ஏம்பா! நீங்க இன்னும் போகலயா? போங்க. இது பெரிய கேசு புரியுதா? போங்க. காலையில வாங்க. இன்ஸ்பெக்டர் வந்தாதான் என்ன ஏதுன்னு தெரியும். யாரும் நிக்காதீங்க போங்க"

கடமை, கண்ணிம், கட்டுப்பாடு இது மூன்றையும் ஒன்றாகப் போட்டு பிசைந்தெடுத்த மாவு போலிருந்தது. அவரது செய்கையும் குரலும்.

"எல்லாம் துட்டக் கறக்க கத்துற. கத்து. தெரியாதா இன்னா..." மருது கொஞ்சம் சத்தமாகவே சொன்னான்.

அவர்கள் வெளியே வரும்போது பி & சி மில்லில் சங்கொலி கேட்டது. "மணி பத்து" மருது சொன்னான்.

"இன்னாப்பா! பெரியாரு இந்த மாதிரி ஆயிட்டுக்கிறாரே." சட்டென நினைவுக்கு வந்தவனாய் பாளையம் வேலுவை பார்த்துக் கேட்டான்.

"வுட்ணா! எவ்ளோ காலந்தா ஒரு மனுச ஊர்ப்பட்ட நோய ஒடம்புல வச்சிக்கினு சனங்ககிட்ட கருத்த சொல்லிக்கினு இருப்பாரு."

"போய் அந்த மூஞ்ச ஒரு தரம் பாத்துட்டு வரணும்பா"

"காலைல போலாம்"

"எங்க வைக்கப் போறாங்களாம்?"

"ட்ராம் ஷெட் எதுர்லன்னு கேள்விப்பட்டேன்."

"இல்ல வேலு. தினத்தந்தி ஆபீஸ் பக்கத்துல திடல் இருக்குதே, அங்கயாம்" மருது மறுத்து சொன்னான்.

"அட. அத தாம்பா வேலு சொல்றான்."

அத ட்ராம் ஷெட்டுன்னு சொல்லுவாங்க... நமக்குத் தெரிஞ்சு பெரிய தல ஒண்ணு போயிடுச்சி. ரொம்ப பெரிய ஆளுப்பா அவரு." பாளையம் துயரத்துடன் சொன்னான்.

"அதான் கரக்டா பெரியாருன்னு பேர் வச்சிருக்கறாங்க." இப்டியே அவர்கள் பேசிக்கொண்டு போனார்கள். சாலை போக்குவரத்தற்று வெறுமையாகக் கிடந்தது. புளியந்தோப்பு சாலையில் இருந்து மின் நிலையம் வளைவு திரும்பி நாய்க்கிடங்கு நோக்கிப் போகும் வரை அவர்களைக் கடந்து போனது இரண்டு மூன்று மிதிவண்டிகள் மட்டுமே.

குடிசைக்கு வெளியே பாளையத்தின் குரல் கேட்டு கலைந்த கூந்தலை முடிந்துகொண்டு செந்தாமரை வெளியே வந்தாள்.

"இன்னா.... இன்னாச்சி." குசுகுசுவென கேட்டாள். "ஒண்ணுல்ல நாளைக்கு கூட்டுக்கினு வந்துடலாம். அந்தப் பொண்ணு எப்டியிருக்குது?"

"அவ வாயில தண்ணிக் கூடப்படாம படுத்துக்கினு கெடக்கறா. எவ்ளதாச் சொல்றது? பாவம் போலிஸ்காரனுங்க அந்தப் பொண்ணப் போட்டு அந்த அடி"

பாளையத்தின் குரல் கேட்டு ஆராயி வெளியே ஓடி வந்தாள். தலையில் அடித்துக்கொண்டு குலுங்கியழுதாள். ஏதோ சொன்னாள். யாருக்கும் கேட்கவில்லை தொண்டை கட்டியிருந்தது. சின்னக் கரகரப்பு குரல்கூட கேட்கவில்லை. பாவம்! வேறு வழியற்று அழுது தீர்த்தாள்.

"ஒண்ணுமில்ல, பயப்படாத. போலிஸ்காரங்க எனக்குத் தெரிஞ்சவங்க தான். பேய்க்காளி சரண்டராயிட்டான். செங்கேணி நல்லாயிருக்கான். ஒண்ணும் பயப்படாதம்மா! நாளைக்கு அனுப்பிடுவாங்க. நீ போய் தூங்கு. பயப்படாத. போ..."

அவன் வார்த்தைகளை நம்பினாள். கொஞ்சம் தைரியமாக இருந்தது. கண்களை துடைத்துக்கொண்டு குடிசைக்குள் போய்விட்டாள்.

"அந்த தம்பி எப்டி இருக்குது?" செந்தாமரை மெதுவாகக் கேட்டாள்.

"ச்... அவன வூட்டுக்குக் கூட்டிக்கினு வர முடியாது. அப்டியே ஆஸ்பத்திரிக்குதான் கூட்டிக்கினு போவணும் நல்லா அடிச்சிட்டுகிறானுங்க."

ஆராயிக்குப் பதில் மின் நிலையம் ஓவென்று கத்த ஆரம்பித்து விட்டது.

அவன் போனதிலிருந்து உறங்காதிருந்தவள் பாளையத்தின் வார்த்தையால் ஓரளவு நம்பிக்கையடைந்து தன்னையுமறியாமல் உறங்கிக்கொண்டிருந்தாள்.

நள்ளிரவு கடந்து கொண்டிருந்த வேளை ரயிலின் கூவல் ஒலி அவளை உசுப்பியது. வெகு அருகில் அவளை ரயில் கடப்பதுபோல் ஓசையும், உலுக்கலுமாய் உணர... திடுக்கிட்டு எழுந்தாள். வாசல் தட்டி திறந்திருந்தது. பக்கத்திலே யாரோ உட்கார்ந்திருப்பதுபோல உணர்ந்து இருட்டில் தடவினாள்.

"இன்னா ஆராயி! நான் தான்..."

"மாமா" அவள் ஆச்சரியத்திலும் தூக்கக் கலக்கத்திலுமாகக் கத்தினாள். குரல் வெளியே வரவில்லை.

"அட நானுன்ற...." தீக்குச்சி ஓசையுடன் எரிந்தது. அந்த வெளிச்சத்தில் அந்த முகம் அவளை அலற வைத்தது. கத்த முடியாமல் தவித்தாள். அலறிக் கொண்டே எழ முயன்றாள்.

"தே... சும்மா எதுக்கு பயப்படற? உம் புருஷன அனுப்பிட்டாங்க. நெறைய பணம் குடுத்திருக்கான். உன்னும் கொஞ்சம் பணம் குடுத்தா அனுப்பிடுவாங்க. பசங்க உங்கிட்ட பணம் குடுத்தானுங்களாமே, அத குடு. அதையும் குடுத்துட்டு அவன கூட்டியாந்துடறேன்."

இருண்ட குடிசைக்குள் அவன் சிகரெட்டை உறிஞ்சும்போது எழும் ஒளியில் பேய் மிக அருகில் உட்கார்ந்திருப்பது தெரிந்தது.

அவளுக்கு ஓவென்று கத்தவேண்டும் போலிருந்தது. ஆனால், முடியவில்லை. நெஞ்சு அடைத்துக்கொண்டது. குரலற்றுத் தவித்தாள். திக்கற்றவளை குரலும் கைவிட்டது. அவன் இன்னொரு குச்சியை உரசி அவள் முகத்தருகே கொண்டுபோனான்.

"பயப்படாத ஆராயி! எவ்ளோ பணமானாலும் நா உம் புருஷன கூப்ட்டுக்கினு வந்துடறேன்." அவள் அந்தப் பையன்கள் கொடுத்துவிட்டுப் போன பையை சுத்தமாக மறந்து விட்டிருந்தாள். திணறித் தவித்த வேளையில் ஓலையில் சொருகி வைத்தது நினைவுக்கு வந்தது. வேகமாக எழுந்து கூரையிடுக்கிலிருந்து உருவி அவனை நோக்கி வீசியெறிந்தாள். இருட்டில் அவன் பையைத் துழாவினான். பிறகு தீக்குச்சியைக் கொளுத்திப் பார்த்து பையை எடுத்துக்கொண்டு குச்சியை அவசரமாக ஊதியணைத்தான்.

நீ கோவமா இருக்கற! தொழிலுன்னா இதெல்லாம் சகஜந்தான் இந்தா...."

ஆராயி வெளியே ஓடிவிட நகர்ந்தாள். கால் தடுக்கி தடுமாறினாள். அதற்குள்ளாக அவன் தீக்குச்சியை கொளுத்தினான். ஒரு கையில் தீக்குச்சியும் ஒரு கையில் பணமும் இருந்தன.

"இந்தா! எல்லா உனக்குதா இந்தா ஆராயி" பேய் கெஞ்சியது.

"எனக்கு பணம்லாம் வாணாம்ண்ணா. அவர உட்ற சொல்லு. உங்கால்ல வுழுந்து குப்புடுறேன்." அவள் கையெடுத்துக் கும்பிட்டாள். பிறகு குடிசைக்கு வெளியே போக முயன்றாள்.

அவன் தாவி அவள் கையைப் பிடித்து இழுத்தான். அவனைப் பிடித்து தள்ளமுடியவில்லை. தொண்டை கிழிய கத்தினாள். குரல் கட்டி காற்றுகூட வெளியே வர மறுத்தது. பேய் உற்சாகமடைந்து விட்டது. அவளை மிக நெருக்கமாக இழுத்து "எதுக்கு பயப்படுற இந்தா இந்தப் பணத்த வச்சுக்க. திருப்பிக் கேக்கவா போறேன். இந்தா ஆராயி" பலவீனமான அவளை மேலும் இறுக்கினான். அசிங்கமான ஒரு கூடைப் புழுவை அவள் தலையில் கொட்டியது போலிருந்தது.

தன் வலுக்கொண்ட மட்டும் அவனைப் பிடித்துத் தள்ள முயன்று சிறது போராட்டத்திலேயே அவனைப் பிடித்து தூரத் தள்ளினாள். அவளது முந்தானை அவன் கையிலிருந்தது. தைரியமடைந்தவளாய்

இரண்டு கைகளாலும் அவனை வீழ்த்தி விடுவதைப் போல பிடித்து தள்ளினாள்.

பேய்க்காளி சுவரில் போய் மோதிக்கொண்டு விழுந்தான். அவசரமாக குடிசைக்கு வெளியே ஓடினாள். தெரு ஆளற்று அமைதியாக இருந்தது. மின் நிலைத்தின் பேயோசைக்கு முன்னே சின்ன ஓசைகள் வெளியே கேட்க வாய்ப்பேயில்லை. நடுத் தெருவில் நின்று கொண்டு தேம்பியழுதாள்.

"பொழைக்கத் தெரியாதவடி நீ... சீ..." மிருகம்போல உறுமிக் கொண்டுபோனான். அச்சத்தில் அவளுடல் நடுங்கியது. தலையில் அடித்தபடி அழுதுகொண்டே வாசலில் போய் உட்கார்ந்து கொண்டாள். "மாமா" வென்று வாய்விட்டுக் கதறினாள். அவள் குரல் அவளுக்குள்ளேயே அடங்கிவிட்டது.

அவன் திரும்பவும் வந்துவிடக்கூடும் என அஞ்சி வாசலிலேயே உட்கார்ந்துகொண்டிருந்தாள்.

வெகுநேரம் கழித்து இருட்டிலிருந்து கரி திருடி கூடையை சுமக்க முடியாமல் சுமந்து வருவது தெரிந்தது. அவள் பின்னே நாய்கள் கத்திக் கொண்டு வந்தன. வாசலில் உட்கார்ந்து அழுதுகொண்டிருக்கும் ஆராயியைப் பார்த்தாளோ என்னவோ சுமையதிகமாக இருந்ததால் அவள் போக்குக்கு வேகமாகப் போய்க்கொண்டிருந்தாள்.

விடிய விடிய ஆராயி அச்சத்துடன் வாசலிலேயே உட்கார்ந்திருந்தாள். வெளியே சனங்கள் நடமாடத் துவங்கிய வேளையில் அவள் உள்ளே போக எழுந்தாள். முழங்காலில் கை ஊன்றி எழும்போது கை சுருக்கென வலித்தது. அதை சட்டை செய்யாமல் உள்ளே போனாள்.

குடிசையின் நடுத்தூண் பக்கத்தில் பையும் அதன் அருகில் பத்து ரூபாய் நோட்டுகள் இரண்டும் கிடந்தன. பையை அழுத்திப் பார்த்தாள். காகித நோட்டுகள் இருந்தன. அவன் மூஞ்சியில் வீசியெறிய வேண்டும் என்ற எண்ணத்தில் பையைத் தூக்கி மூலையில் போட்டாள். பிறகு முடியாமல் படுத்துக்கொண்டாள். உடல் காய்வதையும் மூச்சுக்காற்று அனலாக வருவதையும் அவளால் உணர முடிந்தது. மணிக்கட்டில் சுருக்கென வதைத்தது. கையுயர்த்திப் பார்த்தாள். ரத்தம் வழிந்து காய்ந்திருந்தது. கைகள் இரண்டும் வளையல்களற்று இருப்பதை கவனித்தாள். நடுத்தூண் அருகே வளையல்கள் நொறுங்கிக்கிடந்தன.

அதைப் பார்க்கும்போது நெஞ்சு திக்கென்றிருந்தது. முடியாமல் எழுந்து, உடைந்த வளையல்களை பெருக்கிக் கொண்டு போய் பின்புறம் முள்வேலிக்கு வெளியே வீசியெறிந்தாள். பத்து ரூபாய் நோட்டுகளும் அதோடு போய் விழுந்தன.

வெளிப்படையாகத் தெரியும்படி அவளுடல் நடுங்கியது. பெருங்கரிக் குவியலுக்குப் பின்னே, சூரியன் எழுவது தெரிந்தது.

அவள் எப்போதையும்விட மிக சமீபத்தில்தான் வாழ்க்கையை ஆபத்தானதாகவும் அச்சம் நிறைந்ததாகவும் உணரத் தொடங்கியிருந்தாள்.

ஒரு பூதம் தன்னை விழுங்க முயன்று தோற்று ஓடிப் போனதையும், அது மீண்டும் தன்னை விழுங்க வரும் என்பதுபோல பயத்துடன் இருந்தாள். அவன் அயோக்கியன். அவனை நினைத்தாலே நடுக்கமாய் இருந்தது.

கையில் உறைந்திருந்த ரத்தம் அவளை பயமுறுத்தியது. முடியாமல் எழுந்து ரத்தக்கறையைக் கழுவினாள். மணிக்கட்டில் பெரிய பிளவுபோல இருந்தது. நடுக்கம் அதிகமாகவே... தரையில் சுழன்று விழுந்தாள்.

செந்தாமரை வந்து பார்த்துவிட்டு கனமான போர்வையை எடுத்து வந்து போர்த்திவிட்டுப் போனாள்.

ஆராயிக்கு மாவுளியின் குரலும், பாளையத்தின் குரலும் கேட்டன. பிறகு, அவர்களுடன் மருது, வேலுவின் குரலும் சேர்ந்து கொண்டது. பிறகு, அந்தக் குரல்களும் அடங்கி அவள் இதுவரை பார்க்காத ஏதோ ஓர் உலகில் பறந்து, செங்கேணியைத் தேடிக்கொண்டிருந்தாள். அமைதியாக ஓடிக்கொண்டிருந்த தன் வாழ்வில் திடீரென ஏற்பட்டு விட்ட இந்தக் குலுங்கலை அவளால் தாங்கிக்கொள்ள மட்டுமல்ல புரிந்துகொள்ளவும் முடியவில்லை. சீராக அடுக்கப்பட்டிருந்த அட்டைப் பெட்டிகள் திடுமெனச் சரிந்து விட்டது போல அவளுள்ளம் கலைந்து எண்ணங்கள் ஒன்றின்மேல் ஒன்றாகக் குவியலாகக் கிடந்தன. அவளுக்கு திணறலெடுத்தது. கனவும் நடுக்கமும், காய்ச்சலுமாகப் படுத்துக்கிடந்தாள்.

"மாமா! மாமா" என்ற குரல் மட்டும் மூச்சுப்போல வந்து கொண்டிருந்தது. வாசலில் செங்கேணி நுழையும் காலடி ஓசையும், அவன் தலை, கூரையில் உரசும் சரசரப்பும் அவளுக்குத் தொடர்ந்து கேட்டுக்கொண்டிருந்தன. அவனது வலுவான கரங்களால் சூழப்பட்டு, சூடான மூச்சுக்காற்றில் மூழ்கிக் கிடந்த அந்த இன்பமான நாட்களை நினைக்கும்போது அழுகைதான் மிஞ்சியது.

26

இவர்கள் காவல் நிலையம் போனபோது செங்கேணியை வெளியே அனுப்பி விடுவதற்காக எல்லா ஏற்பாடுகளும் தயாராகிக் கொண்டிருந்தன. காலர்கள் அவனை வெளியே அனுப்பிவிடுவதில் அவசரம் காட்டினார்கள். காவலர் அவனது துணிகளை எடுத்து வந்து கொடுத்தார்.

காவல் நிலையமே பரபரப்பாக இருந்தது. புளியந்தோப்பில் யாரையோ வெட்டிவிட்ட ஒருவனை இழுத்து வந்தார்கள். கைதி எந்தக் கவலையுமற்று வீறாப்புடன் தலையை, பாடலை ரசிப்பவன் போல ஆட்டிக் கொண்டு சென்றான். வற்றி உலர்ந்த போன பறட்டைத்தலை பெண்ணொருத்தி தட்டையான மார்பில் அடித்துக்

கொண்டு கதறியழுதுகொண்டு ஓடி வந்தாள். ஒரு காவலர் “ஏய் சீ! வாய மூடு” என்று கத்திக்கொண்டு தடியை ஓங்கியபடி அவளை காவல்நிலையத்துக்குள் போக விடாமல் தடுத்து நிறுத்தினார். பிறகு தடியாலே தள்ளிக் கொண்டுபோய் காவல் நிலையத்துக்கு வெளியே விட்டார்.

“அய்யோ! அவன அடிச்சிக்கொன்னுடுவாங்கய்யா! எம் புள்ள ஒண்ணுந்தெரியாதது. கூட்டாளிங்க பண்ண வேலைக்கி எம் புள்ள சிக்கிட்டான் சாமிங்களா! அவன உட்ருங்க.” அவள் நடைபாதையில் உட்கார்ந்து அழுது புலம்பிக்கொண்டிருந்தாள்.

உள்ளே தடி, தசையில் மோதியெழும் ஓசை தெளிவாகக் கேட்டது. கைதியின் அலறலை அந்தப் பெண் உற்றுக்கேட்டுவிட்டு முந்தானையை இறுக்கி, இடுப்பில் சொருகிக்கொண்டு எங்கோ தலைதெறிக்க ஓடினாள்.

“கெழவி வக்கீல கூட்டியாற ஓடுறா. நல்ல புள்ளயப் பெத்துருந்தா என்ன பண்ணுவாளோ?” பாராவுக்கு நின்றிருந்த காவலர் சொன்னார்.

எழுதி வாங்கிக்கொண்டு செங்கேணியை வெளியே விட்டார்கள்.

“நீ பண்ண வேலைக்கு ஜெயிலுக்குப் போயிருக்கணும் பாத்துடா. இனி சாராயம் விக்கறவன் கூடல்லாம் சேராத. எவன்னா, எதுன்னா; குடுத்தாலும் வாங்கி வைக்காதடா. டேய்! எவனோ செய்த தப்புக்கு நீ பலியாயிருப்ப, போ. தப்பிச்ச, போ.” தலைமைக் காவலர் விரட்டுவது போல சொன்னார்.

பாளையத்துக்கே ஆச்சரியமாக இருந்தது. ‘வேல ரொம்ப சுலபமா முடிஞ்சிருச்சே. ஒருவேள பேய்க்காளிய தூக்கி உள்ள வச்சுட்டாங்களா?’ மனதுக்குள் நினைத்துக் கொண்டான்.

வெளியே வரும்போது அவனுக்குத் தெரிந்த காவலரிடம் கேட்டான்: “மாவுளி உள்ள இருக்கிறானா?” அவர் விரலை, நோட்டு எண்ணுவதுபோல சுட்டுவிரலை வளைத்து, கட்டைவிரலால் உருட்டி காண்பித்துவிட்டுப் போனார்.

“கடமையும், கண்ணியமும் இதுதான். வேற என்ன?” பாளையம் தனக்குத்தானே சொல்லிக் கொண்டான்.

செங்கேணி தாங்கித் தாங்கி நடந்தான். அவனால் நடக்க முடியவில்லை. அவன் இயல்பாகவும் இல்லை, கண்கள் நிதானமற்றுத் துடித்தது.

“வேலு ஆட்டோ எதுனா கூப்புடேன் செங்கேணியால் நடக்க முடியல.”

வேலு ஆட்டோ கூப்பிடப் போனான்.

அதே நேரத்தில் மாவுளி எதிரே ரிக்ஷா ஓட்டிக் கொண்டு வந்தான்.

“இன்னா வேலு! அந்த தெவி...புள்ள சரக்கு ஓட்டிக்கினு இருக்குது. அப்பாவிய தூக்கியாந்து உள்ள போட்டு சாவடிக்கறானுங்க. இன்னாப்பா இது?”

“வேற இன்னா நடக்கும்னு நெனைக்கற?” பாளையம் பதிலுக்கு கேட்டபடி வந்தான்.

“சரி வாய்யா! செங்கேணியால நடக்க முடியல. வூட்டுக்கு கூப்ட்டுக்கினு போயி வுட்டு வருவோம்”

“அட இன்னாப்பா... வந்து குந்துங்கப்பா” என்றவன் சீட்டைத் தட்டிப் போட்டான்.

“இம்மா அடியும் ஒதையும் உனக்குத் தேவையா? அவந்தான் பேயின்னு நா எப்பவே சொல்லியிருக்கேன் இன்னா புள்ளப்பா நீ... ப்ச்... சரி, வா குந்து.” செங்கேணியை உட்கார வைத்துவிட்டு பாளையமும் ஏறினான்.

“பாத்துக்கினே இருங்க, கோ....தா அவனக் குத்திட்டுப் நா ஜெயிலுக்கு போறேன். எனக்கு இன்னா புள்ளயா குட்டியா?” மாவுளி பல்லைக் கடித்தான்

“நீ வானாண்ணா நா அவனக் குத்திட்டுப் போறேன்” செங்கேணி திடுப்பென வெறிபிடித்தவன்போல சொன்னான். அவன் வார்த்தை அவர்கள் நெஞ்சிலே அறைவதுபோல உறுதியாக இருந்தது.

‘‘அப்டியெல்லாம் பேசாதப்பா. நீ சின்ன புள்ள! அவனக் கொன்னுட்டு நீ ஜெயிலுக்குப் போயிட்டினா, உன்ன நம்பி வந்துக்கீறவள யார் பாக்கறது? இன்னா பேசறே” மாவுளி அவனைக் கண்டித்தான். செங்கேணி பற்களை நெரிக்கும் ஓசை கேட்டது.

“அண்ணா! நீங்க செங்கேணிகூடப் போங்க. நாங்க நடந்து வர்றோம்...” வேலு சொன்னான். “அட ஒக்காருங்கப்பா! நாலு பேரு தான, மார்வாடி பொம்பள ஒருத்தியே இஞ்சு பேரு சேந்தாமாரி இருக்குறா. அவளையே இழுத்துக்கினு போறேன் ஒக்காருங்கப்பா.”

வேலுவும், மருதுவும் பிடிவாதமாக மறுத்து நடந்துவர மாவுளி வண்டியை மிதித்துக்கொண்டு போனான்.

“இம்மா நாளு இல்லாம நீ எதுக்கு சாராயம் விக்கிற எடத்துக்குப் போன?” மாவுளி கேட்டான். அவன் கேட்டது எதுவும் செங்கேணி காதில் விழவில்லை. தலைகுனிந்தபடியே வந்தான்.

திடுப்பென “சீக்கிரம் வாங்க. ஆராயி அடிக்கிறாங்க. ஆராயி காப்பாத்தணும் வாங்க.” செங்கேணி சம்பந்தம் இல்லாமல் பேசினான். வண்டியை மிதித்துக்கொண்டிருந்த மாவுளி திரும்பிப் பார்த்தான். பாளையமும் செங்கேணியைக் கலவரத்துடன் பார்ப்பது தெரிந்தது.

“இதுன்னாடா புதுக் கதையாயிருக்குது?” மாவுளி முணுமுணுப்பது பாளையத்துக்கு கேட்டது.

“யோவ்! முடி வெட்ற கடைக்கா நிறுத்தியா. ஷேவ் பண்ணிக்குனு போவலாம்.”

வண்டி, காசநோய் மருத்துவமனையை கடந்து முடி திருத்தகம் எதிரில் நின்றது. “வா செங்கேணி! ஷேவ் பண்ணிக்கோ, வா.” அவன் வேறு உலகத்தில் இருப்பவன்போல புன்னகைத்தான் பாளையம். அவனை கைத்தாங்கலாக அழைத்துப் போனான். அவனால் நடக்க முடியவில்லை. ஆனால், அதன் வலியும், துயரமும் முகத்தில்,

தெரியவில்லை. ஓவியத்தில் இருக்கும் புன்னகைபோல அவன் உதடுகள் புன்னகைத்தன.

மழித்துக்கொண்டு கிளம்பினார்கள். குடிசையை வண்டி நெருங்கும் போது எகிறிக் குதித்து குடிசைக்குள் ஓட முயன்று, முடியாமல் தடுமாறினான்.

பாளையம் அவனை தாவிப் பிடித்துக் கைத் தாங்கலாக குடிசைக்குள் நுழைய வைத்தான். எதிர்க்குடிசைப் பெண்கள் வந்து சூழ்ந்து கொண்டார்கள்.

பாளையம் எல்லோரையும் "போங்க.... போங்க!" என்பது போல சைகை காட்டினான்.

நகராதவர்களைப் பார்த்து கத்தவும் செய்தான்.

நடுக்கமும் காய்ச்சலும் குறைந்து உறங்கிக்கொண்டிருந்தவள் பக்கத்தில் போய் உட்கார்ந்து கொண்டான். சிறு சந்தடியால் திடுக்கிட்டு விழித்துக் கொண்டாள். அவளது புடவையில் எங்காவது கிழிந்து விட்டதா என்று ஆராய்பவன்போல அவளிடம் எதையோ தேடினான். பிறகு, அவளது நெற்றியைத் தடவி "ரொம்ப அடிச்சிட்டாங்களா? நீ பயப்படாத. நா அவனக் கொன்னுடறேன் இன்னா..." செங்கேணி சொன்னான். மாமா என்று முனங்கினாள்.

அவனை அருகில் பார்ப்பது அவளுக்கு நம்பமுடியாததாக இருந்தது. பல வினாடிகள் கழித்து "மாமா நீ வந்துட்டியா?" என்று கேட்டவள். அவனுடலை தொட்டுப் பார்த்தாள். அவனுடலில் காயங்களைத் தேடினாள். கால் வீங்கியிருந்தது. அதை விடவும் ஆபத்தான காயம் அவனது கண்களில் தெரிந்தது. அவனை சேர்த்துப் பிடித்துக் கொண்டாள்.

"பாப்பா... ஒண்ணுமில்ல. நீ சுடுதண்ணி போட்டுக் குடு மொதல்ல செங்கேணி குளிக்கட்டும். சாப்புட்டு தூங்கியெழுந்தா எல்லாம் சரியாப் போவும். எழுந்துரு... எழுந்துரும்மா!"

குடிசைக்கு வெளியேநின்று குரல் கொடுத்தான் பாளையம்.

அவளும்கூட அவன் சொல்லுக்கு கட்டுப்பட்டு கலைந்து கிடந்தக் கூந்தலை முறுக்கி, கொண்டையிட்டுக் கொண்டு எழுந்தாள். அவனை பார்த்ததும் உடலில் புது ரத்தம் பாய்ந்தது போலிருந்தது. ஆனாலும் தலையுச்சியில் யாரோ கை வைத்து அழுத்துவது போலிருந்தது. அவள் பிடிவாதமாக எழுந்தாள்.

"நா நாஷ்டா வாங்கியாறச் சொல்றேன். நீ எதுவும் செய்யாதம்மா, இன்னா." பாளையம் குடிசைக்குள் தலையை நுழைத்துக்கொண்டு ஆராயியைப் பார்த்து சொல்லிவிட்டு அவர்கள் இருவரையும் வேடிக்கை பார்த்துக்கொண்டிருந்த செந்தாமரையை வலுக்கட்டாயமாக இழுத்துப் போனான்.

அப்போதுதான் செங்கேணியைப் பார்க்க, குடிசைக்குள் நுழைய முயன்ற செல்லக்கண்ணுவை "உள்ள போகாத" என்று சைகை காட்டினான்.

“அவனே ஒரு மாதிரி இருக்கிறான். நாம வேற சுத்தி நின்னு வேடிக்க பாத்தா நல்லாவா இருக்கும். போங்க...” வாசலில் நின்றிருந்த ஒன்றிரண்டு பெண்களும் போய்விட்டனர்.

செந்தாமரை இட்லி வாங்கி வந்து வைத்துவிட்டுப் போனாள். செங்கேணியை ஆராயி குளிப்பாட்டிக் கொண்டிருந்தாள். அவனுடலெங்கும் பிரம்பு பாய்ந்திருந்த அடையாளங்கள் வெளிப்படையாகத் தெரிந்தன. அடிபட்டிருந்த கால் வீக்கம் கண்டிருந்தது. மொத்தத்தில் உடலெங்கும் கன்றிப் போயிருந்தது. அவனுடலில் சோப்பைப் போட்டு தேய்க்கக் கூட அஞ்சினாள். செங்கேணி அண்ணாந்து அவளைப் பார்த்துக்கொண்டிருந்தான். அவன் முகத்தை அச்செடுத்து அதில் சிரிப்பை வரைந்து அதையே அவனுக்கு முகமூடியாய் அணிவித்ததுபோல மாறாத ஒரே சிரித்த முகத்துடன் அவளை பார்த்துக்கொண்டே இருந்தான்.

அவளது கண்ணீர் அவனுக்குத் தெரிய வேண்டாம் என்பதற்காக அவன் முகத்தில் நீர் ஊற்றும்போதெல்லாம், அவள் முகத்திலும் கொஞ்சம் நீர் ஊற்றிக்கொண்டாள். அவளது சூடான கண்ணீர் அதில் கலந்தோடியது. என்ன செய்து என்ன... அவன் மீது விழும் சூடான தண்ணீரையே அவளது கண்ணீராகத்தான் அவன் உணர்ந்தான். அவளை யாரோ தொடர்ந்து துரத்தித் துரத்தி தாக்குவதை போலவே உணர்ந்தான். அவள், அவன் முதுகுக்குப் பின்னால் வந்து ஒளிந்துக் கொண்டு கண்ணீர் விட்டழுது கொண்டிருந்தாள். அவளது கண்ணீர் அவன் மீது வழிந்தோடிக் கொண்டிருந்தது. அவனை அவள் குளிப்பாட்டினாள். அவன் உணர்ந்தது வேறு. அவளது கண்ணீரால் அவன் மூச்சுத்திணறிக் கொண்டிருந்தான்.

கடைசி சொம்பு தண்ணீரை அவன் தலையில் ஊற்றும்போது மணிக்கட்டில் இருந்த காயத்தில் இருந்து பச்சை ரத்தம் அவன் மூக்கின் நுனியில் சொட்டி வழிந்து நாவில் பரவியது. அவள் அச்சத்துடன் கையில் தண்ணீர் ஊற்றி அலசிக்கொண்டு துவாளையால் அவன் தலையைத் துவட்டினாள். அவன் ரத்த வாடையை நுகர்ந்து கொண்டிருந்தான். அவள் தாக்கப்பட்டு ரத்தம் வழிந்தோடி அதில் அவன் தத்தளிப்பதைப்போல உணர்ந்தான்.

“கொஞ்சம் பொறுத்துக்க ஆராயி! நா உன்னக் காப்பாத்துறேன் எல்லாத்துக்கும் அந்தப் பேய்தான் காரணம். அத ஒழிச்சிடறேன்” அவனுதடு வெளிப்படையாக முணுமுணுத்தது. ஆராயியின் நடுக்கமும் காய்ச்சலும் எங்கோ ஓடி விட்டன. அவனது கண்கள் நிலையற்று ஆடுவதையும், சம்பந்தமற்று வெறியோடு பேசுவதும் அவன் இயல்பாக இல்லையென்று புரிந்தது.

இட்லியை எடுத்து அவன் முன்பு வைத்தாள். செங்கேணி அவளைப் பரிதாபமாகப் பார்த்தான். பெருங்கூட்டமாய் பறந்துபோன பறவைகளில் ஒன்று, பறக்க முடியாமல் தன் மடி மீது வந்து விழுந்ததைப் பார்ப்பதைப் போல பார்த்தான். அவன் விழிகள் நடுங்க துயரத்தோடு

பார்த்தான். பிறகு புன்னகையோடு அவளது உயிருள்ள உதடுகளைக் கிள்ளி முத்தமிட்டான். அவளை அரவணைத்து பாதுகாப்பாக வைத்துக் கொள்ள விரும்பினான். அவளும்கூட மகிழ்ச்சியுடன் அவனது உதடுகளைக் கிள்ளினாள். பிறகு அவனது கன்னங்களை பத்து விரல்களும் நன்கு படும்படி வருடி அவள் தனது தலையில் விரல்களை நெரித்துக் கொண்டாள். விரல்கள் நட்நட்டென ஒரே நேரத்தில் ஓசையெழுப்பின. அவன் சிரித்தான். அவனை மகிழ்ச்சியுள்ளவனாக மாற்ற, வயிற்றை தடவிக்காண்பித்தாள்.

“உங்கம்மா எங்கூட சண்டை போடறதில்ல. அமைதியா தூங்கறாங்க” அவன் கையை இழுத்து, வயிறைத் தடவிக் காண்பித்தாள். அவன் தடவிப் பார்த்துவிட்டு சிரித்தான்.

“மாமா!” இங்க வாணாம் நாம அக்கா வீட்டாண்டையே போயிடலாம், இன்னா...”

“நீ பயப்படாத. நா இருக்கேன் நா அவனக் கொன்னுடறேன் ஆராயி.” சின்னக் குழந்தையிடம் பேசுவதுபோல பேசினான்.

ஆராயி சொன்னதை அவன் காதில் வாங்கவில்லை. “சரி மாமா! நீ நல்லா படுத்து தூங்கு. நா உனக்கு நல்ல சாப்பாடா எதுனா செய்யிறேன் தூங்கு மாமா” கலக்கத்தை வெளிக் காட்டாமல் அமைதியாகப் பேசினாள்.

அவள் பாயை உதறிப்போட்டு தலையணையைப் போட்டாள். இரண்டு பஞ்சவர்ணக்கிளிகள் மீது எண்ணெய் பிசுக்கு படர்ந்திருந்தது. செங்கேணியின் புன்னகை மேலும் மேலும் உயிரற்றதுபோல் மாறி வருவதையும் அவன் அப்படி இருப்பதை செந்தாரையிடம் சொல்ல நினைத்து ஏனோ தனக்குள்ளே முடக்கிக்கொண்டாள்.

மூன்று நாட்களாக அவன் மாத்திரை சாப்பிடாதது அவள் நினைவுக்கு வந்தது. மாத்திரை எடுத்துக்கொடுத்தாள் “இந்தா மாமா! இதப் போட்டுக்க. நல்லா தூக்கம் வரும், யாரு கூப்ட்டாலும் போவாத மாமா! அதெல்லாம் நமக்கு சரிப்படாது. நீ படுத்துக்கினு இரு. நா வந்துடறேன்”

அவள் முடிப்பதற்குள் அவன் பல்லை நறநறவெனக் கடித்தான். அவள் அச்சமடைந்து அவனை நெருங்கினாள். அவன் சட்டென தாவியெழுந்து அவளை இறுக்கி அணைத்துக்கொண்டு,

“நீ பாவம் ஆராயி!” உன்னக் கொடுமப்படுத்துறாங்க இல்ல? இனி பயப்படாத. அதான் நா வந்துட்டன்ல ஆராயி... உனக்கு வலிக்குதா?” அவள் வயிற்றைத் தடவியபடி கேட்டான். அவள் கருவுற்றிருக்கிறாள் என்று சொன்னால்தான் தெரியும். வெளிப்படையான எந்த அடையாளமும் இல்லை. ஆனால், நடமாடமுடியாத முழு நிறைவான கர்ப்பிணிபோல அவன் உணர்ந்தான்.

“எனக்கு ஒண்ணும் இல்ல மாமா! நீ ஒண்ணும் கவலப்படாத. நீ தூங்கு. நானு கடைக்குப் போய் வர்றேன்” பெருங்களைப்பு அவனைக்

கீழே தள்ளியது. மருந்தும் வேலை செய்து அவனை அமைதிப்படுத்தியது. அவன் படுத்துக்கொண்டான்.

அவனுக்கு நல்ல சமையல் எதனா செய்துகொடுக்கணும் என்று மனதில் நினைத்துக்கொண்டவள், செந்தாமரையைத் தேடினாள். அவள் எங்கோ வெளியே போயிருந்தாள்.

ஓலையில் சொருகி வைத்திருந்த சின்ன துணிப் பையை எடுத்து கொண்டு அவள் பட்டாளத்துக்குக் கிளம்பினாள்.

நாளைக்கு மாமாவ ஆஸ்பத்திரிக்கு இட்டுக்கினு போவணும் என்று மனதுக்குள் நினைத்துக்கொண்டாள். அடுப்பெரிக்க விறகு கட்டைகளை ஏற்றிவரும் கட்டை வண்டியின் பின்னே செந்தாமரை வந்துகொண்டிருந்தாள். எதிரே வரும் ஆராயியைப் பார்த்து விடடு எங்க? என்பதுபோல் செந்தாமரை தலையசைப்பால் கேட்டாள்.

“எதனா கவுச்சி வாங்கியாறாலான்னு போறங்க்கா”

“சரி, போய் வா... கால் கொடையுது, இல்லனா நானும் வருவேன் போய் வா” புதிதாக அறுபட்ட வேப்பமரம். அதன் வாடையைக் காற்றில் பரப்பிக்கொண்டு அவளைக் கடந்து போனது.

ஆராயி, குடிசைகளைக் கடந்து ஆவென்றிருந்த மைதானத்தில் நடந்துபோய்க் கொண்டிருந்தாள்.

குளிர்ப்பதனக்கிடங்கின் குளிர்விப்பானிலிருந்து வரும் சாரலின் ஓசை அதன் வேலிச் சுவர் அருகில் படர்ந்திருக்கும் சதுப்பு நிலத்தில் இருந்துவரும் துர்வாடை மின் நிலையத்தில் இருந்து கொண்டுவந்து கொட்டப்படும் சாம்பல் குவியலுக்குப் பின்புறம் தெரியும் மனிதர்களின் அசையும் தலைகள், அங்கு கிடைக்கும் புத்தம் புதிய கழிவுக்காக சுற்றித் திரியும் பன்றிகள், தூரத்தில் முள்ளுக்கீரைச் செடிகளில் கீரை பறித்துக் கொண்டு போகும் இரண்டு பெண்களென மைதானம் விதவிதமான பயன்பாட்டில் இருந்தது. இதையெல்லாம் தாண்டி நடு மைதானத்தை அவள் நெருங்கிய சமயம் அவளை எப்போதும் அச்சமூட்டும் அதே பேய்க்காற்று குப்பைகளை கட்டைப் பம்பரம் போன்ற வடிவத்துடன் வட்டமாக சுழற்றியடித்துக்கொண்டு அவளைக் கடந்து போனது. இப்போது அவள் அச்சமடையவில்லை. ‘அது வெறுமனே காற்று’ என்று தனக்குள் நினைத்துக்கொண்டாள். தரையில் காய்ந்து கொண்டிருந்த சாண வறட்டிகளின்மேல் பேய்க்காற்று காணாமல் போய்விட்டது. மைதானத்தின் தெற்குப் புறச் சாலையில் மரக் குதிரைகளை ஏற்றிச் செல்லும் வண்டிகள் போய்க்கொண்டிருந்தன. அதன் மிட்டாய் வண்ண நிறங்கள் சூரியனொளி பட்டு, கண் கூசும்படி ஒளிர்ந்தது. துயர் தரும் எண்ணங்களை விரட்டவென்றே வேடிக்கை பார்த்துக் கொண்டு போனாள்.

திடீரென மிக அருகில் யாரோ உரசுவதுபோல வர... திடுக்கிட்டுத் திரும்பினாள்.

மண்டையோட்டில் முகம் வரைந்தது போன்றிருந்த தையல் போட்ட தழும்புகளுடன் அச்சுறுத்தும் அந்த முகத்தை மிக அருகில் பார்த்ததும்

ஆராயிக்கு தூக்கிவாரிப் போட்டது. தைரியத்தைப் பெறும் விதமாக அனிச்சையாக தூவென்று துப்பினாள்.

"இன்னா பாப்பா! பயந்துட்டியா?" அவன் வார்த்தையைக் காதில் வாங்காமல் வேகமாக நடக்க ஆரம்பித்தாள். அவளது இதயம் கழன்று கீழே விழுந்து விடுவதுபோல் துள்ளியது. அவனது முகத்தில் இருந்த வெறியும் வஞ்சகமும் அவளுக்குத் தெளிவாகத் தெரிந்தது. 'பேயே அருகில் வந்துவிட்டது' என நினைத்து செத்துப் போவதுபோல் அஞ்சியோடினாள்.

"தே.... தே... பாப்பா! இன்ன நீ, யாரோ மாதிரி ஓடற? நில்லுடி..." அவனைப் பிடித்துத் தள்ளி, காலால் உதைக்க வேண்டும் என்ற வெறியோடு அவளை திரும்பிப் பார்த்தாள்.

"உனக்கு எங்கூட இன்னா பேச்சி? உன்னால நாங்க பட்டது போதும். நீ போ.... தனியாப் போறவகிட்ட உனக்கு இன்னா வேல?" நடுக்கத்தோடு வந்த குரலுடன் அவள் வேகமாக நடக்க முயன்றாள். கால் பின்னியது. அவனிடமிருந்து தப்பியோடுமளவு அவளால் வேகமாக நடக்க முடியவில்லை.

அவனது கை, அவளது கையோடு உரசியது. "நாசமாப் போறவனே" கத்தினாள். "வேற எங்கனா போயி தொலையன்டா!" பையைத் தரையில் வீசிவிட்டு தலையில் அடித்துக்கொண்டாள்.

அவன் வெறுமனே அவளைப் பார்த்து சிரித்தான்.

"கோவப்படாத ஆராயி! நா சொல்றதக் கேளு. நீ இன்னாமோ தப்பா நெனச்சிக்கினு இருக்கற. நா உனக்கு நல்லது பண்ணலாம்னு பாத்தா, நீ இன்னாமோ பேயப் பாத்தப்பல மெரல்ற" ஏறக்குறைய அவள் கையைப் பிடிக்குமளவு அவன் செய்கை முன்னேறியது.

"நீ பேய்தான்டா." என்று கத்தியவள், அவன் கையை உதறினாள். அவள் கண்களில் இருந்த கோபம் அவனை அச்சுறுத்தியது. அநேகமாக மயங்கி விழுந்து விடுமளவு அவள் அதிர்ச்சியடைந்து விட்டாள். கால் பின்னியது.

"உங்கிட்ட ஒரு பையிலிருக்குதே... அதுல முன்னூறு ரூவா பணம் இருக்குது. நீ எடுத்துக்க ஆராயி! உனக்குதான்" பேய், ஆசை வார்த்தைகளைக் கக்கியது.

"தூ... நீயும் உம் பணமும், மரியாத கெட்டுப் போவும். போடா!" அடக்க முடியாமல் கத்தினாள்.

அவன் அசைவதாகத் தெரியவில்லை. சிரித்துக்கொண்டே இருந்தான். அவளை உரசியபடியே நடந்தான்.

பேய்க்காளி பாக்கெட்டில் இருந்து பணத்தைக் கற்றையாக எடுத்துக் காட்டி "உனக்கு எந்தக் கஷ்டமும் வரக்கூடாதுன்னு பாக்கறேன்... புரிஞ்சுக்க ஆராயி..." அவள் கையை வலுக்கட்டாயமாகப் பிடித்திழுத்து பணத்தை அவள் கையில் திணித்தான். அவள் ஒரு கணம் சிலை போல நின்று கொண்டு பேய்க்காளியை வெறித்துப் பார்த்தாள்.

சூடான கண்ணீர் இரு கன்னங்களிலும் வழிந்தோடின. பேய்க்காளி அவளது கண்ணீரைத் துடைக்க துணிந்தான். அவள் சீற்றமடைந்து விட்டவளாய் அவனை எரித்து விடுவதுபோல பார்த்தாள். அதற்கான வாய்ப்புகள் ஏது, அய்யோ! இது நிச உலகமாய் இருக்கிறதே. அவன் முகத்தில் காறி உமிழ்ந்தாள். அதை மட்டும் அவளால் செய்ய முடிந்தது. எதற்கும் மசியாதவன் உறுதியாக இரண்டு கைகளாலும் அவள் தோள்களைத் தொட்டான். அந்த நேரம் பேய்க்காற்று சுழன்று வந்து அவர்களை மோதிக் கடந்து போனது. அந்த காற்றோடு அவள் கையில் திணிக்கப்பட்டிருந்த காகிதங்கள் அடித்துக்கொண்டு போயின.

"எங்க மாமாகிட்ட சொன்னன்னா நீ...." அவளால் அதற்குமேல் பேச முடியவில்லை. அழுதாள். கை கூப்பிக் கெஞ்சினாள். அவன் கை இன்னும் இறுகியது.

"டேய். எங்கிட்ட இப்டி நடக்காதடா. நா பொறுக்கித் தேவடியா இல்லடா. எங்கள வுட்டுற்றா..." அவள் கீழே விழுந்துவிட்டாள். அவன்கூட கொஞ்சம் இளகிப் போனான். "இன்னா பொண்ணுடி நீ" சொல்லிக்கொண்டே மிரட்சியுடன் பின்வாங்கினான். யாரோ வந்து கொண்டிருந்தார்கள். பேய்க்காளி பின்வாங்கி வேகமாக நடந்தான்.

27

ஆராயிக்கு குமட்டிக் கொண்டு வந்தது. அவள் தலையைப் பிடித்துக் கொண்டு வாந்தி எடுத்தாள். நிதானப்படுத்திக் கொண்டு எழுந்து நிற்க முயன்றாள். தலை சுற்றியது. எதிரில் சிவந்து, குட்டையான பெண் நின்றிருந்தாள். பேய்க்காளியை அடித்துப் புரட்டிப் போட்ட கோவிந்தம்மாள். ஆராயியின் நினைவுக்கு வந்தது.

இவங்களப் பாத்துட்டுதான் அவன் ஓடியிருக்கிறான். புரிந்தது.

"இன்னாம்மா. இன்னா வம்பு பண்ண வந்தானா?"

ஆராயி திருதிருவென விழித்துக்கொண்டிருந்தாள்.

"பயப்டாத பாப்பா நீ... நான்தான் ரோட்லருந்து நடக்கறதப் பாத்துக்கினு வர்றனே, என்னப்பாத்துட்டுன் தா ஓடுறான்" தன் முந்தானையால் ஆராயி முகத்தை துடைத்துவிட்டாள்.

"எங்கருக்கறம்மா நீ?" பதில் சொல்லாமல் நடுங்கிக்கொண்டிருந்தாள். கண்ணீர் வழிந்தது.

"அட இன்னா பொண்ணும்மா நீ, வா." ஆராயி மேலிருந்த தூசியைத் தட்டி, தலைமுடியை சரி, பண்ணிவிட்டு "எங்க மோட்டுத் தெருவுல இருக்கிறியா?"

"எங்க?"

"பாளையண்ண வூட்டுப் பக்கத்துல."

"உம்... நம்ப தம்பிதான்!"

"இன்னா, முழுவாம இருக்கறியா?" கண்களை குறுக்கிக்கொண்டு குரலை தாழ்த்திக் கேட்டாள்.

ஆராயி "ஆமாம்" என்பதுபோல தலையாட்டினாள். "இந்த மாதிரி பொறம்போக்குங்களப் பாத்து பயிப்பிடக் கூடாது. துணிஞ்சு செவுல்ல நாலு வுட்டா துண்டக் காணம் துணியக் காணம்ன்னு ஓடறான் பாரு! கையெடுத்துக் கெஞ்சினா... உன் தலையில தான் ஏறி ஒக்காருவான்.... நல்ல வேள நா வந்தேன் போ... நா அவனப் பாத்துகிறேன். போ. பசங்கக்கிட்ட சொன்னா அவன கைமா பண்ணுவானுங்க. பயப்பிடாத. போ....

ஆராயி அந்தப் பெண்ணை சாமியைக் கும்பிடுவதுப்போல கும்பிட்டாள்.

"போ, கொழந்த! போ. தெவிடியாப் பையன் கிட்ட சாராயப் பணம் நெண்டுதுல்ல, அதான் யாரப் பாத்தாலும் அவுசாரி மாதிரி தெரியுது அவனுக்கு."

ஆராயி கொஞ்சம் நிதானமடைந்து கீழே விழுந்த பையைத் தேடினாள். தூரத்தில் பை கிடந்தது. பக்கத்திலேயே ஐந்து ரூபாய், பத்து ரூபாய் நோட்டுகள் கிடந்தன.

அவள் பையை மட்டும் எடுத்துக்கொண்டு நடந்தாள். அவன் மீண்டும் வரக் கூடும் என்ற அச்சம் காரணமாக, கடைக்குப் போகும் மனமின்றி வீட்டுக்குத் திரும்பினாள்.

வாசலில் செந்தாமரை விறகு பிளந்துகொண்டிருந்தாள். சூரியன் தீவிரமாகக் காய்ந்துகொண்டிருந்தது. தூரத்தில் ஆராயி வருவதை செந்தாமரை பார்த்தாள். ஆராயி என்னமோபோல தடுமாற்றத்துடன் வருவது தெரிந்தது.

கடப்பாறையைத் தரையில் சாய்த்துவிட்டு "இன்ன ஆராயி... நா அப்பவே நெனச்சேன் ஒடம்பு சரியில்லாதவ கடைக்குப் போறாளேன்னு" என்று சொல்லிக்கொண்டு வந்தவள் கன்னத்தை தொட்டுப் பார்த்தாள். கலங்கிய கண்களுடன் முகம் வழக்கமற்று வாடியிருந்தது.

"இன்னாடியம்மா, இன்னாச்சி?" ஆராயியை தோளில் தாங்கியபடி குடிசைக்குள் அழைத்துப் போனாள்.

பெரும் விசும்பல் வெளிப்பட்டு குலுங்கியழுதாள். அழுகையை அடக்க முயன்றும் முடியாமல் திணறினாள்.

"இன்னா ஆராயி துட்ட எதுனா தொலச்சிட்டியா?" இல்லையென்பது போல தலையாட்டியவளை,

"வேற இன்னாடி! சொன்னாதானே?" எரிச்சலடைந்தவள்போல கேட்டாள்.

"நா பார்க்குல போயி..." சொல்லி முடித்தாள்.

ஆராயியின் கால் கட்டை விரலுக்கடியில் ரத்தம் கசிந்திருந்தது. திடுக்கிட்டு செந்தாமரை புரட்டிப் பார்த்தாள். பாளமாக வெட்டுப்பட்டிருந்தது. ஆராயி அதை ஒரு பொருட்டாகவே கருதவில்லை.

"அந்தப் பொறம்போக்கு துட்டக் காட்டி மசிய வைக்கலாம்ன்னு நெனச்சிருப்பான்... நீ ஒண்ணும் கவலப்படாத. அண்ணன்கிட்ட சொல்லி நாலு குடுக்கச் சொல்றேன் பொறுக்கி..."

"அவுங்க வந்ததால தப்பிச்ச."

"அதான் கோயிந்தம்மக்காள் அதப் பாத்தாள் நாயி! அலறுவான நீ ஒண்ணும் கவலப்படாத. நம்ப மாவுளிக்குத் தெரிஞ்சது, அவன உண்டுல்லன்னு பண்ணிடும்" அவள் சொல்லிக்கொண்டே கந்தலை மண்ணெண்ணெயில் நனைத்துக் கொளுத்தினாள். அவளுக்கு குடிக்கத் தண்ணீர் கொடுத்துவிட்டு எரிந்து அடங்கிய கந்தலின் சாம்பலில் எச்சில் துப்பிக் குழைத்து காயத்தில் வைத்து அப்பினாள். கட்டு போட கந்தலைக் கிழித்தாள். "கட்டுப்போடாதக்கா மாமா பாத்துச்சுன்னா இன்னா ஏதுன்னு கேக்கும்... அழுகை பீறிட்டுக்கொண்டு வந்தது. அது முன்ன மாதிரியில்ல. பாவம் என்னன்னமோ பேசுது. பயமா இருக்குதுக்கா..." அழுதாள்.

"ஒண்ணும் பயப்புடாத. போலிஸ்காரனுங்க அடிச்சிட்டுருக்கிறானுங்க. அது ஒடம்பா இருக்கவோ தாங்குச்சி. வுடு, நல்லா மார்கண்ட எலும்ப சிலும்ப சூப் வச்சிக் கொடுத்தா, எல்லாம் சரியாயிடும்."

"ஒரு நாளு அந்த சாராயம் விக்கிற பசங்க வந்து ஒரு பைய குடுத்தானுங்க. அது வூட்லதான் இருக்குது." ஆராயி அச்சத்துடன் சொன்னாள்.

"அதத் தூக்கி அவன் மூஞ்சியில விசிறியடி அவன் பொம்பள பொறுக்கின்னு ஊருக்கே தெரியும். நம்மள் கிட்டலா வாலாட்ட மாட்டான் அதுன்னாமோ நாயி! உம் பாவத்தக் கொட்டிக்கினுக்கிறான். எம்மா தம்பிகிட்ட ஒண்ணும் சொல்லாத. நா அவன பாத்தா தொடப்ப கட்டையிலயே அடிக்கறேன் அந்தப் பைய மொத வேலயா அவ மூஞ்சியில வுட்டெறிஞ்சிடு இன்னா... நீ போ. சோறு மட்டும் வடிச்சிக்கோ. நா கொழம்பு தர்றேன். போடி! பொம்பளயா பொறந்துட்டு இவனுங்ககிட்டல்லாம் இப்பிடி அல்லல் படணும்னு இருக்குது போ."

அவள் குடிசைக்குள் நுழையும்போதுதான் பட்ட காயத்தின் வலியை உணர்ந்தாள்.

செங்கேணி இன்னமும் உறங்கிக் கொண்டிருந்தான். "ஏய் விடுங்கடா! டேய்... உறக்கத்தில் உளறினான். உறக்கமற்ற உறக்கமாய் அவனுள்ளம் எண்ணங்களால் நிரம்பி வழிந்து புரண்டான்.

சோறு வடித்து விட்டாள், செந்தாமரை பெரிய கிண்ணம் நிறைய கறிக்குழம்பை ஊற்றிக் கொண்டு வந்தாள்.

"நல்லா தூங்கட்டும் வுடு. அதுவா எழுந்துக்கட்டும்." செந்தாமரை சொல்லிவிட்டுப் போனாள்.

செங்கேணி பலவிதமான வார்த்தைகளை உளறினான். ஒரு கட்டத்தில் "டேய்! அவள விட்றா.... விட்றா" என்று கத்திக்கொண்டு எழுந்து உட்கார்ந்துகொண்டான். பிறகு, சுற்று முற்றும் எதையோ;

தீவிரமாகத் தேடினான். அவள், அவன் பக்கத்தில் நெருக்கமாக உட்கார்ந்து "இன்னா மாமா?" என்று கேட்டாள்.

ஒன்றுமில்லை என்பதுபோல உதட்டைப் பிதுக்கினான். கோரைப் பாயின் வடிவம் அவன் மார்பில் அச்சாகப் பதிந்திருந்தது. அவள் தேய்த்து விட்டாள். முதுகு முழுதும் தடியாய் அடிக்கப்பட்டு கன்றிப் போய் இருந்தது. கருத்த தோலையும் மீறி மோசமான அடையாளங்கள் தெரிந்தன. அவள் தடவிவிட்டது அவனுக்கு இதமாக இருந்தது. அவன் சிரித்தான். அவன் மகிழ்ச்சியாக இருக்க வேண்டுமென விரும்பினாள்.

வெகுநாட்கள் பிரிந்திருந்தவர்கள்போல ஒருவரை ஒருவர் ஆசையோடு பார்த்துக் கொண்டிருந்தார்கள். அவன் எதேச்சையாக அவளது காலைப் பார்த்தான். அவசரமாக காலை இழுத்துக் கொண்டாள். புடவையால் அதை மூடிவிட்டு "மாமா! முதுகக் காட்டு" என்று அவன் கவனத்தை திசை திருப்ப முயன்றாள். அவனைத் தன் மடி மீது சாய்த்துக்கொண்டு கைகளால் தடவி விட்டாள்.

"மாமா! தலையில முடி அதிகமாக வளர்ந்துருச்சி. போய் வெட்டிக்கினு வர்றயா?" அவன் வார்த்தையற்றுக் குழந்தைபோல தலையாட்டினான்.

"ஆராயி! இன்னைக்கு நைட் ஸ்கூலுக்கா போறேன்" சட்டென சொன்னான்.

"ம்... சரி, போய் வா."

"வேலு நல்லா சொல்லிக் குடுப்பான்"

"எங்கம்மா என்ன படி படின்னுச்சி. நான்தான் ஆராயி எங்கம்மா பேச்சக் கேக்கல" அவள் மடி மீது கவிழ்ந்தபடி சொன்னான்.

"படிக்கறது நல்லவனா இருக்கறதுக்குதான மாமா! ரொம்ப நல்லதுதான?" அவள் கண்கள் கசிந்து கொண்டிருந்தது.

"இல்ல ஆராயி! எனக்கு எதுவுமே தெரியல. நானும் எங்கட்ட வண்டியும் தான் ஒலகம்ன்னு ஆயி, பாரு எனக்கு எதுவுமே தெரியல. எங்கம்மா சொன்ன மாதரி நா படிச்சிருந்தா பாளையண்ணா மாதிரி நானும் பெரியாரு, அம்பேத்காருன்னு எல்லாரப் பத்தியும் தெரிஞ்சி வச்சிருப்பன் இல்ல. அதான் நா நைட் ஸ்கூலுக்கு போவப் போறேன். நீ நம்ப வண்டியக் கேளு. நாளைக்கு நா வேலைக்குப் போவணும்."

ஆராயிக்கு ஆச்சரியமாக இருந்தது. மலைத்துப் போனவள் போல உட்கார்ந்திருந்தாள். 'மாமாவுக்கு ஒண்ணுமில்ல நல்லயிருக்கிறாரு' என்று தனக்குள் சொல்லிக்கொண்டாள். "இன்னும் ஒரு வாரம் கழிச்சி போ. அதுவரைக்கும் வாசல்ல அண்ணன்கூட ஒக்காந்து பேசு." அவன் தலைமுடியைக் கோதிவிட்டபடி சொன்னாள்.

"எதுக்கு ஆராயி ஒரு வாரம்? எனக்கு இன்னா, ஒடம்பு நல்லாதான இருக்குது?" அவள் மடியில் இருந்து எழுந்து நிமிர்ந்து உட்கார்ந்தவன், மார்பை நிமிர்த்திக்கொண்டு கையை முறுக்கி வலுக்காட்டினான்.

அவளுக்குத் துயரமெல்லாம் எங்கோ ஓடிப் போய் சிரிப்பு வந்தது. ஆசையோடு அவளை நெருங்கினான். அவள் எதிர்பார்க்காத தருணத்தில் நெருங்கி முத்தமிட்டான்.

ஆராயி அவனிடம் எதையோ சொல்ல வாயெடுத்தாள். அவள் வார்த்தைகளை இடைமறித்து அவளைத் தனக்குள் வசப்படுத்தினான். குடிசைக்குள் அவர்களின் மூச்சுக்காற்றின் ஓசையைக் குலைக்கவென்றே சரக்குப்பெட்டிகள் ஒன்றோடு ஒன்று மோதும் ஓசை கடகடவென வெகுதூரம் கடந்து போய் முடிவதும் நீராவி இழுவை இயந்திரத்தின் அழுத்தம் குறைக்க நீராவி வெளியேறுவதுமான ஓசை, கரிக்குவியலாகக் கொட்டும் லாரியின் ஓசையென ஓசைகளால் சூழப்பட்டு இருந்த பகல் பொழுது அவர்களையும் ரயிலையும் பிரிப்பது ஒரு குட்டி மண்சுவர் மட்டுமே.

அவர்கள் மனநிறைவோடு தழுவியபடி கிடந்தார்கள். துன்பம் மறந்த பொழுது, நண்பகல் நேரம், கூரையின் முனகல், இசையினும் இனிய இருவரின் மூச்சொலி, துன்பமான உலகில் வாழ்வது பற்றிய கனவு, காதலுடன் இருவர். ஓய்வாக இருவரும் அண்ணாந்து கூரையைப் பார்த்துக்கொண்டிருந்தனர். கூரை நைந்து விழுந்த ஓட்டையில் இருந்து சூரியன் உள்ளே பாய்ந்துகொண்டிருந்தான்.

அவள் அமைதியாக படுத்துக்கிடந்தாள். பிறகு, அவனை இறுக்கமாய்த் தழுவி அவன் நெற்றியிலே முத்தமிட்டு "மாமா! நாம அக்கா வீட்டாண்ட வீடு பாத்துப்போயிடலாம். இங்க வாணாம் மாமா." அவன் திமிறிக்கொண்டு எழுந்து உட்கார்ந்தான். "நீ பயப்படாத ஆராயி நா இருக்கறேன். இங்க பாரு... நம்ம அண்ணன், அண்ணி, வேலு, மதுர, நம்ப மாவுளின்னு எல்லாம் இருக்காங்க. நீ பயப்படாத" என்றான். செங்கேணி மிகத் தெளிவாக இருப்பதாகத் தோன்றியது. நிம்மதியா உணர்ந்தாள்.

கூரையில் இருந்து ஒழுகிய சூரிய ஒளி அவள் தலை மீது சொட்டி, அவள் கூந்தலைச் சுடர செய்தது. அந்த நிலையில் அவளைப் பார்த்துக் கொண்டிருந்தான்.

"உனக்கு அக்காவப் பாக்கணும்னு ஆசையா இருக்குதா.." அவள் என்ன சொல்வது என்று யோசித்துக் கொண்டிருக்கும்போது "எனக்குக் கூட உங்க அக்கா கொழந்தையப் பாக்கணும்னு ஆசையா இருக்குது. நாளைக்குப் போய் பாத்துட்டு வரலாம் இன்னா?" என்றவன், உனக்கு எப்ப ஆராயி கொழந்த பொறக்கும் 'கேட்டுக்கொண்டே' அவள் வயிற்றைத் தடவினான். எல்லா துன்பமான எண்ணங்களையும் மறந்து அவள் முகம் பொத்தி சிரித்தாள்.

நைந்த கூரையின் வழி வந்த ஒற்றை ஒளி அவர்களுக்கு போதுமானதாய் இருந்தது.

"சரி, நீ சாப்புடு மாமா" சொல்லிக்கொண்டே சோறு கொண்டுவரப் போனாள். அவன் கண்கள் துடிக்காமல் இயல்பாக இருந்தது. அவளுக்கு கூடுதல் ஆறுதலாய் இருந்தது. மொத்தத்தில் செங்கேணியைப் பற்றி

எந்த முடிவுக்கும் வரமுடியாமல் குழம்பினாள். துங்கியெழுந்தாள் 'இயல்பாக இருக்கிறான்.' என்று நினைத்துக்கொண்டாள்.

அவள் எழுந்து போகும்போது அவள் மணிக்கட்டில் இருந்த காயத்தைப் பார்த்துவிட்டான். அவன் நெஞ்சுக்குள் யாரோ ஊசியால் குத்தியதுபோல "அய்யோ!" என்று கத்தியவன் "கையக் காட்டு." அவள் சட்டென கையைப் பின்னுக்கு இழுத்துக்கொண்டாள். "ஒண்ணுல்ல மாமா'' என்று அடுப்பாங்கரை நோக்கிப் போக முயன்றாள். கட்டை விரல் காயம் கடுமையாக வலித்தது. அடியெடுத்து வைக்கத் தடுமாறியதை அவன் பார்த்துவிட்டு எழுந்து போய் கைத் தாங்கலாகப் பிடித்தழைத்து வந்து, பாயில் உட்கார வைத்து காலைப் பார்த்தான். சாம்பல் களிம்பை மீறி ரத்தம் கசிந்திருந்தது.

"ஆராயி! யாரு இப்டி பண்ணது?" அவன் குரல் ஏதோ வானத்தில் இருந்து வந்ததுபோல் அவளுக்கு கேட்டது. அது இயல்பாக இல்லை. கண்களை விரித்துக்கொண்டு பார்த்தான்.

"ஒண்ணுமில்ல மாமா!" வாசல்ல வாட்லோடுமேல கால வச்சிட்டேன் கிழிச்சிருச்சி." அவள் சொன்னது அவன் காதுகளில் விழவில்லை.

அவனுக்குள் குதிரை ஓடத் தொடங்கிவிட்டது. அவள் காலை உற்றுப் பார்த்துக் கொண்டிருந்தவன் கண்கள் அப்படியே நிலைத்து விட்டன. அவள் காலை மடியில் வைத்துக் கொண்டு கட்டைவிரலால் கசிந்த ரத்தத்தை துடைத்தான். கொழுத்த ஒரு துளி ரத்தம் அவன் கட்டை விரலில் ஒட்டிக்கொண்டு வந்தது.

குதிரை வேகமெடுத்து விட்டது. அது காற்றை கிழித்துக் கொண்டு ஓடியது. பெரிய மீசையுடன் குதிரையோட்டி தங்கப்பூண் போட்ட தடியை சக்கரத்தில் உரசியதால் ஏற்பட்ட கடகடப்பு வானெங்கும் பரவி அவன் மீது வந்து மோதியது. கருங்குதிரை நுரை கக்கியபடி ஓடியது. அதன் முன்பாக அலறியோடும் உருவம் அம்மாவினுடையது போன்றும், குரல் ஆராயினுடையது போன்றும் கேட்டது. அவன் காற்றாக மாறி, வண்டியின் பின்னே ஓடினான். வண்டி எப்போதும் அவனை மீறியே ஓடிக்கொண்டிருந்தது. நெருங்கிவிட்ட தருணத்தில் வண்டியோட்டி சாட்டையை வீசினான். சுழன்று நீண்ட சாட்டை, பின்னால் பாய்ந்து வருபவனின் கழுத்தில் இறங்கி சதையைப் பிய்த்துத் கொண்டு போனது. குதிரை சீறிப் பாய்ந்தது. அதன் முன்பாக அலறி ஓடுபவளின் கழுத்துக்கு தன் எசமான் குறி வைக்கத் தோதாக ஓடிக் கொண்டிருந்தது. மிக நெருக்கமாக சாட்டை அவளைத் தீண்டும் நேரத்தில், செயலற்றவனாக வானத்தில் இருந்து சரிந்து விழுந்து கொண்டே இருந்தான். "ஆராயி..." பெருங்குரலெடுத்து கத்தினான். கத்திக்கொண்டே தரையில் வந்து விழுந்தான். மூர்ச்சையடையும் வரை அவன் தன்னுணர்வற்று கத்திக்கொண்டிருந்தான். செங்கேணியின் கத்தல் கேட்டு அக்கம் பக்கத்தவர்கள் ஓடிவந்தார்கள். அதற்குள் அவன் மயங்கி விட்டான். வெகு நேரம் அவளையே பார்த்துக் கொண்டிருந்தவன் திடீரென கத்திக்கொண்டு கீழே சாய்வான் என்று ஆராயி எதிர்பார்க்கவில்லை.

அவனை மடியில் சாய்த்துக்கொண்டு திக்கற்றவளாய்க் கதறியழுதாள். "அய்யோ! மாமாவுக்கு இன்னா ஆயிடுச்சோ எக்கா.... எக்கா எங்க அக்காவக் கூப்புட்டுக்கினு வரச் சொல்லுக்கா" பரிதாபமாகக் கத்தினாள்.

"தே சும்மாயிரு. சாதாரண மயக்கந்தா, பயப்படாதம்மா'' செல்லக்கண்ணு சமாதானம் சொன்னாள். செந்தாமரை தண்ணீர் கொண்டுவந்து அவன் முகத்தில் வீசியடித்தாள். அவன் கண்களைத் திறப்பதுபோல் அசைத்துப் பெருமூச்சு விட்டபடி கண்களைத் திறக்க முயல்வது தெரிந்தது. பல்லை இறுக்கிக் கடித்துக் கொண்டிருந்தவனுக்கு வாய் ஒரு பக்கமாக இழுத்துக் கொண்டு போனது. "தண்ணியக் குடுக்காதீங்க" யாரோ கத்தினார்கள்.

செங்கேணியின் உடல் முறுக்கிக்கொண்டு கைகள் லேசாக துடித்தாடி படக்படக்கென அடித்துக்கொண்டது. "ஓ" வென்று கத்திய ஆராயியை தூரமாய் இழுத்து தள்ளிவிட்டு சாவிக்கொத்தை எடுக்க ஓடினாள் செல்லக்கண்ணு. அதற்குள் சீதா அவன் நாக்கைக் கடித்துக் கொள்ளாதபடி முந்தானைத்துணியை உருட்டி, கடைவாய் பற்களுக்கு இடையே திணித்தாள்.

அந்த நேரம் பார்த்து பாளையமும் எங்கோ போய் விட்டிருந்தான்.

செந்தாமரை முறத்தால் விசிறினாள். நீண்ட நேரம் இழுத்துக் கொண்டிருந்தது. "ஒண்ணுமில்ல. இது, தானா நின்னுடும்" ஆராயியை தைரியப்படுத்த செந்தாமரை சொன்னாள்.

"அக்கா! யாருனா மாமா அக்காவ இட்டுக்கினு வரச் சொல்லுக்கா பயம்மா... இருக்குது" அழுகையும் வார்த்தையுமாக துயரமாக ஒலித்தது.

"நீ பயப்படாதடி! நாங்க இத்தினி பேரு இருக்கறோம் ஒண்ணு பயப்படாத. நா போய் செல்வியக் கூப்டறேன்" சொல்லிக்கொண்டே கலைந்த கூந்தலை முடிந்து, கொண்டையிட்டபடி செல்லக்கண்ணு குடிசைக்கு வெளியே ஓடினாள்" இன்னா இது சின்னபுள்ளங்க இப்டி பாடா படுத்துங்களே. அய்யோ" தனக்குள் சொல்லிக்கொண்டாள்.

செங்கேணிக்கு வலிப்பு அடங்கி, விழிக்கும் தருணத்தில் செந்தாமரை எல்லோரையும் குடிசையைவிட்டு வெளியே அனுப்பிவிட்டு அவளும் வந்து விட்டாள்.

"ஆராயி! பயப்படாத! தண்ணி கேட்ட, குடு. நா சூடா எதனா போட்டு எடுத்தாறேன்."

அவன் மெதுவாக விழித்துப் பார்த்தான். இங்க என்ன நடந்தது என்பதுபோலிருந்தது அவன் பார்வைக்கு. மிகச் சோர்வாக இருந்தான். அவனுக்கு சுற்றியிருந்த எதுவும் பிடிபடவில்லை. தனக்கு சம்பந்தம் அற்றவைகளைப் பார்பதுபோல் பார்த்தான். தெளிவற்ற முனங்கல் துண்டு... துண்டாக வந்தது. ஆராயியை யாரையோ பார்ப்பது போல பார்த்தான். அவள் வெகுவாக கட்டுப்படுத்திக் கொண்டு உட்கார்ந்திருந்தாள். அவளது உள்ளம் குமுறி கொந்தளித்துக் கொண்டிருந்தது. தன்னை மிகப் பெரிய ஆபத்து சூழ்ந்துவிட்டது.

தானும் அவனும் அதிலிருந்து தப்பிப்பது எப்டி என்று யோசித்துக் கொண்டிருந்தாள்.

அவன் முன்பாக அழுதுவிடக் கூடாது என்பதற்காக பெரும் முயற்சியோடு அவனைப் பார்த்து புன்னகைத்தாள். அவனை நெருங்கி முகத்தை துடைத்து விட்டாள். அவனுடல் மிகத் தளர்வாக இருந்தது. முந்தானையால் விசிறினாள். அது போதவில்லை என்பதால் அவனை நகர்த்தி சுவரில் சாய்த்துவிட்டு எழுந்து நின்று முறத்தால் விசிறினாள்.

அச்சத்தால் வலுவிழந்து நடுங்கியவள், அக்கா, மாமா வர மாட்டார்களாவென்று ஏங்கினாள்.

அவன் ஆழ்ந்த உறக்கத்தில் இருந்து விழித்தவன்போல கண்கள் அலை பாய அவளை பார்த்துக்கொண்டு உட்கார்ந்திருந்தான்.

"மாமா! சாப்பாடு எடுத்தாறேன். சாப்புடு"

"நீ சாப்புடு... நீ சாப்புடு..." என்று வழக்கமற்ற முறையில் திரும்பத் திரும்ப உணர்ச்சியற்ற விதத்தில் சொல்லிக்கொண்டிருந்தான்.

அவள் தன்னைக் கட்டுப்படுத்த முடியாதவளாகி எழுந்து அடுப்பங்கரை பக்கமாக திரும்ப குலுங்கியழுதாள். பிறகு முந்தானையால் கண்களை துடைத்துக் கொண்டு, சோறை எடுத்து வந்து, அவன் முன்பாக வைத்துவிட்டு, அவன் சாப்பிடத் தயாராக இருக்கிறானா என்று பார்த்தாள்.

தட்டில் சாப்பாட்டைப் போட்டு பிசைந்தாள். வெகு நேரம் அவளையே உற்றுப் பார்த்துக் கொண்டிருந்தவள், "ஆராயி நீ உன்னுமா சாப்புடல? சாப்புடு."

"நீ கூட சாப்புடல மாமா! இந்தா சாப்புடு." அவனுக்கு மிக நெருக்கமாக உட்கார்ந்துகொண்டு ஓர் உருண்டையை அவன் வாய்க்கு நெருக்கமாக எடுத்துச்சென்றாள். இயல்பாக வாய் திறந்தான்.

தட்டு தீர்ந்தவேளையில் அவனுக்கு விக்கியது. தண்ணீர் புகட்டி, அவன் மார்பைத் தடவி, முந்தானையால் வாய் துடைத்து விட்டாள்.

"ஆராயி'! எனக்கு தூக்கமா வருது. நீயும் படுத்து தூங்கு" பாயில் சரிந்து படுத்தான். சோர்வு அவனைப் பிடித்தழுத்தியது. ஆராயி தலையணையை இழுத்து, அவன் தலைக்கடியில் வைத்தாள்.

கண்களை மூடாமல் கூரையுச்சியை வெறித்துப் பார்த்துக் கொண்டிருந்தான். ஆராயி சாப்பிட்டு முடித்து, தட்டியை எடுத்து வாசலை அடைத்துவிட்டு அவனருகே படுத்துக்கொண்டாள். அவள் கையை இழுத்து மார்போடு அணைத்தபடி விழித்துக் கொண்டிருந்தான். இடையில் ஒரு முறை பற்களை நறநறவெனக் கடித்தான். அந்தக் கணத்தில் அவளை இறுக்கிப் பிடித்தான். அவளுக்கு அது பழகி விட்டது போலாகிவிட்டது. அவனைத் தட்டி தூங்க வைகக விரும்பி கையை அவனிடமிருந்து இழுத்தாள். அவன் முரட்டுத்தனமாக அவள் கைகளை இழுத்து மீண்டும் மார்போடு அணைத்துக்கொண்டான். ஒரு கட்டத்தில் கை தளர்ந்தது. எழுந்து அவனை உற்றுப் பார்த்தாள்.

சீரான மூச்சொலியுடன் உறங்கிக் கொண்டிருந்தான். அவன் நெற்றி வியர்த்திருந்தது. லேசாக விசிறி விட்டாள். அவளது களைப்பு சொல்லி மாளாது. அவளும்கூட சோர்வாக படுத்துக் கொண்டாள்.

அவள் விழித்தபோது சூரியன் மறையும் தருவாயில் இருந்தது. அவனைத் தேடினாள். வாசலில் அவனது குரல் கேட்டது.

"நா இன்னைக்கு நைட்ஸ் கூலுக்கு போறண்ணா" "ம், போ. நீ தா நல்லா கத்துக்கறியாமே?" பாளையம் சொல்வது கேட்டது.

"இன்னாங்கப்பா! செங்கேணியே நானு வண்டியில கிளினரா கூப்பிட்டுக்கினு போவலான்னு பாத்தா, உஸ்கூல்ல சேருன்றீங்க" எதிர்வீட்டு சிவா மடக்குக் கட்டிலில் உட்கார்ந்தபடி கேட்டான்.

"இன்னாப்பா செங்கேணி! மாமாகூட வேலைக்குப் போறியா? டிரைவிங் கத்துக்கலாம்."

ஒரு நேரத்தில் அவன் லாரியையும் அதை ஓட்டுவதையும் அபபடி விரும்பினான். கனவு கண்டான்.

இப்போது பாளையம் கேட்டதற்கு வெறுமனே தலையாட்டினான். அவனது மண்டைக்குள் யாரோ ஓடுவது போலிருந்தது. அதை அவனால் பொறுக்க முடியவில்லை.

"கூப்ட்டுக்கினு போ. மாமா நம்ப தம்பிதான?"

"அட, அவ ராத்திரி பூரா உயிரெடுத்தாப்பா."

"யாரு" பாளையம் புரியாமல் கேட்டான்.

"யாரு, செல்லக்கண்ணு தான். அந்த தம்பி வூட்லதான இருக்குது. கூப்டுக்கினுதான் போயண்ணா நானு நல்ல பசங்க யாருனா கெடைப்பாங்களான்னுதான் பாத்துக்கினு இருக்கேன்"

"அண்ணா!" நா நைட்ஸ் கூலுக்குப் போவப் போறேன்" பேசுபவர்களை இடைமறித்து சொல்பவன்போல சொன்னான்.

வேலு செங்கேணிக்கு எழுதப் படிக்கச் சொல்லிக் குடுப்பா. நீ இன்னா மாதிரியான வாத்தியார்ன்னு நானு ஒரு மாசம் கழிச்சி சொல்றேன்.

மருது கை தட்டி சிரித்தான். கூடவே செங்கேணியும் சிரித்தான்.

ஆராயி விளக்கேற்றி வைத்துவிட்டு முகம் கழுவிக் கொண்டு, வாசலில் வந்து உட்கார்ந்துகொண்டு துவலையால் முகம் துடைத்துக்கொண்டிருந்தாள். செங்கேணி அவர்களுடன் பேசி சிரித்துக்கொண்டிருப்பது அவளுக்கு ஆறுதலாக இருந்தது.

"ஏய் மாயி! காபி போட்டு எடுத்தா. எல்லாருக்கும் இந்தா, தங்கச்சிக்கு ஒரு கிளாஸ் குடு." ஆராயியைக் காட்டி சொன்னான். அவன் புது மனைவி சீதாவை அப்படித்தான் அழைத்தான்.

குடிசைகளின் உள் பகுதியில் எங்கோ வாய்த்தகராறு போட்டுக் கொள்ளும் ஓசை கேட்டது. குடிசைக்குப் பின்புறம் ரயில் இயந்திரத்தில் இருந்து புகைக்குழாய் வழியாக தீப்பொறிகள் பறந்து குடிசைக்கு மேலாக மினுக் மினுக்கென மின்னிப் பறந்து போயின.

இறைச்சியும், கொழுப்பும் கருகும் வாடை வீதியில் உலாவத் தொடங்கியது. குடியர்கள் தகரக் கூரையினடியில் போய் குடித்துவிட்டு தள்ளாடியபடி கடந்துபோனார்கள். அதில் ஓரிருவர் சிவாவைப் பார்த்து ''இன்னா மாமே...'' ''ஏய்!'' இன்னா மச்சான் என்று குரலெழுப்பிக்கொண்டு போனார்கள். மின் நிலையத்தின் பேய்க் குரல் அடங்கியிருந்தது.

சீதா கொட்டை காபி போட்டுக்கொண்டு வந்தாள். வந்த கொஞ்ச நாளில் அந்தப் பகுதியில் அவள் பழகாத ஆட்களே கிடையாது. எதிர்க் குடிசை வாசலில் இருந்தவர்களுக்கு கொடுத்துவிட்டு, ஆராயிக்கு அலுமினியக்குவளை நிறைய ஆவி பறக்க ஊற்றிக்கொடுத்தாள்.

"எல்லாரும் காப்பிய குடிச்சிக்கினு இருக்கறாங்க. நீ இன்னாப்பா! வேடிக்க பாத்துக்கினு இருக்கற? குடி" சிவா, செங்கேணியைப் பார்த்து சொன்னான்.

இருட்டு கவிழத் தொடங்கியது. குடிசைக்குள் எரியும் எண்ணெய் விளக்குகளின் ஒளி, கதவிடுக்கு வழியாக வழிந்து மந்தமானதொரு ஒளி, வீதியில் பரவியிருந்தது. அந்த ஒளியிலே முகங்களைப் பார்க்கப் பழகியவர்களுக்கு அதை இருட்டு என்றால், ஏற்றுக்கொள்ள மாட்டார்கள். மின் விளக்கற்ற பகுதியது. சாலையில் குண்டு மஞ்சள் பல்புகள் எரிந்து கொண்டிருந்தன. மின் நிலையக் கட்டிடத்தில் எரியும் ஒளிமிக்க விளக்குகளின் ஒளி, குடிசைகளுக்கு வெகுதூரத்துக்கு முன்பாகவே காணாமல்போய் விடுகிறது. நிலவு நாட்களில் மட்டுமே வீதியைத் தெளிவாகப் பார்க்க முடியும். ஒருவித கணிப்பிலோ, வேறு ஏதோ ஒரு முறையிலோ அவர்கள் ஒருவரை ஒருவர் பார்த்து பேசிக் கொண்டார்கள். குரல்களை வைத்து அடையாளம் காண்பார்கள்.

அன்று வானம் நிறைய நட்சத்திரங்கள் இறைந்து கிடந்தன.

"சரி, இன்னைக்கு நானும் நைட் ஸ்கூலுக்கு வர்றேன்" பாளையம் சொல்லிக்கொண்டே எழுந்தான்.

"வேலு எப்டி பாடம் நடத்துறான்? செங்கேணி எப்டி கத்துக்கிறான்னு பாக்கலாம். வா மருது"

"அண்ணா! நாம பேசிக்கின்னு இருக்கலாம். அவங்க போவட்டும்" மருது தயங்கினான்.

"அட வாப்பா! நம்ப செங்கேணிகூடப் போய்ட்டு வரலாம்" அவர்கள் புறப்பட்ட நேரத்தில் மாவுளி, ரிக்‌ஷாவை இழுத்துக்கொண்டு வந்தான்.

வண்டி நூறடிக்குப் பின்னால் வரும்போதே மணி கலகலக்கும் ஓசையும் அவன் பாட்டொலியும் கேட்கும். இப்போது வண்டியும் அவனைப்போலவே அமைதியாக வந்துகொண்டிருந்தது.

"இன்னாப்பா தம்பிங்களா! எங்க கெளம்பிட்டிங்க?"

"யோவ்! அவங்க படிக்கற புள்ளைங்களுக்கு பாடம் நடத்தப் போறாங்க. போவும்போதே எங்க போறீங்கன்னு, தூ... வாய்யா!

நம்ப வேலையப் பாக்கலாம், வா.... வா" மாவுளியைக் கிண்டலும், குதூகலமுமாய் வரவேற்றான் சிவா.

"இன்னா சினேதா! லூசு மாதிரி பேசறே? போவும்போதுதான எங்க போறேன்னு கேக்க முடியும். போய் வந்த பிறகு கேட்டா, தப்பாயிடும் கோ...தா! நீ இன்னா லாரி ஓட்றயோ... சரி, போங்க புள்ளைங்களா நானும் இவனும் எதனா பேசிக்கினு கெடப்பம். நீங்க போங்க. புள்ளைங்களுக்கு நாலு எழுத்து கத்துக் குடுங்க போங்க..."

அவர்கள் சங்கத்துக்குப் புறப்பட்டுப் போனார்கள்.

"இன்னா சிநேதா! தங்கச்சியக் காணும்" மாவுளி கேட்டான்?

"யோவ் இருய்யா!" சிவா அடக்கினான்.

"இன்னா?" மாவுளி மெதுவாகக் கேட்டான்.

போகிறவர்கள் மறைந்ததை உறுதிப்படுத்திக்கொண்டு சொன்னான். "தோ! எதுர்ல பாப்பா இருக்குதே, அவுங்க அக்காவ கூட்டியாறப் போயிருக்கறா"

"இன்னா?"

"எதுர்ல அந்தத் தம்பிக்கு வலிப்பு மாதிரி வந்துச்சி. அந்தப் பொண்ணு பயிந்துடுச்சா அதா"

"ச்....ஸ்" மாவுளி பரிதாபத்துடன் ஓசையெழுப்பினான். நல்லாருந்த புள்ளய நாசம் பண்ணிட்டானுங்கப்பா.... ப்ச்."

வாசலில் உட்கார்ந்திருந்த ஆராயிக்கு லேசாக உடல் காய்ந்தது. அவளுக்கு குளிரெடுத்தது. குளிரைப்போக்க செங்கேணியின் சட்டையொன்றை எடுத்துப்போட்டுக் கொண்டாள். அதில் செங்கேணியின் மணம் வீசியது. குளிரும் மட்டுப்பட்டது போலிருக்க... செந்தாமரையைப் பார்க்கப் போனாள்.

"வா ஆராயி!" கால் எப்டியிருக்குது?"

"வலிக்குதுக்கா!"

"ஆஸ்பத்திரிக்குப் போயி வரலாம் வாயேன்."

"அது இந்தக் காயத்தப் பாத்துட்டுதான் அப்டியாயிடுச்சிக்கா!"

"உம்.... என்றவள், "இன்னா, சட்டக்காரியாயிட்ட?'' என்று கிண்டலாகக் கேட்டாள்.

"குளுருதுக்கா! அது முன்னாடி போத்திக்கினு இருந்தா, எதுனா வம்பு வரும். அதான் போட்டுக்கின"

"பயப்டாத ஆராயி! எல்லாம் சரியா போயிடும்... புள்ள பொறக்கட்டும், பாரு தம்பிய... நீதான் பயப்புடற. அது பாரு, படிக்கப் போறேன்னு நைட் ஸ்கூலுக்குப் போவுது" சொல்லிவிட்டுச் சிரித்தாள். ஆராயிக்கு சிரிப்பு வரவில்லை. ஏதோ யோசனையில் இருந்தாள்.

காலையில் நடந்ததைச்சொல்ல... பாளையத்தைத் தேடிக்கொண்டு வந்தாள் கோவிந்தம்மாள்.

28

"இன்ன கோயிந்தமாக்கா! இன்னா இவ்ளோ தூரம் யார விசாரிச்சுக்கினு வர்ற?"

"யாருப்பா! இங்க புதுசா வூடு வந்திருக்கறது? கருப்பா சின்னப் பொண்ணு..."

"புதுசா யாரு... தோ, எதுர்ல இருக்குற பொண்ணுதான் அதுங்ககூட இங்க வந்து ஒரு வருஷத்துக்கு மேல ஆவப் போவுதே...."

"கருப்பா, குள்ளமா முழுவாமகீற பொண்ணுப்பா...!"

"ஆமா! நம்ப ஆராயி தான்"

"காலையில கேசப்புள்ள பார்க்குல போயிக்கினு கீற.. நடு மைதானத்துல இந்தப் பொண்ண பேய்க்காளி மடக்கி, கலாட்டா பண்றாம்பா! நா அந்த நேரத்தல போவலன்னா இன்னா நடந்திருக்குமோ? அங்க கைய வச்சி இங்க கைய வச்சி நம்ப புள்ள மேலயே கை வைக்கறானே, அவன சும்மாவுடலாமா... அதான் தம்பியப் பாத்து சொல்லிட்டுப் போலாம்னு..."

மாவுளிக்கு உடல் பதறியது "டேய்.... கத்தினான். அப்டியா பண்ணான?" சொல்ல முடியாதபடி மிக ஆபாசமாகத் திட்டிக்கொண்டு எழுந்தான்.

சிவா மாவுளியை அடக்கினான்.

"யோவ் சும்மாருய்யா! சின்னப்பசங்க விஷயம் நாம கத்தி அதுங்களுக்குள்ள எதுனா பிரச்சனையாப் போவுது." சிவா அடக்கினான்.

"நல்ல பொண்ணு சிநேதா! அது எம் பொண்ணு சிநேதா! அது தெவிடி... புள்ளய வெட்டிடற்ற" திமிறினான் மாவுளி.

"டேய் மச்சான் சும்மாருடா. இன்னா நடக்குதுன்னு பாக்கலாம் இரு! நீ போதைல கீற... சும்மாயிரு" சிவா, மாவுளியை அடக்கினான்.

"நீ போக்கா! பாளையம் சங்கத்துல இருப்பான் பாரு" சிவா சொன்னான்.

அந்தப் பெண் சந்துகளில் புகுந்து, சங்கத்துக்குப் போனபோது மாணவர்கள் உரத்துக் கத்தும் ஓசை கேட்டது. சங்கம் வாசலில், பாளையமும் மருதுவும் பேசிக்கொண்டிருந்தார்கள்.

"இன்னா தம்பி! உன்னத்தான் தேடிக்கினு வந்தேன்"

"வாக்கா! இன்னா விஷயம்?"

"ஏம்பா! அந்தப் பேய்க்காளி இம்மா அக்குறும்பு, அநியாயம் பண்றான சின்னப் புள்ளைங்க நீங்க இதெல்லாம் கேக்கமாட்டிங்களா..."

"இன்னா நடந்துச்சு சொல்லுக்கா!" "உன் வூட்டுக்குப் பக்கத்துல இருக்குத பொண்ணு பேரு தான் மறந்துட்ற கருப்பா, சின்ன பொண்ணுப்பா! அது கேசப்புள்ள பார்க்குல போய்க்கினு இருக்குது. இந்த நாயி! அவகிட்ட வம்பு பண்றான் பாவம் கையெடுத்துக் கும்புடுது அவன். சின்னப் பொண்ணுன்னு கூட இல்லாம, அப்டி கலாட்டா பண்றான். என்னப் பாத்துட்டு ஓடிட்டாம்பா..."

அந்த வேளையில் செங்கேணி வெளியே வந்தான். அவள் சொன்னது அவன் காதுகளில் விழுந்தது.

“யாரு, நம்ம ஆராயி கிட்டயா?” பாளையம் அதிர்ச்சியுடன் கேட்டான்.

“ஆமாம்மா! ஆராயியாம அந்தப் பொண்ணு பேரு. நா பாத்துட்டேன் ரைட்டு... வேற எதுனா ஆயிருந்தா, பாவம் சின்னப் பொண்ணு. அத கோலத்தப் பாத்து வயிறு எரிஞ்சிட்ச்சிப்பா... ப்ச் பாவம், தலையில அடிச்சிக்கினு அழுவுது கையெடுத்துக் கும்புடுது. அவன் பேயாச்ச... அவன விசாரிங்கப்பா....”

செங்கேணியின் கண் முன்னே கருங்குதிரை தறி கெட்டு ஓடியது. வண்டியை ஓட்டியவன் சாட்டையை வீசினான். குதிரையின் கணைப்பு தெளிவாகக் கேட்டது. குதிரைக்கு முன்பாக ஓடிக்கொண்டிருப்பவள் ஆராயிதான். அவனுக்குத் தெளிவாகத் தெரிந்தது. செங்கேணியின் உடல் நடுங்கித் துடித்தது.

“ப்ச்... சின்னப் பொண்ணு கையெடுத்துக் கும்புடுது. பாவம் நல்ல பொண்ணுப்பா புருஷன், கிருஷ பாத்தா, குடும்பம் நாசமாயிடாது... அதான் உங்கிட்ட சொல்லி வைக்கலாம்னு, உன்னோரு மொற பாத்தனா. சத்தியமா அவன நா அடிப்பேன் அதான்...” அவள் முடிக்கவில்லை.

செங்கேணி ஓட்டமெடுத்தான். அவனுக்கு முன்பாகக் கருங்குதிரை ரேக்ளாவை இழுத்துக்கொண்டு ஓடியது. குதிரையோட்டி பெரிய மீசைகளுடன் பேய் போல சிரித்துக்கொண்டு அலறி ஓடுபவளை சாட்டையால் வீழ்த்திவிடத் துடித்தான். அவளின் அலறல் அவனை வேகப்படுத்தியது. எப்படியும் அவளைக் காப்பாற்றி விடும் நோக்கத்தில் ஓடினான். பேயோட்டம். அய்யோ பாவம்! கால்களிலோ யாரோ இரும்புக்குண்டுகளை கட்டிவிட்டார்கள். ஓட முடியவில்லை. கால் தடுமாறியது. ஆனாலும் ஓடினான்.

“தம்பி! சட்ட உனக்கு ரொம்ப பெரிசா இருக்குது. நா கூட மழக் காலத்துல அண்ணன் சட்டைய போட்டுக்குவே வேற இன்னா பண்றது நம்மகிட்ட சொட்டர் எதனா இருந்தா போட்டுக்கலாம்.....” என்றவள்... ஏதோ நினைவுக்கு வந்தவளாய்....

“தே ஆராயி! போ. எதோ பை இருக்குதுன்னுயே, அதத் தூக்கிக்கினு போய் அவ மூஞ்சியில வீசிட்டு வா அண்ணன்கிட்ட சொல்லி அவன செருப்பாலயே அடிக்கச் சொல்றேன் போ... போ மொதல்ல அதச் செய்யி” செந்தாமரை அவசரப்படுத்தினாள்.

ஆமாம். அதுதான் சரியென்று தோன்றியது. பணப்பையை சாக்காக வைத்துக்கொண்டு இரவில் வருவான் என அஞ்சி அதை அவனிடம் வீசியெறிய ஓடினாள். அவன் இல்லாவிட்டாலும் அந்த வீட்டுக்குள்ளப் போட்டுவிட வேண்டும் என்று நினைத்துக்கொண்டு வேகமாகப் போனாள்.

குதிரையின் கணைப்பு, அச்சுறுத்தும் அதன் குளம்பொலி, சக்கரத்தின் கடகடப்பு, அவளின் அலறல், காற்றைக் கிழித்தெழும் சாட்டையின் ஓசையுடன் வண்டி பறந்தோடியது. அவன் பார்த்தான்.

அவளைத் துரத்தும் அந்த மிருகத்தைக் கொன்றுவிடத் துடித்தான். அந்தக் குதிரையை இரண்டாக வெட்டிப்போட ஓடினான். கால் இடறி விழுந்தான். அவனோடு சேர்ந்து, பலர் ஓடி வருவதுபோல ஓசை கேட்டது.

கால் இடறி விழுந்தபோது கனமான ஒன்று, அவன் கைகளில் சிக்கியது. அதை எடுத்துக்கொண்டு ஓடினான். அவனைத் தாக்க வசதியான ஆயுதம் கிடைத்து விட்டது. வண்டியோட்டியின் சாட்டை அவளது கழுத்தின் நுனி வரை நெருங்கிவிட்டது. அடுத்த வீச்சுக்குள் அவளைக் காப்பாற்றிவிடப் பாய்ந்தான். வண்டியோட்டி, அவனது சொந்தக் குடிசைக்குள்போய் பதுங்கிக்கொண்டான்.

குடிசைக்குள் வண்டியும், குதிரையும், சாட்டையும் கூட மறைந்து விட்டது அவன் மட்டுமே. தாமதமற்ற முதல் வீச்சு.... இரண்டாம் வீச்சு வீழ்ந்தான் குரல் மட்டும் ஆராயினுடையது போன்று கேட்டது. அவன் கையிலிருந்த கனமான பொருளை நம்பிக்கையோடு பிடித்துக் கொண்டு குடிசைக்கு வெளியே வந்தான்.

“அவனக் கொன்னுட்டேன்... அவனக் கொன்னுட்டேன்...” இனி நீ கவலப்படாத ஆராயி! அவனக் கொன்னுட்டேன் விலங்குபோல கத்திக்கொண்டு மூச்சு வாங்கத் தரையில் ஆயுதத்துடன் மல்லாக்க விழுந்து எழுந்தான்.

“தே ஒக்காந்திருக்கான்” வேலு கத்திக்கொண்டு ஓடிவந்தான்.

செங்கேணி கையில் கரி வாரிக் கொட்டும் சவுல் இருந்தது. அவன் நிலைகுலைந்து கிடந்தான். அந்த இடமே மனிதர்களின் கற்பனையில் வரும் நரகத்தினுடைய சூழலையும்விட மோசமாக இருந்தது. “உள்ள போயிப் பாருண்ணா!” வேலு நடுக்கத்துடன் சொன்னான். அந்தக் கடைசிக் குரல் அவனுக்குத் தெளிவாகக் கேட்டது.

“ஏம்பா! அந்த தெவிடியாப் பையன் தோ போறானப்பா’’ கோவிந்தம்மாள் இயல்பற்றுக் கத்தினாள். நிமிர்ந்து பார்த்தான் செங்கேணி. பேய்க்காளி என்ன ஏது என்று புரியாமல் கலவரத்துடன் போய்க்கொண்டிருந்தான். இருட்டிலும் தெரிந்த வெள்ளைச் சட்டை அவனை வெறிகொள்ள வைத்தது.

“நீ இன்னுமா சாகல பேய்...” செங்கேணி மிருகம்போல பாய்ந்தான். திடீரென ஏற்பட்ட அதிர்ச்சியால் ஒரு கணம் தடுமாறிய பேய்க்காளி தன்னைத்தான் துரத்துகிறான் என்பதை உறுதிப்படுத்த சில நொடிகள் பிடித்தன. ஓடினான் ஓட்டம். போதையில் ஓட்டம் தடுமாறியது.

பாய்ந்தான். இரை மிக நெருக்கத்தில்.

நாய்க்கிடங்கு இருள் சூழ்ந்திருந்தது. நாய்கள் வழக்கமற்று தாறுமாறாக குரைத்துக் கொண்டிருந்தன. மிக நெருக்கத்தில் முதல் வீச்சு எதிரி தடுமாறி வீழ்ந்தான். பேய்க்காளியின் குரல் மிக அகோரமாகக்

கேட்டது. குரல் அடங்கிய பின்னும் வெறியடங்காமல் அந்த கனமான பொருளால் தாக்கிக் கொண்டேயிருந்தான்?”

“இப்ப எங்கிடயிருந்து தப்பமுடியாதுடா. பேய் சாவுடா...”

குதிரையும், வண்டியும், சாட்டையும்கூட காற்றில் கரைந்துவிட்டன. அந்தக் கனமான பொருள். அவன் தலைக்கு மேலே சுழன்றது.

செங்கேணி சவுலை தலைக்கு மேலே சுழற்றிக்கொண்டு வந்தான். குதிரையின் கனைப்பொலி ஒழிந்தது. அவனுக்கு ஏதோ சாதித்தது போல இருந்தது.

எதிரில் பெருங்கூட்டம் கூச்சலோடு வந்துகொண்டிருந்தது.

“இன்னாப்பா... இன்னா பண்ணிட்ட நீ.... ப்ச்” கேட்டுக் கொண்டே பாளையம், செங்கேணியின் கைகளைப் பிடித்துக்கொண்டான். செங்கேணியின் உடல் மிகச் சூடாக இருந்தது. தூரத்தில் அவலமான கூச்சல் கேட்டது.

“இன்னாயா... இப்டி பண்ணிட்ட? ப்ச்... அய்யோ பாவம்” கூட்டத்தில் யாரோ சொல்வது அவன் காதில் விழுந்தது.

“தல தனியா கெடக்குது... எண்ணோவ் அவனயும் கொன்னுட்டாண்ணா” மருது கத்திக்கொண்டு ஓடி வந்தான்.

பாளையம் அதிர்ச்சியில் மார்பைப் பிடித்துக் கொண்டான். “அவளும் பொழைக்க மாட்டேன்” இன்னொரு அவலமான குரல் கேட்டது.

“கொன்னுட்டேன்... கொன்னுட்டேன்” செங்கேணியிடமிருந்து வார்த்தைகள், பழுதான ரேடியோவில் இருந்து வருவதுபோல வந்தன.

எதிரே செந்தாமரை தலையைப் பிடித்துக்கொண்டு வந்தாள். அவள் வாயை யாரோ பொத்துவது தெரிந்தது. திமிறிக்கொண்டு “அவளயான்டா கொன்ன! பாவி!” கத்தினாள். பாளையம் அவள் வாயைப் பொத்தி, தூரமாக அழைத்துச்சென்றான். அங்கு யார் பேசியதும் அவன் காதில் விழவில்லை. அவன் கூட்டத்தில் ஆராயியைத் தேடினான்.

“ஆராயி... ஆராயி! வா. உன்ன, உங்க அக்கா வீட்டாண்டையே கூப்டுக்கினு போயிடறேன். வா.” அவன் குரல் பாதியாகக் கிழியும் கந்தலின் ஓசைபோல் இருந்தது.

அவனைச் சுற்றி அவளைத் தவிர மற்ற எல்லோரும் இருந்தார்கள். “ஆராயி” மீண்டும் கத்தினான். இது நாள் வரையில் இரண்டாம் முறையாக அவளை அவன் கூப்பிட வாய்த்ததே இல்லை. முதலழைப்புக்கே மாமாவென்ற குரல் அவன் இதயத்திலே வந்து விழும்.

‘இன்னாச்சி?’ அவளது மௌனம் அவனுக்குள் அச்சத்தை ஏற்படுத்தியது.

“ஆராயி” சுற்றி நிற்பவர்களைத்தாண்டி குரல் போக வேண்டுமென உறுதியாகக் கத்தினான். அந்தக் கத்தல், செத்தவர்களின் ஓலத்தை விடவும் நடுக்கமும் அவலமும் கொண்டதாயிருந்தது.

சுற்றி நின்றவர்களின் கண்கள், கொல்லப்பட்ட மனிதர்களைப் பார்த்துப் பழகியவைதான். ஆனாலும் அவர்களது இதயம் வழக்கமற்று ஆபத்தான முறையில் நடுங்கித் துடித்தது.

செந்தாமரை ஏற்கெனவே மயக்கமடையும் நிலைக்கு வந்து விட்டாள்.

பாளையம் செயலற்ற மனதுடன் "இன்னாப்பா.... இன்னாப்பா.... இப்டி பண்ணிட்டியே?" செங்கேணி காதில் எதுவும் விழவில்லை.

தனது கையிலிருந்த கனமான சவுலைத் தூர எறிந்தான்.

"ஆமா, அவ இங்கல்லாம் வரமாட்டா. வீட்ல இருப்பா." அவன் சொன்னது எல்லோருக்கும் கேட்டது.

அச்சமடைந்து நிற்கும் வேடிக்கை மனிதர்களைக் கடந்து, சரிவு ஏறி குடிசை நோக்கி ஓடினான்.

"அவ குளுருக்கு சட்டையப் போட்டுக்கினு இருந்தா. அடையாள தெரியாம அடிச்சுட்டுக்கிறான்...." சொல்லிக்கொண்டே தடுமாற்றத்துடன் பாளையத்தைப் பிடித்துக் கொண்டாள் செந்தாமரை.

செந்தாமரையை தாங்கிப் பிடித்துக் கொண்டு அசைவற்றவன் போல நின்றுவிட்ட பாளையத்தை தள்ளிக்கொண்டு சனங்கள் செங்கேணி பின்னால் ஓடினார்கள்.

மின் நிலையத்தின் பேயோசை பரவிய மக்களின் கூச்சலை ஒன்றுமில்லாமல் செய்த வேளையில், குடிசைக்குள் பாய்ந்தவன் "ஆராயி! வா. பயப்படாத வா" கூப்பிட்டான். சிம்னி அமைதியாக எரிந்துகொண்டிருந்தது அவள் ஏற்றி வைத்தது. குடிசைக்குள் ஒற்றையாக நின்ற நடுத்தூண் தவிர, சிம்னி ஒளியால் நிரப்பப்பட்டு வெறுமையாகக் கிடந்தது அவளில்லாத வீடு.

"ஆராயி" தலையைப் பிடித்துக்கொண்டு வாசலில் உட்கார்ந்து கொண்டான். எதிர்வீட்டு செல்லக்கண்ணு ஓடிவந்து அவன் தலை முடியைப் பிடித்து உலுக்கினாள். அவள் ஏதோ பேசுவதுபோல் அவனுக்குத் தெரிந்தது. ஆனால், எந்த வார்த்தையும் அவனுக்கு கேட்கவில்லை. கோபத்தில் வாசலில் இருந்து அவனை உருட்டி விட்டாள். அவனைச் சுற்றி வேடிக்கை மனிதர்கள் நின்றிருந்தார்கள்.

பாளையம், செல்லக்கண்ணுவைத் தூரத் தள்ளினான்.

இருண்டிருந்த பேய்க்காளியின் குடிசைக்குள் வேலு விளக்கேற்றிக் கொண்டுபோய் பார்த்தான். மண்தரையில் நீளமாக ரத்தம் வழிந்து போய்க்கொண்டிருந்தது. சமமற்ற தரையின் பள்ளத்தில் குருதி தங்கி உறைந்துகொண்டிருந்த கணம்.

சட்டையணிந்திருந்தவளைப் பார்த்து, யாரோ ஆள்தான் என்று குழம்பினான். விளக்கொளியில் நெருங்கிப் பார்த்தான். அவளேதான் திறந்திருந்த கண்களைப் பார்த்துவிட்டு அச்சத்துடன் வெளியே ஓடிவந்தவனைக் கடந்து, வேடிக்கை மனிதர்கள் உள்ளே போக முயன்றார்கள்.

"ஆமாண்ணா அந்தப் பொண்ணயும் கொன்னுட்டுருக்கிறாண்ணா!" வேலு நடுங்கித் துடிக்கும் குரலில் பாளையத்தின் காதில் கிசுகிசுத்தான்.

பாளையம் நினைவு திரும்பியவன்போல எழுந்து ஓடினான். பேய்க்காளியின் குடிசை பெரும் இருள் பூதம் போலிருந்தது. வாய்க்குள் நுழைந்து நெருங்கிப் பார்த்தான். மூச்சு நின்றிருந்தது. திக்கென்றிருந்த நெஞ்சை இரு கைகளாலும் பிடித்துக்கொண்டு அசைவற்று நின்றுவிட்டான்.

"ஆராயி! ஆராயி!' வாசலில் இருந்து பிடித்து தள்ளப்பட்ட நிலையில், குடிசை வாயிலைப் பார்த்து நம்பிக்கையோடு கத்தியழைத்தான்.

"உம் போடா. ஆராயி! அங்க படுத்துக்கினு இருக்குறா. போய் பாரு" செல்லக்கண்ணு துக்கத்துடன் சொன்னாள்.

"எங்க..?"

மருது, பேய்க்காளியின் குடிசையைக் காட்டினான்.

செங்கேணி களைப்படைந்து விட்டவன்போல தள்ளாடி நகர்ந்தான்.

"போ.... போய் பார்டா!'' யாரோ பிடித்துத் தள்ளுவது போல இருந்தது.

சட்டையணிந்திருக்கும் உடலை அரை வெளிச்சத்தில் பார்த்து விட்டு "ஆராயி எங்க?" கேட்டுக்கொண்டே குடிசைக்கு வெளியே போக முயன்றவன், மிக நெருக்கமாக காட்டபட்ட விளக்கொளியில் அவளைப் பார்த்துவிட்டான்.

''ஆராயி.... பயப்படாத, எழுந்திரு. அவங்க எல்லாரையும் கொன்னுட்டேன் வா" அவள் பக்கத்திலே உட்கார்ந்து, தலையைத் தூக்கி மடியில் வைத்துக்கொண்டான்.

கையில் குருதி பிசுபிசுத்தது. சூடான அந்தக் குருதியை மிக நெருக்கமாகப் பார்த்தான். பார்த்துக்கொண்டேயிருந்தான். அந்த முகம் கையிலிருந்த ரத்தம். கடைசியாக அவளது மரண ஓலமான "மா.... மா..." என்ற குரல், வேறு எங்கோ போய் அலைந்துவிட்டு இப்போது தான் அவனிடம் வந்து சேர்ந்தது. எல்லாமுமாக சேர்ந்து இரண்டு நிமிட நகர்தலுக்குப் பிறகு அவன் அலறினான் "ஆ....ரா...யி"

மின் நிலையத்தின் பேரொளியைத் தாண்டி, அவன் குரல் அந்தக் குடிசைக்குள் மட்டுமல்ல, அந்த குடிசைப் பகுதியெங்கும் கேட்டதாக மக்கள் பேசிக்கொண்டார்கள்.

29

குளிர்பதனக் கிடங்கோரம் இரண்டு நாட்களாகப் படுத்துக் கிடந்த கிழவனின் கத்தல் கேட்டு வழியில் போய்க்கொண்டிருக்கும் சனங்கள் கூடிவிட்டார்கள். வெறுமனே வேடிக்கை பார்ப்பதில் விருப்பமிக்கவர்கள்.

"ரெண்டு நாளா, கெழவன் இங்கயே படுத்துக் கெடக்குறாரு. பாவம்! இன்னாமோ ஆராயின்னு கத்தறாரு" குளிர்பதனக்கிடங்கு காவலாளி சொன்னார்.

“ஏம்பா! நம்ப மருதண்ணனுக்கு தெரிஞ்சவராம்பா. இப்பதான் பாத்துட்டு, யாரையே கூப்டாறப் போயிருக்கிறாரு” ஒருவன் சொன்னான்.

கிழவனுக்கு விழிப்பு வந்தது. அவன் சுற்றிலும் பார்த்தான். எதிரில் குடிசைகள் இல்லை. மின் நிலையத்தின் கத்தல் இல்லை. ரயிலின் கூவல் இல்லை. குப்பைகளை மட்டும் லாரிகள் வரிசையாக ஏற்றிக் கொண்டு போயின.

“ஜெகநாதபுரம்?” குப்பை மேட்டை கைகாட்டிக் கேட்டான்.

“அது எங்க இப்ப இங்க இருக்குது?” வேடிக்கை பார்க்க வந்த நடுத்தரமான வயதுடைய ஒருவன் கிண்டலாகச் சிரித்தபடி சொன்னான்.

கிழவன் தன்னைச் சுற்றி நிற்பவர்களைப் பார்த்தான். வெகுநேரம் அப்படியே பார்த்துக் கொண்டிருந்தான். வேடிக்கை பார்க்கும் ஆட்கள் மாறிக்கொண்டே இருந்தார்கள்.

இரண்டு இருசக்கர வாகனங்கள் அவன் முன்னே வந்து நின்றன. நால்வர் இறங்கினார்கள். பாளையம் இறங்கினார். திடமாய் இருந்தாலும் வயதின் முதிர்ச்சியால் மெதுவாக இறங்கி, கிழவனை நெருங்கிப் பார்த்தார்.

“ஆமாம்மா! அவர்தான்” என்றபடி கிழவனை மிக நெருக்கமாக நெருங்கி அவன் தோளைத் தொட்டு “செங்கேணி” என்று கூப்பிட்டார்.

கிழவன் அதை உணர்ந்ததாகத் தெரியவில்லை. அவன் உலகைச் சுற்றிப் பார்க்க வந்தவன்போல பார்த்துக்கொண்டிருந்த முகங்களில் ஒன்றாக பாளையத்தையும், அவனுடன் வந்தவர்களையும் பார்த்துவிட்டு எழுந்து, நடராஜ் தியேட்டர் பக்கமாகத் திரும்பி நடந்தான்.

மருது, முன் நகர்ந்து கிழவரைத் தடுத்து நிறுத்த முயல, பாளையம் மருதுவின் கையைப் பிடித்து நிறுத்தி,

“விடு. போவட்டும்.... இப்ப அங்கதான் போவான்”

“எங்க?”

“எல்.ஜி. ரோட்டுக்கு”

“சித்ரா டாக்கிஸ் எதுர்லயா?”

“ஆமாம்” என்பதுபோல தலையாட்டிவிட்டு தன்னையுமறியாமல் ‘‘சாவுதான் அவனுக்கு உண்மையான விடுதல... ப்ச்’’ என்று முணுமுணுத்தார்.

“இன்னுமா நம்பிகிட்டுருகிறான்”

“இல்ல. ஆறு மாசமா கொணமாராட்டாமா இருக்கானாம். வக்கீல் சொன்னாரு” பாளையம் சொன்னான்.

ஜெயில்ல அந்தப் பெண்ண யாரோ தப்பா பேசனான்னு அடிதடியாயி, ஒருத்தன் சாவ பொழக்க ஆயி, அந்த கேஸ் வேற இருக்குது. இல்லனா, எப்பவோ வெளிய வரவேண்டிய மச்...”

பாளையம் கண்கலங்கினான்.

போய்க்கொண்டிருந்த கிழவன், திடுப்பென இவர்களை திரும்பிப் பார்த்தான்.

“ஆராயி...” நடராஜ் தியேட்டர் பக்கம் கையைக் காட்டி சொன்னவன் திரும்பி தன் வழியே நடந்தான்.

“பாத்தியா? அந்தப் பொண்ணு அங்கதான் இருக்குதுன்னு நம்பிகிட்டுருக்கான்” வெறுமையான சாலையில் அவன் மட்டும் போய்க்கொண்டிருந்தான். ஆனால், அவனெதிரே மஞ்சளாடைப் பெண் அவனை ஆசிர்வதிப்பதுபோல் கையை ஆட்டிக்கொண்டு போனாள். கருப்பு புல்லட் ஆளற்று தனியாக ஓடிக்கொண்டிருந்தது. அவனது கட்டைவண்டியின் உடைந்த பாகங்களை வழியெங்கும் பார்த்தான். சின்னப்பையன்கள் தாமரைப்பூவை பறித்துக்கொண்டு போனார்கள். இருக்கிற உலகில் இல்லாதவற்றை வேடிக்கை பார்த்துக் கொண்டே போனான். கால்கள் தடுமாறின.

“போவட்டும் வுடு. அங்க போய் பாத்தா, அங்க மட்டும் இன்னா இருக்கப்போவுது? குடிசைங்கள இடிச்சி, நெரவி, செடிங்கள நட்டு வச்சிக்கிறானுங்க. போவட்டும் வுடு” பாளையம் துக்கம் தாளாமல் சொன்னான். அவனது வயோதிகக் கண்கள் கண்ணீரால் தவித்தன.

கிழவன் பார்வையிலிருந்து மறையும்வரை பார்த்துக் கொண்டிருந்தார்கள்.

நடராஜ் தியேட்டர், கண்ணப்பர் திடல், ஆமா, அங்க திடல் எங்க இருக்குது? புது மூர்மார்க்கெட்டா இப்ப அதுவும் பழைய மூர் மார்க்கெட்டாயிடுச்சி. அதைத் தாண்டி அசோக் தியேட்டர். இப்ப அதுவும் இல்ல. இல்லாததை எல்லாம் இருப்பதாக நினைத்துக் கடந்து போனான். அவன் தனது சொந்த உள்ளுணர்வை வழிகாட்டியாகக் கொண்டு நடந்து போனான்.

வழியில் பாக்கெட்டைத் துழாவினான். நோட்டுகள் தட்டுப்பட்டன. பசி, தேநீர்க் கடையைப் பார்த்ததும் தேநீர் குடிக்க வேண்டும் போலிருந்தது. சைகையால் தேநீர் கேட்டான்.

“நீ ரொம்ப நாளு உள்ள இருந்திட்ட இல்ல... எப்பவோ வெளிய போக வேண்டியவன். நீ யாரனா தெரிஞ்சவங்ககிட்ட போய் சேரு. அப்பறம் இந்த அட்ரசுக்கு என்ன வந்து பாருய்யா! ஏதாவது வேல வாங்கித் தர்றேன். இந்தா, இத செலவுக்கு வச்சுக்க. உனக்குச் சேர வேண்டிய பணம்....” அந்தக் குரல் சட்டென அறுந்து விழுந்துவிட்டது. கிழவன் சூடான தேநீரை உறிஞ்சிக் குடித்தான். தடைபட்ட குரல் மீண்டும் கேட்டது. “எங்கிட்ட இருக்கட்டும். பேங்குல கணக்கு வச்சித்தர்றேன் போ... இனி என்ன, போ. முழு வாழ்க்கையை இங்கயே கழிச்சுட்ட வெளிய உனக்கு என்ன மிஞ்சியிருக்கப் போவுது போ...?”

சிறையை விட்டு வெளிவரும் போது கடைசியாக அதிகாரி பேசியது ஒலித்தது. மீண்டும் கால்சட்டைப் பையைத் துழாவினான். அவர் தந்த அட்டை தட்டுப்பட்டது. எடுத்துப் பார்த்தான். தெளிவான அச்சு எழுத்துகளுடன் இருந்தது. அதை தூர எறிந்து விட்டான். தேநீர் குடித்துவிட்டு அடையாளம் மாறிப் போன சாலையையும் அதன்

இருபுறமும் வளர்ந்து நின்ற கட்டிடங்களையும் கடந்துபோனான்.

சிந்தாதிரிப்பேட்டை ரயில் பாதையைக் கடந்துபோக வழி தேடினான். கடவுப்பாதையை சுவர் மறைத்து நின்றது. இரும்புப்பாலம் ஏறி உச்சியில்போய் நின்றுகொண்டான். சிறையின் கூரைகள் தெரிந்தது. கூவம் நதி, வெண்ணிற ரிப்பன் கட்டிடம் எல்லாவற்றையும் வேடிக்கை பார்த்துக்கொண்டு நின்றான். அவன் கால்களுக்கடியில் ரயில் கடகடத்தோடியது. அந்தக் கணம் அவன் இலகுவாக சுவாசித்தான். அது சில நொடிகள் கூட நீடிக்கவில்லை. துயரத்தின் கொடுவாள் அவன் நெஞ்சிலே பாய்ந்ததுபோல நெஞ்சைப் பிடித்துக்கொண்டு இருமினான். தன்னைத் தூக்கிலிடாத காவலர்களை சபித்தான். அடி மனதிலிருந்தெழும் வெறுப்பால் கீழே ஓடும் ரயிலின் மீது தூவென துப்பினான். பாலத்தில் இருந்து ஓடும் ரயிலின் மீது குதித்துவிடும் ஆவல் அவனைப் பிடித்தாட்டியது. அந்தக் கணத்தில் "மாமா" வென்ற அவளது அழைப்பு கைக்கெட்டும் தூரத்தில் அவளைப் பார்த்தான். அவளேதான். "வா" என்றழைத்தபடி அவள் நடக்க... அவள் பின்னே அவன் போய்க்கொண்டிருந்தான். மீன், கவிச்சி நிறைந்த வீதியில் அவளைப் பின்தொடர்ந்து போனான்.

அவளை நெருங்க வேகமாக நடக்கமுயன்றான். மிக நெருக்கத்தில் அவள் காணாமல் கரைந்து விட்டாள். அவளைக் காற்றிலே தேடி அலுத்துப் போனதொரு கணத்தில் மீண்டும் அவள், அவன் கைக்கெட்டாத தூரத்தில் நின்று "அதோ, அக்காவோட குடிச. வா நாம அங்க போயிடலாம்" அவனை உயிரோடு வைத்திருக்கும் அந்தக் குரல். அவள் நடக்க... பின் தொடர்ந்தான். அருணாசலம் சாலை பாலத்தை இருவரும் கடந்த நிலையில் அவள் மீண்டும் காற்றில் கலந்து விட்டாள். அவள் குடிசைக்குள் ஓடி ஒளிந்துகொண்டிருப்பாள் என்று நினைத்துக்கொண்டு குடிசைகளை நோக்கி ஓடினான். நதி கருத்து கலங்கியோடிக் கொண்டிருந்தது. "ஆராயி! என்ற அவனது முனங்கல் யாருக்கு கேட்டதோ இல்லையோ, அந்த நதிக்கு கேட்டது.

வேற்றுக் கிரகங்களில் உலாவித் திரும்பவும் தன் சொந்த பூமிக்கு வந்தவன்போல கண்ணாமூச்சி காட்டி, குடிசைக்குள்போய் பதுங்கிக் கொண்டவளை, ஆசையோடு தேடினான்.... தேடினான்... அவன் தேடியது எதுவுமே அங்கில்லை. குடிசைகளற்ற கட்டாந்தரை மட்டுமே மிஞ்சியிருந்தது. பக்கத்திலே அந்தக் கருப்பு நதி மட்டும் மேலும் கருத்து கலங்கியோடிக் கொண்டிருந்தது.

உள்ளம் குமுற... நதியைப் பார்த்தான். ஆமாம், அது ஓடிக் கொண்டிருந்தது. கருப்பு நதியில் எந்தெந்த அழுக்குகளோ மெதுவாக நகர்ந்து கொண்டிருந்தன. அங்கு குடிசைகள் இல்லை.

வெறுமை நிறைந்த அவனுள்ளத்தில் துயரம் நிரம்பியதால் ஏற்பட்ட வலி பொறுக்க முடியாமல் நெஞ்சைப் பிடித்துக்கொண்டு கண நேரம் நின்றான். பிறகு தேடும் விழிகளுடன் நடந்தான். சாலையோரத்தில்

அரசமரம் ஒற்றையாக நின்றிருந்தது. அதனடியில் ரிக்ஷாவை நிறுத்தி விட்டு இருவர் உட்கார்ந்து பேசிக்கொண்டிருந்தார்கள். அவர்கள் அருகே போய் உட்கார்ந்துகொண்டான். முழு வாழ்வின் களைப்பும், அவனை உலுக்கியெடுத்தது.

இருவரில் ஒருவன் மதுப்புட்டியின் மூடியைத் திருகி, பாதியை வாயில் ஊற்றிக்கொண்டு மீதியை பக்கத்திலிருந்தவனிடம் கொடுத்துவிட்டு மதுவின் காரம் தணிக்க பக்கெட் தண்ணீரை பீய்ச்சிக் கொண்டு, முகத்தை மோசமாக சுருக்கிக்கொண்டு விழுங்கி, எச்சிலை அவசரமாகத் துப்பினான்.

“ஏய்! தோ பார்றா... செங்கேணி!” அவன் ஆச்சரியமாக சொன்னான்.

“இன்னா மாமே! வெளிய வந்துட்டியா?” இன்னொருவன் கேட்டான்.

கிழவன் அமைதியாக உட்கார்ந்திருந்தான்.

“ப்ச்... போ. டபுள் லைப்ப வாங்கி, சப்பிப் போட்ட கொட்ட மாதிரி வெளிய வந்துக்கீற”

“ஏய்! சும்மாயிருடா” ஒருவன் அடக்கினான். கிழவன் திடீரென முடியாமல் எழுந்து, தனக்குப் பின்புறமாகப் பார்த்தான். அவன் கண்ணுக்கெட்டிய தூரம்வரை குடிசைகள் எதுவும் தெரியவில்லை. அலங்கார வேலி, அதற்குள்ளாக பச்சைப் பசேலெனத் தாவரங்கள், மஞ்சள் வண்ணமடித்த பெஞ்சுகள் என குடிசைகள் தோட்டமாக உருமாறிக் கிடந்தன. அதற்கடுத்து நதி.

“இங்க கொஞ்ச நாளு இருந்தாரு மாதிரி இருக்குது.”

“கொஞ்ச நாளா? யோவ்! நம்ப கணேசன் மச்சின்சிய் தான்...” அவன் சொல்லி முடிக்கும்முன்பே பக்கத்திருந்தவன், சொன்னவன் வாயைப் பொத்தினான்.

“யோவ்! சும்மாயிரு. அவன் பொஞ்சாதியப் பத்தி எதனா, ஏடா கூடமா பேசப் போறான் அவ்ளோதான், ஆளு பேய் மாதிரியாயிடுவான்.” மெதுவாக குசுகுசுத்தான். அவர்கள் இருவருமே செங்கேணியுடன் சிறையில் இருந்தவர்கள்.

ஒருவன், செங்கேணியின் தோளை ஆதரவாகப் பற்றினான். “இங்க நீ யாரப் பாக்கப் போற? ப்ச்... எல்லாத்தையும் கொன்னும் போயி கண்ணகி நகர்ல போட்டானுங்க. ஒரு ஊரு ரவுடியயே சமாளிக்க முடியாது, மொத்தசேரியயும் கொன்னும் போயி ஒரு எடத்துல கொட்னா இன்னாவும்? டெய்லியும் வெட்டு, குத்துதான் போ.... கோ.... தா! அதவுடு. கொழுப்பு புடிச்சவனுங்க வெட்டிக்கட்டும் குத்திக்கட்டும், ஒண்ணு ரெண்டு படிக்கற புள்ளைங்களும் படிப்ப வுட்டுட்டு அலையுதுங்க.”

அவன் காதில் எதுவும் விழவில்லை, அவன் திரும்பி, தனக்குப் பின்னே பார்த்துக்கொண்டே இருந்தான். இவன் பார்க்காதபோது இவனுக்குப் பின்னே குடிசைகள் இருப்பதாக நம்பினான். இவன் பார்க்கும்போது யாரோ குடிசைகளை மறைத்துவிடுவதாக நினைத்துக் கொண்டான்.

கருப்புநதி இருக்கும்போது குடிசையும் இருக்கும் என்று மனமார நம்பினான்.

நம்பிக்கையோடு திரும்பிப் பார்ப்பான். குடிசைகளை யாரோ தொடர்ந்து மறைத்துக் கொண்டிருந்தார்கள். ஆனால், அவன் நம்பிக்கை இழக்கவில்லை.

குடித்துக்கொண்டிருந்தவர்களில் ஒருவன், அங்கேயே போதையில் படுத்துக்கொண்டான். மற்றொருவன், ரிக்ஷாவைத் தள்ளிக்கொண்டு போய்விட்டான்.

கிழவன் நடக்க விரும்பினான். வடக்குப் பாலத்தில் இருந்து தெற்குப் பாலம் வரை நடந்து திரிந்தான். அவனுக்கு கீழே, தரை ஓடிக் கொண்டிருந்தது. குடிசைகளினிடத்தில் செடிகள் சூரியனொளி பட்டு, மின்னின. மிக சமீபத்தில் அமைக்கப்பட்ட தோட்டம் பசுமையாகத் தெரிந்தது.

ஒவ்வொரு செடிகளுக்கிடையேயும் குடிசைகளையும் தன் நினைவுக்குவரும் முகங்களையும் தேடினான். அது ஆராயியும், அவளது அக்காவும்தான். அன்று முழுவதும் தேடியும் குடிசை தென்படவேயில்லை. நம்பிக்கை போய்விட்டது. ஆனாலும் ஆராயி வருவாள் என்று நம்பினான். அவள், செடிகளுக்குப் பின்னே மறைவாக நடமாடிக்கொண்டிருப்பது போலத் தெரிந்தது.

வெகு நேரம் காத்திருந்தும் அவள் வராததால், அழுதான். அழுகையினூடே வாய் நிறைய அவள் பேரை சொல்லியழைத்தான். சூரியன்கூட அவனை விட்டுப்போயே போனது.

இந்த முறை அவள், தன் பின்னே ஒளிந்துகொண்டிருப்பாள். அவளை சட்டென திரும்பிப் பார்த்துவிட வேண்டுமென நம்பிக்கையோடு வேகமாகத் திரும்பினான்.

"ஆராயி!" ஆச்சரியத்தில் அவன் கத்தினான். "மாமா! தெளிவாகக் கேட்டது.

அவன் நெஞ்சு குலுங்கித் துடித்தது. அவளுக்காகவே மீதம் வைத்திருந்த அவன் விழிகளின் கடைசித் திரவம்போல மெல்ல வழிந்தது. பெரும் மகிழ்ச்சியுடன் "ஆராயி... ஆராயி... எங்கடி போன ஆராயி?" கை நீட்டினான். மாசற்ற தன் இரு கைகளையும் அவனை நோக்கி நீட்டினாள். வலுவாக அவனது கைகளைப் பிடித்து "வா மாமா! நீ என்ன தனியா வுட்டுட்டு, எங்கியோ போயிட்டு... எங்கடி போனன்னு என்னக் கேக்கறியா..." "வா. மாமா.... வா." தடுமாற்றம், துயரம் எல்லாவற்றையும் தொலைத்துவிட்டு அவள் கைகளைப் பிடித்துக் கொண்டு போனான். அவனை அழைத்துப்போனவள் பூங்காவில் இருவர் உட்கார வசதியானதொரு வண்ண பெஞ்சில் அவனை உட்காரவைத்து அவனோடு நெருக்கமாக உட்கார்ந்துகொண்டாள். இன்பத்தில் அவனுக்கு நெஞ்சு, தாங்கமுடியாதபடி கடுமையாக வலித்தது. அது உடைந்து விழும் போலிருந்தது.

அவள் குளிர்ச்சியான தன் இரு கைகளாலும் அவனது கன்னத்தைத் தாங்கியிருந்தாள். உதடு குவித்து அவன் கண்களில் ஊதினாள்.

கண்ணீர்த் துளி காய்ந்து, குளிர் நீரால் முகம் கழுவியதுபோல் புத்துணர்ச்சியாக உணர்ந்தான். மாசற்ற அவள் முகத்தில் புன்னகை வழிந்து, அவனைப் பேச்சற்றவனாக்கியது.

"வா மாமா! நீயும் நானும் வேற எங்கனா போயிடலாம். நா உன்ன இட்டுக்கினு போறேன், வா. அவள், அவன் கையை இறுக்கிப்பிடித்துக் கொண்டிருந்தாள். பல ஆயிரம் நாட்களுக்கு முன்பு தொலைத்துவிட்ட இன்பம் அவனுள் நிறைந்து, புன்னகையுடன் அவள் கையைப் பிடித்துக் கொண்டு சுதந்திரமாக நடந்தான்.

அவர்களுக்குப் பின்னே சுவர்போல பச்சையாய் தாவரங்கள், அதற்கும் பின்னால் கருத்த நதி, ஓசையற்ற அதன் மேலே நிலவற்ற கருப்பு வானம், அதிலே சுடரும் ஆயிரமாயிரம் வெண்புள்ளிகள், அவன் கை பிடித்து அவள், தோட்டம், தோட்டத்தினூடே கொழுத்த மனிதர்களின் நடைப் பயணம். அமைதி... அமைதி... அமைதி...

இரவுப் பூங்காவை பூட்டிக்கொண்டு புறப்பட காவலாளி தயாராகும் போதுதான் பரபரப்பு ஏற்பட்டது. கூட்டம், துயரப் பேச்சுகள், போலிஸ், பிறகு அச்சமூட்டும் ஒலியெழுப்பி வந்த ஊர்தி, கிழவனின் உடலை ஏற்றிச் சென்றது.

■